ഗ്രീൻ ബുക്സ്

സമ്പൂർണ്ണ കഥകൾ

കെ.എം. അബ്ബാസ്

കഥാകൃത്ത്, പത്രപ്രവർത്തകൻ.
കാസർകോട് ജില്ലയിൽ ആരിക്കാടിയിൽ ജനനം.
ദുബായിൽ *സിറാജ്* ദിനപത്രം എഡിറ്റർ ഇൻ ചാർജ്.
കൈരളി ചാനൽ, ദേശാഭിമാനി പത്രം
എന്നിവയ്ക്കുവേണ്ടിയും പ്രവർത്തിച്ചിട്ടുണ്ട്.

ഗ്രീൻ ബുക്സ് പ്രസിദ്ധീകരിച്ച
ഗ്രന്ഥകർത്താവിന്റെ ഇതരകൃതികൾ

പലായനം (നോവലെറ്റ്)
മൂന്നാമത്തെ നഗരം (കഥ)
ദേര (നോവൽ)
ചരിത്രവിഭ്രാന്തികൾ (ചരിത്രം)
സങ്കടബെഞ്ചിൽനിന്നുള്ള കാഴ്ചകൾ (കഥ)
ഇമാറാത്തിന്റെ വഴികളിലൂടെ (ലേഖനം)
തെരഞ്ഞെടുത്ത കഥകൾ
ബറഹയിലേക്കുള്ള ബസ് (കഥ)

സമ്പൂർണ കഥകൾ

കെ.എം. അബ്ബാസ്

ഗ്രീൻ ബുക്സ്

green books private limited
gb building, civil lane road, ayyanthole,
thrissur- 680 003, kerala, ph: +91 487-2381066, 2381039
website: www.greenbooksindia.com
e-mail: info@greenbooksindia.com

branches:
thrissur 0487-2422515
thiruvananthapuram 0471-2335301
calicut 0495 4854662

malayalam
sampoorna kathakal - k.m. abbas
story

published august 2023

cover design : s. mahendra

printed in india
repro india ltd

isbn : 978-81-19486-02-1

₹ 440.00
GBPL/1304/2023

ഞാൻ, എന്നെത്തന്നെ...

ഇക്കണ്ട കാലത്തിനിടയിൽ കുറച്ചു പുസ്തകങ്ങളൊക്കെ എഴുതി. കുറച്ചു പേർ, ഏറെയും എന്നെ നേരിട്ടറിയുന്ന വർ വായിച്ചിരിക്കണം. ആരോടും അഭിപ്രായം ചോദിച്ചി ട്ടില്ല. എഴുത്തിലെ എന്റെ ദൗർബല്യങ്ങൾ, നിസ്സാരത എനിക്ക് തന്നെ ബോധ്യം. കാരണം, മഹാരഥന്മാരുടെ ധാരാളം പുസ്തകങ്ങൾ വായിച്ചിട്ടുണ്ട്. പക്ഷേ, എന്റെ ചുറ്റുപാടുകൾ അടയാളപ്പെടുത്താനാണ് ഞാൻ ശ്രമിച്ചത്. അതിൽ മൗലികതയുടെ അംശമുണ്ടെന്ന് ഞാൻ വിശ്വ സിച്ചു.

ഞാൻ, കുറേ കാലമായി ദുബൈ നഗരത്തിലായി രുന്നു. ഓരോ കാഴ്ചയും കൗതുകകരവും സ്തോഭജനക വുമായിരുന്നു. അവ ആരോടെങ്കിലും പറയണമായിരുന്നു. അതിന് വേണ്ടിയുള്ള ഉപാധി ആയിരുന്നു എഴുത്ത്. അവയെ പരമാവധി സർഗാത്മകമാക്കാനും ശ്രമിച്ചു. എന്നാലാവും വിധം, അതെ... എന്റെ പരിമിതികൾക്ക കത്തുനിന്ന്.

ഇന്ന്, തിരിഞ്ഞു നോക്കുമ്പോൾ അവ തീർത്തും മോശമെന്ന് തോന്നുന്നുമില്ല. കുറച്ചു കഥകളേ എഴുതി യിട്ടുള്ളൂ. അവയിൽ ഏതാണ്ട് മുപ്പതു വർഷത്തെ നഗര വികാസമുണ്ട്. നേടിയവരുടെയും നഷ്ടപ്പെട്ടവരുടെയു ടെയും നിശ്വാസങ്ങളുണ്ട്. ഇനിയും എഴുതാനുണ്ട്. അതി നുള്ള ത്രാണിക്ക് ആഞ്ഞ് ശ്രമിക്കുന്നു. ഒരിക്കൽ, ഷാർജ പുസ്തകോത്സവത്തിൽ, ഇസ്താംബൂളിന്റെ മഹാ കാഥികൻ ഒർഹാൻ പാമുഖിനോട് സംസാരിക്കാൻ അവസരം ലഭിച്ചു. അദ്ദേഹം പറഞ്ഞു, നിങ്ങളുടെ ചുറ്റു പാടുകളെ സ്നേഹിക്കൂ. അനേകം കഥകൾ തരും.

ഷാർജയിലെ സഹൃദയൻ, ശ്രീ വേണുഗോപാൽ മേനോൻ (ഒയാസിസ് കെമിക്കൽസ്) ഇടയ്ക്കിടെ

ഇസ്താംബൂളിൽ പോകുന്ന ലോകയാത്രക്കാരൻ. 'പാമുഖിന്റെ ആ നഗര'ത്തിലെ വിശേഷങ്ങൾ അദ്ദേഹം വന്നു പറയുമ്പോൾ കൗതുകത്തോടെ കേൾക്കും. ആവതുണ്ടെങ്കിൽ ഒരിക്കൽ അവിടെ പോകണം.

എന്റെ സർഗവ്യാപാരത്തെ എല്ലാ നിലയിലും പ്രോത്സാഹിപ്പിച്ച നഗരമാണ് ദുബൈ. അവിടത്തെ സുന്ദരമായ ഋതുഭേദങ്ങൾ, നിഗൂഢ ഭാവം പേറുന്ന തെരുവുകൾ, വിസ്മയിപ്പിക്കുന്ന മനുഷ്യഭാവങ്ങൾ എന്നെ മാടിവിളിക്കുന്നു. ഞാനെത്തും, എഴുതാനേറെയുണ്ട്. ആവർത്തന വിരസത എന്നെ പിന്തിരിപ്പിക്കുകയേയില്ല, നഗരമേ നന്ദി.

കെ.എം. അബ്ബാസ്

കഥകൾ

മൂന്നാമത്തെ നഗരം

ഇനി പോകേണ്ടത് മൂന്നാമത്തെ നഗരത്തിലേക്കാണ്.

കടൽ നക്കിത്തീർത്ത് ഉപേക്ഷിച്ച ഒരു തുരുത്താണ് ആ നഗരമെന്ന് പഴയ ഏതോ പുസ്തകത്തിൽ വായിച്ചിരുന്നു. നഗരത്തിന്റെ, പഴയതും പുതിയതുമായ ചിത്രവുമുണ്ടായിരുന്നു പുസ്തകത്തിൽ. കടലിന്റെ പശ്ചാത്തലത്തിൽ തെങ്ങിൻതലപ്പുകൾ - അത് നഗരത്തിന്റെ പഴയ അവസ്ഥയുടെ സങ്കല്പചിത്രമെന്ന് അടിക്കുറിപ്പ്. അന്നത്തെ പുതിയ ചിത്രം... ഇല്ല, പുതിയത് ഓർമ്മിച്ചെടുക്കാനാവുന്നില്ല. എങ്കിലും അങ്ങിങ്ങായി, ഈച്ചയുടെ ത്രിമാനസാന്നിധ്യം, സന്ധ്യയുടെ നിഴൽ പോലെ മനസ്സിലുണ്ട്. രണ്ടോ മൂന്നോ പ്രാവശ്യം അവിടെ ചെന്നതിന്റെ കരിഞ്ഞ ഓർമ്മയും.

ട്രെയിൻ, തണുത്ത രാത്രിയിലൂടെ യാത്ര തുടർന്നു.

നഗരത്തിന് മുമ്പുള്ള ചെറിയ പട്ടണത്തിൽനിന്ന് ധാരാളം ആളുകൾ കയറിയിരുന്നു. അവരാരും പരസ്പരം സംസാരിച്ചതേയില്ല. ഒന്നു മന്ദഹസിക്കാൻപോലും അവർക്കാവുന്നില്ല. ആരെയോ അവർ ഭയപ്പെടുന്നു. ആയുധങ്ങൾക്ക് മീതെയാണ് അവരുടെ ഇരിപ്പെന്ന് തോന്നി. നിരവധി കൂറ്റൻ വൃക്ഷങ്ങളുണ്ടായിട്ടും മർമ്മരമില്ലാത്ത വനംപോലെയായി നിശ്ശബ്ദതയിലാണ്ട ഈ കമ്പാർട്ടുമെന്റ്.

നഗരത്തിന്റെ കവാടത്തിലൂടെ ട്രെയിൻ യാത്ര തുടർന്നു.

പൊടുന്നനെ, ഒരാൾ മുൻസീറ്റിൽ വന്നിരുന്നു. അസാധാരണമായ ഒരു കാര്യം - അയാൾ എന്നെപ്പോലെ കൃതാവ് നീട്ടിയ, മീശവടിച്ച, കണ്ണടവെച്ച, നീലക്കുപ്പായമണിഞ്ഞ ആളായിരുന്നു. ഇരട്ടകളാണോയെന്ന സംശയത്തിൽ ചില യാത്രക്കാർ ഞങ്ങളെ തുറിച്ചുനോക്കി. ഒരു സിഗരറ്റിന് ഞാൻ ആഗ്രഹിച്ചതേയുള്ളൂ. അയാൾ സിഗരറ്റും ലൈറ്ററുമെടുത്തു നീട്ടി.

നഗരത്തിലേക്കാണ്?-അയാൾ.

അതൊരു ചോദ്യവും ഉത്തരവുമായിരുന്നു. അയാൾ തുടർന്നു.

ഈ നഗരത്തെ ഞാൻ വെറുത്തിരുന്നു. എവിടെയും ഈച്ച. ഏതെങ്കിലും ഹോട്ടലിൽ ചെന്നാൽ ഭക്ഷണത്തിനു ചുറ്റും. ഏതെങ്കിലും പാർക്കിൽ ചെന്നാൽ മനുഷ്യർക്കു ചുറ്റും.

അയാൾ തുടർന്നു പറഞ്ഞത് എന്റെ കാര്യമാണോ എന്ന് അതിശയിച്ചു. പണ്ട് ഭാര്യയെ ആദ്യമായി കാണാനാണ് ഇവിടെ വന്നത്. മറ്റൊരിക്കൽ ബിസിനസ്സ് ആവശ്യത്തിനും. ഇപ്പോൾ... സ്വയംപോലും പറയാൻ ആഗ്രഹിക്കാത്തത് എന്ന മട്ടിൽ അയാൾ നിർത്തി.

ട്രെയിൻ, വലിയൊരു ആരവത്തോടെ നഗരത്തിലെ സ്റ്റേഷനിലേക്ക് പതുക്കെ പ്രവേശിച്ചു.

ട്രെയിൻ സ്റ്റേഷനിലെത്തിയപ്പോൾ അയാൾ അപ്രത്യക്ഷനായി. നഗരം വിജനമായിരുന്നു. തെരുവുകളിൽ വേണ്ടത്ര പ്രകാശം ഉണ്ടായിരുന്നില്ല. ഫാസ്റ്റ്ഫുഡ്കടകൾ മാത്രമേ തുറന്നിരുന്നുള്ളൂ. നല്ല വിശപ്പ്. അത് ഉദരത്തിൽ വേദനയുണ്ടാക്കി.

ഫാസ്റ്റ്ഫുഡിലെ ഭക്ഷണത്തിനും എനിക്കുമിടയിൽ ഈച്ചക്കൂട്ടം പറന്നു കളിച്ചു. മറ്റുള്ളവർ ആർത്തിയോടെ കഴിക്കുന്നുണ്ടല്ലോ, താങ്കൾ മിഴിച്ചിരുന്നാലോ? എന്ന് വെയിറ്റർ ശാസിക്കുന്നതുപോലെ. ഭക്ഷണം പൊതിഞ്ഞു വാങ്ങി ഞാൻ ഇറങ്ങി നടന്നു. ഇനി കിടക്കാൻ ഒരിടം വേണം.

ഹോട്ടലുകളുടെ കൂറ്റൻ പരസ്യബോർഡ് ആകാശത്തിൽ മിന്നി മറഞ്ഞു. അതിലൊന്നിലെ വലിയൊരു മുറിയിൽ മുമ്പൊരിക്കൽ ഭാര്യയു മൊത്ത് താമസിച്ചിരുന്നു. അന്ന്, നിരത്തു നോക്കി അവൾ പറഞ്ഞു.

ആകാശത്തിലെ ജീവിതം എനിക്കു മടുത്തു. അറിയാമോ, നിരത്തി ലൂടെ നമ്മൾ നടന്നിട്ട് ഒരു വർഷമാകുന്നു. അവൾ പറഞ്ഞത് ശരിയാണ്. മരുഭൂമിയിലെ യന്ത്രനഗരത്തിന്റെ ഒത്ത നടുവിലെ വലിയ ഫ്ളാറ്റിലാണ് കുറെ കാലമായി കഴിയുന്നത്. ലിഫ്റ്റിൽ താഴെയിറങ്ങി, കാറിൽ നേരെ ഓഫീസിലേക്ക്, അല്ലെങ്കിൽ വിമാനത്താവളത്തിലേക്ക്. അവിടെ കാത്തു നിൽക്കുന്ന കാറിൽ വലിയ ഹോട്ടൽമുറികളിലേക്ക്. വീണ്ടും ഫ്ളാറ്റിലേക്ക്.

അന്നേരം എനിക്കും തോന്നി, നടന്നാൽ കൊള്ളാമെന്ന്. പക്ഷേ, സമയമുണ്ടായിരുന്നില്ല. കമ്പനി മീറ്റിംഗിനു പോകേണ്ടതുണ്ട്. ഇറങ്ങാൻ നേരം അവൾ പറഞ്ഞു:

എനിക്ക് ഈ ജീവിതം മടുത്തു. മുറികളിൽ നിന്ന് മുറികളിലേക്ക്...

ഓർമ്മകളെ വിട്ട്, മാനത്തേക്ക് ഉയർന്നു നിൽക്കുന്ന ഹോട്ടലുകളെ വിട്ട് ഇടത്തരമെന്ന് തോന്നിയ ഹോട്ടലിലേക്കാണ് കയറിയത്. റിസപ്ഷനിസ്റ്റ് ഉറക്കം തൂങ്ങുകയായിരുന്നു. അയാൾ ഉറക്കം വിട്ടുണ രാതെയെന്ന പോലെ പറഞ്ഞു. മുറിയില്ല, എല്ലാം ഫുൾ.

വലിയ ഹോട്ടലുകളിലൊന്നിലേക്ക് പോകാം. മുകളിലേക്ക് നോക്കിയപ്പോൾ ഒരു പരസ്യബോർഡ്. ഈച്ചശല്യമില്ലാത്ത ഏക ഹോട്ടൽ.

അതിന്റെ മുറ്റത്ത് നിറയെ ചെടികളുണ്ടായിരുന്നു. ഒരു തുളസി ത്തറയും. സാരിയണിഞ്ഞ യുവതിയായിരുന്നു അതിഥികളെ സ്വീകരി ക്കാനുണ്ടായിരുന്നത്. അവൾ വശ്യമായി ചിരിച്ചു.

ഒരു മുറിവേണം. സിംഗിൾ റൂം.

ഇരിക്കൂ. ഞാൻ റൂംബോയിയെ വിളിക്കട്ടെ. ബാഗ് അവിടെ വെച്ചോളൂ.

വാടക എത്രയാണെന്ന് അറിഞ്ഞാൽ കൊള്ളാം - ഞാൻ ആദ്യമായാണ് ഇങ്ങനെയൊരു അഭ്യർത്ഥന നടത്തുന്നത്. മുമ്പൊക്കെ പണം ചെലവു ചെയ്യുന്നതിന് നിയന്ത്രണം പാലിച്ചിരുന്നില്ല. ഇനി അങ്ങനെ വേണ്ട.

പേടിക്കേണ്ട. 250 രൂപ മതി. അവൾ പറഞ്ഞത് നിർവികാരതയോടെ കേട്ടു.

മുറിയിലേക്ക് കയറാൻ നേരം റൂംബോയി ചോദിച്ചു. സാർ, കൂട്ടിന് ആരെയെങ്കിലും വേണോ? ഇവിടെയല്ലന്നേയുള്ളൂ. പുറത്തൂന്ന് കൊണ്ടുവരാം.

വേണ്ട - ഞാൻ തറപ്പിച്ചു പറഞ്ഞു.

പകലിലും നഗരം വിജനമായിരുന്നു. കുളിച്ചിറങ്ങിയപ്പോൾ റിസപ്ഷനിസ്റ്റ് വിലക്കി. ഇന്ന് ഹർത്താലാണ്, സാർ. പുറത്തിറങ്ങേണ്ട. ആക്രമണങ്ങൾ ഉണ്ടായേക്കും. എന്താ വേണ്ടേന്നു വെച്ചാൽ റൂമിൽ എത്തിച്ചുതരാം.

എനിക്ക് എന്റെ ഭാര്യയെ വേണം. ഈ നഗരത്തിൽ എവിടെയോ അവളുണ്ട്. കണ്ടുപിടിച്ചുതരാമോ - ഇങ്ങനെ പറയാൻ ഒരുങ്ങിയതാണ്. എന്തുകൊണ്ടോ അത് വിഴുങ്ങി. പിന്നീട്, അവൾ പറയുന്നതിന് ചെവികൊടുക്കാതെ ഇറങ്ങി നടന്നു.

വേഗത്തിൽ നടന്നു നീങ്ങുന്ന മനുഷ്യരല്ലാതെ, നിരത്തിൽ വേറൊന്നുമില്ല. എല്ലാ മനുഷ്യർക്കും ഒരേ മുഖമായിരുന്നു; ഭീതിയിൽ വക്രിച്ച്, നിറം മങ്ങി. ആരും ആരെയും നോക്കിയില്ല. ഒരു ഹോട്ടലിന്റെ പകുതി താഴ്ത്തിയ ഷട്ടറിൽ ഇന്ന് ഊണില്ല എന്ന് എഴുതിവെച്ചിരിക്കുന്നു. ഇടയ്ക്കിടെ, ഉപയോഗിച്ച് തേയ്മാനം വന്ന കടലാസ് കഷണത്തിലാണ് എഴുത്ത്.

രണ്ടാമത്തെ നഗരത്തിൽ വെച്ച് അവൾ പറഞ്ഞിരുന്നു. യാദൃച്ഛികതകൾക്കു മേലെയാണ് ഈ നഗരം. നിങ്ങളുടെതന്നെ കാര്യമെടുക്ക്. ചൂടുകാലത്ത്, വിയർപ്പിൽ ഒട്ടിപ്പിടിക്കുന്ന വസ്ത്രംപോലെ ദാരിദ്ര്യം നിങ്ങളിലുണ്ടായിരുന്നു. എത്ര വേഗത്തിലാണ് അതിനെ ഈ നഗരം ഉണക്കിക്കളഞ്ഞത്. മൂട്ടപൊതിഞ്ഞു നിൽക്കുന്ന ബാച്ചിലേഴ്സ് മുറിയിൽനിന്ന്, കടലിനു നടുവിലെ ഗ്ലാസ് കെട്ടിടത്തിലെ ഹൈടെക്ക് ഫ്ളാറ്റിലേക്ക് എത്ര വേഗത്തിലാണ് നിങ്ങൾ എടുത്തെറിയപ്പെട്ടത്. നിങ്ങളുടെ ഹൃദയത്തിന്റെ വസ്ത്രം അഴിച്ചുമാറ്റ്. പഴയ പട്ടിണിപ്പാടുകൾ ഇപ്പോഴും കാണും.

അവൾ ചിരിച്ചുകൊണ്ടേയിരുന്നു. ഏകാന്തത വർധിക്കുമ്പോൾ അവൾക്ക് ഉന്മാദം പിടിപെടാറുണ്ട്. അത്തരം ഒരവസ്ഥയിലാണ് അവളെന്ന് ഞാൻ തിരിച്ചറിഞ്ഞു. ഞാൻ അവളോട് കെഞ്ചി.

പ്ലീസ്... ഒരു കണക്കു കൂട്ടലിലൂടെയല്ല ഇങ്ങനെയൊക്കെ ആയി ത്തീർന്നത് എന്ന് നിനക്കറിയാമല്ലോ? പഴയതൊന്നും ഓർത്തെടുക്കി ല്ലെന്നും അത് വിളിച്ചു പറയില്ലെന്നും നീ ഉറപ്പുതന്നതാണല്ലോ? എന്നിട്ടും...

അവൾ കുതറി: എനിക്ക് ഒന്നും മറക്കാൻ കഴിയില്ല. എന്റെ പഴയ നഗരത്തിലേക്ക് എനിക്ക് തിരിച്ച് പോകണം. അവിടെ എനിക്കൊരു കൂട്ടുകാരനുണ്ട്. അവനെ കണ്ടെത്തണം. ഇപ്പോൾ കെട്ടിടങ്ങളിൽനിന്ന് കെട്ടിടങ്ങളിലേക്ക് ഒരു ചുമർച്ചിത്രംപോലെ ഞാൻ. പോയേ പറ്റൂ.

ഞാൻ ആശ്വസിപ്പിച്ചു: കുറച്ചു കഴിയട്ടെ. നമുക്കവിടെ ഒരു വില്ല യെടുത്ത് താമസിക്കാം. യാന്ത്രികമായ ഈ ജീവിതത്തിൽ എനിക്കും തൃപ്തിയില്ലല്ലോ?

അവൾ കരഞ്ഞു: എപ്പോ? എത്ര കാലമായി ഇത് പറയുന്നു. ഈ നഗരത്തിന്റെ പ്രലോഭനങ്ങൾ നിങ്ങളെ പിന്നെയും വീഴ്ത്തും. മോചന മുണ്ടാവില്ല... തീർച്ച.

ഞാൻ അന്നേരം ഈച്ചയുടെ കാര്യം എടുത്തിട്ടു: നീ പറയുന്നിടത്ത് ഈച്ചകളുടെ ശല്യം ഭയങ്കരമാണ്.

അവൾ കോപിച്ചു: ഈച്ചകൾ ഇവിടെയുമില്ലേ? ഭംഗിയുള്ള കാർപ്പറ്റു കളും ജനാലവിരികളുംകൊണ്ട് മറച്ചുപിടിച്ചിരിക്കയല്ലേ?

ഞാൻ രണ്ടാമത്തെ നഗരത്തിന്റെ കഥപറഞ്ഞു നിർത്തിയപ്പോൾ റിസപ്ഷനിസ്റ്റ് പരിഹസിച്ചു.

പാവം, കെഞ്ചി കാലിൽ വീണിട്ടും ഭാര്യ ഓടിപ്പോയി, അല്ലേ, പാവം...

ഇവളോടെന്തിനാണ് ഈ വരവിന്റെ ഉദ്ദേശ്യം ഞാൻ പറഞ്ഞത്? ഭാര്യ എവിടെയെന്ന് കണ്ടെത്താൻ ഇവളുടെ സഹായം ലഭിച്ചേക്കുമെന്ന് പ്രതീക്ഷിച്ചോ? അതോ, രണ്ടാമത്തെ നഗരത്തിൽ രാജകീയമായാണ് ജീവിക്കുന്നതെന്ന് ബോധ്യപ്പെടുത്താനോ?

ആട്ടെ, ഒന്നാമത്തെ നഗരത്തെക്കുറിച്ച് പറയൂ - റിസപ്ഷനിസ്റ്റ്, ഇരിപ്പിടത്തിൽനിന്ന് എഴുന്നേറ്റ് അഭ്യർത്ഥിച്ചു. അതിഥികളിൽനിന്ന് അവളെ മറച്ചുപിടിക്കുന്ന മാർബിൾ മേശയിൽ കൈകുത്തിയാണ് ഞാൻ കഴിഞ്ഞ ഒന്നര മണിക്കൂർ സംസാരിച്ചുകൊണ്ടിരുന്നത്. എഴുന്നേറ്റ് നിന്നപ്പോൾ അവൾക്ക് എന്നേക്കാൾ പൊക്കമുണ്ടെന്ന് കണ്ടു.

ചുവന്ന തെരുവുകൾ ധാരാളമുള്ള സ്ഥലമാണത്. അതുപോലെ ഈച്ചകളും. ഡോംഗ്രിയിൽനിന്ന് മുഹമ്മദലി റോഡ് വഴി ചുവന്ന തെരുവുവരെ നടക്കുമ്പോൾ അവർ നോട്ടമിട്ട് പിന്നാലെയെത്തും. നിങ്ങൾ ചുവന്ന തെരുവിലെത്തുന്നത്, അവിടെ പഴയ സിനിമകൾ കളിക്കുന്ന തിയേറ്റർ ഉദ്ദേശിച്ചായിരിക്കാം. പക്ഷേ, പിന്നാലെ വരുന്നവർക്ക് അതൊന്നും പ്രശ്നമല്ല. നിങ്ങൾ പുരുഷനാണെങ്കിൽ നിങ്ങൾക്ക്

കൂട്ടിനായി ഒരു സ്ത്രീയെ തരാൻ... നിങ്ങൾ സ്ത്രീയാണെങ്കിൽ നിങ്ങൾക്ക് ധാരാളം കസ്റ്റമറെ തരാൻ... അതുമല്ലെങ്കിൽ മരണത്തിലേക്ക് കൂട്ടിക്കൊണ്ടുപോകാൻ...

മതി, എനിക്ക് കേട്ടത് മതി - അവൾ പുറത്തേക്ക് വഴിചൂണ്ടി - ഈ ഇടവഴി തിരിഞ്ഞ് നേരെ പോയി മൂന്നു കവല പിന്നിടുമ്പോൾ അത്തര മൊരു സ്ഥലത്തേക്കാണ് നിങ്ങൾ എത്തിപ്പെടുക. അവിടെ നിങ്ങളുടെ ഭാര്യ ചെന്നുപെടില്ലെന്ന് ഞാൻ പ്രതീക്ഷിക്കട്ടെ. ഇടവഴി തിരിഞ്ഞു വലത്തോട്ടു പോകുമ്പോൾ പഴയ പട്ടണത്തിന്റെ അവശിഷ്ടങ്ങൾ ഉള്ളിടത്തും സൂക്ഷിക്കണം കേട്ടോ...

സന്ധ്യയുടെ നിഴലിലേക്ക് ഇരുട്ട് കയറിത്തുടങ്ങിയിരിക്കുന്നു. ഇടവഴി പിന്നിട്ടപ്പോൾ ഒരു കവലവരെ റോഡ് കുത്തിയിളക്കിയിട്ടിരിക്കുന്നു. നടക്കാൻ പ്രയാസംതന്നെ. കടകളുടെ ഓരം പറ്റിയേ പോകാൻ കഴിയൂ. പൊടുന്നനെ, ഇരുട്ടിൽ ഒരു വാളിന്റെ വായ്ത്തല മിന്നി. ആരെയോ അന്വേഷിച്ച് കുറച്ചുപേർ ഒരു കെട്ടിടത്തിന്റെ പിന്നിൽ. അവരുടെ കൂട്ട ത്തിൽനിന്ന് ഒരാൾ എന്റെ പിന്നാലെ വന്നു. ഞാൻ നടത്തം വേഗത്തി ലാക്കി അയാളും. ഞാൻ തിരിഞ്ഞുനോക്കി. അയാൾ മന്ദഗതിയിൽ. ഭൂമിക്ക് അല്പം മുകളിലായാണ് അയാളുടെ സഞ്ചാരമെന്ന് തോന്നി.

വേറൊരാൾ എതിർദിശയിൽനിന്ന് ഓടിവന്നു. പിന്നിലുണ്ടായിരുന്ന ആൾ ഓടിവന്നയാളെ കാലിടിച്ച് വീഴ്ത്തി.

എവിടെനിന്നോ ഒരു വാൾ അയാളുടെ കൈയിൽ വന്നു വീണു. മരണമെന്നപോലെ അപ്രതീക്ഷിതമായിരുന്നു അത്. അയാൾ വാൾ ഉയർത്തിപ്പിടിച്ച്, വീണയാളോട് ചോദിച്ചു. ഞാനും നീയും തമ്മിലുള്ള വ്യത്യാസം എന്തെന്നറിയോ?

മറ്റേയാളുടെ കണ്ണിൽ ഭയത്തിന്റെ ചോര തുളുമ്പി, കുതറാൻ ശ്രമിച്ചു. അപരൻ തീർത്തും പരാജയപ്പെട്ടെന്നറിഞ്ഞ് അയാൾ ചിരിച്ചു. എന്നിട്ട് ഉടുവസ്ത്രം ഊരി ലിംഗം പുറത്തിട്ട് ഉച്ചത്തിൽ ചിരിച്ചു. 'ഇതാണ് വ്യത്യാസം, അറിയാവോടാ, പന്നീ'.

ഞാൻ കണ്ണുപൊത്തി ഓടി. പിന്നിൽ വായുവിൽ വാളിന്റെ സീൽ ക്കാരം കേട്ടു. മുന്നിൽ തെരുവ് അനാഥമായി നീണ്ടുകിടക്കുന്നു. തെരുവോരത്ത് അർധനഗ്നയായി ഒരു സ്ത്രീ. ഈച്ച പൊതിഞ്ഞു നിൽക്കുന്നതിനാൽ മുഖം വ്യക്തമായില്ല. കവലയിൽനിന്ന് കടപ്പുറ ത്തേക്ക് നീണ്ടുപോകുന്ന വഴിയിലാണ് ഞാനെന്ന് ബോധോ ദയമുണ്ടായി. വേലിയേറ്റമുള്ള കടലിന്റെ ആരവംപോലെ മൂകത തിരയടിച്ചുനിന്നു. ഭയംകൊണ്ട് ഞാൻ പിന്തിരിഞ്ഞോടി.

■

കഥ, കല്ലറകളുടേത്

വാസ്തവത്തിൽ, പത്രാധിപർ ഈ ജോലി എന്നെയല്ല ഏല്പി ക്കേണ്ടിയിരുന്നത്; സ്ത്രീപക്ഷപാതിയും ആരെയാണോ അഭിമുഖീ കരിക്കേണ്ടത്, അവരുടെ ഭാഷ നന്നായി സംസാരിക്കുകയും ചെയ്യുന്ന ഹന്ന റോഡ്രിഗസിനെയാണ്. എന്നെ ചുമതല ഏല്പിക്കാനുള്ള പത്രാധിപരുടെ ന്യായം ഇതായിരുന്നു: ഒരു കഥാകാരൻ അല്ലേ നിങ്ങൾ? സ്ത്രീമനസ്സിന്റെ ഉള്ളറകളിലേക്ക് കടക്കാൻ നിങ്ങൾക്കാണ് എളുപ്പം കഴിയുക. ഹന്ന ഇത്തരം വിഷയങ്ങളിൽ ആവേശഭരിതയാകും എന്നല്ലാതെ, ആഴത്തിലേക്ക് പോകില്ല. അറിയാമല്ലോ? യുദ്ധമാണ് വരാൻ പോകുന്നത്. അത് ആ ഭാഗത്തുള്ള സ്ത്രീകളെ എങ്ങനെ ബാധിക്കു മെന്നും അവർ എങ്ങനെ നേരിടുമെന്നുമൊക്കെ അറിയാൻ വായന ക്കാർക്ക് താത്പര്യമുണ്ടാകും. നമ്മുടെ ഷെഡ്യൂളിലെ പ്രധാനപ്പെട്ട സ്റ്റോറിയാണിത്.

ഒരു പലസ്തീൻ യുവതിയെയോ വീട്ടമ്മയെയോ എങ്ങനെ കണ്ടെത്തും എന്നത് മാത്രമല്ല എന്റെ പ്രശ്നം. അവർ എന്നോട് നന്നായി ഇംഗ്ലീഷിൽ സംസാരിക്കണം. അവർക്ക്, പോരാട്ടത്തിന്റെ അനുഭവങ്ങൾ ഉണ്ടാകണം. ഭാവിയെക്കുറിച്ച് ചിന്തിക്കുന്നവരും ആകണം (ഭാവിയെ ക്കുറിച്ച്...! അവർ ഭാവിയെക്കുറിച്ച് ഇത്രകാലം കഴിഞ്ഞിട്ടും ചിന്തിക്കു ന്നുണ്ടാവുമോ?)

എന്റെ അന്വേഷണത്തിന് ഫലപ്രാപ്തിയുണ്ടായി. അതിന് എന്നെ സഹായിച്ചത്, പേര് നിങ്ങളോട് വെളിപ്പെടുത്താൻ ആഗ്രഹിക്കാത്ത, ചിരകാല സുഹൃത്താണ്. അവൻ അടുക്കും ചിട്ടയുമില്ലാത്ത, എന്നാൽ എനിക്കു വ്യക്തമാകുന്ന തരത്തിൽ പറഞ്ഞു: അവൾ എന്റെ കൂടെ ജോലി ചെയ്യുന്നു എന്നതുകൊണ്ട് മാത്രമല്ല എന്റെ പേര് വെളിപ്പെ ടുത്തേണ്ട എന്ന് അഭ്യർത്ഥിക്കുന്നത്. ഞാനാണ് അവളെ ചൂണ്ടിക്കാട്ടിയത് എന്ന് അവളോടും പറയേണ്ട. ഞങ്ങൾ തമ്മിൽ പല നിലയ്ക്കും പരസ്പരാശ്രിതത്വം ഉള്ളതുകൊണ്ടല്ലേ അത്. അവളുടെ കാര്യങ്ങൾ ഞാൻ പുറത്തു പറയാറുണ്ട് എന്ന് അവൾ ധരിച്ചേക്കുമെന്നുമല്ല വിഷയം. മാധ്യമങ്ങളോട് വിശേഷിച്ച് പത്രങ്ങളോട് എങ്ങനെ ഇടപെടണ മെന്ന് ഒരു ധാരണ എനിക്കുണ്ട്, എന്ന് കൂട്ടിക്കോളൂ. പത്രത്തിൽ എന്റെയും അവളുടെയും പേര് ഒന്നിച്ച് വരുമ്പോൾ, ഞങ്ങൾ ഒരേ

സ്ഥാപനത്തിൽ ജോലി ചെയ്യുന്നതുകൊണ്ട്, അത് വരുത്തി വെച്ചേക്കാവുന്ന അപകടം... മനസ്സിലായല്ലോ അല്ലേ?

അവളെ കാണേണ്ട പകൽ സമയവും സ്ഥലവും ടെലിഫോണിൽ അവൻ പറഞ്ഞുതന്നു. എന്നെ ഒട്ടൊന്ന് അദ്ഭുതപ്പെടുത്തിയ സംഗതി അവളുടെ കൂടെ എന്റെ സുഹൃത്തും ഉണ്ടാകുമെന്നും അദ്ദേഹത്തിന്റെ സാന്നിധ്യം അഭിമുഖം എളുപ്പമാക്കുമെന്നും അവൾ അറിയിച്ചതാണ്.

വിനോദസഞ്ചാരികൾ രാത്രികാലങ്ങളിൽ ഉല്ലാസയാത്ര നടത്തുന്ന, മികച്ച കടൽഭക്ഷണം ലഭിക്കുന്ന, നൗകയെന്നോ ചെറിയ കപ്പലെന്നോ വിളിക്കാവുന്ന താംബയിലേക്ക് കാലെടുത്തു വെച്ചപ്പോൾ അവൾ എങ്ങുനിന്നോ ഓടിവന്ന് എന്നെ സ്വീകരിച്ചു. ശുദ്ധമായ ചോള വിത്തിന്റെ നിറമായിരുന്നു അവൾക്ക്. പച്ച മസ്കാരയിട്ട കണ്ണുകളിൽ നിറയെ ചിരിയുണ്ടായിരുന്നു. അവളുടെ കവിൾത്തടങ്ങളും അംഗലാവണ്യവും ഒരു നർത്തകിയെ ഓർമ്മിപ്പിച്ചു.

നൗക, നദിയുടെ ഓളങ്ങളിലൂടെ സഞ്ചാരം തുടങ്ങി. ഓളങ്ങളിൽ നിന്ന് പ്രതിഫലിക്കുന്ന സൂര്യപ്രകാശം അവളുടെ കവിളിൽ തലോടിക്കൊണ്ടിരുന്നു; കാമുകിയുടെ സൗന്ദര്യത്തിൽ ആമഗ്നനായ യുവാവിന്റെ രക്തച്ഛവിയാർന്ന വിരലുകൾപോലെ.

ഞങ്ങൾ അല്പനേരം പരസ്പരം മുഖത്തോട് മുഖം നോക്കി നിശ്ശബ്ദരായിരുന്നു. നൗകയിൽ ഞങ്ങളല്ലാതെ മറ്റാരുമില്ല. പറയൂ, നിങ്ങളുടെ നാടിനെക്കുറിച്ചു പറയൂ, നിങ്ങളെക്കുറിച്ച് പറയൂ എന്ന് ഞാൻ ചോദ്യം ഉന്നയിക്കുന്നതിനു മുമ്പു തന്നെ യാതൊരു ഔപചാരികതയുമില്ലാതെ, മുഖവുരയില്ലാതെ അവൾ അവളുടെ ജീവിതം വിവരിച്ചു തുടങ്ങി.

സംസാരത്തിന്റെ ഓരോ ഇടവേളയിലും ഇത് ഏതു രൂപത്തിൽ പത്രത്തിൽ അവതരിപ്പിക്കും എന്ന സന്ദേഹം എന്നിലുണ്ടായിക്കൊണ്ടിരുന്നു. റിപ്പോർട്ടിങ്ങിലും രൂപം ഒരു പ്രധാന പ്രശ്നംതന്നെയാണെന്ന് വായനക്കാർക്ക് അറിയാമല്ലോ? അഭിമുഖം കഴിഞ്ഞ് എഴുതാനിരുന്നപ്പോഴും ആ സംശയം ബാക്കിയായി. ചോദ്യോത്തരമായാണോ അതോ നെടുങ്കൻ വാചകങ്ങളിൽ ഫീച്ചറായാണോ എഴുതേണ്ടത്? ഒടുവിൽ തീരുമാനിച്ചത് ഇങ്ങനെ:

എന്റെ പേര് സഹർ; കഥ കല്ലറകളുടേത്.

സഹർ എന്നാൽ പ്രഭാതത്തിന് തൊട്ടുമുമ്പ് ഉദിക്കുന്ന നക്ഷത്രമെന്നർത്ഥം. എന്റെ മാതാപിതാക്കൾ ഇങ്ങനെയൊരു പേരിടാൻ കാരണമെന്ത് എന്നു ഞാൻ ചിന്തിക്കാറുണ്ട്. ഭൂമിക്ക് പ്രകാശം നൽകുന്ന സൂര്യനെപ്പോലെ, ചന്ദ്രനെപ്പോലെ ഞാനും എളിയ തോതിൽ മറ്റുള്ളവർക്ക് വെളിച്ചം നൽകുമെന്ന് കരുതിയായിരിക്കണം. പക്ഷേ, അങ്ങനെയല്ല സംഭവിച്ചത്. ഒരു നക്ഷത്രമായി ഉദിച്ച് പ്രഭ ചൊരിയാൻ എനിക്ക് ആകാശമില്ലാതെ പോയിരിക്കുന്നു.

എന്റെ രാജ്യത്തെ, ഖാലിദി തെരുവ് ഇസ്രയേൽ പട്ടാളം പിടിച്ചെടുത്തപ്പോൾ അവിടെ താമസിച്ചിരുന്ന ഞങ്ങൾക്ക് ഒരേ സമയം ആകാശവും ഭൂമിയും ഇല്ലാതായി. ഞങ്ങൾ അവിടെനിന്ന് അമ്മാനിലേക്കും പിന്നീട് ഇവിടേക്കും പറിച്ചുനടപ്പെട്ടു. എന്നാലും ഇടയ്ക്കിടെ, ഞങ്ങൾ പഴയ തെരുവിലേക്കു പോകാറുണ്ട്. അവിടം വിട്ടതിനുശേഷം മുപ്പതു തവണ പോയിട്ടുണ്ട് എന്ന് കൃത്യമായി പറയാൻ എനിക്കു കഴിയും. കാരണം മുപ്പതു വർഷമായി അവിടം വിട്ടിട്ട്, അഞ്ചാമത്തെ വയസ്സിൽ. അതിനുശേഷം ഓരോ വർഷവും ഒരു തീർഥാടനംപോലെ ഞങ്ങൾ അവിടേക്ക് യാത്രപോകുന്നു.

അദ്ഭുതകരമെന്നോ ഖേദകരമെന്നോ പറയാവുന്ന ഒരു കാര്യം ആ തെരുവ് ഇപ്പോഴും ജനവാസമില്ലാതെ കിടപ്പുണ്ട് എന്നതാണ്. മെറ്റൽ ചെയ്യാത്ത റോഡിൽ അന്നും ഇന്നും വാഹനങ്ങളുടെ ആരവമില്ല. വെള്ളയടിക്കാത്തതും വീണ്ടുകീറിയതുമായ മതിലുകളോടെയുള്ള ചെറിയ കെട്ടിടങ്ങൾ വർഷങ്ങളുടെ കഥ പറയുന്നു. അതിലൊന്ന് ഞങ്ങളുടെയും. അതിന്റെ മുകളിലത്തെ നിലയിലായിരുന്നു ഞങ്ങളുടെ താമസം. ചെറുപ്പത്തിൽ ടെറസ്സിൽ കല്ലു കൂട്ടിയിട്ട് കളിച്ചത് നേരിയ ഓർമ്മയുണ്ട്.

ആദ്യകാലങ്ങളിലൊക്കെ ഉമ്മയാണ് അവിടേക്ക് കൊണ്ടുപോയിരുന്നത്. (ഉപ്പ പോരാട്ടത്തിൽ മുമ്പേ മരിച്ചുപോയിരുന്നു. അപ്പോഴൊക്കെ ഏതാനും തോക്കുധാരികൾ കെട്ടിടത്തിനകത്ത് ചീട്ടുകളിക്കുന്നത് കാണാം. പക്ഷേ, ചോദ്യം ചെയ്തുകൂടാ.)

ആ കെട്ടിടത്തിന്റെ ഏതാനും വാരയകലെ ശ്മശാനമായിരുന്നു. അവിടെയാണ് ഉപ്പ രക്തസാക്ഷിയായി കിടക്കുന്നത്. ഒരു കാര്യം ഞാൻ തെറ്റായി പറഞ്ഞു. ആ തെരുവോരത്ത് മാറ്റം സംഭവിച്ച ഒന്നുണ്ട്. ഈ ശ്മശാനം. കുട്ടിക്കാലത്ത് മീസാൻ കല്ലുകൾ കുറച്ചു മാത്രമേ ഉണ്ടായിരുന്നുള്ളൂ. ഇന്ന് ഒരു നൂറിരട്ടിയെങ്കിലും വരും. കുറെ കഴിഞ്ഞാൽ ഈ പ്രദേശമാകെ ശ്മശാനത്തിനായി പൊളിച്ചു നീക്കേണ്ടിവരുമെന്ന് ഈയിടെ അവിടെ ചെന്നപ്പോൾ, സന്ദർശനത്തിനെത്തിയ, ഏതാണ്ട് മധ്യവയസ്സ് പിന്നിട്ട, മറ്റൊരു സ്ത്രീ എന്നോടു സ്വകാര്യം പറഞ്ഞു: ദൂരെ എല്ലായിടത്തും പോരാട്ടം തുടരുന്നുണ്ട്. മയ്യത്തുകളല്ലാതെ മറ്റൊന്നും ബാക്കിയാവില്ല – ആ സ്ത്രീ എന്നോട് മന്ത്രിച്ചു.

നിങ്ങൾ ആർക്കുവേണ്ടിയാണ് ഇവിടെ പ്രാർത്ഥിക്കുന്നത്? ഞാൻ ചോദിച്ചു.

എല്ലാവർക്കുംവേണ്ടി. ഒരു തുണ്ടു ഭൂമിക്കുവേണ്ടി പോരാടി മരിച്ച എല്ലാവർക്കുമായി – അവർ പ്രതിവചിച്ചു.

അവർ മുമ്പ് ധനികയായിരുന്നിരിക്കണം. കാരണം, പിഞ്ഞിപ്പോയതെങ്കിലും ചിത്രപ്പണി ഏറെയുള്ള നീളൻ ഉടുപ്പാണ് ധരിച്ചിരുന്നത്. മുമ്പ്, അവർക്ക് ജോലിയെടുക്കേണ്ടി വന്നിരിക്കയില്ല. വസ്ത്രങ്ങളിൽ ചിത്ര

പ്പണിചെയ്യാൻ ധാരാളം സമയം കിട്ടിയ ഒരു സ്ത്രീയായിരിക്കണം. പ്രാർത്ഥന മതിയാക്കി ശ്മശാനത്തിനു പുറത്തുവന്നപ്പോൾ അവർ എന്നെ കാത്തുനിൽപ്പുണ്ടായിരുന്നു.

നിങ്ങൾ വിവാഹിതയാണോ? – അവർ ചോദിച്ചു.

അല്ല – എന്റെ ലജ്ജയും എന്നോടുതന്നെയുള്ള സഹതാപവും മറച്ചുപിടിക്കാൻ കഴിഞ്ഞില്ല. ഞാൻ അവരുടെ മുഖത്ത് നോക്കിയ തേയില്ല. എനിക്ക് പറ്റിയ ഒരു പുരുഷനെ അന്വേഷിച്ചു കൂടിയാണ് ഈയിടെയായി ജന്മസ്ഥലത്തേക്കു പോകുന്നത്. പോരാട്ടത്തിൽ ബാക്കിയാകുന്ന പുരുഷന്മാരെ അന്വേഷിച്ച്, എന്നെപ്പോലെ അവിടം വിട്ട സ്ത്രീകളൊക്കെ വർഷംതോറും അവിടേക്ക് പോകാറുണ്ട്. അതുകൊണ്ട് എളുപ്പത്തിൽ എന്റെ മനസ്സ് വായിച്ചെടുക്കാൻ ആ സ്ത്രീക്കു കഴിയും.

നിങ്ങൾക്ക് എത്ര പ്രായമായി? – അവർ ചോദിച്ചു.

മുപ്പത്തഞ്ച്.

എനിക്ക് നാല്പത്തഞ്ചായി.

നിങ്ങൾ...?

ഇല്ല, ഞാനും വിവാഹിതയല്ല – ഇത്രയും പറഞ്ഞ് അവർ വേഗ ത്തിൽ നടന്നുനീങ്ങി.

ശ്മശാനം സന്ദർശിക്കാനെത്തുന്ന സ്ത്രീകളുടെ കണ്ണുകളിലേക്ക് നിങ്ങൾ നോക്കണം. ചത്ത മൽസ്യത്തിന്റേതുപോലെ വിളറി, ചലനമറ്റ്...

അവരുടെ നടത്തവും അംഗചലനങ്ങളും ഒരു മൃതശരീരത്തെ കുറെ പേർ നടത്തിക്കാൻ ശ്രമിച്ചാലെന്നതുപോലെ.

സ്ത്രീ പോയിക്കഴിഞ്ഞപ്പോൾ അതുവഴി കടന്നുപോയ ഒരു യുവതി പിറുപിറുക്കുന്നതു കേട്ടു: മരിച്ചവർ ഭാഗ്യം ചെയ്തവർ.

ജന്മദേശ സന്ദർശനത്തിന് ദൂരദിക്കിലുള്ളവർ ഇടത്താവളമാക്കുന്നത് അമ്മാനെയാണ്. ഞാൻ പറഞ്ഞല്ലോ? ഞങ്ങൾക്കാണെങ്കിൽ അമ്മാനിൽ ചെറിയൊരു വീടുണ്ട്. അമ്മാനിലേക്ക് മടങ്ങുമ്പോൾ ബസ്സിൽവെച്ച് പല പുരുഷന്മാരെയും കണ്ടുമുട്ടാറുണ്ട്. എന്റെ ശരീരപ്രകൃതത്തിനു യോജിച്ച ഏതെങ്കിലും പുരുഷനെയാണ് ബസ്സിൽ തിരയാറുള്ളത്. അവരിൽ ആരെങ്കിലും അടുത്തുവന്ന് പ്രണയാഭ്യർത്ഥന നടത്തിയിരുന്നെങ്കിൽ... ഞാൻ ആശിക്കാറുണ്ട്.

ഇത്തവണത്തെ യാത്രയിൽ ഒരാളെ കണ്ടുമുട്ടി. അയാൾ ബസ്സിന്റെ മുൻസീറ്റിലായിരുന്നു. ഞാൻ തൊട്ടുപിറകിലും. ഏതാണ്ട് മുപ്പത്തഞ്ച് പ്രായം. വെട്ടിയൊതുക്കാത്ത താടിയും തീക്ഷ്ണമായ കണ്ണുകളും.

അയാൾ പുറംകാഴ്ചകൾ നോക്കുന്നതല്ലാതെ മറ്റൊന്നും ശ്രദ്ധിക്കു ന്നില്ല. കുറെയധികം ഷെല്ലുകൾ പതിച്ച കുന്നിൻചെരിവിലൂടെയാണ്

ബസ്സ് പോകുന്നത്. ജനവാസമില്ലാത്ത ഈ കുന്നിൻചെരുവുകളിലേക്ക് എന്തിന് ഷെല്ലുകൾ വിടുന്നു? ഞാനും ചിന്തിച്ചുപോയി.

യാത്രാമധ്യേ അയാൾ എന്നിലേക്ക് തിരിഞ്ഞ് അല്പം വെള്ളം ചോദിച്ചു. ഞാൻ കുടിച്ചുകൊണ്ടിരുന്ന വെള്ളം ബോട്ടിൽ കൈയിലുണ്ട്. അത് മതിയാകുമോ എന്ന് ശങ്കിച്ചു. അയാൾ എന്റെ മനസ്സു വായിച്ചു.

ഇതുമതി - അയാൾ സുന്ദരമായി ചിരിച്ചു.

നിങ്ങൾ എങ്ങോട്ടു പോകുന്നു - അയാൾ ചോദിച്ചു.

അമ്മാനിലേക്ക്.

വിവാഹിതനാണോ എന്ന് ആദ്യമേതന്നെ ചോദിക്കാതിരിക്കാൻ കഴിയുമായിരുന്നില്ല.

അല്ല. വിവാഹം കഴിക്കാൻ സമയം കിട്ടിയില്ല. നിങ്ങൾ അവിവാഹിതയാണെന്നു തോന്നുന്നു.

അതേ.

അയാൾ ബോട്ടിൽ തിരിച്ചുതന്ന് മൗനത്തിലേക്ക് ഉൾവലിഞ്ഞു.

മൂത്രമൊഴിക്കാനായി വഴിവക്കിലെ ഒരു പ്രാർത്ഥനാലയത്തിനടുത്ത് ഡ്രൈവർ ബസ്സ് നിറുത്തിയപ്പോൾ അയാളും ഇറങ്ങാനായി എഴുന്നേറ്റു. അയാൾ പതുക്കെ ശ്രദ്ധിച്ചാണ് നടന്നുനീങ്ങിയത്. ദൈവമേ, അയാൾക്ക് മുടന്തുണ്ട്! എന്തുകൊണ്ടാണ് മുടന്തെന്ന് നീളൻ കന്തൂറ കാൽ മറയ്ക്കുന്നതു കാരണം ഊഹിക്കാനായില്ല.

ദൈവമേ... അങ്ങനെ ആകരുതേ- പോരാട്ടത്തിൽ കൈകാൽ നഷ്ടപ്പെടുന്ന പുരുഷന്മാരെ ധാരാളം കണ്ടിട്ടുള്ള ഞാൻ നിശ്ശബ്ദം പ്രാർത്ഥിച്ചു.

അയാൾ പുറത്തിറങ്ങി നടന്നുപോകുന്നത് ബസ്സിന്റെ ജനാലവഴി കാണാനായി. ഒടുവിൽ, ഞാൻ ഭയന്നതുപോലെതന്നെ. മൂത്രപ്പുരയിലേക്ക് കയറുമ്പോൾ അയാൾ വലതുകാലിലെ കൃത്രിമക്കാൽ ഊരിവെയ്ക്കുന്നതു കണ്ടു.

എങ്കിലും അയാളോടുള്ള എന്റെ മമതയ്ക്ക് കുറവു വന്നില്ല. അയാൾ തിരിച്ചുവരുന്നതും കാത്ത് ഞാനിരുന്നു. അരമണിക്കൂറായി. അയാൾ വന്നില്ല. ബസ്സ് ഡ്രൈവർ വന്നു. ഡ്രൈവറുടെ കൈയിൽ എനിക്കായി ഒരു കുറിപ്പുണ്ടായിരുന്നു.

...കുറച്ചുനേരമാണ് നിങ്ങളെ കാണാനും സംസാരിക്കാനും കഴിഞ്ഞത്. നിങ്ങളെ എനിക്ക് ഇഷ്ടമായി. പക്ഷേ, എന്റെ പോരാട്ടം അവസാനിക്കുന്നില്ലല്ലോ. നിങ്ങളുടെ അന്വേഷണം ഫലപ്രാപ്തിയിലെത്തട്ടെയെന്ന് ആത്മാർത്ഥമായി പ്രാർത്ഥിക്കുന്നു.

പത്രാധിപരും ഞാനും

എന്റെ സഹപത്രാധിപർ അബ്ബാസിനെയാണ് ആദ്യം ഈ ഫീച്ചർ കാണിച്ചത്. അയാൾ പറഞ്ഞു: ഇത് കഥ പോലിരിക്കുന്നു. ഇതിൽ ജീവിതം എവിടെ? വസ്തുതകൾ എവിടെ?

ഇതിൽ പറഞ്ഞതൊക്കെ വസ്തുതകളാണ്, സർ. അങ്ങനെ തോന്നുന്നില്ലേ? – ഞാൻ ചോദിച്ചു. വാദിച്ചു.

ഇല്ല. അവരുടെ മുഴുവൻ പേര്... ഏതു വർഷത്തെ അധിനിവേശത്തിലാണ് ആ സ്ത്രീയുടെ കുടുംബത്തിന് ജന്മനാട് നഷ്ടപ്പെട്ടത്... എന്നൊക്കെയുള്ള വസ്തുതകൾ എവിടെ?

അധിനിവേശവും പോരാട്ടവും തുടർന്നുപോവുകയല്ലേ? ആ സ്ഥിതിക്ക് തിയതികൾക്ക് എന്തു പ്രസക്തി?

തർക്കിക്കേണ്ട. പത്രാധിപരെ കാണിക്കൂ. അദ്ദേഹം എന്തു പറയുന്നു എന്നു നോക്കൂ.

പത്രാധിപർ പുതിയ ഷെഡ്യൂൾ തയ്യാറാക്കുന്ന തിരക്കിലായിരുന്നു. വാർത്താഏജൻസികൾ തുപ്പുന്ന കഥകളിലേക്ക് ഇടയ്ക്കിടെ കണ്ണു പായിക്കുന്നുമുണ്ട്.

സർ, സ്റ്റോറി ചെയ്തിട്ടുണ്ട്.

ഞാൻ പറഞ്ഞു.

ഫയലിൽ വെച്ചേക്കൂ. വലിയൊരു യുദ്ധം ഉണ്ടാവില്ലെന്ന് തോന്നുന്നു. ആ നിലയ്ക്ക്, ഇപ്പോൾ ഇത്തരം കഥകൾക്ക് പ്രസക്തിയുണ്ടോ? ഒത്തു വരുമ്പോൾ നോക്കാം. ഫയലിൽ വെച്ചേക്കൂ – അദ്ദേഹം പറഞ്ഞു. എന്റെ വിഷമാവസ്ഥ കണ്ടപ്പോൾ അദ്ദേഹം മറ്റൊരു അഭിപ്രായം പറഞ്ഞു: പുതിയ അവസ്ഥയിലേക്ക് ആ കഥയെ മാറ്റാൻ കഴിയുമോയെന്ന് നോക്കൂ. നമുക്ക് കൊടുക്കാം.

ഞാൻ അതിനായി കഥ മാറ്റിയെഴുതാനിരിക്കുന്നു. ■

ഇരുപത്തൊന്നാം അധ്യായത്തിൽനിന്ന്

അയാൾ താൻ ജീവിക്കുന്ന നഗരത്തിന്റെ ചരിത്രപുസ്തകത്തിലെ ഇരുപത്തൊന്നാം അധ്യായത്തിലേക്ക്.

...ക്രിസ്തുവിന് മുൻപ് മൂന്നാം നൂറ്റാണ്ടിലെ നഗരമല്ല ഇന്നത്തെ നഗരം. എന്തിന്, മുപ്പത് വർഷം മുമ്പത്തേതുപോലുമല്ല. സാംസ്കാരികമായും ജൈവപരമായും ഒരുപാട് മാറ്റങ്ങൾ. അദ്ഭുതപ്പെടുത്തുന്നു. സംസ്കൃതിയുടെ ആഴങ്ങളിൽ സംഭവിച്ച മാറ്റങ്ങളല്ല, മുപ്പത് വർഷത്തെ മാറ്റം തീർച്ചയായും അദ്ഭുതപ്പെടുത്തുന്നു...

അപ്പോൾ, തട്ടിൻപുറത്ത് എന്തോ വീണുടഞ്ഞു. വായന നിർത്തേണ്ടി വന്നു. അയാൾക്ക്. ഭാര്യ അകത്തുനിന്ന് വിളിച്ചുപറഞ്ഞു: ഭയപ്പെടാത് കള്ളക്കാതലനല്ല. ഒരു പൂനൈ.

ഭാര്യയെ കാണാനായി അവളുടെ ഒരു നാട്ടുകാരൻ ഇടയ്ക്കിടെ വില്ലയിൽ വരാറുണ്ട്. അതേച്ചൊല്ലി ഇന്നും വഴക്കുണ്ടായി. പിന്നീട് നിശ്ശബ്ദം പിൻവലിഞ്ഞിരുന്നു അയാൾ. മുൻപ് നിർത്തിയേടത്തുനിന്ന് അവൾ, പരിഹാസത്തോടെ വീണ്ടും തുടങ്ങാനുള്ള ഭാവമാണ്. അതിന് പൂച്ച ഒരു നിമിത്തമായി എന്നുമാത്രം.

അയാൾ മറുപടി പറയാൻ നിന്നില്ല. ഇരുപത്തൊന്നാം അധ്യായത്തിലേക്ക് മടങ്ങി.

...ജീവസംസ്കൃതിയിൽ വന്ന മാറ്റമാണോ നഗരത്തിന്റെ വികസനമായത്? അതോ മറിച്ചോ? നഗരത്തിലെ പഴയ വീടുകൾക്ക് - കടലിൽ നിന്നെടുക്കുന്ന ഉപ്പുകല്ലുകൊണ്ടും മൃഗങ്ങളുടെ തോലുകൊണ്ടും നിർമിച്ച കുടിലുകൾക്ക് - ഓടാമ്പൽ ഉണ്ടായിരുന്നില്ല. അന്ന് ജാരന്മാരോ കള്ളന്മാരോ എത്തിനോട്ടക്കാരോ ഉണ്ടായിരുന്നില്ല. കാലത്തിന്റെ ഏതോ ദശാസന്ധിയിൽ ജാരസംസർഗമോ ഭവനഭേദനമോ നടന്നു. പിന്നീട് വീടുകൾക്ക് കനത്ത വാതിലുകളുണ്ടായി. വലിയ മതിലുകളുണ്ടായി... വലിയ വീടുകൾ, അടച്ചുറപ്പുള്ള ഫ്ളാറ്റുകൾ. പിന്നീട് പുതിയ നഗരസംസ്കാരം. പക്ഷേ, നഗരനിർമാണത്തിന്റെ അടിസ്ഥാനം അന്നൊരിക്കൽ മനുഷ്യസ്വഭാവത്തിൽ വന്ന മാറ്റംതന്നെയല്ലേ?

ഇപ്പറഞ്ഞതൊക്കെ ഈ നഗരത്തിനും ബാധകമാണ്. തൊഴിലെടുക്കാൻ വിദേശികൾ കൂട്ടമായി ഈ നഗരത്തിലെത്തുന്നതിന് തൊട്ടുമുമ്പത്തെ ചരിത്രം...

അയാൾ വായന നിർത്തി കണ്ണാടിജാലകത്തിലൂടെ പുറത്തേക്കു നോക്കി. തിളങ്ങുന്ന വെയിൽനാളങ്ങൾക്കപ്പുറത്ത് വലിയ കെട്ടിടങ്ങൾ അഹങ്കരിച്ചു നിൽക്കുന്നു. വലിയ കെട്ടിടത്തിന് മുകളിൽ രാത്രിയിൽ നിരവധി ദൃശ്യങ്ങൾ മിന്നിമറിയുന്ന പരസ്യബോർഡ് ചലനമറ്റ്, മുനിയെപ്പോലെ.

നിരത്തിൽ വാഹനങ്ങൾ മാത്രമേയുള്ളൂ. ചൂടുകാലത്ത് ആളുകൾ അപൂർവമായി മാത്രമേ പുറത്തിറങ്ങാറുള്ളു. ജാരന്മാർ മാത്രം പുറത്തിറങ്ങും - ഇന്നലെ ക്ലബ്ബിൽവെച്ച് സുഹൃത്ത് പറഞ്ഞത് അയാൾ ഓർത്തു.

ജാരന്മാർ വാഹനങ്ങളിൽ യാത്ര ചെയ്യില്ല. പിടിക്കപ്പെട്ടാൽ കുതറി ഓടാനുള്ള സൗകര്യത്തിനാണ്. ഇപ്പോൾ നഗരത്തിൽ എമ്പാടും ജാരന്മാരാണ്...

ഭാര്യ മുമ്പിൽ വന്നു നിന്നത് അയാൾ അറിഞ്ഞില്ല.

എന്നാ പഠിച്ചിട്ട് ര്ക്കെ? അവൾ ചോദിച്ചു.

ഒരു ചരിത്രപുസ്തകം.

നിങ്ങൾ നിങ്ങളുടെ ചരിത്രം പഠിച്ചിട്ടുണ്ടോ?– അവൾ ചിരിച്ചുകൊണ്ട് മലയാളത്തിലാണ് ചോദിച്ചത്. ഈയിടെയായി അവൾ മലയാളം പറയാറില്ല. സ്വന്തം ഭാഷമാത്രം. കല്യാണം കഴിഞ്ഞ് കുറെക്കാലം വരെ അവൾ ഒട്ടൊരു ഇഷ്ടത്തോടെ മലയാളം പറയുമായിരുന്നു.

എന്നാൽ കേട്ടോളൂ. നിങ്ങൾ ഉപയോഗിക്കുന്ന മലയാളഭാഷ പോലും ഞങ്ങളുടെ ഭാഷയിൽനിന്ന് ഉരുത്തിരിഞ്ഞതാണ്. എന്നിട്ട് നിങ്ങളുടെ ഭാഷയും സംസ്കാരവും സമ്പന്നമാണെന്ന് അഹങ്കരിക്കുന്നു.

അയാൾ ഒന്നും പറഞ്ഞില്ല. ഇതും ഒരു വഴക്കിനുള്ള തുടക്കമാണ്. രണ്ടു കുട്ടികളുണ്ട്. ഇവളോട് വഴക്കടിച്ച് അവരെ വഴിയാധാരമാക്കാൻ വയ്യ.

ഈ നഗരത്തിൽവെച്ചാണ് അവളെ ആദ്യമായി കണ്ടത്. അന്ന് അവൾ എത്ര സൗമ്യയായിരുന്നു. അന്ന്, അവൾ ഓഫീസിൽ നിന്നിറങ്ങാൻ നേരത്ത് എപ്പോഴും വിളിക്കും. മലയാളം പഠിക്കാനെന്ന വാശിയിൽ മലയാളം മാത്രമേ പറയൂ. അവൾ ഇടയ്ക്കിടെ പറയും: എൻ തോഴൻ മൊഴി എൻ മൊഴി.

നഗരം അന്ന് ഇത്രയും വളർന്നിട്ടില്ല. ടാക്സിസ്റ്റാൻഡിനപ്പുറത്തെ പാർക്കിനു ചുറ്റും ചെറിയ കെട്ടിടങ്ങൾ മാത്രം. ഇപ്പോൾ പാർക്കിനു ചുറ്റും അംബരചുംബികൾ. ഫ്ളാറ്റിലെ ജീവിതങ്ങൾപോലെ, പാർക്കും ഒതുങ്ങിപ്പോയി.

ചരിത്രപുസ്തകം മടക്കിവെച്ച് അയാൾ പുറത്തിറങ്ങി. ഭാര്യയുടെ നാട്ടുകാരൻ അവളെ കാണാൻ വരുന്ന സമയമായിരിക്കുന്നു. പോകാതെ വയ്യ.

ചരിത്രപുസ്തകത്തിലെ ചില ഭാഗങ്ങൾ, അടയാളങ്ങൾ അയാളുടെ മുന്നിലൂടെ കടന്നുപോയി. കാർഗോകളും ഹുക്ക പുകയ്ക്കുന്നവരുടെ കഫറ്റേരിയകളും ഉള്ള ഇടവഴികടന്ന് പെരുവഴിയിൽ എത്തിയപ്പോൾ അയാൾ അദ്ഭുതപ്പെട്ടു. ഇന്നലെ വരെ ഒരുപാട് റഷ്യൻ യുവതികൾ തലങ്ങും വിലങ്ങും നടന്നിരുന്ന തെരുവോരത്ത് കറുത്ത സ്ത്രീകൾ മാത്രം. നിരത്തിൽ ചെറിയ കാറുകൾക്ക് പകരം വലിയ കാറുകൾ. കെട്ടിടങ്ങൾക്കും മാറ്റം സംഭവിച്ചിരിക്കുന്നു. എല്ലാം പുരാതന മാതൃകകളിലുള്ളത്. തന്റെ കാഴ്ചയ്ക്ക് സംഭവിച്ച തകരാറോ അതോ പുസ്തകത്തിലെ ദൃശ്യങ്ങൾ തന്നെ വേട്ടയാടുകയോ? അയാൾ ചരിത്രപുസ്തകത്തിലെ ഒരു പ്രധാന ഭാഗം ഓർത്തു.

...ചരിത്രം അനന്തതയിലേക്കല്ല നടന്നു നീങ്ങുന്നത്. ചാക്രികമാണത്. നമ്മൾ വന്നിടത്തേക്കുതന്നെ തിരിച്ചുപോകും. ഒരുപക്ഷേ, കാല്പനികമായ പല അംശങ്ങളും വീണ്ടെടുത്തേക്കും...

ഓർമ്മകളുടെയും മായികമായ കാഴ്ചകളുടെയും പരിഭ്രാന്തിയിൽപ്പെട്ടതിനാൽ അയാൾ നടത്തത്തിന്റെ വേഗം കുറച്ചു. ദൂരെനിന്ന്, ഒരു ചെറുപ്പക്കാരൻ വേഗത്തിൽ നടന്നുവരുന്നത് അയാൾ ശ്രദ്ധിച്ചു. വഴിമാറിക്കൊടുക്കാനായി ഓരം ചേർന്ന് സൂക്ഷിച്ചുനോക്കിയപ്പോൾ അയാൾ തിരിച്ചറിഞ്ഞു. അത് അവൻതന്നെ. തന്റെ വീട്ടിലേക്കാണ് പോകുന്നത്.

അവൻ തന്നെ തിരിച്ചറിഞ്ഞുവെന്ന് അയാൾക്ക് തോന്നി. ഇനി സംസാരിക്കണം. താൻ അഭിമാനിയാണെങ്കിൽ ഇന്ന് അയാളെ ചോദ്യം ചെയ്യണം. അയാൾ ധൈര്യം സംഭരിച്ച് മുന്നോട്ടാഞ്ഞ് അവനെ തടഞ്ഞു.

നിങ്ങൾ എങ്ങോട്ട് പോകുന്നു?– അയാൾ ചോദിച്ചു.

താങ്കളുടെ വീട്ടിലേക്ക് – അവൻ ചിരിച്ചുകൊണ്ട് സൗമ്യമായാണ് പറഞ്ഞത്. ഒന്നും സംഭവിച്ചിട്ടില്ലാത്തതുപോലെ.

ഞാൻ അവിടെയില്ലാത്തപ്പോൾ നിങ്ങൾ എന്തിന് അങ്ങോട്ട് പോകുന്നു?

താങ്കളുടെ ഭാര്യയോട് സംസാരിക്കാൻ.

എന്റെ ഭാര്യ വീട്ടിലില്ല.

താങ്കളെന്തിന് കള്ളം പറയുന്നു. ഞാൻ ഇപ്പോൾ ഫോണിൽ സംസാരിച്ചതല്ലേയുള്ളു.

എന്റെ ഭാര്യ വീട്ടിൽ ഉണ്ടെന്നു തന്നെയിരിക്കട്ടെ. ഞാനില്ലാത്തപ്പോൾ നിങ്ങൾ അങ്ങോട്ട് പോകേണ്ട കാര്യമെന്ത്? അയാൾക്ക് ക്രോധം അടക്കാനായില്ല.

അപ്പോഴും അവൻ ചിരിച്ചു. വരൂ, നമുക്ക് ഒരു ചായ കുടിക്കാം. എനിക്ക്, താങ്കളോടും അല്പം സംസാരിക്കാനുണ്ട്. ചില കാഴ്ചകൾ കാണിക്കാനുമുണ്ട്.

അല്പം അകലെ, മനോഹരമായി അലങ്കരിച്ച ഒരു ഹോട്ടലിലേക്ക് അയാളെ അവൻ കൂട്ടിക്കൊണ്ടുപോയി. ഒപ്പം നടക്കുമ്പോൾ അവന്റെ ദേഹത്തുനിന്ന് പെർഫ്യൂമിന്റെ ഗന്ധം. മത്ത് പിടിപ്പിക്കുന്നതായിരുന്നു അത്. ഒരുപാട് കാലമായി താൻ പെർഫ്യൂം ഉപയോഗിച്ചിട്ട് എന്ന് അയാൾ ഓർത്തു.

ഹോട്ടലിനകത്ത് രണ്ടുപേർക്ക് മാത്രം ഇരിക്കാവുന്ന ഇരിപ്പിടങ്ങളിൽ എമ്പാടും ഭാര്യാഭർത്താക്കൻമാർ എന്നു തോന്നിക്കുന്നവർ. അവരെല്ലാം ഉച്ചത്തിൽ തമാശ പറയുകയും ചിരിക്കുകയും ചെയ്യുന്നു.

മധ്യവയസ്കനായ അയാളും അവനും ഹോട്ടലിലേക്കു കയറിയപ്പോൾ എല്ലാവരുടെയും നോട്ടം അവരിലേക്കായി. അതിന്റെ പൊരുൾ അയാൾക്ക് മനസ്സിലായില്ല. ഈയിടെയായി പലതും മനസ്സിലാക്കാൻ കഴിയുന്നില്ല.

വെളിച്ചം കുറഞ്ഞയിടത്ത് അയാളെ അവൻ കൊണ്ടുപോയിരുത്തി. ബെയററെ വിളിച്ച് ചായ പറഞ്ഞു. അയാൾ ചുറ്റും നോക്കുന്നത് കണ്ട് അവൻ:

ഇവരൊക്കെ ആരെന്നറിയോ? എന്നെപ്പോലുള്ളവർ. ഇവിടെ കുടുംബങ്ങളുടെ കണ്ണിപൊട്ടാതെ കാക്കുന്നവർ ഇവരാണ്. താങ്കൾക്കറിയാമോ? ജീർണിച്ച കുടുംബാന്തരീക്ഷത്തിൽനിന്ന് സ്ത്രീകൾക്ക് ആശ്വാസം പകരുന്നത് ഇവരാണ്. മറിച്ചുമാവാം കേട്ടോ? ഒരു കുടുംബത്തിലെ ഭാര്യയും ഭർത്താവും പരസ്പരം പോരടിച്ച് ഒരു ഘട്ടത്തിലെത്തുമ്പോൾ ഒളിച്ചോട്ടത്തെക്കുറിച്ചോ ആത്മഹത്യയെക്കുറിച്ചോ ചിന്തിക്കുന്നു. ആ ഘട്ടത്തിൽ ഒരു ജാരന്റെ ഇടപെടൽ സ്ത്രീകൾക്ക് എന്ത് ആശ്വാസമാണെന്നോ? മറിച്ചുമാവാം കേട്ടോ... ജാരൻ ആവർത്തിച്ചു.

ആത്മഹത്യ എന്നു കേട്ടപ്പോഴുണ്ടായ ഞെട്ടൽ മറച്ചുപിടിച്ച് അയാൾ, തന്നോടുതന്നെയെന്നവണ്ണം പറഞ്ഞു.

ഞാൻ അങ്ങനെയല്ല.

താങ്കൾ എന്തൊരു പാവമാണ് – അവൻ പൊട്ടിച്ചിരിച്ചു.

ആ അന്തരീക്ഷത്തിൽനിന്ന് പുറത്തു കടക്കണമെന്ന് അയാൾക്കു തോന്നി. അവൻ മാനസികമായി തന്നെ, പൂർണമായും കീഴടക്കുന്നതിനു മുമ്പ് പുറത്തുകടക്കണം. അയാൾ എണീറ്റു. അവൻ അപ്പോഴും ചിരിക്കുന്നുണ്ടായിരുന്നു. അയാൾ എണീറ്റപ്പോൾ അയാളുടെ സീറ്റിൽ ഇരിക്കാൻ വന്ന പെൺകുട്ടിയെ നോക്കാൻ അയാൾ ഭയപ്പെട്ടു. പിൻകുറി: ഇനി, വീട്ടിൽ ചെന്ന്, ചരിത്രപുസ്തകത്തിലെ പുതിയ ഒരു അധ്യായം അയാൾ തുറക്കുകയാണ്.

...മുമ്പ്, ചരിത്രത്തിന്റെ അടയാളങ്ങൾ കല്ലുകളിൽ പതിക്കുന്നതിനു മുൻപ് എവിടെയും നഗരങ്ങൾ ഉണ്ടായിരുന്നില്ല. ഭക്ഷണത്തിന് ആവശ്യമായ അസംസ്കൃത വസ്തുക്കൾ കൂടുതൽ കിട്ടുന്നേടത്ത്, ആളുകൾ കൂടുതലായി തമ്പടിച്ചു (അതിനെ വേണമെങ്കിൽ നഗരത്തിന്റെ പൂർവ രൂപം എന്നു പറയാം). അവർക്ക് അടച്ചുറപ്പുള്ള വീടുകൾ ഉണ്ടായിരുന്നില്ല. സ്ത്രീകളും പുരുഷന്മാരും യഥേഷ്ടം ഇറങ്ങിനടന്നു. ഒരു മറ കിട്ടുമ്പോഴൊക്കെ, ജൈവപരമായി ഉത്തേജിക്കപ്പെടുമ്പോഴൊക്കെ, അവർ അപരിചിതരുമായി ഇണചേർന്നു. അതേ, അത്രമേൽ സ്വാഭാവികമായിരുന്നു കാര്യങ്ങൾ...

അയാൾ ചരിത്രപുസ്തകം അടച്ചുവെച്ച് ഭാവിയിലെ നഗരത്തെയോർത്ത് കണ്ണടച്ചു കിടന്നു. ■

സുഡാനി ഗല്ലി

രവിയുടെ അന്നത്തെ ഗവേഷണം സുഡാനി ഗല്ലിയിലെ പൂച്ചകളെക്കുറിച്ചായിരുന്നു. അതുങ്ങളുടെ വാസം, ഇരതേടൽ, സുരതം, ആക്രമണസ്വഭാവം... അങ്ങനെ പലതും അറിയാനുണ്ട്. ആകാവുന്നത്ര പൂച്ചകളെ കാണണമെന്നും എണ്ണം തിട്ടപ്പെടുത്തണമെന്നും കരുതിയിരുന്നു. പക്ഷേ, തെരുവോരത്തും കെട്ടിടങ്ങൾക്കകത്തും മറ്റുമുള്ള പൂച്ചകളുടെ ബാഹുല്യം കണ്ടപ്പോൾ അത് അസാധ്യവും അപ്രായോഗികവും എന്ന് ഉറച്ചു. ഉപേക്ഷിച്ചു.

നഗരപ്രാന്തത്തിൽ ആഫ്രിക്കൻ വംശജർ ഏറെയുള്ള തെരുവാണിത്. ഇടുങ്ങിയ റോഡിന് ഇരുവശവും പഴക്കം ചെന്ന കെട്ടിടങ്ങൾ. തവിട്ടും വെള്ളയുമാണ് നിറം. ചുവരുകളിൽ പ്രായത്തിന്റെ അവശതകൾ വ്യക്തം. മിക്ക കെട്ടിടങ്ങൾക്കും ലിഫ്റ്റില്ല. എയർകണ്ടീഷൻ ദ്വാരത്തിൽ നിന്ന് വെള്ളമൊലിച്ചും ചവറുകൾ കൂമ്പാരം കിടന്നും നഗരസൗന്ദര്യത്തെ അത് കൊഞ്ഞനംകുത്തും.

വെള്ളിയാഴ്ച വൈകിട്ടത്തെ സുഡാനി ഗല്ലി ജനനിബിഡവും ഒട്ടനേകം ഭാഷകൾ ഇടകലർന്ന ആരവവുമാണ്. ഫോൺബൂത്തിലും കഫറ്റേരിയകളിലും വലിയ വലിയ സംഘങ്ങൾ ഒത്തുകൂടുകയും ഉച്ചത്തിൽ സംസാരിച്ച് ഒരാഴ്ചത്തെ നിശ്ശബ്ദമായ അധ്വാനത്തിന്റെ കയ്പ് കുടഞ്ഞു കളയുകയും ചെയ്തു.

ഗല്ലിയിൽ പൂച്ചകൾ എങ്ങനെ വന്നുപെട്ടു? പൂച്ചകളുടെ പ്രത്യക്ഷപ്പെടലും പെരുകലും ലോകത്ത് ഏത് നഗരത്തിലും അന്വേഷണ വിഷയമായിട്ടില്ലെന്ന് തോന്നുന്നു. താൻ ഇരുപത് വർഷം മുമ്പ് ഗല്ലിയിൽ എത്തുമ്പോൾ പൂച്ചകൾ ഉണ്ടായിരുന്നോ? ഉണ്ടായിരിക്കാം. അന്ന് അതൊന്നും ശ്രദ്ധിച്ചിരുന്നില്ല.

ഗല്ലിയിലെ ഏറ്റവും ഒടുവിലത്തെ കെട്ടിടത്തിലുള്ള മുറിയിൽനിന്ന് ഇറങ്ങി റോഡ് മുറിച്ചു കടക്കാൻ നേരത്ത് ഒരു തടിയൻ പൂച്ച കുറുകെ ചാടി. അപശകുനമാണ്. പക്ഷേ, ഏറെ പ്രായമില്ലാത്ത അതിന്റെ ലാസ്യഭാവം രവിക്ക് ഇഷ്ടപ്പെട്ടു. അത് ഇടയ്ക്കിടെ തന്നെ നോക്കുന്നുമുണ്ട്. ആഫ്രിക്കൻ സ്ത്രീകളുടെ ശരീരഭാഗങ്ങളിലെ മുഴുപ്പിനെ ഓർമ്മിപ്പിക്കുന്നു നടക്കുമ്പോഴുള്ള അതിന്റെ പേശികൾ.

നമുക്ക് സൗഹൃദത്തിലാകാം എന്ന അതിന്റെ ഭാവം രവിയെ ആവേശഭരിതനാക്കി. ഗവേഷണം ഈ പൂച്ചയിൽ നിന്നുതുടങ്ങാം.

നിരവധി പടവുകളുള്ള, വൃത്തിഹീനമായ ഒരു കെട്ടിടത്തിലേക്കാണ് അത് പോകുന്നത്. നിരത്തിലും കടയിലുമുള്ള ആരും അതിനെ ശ്രദ്ധിക്കുന്നില്ലെന്ന് ഉറപ്പുവരുത്തുന്നുമുണ്ട്. രവി അതിന്റെ പിന്നാലെ പതുങ്ങിയും ഒളിഞ്ഞുനോക്കിയും കെട്ടിടത്തിനകത്തേക്ക്.

പച്ചച്ചായം തേച്ച ചെറിയ വാതിലുള്ള മുറിയിലേക്ക് ഊർന്നിറങ്ങിയ അത് കോഴിക്കഷണങ്ങൾ ആർത്തിയോടെ തിന്നുകയും അർദ്ധ നഗ്നനായി കിടന്നിരുന്ന ഒരാളുടെ വിശാലമായ കട്ടിലിൽ കയറി, അയാളെ മുട്ടിയുരുമ്മി, പുതപ്പിൽ ചുരുണ്ടുകൂടുകയും ചെയ്തു.

കിടന്നിരുന്ന ആൾക്ക് അമ്പത് വയസ്സ് തോന്നിക്കും. ദേഹമാസകലം മുടിയുണ്ട്. പൂച്ചയുടെ വരവ് വളരെ സ്വാഭാവികമായ ഒന്നായാണ് അയാൾ കണ്ടത്. അയാൾ കിടക്കയിൽ നിന്നെണീറ്റ് മുറിയുടെ മൂലയിലുള്ള എയർകണ്ടീഷണർ ഓൺ ചെയ്തു. പിന്നീട് വാതിലിനടുത്തെത്തി അത് ഭദ്രമായി അടച്ചു.

കാഴ്ച നഷ്ടപ്പെട്ട രവി സ്വന്തം മുറിയിലേക്ക് മടങ്ങാൻ തീരുമാനിച്ചു. മടങ്ങുമ്പോൾ രവിയെ നിരവധി അസ്വസ്ഥതകൾ ചൂഴ്ന്നു.

പൂച്ചയും അമ്പതുകാരനും എങ്ങനെ പൊരുത്തപ്പെടും? അതിന്റെ വാസസ്ഥലം അമ്പതുകാരന്റെ മുറി തന്നെയോ? അത് അതിന്റെ നഖങ്ങൾ പ്രത്യക്ഷപ്പെടുത്തുമോ?...

മുറിയിൽ തന്റെയും സ്നേഹിതന്റെയും കട്ടിൽ ഒഴിഞ്ഞുകിടക്കുന്നു. അസാധാരണമായ ഒരു ഗന്ധം മുറിയിൽ നിറഞ്ഞിട്ടുണ്ടെന്ന് അറിഞ്ഞ രവി നിന്ന നിൽപ്പിൽ തിരിഞ്ഞു നോക്കുമ്പോഴുണ്ട് മേശയ്ക്ക് മുകളിൽ ഒരു പൂച്ചക്കുട്ടി!

അത് തണുത്തു വിറയ്ക്കുകയും തുടരെത്തുടരെ മുറിയിലാകെ കണ്ണ് പായിക്കുകയും ചെയ്യുന്നു.

തണുപ്പിനേക്കാൾ അതിനെ വിറപ്പിക്കുന്നത് വിശപ്പാണെന്ന് തട്ടിൻ പുറത്തുള്ള ഭക്ഷണപ്പൊതിയിലേക്ക് ആർത്തിയോടെ നോക്കുന്നതിൽ നിന്ന് രവിക്ക് ഊഹിക്കാനായി. ഭക്ഷണപ്പൊതിയിൽനിന്ന് ഒരു ഉരുള ചോറും മീൻകഷണങ്ങളും പേപ്പറിൽ പൊതിഞ്ഞ് മുന്നിൽവെച്ചു. നിമിഷ നേരം അത് സ്നേഹവായ്പോടെ രവിയെ നോക്കുകയും വേഗത്തിൽ ഭക്ഷണം നക്കിത്തീർക്കുകയും ചെയ്തു.

നീ പോ, എനിക്ക് ഉറങ്ങണം. രവി സൗമ്യഭാവത്തിൽ പറഞ്ഞു. പോകില്ലെന്ന് അത് തലയാട്ടി. മാത്രമല്ല, രവിയെ ചേർന്നു നിന്ന് മുഖമുരസി കട്ടിലിലേക്ക് നയിച്ചു. നീണ്ട വർഷങ്ങളുടെ അടരുകളിൽ ഉറഞ്ഞു പോയ ഏതൊക്കെയോ താരുണ്യചിന്തകൾ അയാളിൽ ഇഴ ഞ്ഞെത്തി.

ഹബീബുദ്ദീൻ പഴയ രണ്ട് ഓർമ്മകളുമായാണ് ഗല്ലിയിലൂടെ നടന്നത്. മുപ്പത് വർഷം മുമ്പ്, നാട്ടിൻപുറത്തെ നദിക്കരയിലുള്ള സ്കൂൾ വരാന്തയിൽ നിന്നുകൊണ്ട് പായക്കപ്പലുകളെ നോക്കിക്കണ്ട രണ്ട് കുട്ടികളെ രണ്ട് കപ്പിത്താന്മാർ കപ്പലിലേക്ക് ക്ഷണിച്ച സന്ദർഭമായിരുന്നു അത്. നദി പ്രക്ഷുബ്ധമായിരുന്നു. കാറ്റും തിരമാലകളും...

കപ്പിത്താന്മാർ കുട്ടികളെ കപ്പലിന്റെ രഹസ്യ അറകളിലൊന്നിലെ മായക്കാഴ്ചകളിലേക്ക് ക്ഷണിച്ചു. പോകരുത് - കൂട്ടുകാരൻ വിലക്കി.

പക്ഷേ, പുതിയ അദ്ഭുതപ്പെടുത്തുന്ന കാഴ്ചകൾ. വലിയ ടെലിവിഷനിൽ നഗ്നശരീരങ്ങളുടെ നൃത്തം, പോകാൻതന്നെ തീരുമാനിച്ചു. അതേ, അന്നാണ് തന്റെ ശരീരം നങ്കൂരമിട്ട മറ്റൊരു പായക്കപ്പലാണെന്ന് ഹബീബുദ്ദീൻ അറിഞ്ഞത്. പിന്നെ മുംബൈയിൽ, കൽക്കത്തയിൽ. പക്ഷേ, ഇവിടെയെത്തി ജോലി കിട്ടിയപ്പോൾ കപ്പിത്താന്മാരോടൊക്കെ വെറുപ്പാണ് തോന്നിയത്. നല്ലൊരു സുഹൃത്തായി രവിയെ കിട്ടുകയും ചെയ്തു.

മുറിയിലേക്ക് കയറിയപ്പോൾ രവിയുടെ കൂടെ ഒരു പൂച്ച! ഹബീബുദ്ദീൻ അസ്വസ്ഥനായി.

രവി നല്ല ഉറക്കത്തിലായിരുന്നു. പക്ഷേ, തന്റെ വരവ് പൂച്ച മണത്തറിഞ്ഞുവെന്ന് തോന്നുന്നു. അത് ഇറങ്ങിയോടി.

നീ എന്തിന് പൂച്ചയെ മുറിയിൽ കയറ്റി? രവി ഉറക്കമുണർന്നപ്പോൾ ഹബീബ് ചോദിച്ചു.

മുറിയിൽ വെറുതെയിരുന്ന് ബോറടിച്ചപ്പോൾ പൂച്ചകളെക്കുറിച്ച് ഒരു ഗവേഷണം ആകാമെന്ന് തോന്നി. പക്ഷേ, ഇത്രടെ വരെ എത്തുമെന്ന് കരുതിയില്ല - രവി വിഷാദവാനായി. അതിന് നല്ല വിശപ്പും ദാഹവുമുണ്ടായിരുന്നു.

ഹബീബും ആർദ്രവാനായി.

അതേ, ആർക്കൊക്കെയോ വേണ്ടിയുള്ള ഓട്ടത്തിനിടയിൽ നമ്മൾ പലതും മറന്നുപോയി.

പഴയ കപ്പിത്താന്മാരോട് അന്ന് ആദ്യമായി ഹബീബിന് സഹതാപം തോന്നി.

ഇപ്പോൾ, നഗരം പൂച്ചകളുടെ വരുതിയിലായിരിക്കുന്നു. തെരുവുകളുടെയും ഇടവഴികളുടെയും നിയന്ത്രണം അവറ്റകളുടെ കൈയിലാണ്. എന്തു ചെയ്യാം. ഒരു കാരണവുമില്ലാതെ കയർക്കാം. പിടിച്ചു പറിക്കാം. വൈകുന്നേരങ്ങളിൽ, അവറ്റകളുടെ കാരുണ്യമില്ലാത്ത നോട്ടവും മുട്ടിയുരുമ്മലുമാണ് ഏറെ അസഹനീയം. എങ്കിലും ചിലപ്പോഴൊക്കെ, വ്യാഴാഴ്ച വൈകുന്നേരങ്ങളിൽ, ഒരു പൂച്ചയെ അവർ തങ്ങളുടെ മുറിയിൽ അതിഥിയാക്കി. ഹബീബ് പനി പിടിച്ചുകിടന്ന രാത്രിയിലും മുറിയിൽ ഒരു പൂച്ച ഉണ്ടായിരുന്നു.

ഹബീബിന് പനി മൂർച്ഛിച്ചു. ആശുപത്രിയിൽ പോകാതെ വയ്യ. ആശുപത്രിയിൽ രണ്ടു തവണയാണ് രക്തം പരിശോധിച്ചത്. രണ്ടാമതും സിറിഞ്ചുമായി എത്തിയ മലയാളി നഴ്സ് ചോദിച്ചു.

എത്ര വയസ്സായി?

മുപ്പത്തെട്ട്.

നാട്ടിൽ ആരൊക്കെയുണ്ട്?

ഭാര്യയും മക്കളും...

ഭാര്യയും മക്കളും, ഫൂ... നഴ്സ് പരിഹസിച്ചു.

രണ്ട് തടിമാടന്മാർ വന്ന് അയാളെ കൂട്ടിക്കൊണ്ടുപോയി ഐസോലേഷൻ വാർഡിലേക്ക് തള്ളി. അവിടെ നിരവധി പേരുണ്ടായിരുന്നു. വിവിധ ഭാഷക്കാർ, പ്രായക്കാർ, മെലിഞ്ഞുണങ്ങി, ദേഹത്ത് വ്രണങ്ങളുമായി... അവർ പരസ്പരം ക്ഷോഭിക്കുകയും കടിച്ചുകീറുകയും ചെയ്യുന്നു. വാർഡിന് ജനാലുകളുണ്ടായിരുന്നില്ല. ഇരുമ്പ് വലകെട്ടിയ വെന്റിലേറ്ററിലൂടെ പുറത്തു നിൽക്കുന്നവരെ കാണാം.

വഴിയൊന്നും കാണുന്നില്ല. രവി പുറത്ത്, പൊലീസുകാരന്റെ പിന്നിൽ നിന്ന് നിസ്സഹായനായി പറഞ്ഞു.

വേണ്ട, ഒരു ശ്രമവും നടത്തണ്ട. ആരോടും പറയുകയും വേണ്ട.

ടിക്കറ്റ് എവിടുത്തേക്കാ എടുക്കേണ്ടത്?

ബോംബെയിലേക്ക്, നാട്ടിലേക്കില്ല. ഇരുവർക്കുമിടയിൽ നിശ്ശബ്ദത കനത്തു. ഏതോ നിമിഷത്തിൽ രവി തിരിഞ്ഞു നടന്നു. കനത്ത പ്രതിധ്വനികളുടെ കാലടി ശബ്ദം പിന്തുടരുന്നതറിഞ്ഞ് സുഡാനി ഗല്ലിയിലേക്കുതന്നെ.

■

കുരിശുമാല

ഇൻഫോ ടു സെല്ലിന്റെ ഓഫീസ് കവാടം മൽസ്യത്തിന്റെ വായയാണ്. പ്ലാസ്റ്റർ ഓഫ് പാരീസിൽ തീർത്ത അതിന്റെ നിറം, അതിലേക്ക് നടന്നടുക്കുന്ന ആളുടെ ഓരോ ചുവടുവെപ്പിലും മാറിക്കൊണ്ടിരിക്കും. ഈ അദ്ഭുതവിദ്യയ്ക്ക് കമ്പ്യൂട്ടർ സങ്കേതമാണോ കരകൗശലക്കാരന്റെ വൈദഗ്ധ്യമാണോ ഉപയോഗിച്ചതെന്ന് ആർക്കും മനസ്സിലാകില്ല.

മൃണാളിനി സദാനന്ദന്റെ കൈയിലെ ബിസിനസ്സ് കാർഡിലും മൽസ്യത്തിന്റെ വായ ഒരു എംബ്ലമായി ഉണ്ടായിരുന്നു. അഭിമുഖത്തിനു പോകേണ്ട കെട്ടിടം എളുപ്പം തിരിച്ചറിയാൻ അതുകൊണ്ടായി. പ്രവേശന കവാടത്തിന്റെ നിറം പച്ച, ചുവപ്പ്, നീല, മഞ്ഞ എന്നിങ്ങനെ മാറിവന്ന് കറുപ്പിൽ അവസാനിച്ചപ്പോൾ അവൾ കവാടത്തിന്റെ ലിഫ്റ്റിനരികെ എത്തിയിരുന്നു. അവൾ ബിസിനസ്സ് കാർഡിൽ ഒന്നുകൂടി നോക്കി.

സാംബി ഇറാനി

ചീഫ് എക്സിക്യൂട്ടീവ് ഓഫീസർ

ടെലി: 333666

കൈയിലുള്ള മൊബൈൽഫോണിലൂടെ ആളെ വിളിച്ച് താൻ എത്തിയിട്ടുണ്ടെന്ന് പറയണോയെന്ന് മൃണാളിനി ശങ്കിച്ചു. വേണ്ട; സദുവേട്ടൻ, സമയം നേരത്തെ ഉറപ്പിച്ചതാണ്. പോരെങ്കിൽ, സാം കൃത്യനിഷ്ഠക്കാരനുമാണത്രെ.

ലിഫ്റ്റ് താഴേക്ക് വരുന്നതിന് കാത്തിരിക്കുമ്പോഴും അതിൽ കയറിയപ്പോഴും സദുവേട്ടന്റെ ഓർമ്മപ്പെടുത്തലുകൾ മുഴങ്ങിക്കൊണ്ടിരുന്നു. മദ്യലഹരിയിലാണ് സദുവേട്ടൻ ഉപദേശങ്ങൾ തന്നതെങ്കിലും പറഞ്ഞതിലൊക്കെ കാര്യമുണ്ടെന്ന് തോന്നുന്നു.

...ഇൻഫോ ടുവിൽ ആളെ നിയമിക്കുന്നതും ഉയരങ്ങളിലെത്തിക്കുന്നതും സാം എന്ന ചെറുപ്പക്കാരനാണ്. കഴിയുന്നത്ര ഇംപ്രസ് ചെയ്യിക്കണം. ചെറുപ്പമാണെങ്കിലും തന്ത്രശാലികൂടിയാണ്. തന്ത്രശാലികളെ തന്ത്രങ്ങൾ കൊണ്ട് നേരിടരുത്. പൊട്ടൻകളി കളിക്കുക. അവന്റെ ഈഗോയെ തൃപ്തിപ്പെടുത്തുക... ഒരുപാട് കളികൾ നടക്കുന്ന ആ സ്ഥാപനത്തിൽ അവന്റെ പക്ഷത്തുതന്നെ എപ്പോഴും ഉണ്ടാകും താനെന്ന് അവനെ ബോധ്യപ്പെടുത്തിയാലേ സംഗതി നടക്കുകയുള്ളൂ.

താൻ എന്നോട് കാട്ടുന്ന ഔദ്ധത്യമൊന്നും അവനോട് തൽക്കാലം വേണ്ട. സദുവേട്ടന്റെ ഒടുവിലത്തെ വാചകം ഒന്നുകൂടി ഓർത്ത് അവൾ സ്വയം ഖേദിച്ചു. ഔദ്ധത്യം താനല്ല കാട്ടുന്നത്. എന്നും അനുസരിച്ചിട്ടേയുള്ളൂ എന്നും മദ്യപിച്ച് ജീവിതം നശിപ്പിക്കരുത് എന്ന ഉപദേശത്തിനെ – അല്ല അപേക്ഷയെയാണ് ഔദ്ധത്യം എന്നു പറയുന്നത്.

ഇൻഫോ ടുവിന്റെ റിസപ്ഷനിൽ ഒരു യൂറോപ്യൻ പെണ്ണായിരുന്നു. ദേഹത്ത് നിറയെ മറുകുകളുള്ള അവളുടെ മാറിന്റെ പകുതിയും പുറത്ത്. ഹെഡ്ഫോണിലൂടെ ആരോടോ സംസാരിക്കുന്നതിനിടയിൽതന്നെ അകത്തേക്ക് ചെല്ലാൻ അവൾ ആംഗ്യം കാട്ടി.

ഇൻഫോ ടുവിന്റെ വിശാല ലോകത്തേക്ക് ഹാർദ്ദമായ സ്വാഗതം – വേറേതോ ലോകത്തു നിന്നാണ് ആ ശബ്ദം വരുന്നതെന്ന് മൃണാളിനിക്കു തോന്നി. അവൾ ശബ്ദം കേട്ട ഭാഗത്തേക്ക് തിരിഞ്ഞു. കുസൃതി നിറഞ്ഞ രണ്ടു പൂച്ചക്കണ്ണുകൾ ഗ്ലാസ് ക്യാബിനകത്തുനിന്ന് മന്ദഹസിക്കുകയും ക്യാബിന്റെ വാതിൽ ചൂണ്ടിക്കാട്ടുകയും ചെയ്തു. കുറ്റിത്തലമുടിയോ മീശയില്ലായ്മയോ അയാളിൽ ഒരു അഭംഗിയും വരുത്തുന്നില്ല. ഹസ്തദാനം ചെയ്യാനായി അയാൾ എഴുന്നേറ്റ് നിന്നപ്പോൾ, പൊക്കമുള്ള, മസിലുറച്ച ദേഹവും ആകർഷകമാണെന്ന് അവൾ വിധിയെഴുതി.

മൃണാ-ലി-നി സദാനന്ദ്... കം, കം സിറ്റ് ആൻഡ് റിലാക്സ് – അയാൾ മധുരമായി ചിരിച്ച് അവളുടെ പരിഭ്രമം തൂത്തുകളഞ്ഞു.

പറഞ്ഞ സമയത്തുതന്നെ എത്തി. നല്ലത്. സമയം ഒരിക്കലും നമ്മുടെ വരുതിക്കു നിൽക്കില്ല. അതിനെ മെരുക്കിയെടുക്കുന്നവർക്കേ വിജയമുള്ളൂ. മൃ-ണാ-ലി-നിക്ക് വിജയമുണ്ടെന്നർത്ഥം. മൃണാളിനിയുടെ പേര് ഉച്ചരിക്കാൻ അയാൾ വീണ്ടും പണിപ്പെട്ടു.

താങ്ക്യൂ, സർ.

എന്നെ സർ എന്നു വിളിക്കേണ്ട. കോൾ മി സാം. ഐ ആം യുവർ ഫ്രണ്ട് – അയാൾ അസാധാരണമാംവിധം പ്രകാശിതനായി. നാടകീയമായി എഴുന്നേറ്റ് മൃണാളിനി ഇരുന്നിരുന്ന കസേരയ്ക്കു പിന്നിൽ നിന്നുകൊണ്ട് തുടർന്നു. മൃണാലിനീ, നിങ്ങൾ ഇൻഫോ ടു സെല്ലിലെ ഒരു ബ്രാൻഡ് അംബാസിഡർ ആയി മാറുകയാണ്. കാണാത്ത രാജ്യങ്ങൾ നിങ്ങൾ കാണും. അപരിചിതരായ, എന്നാൽ സമ്പന്നരായ ഒട്ടനവധി ആളുകളെ നിങ്ങൾ മെരുക്കിയെടുക്കും. നെറ്റിലൂടെ മാത്രമല്ല, നേരിട്ടും.

സാം അവളുടെ തോളിൽ തട്ടി കസേരയിൽ നിന്ന് എഴുന്നേല്പിച്ചു. എന്നിട്ട് അടിമുടി ഒന്നുകൂടി നോക്കി. ജന്മപരമ്പരകൾ കാത്തുസൂക്ഷിച്ച സുകൃതത്തിന്റെ ചില അംശങ്ങൾ അവളിൽനിന്ന് അപ്പോൾ, അടർന്നു പോയതുപോലെ.

അയാൾ അദ്ഭുതം നടിച്ച് പറഞ്ഞു. ഗ്രേറ്റ്, ഇതുപോലെ രൂപത്തികവാർന്ന ശരീരം ഞാൻ ഇതുവരെ കണ്ടിട്ടില്ല. സദാനന്ദൻ ഭാഗ്യവാനാണ്. ആട്ടെ, ഈ ശരീരവടിവ് എങ്ങനെ നിലനിർത്തുന്നു? യോഗ, എയറോബിക്സ്, നീന്തൽ, നൃത്തം അങ്ങനെയെന്തെങ്കിലും...?

ഇല്ല. മിസ്റ്റർ സാം. കല്യാണം കഴിക്കുന്നതുവരെ വീട്ടുമുറ്റത്തു കളം വരച്ച് കൂട്ടുകാരികളുമൊത്ത് കുണ്ടങ്കാൽ കളിച്ചിരുന്നു എന്നു പറയാൻ അവൾ തുനിഞ്ഞു. വേണ്ട, പിന്നീട്, ഒറ്റക്കാലിലുള്ള ആ കളിയെക്കുറിച്ച് വിശദീകരിക്കേണ്ടിവരും.

അതേ, നൃത്തം ചെയ്യാറുണ്ട് - അവൾ ലജ്ജയെ കടിഞ്ഞാണിട്ട് പ്രതിവചിച്ചു.

സാം പതുക്കെ അയാളുടെ ഇരിപ്പിടത്തിലിരുന്നു.

മൃണാലിനിയെ ഈ കമ്പനിയിൽ നിയമിക്കുന്നു. പക്ഷേ, നിങ്ങളുടെ പേര് ഉച്ചരിക്കാൻ പ്രയാസമുള്ള ഒന്നാണ്. അതിനാൽ നമ്മുടെ കക്ഷികൾക്ക് ഇണങ്ങുന്ന തരത്തിലുള്ള ഒന്നാക്കി മാറ്റണം. ബെറ്റിയെന്നോ, സൽമയെന്നോ, ഒക്കെ. നമ്മുടെ കക്ഷികൾ യൂറോപ്യൻസും ആഫ്രിക്കക്കാരും ആയതിനാൽ ബെറ്റി എന്നതാണ് ഉചിതം.

ഒരു പേരിൽ എന്തിരിക്കുന്നു. അവൾ, ശരിയെന്ന് തലയാട്ടി. അഭിമുഖം അവസാനിച്ചപ്പോൾ അവളെ യാത്രയയ്ക്കാൻ സാം മൽസ്യത്തിന്റെ വായ വരെ അനുഗമിച്ചു.

മടക്കയാത്രയിൽ വീടെത്തുന്നതുവരെയും വീട്ടിലെ ഒഴിവുനേരത്തും അവൾ ആലോചിച്ചത് തനിക്കു ലഭിച്ച പുതിയ പേരിനെക്കുറിച്ചാണ് ബെറ്റി!

സ്കൂളിൽ പഠിക്കുമ്പോൾ ബെറ്റി എന്നു ചെല്ലപ്പേരുള്ള ഒരു കുട്ടി ക്ലാസ്സിലുണ്ടായിരുന്നു. കഴുത്തിൽ കുരിശുമാലയണിഞ്ഞ ഒരു മിണ്ടാപ്രാണി. വലിയ അടുപ്പമൊന്നും ആരുമായും ഉണ്ടായിരുന്നില്ല എന്നും ഓർക്കുന്നു. അതേ, അതിനപ്പുറം ബെറ്റിയെന്ന പേര് ജീവിതത്തിലൊരിക്കലും കടന്നുവന്നിട്ടേയില്ല. അന്ന് താൻ മാളു എന്ന മൃണാളിനി ആയിരുന്നു. വീട്ടിലും കൂട്ടുകാരികൾക്കും കുസൃതിപ്പെണ്ണ്.

മാളൂന്റെ കണ്ണുകൾക്കെന്തു ഭംഗി. എവിടെന്നാ ഈ നീലിമ കിട്ടീത്? ക്ഷേത്രപരിസരത്തുവെച്ച് അയൽക്കാരൻ അനൂപിന്റെ ശൃംഗാരം ഇഷ്ടപ്പെടാത്തതിനാൽ കോപംകൊണ്ട് അവനെ അടിച്ചതും ഓർക്കുന്നു. പിന്നീടൊരിക്കലും അവന്റെ ശല്യം ഉണ്ടായില്ല. (സാം അതിനേക്കാൾ ശൃംഗരിച്ച തൊട്ടുമുമ്പത്തെ നിമിഷങ്ങളെ താൻ ഓർക്കുകയുണ്ടായില്ല എന്നത് വൈരുദ്ധ്യമായി, അവൾ കാലമേറെ കഴിഞ്ഞ് തിരിച്ചറിഞ്ഞു.)

മാളൂനെ കാണാൻ ഒരാള് വരണ്. ദൂരെ എവ്ടെയോ ജോലീള്ള ആളാത്രെ. മാളൂന് ഇനി വിമാനത്തിലൊക്കെ പോവാം ല്ലേ? - ഇളയമ്മ കല്യാണത്തിന് മുമ്പ് കളിയാക്കി പറഞ്ഞപ്പോഴും താൻ മാളുവായിരുന്നു.

മൃണാളിനി ഗംഗാധരൻ എന്ന ഔദ്യോഗികനാമം മൃണാളിനി സദാനന്ദനിലേക്ക് വളരുകയോ ചെറുതാവുകയോ ചെയ്തുകൊണ്ടിരിക്കുന്നു. അപ്പോഴാണ് ബെറ്റി എന്ന പുതിയ പേര്?

അഭിമുഖം വിജയമായിരുന്നുവെന്ന് അറിയിച്ചപ്പോൾ സദുവേട്ടൻ പൊട്ടിച്ചിരിച്ചു. "മഞ്ജീ, നീ ബുദ്ധിപൂർവം പ്രവർത്തിച്ചത് ഇക്കണ്ട

കാലത്തിനിടയിൽ സാമിനോട് മാത്രമാണെന്ന് തോന്നുന്നു. ഏതായാലും അയാൾ നിന്നെ ജോലിക്കെടുത്തല്ലോ? ശമ്പളത്തിന്റെ കാര്യം എന്തെങ്കിലും പറഞ്ഞോ?”

ഇല്ല, അതൊക്കെ കോൺട്രാക്ടിലുണ്ടാകും എന്നല്ലേ സദുവേട്ടൻ പറഞ്ഞത്?

അതേ, എന്നാലും ഒന്നു ചോദിക്കാമായിരുന്നു. എന്തായാലും നമ്മൾ പ്രതീക്ഷിച്ചതിനേക്കാൾ കൂടാനേ വഴിയുള്ളൂ - അദ്ദേഹം, വരുമാനം ഇരട്ടിക്കുന്നതിലെ സന്തോഷം ആഘോഷിക്കാൻ ഇൻഹൗസ് ബാറിലേക്ക് തിരിഞ്ഞു. മൃണാളിനി കിടക്കയിലേക്കും.

കിടക്കുമ്പോൾ അവളുടെ മുന്നിൽ സാമിന്റെ മുഖമാണ് തെളിഞ്ഞുവന്നത്. അഭിമുഖത്തിനിടയിൽ സാം തന്നോട് ശൃംഗരിച്ച കാര്യം സദുവേട്ടനോട് പറയാൻ കഴിഞ്ഞില്ലല്ലോ എന്നോർത്തും അവൾ പരിതപിച്ചു.

പിറ്റേന്നത്തെ ഇൻഫോ ടു സെൽ മറ്റൊരു ലോകമായിരുന്നു. മൃണാളിനി കാണാത്ത ഒട്ടേറെ അറകൾ അതിനുണ്ടായിരുന്നു. അവിടെയൊക്കെ വ്യത്യസ്ത രാജ്യങ്ങളിൽനിന്നുള്ള പെൺകുട്ടികൾ. അവരിൽ ചിലർ കമ്പ്യൂട്ടറിന് മുന്നിൽ ഹെഡ്ഫോൺ വെച്ച് സമ്പന്നമായ വിദൂരതയെ ലക്ഷ്യമാക്കി സംസാരിച്ചുകൊണ്ടിരുന്നു. വേറെ ചിലർ, നിധിപേടകം തുറക്കാൻ കാത്തിരിക്കുന്ന ഭാവത്തിൽ സന്ദേശങ്ങൾ പ്രതീക്ഷിച്ചും.

ആളൊഴിഞ്ഞ അറയിൽ മൃണാളിനിയെ കൊണ്ടിരുത്തി സാം ദീർഘമായി സംസാരിച്ചു: ബെറ്റിയുടെ (അതാണല്ലോ തന്റെ പുതിയ പേര്) ഇരിപ്പിടം ആണിത്. ഇതിലിരുന്ന് ബെറ്റി ലോകത്തെ കാണും. സമ്പന്നരെ കാണും. അവർക്ക് ലോകത്തിലെ നവീന ഉത്പന്നങ്ങൾ വാരിക്കൂട്ടാൻ ആഗ്രഹം കാണും. മനസ്സിലായില്ല, അല്ലേ? നഗരത്തിൽ പുതിയൊരു വീഡിയോ ക്യാമറ ഇറങ്ങി എന്നിരിക്കട്ടെ. അതിന്റെ സവിശേഷതകൾ അറിയാൻ അവർക്ക് താത്പര്യം കാണും. ചിലപ്പോൾ അത് വാങ്ങാൻ അവർക്ക് തിടുക്കം കാണും. കാശ് അവർക്ക് പ്രശ്നമല്ല. അവരുടെ ഉപഭോഗതൃഷ്ണയെ ശമിപ്പിക്കുക എന്നതാണ് നമ്മുടെ കർത്തവ്യം...

പുതിയ ഉത്പന്നങ്ങൾ എന്തൊക്കെയാണ് നമ്മുടെ കൈയിലുള്ളത്? ആരെയൊക്കെയാണ് ലക്ഷ്യം വെയ്ക്കേണ്ടത്?

അതൊക്കെ മോണിട്ടറിൽ തെളിയും - സാം സ്ഥലം വിട്ടു.

കമ്പ്യൂട്ടർ ഓൺ ചെയ്തപ്പോൾ ആദ്യം തെളിഞ്ഞ ദൃശ്യം മൽസ്യം ഒഴുക്കിനെതിരെ വരുന്നതും വായ പിളർന്നു നിൽക്കുന്നതുമാണ്. രണ്ടോ മൂന്നോ ക്ലിക്കുകൾക്കുശേഷം ഇൻഫോ ടുവിന്റെ സവിശേഷതകൾ കാണിക്കുന്ന ദൃശ്യസമുച്ചയത്തിലെത്തി. അവൾ അദ്ഭുതപ്പെട്ടത് തന്റെ തന്നെ ചിത്രം തെളിഞ്ഞു വന്നപ്പോഴാണ്. ഇൻഫോ ടുവിന്റെ പ്രധാന അംബാസിഡർമാരുടെ കൂട്ടത്തിൽ താനും! ചിത്രത്തിനു കീഴെ ഇ-മെയിൽ വിലാസം അടക്കം അവളെ സംബന്ധിച്ച പൂർണവിവരങ്ങളും.

അവൾ ഇ-മെയിലിന്റെ ഇൻബോക്സിലേക്ക് ചെന്നു. തനിക്ക്

അപരിചിതരായ ഒട്ടേറെ പേരുടെ സന്ദേശങ്ങൾ! ലോകത്തിന്റെ വിവിധ ഭാഗങ്ങളിൽനിന്നുള്ളത്.

പൊടുന്നനെ മോണിട്ടറിൽ സാമിന്റെ ചിത്രം തെളിഞ്ഞു. ഏതാനും നിമിഷം മുമ്പ് മൽസ്യത്തിന്റെ വായ വന്ന് ഇൻഫോ ടുവിന്റെ പ്രോഗ്രാമിലേക്ക് അവളെ നയിച്ചതുപോലെ.

ബെറ്റി, ഹെഡ്ഫോൺ തലയിൽ വെയ്ക്കൂ.

അവൾ അനുസരിച്ചു. ചെവിയിലൂടെ ഒരു ഇരമ്പൽ. അത് ഭൂഖണ്ഡങ്ങൾ കടന്നാണ് വരുന്നത്. പിന്നീട് തകിടുകൾ കൂട്ടിമുട്ടുന്നതുപോലെ.

ഹലോ... ബെറ്റി, ഹൗ ആർ യു?

മോണിട്ടറിൽ, പുരാതനമായ ഏതോ കാലത്തിൽനിന്ന് ഉയർത്തെഴുന്നേറ്റ് വന്നതുപോലെ, പ്രാചീനതയുടെ സ്പർശമുള്ള ഒരു വെള്ളക്കാരൻ.

ഒന്നിനു പിറകെ ഒന്നായി വലക്കണ്ണികൾ പലഭാഗത്തുനിന്നും വന്ന് ഒരു ചിത്രം തീർക്കുന്നതുപോലെ സംഭവപരമ്പരകൾ പൊതിഞ്ഞ തിന്റെ ആകാംക്ഷയിൽനിന്നും വിടുതൽ നേടാൻ കഴിയാത്തതിനാൽ അവൾക്ക്, വെള്ളക്കാരന്റെ ക്ഷേമാന്വേഷണത്തിന് പ്രതിവചിക്കാൻ കഴിഞ്ഞില്ല.

ഹലോ, ഐ ആം ജോർജ് ഐഡൻ, ഐ കുഡ് സീ യുവർ പ്രെറ്റി ഫേസ്, ഹൗ ആർ യു?

അവൾ, അവളറിയാതെ പറഞ്ഞു.

ഒ.കെ, നോട്ട് ബാഡ്, താങ്ക് യൂ.

സാം കാര്യങ്ങളൊക്കെ പറഞ്ഞിരിക്കുന്നു. ബെറ്റിക്ക് എന്റെ എല്ലാ ഭാവുകങ്ങളും. എനിക്കിപ്പോൾ അല്പം ധൃതിയുണ്ട്. വീണ്ടും കാണാം. നാളെ രാവിലെ പത്തുമണിക്ക്. ബൈ-മോണിട്ടറിൽനിന്ന് വെള്ളക്കാരൻ മറഞ്ഞു.

ഇനി എന്താണ് ചെയ്യേണ്ടത് എന്ന് അറിയാതെ മിഴിച്ചിരിക്കുമ്പോൾ സാം വീണ്ടും.

ബെറ്റി, അയാൾക്ക്, ആ യൂറോപ്യന്, അതായത് ദക്ഷിണാഫ്രിക്കയിലെ സ്വർണ്ണഖനി ഉടമയ്ക്ക് ബെറ്റിയെ പരിചയപ്പെട്ടതിൽ സന്തോഷം. അഭിനന്ദനങ്ങൾ. ഇനി ഈ കമ്പോളത്തിൽ ഏറ്റവും വിലപിടിപ്പുള്ള ഒരു ഉത്പന്നം കണ്ടെത്തി അയാൾക്ക് പരിചയപ്പെടുത്തിക്കൊടുക്കണം. ഉത്പന്നം കണ്ടെത്തുന്ന കാര്യം ഞാനേറ്റു – സാം പിൻവാങ്ങി.

ആ ദിവസം ഉച്ചയ്ക്ക് മുമ്പ് കുറഞ്ഞത് ഇരുപത് പേരെങ്കിലും അവളോട് കുശലം പറഞ്ഞു. ഇടവേളയിൽ ഒരു ആഫ്രിക്കക്കാരി പെൺകുട്ടി ക്യാബിനിൽ വന്ന് ഹസ്തദാനം ചെയ്തു.

ഞാൻ ജാനറ്റ്.

ഐ ആം – ബെറ്റിയെന്നോ മൃണാലിനി എന്നോ പറയേണ്ടത് എന്ന് ശങ്കിക്കേ –

ബെറ്റി എനിക്കറിയാം, ഇന്ത്യയിൽനിന്നാണ് അല്ലേ?

അതേ, നിങ്ങൾ?

എത്യോപ്യയിൽനിന്ന്. നമ്മൾ കൈകാര്യം ചെയ്യുന്ന വിലകൂടിയ ഉത്പന്നങ്ങൾ പോയിട്ട് ഭക്ഷണംപോലും കിട്ടാത്ത രാജ്യത്തുനിന്ന്. അവിടെ ഭക്ഷണത്തിനു പകരം വംശീയകലാപത്തിന്റെ ചോരയാണ് കിട്ടുക. എണ്ണമറ്റ ഗോത്രങ്ങൾ, കലാപങ്ങൾ, ഞാൻ വെറുക്കുന്നു ആ സ്ഥലത്തെ - ജാനറ്റ് തറയിൽ ആഞ്ഞുചവിട്ടി ദേഷ്യവും പുച്ഛവും പ്രകടിപ്പിച്ചു.

അങ്ങനെ പറയരുത്, സ്വന്തം നാടല്ലേ?

സ്വന്തം നാടിനെച്ചൊല്ലി നിങ്ങൾക്ക് ഇപ്പോഴും അഭിമാനമുണ്ടോ? നാട്ടിൽ ജോലി കിട്ടാതെ ഇവിടെ ഇങ്ങനെയൊരവസ്ഥയിൽ ജോലി ചെയ്യേണ്ടി വന്നിട്ടും...

അത് വ്യവസ്ഥയുടെ തകരാറല്ലേ?

ഒരു തർക്കത്തിനു ഞാനില്ല. എനിക്ക് നാളെ ലണ്ടൻ യാത്രയുണ്ട്. സാമിന്റെ നിർദ്ദേശമാണ്. തൊലിവെളുപ്പിന്റെ ആഢ്യത്വമുള്ള കിഴവന് കറുത്ത ഡയമണ്ടുകൾ വേണം. കറുത്ത ഉത്പന്നങ്ങളോട് വല്ലാത്ത അഭിനിവേശമാണ് കിഴവന്. ഇവിടെ പുതുതായി ജോലിക്കു ചേർന്ന താങ്കളെ ഇന്നുതന്നെ കാണണമെന്നു കരുതി. അല്ലെങ്കിൽ വരുന്നതു വരെ കാത്തിരിക്കണ്ടേ? ജാനറ്റ് പിരിയാൻ നേരത്ത് കവിളിൽ ചുംബിക്കാൻ കുനിഞ്ഞപ്പോൾ കുരിശുമാല തൂങ്ങിനിൽക്കുകയും സിഗരറ്റിന്റെ മണമടിക്കുകയും ചെയ്തു.

രാത്രിയിൽ ബെറ്റി, മൃണാളിനിയായി പുനർജീവിച്ച് സദാനന്ദനു വേണ്ടി കിടക്കയിൽ കാത്തിരിക്കുമ്പോൾ ഭൂഖണ്ഡങ്ങൾക്കപ്പുറത്ത്, ജോർജ് ഐഡൻ മൃണാളിനി എന്ന ബെറ്റിയുടെ ചിത്രത്തിലും വിവരണത്തിലും ശ്രദ്ധയൂന്നി പല സാധ്യതകളിലേക്കും മനസ്സ് പായിക്കുകയായിരുന്നു.

സദാനന്ദൻ കടന്നു വന്ന് കുഴയുന്ന നാവിൽ അവളോട് തിരക്കി: സാമിനുവേണ്ടി... ബിസിനസ്സ്... എന്തെങ്കിലും ഉറപ്പിച്ചോ?

അവൾ അപ്പോൾ ജോർജ് ഐഡനെ ഓർത്തു. പക്ഷേ, മൗനത്തിൽ നിന്നു പുറത്തുവരാൻ അന്നേരത്തെ സദാനന്ദനോടുള്ള പ്രതിഷേധവും സഹതാപവും അവളെ അനുവദിച്ചില്ല. അപ്പോൾ, ജോർജ് ഐഡൻ ബെറ്റിക്കായി ഒരു സന്ദേശം ഒരുക്കുകയായിരുന്നു: ബെറ്റി, ഞാൻ ഇന്ത്യൻ ഉത്പന്നങ്ങളെ ഇഷ്ടപ്പെടുന്നു. കാണിച്ചു തരുമല്ലോ?

സദാനന്ദൻ കിടക്കയിൽ കുഴഞ്ഞുവീണ് കൂർക്കം വലിച്ചുതുടങ്ങിയിരുന്നു. മൃണാളിനി ചെരിഞ്ഞു കിടന്ന് ഉറങ്ങാൻ ശ്രമിച്ചു.

പിറ്റേന്ന് അവൾ മേയ്ക്കപ്പ് മുറിയിൽ അരമണിക്കൂർ കൂടുതൽ ചെലവഴിക്കുകയും താലിമാല ഊരിവെച്ച് ഒരു കുരിശുമാല വാങ്ങാനുള്ള കാശ് ബാഗിൽ തിരുകിവെയ്ക്കുകയും ചെയ്തു. ■

അവസാനത്തെ അദ്ഭുതം

തിയതി ഒന്ന്, അവൻ കൃത്യം ഏഴുമണിക്ക് കടയിൽ വരും. എന്നെ അദ്ഭുതപ്പെടുത്തുന്ന എന്തെങ്കിലും അവന്റെ കൈയിലോ വാക്കിലോ ഉണ്ടാകും. കഴിഞ്ഞ തവണ ആശ്ചര്യപ്പെടുത്തിയത് അവന്റെ കാറായിരുന്നു. ഇത്തവണ എന്താണാവോ?

കഴിഞ്ഞ തവണ അവന്റെ കാർ എന്റെ കടയുടെ മുന്നിൽ വന്നു നിന്നപ്പോൾ ശരിക്കും അദ്ഭുതപ്പെട്ടു. ഇന്നോളം കണ്ടിട്ടില്ലാത്തത്ര വലിപ്പത്തിലുള്ള ഒന്ന്. ഇരിപ്പിടത്തിൽനിന്ന് അറിയാതെ എഴുന്നേറ്റു നിന്നുപോയി. ഒരു നിമിഷമെങ്കിലും അതിനെയും അവനെയും ശ്രദ്ധിക്കാത്തവരായി ആരുമുണ്ടായിരുന്നില്ല.

വെളുവെളുത്ത കന്തൂറ* അല്പം പൊക്കിപ്പിടിച്ച്, കൈയിൽ താക്കോൽ കറക്കി കടയിലേക്ക് കയറി വന്നിട്ട് അവൻ പറയുന്നു:

വാ മൂസക്ക കാറിൽ കയറ്.

കടയിൽ പണിക്കാർ ആരുല്ലെടോ...

എന്നാ പൂട്ട്

അവന്റെ ഔദ്ധത്യം.

ഇത്ര നേരത്തെയോ?

എന്നാ പൂട്ടുന്നതുവരെ ഞാൻ കാറിൽ കാത്തിരിക്കാം. എന്താ?

എന്റെ മറുപടിക്കായി കാത്തുനിൽക്കാതെ അവൻ, ചുകചുവപ്പിൽ തിളങ്ങുന്ന കാറിലേക്ക്, മടങ്ങുമ്പോൾ ഒന്നാം തിയ്യതി ഏഴുമണിക്ക് ശേഷമുള്ള രാത്രി, പുലരുവോളം മൂസയ്ക്കുള്ളതാണ് എന്നും പറഞ്ഞ് അവന്റെ ചിരി.

സാധനങ്ങൾ വാങ്ങാൻ വന്നവരെല്ലാം പോയശേഷം, കടപൂട്ടി കാറിൽ കയറുമ്പോൾ അതിനകത്തെ സൗകര്യങ്ങളും അദ്ഭുതപ്പെടുത്തുന്നതായി. പാം പി.സി, ടെലിവിഷൻ, എ.സി...

ഈ കാർ എവിടെനിന്ന് കിട്ടിയതാന്ന് അറിയോ?

ആ ആഫ്രിക്കക്കാരൻ തന്നതായിരിക്കും.

---

* നീളൻ ഉടുപ്പ്

കറക്ട്. തൽക്കാലത്തേക്കൊന്നുമല്ല. കാലാകാലത്തേക്ക്. ഈ രാജ്യത്ത്, ഇത്തരത്തിൽ ഇരുപത്-ഇരുപത്തഞ്ച് എണ്ണേ ഉണ്ടാകൂ. അതിലൊന്നായിത്. ചില്ലറക്കളിയല്ല...

എന്തോ ഓർത്തിട്ട് അവൻ ഭാവം മാറ്റി.

നാലുമാസം മുമ്പുവരെ ഒരു ജോലിക്കുവേണ്ടി ഈ നഗരം മുഴുവൻ അലഞ്ഞ എനിക്ക് ലക്ഷങ്ങൾ വിലയുള്ള കാറ്, ഫ്ളാറ്റ്...

അലാവുദ്ദീന്റെ അദ്ഭുതവിളക്കിനുപോലും കഴിയാത്തത്. ആരാണ് തന്നത്? മൂസക്കയോ...? ആ ആഫ്രിക്കക്കാരൻ ആദിൽ ഈരിയോ...? അതോ സാക്ഷാൽ ദൈവം തമ്പുരാനോ...?

അവൻ, കാർ സ്റ്റാർട്ട് ചെയ്ത് പിന്നോട്ടെടുക്കുമ്പോൾ അല്പ സമയം നിർത്തി.

... മൂസക്കാ നഗരത്തിന് അങ്ങനെ പല ഗുണങ്ങളൊക്കെയുണ്ട്. നിധികുംഭങ്ങൾ നിനച്ചിരിക്കാത്ത നേരത്ത് നമ്മെത്തേടിവരും. നമ്മുടെ നാട്ടിൽ ഗ്രാമങ്ങളിലാണെങ്കിലോ? തേടണം കുഴിച്ചോണ്ട് പോകണം. ഒടുവില് ലക്ഷ്യത്തിലെത്താതെ ഏതെങ്കിലും കുഴിയിൽ വീണ് ചത്തു പോകും... ആ... അതൊക്കെ പോട്ടെ, പറ ഏത് ഹോട്ടലിലാണ് പോകേണ്ടത്?

കാറിന്റെ ഡാഷ്ബോഡിലെ ടിവിയുടെ ശബ്ദം കുറച്ചശേഷം പാം പിസിയെടുത്തു.

ഇന്ന് ക്രൗൺ പ്ലാസയിലാകട്ടെ. അവിടെ ഇന്ത്യൻ വി.ജെ.കൾ ആരെങ്കിലും കാണും. നല്ല കൊലുന്നനെയുള്ള തരുണീമണികൾ. മൂസക്കായ്ക്ക് അമുറിന്റെ* മുട്ടയും കിട്ടും.

വണ്ടി വേഗത്തിൽ ഓടുകയാണ്. നഗരം ഒരു തേവിടിശ്ശിയെപ്പോലെ ചായങ്ങൾ മുഖത്ത് വാരിത്തേച്ച് അണിഞ്ഞൊരുങ്ങിയിട്ടുണ്ട്. തേവിടിശ്ശികൾ ഒന്നോ രണ്ടോ പേരെയാണ് കാത്തിരിക്കുന്നതെങ്കിൽ നഗരം ഒരേസമയം ആയിരങ്ങളെയാണ് സ്വീകരിക്കുന്നത്. ഫ്ളാറ്റുകളിൽ, ഹോട്ടൽ മുറികളിൽ, കടൽത്തീരങ്ങളിൽ രതിയുടെ ജ്വരബാധിതരായി ആയിരങ്ങൾ!

നിയോൺ വിളക്കുകളുടെ ധവളിമ പെയ്തിറങ്ങുന്ന വഴികളിലെമ്പാടും വാഹനങ്ങളുടെ നീണ്ടനിര. ടിവിയിലെ നൃത്തത്തോടൊപ്പമുള്ള പാട്ടിന്റെ ശബ്ദം കൂടിയപ്പോൾ മൂസക്കയുടെ മുന്നിൽ ഓർമ്മകളുടെ ഒരു ജാലകം തുറന്നു.

ഇവൻ എവിടെ നിന്നാണ് എന്റെ സമീപം എത്തിയത്? തിളച്ചു മറിയുന്നു. വേനലിൽ ഉരുകിയൊലിച്ച്, എവിടെനിന്നോ എങ്ങനെയോ, കടയുടെ മുന്നിൽ പ്രത്യക്ഷപ്പെടുകയായിരുന്നു. എവിടെയാ നാട് എന്നു ചോദിക്കാൻ മറന്നുപോയി. എങ്ങനെയാ ഇവിടെ എത്തിയതെന്നും.

---

* വിലപിടിപ്പുള്ള ഭക്ഷണം

തല ചായ്ക്കാൻ ഒരിടവും കഴിഞ്ഞുകൂടാൻ ഒരു പണിയും വേണമെന്ന് മടിച്ചുമടിച്ച് സ്ത്രൈണഭാവഹാവാദികളിൽ എന്റെ മുന്നിൽ കേണതും ഓർക്കുന്നു.

മുതലാളി... ജോലി അന്വേഷിച്ച് മടുത്തു. എന്തെങ്കിലും ഒരു പണി... ഭക്ഷണത്തിനും റൂമിനുമുള്ള ശമ്പളം മതി...

ഇവിടെയിപ്പോ പണിക്കാർ കൂടുതലാ.

വാസ്തവമായിരുന്നു. സൂപ്പർമാർക്കറ്റിൽ കച്ചവടം തകൃതി. എങ്കിലും പണിക്കാർ ആവശ്യത്തിൽ കൂടുതൽ. ശിപാർശയും കണ്ണീരുമായി വരുമ്പോൾ മനസ്സലിഞ്ഞ് ആളെ പണിക്ക് നിർത്തും. ഇനി വേണ്ട.

പണിയൊന്നുംല്ല, മോനേ... പോ.

അയ്യോ അങ്ങനെ പറയരുത്.

എന്താ ചെയ്ക.

എന്നാ എവിടെയെങ്കിലും ഒരു ജോലി ശരിയാക്കിത്താ...

എന്തു ജോലി അറിയാം.

എന്തു ജോലിയും ചെയ്യാം.

അപ്പോ, ഒരു ജോലിയും അറിയില്ലാന്നർത്ഥം.

എവിടെയെങ്കിലും ഓഫീസ് ബോയിയോ ഹൗസ് ബോയിയോ... അങ്ങനെയെന്തെങ്കിലും...

അതിനും ഇപ്പോ സ്പെഷ്യലൈസ്ഡ് ആളില്ലേ, മോനെ... ഒരു കാര്യം ചെയ്യ്, ബീറ്റിൽസിലന്റെ മൊതലാളി ആ ആഫ്രിക്കക്കാരനെ ചെന്ന് കാണ്. ഞാൻ അയച്ചതാന്നും പറ. അയാൾക്ക് വീട്ടുജോലിക്ക് ആളെ വേണമെന്ന് പറഞ്ഞിരുന്നു.

അപ്പോൾ അവന്റെ മുഖത്ത് മിന്നിമറഞ്ഞ പ്രകാശം കാണേണ്ടതായിരുന്നു.

കാർ ക്രൗൺ പ്ലാസയിലേക്ക് തിരിയുന്നിടത്ത്, മുന്നിലുള്ള കാർ വഴിമുടക്കിയതിന് ഉച്ചത്തിൽ ചീത്ത വിളിച്ചതിനുശേഷം അവൻ എന്റെ നേരെ തിരിഞ്ഞു.

മൂസക്ക എന്താ ആലോചിക്കുന്നത്? എന്റെ കാര്യമോ?

അല്ലെടോ...?

കള്ളം പറയാതെ വയ്യ.

കച്ചോടം കുറഞ്ഞു വരുന്നതിനെക്കുറിച്ച് ആലോചിക്കുകയാ... ചുറ്റിലും പുതിയ പുതിയ സൂപ്പർമാർക്കറ്റുകൾ വരികയല്ലേ? എല്ലാരും കസ്റ്റമർക്ക് കൈ നിറയെ സമ്മാനവും വെച്ചുനീട്ടുന്നു. എവിടെച്ചെന്ന് എത്തുമോ എന്തോ?...

ആലോചനാവിഷയം അവനായിരുന്നില്ലെന്ന് സമർത്ഥിക്കാൻ വിശദീകരണവും നൽകി.

മൂസക്കയും എന്തെങ്കിലും പ്രമോഷൻ നമ്പർ ഇറക്കണം. ഇക്കാലത്ത് നമ്പറുകളിലാണ് കാര്യം. മുന്നേറാനുള്ള തന്ത്രങ്ങൾ അറിയുന്നവനാണ് വിജയിക്കുക. എന്താ ശരിയല്ലേ?

കാർ ഓടുകതന്നെയാണ്. അതുപോലെ അവന്റെ സംസാരവും.

ഹോട്ടലിലെത്തിയപ്പോൾ പലയിടങ്ങളിലായി ബിയർ മോന്തുന്ന വരുടെ ഇടയിൽനിന്ന് അർദ്ധനഗ്നകളായ പെൺകുട്ടികൾ അവനു ചുറ്റും കൂടി. അവൻ അവർക്ക് പരിചിതൻ. അവൻ പലരിൽനിന്നും പൂമാലകൾ സ്വീകരിച്ചു. ഉടൻതന്നെ റാമ്പിൽ നൃത്തം തുടങ്ങി. നൃത്തക്കാരികൾ ക്കിടയിൽ നിന്നു വന്ന ഒരു പെൺകുട്ടി സംഗീതത്തിനനുസരിച്ച്, പാമ്പ് ഇഴയുന്നതു പോലെ നൃത്തം ചെയ്തു. അവൻ സ്വകാര്യമായി എന്നോടു ചോദിച്ചു.

മൂസക്കാ ഈ മാല അവളിൽ ചാർത്തുന്നോ?

അവൾ സുന്ദരിയാണ്. പാക്കിസ്ഥാൻകാരിയാണെന്ന് തോന്നുന്നു. ഞങ്ങളുടെ നോട്ടം കണ്ടിട്ടാകണം, അവൾ നൃത്തം ചെയ്ത് അടുത്തടുത്തു വന്നു. അവളുടെ വിരലുകളുടെ ചലനംപോലും നൃത്തം! നഗര ജീവിത ത്തിൽ ഓരോ നിമിഷത്തിലും ഭാഗ്യനിർഭാഗ്യങ്ങൾ മാറിമറിയുന്നതു പോലെ!

എനിക്ക് ഇത്തരം സന്ദർഭങ്ങൾ അഭിമുഖീകരിച്ച് പരിചയമില്ല. അവനാണെങ്കിൽ എന്റെ ഭാവഭേദങ്ങൾ കണ്ടു ചിരിക്കുന്നു. ആ പെൺ കുട്ടിയിൽ മാത്രമല്ല ഒന്നിലും താൽപര്യമില്ലെന്ന് ഞാൻ അവനോട് പറഞ്ഞു. ഹോട്ടലിലെ വിലകൂടിയ ഭക്ഷണത്തിനുശേഷം ഞാൻ മടങ്ങി.

ഇന്ന് മറ്റൊരു ഒന്നാം തിയതി.

അവൻ വരും. എന്ത് അദ്ഭുതവുംകൊണ്ടാണ് അവൻ വരിക? ഇന്നത്തെ ദിവസം മുഴുവൻ അവനുവേണ്ടി ചെലവഴിക്കാം. എവിടെയും പോകാം. കാരണം കടയിൽ കച്ചവടം കുറഞ്ഞിരിക്കുന്നു. എവിടെ യൊക്കെയോ പാളിച്ചകളുണ്ട്. ഒരുപാട് കാലത്തെ അധ്വാനഫലം നഷ്ട മാകുന്നു. ഞാൻ അറിയാതെ എന്റെ കാൽക്കീഴിൽനിന്ന് മണ്ണൊലിച്ചു പോകുന്നു. എന്തുകൊണ്ടാണ് വ്യാപാരത്തിൽ നഷ്ടം വരുന്നത്? എനിക്ക് കണ്ടെത്താനാകുന്നില്ല. കപ്പലിൽ എവിടെയാണ് തുളയുള്ളത് എന്ന് കണ്ടെത്താനാകാത്ത കപ്പിത്താനെപ്പോലെയായിരിക്കുന്നു ഞാൻ.

ഇന്നലെ അവന്റെ മുതലാളി ആഫ്രിക്കക്കാരൻ വന്നിരുന്നു. എന്താണ് വിഷാദിച്ചിരിക്കുന്നത് എന്ന് ചോദിച്ചു. അയാളോട് അത്ര വലിയ അടുപ്പ മൊന്നുമില്ല. അടുപ്പമുള്ള ആളുകളോടുപോലും തകർച്ചയെക്കുറിച്ച് പറഞ്ഞിട്ടില്ല. അയാൾ കൂടുതലൊന്നും ചോദിച്ചില്ല. കടയിൽനിന്ന് സാധനങ്ങൾ തെരഞ്ഞെടുക്കുന്നതിനിടയിൽ അയാൾ പറഞ്ഞു.

തന്റെ പയ്യൻ ആളു കേമനാണ്.

ഞാനൊന്നും പറഞ്ഞില്ല. നല്ലത്. അവന് നല്ലത് വരട്ടെ. പക്ഷേ, അവന് ലഭിക്കുന്നതൊക്കെ അവൻ അർഹിക്കുന്നുണ്ടോ? അവൻ വരുമ്പോൾ

ചോദിക്കണം. നീ എങ്ങനെയാണ് ആഫ്രിക്കക്കാരനെ കൈയിലെടുത്തത് എന്ന്.

അതോ, മൂസക്കാ, എല്ലാം സ്ത്രീയിൽനിന്ന് തുടങ്ങുന്നു. നമ്മുടെ ജീവനും ജീവിതവും ഒക്കെ.

കാർ, നാലുവരിപ്പാതയുടെ മധ്യത്തിലൂടെ നിയോൺ പ്രകാശത്തെ ഞെരിച്ചമർത്തി എങ്ങോട്ടോ പായുമ്പോൾ അവൻ പറഞ്ഞു.

സ്ത്രീയോ?

ഇപ്പോ ഇത്രയും അറിഞ്ഞാൽ മതി. പറയൂ എങ്ങോട്ടാണ് പോകേണ്ടത്?

അവൻ ചോദിച്ചു. അവന്റെ കൈയിൽ നിരവധി താക്കോലുകളുണ്ടായിരുന്നു. നിരവധി നിറങ്ങളിലും വലിപ്പത്തിലും ആഫ്രിക്കക്കാരന്റെ വിദേശത്തും ഇവിടെയുമുള്ള കടകളുടെയെല്ലാം താക്കോലുകൾ! എല്ലാ കടകളും ഇവന്റെ കൈയിലായോ? ആയെന്ന് അവൻ തലകുലുക്കി.

എങ്ങോട്ടാ പോകേണ്ടത് എന്ന ചോദ്യം അവൻ ആവർത്തിച്ചു.

കടപ്പുറത്തേക്ക്.

അവിടെയെന്താ?

നിന്നോട് ചില കാര്യങ്ങൾ പറയാനുണ്ട്.

കടൽ വലിയൊരു കരിമ്പടംപോലെയും കടപ്പുറം വലിയൊരു തരിശുഭൂമിപോലെയും കാണപ്പെട്ടു. തണുത്ത കാറ്റ്.

എന്താ മൂസക്കാ പ്രശ്നം?

കച്ചോടപ്രശ്നംതന്നെയാ. എല്ലാം കൈവിട്ടുപോകുന്നു. മൂലകാരണം എനിക്ക് പിടികിട്ടുന്നില്ല.

മൂസക്കാ, കച്ചോടം എന്നു പറയുന്നത് സ്വന്തം ഭാര്യയെപ്പോലെയാ. അതിനാവശ്യമായത്, അഥവാ ആഗ്രഹിക്കുന്നത് നമ്മൾ കൊടുത്തില്ലെങ്കിൽ നമുക്കാവശ്യമായത് ഇങ്ങോട്ടും തിരിച്ചില്ല. ചിലപ്പോൾ കാലുവാരിയെന്നുമിരിക്കും. കച്ചോടം നിലനിർത്താനാവശ്യമായ തക്കിടികളും പ്രലോഭനങ്ങളും നിങ്ങൾ പ്രയോഗിച്ചില്ല. നിങ്ങളുടെ ചുറ്റിലുമുള്ളവർ അത് വിദഗ്ധമായി പ്രയോഗിച്ചു. കച്ചോടം അവരുടെ വഴിക്കുംപോയി. അല്ലാതെന്ത്...

ഞാനൊന്നും മിണ്ടിയില്ല. കടലിൽനിന്ന് ആരവം ഉയർന്നുകൊണ്ടിരുന്നു. അവൻ സംസാരിച്ചുകൊണ്ടും. അവനോട് ഒരിക്കൽകൂടി ചോദിക്കണമെന്നുണ്ടായിരുന്നു എങ്ങനെയാണ് ആഫ്രിക്കക്കാരന്റെ സ്ഥാപനങ്ങളൊക്കെ നിന്റെ കൈയിലായത്? അവൻ, എങ്ങും തൊടാതെയുള്ള മറുപടി ആവർത്തിച്ചാലോ?

ഞങ്ങൾ പിരിഞ്ഞു. പിന്നെയും ഒരു ഒന്നാംതിയതി വരുന്നതിനു മുമ്പ് എന്റെ വ്യാപാരസ്ഥാപനം പൂട്ടിയിരുന്നു. ഇനി നാട്ടിലേക്ക് മടങ്ങാം. നാട്ടിൽ എന്തെങ്കിലും സ്ഥാപനം തുടങ്ങാം. അവനെ ഫോണിൽ വിളിച്ചു.

ഞാൻ നാട്ടിലേക്ക് മടങ്ങുന്നു.

എപ്പോ?

നാളെ

മൂസക്കാ, ഒരു കാര്യം ചെയ്യൂ. മറ്റന്നാൾ, അതായത് ഒന്നാം തിയതി കഴിഞ്ഞിട്ട് പോകാം. ഒരു അദ്ഭുതംകൂടിയുണ്ട്... നിങ്ങൾക്ക് ചില സാധനങ്ങൾ തരാനുണ്ട്...

ശരി...

ഞാൻ ഫോൺ വെച്ചു.

ഒരു ഒന്നാം തിയതികൂടി! എന്തായിരിക്കാം ഇത്തവണത്തെ അദ്ഭുതം. രത്നങ്ങൾ? വിലകൂടിയ ആഭരണങ്ങൾ? എന്തായാലും ഒരു സ്വപ്നം കാണുന്ന പ്രതീതിയേ ഉണ്ടാകു. നാളെ പകൽ ഞാൻ എന്നെന്നേക്കുമായി ഇവിടം വിട്ടുപോകുന്നു. അവന്റെ അദ്ഭുതങ്ങൾ കാണാൻ ഇനി ഞാൻ ഉണ്ടാകില്ലല്ലോ... ഈ നഗരംതന്നെ അവൻ വെട്ടിപ്പിടിച്ചാലും അവൻ എന്നെ ഇവിടേക്ക് ക്ഷണിച്ചാലും ഞാൻ വരാൻ പോകുന്നില്ല.

ഒരു വലിയ കാർ വന്ന് മുറിയുടെ വാതിൽക്കൽ നിന്നു. തീർച്ചയായും അവൻതന്നെയായിരിക്കും.

ഞാൻ കാറിനടുത്തേക്ക്.

ഡ്രൈവിങ്സീറ്റിൽ ഒരു സ്ത്രീ.

നാല്പത് വയസ്സ് തോന്നിക്കും. ആഫ്രിക്കക്കാരിയാണെന്ന് തോന്നുന്നു. പക്ഷേ, തൊലിവെളുപ്പ് ആഫ്രിക്കൻ ലക്ഷണങ്ങളെ മറച്ചു പിടിക്കുന്നു. അവൾ എന്നെ നോക്കി ചിരിച്ചു.

ഓ, തൊട്ടടുത്ത സീറ്റിൽ അവനുമുണ്ട്. അവൻ വിലകൂടിയ സഫാരി സൂട്ടിലായിരുന്നു. ഇരുവരും ഇറങ്ങിവന്ന് കൈപിടിച്ച് മുന്നിൽ നിന്നു. അവൻ ചോദിച്ചു.

ഇതാരാന്നറിയോ?

ഇല്ലെന്ന് ഞാൻ തലയാട്ടി.

ആഫ്രിക്കക്കാരന്റെ ഭാര്യ. ഇപ്പോ എന്റെ ഭാര്യ... ഇവൾതന്നെയാണ് എന്റെ അദ്ഭുതം...

അപ്പോൾ, ആഫ്രിക്കക്കാരൻ?

എനിക്ക് ചോദിക്കാതിരിക്കാൻ കഴിഞ്ഞില്ല. അവൻ മന്ദഹസിച്ചു. എന്നിട്ട് പുറംതിരിഞ്ഞ് നിന്ന് പറഞ്ഞു: ഇന്ന് ആഫ്രിക്കയിലേക്ക് മടങ്ങി... ഇനി വരില്ല. താങ്കളെപ്പോലെത്തന്നെ.

അപ്പോൾ ഭാഗ്യാന്വേഷികളെയും വഹിച്ച് ഒരു വിമാനം കൂടി നഗരത്തിലിറങ്ങി.

■

മൂന്നാം ലോകം

മരിയ ലിസാ ഫ്രിവാൽഡോയുടെ ചിത്രത്തിലെ സ്ത്രീക്ക് കണ്ണുകളുണ്ടായിരുന്നില്ല. അവർ, ചിത്രംവര പൂർത്തിയാക്കുന്നതുവരെ, ഞാൻ അക്ഷമയോടെ കാത്തിരുന്നത് ആ കണ്ണുകൾക്ക് വേണ്ടിയായിരുന്നു. വരച്ചിരുന്നെങ്കിൽ അത് എങ്ങനെയിരുന്നിരിക്കും? ഇടുങ്ങിയത്...? ജ്വലിക്കുന്നത്...?

അസാധാരണ ഭംഗിയുള്ള ഒരു സ്ത്രീയെയാണ് (എണ്ണക്കറുപ്പിൽ സമൃദ്ധമായ മുടി, നിറഞ്ഞ മാറിടം, വടിവൊത്ത ശരീരം) നിറങ്ങളുടെ മിശ്രിതം കൊണ്ട് വരച്ചതെങ്കിലും അതിന് കണ്ണു നൽകാനോ മഷിയിടാനോ മരിയ നിന്നില്ല. ചിത്രവര പൂർത്തിയാക്കി താഗലോഗിൽ എന്തോ അടിക്കുറിപ്പെഴുതി വേദിയിൽ നിന്നിറങ്ങുമ്പോൾ ചിത്രപ്രദർശന ഹാളിൽ കരഘോഷം ഉയർന്നു. അതുവരെ, നിശ്ശബ്ദതയുടെ നീണ്ട സാന്ദ്രതയ്ക്കു മീതെ പതിഞ്ഞിരുന്ന നേരിയ വീണാനാദം ആ കൈയടിയിൽ മുങ്ങിപ്പോയി.

അവതാരക പേരു വിളിക്കുന്നതിന് മുമ്പുതന്നെ ഇനി എന്റെ ഊഴമാണെന്ന് അറിയാമായിരുന്നു. എന്താണ് വരയ്ക്കേണ്ടത് എന്നതിനെക്കുറിച്ച് ഒരു രൂപമുണ്ടാക്കാൻ എന്തുകൊണ്ടോ കഴിഞ്ഞിരുന്നില്ല.

ഞാൻ വേദിയിലേക്ക്. വേദിയുടെ പിന്നിൽ സദസ്യർക്ക് അഭിമുഖമായി വലിയ ക്യാൻവാസ്. അതിന്റെ കോണിൽ മരിയയുടെ ചിത്രം. തൊട്ടടുത്ത് ഞാൻ വരയ്ക്കണം...

ബ്രഷിന്റെ ചലനം എന്നെ എങ്ങോട്ടോ നയിക്കുന്നുവെന്ന് തോന്നി. സാധാരണ, ബ്രഷ് എന്റെ ഇച്ഛയ്ക്കൊത്താണ് ചലിക്കുക. ഇന്ന് ബ്രഷിന്റെ ഇച്ഛയ്ക്കൊത്ത് ഞാൻ ചലിക്കുന്നു...!

അല്പം കഴിഞ്ഞ് ക്യാൻവാസിൽ തെളിഞ്ഞുവന്നത് ഒരു കുതിരയായിരുന്നു.

എന്താണ് അടിക്കുറിപ്പ് കൊടുക്കേണ്ടത്? എന്റെ ചിത്രത്തിലേക്ക് ഒന്നുകൂടി നോക്കി. കുതിരയ്ക്ക് അവശതയുള്ളതുപോലെ. ചാരവർണത്തിലായതുകൊണ്ടാണോ ഇങ്ങനെ? ഏതായാലും ഇംഗ്ലീഷിൽ അടിക്കുറിപ്പെഴുതി: മൂന്നാംലോകത്തിന്റെ കുതിര.

കാണികളുടെ കൈയടിക്കും അവതാരകയുടെ പ്രശംസയ്ക്കും ചെവികൊടുക്കാതെ ഞാൻ ഇരിപ്പിടത്തിലേക്ക്.

ഇമാദ് ഇറ്റലിയിൽനിന്നാണ് വന്നത്. ലെബനനിൽ വേരുകളുള്ള ഇമാദ് സുഹൃദ്സംഭാഷണത്തിൽ ഇറ്റലിയുടെ പാരമ്പര്യത്തിൽ അഭിമാനം കൊള്ളുകയും മൂന്നാം ലോകത്തിന്റെ ജീർണതകളെ പുച്ഛിക്കുകയും ചെയ്തിരുന്നു.

ദാരിദ്ര്യം നിങ്ങൾ ഒരു അനുകൂല ഘടകമായി കൊണ്ടുനടക്കുന്നു.

ചായസൽക്കാരത്തിനിടയിലും എന്നോടും മരിയയോടും അയാൾ കയർത്തിരുന്നു.

ദാരിദ്ര്യം ഒരു വാസ്തവമാണ്. എന്തിന് അത് മറച്ചുപിടിക്കുന്നു? ഞാൻ വിട്ടുകൊടുത്തില്ല.

നിങ്ങൾ രണ്ടാളും പിപ്റ്റി പിപ്റ്റി മാത്രമേ സത്യസന്ധത കാണിക്കുന്നുള്ളൂ എന്ന് മരിയ ഇടപെട്ടപ്പോൾ അയാൾ കളിയാക്കി. പിപ്റ്റി എന്നല്ല ഫിഫ്റ്റി എന്നു പറയണം.

ഫിലിപ്പിനോകൾ പൊതുവെ എഫ് ഉച്ചാരണത്തിൽ അല്പം പിറകോട്ടാണെന്ന് ഇമാദിന് അറിയില്ലെന്ന് തോന്നുന്നു.

നൂറോളം ചിത്രമുള്ള ഹാളിൽ ഇമാദിന്റെ ചിത്രങ്ങൾക്ക് വലിയ പ്രാധാന്യം ലഭിച്ചിരുന്നു. മിക്കവയും അക്രിലിക്കിൽ വരച്ചത്. നന്നായി ഫ്രെയിം ചെയ്തിട്ടുമുണ്ട്. ബാഹ്യമോടിയിലാണ് അയാളുടെ ചിത്രങ്ങൾ ശ്രദ്ധിക്കപ്പെടുന്നത് എന്ന് മരിയ എന്നോട് അടക്കം പറഞ്ഞു:

അയാൾക്ക് തന്നെത്തന്നെ നന്നായി മാർക്കറ്റ് ചെയ്യാനറിയാം. മാധ്യമ സമ്മേളനം വരട്ടെ. അയാൾ എന്തൊക്കെയാണ് പറയാൻ പോകുന്നത് എന്നു കാണൂ.

മരിയ പറഞ്ഞത് ശരിയായി. തന്റെ ചിത്രങ്ങളുടെ നവീനത, ഇറ്റലിയുടെ പാരമ്പര്യം പിന്നെ... ഈ നഗരവാസികളെ കൈയിലെടുക്കാൻ നഗരത്തിന്റെ പ്രധാന കേന്ദ്രങ്ങളെ കൊളാഷ് ചെയ്യുമെന്നും...

നഗരത്തിന്റെ കൊളാഷ് പ്രഖ്യാപനം പിറ്റേന്നത്തെ പത്രത്തിൽ ഒന്നാംപേജിൽ ഇമാദിന്റെ ചിത്രത്തോടൊപ്പം. പത്രസമ്മേളനത്തിൽ ഞാൻ അധികമൊന്നും സംസാരിച്ചിരുന്നില്ല. എന്റെ ചിത്രങ്ങൾ കാണൂ, സമൂഹത്തെ കാണൂ എന്നു മാത്രം പറഞ്ഞു. മരിയയും എന്തൊക്കെയോ പറഞ്ഞിരുന്നു. കൂടുതലും ഇമാദിനെ ലക്ഷ്യം വെച്ച്. ഫിലിപ്പൈൻസിന് അവകാശപ്പെടാൻ വലിയ പാരമ്പര്യമില്ലെന്നും അത്തരമൊരു സാഹചര്യത്തിൽ പുതിയ ചിത്രങ്ങൾ ശൂന്യതയിൽ നിന്ന് വരുന്നു എന്നുമൊക്കെ. പക്ഷേ, അതൊന്നും പത്രങ്ങളിൽ വന്നില്ല.

അവതാരക ഇപ്പോൾ ഇമാദിന്റെ പേർ വിളിക്കുകയാണ്. സദസ്സിൽ കനത്ത കരഘോഷം.

എന്റെയും മരിയയുടെയും ചിത്രത്തിന് പൂരകമായി ഇമാദ് എന്താണ് വരയ്ക്കുക? നരച്ച ജീൻസിന്റെ കീശയിൽ കൈയിട്ട്, തലചെരിച്ച്, ഇമാദ് ക്യാൻവാസിനു മുന്നിൽ. സ്വതേ ചുവന്ന മുഖം ഒന്നുകൂടി ചുവന്നിരിക്കുന്നു. വിവിധ വർണങ്ങളുള്ള വ്യത്യസ്ത ട്യൂബുകളിൽനിന്ന് പെയിന്റ് പിഴിഞ്ഞെടുക്കുകയും അത് മിശ്രിതമാക്കി ട്രേയിൽ ഒഴിക്കുകയും ചെയ്തു.

അയാൾ കാണികളുടെ നേരെ...

നോക്കൂ, അയാൾ പ്രസംഗം തുടങ്ങും.

മരിയ എന്നോട് മന്ത്രിച്ചു.

പറഞ്ഞതുപോലെ സംഭവിച്ചു. ഇമാദ് മൈക്ക് കൈയിലെടുക്കുകയും തന്റെ രചനാരീതി എങ്ങനെ മറ്റുള്ളവരിൽനിന്ന് വ്യത്യസ്തമാകുന്നുവെന്ന് വിശദീകരിക്കുകയും ചെയ്തു. വരകൾ എന്റെ ജീവിതത്തെ പ്രതിഫലിപ്പിക്കും എന്നു പറഞ്ഞാണ് നിറുത്തിയത്.

ഇമാദ് ബ്രഷ് കൈയിലെടുത്തു. മരിയയുടെ, കണ്ണുകളില്ലാത്ത സുന്ദരിയുടെ മുഖത്ത് ബ്രഷ് അല്പസമയം നൃത്തം ചെയ്യുന്നത് കണ്ടു. രണ്ട് പൂച്ചക്കണ്ണുകളാണ് മരിയയുടെ ചിത്രത്തിൽ അപ്പോൾ തെളിഞ്ഞുവന്നത്.

മരിയ പകയ്ക്കുന്നതും പിന്നീട് കോപംകൊണ്ട് വിറയ്ക്കുന്നതും കണ്ടു. അവൾ ചാടിയെഴുന്നേറ്റു.

ഇത് അതിക്രമമാണ്. എന്റെ സ്ത്രീസങ്കല്പം ഇതല്ല. മനോഹരം എന്ന സങ്കല്പത്തെ നിങ്ങൾ തകിടം മറിക്കുകയാണ്. മാത്രമല്ല, എന്റെ ചിത്രത്തിൽ നിങ്ങൾ എന്തിന് കൈവെയ്ക്കുന്നു...?

അവളുടെ ആക്രോശങ്ങൾ പുരുഷന്മാർക്കിടയിൽ വിശേഷിച്ച് മാധ്യമ പ്രതിനിധികൾക്കിടയിൽ പരിഹാസമാണ് ഉണ്ടാക്കിയത്. ഇമാദ് പക്ഷേ, ഭാവഭേദം കാട്ടാതെ വര തുടർന്നു. മരിയയുടെ ചിത്രത്തിനു ചുറ്റും വിവിധ വർണങ്ങൾ നൃത്തംവെച്ചു.

പരിപാടി കഴിഞ്ഞ്, ചിത്രകാരന്മാരെല്ലാം, തങ്ങൾ രാപാർക്കുന്ന ഹോട്ടലിലേക്ക് മടങ്ങി. അവിടെ ഡിന്നറുണ്ട്.

വരകളുടെയും വിമർശനത്തിന്റെയും ചിന്തകളിൽനിന്ന് വിടുതൽ നേടാൻ എല്ലാവരും ബിയർ പബ്ബിലേക്ക് നീങ്ങി. മരിയ, ബസ്സിൽവെച്ചും ബിയർപബ്ബിൽവെച്ചും എന്നോട് വാതോരാതെ സംസാരിച്ചുകൊണ്ടിരുന്നു. വിദേശങ്ങളിൽ ഫിലിപ്പിനോസ്ത്രീകൾ കാഴ്ചവസ്തുക്കളാകുന്നതിൽ വേദന പ്രകടിപ്പിച്ചു. സംസാരത്തിന്റെ ഇടവേളകളിൽ, അവളുടെ സമൃദ്ധവും അഴിഞ്ഞുലഞ്ഞതുമായ തലമുടി ഇളകിക്കൊണ്ടിരുന്നു. ശരിക്കും രവിവർമ്മചിത്രംപോലെ. എനിക്ക് അവളോട് ഇഷ്ടം തോന്നിത്തുടങ്ങിയിരിക്കുന്നു.

ബിയർപബ്ബിന്റെ വട്ടമേശയിൽ വെച്ച് അവൾ ചോദിച്ചു:

എന്താ എപ്പോഴും ഒരു ചിന്ത?

മരിയ ഒരു കേരളീയസ്ത്രീ ആയിരുന്നെങ്കിൽ എന്ന്...

ആയിരുന്നെങ്കിൽ?

കസവു നേര്യത് അണിഞ്ഞ്, മുല്ലപ്പൂ ചൂടി...

നിങ്ങളും ഇമാദിനെപ്പോലെ കാര്യങ്ങളെ ഇങ്ങനെയാണോ കാണുന്നത്?

ഞാനൊരു പുരുഷൻകൂടിയാണ്.

അവൾ പിണങ്ങി എഴുന്നേറ്റുപോയി. കടലിന് അഭിമുഖമായി നിന്ന് അനന്തതയിൽ ലയിച്ചു. ഞാൻ അവളുടെ മുഖഭാവം ശ്രദ്ധിക്കുകയായിരുന്നു. തിരയടങ്ങിയ കടൽപോലെ അത് ശാന്തമായി വരുന്നു. അവൾ എന്താണ് ആലോചിക്കുന്നത്? സ്ത്രീപുരുഷ ബന്ധത്തെക്കുറിച്ചായിരിക്കുമോ? ഇടുങ്ങിയ കണ്ണുകളിൽനിന്ന് ഒന്നും വായിച്ചെടുക്കാൻ കഴിയുമായിരുന്നില്ല.

പിന്നീട് ഇമാദ് അടുത്തുചെന്ന് അവളോട് എന്തോ സംസാരിക്കുന്നതും അവൾ കയർക്കുന്നതും കണ്ടു. അയാൾ അവളെ അനുനയിപ്പിച്ച് ഡിന്നർ ടേബിളിലിരുത്തി. വുഡ് യു ലൈക് സോഫ്റ്റ് ഡ്രിങ്ക്സ്.

വേണമെന്നോ വേണ്ടെന്നോ അവൾ പറഞ്ഞില്ല.

ഐ തിങ്ക് യു മസ്റ്റ്...

ഇമാദ് ഗ്ലാസിൽ പാനീയം കൊണ്ടുവന്ന് മരിയയ്ക്കു നൽകി. അവൾ എണീറ്റപ്പോൾ കുഴയുന്നുണ്ടായിരുന്നു. ഇമാദ് നൽകിയത് വിസ്കി ആയിരുന്നോ?

അരയിൽ കൈപിണച്ച് അയാൾ അവളെയുംകൊണ്ട് എങ്ങോട്ടോ പോകുന്നു. എനിക്ക് തടയണമെന്നുണ്ട്. പക്ഷേ, ആൾക്കൂട്ടം, പിന്നീടുണ്ടാകുന്ന ബഹളം...

ഇമാദ് അയാളുടെ മുറിയുടെ വാതിൽ അടച്ചു കഴിഞ്ഞതിനു ശേഷമാണ് ഞാൻ അവിടെ എത്തിയത്. താക്കോൽ ദ്വാരത്തിലൂടെ നോക്കിയപ്പോൾ മരിയ അയാളുടെ കിടക്കയിൽ... ദൈവമേ! അയാൾ മരിയയുടെ ദേഹത്ത് ചിത്രം വരയ്ക്കുന്നു! സെക്യൂരിറ്റി ഗാർഡ് വന്ന് ഒളിഞ്ഞുനോട്ടത്തിന് എന്നെ ശാസിക്കുന്നതുവരെ എനിക്ക് അതു കണ്ടുനിൽക്കാനേ കഴിഞ്ഞുള്ളൂ.

■

ഓർമ്മത്തെറ്റുകൾക്കിടയിൽ

നഗരത്തിൽ ഈയിടെ മാത്രം ഇറങ്ങിയ വിലകൂടിയ പട്ടുസാരി ചുറ്റുന്നതിനിടയിൽ സരസ്വതി മകളോട് പറഞ്ഞു.

ഓണമല്ലേ മോളെ, നീ ഇന്ന് സാരിയുടുക്ക്.

സാരി ചുറ്റേണ്ടത് എങ്ങനെയെന്ന് ശകുന്തളയ്ക്ക് അറിയില്ലായിരുന്നു. ചെറുപ്പം മുതലേ ജീൻസും ചുരിദാറുമാണ് ധരിച്ചത്. മമ്മ, സാരി ചുറ്റുന്നത് എങ്ങനെയെന്ന് ഒട്ടൊരു അസൂയയോടെ ശകുന്തള നോക്കി നിന്നു.

സരസ്വതി അവളെ ആശ്വസിപ്പിച്ചു: നിനക്ക് ഞാൻ ചുറ്റിത്തരാലോ...

ശകുന്തളയുടെ ഇളംദേഹത്ത് അമ്മ ഉടുപ്പിച്ച പട്ടുസാരി, ഇണങ്ങിച്ചേരാത്ത നായക്കുട്ടിയെപ്പോലെ വികൃതി കാട്ടിക്കൊണ്ടിരുന്നു. ഒരു ഭാഗം നേരെയാക്കുമ്പോൾ വേറൊരുഭാഗം ശരികേടായും ഞാന്നും...

ടിവിയിൽ ക്രിക്കറ്റ്കളി നടക്കുകയായിരുന്നു. അവളുടെ ഇഷ്ടതാരം രാഹുൽ ദ്രാവിഡ് വിക്കറ്റ് കീപ്പ് ചെയ്യുന്നത് കൗതുകത്തോടെ നോക്കിനിന്നു. അവൾ സാരിയുടെ അലോസരം മറന്നു. കറുമ്പൻ ജയസൂര്യ സ്വീപ്പ് ചെയ്ത് പന്ത് ദ്രാവിഡിന്റെ കൈയിൽനിന്ന് ഊർന്ന് ബൗണ്ടറി കടന്നു. അവൾ തന്നോടുതന്നെ പറഞ്ഞു. സാരമില്ല രാഹുൽ. നിങ്ങളൊരു സ്പെഷ്യലൈസ്ഡ് വിക്കറ്റ് കീപ്പറല്ലല്ലോ.

നേരത്തെ ദ്രാവിഡ് പൂജ്യത്തിന് പുറത്താകുമ്പോൾ ശകുന്തള പറഞ്ഞിരുന്നു, സാരമില്ല രാഹുൽ, വല്ലപ്പോഴുമല്ലേ?

അങ്ങ് ദൂരെ കളിയിൽ, പന്തിന്റെ ചലനത്തിൽ കണ്ണുകൂർപ്പിച്ചിരിക്കുന്ന തനിക്ക് ആരുമല്ലാത്ത രാഹുലിന്, ശകുന്തള മനസ്സിൽ ഒരാശ്വാസചുംബനം നൽകി. മമ്മ അവളെ വീണ്ടും സമീപിച്ചു.

ഇന്ന് ഈ ദിവസം നമ്മൾ ഓണം പരിപാടി നടക്കുന്ന സ്ഥലത്താ. നീ ഇങ്ങനെ ടിവിയുടെ മുമ്പിൽ ഇരിക്കാതെ, വാ പോകാം.

അവൾ മടിയോടെ എഴുന്നേറ്റു.

ലെഷർലാന്റ് ഹാളിൽ നിറയെ ആൾക്കൂട്ടമായിരുന്നു. പ്രവേശന കവാടത്തിനടുത്ത് കുറെ പൂക്കളം. കസവുനേര്യത് അണിഞ്ഞ കുറെ സ്ത്രീകൾ ചുറ്റിലും എന്തൊക്കെയോ പറഞ്ഞ് ചിരിക്കുന്നു. ഗ്യാലറിയിലും നടുത്തളത്തിലും ഇരിപ്പിടം നിറഞ്ഞിരുന്നു.

ആൾക്കൂട്ടത്തെ വകഞ്ഞുമാറ്റി സരസ്വതിയും ശകുന്തളയും നടുത്തളത്തിൽ പ്രധാന വ്യക്തികൾക്കുള്ള ഇരിപ്പിടത്തിൽ സ്ഥാനം പിടിച്ചു.

ഏറെ പ്രചാരമുള്ള സിഗരറ്റിന്റെ പരസ്യംകൊണ്ട് അലങ്കരിച്ചതായിരുന്നു വേദി. മൈക്കിലൂടെ ഇടതടവില്ലാതെ നിർദ്ദേശങ്ങളും അഭ്യർത്ഥനകളും പിന്നെ പരസ്യവാചകങ്ങൾ... ഈ ഓണം ഞങ്ങളുടെ സിഗരറ്റ് പുകച്ച് ധന്യമാക്കൂ.

ശകുന്തള ഇതൊന്നും കേൾക്കുകയുണ്ടായില്ല. അവളോർക്കുകയായിരുന്നു. രാകേഷ് എന്ന കൂട്ടുകാരനെ, പീറ്റർ ആന്ദ്രെ എന്ന ഗായകൻ ഈ വേദിയിൽ വന്ന ദിവസത്തെ. അന്ന് തന്റെ കൂടെ രാകേഷ് ഉണ്ടായിരുന്നു. മെലിഞ്ഞ്, അല്പം കറുത്ത്, തന്റെ പൊക്കമുള്ള രാകേഷ് പീറ്റർ ആന്ദ്രെയുടെ വന്യതാളത്തിനൊപ്പം നൃത്തംവെച്ചത് ഈ നടുത്തളത്തിൽ തന്നെ വാരിച്ചുറ്റിയായിരുന്നു. ആ ഓർമ്മകൾ ശകുന്തളയിൽ കുളിരുകോരിയിട്ടു. എവിടെയാണ് രാകേഷ് ഇപ്പോൾ?

വേദിയിലൊരു പെൺകുട്ടി മോഹിനിയാട്ടം കഴിഞ്ഞപ്പോൾ ഹൈഹീൽ ഷൂസും ജീൻസും ടോപ്പും ധരിച്ച അഞ്ചുപെൺകുട്ടികളും അഞ്ച് ആൺകുട്ടികളും വഗ്രഡാൻസിനുള്ള വട്ടം കൂട്ടി. വേദിയിൽ വർണധൂമം ഉയർന്നു. അതിനിടയിൽനിന്നും പഞ്ചാബി വേഷം ധരിച്ച ഒരാൺകുട്ടി നൃത്തച്ചുവടുവെച്ച് നേതൃത്വം നൽകാനെത്തി.

ശകുന്തള ആ കുട്ടിയെ കണ്ണിമയ്ക്കാതെ നോക്കി. അത് തന്റെ രാകേഷല്ലേ? വർണ്ണധൂമങ്ങളിൽ അവൻ ഇടയ്ക്കിടെ മറയുന്നത് ശകുന്തളയെ ആശങ്കാകുലയാക്കി. അവൾ പതുക്കെ ഇരിപ്പിടത്തിൽ നിന്ന് എഴുന്നേറ്റു. പിന്നെ വേഗത്തിൽ ഓടി, വേദിയിലേക്ക്.

ഹോ... ഹോയ്... ഭംഗ്റ അരങ്ങ് തകർക്കുകയായിരുന്നു. വേദിക്ക് ഇരുവശവുമുള്ള ഗ്യാലറിയുടെ മൂലയിൽ ഡാൻസ് കോർണറിലുള്ള ചെറുപ്പക്കാർ ആവേശനൃത്തം തുടങ്ങി.

ശകുന്തള, വേദിയിൽ ചെന്ന് രാകേഷിനെ കടന്നുപിടിച്ചു. വാ... രാകേഷ് വാ... നമുക്ക് താഴെ ചെന്ന് നൃത്തം ചെയ്യാം.

നൃത്തസംഘം ഒരു നിമിഷം പകച്ചുനിന്നു. സദസ്യർ പക്ഷേ, ഇതെല്ലാം നൃത്തത്തിന്റെ ഭാഗമെന്ന് കരുതി കൈയടിക്കുകയായിരുന്നു.

എന്താണ് സംഭവിച്ചതെന്നറിയാതെ സരസ്വതി സ്തബ്ധയായി, ഇരിപ്പിടത്തിൽനിന്ന് അനങ്ങാൻ കഴിയാതായി.

അപ്രതീക്ഷിത ഇടപെടൽ നൃത്തസംഘത്തിന്റെ ഗായകരെ ആശയക്കുഴപ്പത്തിലാക്കിയിരുന്നു. അവർ ഗാനം നിർത്തി. ഇതിനിടെ മനസ്സാന്നിധ്യം വീണ്ടെടുത്ത്, നൃത്തസംഘത്തിലെ ഒരാൾ ശകുന്തളയെ വേദിയുടെ പിന്നിലേക്ക് കൊണ്ടുപോയി. ഒരു കസേരയിലിരുത്തി. പിന്നീട് തിരിച്ചുവന്ന് നൃത്തം തുടർന്നു.

സരസ്വതി, മകളെ കാണാനായി വേദിയുടെ പിന്നിലേക്ക്. അവിടെങ്ങും ശകുന്തള ഉണ്ടായിരുന്നില്ല. ഭംഗ്റ നൃത്തം കഴിഞ്ഞുവന്ന

പയ്യനോട് സരസ്വതി ആകുലയായി ചോദിച്ചു. എവിടെ എന്റെ മകൾ, എവിടെയാ എന്റെ മകളെ നീ ഇരുത്തിയത്?

അവൻ പരിഭ്രമിച്ചു. ഇതാ ഇവിടെ - ഒഴിഞ്ഞ കസേര ചൂണ്ടി പയ്യൻ പറഞ്ഞു.

അവിടുന്ന് എങ്ങോട്ടുപോയി?

അറിയില്ല. സരസ്വതിയുടെ മനസ്സിൽ നിശ്ശബ്ദമായ ഒരു നിലവിളി ഉയരവെ, ഒരു കാവടിയാട്ടക്കാരൻ കാവടി കറക്കി വേദിയിലേക്ക് ചാടി ച്ചാടി പോയി.

ഭാര്യയുടെ ഫോൺ വരുമ്പോൾ ഡോക്ടർ നരേന്ദ്രൻ ഓപ്പറേഷൻ തിയറ്ററിലായിരുന്നു. അപ്രതീക്ഷിതമായി വന്നുപെട്ട ഒരു ശസ്ത്രക്രിയ യ്ക്ക് നേതൃത്വം നൽകി തളർന്നിരിക്കുകയായിരുന്നു.

മൊബൈലിൽ സരസ്വതിയുടെ നമ്പർ തെളിഞ്ഞപ്പോൾ ഡോക്ടർ ആശ്ചര്യപ്പെട്ടു.

അവൾ വിളിക്കാത്തതാണല്ലോ.

രോഗികളുടെ ഫോൺകോളുകളാണ് തനിക്ക് വരാറുള്ളത്. എന്തു പറ്റി?

ചേട്ടാ, ഞാൻ ലെഷർലാന്റിൽ നിന്നാ വിളിക്കുന്നേ, നമ്മുടെ മകളെ കാണാനില്ല - അവളുടെ ശബ്ദം പതിവില്ലാത്തവിധം വിറയാർന്നതാ ണെന്ന് തോന്നി.

അവളെ ആശ്വസിപ്പിക്കാനായി എന്തെങ്കിലും പറയാൻ കഴിയുന്ന തിന് മുമ്പായി സരസ്വതി തുടർന്നു. ചേട്ടൻ വേഗം വാ, എനിക്ക് പേടി യാകുന്നു.

ലെഷർലാന്റ് ലക്ഷ്യമാക്കി കാർ ഓടിക്കുമ്പോൾ മനസ്സിലൊരുപാട് ദൃശ്യങ്ങൾ അതിവേഗത്തിൽ കാരുണ്യമില്ലാതെ കടന്നുപോയി ക്കൊണ്ടിരുന്നു. ഇരുപതു വർഷത്തെ ഇവിടത്തെ ജീവിതത്തിലെ വലിയ സമ്പാദ്യമെന്ന് കരുതിയിരുന്ന മകൾ നഷ്ടമാവുകയാണോ? ഇടയ്ക്കിടെ മനോനില തെറ്റുന്ന മകൾ മുഴുഭ്രാന്തിയാകാൻ അധിക കാലം ഇല്ലെന്ന് ഈയിടെ സ്റ്റേറ്റ്സിൽനിന്നും ഇവിടെയെത്തിയ മനോരോഗവിദഗ്ധൻ മുന്നറിയിപ്പ് നൽകിയിരുന്നല്ലോ? അവൾക്ക് കഴിയുന്നത്ര സ്നേഹവും പരിചരണവും നൽകുക - ഡോക്ടർ ജോൺ പറഞ്ഞിരുന്നു. തനിക്ക് അത് കഴിഞ്ഞോ? എവിടെയാണ് പിഴച്ചത്? ഒന്നുമില്ലാത്തവൻ ആർഭാട ത്തിന് ദാഹിക്കുമ്പോൾ ഇങ്ങനെയൊക്കെ സംഭവിക്കുമോ?

വണ്ടി കുതിച്ചുപായവേ, അയാളുടെ ഉള്ളിൽ ഒരുപാട് ആക്രോശ ങ്ങളും നിലവിളികളും വീണ്ടും ഉയർന്നു. തന്റെ മകൾ, എല്ലാമായ മകൾ...

അയാൾ ലെഷർലാന്റിലെത്തുമ്പോൾ സരസ്വതി, വേദിക്കുപിന്നിൽ ഒരു കസേരയിൽ തളർന്നിരിക്കുകയായിരുന്നു. ചുറ്റിലും നാലഞ്ച് സ്ത്രീകൾ.

നരേന്ദ്രൻ സരസ്വതിയെ കൈപിടിച്ച് ആശ്വസിപ്പിക്കുമ്പോൾ, സ്ത്രീകളിലൊരാൾ പറഞ്ഞു. സുഖമില്ലാത്ത കുട്ടിയെ കൊണ്ടുവരേണ്ടിയിരുന്നില്ല. സരസ്വതി തലകുനിച്ചിരുന്നു. സംഘാടകരിൽ ഒരാൾ, നരേന്ദ്രനെ അല്പം അകലേക്ക് കൂട്ടിക്കൊണ്ടുപോയി. മൈക്കിൽ അനൗൺസ്മെന്റ് ചെയ്യണോ, അതോ പരിപാടി തീരുന്നതുവരെ കാത്തിരിക്കണോ?

ഏതായാലും കുട്ടി ഹാളിൽനിന്നും പുറത്തുപോയിരിക്കാൻ സാധ്യതയില്ല. ആൾക്കൂട്ടത്തിലെവിടെയെങ്കിലും ഉണ്ടാകും. പേടിക്കാനില്ല.

വേണ്ട, അനൗൺസ് ചെയ്യേണ്ട - നരേന്ദ്രൻ ആരുടെയും മുഖത്തു നോക്കാതെ പറഞ്ഞു.

നൃത്തം കഴിഞ്ഞ്, ഗാനമേള തുടങ്ങിയപ്പോൾ ഡാൻസ് കോർണറിന് തീപിടിച്ചപോലെയായി വേദിയിൽനിന്ന് ഉയരുന്ന പ്രചണ്ഡമായ സംഗീതത്തിന് ഒപ്പിച്ച് എല്ലാവരും ആടിത്തിമർക്കുന്നു. അപ്പോൾ ആരോ വന്ന് പറഞ്ഞു. വേദിയുടെ പലകകൾക്കിടയിൽ ഒരു പെൺകുട്ടി. സുരേന്ദ്രനും സരസ്വതിയും ഓടിച്ചെന്നു.

ശകുന്തള സ്റ്റേജിനടിയിൽ ഒരു മൂലയിൽ കുനിഞ്ഞിരിക്കുന്നു. ഒരു പൂച്ചക്കുട്ടിയെപ്പോലെ. അവൾ എന്തോ തിരയുന്നുമുണ്ട്.

നരേന്ദ്രനെ കണ്ട് അവൾ ചോദിച്ചു. എവിടെ എന്റെ രാകേഷ്?

നരേന്ദ്രൻ തന്നോടുതന്നെ ചോദിച്ചു. ആരാണ് രാകേഷ്. അയാൾക്ക് ഓർത്തെടുക്കാൻ കഴിഞ്ഞില്ല.

സരസ്വതി കുനിഞ്ഞ് അവളുടെ അടുത്തേക്ക് ചെന്നു. പക്ഷേ, അവൾക്ക് ആരെയും തിരിച്ചറിയാൻ കഴിയുമായിരുന്നില്ല.

അവൾ പുലമ്പിക്കൊണ്ടിരുന്നു. എവിടെ രാകേഷ്?

വേദിക്കു പിന്നിൽ നടുത്തളത്തിലും ഇരുവശമുള്ള ഗ്യാലറിയിലും ഹംതുംപേ മർത്തെ ഹൈ എന്ന ഗാനത്തിനൊപ്പം നൃത്തമാടുന്ന ആളുകൾ. അവർ ഒന്നിച്ചാടി തിരമാല തീർക്കുകയാണ്. ഭ്രാന്തമായ കടലിന്റെ അലമാലകൾപോലെ. അവരുടെയിടയിലൂടെ ശകുന്തളയുടെയും സരസ്വതിയുടെയും കൈപിടിച്ച് ഡോ. നരേന്ദ്രൻ പുറത്തേക്ക്.

■

മില്ലേനിയം ബഗ്

ലിവാ കോണ്ടിനെന്റൽ ഹോട്ടലിന്റെ സവിശേഷത, അതിന് പഞ്ച നക്ഷത്ര പദവി ഉണ്ടെന്നത് മാത്രമല്ല. അന്യനാട്ടിലെ ഈ നഗരത്തിൽ മലയാളിയുടെ നേട്ടത്തിന്റെ അസൂയാർഹമായ ഔന്നത്യംകൂടി അത് കാഴ്ചവെയ്ക്കുന്നു. മറ്റൊന്ന്- ആഘോഷവേളകളിൽ അസാധാരണവും നൂതനവും നിറപ്പകിട്ടുള്ളതും വൈവിധ്യപൂർണവുമായ ഒട്ടനവധി രംഗങ്ങളൊരുക്കി അതിഥികളെ വിസ്മയിപ്പിക്കും. (അതിഥികളെ വിസ്മയിപ്പിക്കുന്നതിലും ആഹ്ലാദിപ്പിക്കുന്നതിലുമാണ് വിജയമിരിക്കുന്നതെന്ന് ഹോട്ടലുടമ പത്തനംതിട്ട കല്ലേപ്പിള്ളീൽ ഔസേപ്പച്ചൻ അറിഞ്ഞിരുന്നു, നാട്ടിൽ വെച്ചുതന്നെ. അതുകൊണ്ട് അസൂയക്കാർ ഐസ്ക്രീം ഔസേപ്പച്ചൻ എന്നു കൂട്ടി വിളിച്ചു) പറഞ്ഞുവരുന്നത് ആഘോഷവേളകളെക്കുറിച്ചാണ്. കഴിഞ്ഞ തവണ പുതുവൽസരത്തിന്റെ തലേന്ന് നഗരത്തിന്റെ ഒഴുക്ക് ഔസേപ്പച്ചന്റെ ലിവായിലേക്കായിരുന്നു. ഹോട്ടലിന് കീഴെ ഭൂഗർഭത്തിലുള്ള പാർക്കിംഗിൽ വിലകൂടിയ കാറുകൾ.

അന്ന് രാത്രിയിൽ ലിവാ കോണ്ടിനെന്റൽ ഒരു സ്ഫടികക്കൊട്ടാരം പോലെ. ചില വർണവിളക്കുകൾ ഹോട്ടലിനു ചുറ്റും സ്ഥാപിച്ചു കൊണ്ടാണ് ഗ്ലാസ് ചുമരുകളുള്ള ഹോട്ടലിന് സ്ഫടികക്കൊട്ടാരത്തിന്റെ പ്രതീതി വരുത്തിയത്.

ഹോട്ടലിനകത്തെ ഓരോ മുറിയിലും ഊദിന്റെ ഗന്ധം. താഴത്തെ നിലയിലെ വിശാലമായ ബാൾ റൂമിൽ ഞരമ്പുകളെ ത്രസിപ്പിക്കുന്ന കളികൾ - റീത്താ ശർമ എന്ന പരസ്യമോഡൽ നയിച്ച അന്താക്ഷരി ആയിരുന്നു പ്രധാനം.

റീത്താ ശർമയുടെ കൂടെ ഒരുദിവസം ചെലവിടാനുള്ള നറുക്കെടുപ്പ് വേറെ.

അങ്ങനെ, റീത്താ ശർമയെന്ന ആകർഷണവലയത്തിന് ചുറ്റും ചെറു ഗോളങ്ങളായി നഗരത്തിലെ സമ്പന്നർ. സമൃദ്ധമായ മദ്യത്തിനും ഭക്ഷണത്തിനും ശേഷം റീത്താ ശർമയുടെ ചുംബനവും വാങ്ങി ഓരോരുത്തായി പിരിഞ്ഞപ്പോൾ പുലർച്ചെ.

നഗരത്തിലെ ദ് സ്ട്രീറ്റ് ഇംഗ്ലീഷ് ന്യൂസ് പത്രത്തിന്റെ ചീഫ് ന്യൂസ് എഡിറ്റർ ടി. അബ്ദുല്ല മലബാരി, പുതിയ സഹസ്രാബ്ദത്തെ വരവേൽക്കാനുള്ള പത്രത്തിന്റെ സപ്ലിമെന്റുകൾക്ക് രൂപം നൽകുമ്പോഴാണ് ഔസേപ്പച്ചന്റെ നിലവിളി കേട്ടത്.

ഹോ എന്റെ മലബാരി, എന്നെ ഒന്നു രക്ഷിക്കൂ.

അല്പം അകത്തുചെന്നാൽ ഔസേപ്പച്ചന് ധർമ്മസങ്കടങ്ങൾ നിലവിളിയായി വരും. അതുകൊണ്ട് മലബാരി അത് കാര്യമായി എടുത്തില്ല. ഔസേപ്പച്ചൻ കസേരയിലിരുന്ന് ഒരു ക്യൂബൻ ചുരുട്ട് ചുണ്ടിൽ വെച്ചു.

എന്താ, എന്താ കാര്യം? -മലബാരി കമ്പ്യൂട്ടർ ഓഫ് ചെയ്ത് ഔസേപ്പച്ചനെ നോക്കി. ഔസേപ്പച്ചന്റെ കത്തിക്കാത്ത ചുരുട്ടിനും ചുണ്ടിനുമിടയിൽ ഒരു ചെറുചിരി വിടർന്നു.

മില്ലേനിയമാ വരുന്നത്. നമുക്ക് ഹോട്ടലിൽ എന്തൊക്കെ ചെയ്യാനുണ്ട്. താൻ കുറച്ച് ഐഡിയാസ് താ.

വാസ്തവത്തിൽ മലബാരിയുടെ ആശയങ്ങൾക്കല്ല ഔസേപ്പച്ചൻ വന്നത്. സഹസ്രാബ്ദത്തെ വരവേൽക്കുന്ന ഹോട്ടലുകളെ സംബന്ധിച്ച ഫീച്ചറുകളിൽ പ്രഥമസ്ഥാനം ലിവാ കോണ്ടിനെന്റലിന് കിട്ടണം. അത് തുറന്നു പറയുന്നതെങ്ങനെ?

മലബാരി ഔസേപ്പച്ചനെ വീഴ്ത്താനുള്ള വല നേരത്തെ കെട്ടി കാത്തിരിക്കുകയായിരുന്നു.

ഔസേപ്പച്ചാ, ഞാൻ ഭയങ്കര തിരക്കിലാ, സഹസ്രാബ്ദപ്പുലരിക്കു മുമ്പത്തെ ദിവസം അമ്പതു പേജാ സപ്ലിമെന്റ്. അതിൽ പത്ത് പേജു വരും അടുത്ത നൂറ്റാണ്ടിലെ വ്യക്തികളെയും സ്ഥാപനങ്ങളെയും പറ്റിയുള്ള ഫീച്ചറുകൾ. പക്ഷേ, ഒരു കണ്ടീഷനുണ്ട്. കൂടുതൽ പരസ്യം ആരു തരുന്നുവോ അവർക്കാ പ്രാമുഖ്യം കിട്ടുക.

ഔസേപ്പച്ചൻ കണക്കുകൂട്ടി. ദ് സ്ട്രീറ്റിലെ ഫീച്ചറുകൾക്ക് വായനക്കാർ വില കല്പിക്കും. നഗരത്തെ ഉന്നതന്മാരൊക്കെ അതിന്റെ വായനക്കാർ. ഇവിടെ കാശിറക്കിയേ മതിയാകൂ.

"ഓകെ. അതുപോട്ടെ, മില്ലേനിയം നൈറ്റിന്റെ ഒരു റിഹേഴ്സൽ നാളെ ഹോട്ടലിൽ നടത്തുന്നു.

നമ്മൾ അടുത്തറിയുന്ന ആളുകളെ മാത്രമേ വിളിച്ചിട്ടുള്ളൂ. താനെന്തായാലും വരണം. മില്ലേനിയം നൈറ്റിന് എന്തൊക്കെ വേണമെന്ന് നമുക്കവിടെ വെച്ച് തീരുമാനിക്കാം."

വ്യക്തികളെയും സ്ഥാപനങ്ങളെയും ഒറ്റരാത്രികൊണ്ട് സ്വപ്നസദൃശമായ ഉയരങ്ങളിലെത്തിക്കുന്ന ദ് സ്ട്രീറ്റ് ദിനപത്രത്തിന്റെ ഉടമ

ഫ്രാങ്ക് ദു ആനെക്കൂടി വണങ്ങി മടങ്ങുന്നേരം ഔസേപ്പച്ചൻ, സ്റ്റെല്ലാ ജേക്കബ് എന്ന മലയാളി സുന്ദരിയെക്കൂടി ഓർത്തു.

പതിനെട്ടിടങ്ങളിൽ അഭിമുഖം കഴിഞ്ഞിട്ടും ജോലി കിട്ടാത്ത സുഗുണൻ നാട്ടിലേക്ക് തിരിച്ചുപോകുന്നതിനെക്കുറിച്ച് ചിന്തിച്ചു തുടങ്ങിയിരുന്നു. വ്യർത്ഥമായ മൂന്നുമാസത്തെ അലച്ചിലും ചെലവഴിച്ചു തീർന്ന പണവും നോക്കുകുത്തിയെപ്പോലെ എപ്പോഴും മുന്നിൽ വന്നുനിൽക്കും. പക്ഷേ, തിരിച്ചുപോയിട്ട് വീട്ടുകാരോട് എന്തു പറയും? അതോർക്കുമ്പോൾ...

പത്രത്തിന്റെ ക്ലാസിഫൈഡിൽ ഒന്നുകൂടി പരതി. ഇല്ല, എല്ലാം വിളിച്ചന്വേഷിച്ചതാണ്. ഇനി, ബയോഡാറ്റ അയച്ചിടങ്ങളിൽനിന്നും വിളിവരുമെന്ന പ്രതീക്ഷയും വേണ്ട. മുറിയുടെ ഏകാന്തതയും തന്നെ പരീക്ഷിക്കുന്നുവെന്ന് തോന്നിയ പ്പോൾ സുഗുണൻ ഇറങ്ങി നടന്നു.

പുറത്ത്, സൂര്യതാപം ഉയർന്നുതുടങ്ങിയിരുന്നു. പക്ഷേ, കനത്ത ചൂടിൽ ഒരുപാട് ദിവസങ്ങൾ നടന്നുതീർത്ത സുഗുണന് അതൊരു പ്രശ്നമായില്ല. ചൂടുകാരണം തെരുവിൽ വിരലിലെണ്ണാവുന്നവർ മാത്രം. അവർ ധൃതിയിൽ ലക്ഷ്യസ്ഥാനത്തേക്ക്.

സുഗുണനിൽ ധൃതിയുണ്ടായിരുന്നില്ല. ഇവിടെയെത്തിയ ആദ്യത്തെ രണ്ടുമാസം എല്ലാം ധൃതിയിലായിരുന്നു. ഈ അവസാനനിമിഷം ധൃതി കൂട്ടിയിട്ട് എന്തു കാര്യം? വിലകൂടിയ, നിരവധി കാറുകളിൽ സുന്ദരികളും സുന്ദരന്മാരും. ഇത്തരം കാഴ്ചകളെല്ലാം ദിവസവും കാണുന്നതാക യാൽ കൗതുകം തോന്നിയില്ല. തെരുവിൽ ഒരു മരത്തണലിൽ മൂന്ന് പാക്കിസ്ഥാനികൾ കിടന്നുറങ്ങുന്നു. അവരും ജോലിയില്ലാത്തവരാ യിരിക്കാം.

സുഗുണൻ അടുത്തുള്ള കഫറ്റേരിയയിൽ കയറി. "ഒരു ഗ്ലാസ് വെള്ളം തരുമോ." കഫറ്റേരിയയിൽ മലയാളി എന്നുതോന്നിക്കുന്ന വെയ്റ്റർ തുറിച്ചുനോക്കി.

ഒരു ഗ്ലാസ് വെള്ളം ആരും ചോദിക്കാറില്ല. ഒരു ബോട്ടിൽ വെള്ളം, അല്ലെങ്കിൽ പെപ്സി, അല്ലെങ്കിൽ ചായ. ജോലിയന്വേഷിച്ച് നടക്കുക യായിരിക്കും - വെയ്റ്റർക്ക് സഹതാപം തോന്നി.

അതെ -സുഗുണൻ തലകുനിച്ചു.

എത്ര മാസമായി വന്നിട്ട്?

മൂന്ന്.

വെയ്റ്റർ വിഷാദം ഭാവിച്ചു. എന്തോ ഓർത്തിട്ടെന്നപോലെ പറഞ്ഞു.

ആ കാണുന്ന ലിവാ കോണ്ടിനെന്റലിൽ ആളുകളെ എടുക്കുന്നു ണ്ടെന്ന് കേട്ടു. മലയാളിയുടേതാ. രാത്രി ചെന്ന് അന്വേഷിച്ചാൽ അതിന്റെ ഉടമയെ കാണാൻ കഴിഞ്ഞേക്കും.

ജോലി അന്വേഷിച്ചെത്തുന്നവരുടെ ബഹളം കാരണം രണ്ട് സെക്യൂരിറ്റിക്കാർ കൂടുതൽ കാണും ഗെയ്റ്റിൽ. ഗെയ്റ്റ് വഴി കടക്കേണ്ട. മതിൽ ചാടിക്കോ.

ലിവാ കോണ്ടിനെന്റലിന്റെ കനത്ത മതിൽ ഒരു പർവതംപോലെ തോന്നിച്ചു. അത് ചാടിക്കടക്കാൻ കഴിയില്ല. അവൻ അള്ളിപ്പിടിച്ച് കയറാൻ നോക്കി. മൂന്നാമത്തെ ശ്രമത്തിൽ വിജയം കണ്ട് മതിലിന് മുകളിലായി. ഇനി ചാടണം. താഴെ കുഴി. അവന് ഭയമായി, പിന്നോട്ട് ചാടിയാലോ. ദൈവമേ, ചരൽക്കല്ല്, എങ്ങോട്ടാണ് ചാടേണ്ടത്? അപ്പോൾ അകലെ നിന്നും ഒരു ദീനരോദനം കേട്ടു. ക്യാൻസർ വേദനയിൽ പുളയുന്ന അമ്മയുടേതല്ലേ അത്?

അവൻ മുന്നിലേക്ക് ചാടി. പിന്നെ, കാലിൽ മുറിവ് പറ്റിയത് മറന്ന്, വേച്ചുവേച്ചു നടന്നു. ലിവാ കോണ്ടിനെന്റലിന്റെ ബാൾറൂം പ്രകാശമാന മായിരുന്നു. സ്യൂട്ടിലും തിളങ്ങുന്ന വേഷത്തിലുമായി അമ്പതോളം സ്ത്രീ പുരുഷന്മാർ ചെറുചെറു സംഘങ്ങളായി, ചഷകം കൈയിലേന്തി... കൂട്ടത്തിൽ സ്റ്റെല്ലാ ജേക്കബും സറീന വാഹിദും ചലിക്കുന്ന മെഴുകു തിരികൾപോലെ. സ്റ്റെല്ലാ, താൻ ശരിക്കും ജനിഫർ ലോപ്പസ് തന്നെ - ഔസേപ്പച്ചൻ, തന്നെ ഒരു ഹോളിവുഡ് നടിയോട് ഉപമിച്ചതിൽ സ്റ്റെല്ല അഭിമാനം കൊണ്ടു. സ്റ്റെല്ലയുടെ ഭർത്താവ് ജേക്കബ് ഒരു അക്കൗണ്ടന്റ് മാത്രമാണെങ്കിലും സ്റ്റെല്ലയുടെ അഭൗമസൗന്ദര്യം കാരണം ഉന്നതരുടെ പാർട്ടികളിലെല്ലാം അവർക്കും ഭർത്താവിനും സ്ഥാനമുണ്ട്. വിശേഷിച്ച് ഔസേപ്പച്ചന്റെ പാർട്ടികളിൽ.

സ്റ്റെല്ല അടുത്തുചെന്നപ്പോൾ സെറീന തെന്നിമാറി. കാരണം, താൻ സുന്ദരിയാണെങ്കിലും സ്റ്റെല്ലയോടൊപ്പം നിൽക്കുമ്പോൾ പുരുഷ ന്മാരുടെ നോട്ടം കൂടുതലും സ്റ്റെല്ലയിലേക്കേ പോകൂ എന്ന് സെറീന യ്ക്കറിയാം.

നഗരത്തിലെ പ്രശസ്ത കമ്പ്യൂട്ടർ കടയുടമയും ബാങ്ക് മാനേജരു മായ അനുഷ അഗർവാൾ, കമ്പ്യൂട്ടർ ശൃംഖലകൾക്ക് ശല്യമായേക്കാവുന്ന മില്ലേനിയം ബഗിനെ നേരിടാൻ തന്റെ കടയിൽ എത്തിച്ചേർന്ന സാമഗ്രി കളെക്കുറിച്ച് കൂട്ടുകാരുമായി സംസാരിച്ച് നിൽക്കുമ്പോഴാണ് സുഗുണൻ വേച്ച് വേച്ച് ബാൾറൂമിൽ എത്തിയത്.

ഔസേപ്പച്ചൻ ആശ്ചര്യപ്പെട്ടു. ആരാണിത്? പരിചിതർക്കും സ്യൂട്ട് ധാരികൾക്കും മാത്രമാണല്ലോ ഈ പാർട്ടിയിലേക്ക് ക്ഷണം നൽകി യിരുന്നത്. വൃത്തിയുള്ള, വിലകൂടിയ ഒരു സ്യൂട്ടിനുമേൽ ഒരു മൂട്ട പ്രത്യക്ഷപ്പെട്ട് നാണംകെടുത്തുന്നതുപോലെ മുഷിഞ്ഞ വേഷത്തിൽ ബാൾ റൂമിലെത്തിയ സുഗുണൻ, ഔസേപ്പച്ചന് അലോസരമായി.

സുഗുണന്റെ നടപ്പും ഭാവവും കണ്ട് എല്ലാവരും അങ്ങോട്ടേക്ക് തിരിഞ്ഞു. അതുവരെ തകർത്തുപെയ്തിരുന്ന ബാന്റ്മേളവും വെടി

പറച്ചിലും നിന്നു. ഔസേപ്പച്ചൻ ഫ്ളോർമാനേജരെ വിളിച്ചു. എന്നിട്ട് ക്ഷോഭിച്ചു. ആരാണിത്? പുറമെനിന്ന് ആരെയും കടത്തിവിടേണ്ടെന്ന് പറഞ്ഞിരുന്നില്ലേ?

ക്ഷമിക്കണം സർ, അയാൾ പിന്നിലൂടെയാകണം വന്നത്.

റബ്ബിഷ്, ഔസേപ്പച്ചൻ സുഗുണന് നേരെ കുതിച്ചു. എന്തോ പന്തി കേടുണ്ടെന്ന് തിരിച്ചറിഞ്ഞ സ്റ്റെല്ലയും മലബാരിയും പിന്നാലെ. ഔസേപ്പച്ചൻ സുഗുണന്റെ കഴുത്തിന് പിടിച്ചു. സുഗുണൻ ഔസേപ്പ ച്ചന്റെ കാലിൽ വീണു.

അയാൾ വാവിട്ടു. ഒരു ജോലിക്കുവേണ്ടി വന്നതാണ്... ക്ഷമിക്കണം സാർ...

ഔസേപ്പച്ചന്റെ കലി അടങ്ങിയില്ല. അയാൾ സുഗുണനെ തൊഴിച്ചു.

ക്ഷീണിതനെങ്കിലും ഒത്ത ഉയരവും തടിയുമുള്ളവനായിരുന്നു സുഗുണൻ. അവന്, വേണമെങ്കിൽ, ഔസേപ്പച്ചനെ തിരിച്ച് തൊഴിക്കാം..., പക്ഷേ...

സ്റ്റെല്ല, അവന്റെ ആകാരത്തിലേക്ക് നോക്കി. അവൾ സൗമ്യവതി യായി.

എന്തുജോലി അറിയാം? സ്റ്റെല്ല ചോദിച്ചു.

എം.കോം വരെ പഠിച്ചിട്ടുണ്ട്. അവൻ നിഷ്കളങ്കതയോടെ പറഞ്ഞു. നിഷ്കളങ്കഭാവമാണ് അവന് വിനയാകുന്നതെന്ന് മലബാരി ഊഹി ച്ചെടുത്തു.

ഇക്കാലത്ത് നിഷ്കളങ്കനായ ആളെ ആരും ജോലിക്കെടുക്കില്ല. കൗശലമുഖം വേണം. സൂത്രത്തിൽ, എളുപ്പത്തിൽ കച്ചവടം ഒപ്പിക്കുന്ന വനെ മാത്രമേ ആരും ജോലിക്ക് നിർത്തുകയുള്ളൂ.

നാട്ടിൽ എന്തു ജോലി ചെയ്തിട്ടുണ്ട്. മലബാരി ചോദിച്ചു. ഞാൻ, ഞാൻ... സുഗുണൻ തപ്പിത്തടഞ്ഞു.

നാട്ടിൽ ജോലിയൊന്നും കിട്ടിയിരുന്നില്ല. പൊടുന്നനെ എന്തോ ഓർമ്മയിൽ തടഞ്ഞതുപോലെ പറഞ്ഞു.

തെയ്യം കെട്ടിയിട്ടുണ്ട്. ഒറ്റക്കോലം തെയ്യം.

സ്റ്റെല്ലയും മലബാരിയും ആർത്തുചിരിച്ചു. ഇവിടെ തെയ്യംകെട്ടു കാരന് എന്തു പ്രസക്തി.

ചിരി പതുക്കെ മറ്റുള്ളവരിലേക്ക് പടർന്നു.

എല്ലാവരും സുഗുണന് ചുറ്റും നിന്ന് ഒരു അജ്ഞാതജീവിയെ എന്നപോലെ തുറിച്ചുനോക്കി.

ബാൾ റൂം കറങ്ങുകയാണെന്ന് സുഗുണന് തോന്നി. കറങ്ങിക്കറങ്ങി

അത് കൊയ്ത്തുകഴിഞ്ഞ പാടമായി. ചുറ്റുമുള്ളവർ തെയ്യം കാണാൻ വന്ന നാട്ടിൻപുറത്തുകാരും.

അവൻ, തെങ്ങോലപ്പീലി തലയിൽചുറ്റിയ, മുഖത്ത് ചായമിട്ട കാലിൽ ചിലമ്പണിഞ്ഞ വിഷ്ണുമൂർത്തിയായി ചുവടുവെച്ചു.

ഔസേപ്പച്ചന്റെ അതിഥികൾക്ക് അത് കൗതുകമുണർത്തിയ അനുഭവമായി.

■

നാടകം പ്രവേശിക്കുന്നു ഇതാ, ജീവിതത്തിലേക്ക്

എഴുതി പൂർത്തിയാക്കിയിട്ടും അരങ്ങിലെത്താത്ത നാടകംപോലെയാണ് അവർ രണ്ടുപേരും. അവർക്കിടയിൽ ഒരുപാട് സാമ്യതകൾ. സാമ്യതയില്ലാത്ത സംഗതികൾ കുറച്ചേയുള്ളൂ...

റിയാള് ഹംദാൻ തുർക്കിക്കാരൻ. സുകുമാരൻ തത്തമംഗലം, മലബാരി.

റിയാള് കിഴവൻ. സുകു ചെറുപ്പക്കാരൻ.

റിയാള് കടയുടമ. സുകു സഹായി.

എന്നാൽ ഇത്തരം വ്യത്യസ്തതകളെ നിസ്സാരവൽക്കരിക്കുന്നതാണ് അവരുടെ പൊരുത്തങ്ങൾ.

റിയാള് നാടകം പഠിച്ചിട്ടുണ്ട്. രചനയും സംഗീതവും നിർവഹിക്കാനറിയാം. അടിയന്തരഘട്ടത്തിൽ തന്റെ ശരീരത്തിനിണങ്ങുന്ന വേഷവും കെട്ടും. ചെറുപ്പത്തിൽതന്നെ ലോകപ്രശസ്ത വേദികൾ കണ്ട് പരിചയിച്ചയാളുമാണ്.

സ്കൂളിൽ പഠിക്കുന്ന കാലം തൊട്ടേ സുകുവിന്റെ തലയിലും നാടകമുണ്ട്. തോപ്പിൽ ഭാസിയുടെയും കെ.ടി. മുഹമ്മദിന്റെയും നാടകങ്ങളിലെ സംഭാഷണങ്ങൾ ഉരുവിട്ട് പഠിച്ച് ആൽത്തറ അരങ്ങാക്കി മാറ്റിയവൻ. പാർട്ടിക്കു വേണ്ടി തെരുവുനാടകങ്ങൾ സംവിധാനം ചെയ്തവൻ.

എന്നാൽ രണ്ടുപേർക്കും നാടകകല ഈ നഗരത്തിലെ ജീവിതത്തിന് ഉതകിയില്ല. ഒരു നേരത്തെ ഭക്ഷണംപോലും നൽകിയില്ല. ജീവിതത്തിന്റെ അരങ്ങിൽ, കീറിപ്പറിഞ്ഞ തിരശ്ശീലയായി ഞാനെന്ന് മദ്യപിച്ച് ലക്കു കെട്ട് ഒരു രാത്രിയിൽ റിയാള് സുകുവിനോട് വിതുമ്പിപ്പറഞ്ഞത് അതുകൊണ്ടാണ്.

നഗരത്തിന് തീർത്തും അന്യമായ ഈ നിസ്സംഗതയാണ് ഇപ്പോൾ രണ്ടു പേരുടെയും മുഖമുദ്ര. പണ്ട് ആരിൽനിന്നോ കടം വാങ്ങി ആരംഭിച്ച ഈ കടയിലേക്ക് ആരും വന്നില്ലെങ്കിലും റിയാളിന് ഒന്നുമില്ല. കൃത്യമായി ശമ്പളം കിട്ടിയില്ലെങ്കിൽ സുകുവിനും പരാതിയില്ല. നാടകത്തിനാവശ്യമായ വേഷവിധാനങ്ങളും മറ്റും വില്പനയ്ക്കുള്ള ഈ

കടയിൽ രണ്ടുപേരും എല്ലാ ദിവസവും രാവിലെ പ്രത്യക്ഷപ്പെടുന്നു; ഒരനുഷ്ഠാനം കണക്കെ. പ്രവേശന കവാടത്തിലെ കസേരയിൽ കാൽ ഒന്ന് കയറ്റി സിഗരറ്റ് പുകച്ച് ഇരിക്കുന്നത് റിയാള്. കൂട്ടിയിട്ട തിരശ്ശീല കൾക്കും കസേരകൾക്കുമിടയിലെ പ്ലൈവുഡ് കട്ടിലിൽ ഓർമ്മകളെ താലോലിച്ച് വിശന്ന് കിടക്കുന്നത് സുകു. പരസ്പരം ചോദ്യങ്ങളോ ഉത്തരങ്ങളോ ഇല്ല.

അപ്പോഴാണ്, നഗരത്തിലെ അതിജീവനത്തിന് ചെറിയ ചില നാടകങ്ങൾ ആടേണ്ടതിന്റെ അനിവാര്യത സുകുവിന് ബോധ്യപ്പെടുക.

രംഗം ഒന്ന്

നഗരത്തിലെ പ്രധാന തെരുവ്. വാഹനങ്ങളും കാൽനടക്കാരും ധൃതി പിടിച്ച് ലക്ഷ്യത്തിലേക്കോടുമ്പോൾ, അതിനൊരപവാദമായി മെല്ലെ നടന്നുനീങ്ങുന്ന സുകു. കൈയിൽ ഒരുകൂട്ടം താക്കോൽ. ഒരുപാട് സ്ഥാപനങ്ങൾ തന്റെ കീഴിലുണ്ടെന്ന ഭാവമാണ് അപ്പോൾ. ഇസ്തിരി യിട്ട് വടിവൊപ്പിച്ച വേഷം ഒരു എക്സിക്യൂട്ടീവിനെ ഓർമ്മിപ്പിക്കും.

തെരുവോരത്തെ മികച്ച ഒരു ഹോട്ടലിലേക്ക് കയറി ബിരിയാണി കഴിച്ച് ഏമ്പക്കം വിട്ട് കാഷ്യറുടെ അടുത്ത് താക്കോൽക്കൂട്ടം ചുഴറ്റുന്ന സുകു, പോക്കറ്റിൽ കൈയിട്ട് "അയ്യോ എന്റെ പെഴ്സ്" എന്ന് ഉച്ചത്തിൽ പറയുന്നു. കളിവിട് മോനെ എന്ന മട്ടിൽ ഇരിപ്പിടത്തിൽനിന്ന് എഴുന്നേറ്റ് സുകുവിന്റെ കൈയ്ക്ക് പിടിക്കുന്ന കാഷ്യർ.

സുകു (തറയിലും, മുമ്പ് ഇരുന്നിടത്തും നോക്കി അസ്വസ്ഥതയോടെ): എന്റെ പെഴ്സ് കാണുന്നില്ല.

കാഷ്യർ: തേരാ പാരാ നടക്കുന്ന തനിക്കെവിടെന്നാടോ പെഴ്സ്?

സുകു (ദേഷ്യത്തോടെ): ഒരുമാതിരി മറ്റേ വർത്തമാനം പറയരുത്. തനിക്ക് എന്റെ കാശല്ലേ വേണ്ടത്... അത് ഞാൻ തരും... മാന്യൻമാരെ...

കാഷ്യർ: ഏത് മാന്യൻ... എനിക്ക് നിന്നെ അറിഞ്ഞുകൂടെന്നാണോ നീ കരുതിയത്? കഴിഞ്ഞയാഴ്ച ഹോട്ടൽ ബദ്രിയയിൽ നീ ഇതേ നാടകം കളിച്ചില്ലേ? അത് ഞാൻ കണ്ടതല്ലേ?

സുകു ഇളിഭ്യതയോടെ: അല്ല, ചേട്ടാ, ഞാൻ...

കാഷ്യർ: നിന്നെ വിടുന്ന പ്രശ്നമില്ല. പൊലീസിൽ കൊടുക്കും.

ഇതിനിടയിൽ ഹോട്ടലിൽ ഒരു ആൾക്കൂട്ടം രൂപപ്പെടുന്നു. 'കണ്ടാ ലെന്ത് മാന്യൻ' തുടങ്ങിയ മുറുമുറുക്കൽ. ആൾക്കൂട്ടത്തിൽനിന്ന് ഒരാൾ മുന്നോട്ട് വരുന്നു. അയാളെ കണ്ട് കരച്ചിലോടെ സുകു: ലത്തീഫ്ക്കാ, ഒരു പത്തുരൂപ കൊടുത്തേ ഇയാൾക്ക്... ഇവർ എന്നെ വിടുന്നില്ല.

ലത്തീഫ് പത്ത് റിയാൽ കാഷ്യർക്ക് കൊടുത്ത് പ്രശ്നം തീർക്കുന്നു.

രംഗം രണ്ട്

ലത്തീഫിന്റെ മുറി. മടക്കിവെയ്ക്കാത്ത പുതപ്പും അങ്ങിങ്ങ് ചിതറിക്കിടക്കുന്ന കസേരകളും പാത്രങ്ങളും. വലിയൊരു വീഡിയോ സി.ഡി. പ്ലേയറുമായി കടന്നുവരുന്ന സുകു. മുഖം നിറയെ ചിരി.

കസേരയിൽ വായിച്ചുകൊണ്ടിരുന്ന ലത്തീഫ് ആശ്ചര്യത്തോടെ: ഇതെന്താ വലിയ ചുമടുമായിട്ട്.

സുകു: നല്ല കുറച്ചു സീഡീസ് കിട്ടി. പഥേർ പാഞ്ചാലി, കസാബ്ലാങ്ക, ബൈസിക്കിൾ തീവ്സ്, ന്യൂസ് പേപ്പർ ബോയ്, (സി.ഡി. പ്ലേയർ താഴെ വച്ച്) സീഡീസ് കിട്ടിയപ്പോൾ പ്ലേയർ ഇല്ല. ഒരു വിധത്തിൽ അതും ഒപ്പിച്ചു.

ലത്തീഫ്: മോഷ്ടിച്ചതാണെങ്കിൽ ഇവിടെ വേണ്ട.

സുകു: അല്ല സത്യം, നീയാണേ, നാട്ടിലുള്ള എന്റെ മകളാണേ സത്യം. കാശ് കൊടുത്താ എല്ലാം വാങ്ങിയത്.

ലത്തീഫ്: നിനക്കെവിടുന്നാ കാശ്, കിഴവൻ തന്നതാണോ?

സുകു: അല്ല, ഒരു വഴിക്ക്ന്ന് കിട്ടി. മോഷ്ടിച്ചതല്ല, സത്യം.

ലത്തീഫ്: നാട്ടിലേക്ക് അയച്ചുകൂടായിരുന്നോ.

സുകു: ചില്ലറ കാശ് കൊണ്ട് തീരുന്നതാണോ അവിടത്തെ പ്രശ്നം. എന്നാലും അയച്ചു. ബാക്കിയുള്ളതുകൊണ്ടാ ഇതൊക്കെ.

(ലത്തീഫിന്റെ അനുമതിക്ക് കാത്തുനിൽക്കാതെ പ്ലേയർ ടിവിയിലേക്ക് ബന്ധിപ്പിച്ച് കാസറ്റിടുന്നു.)

ലത്തീഫ് (ഉപദേശരൂപത്തിൽ): നിനക്ക് നന്നായി അധ്വാനിച്ച് കുറച്ചു കാശുണ്ടാക്കി നാട്ടിലേക്ക് പൊയ്ക്കൂടെ, സുവറേ. എത്ര കാലായി നീ ഇവിടെ വന്നിട്ട്...

സുകു: ആഗ്രഹമില്ലാഞ്ഞിട്ടല്ല. കാശെത്ര വേണം? ആരെങ്കിലും തര്വോ. പോട്ടെ, ഒരു നല്ല ജോലി തര്വോ. മോൾടെ അസുഖം കൂടീന്നാ ഭാര്യ പറയുന്നെ. ഞാനെന്ത് ചെയ്യും.

കാലിന്മേൽ കാൽ കയറ്റി വച്ച് എല്ലാം മറന്ന് സിനിമ ആസ്വദിക്കുമ്പോഴുണ്ട്, കിഴവന്റെ ഫോൺ.

കിഴവൻ: സുകൂ, ഒയിൻ ഇൻത... ജിബ്തലാത്ത ബോട്ടിൽ[1]

സുകു (അദ്ഭുതത്തോടെ, സന്തോഷത്തോടെ): സെയിൻ, തമാം.[2]

സുകു ലത്തീഫിനോട്: കിഴവന് ഏതോ ബില്ല് മാറിക്കിട്ടീന്നാ തോന്നണേ. ആഘോഷിക്കണമെന്നാ പറയുന്നത്. താനും കൂടി പോര്. രണ്ട് കുപ്പി കിഴവൻ എടുക്കും.

1. സുകു, നീയെവിടാ, മൂന്നു ബോട്ടിൽ കൊണ്ടുവാ

2. ശരി നല്ലത്

ഒരെണ്ണം എനിക്കു തരും, നമുക്കത് വീതിക്കാം.

റിയാളിന്റെ കട, നഗരത്തിന്റെ പുറമ്പോക്ക് എന്നു പറയാവുന്ന സ്ഥലത്താണ്. വലിയ കെട്ടിടങ്ങൾക്ക് പിന്നിലായി പഴയ ഒരു തെരുവിൽ, കച്ച റോഡിൽ. വാഹനങ്ങൾ പോകുമ്പോൾ പൊടിപടലങ്ങൾ ഉയരും.

റിയാള് അക്ഷമനായിരുന്നു. സുകുവിന്റെ കൂടെ ലത്തീഫിനെ കണ്ട് അയാൾ അമ്പരന്നു. താൻ മദ്യപിക്കുന്നത് ആരും അറിയരുതെന്ന് റിയാളിന് നിർബന്ധമുണ്ട്. റിയാളിന്റെ മനോഗതം ഊഹിച്ച് സുകു പറഞ്ഞു: "മാഫി മുഷ്കിൽ അർബാബ്.. ആദാ റഫീഖ് മാഫി മുഷ്കിൽ."

പതിവിന് വിപരീതമായി ഒരു കുപ്പി മാത്രമേ റിയാള് എടുത്തുള്ളൂ. ഒന്ന് സുകുവിനും ഒന്ന് ലത്തീഫിനും മാറ്റിവച്ചു. സുകു കിടക്കുന്ന കട്ടിലിന്റെ മൂന്നു കോണിൽ കുപ്പി വലിയ സാന്നിധ്യമായി നിന്നു.

ലത്തീഫ് ആദ്യമായാണ് റിയാളിനെ കാണുന്നത്. സാൽവദോർ ദാലിയുടെ ഒരു അതിഭാവുകചിത്രത്തിൽനിന്നും ഇറങ്ങിവന്നതുപോലുണ്ട്. വീതിയുള്ള നെറ്റി, നീണ്ട മൂക്ക്, ഇടുങ്ങിയ കണ്ണ്, മുട്ടോളമെത്തുന്ന കൈ. അയാൾ നടക്കുമ്പോൾ കൂറ്റൻ ചിമ്പാൻസിയെ ഓർമ്മിപ്പിച്ചു. കട്ടിലിൽനിന്ന് ഒരു കുപ്പി കൈയിലെടുത്ത് അയാൾ പൊടുന്നനെ കട്ടിലിൽ കയറി നൃത്തം തുടങ്ങി. ഇടയ്ക്ക് അല്പാല്പം മദ്യം നുണഞ്ഞു.

സുകു ലത്തീഫിനോട് പറഞ്ഞു. സാധാരണ കിഴവൻ ഇങ്ങനെയൊന്നും ചെയ്യാത്തതാണല്ലോ. ഇന്നെന്തു പറ്റിയോ ആവോ?

റിയാള് ഒരിടവേളയുണ്ടാക്കി താഴെയിറങ്ങി. എന്നിട്ട് ഒരു നീളൻ ഉടുപ്പണിഞ്ഞു. ന്യായാധിപ വേഷത്തിന് നാടകക്കാർ കൊണ്ടുപോകുന്നത്. പിന്നീട് ഒരു വടിയുടെ സഹായത്തോടെ വീണ്ടും കട്ടിലിൽ കയറി നെഞ്ചു വിരിച്ചു നിന്നു. സുകു അസ്വസ്ഥനായി. സുകുവിന്റെ മേലേ റിയാളിന്റെ നിഴൽ.

കട്ടിലിൽ പുറം തിരിഞ്ഞ് ചുമരിനഭിമുഖമായി മുഴങ്ങുന്ന ശബ്ദത്തിൽ റിയാള് ഇംഗ്ലീഷിൽ പറഞ്ഞു. ആൽബേർ കാമുവിനെ നിങ്ങൾ അറിയും. ജീവിതം എന്തുമാത്രം നിരർത്ഥകമാണെന്ന് എന്നോട് നേരിട്ടും നിങ്ങളോട് പുസ്തകങ്ങളിലൂടെയും പറഞ്ഞ കാമു. ദ് സ്ട്രേഞ്ചറിൽ കാമു വെളിപ്പെടുത്തിയല്ലോ...ഞാൻ ജീവിച്ച നിരർത്ഥകമായ ജീവിതത്തിലുടനീളം ഒരു കറുത്ത കാറ്റ് എന്റെ നേർക്ക് ഉയർന്ന് വന്നിരുന്നുവെന്ന്... അതേ, അതുപോലൊന്ന് എന്റെ ജീവിതത്തിലുമുണ്ട്. ഇത്രയും പറഞ്ഞ് റിയാള് പതുക്കെ തിരിഞ്ഞ് മുഖത്തോട് മുഖം നോക്കി. സുകു നിനക്കുപോലും എന്നെ അറിയില്ല. എന്റെ കുട്ടിക്കാലംതൊട്ട് ഇന്ന് ഈ നിമിഷം വരെ ഞാൻ നാടകത്തെക്കുറിച്ചു മാത്രമേ ചിന്തിച്ചിട്ടുള്ളൂ. അതിന്റെ ഭിന്നമുഖങ്ങളെക്കുറിച്ച്, ജീവിതം അതിൽ എങ്ങനെ

പ്രതിഫലിക്കുന്നു എന്നതിനെക്കുറിച്ച്. ഷേക്സ്പിയറെയും ദെസ്തൊവ്സ്കിയെയും കുറിച്ച്. എന്റെ ചെറുപ്പത്തിൽ എന്നോട് ഉദാരമായി സംവദിച്ച കാമുവിനെക്കുറിച്ച്. എന്നും ചിന്തിക്കുമായിരുന്നു. അങ്ങനെ കുടുംബത്തെ മറന്നു. ഭാര്യയെ മറന്നു. ഒടുവിൽ അവൾ ഇന്നലെ ഒളിച്ചോടിപ്പോയി. കുട്ടികൾ അനാഥമായി. അറിയാമോ ഞാൻ ഇന്ന് കുടിച്ചത് അവർക്കുവേണ്ടിയാണ്. അയാൾ വിതുമ്പിക്കരഞ്ഞു. അല്പ നേരത്തെ നിശ്ശബ്ദതയ്ക്കുശേഷം കൈകൾ ഉയർത്തി വടി ചുഴറ്റി ഒരു ബാലെപോലെ അയാൾ നൃത്തം തുടങ്ങി. പ്രതീക്ഷിക്കാത്ത നേരത്ത് അയാൾ തുടർന്നു. ഞാൻ എന്നും ശരിയായ പാതയിലായിരുന്നു. എനിക്ക് എന്നിൽ ഉറപ്പുണ്ടായിരുന്നു. ഞാൻ കാത്തിരിക്കുന്ന മരണംപോലെ... നമ്മെ നമ്മൾ ശരിയായി മനസ്സിലാക്കിയാൽ... മരിക്കുകതന്നെ വേണം. അയാൾ കട്ടിലിൽ വീണു.

നഗരം രാത്രിയിൽനിന്ന് പിടഞ്ഞുണരാൻ ഏതാനും മിനിറ്റുകളുള്ളപ്പോൾ അയാൾ നിതാന്തമായ ഉറക്കത്തിലേക്കു വീണു. അതിനിടയിൽ അയാൾ സുകുവിനോട് മന്ത്രിച്ചിരുന്നു. “ഈ കട നീ നിലനിർത്തണം. എന്റെ കുഞ്ഞുങ്ങളെ നീ സംരക്ഷിച്ചുകൊള്ളണം.”

പിന്നീടെപ്പോഴോ സുകു റിയാളിന്റെ വീട്ടിൽ ചെന്ന് കുട്ടികളെ ആശ്വസിപ്പിച്ചു. ശേഷം അവർക്കു കൂടിയുള്ള ഭക്ഷണത്തിനായി പുതിയൊരു വേഷം കെട്ടി രാജപാതയിലേക്കിറങ്ങി. തലേദിവസം രാത്രിയിൽ തന്റെ ദേഹത്തു വീണ റിയാളിന്റെ നിഴൽ അവിടെത്തന്നെ പറ്റിപ്പിടിച്ചു നില്പുണ്ടെന്ന് ആ നടത്തത്തിൽ സുകുവിന് തോന്നി. ■

ഒരു നീണ്ട കഥ

സ്വപ്നാടകരുടെ പറുദീസ എന്ന അർത്ഥമുള്ള ഒരു ഇറാനിയൻപദം നാലോ അഞ്ചോ തവണ അയാൾ ഉപയോഗിച്ചിരുന്നു, ഈ നഗരത്തെ വിശേഷിപ്പിക്കാൻ. മുപ്പതുവർഷം മുൻപാണത്. ഞങ്ങൾ നഗരത്തിലെത്തി ഏതാനും മാസം കഴിഞ്ഞിട്ട്.

നിമിഷംപ്രതി ഉഷ്ണം കൂടിക്കൂടിവന്ന്, എത്ര കിണഞ്ഞു ശ്രമിച്ചിട്ടും ആ കാലാവസ്ഥയോട് പൊരുത്തപ്പെടാൻ വയ്യാതെ, ഭാര്യ (പിന്നാലെ ഞാനും) കടൽക്കരയിലേക്ക് ഓടിയ വൈകുന്നേരമാണ് ഞാൻ ആദ്യമായി അയാളെ കണ്ടത്.

കടൽക്കരയിലും അപ്പോൾ തീക്കാറ്റ്.

മുഖത്തെയും കൈകാലുകളിലെയും ചർമം ഉരുകുന്നതുപോലെ.

നഗരത്തിലെ ഇടുങ്ങിയ തെരുവിൽ, അനേകം ചെറിയ കെട്ടിടങ്ങളുടെ ചുമരുകളിലെ ഉപ്പുകല്ലുകളിൽനിന്ന് വമിക്കുന്ന രൂക്ഷഗന്ധം പക്ഷേ, കടൽക്കരയിലെ കാറ്റിന് ഉണ്ടായിരുന്നില്ല. കടൽ ശാന്തം; കറുത്ത മരുഭൂമിപോലെ.

വിയർത്ത് ശ്വാസംമുട്ടി പൂഴിയിലേക്കു വീണ ഭാര്യയുടെ വായിലേക്കു കൂജയിലെ ചൂടാറ്റിയ വെള്ളം പതുക്കെ പകർന്നപ്പോൾ ഈന്തപ്പന ച്ചുവട്ടിൽ നിന്ന് കൈയടി. അത് അയാളായിരുന്നു. ബലിഷ്ഠമായ കൈകാലുകൾ. തലയിലും ദേഹത്തും ചുരുണ്ട മുടി. വെളുത്ത മുഖം.

ഇരുന്നേടത്ത്, കൈയടി തുടർന്നുകൊണ്ട് അയാൾ ഉച്ചത്തിൽ പറഞ്ഞു: അസ്സലാമു അലൈക്കും. തമ്മാം റഫീഖ്, തമ്മാം... അല്പസമയം നിശ്ശബ്ദനായശേഷം അയാൾ അറബിയിൽ തുടർന്നു. “സായാഹ്നത്തിലും തെരുവുകൾ ചുട്ടുപഴുക്കുന്നു. മനസ്സിനകത്തും ചൂടുതന്നെ. ഏതാണ് കൂടുതൽ അസഹനീയം? മനസ്സിലേത്, അല്ലേ?”

എനിക്ക് ദേഷ്യം വന്നുവെങ്കിലും പുറത്തു പ്രകടിപ്പിച്ചില്ല. ഭാര്യ അയാളെ നോക്കുകയേ ഉണ്ടായില്ല. കുറച്ചുനേരത്തേക്ക് ഞാനും. ക്ഷീണംകൊണ്ട് കുഴഞ്ഞുപോയ അവളുടെ ശരീരം താങ്ങി ഒരു ഈന്തപ്പനയുടെ തണലിലേക്കു നടക്കുമ്പോൾ എനിക്ക് അയാളെ നോക്കേണ്ടി വന്നു. അപൂർവമായതെന്തോ കാണുന്നതുപോലെ, അയാൾ ഞങ്ങളെയും.

ഈന്തപ്പനച്ചുവട്ടിൽ ഓലയുടെ നേർത്ത നിഴലുണ്ടായിരുന്നു. അത് കാറ്റിൽ ആടിക്കളിച്ചുകൊണ്ട് ഞങ്ങളെ പരിഹസിച്ചു. ഞാൻ അവൾക്ക് അല്പംകൂടി വെള്ളം നൽകി.

“ഇവിടെ ഈ നാട്ടിൽ, വരേണ്ടിയിരുന്നില്ല” - അവൾ, അല്പം തണലും ദാഹജലവും നൽകിയ ഉണർവിൽ പറഞ്ഞു. ഈ ഉഷ്ണ കാലം തുടങ്ങിയ ശേഷം പലതവണ അവൾ ഇങ്ങനെ പറഞ്ഞിട്ടുള്ള തിനാൽ ഞാൻ പ്രതിവചിച്ചില്ല. ഞാൻ അവളെ തലോടി ആശ്വസിപ്പി ക്കുക മാത്രം ചെയ്തു.

ഞാൻ അവളുടെ കണ്ണുകളിലേക്കു നോക്കി. എന്നും നീലിമ തങ്ങി നിന്നിരുന്ന കണ്ണുകളിൽ ആകാശത്തിന്റെ വിളർച്ച. മരുഭൂമിയുടെ ഉപ്പും വിയർപ്പും ഏകാന്തതയും മടുപ്പും അനുഭവിച്ച് എത്രകാലം എന്ന് അവൾ നിശ്ശബ്ദമായി ചോദിക്കുന്നു.

“നിനക്ക് ഈ മരുഭൂമി എത്ര വേഗം മടുത്തു? നീ വന്നിട്ട് വെറും രണ്ടുമാസമല്ലേ ആയുള്ളൂ. ഞാൻ രണ്ടു വർഷം തികച്ചു. നീ വരുന്ന തിനു മുൻപ് ഞാൻ എത്രമാത്രം ഏകാന്തതയും ഉഷ്ണവും അനുഭവി ച്ചിരിക്കും എന്ന് നിനക്ക് ഊഹിക്കാമല്ലോ? നീ കൂടി ഇവിടെ എത്തി യില്ലായിരുന്നെങ്കിൽ ഞാൻ ഒന്നുകിൽ നാട്ടിലേക്കു തിരിച്ചുവന്നേനേ. അല്ലെങ്കിൽ വേറെ എങ്ങോട്ടെങ്കിലും ഓടിപ്പോയേനേ...” ഞാൻ അവളെ ആശ്വസിപ്പിക്കാൻ വേണ്ടി മാത്രമല്ല ഇങ്ങനെയൊക്കെ പറഞ്ഞത്. കയ്പു നിറഞ്ഞ കഴിഞ്ഞ രണ്ടു വർഷത്തെ അനുഭവങ്ങൾ ആരോടെങ്കിലും വിവരിച്ച്, അതിന്റെ കിരാതമായ ഓർമ്മകളിൽനിന്ന് രക്ഷ നേടാൻ ഞാൻ നടത്തുന്ന ശ്രമത്തിന്റെ ഭാഗംകൂടിയായിരുന്നു അത്. (കയ്പുറ്റ ഓർമ്മകളെ കുടഞ്ഞുകളയാനുള്ള വിദ്യ അതിനെക്കുറിച്ച് നിരന്തരം സംസാരിക്കുക എന്നതാണ്. ഇവിടെനിന്ന് പഠിച്ചതാണത്.)

അവൾ എന്റെ വാക്കുകൾ കേൾക്കുകയോ എന്നെ ശ്രദ്ധിക്കുകയോ ചെയ്തില്ല. തിരയില്ലാത്ത കടലിൽ ഒരു പായ്ക്കപ്പൽ വരുന്നതിനെ സാകൂതം വീക്ഷിക്കുകയായിരുന്നു അവൾ.

“നിങ്ങള് കപ്പലിലാണ് ആദ്യായിട്ട് ഇവിടെ വന്നത് എന്നല്ലേ പറഞ്ഞത്, ദാ അതുപോലുള്ള കപ്പലാ?...” അവൾ എന്തെങ്കിലുമൊന്ന് സംസാരിച്ചല്ലോ! എനിക്ക് സന്തോഷമായി. ഞാൻ അത് മറച്ചുപിടിച്ചില്ല.

“അല്ല. വലിയ കപ്പലിലാണ്. ഗുജറാത്തിൽനിന്നായിരുന്നു. ആ കഥ നിനക്ക് കേൾക്കണോ?”

“ഒരിക്കൽ പറഞ്ഞതാ. എങ്കിലും കേൾക്കാൻ രസമുള്ളത്. പറ ഞ്ഞോളൂ” - അവൾ എന്റെ നെഞ്ചിലേക്കു ചാഞ്ഞു.

ഒരു കൊച്ചുകുഞ്ഞിനെപ്പോലെയായിരുന്നു അവൾ. എന്റെ നെഞ്ചിൽ മുഖമമർത്തി കഥയ്ക്കുവേണ്ടി ദാഹിച്ച് എന്നെ നോക്കി. എവിടെ നിന്നാണ് ഞാൻ തുടങ്ങേണ്ടത്?

ഇരുട്ടിന്റെ മറവിൽ, വിധിയുടെ ഭാണ്ഡം മുറുക്കിക്കെട്ടി, മറ്റൊരു ജന്മത്തിലേക്കെന്നപോലെ കപ്പലിന്റെ മരപ്പടികൾ കയറിയ ആ നിമിഷത്തിൽ നിന്നോ? അതോ, അതിനും മുൻപ്, ഒരിക്കലും പിരിഞ്ഞിട്ടില്ലാത്ത ഉമ്മയുടെ കണ്ണീരിനും പ്രാർത്ഥനയ്ക്കുമിടയിൽ സമൃദ്ധമായ പച്ചപ്പിന്റെ ഇടവഴികളോടും തന്നോടുതന്നെയും വിടചൊല്ലിയ ആ സാന്ദ്ര മുഹൂർത്തത്തിൽനിന്നോ?

...കപ്പലിന്റെ മുകളിലെ മരപ്പലകയിൽ കയറിക്കിടന്നത് മാത്രം ഓർമ്മയുണ്ട്. പെട്ടെന്ന് ഉറങ്ങിപ്പോയി. അല്പം കഴിഞ്ഞ് ആരോ ചുമയ്ക്കുന്നത് കേട്ടാണ് ഉണർന്നത്. നക്ഷത്രങ്ങളുടെ അരണ്ട പ്രകാശം. അല്പം അകലെ ഒരാൾ കിടന്നു വിതുമ്പുന്നു. ഞാൻ അയാളോട് ചോദിച്ചു, എന്തിനാ കരയുന്നെ? അയാൾ ആരോടെന്നില്ലാതെ പറഞ്ഞു: "എന്റെ കുഞ്ഞുങ്ങൾ, എന്റെ കുഞ്ഞുങ്ങൾ."

അയാളെ ആശ്വസിപ്പിച്ചു ഞാൻ വീണ്ടും ഉറക്കത്തിലേക്ക്. പിന്നീട് അയാളെ ഞാൻ കണ്ടിട്ടില്ല. (പിറ്റേന്ന് ആരോ പറഞ്ഞു രാത്രി ആരോ കടലിലേക്കു വീണുവെന്ന്.)

സൂര്യപ്രകാശം കണ്ണിൽ പതിച്ചപ്പോൾ ഞാൻ ഉണർന്നു. എന്നെപ്പോലെ ഒരുപാട് പേർ ആകാശം നോക്കി കപ്പലിന്റെ മുകൾതട്ടിൽ മലർന്നു കിടക്കുന്നു. പിന്നെ, അനന്തമായ കടൽമാത്രം.

പിന്നെ, മാസങ്ങളുടെ കാലദൈർഘ്യമുള്ള ദിവസങ്ങൾ!

ഭക്ഷണത്തിനുവേണ്ടിയുള്ള കടിപിടികൾ!! അറിയാമോ വെറും കഞ്ഞിമാത്രം കഴിച്ച ദിവസങ്ങൾ. അതും ഒരു നേരം മാത്രം.

കപ്പലിൽ അരി തീരാറായപ്പോൾ ഒരു പിടി വറ്റിനുവേണ്ടി, തിളയ്ക്കുന്ന വട്ടളത്തിലേക്കു കൂപ്പുകുത്തുന്ന നൂറോളം ആളുകൾ...

കുറെ ദിവസങ്ങൾക്കുശേഷം, കപ്പൽ നങ്കൂരമിട്ടപ്പോൾ, മുന്നിൽ ചുട്ടുപൊള്ളുന്ന മരുഭൂമി.

ഇത്രയും പറഞ്ഞപ്പോൾ എന്റെ തൊണ്ടയിടറി. "നമ്മളെന്തിന് ഇങ്ങോട്ടുവന്നു? ആരെ രക്ഷപ്പെടുത്താൻ? എനിക്കു മനസ്സിലാകുന്നില്ല, മോളേ..."

ചുടുകാറ്റ് അപ്പോഴും വീശുന്നുണ്ടായിരുന്നു. പെട്ടെന്ന് അല്പം ദൂരെ ഒരു ചുഴലി. കടൽത്തീരത്തെ മണൽ ഉയർന്നുപൊങ്ങി കാഴ്ച തടസ്സപ്പെട്ടു. അന്നേരം അയാൾ ഞങ്ങൾ ഇരിക്കുന്നിടത്തു വന്നു.

"ഹൊ, അവിടെ എന്തൊരു ചുഴലി. ഞാൻ അല്പനേരം ഇവിടെ ഇരുന്നോട്ടെ?" - അയാൾ ഹിന്ദിയിലാണ് സംസാരിച്ചത്. ഞങ്ങളുടെ സമ്മതത്തിനു കാത്തുനിൽക്കാതെ ഈന്തപ്പനയുടെ മറുവശം ചാരി അയാൾ ഇരുന്നു. സ്വപ്നാടകരുടെ പറുദീസ എന്ന അർത്ഥമുള്ള ഇറാനിയൻ വാക്ക് അയാൾ ആദ്യമായി പറഞ്ഞത് അന്നേരമാണ്. ഇറാനിയൻകാരനായ അയാൾ പിന്നീടുള്ള കാലത്ത് എപ്പോഴും സംസാരിച്ചത് പക്ഷേ, ഉർദുവിലും ഹിന്ദിയിലുമായിരുന്നു.

രണ്ട്

ഞാൻ നഗരത്തിന്റെ പ്രധാന തെരുവിൽ പുതിയ കാലത്തിന്റെ വിശേഷങ്ങൾ നോക്കി നിൽക്കുന്നു.

കുലീനയായ ഒരു സ്ത്രീ തനിച്ച് പൊട്ടിച്ചിരിച്ചും ഉച്ചത്തിൽ സംസാരിച്ചും കൈവീശി നടന്നുപോയത് തൊട്ടരികിലൂടെ. ശ്രദ്ധിച്ചുനോക്കിയപ്പോൾ മൊബൈൽ ഫോണിന്റെ ഇയർഫോൺ ചെവിയിലുണ്ട്. അത് കണ്ടിരുന്നില്ലെങ്കിൽ ഒരു ഭ്രാന്തിയെന്ന് ഞാൻ കരുതിയേനേ.

ആളുകൾ തിങ്ങിത്തിങ്ങി നടന്നുപോകുന്ന അണ്ടർബ്രിഡ്ജിന്റെയോരത്ത് പർദയിട്ട്, മുഖമടക്കം, ശരീരമാസകലം മറച്ച ഒരു സ്ത്രീ, ഭയം ജനിപ്പിക്കുന്ന ഒരു കുഞ്ഞിനെ അരികിലിരുത്തി ഭിക്ഷ യാചിക്കുന്നു. കുഞ്ഞിനു വലിയ തലയും ചെറിയ ശരീരവുമാണ്. തലയുടെ ഭാരം കാരണമാണെന്നു തോന്നുന്നു, കുഞ്ഞിനു ചലനം സാധ്യമാകാത്തത്. ആ സ്ത്രീയുടെ കണക്കുകൂട്ടൽ തെറ്റാണ്. കുഞ്ഞിനെ കാണുമ്പോൾ അനുകമ്പയല്ല, ആളുകളിലുണ്ടാകുന്നത് ഭയമാണ്. അതുകൊണ്ട് ആ സ്ത്രീക്കും കുഞ്ഞിനും ആരും ഭിക്ഷ നൽകിയില്ല. അതേസമയം, അല്പമകലെയുള്ള മുഖം മറയ്ക്കാത്ത യുവതിക്ക് നാണയത്തുട്ടുകൾ ലഭിക്കുന്നുമുണ്ട്.

ഇങ്ങനെ ഒരുപാട് വിശേഷങ്ങൾ മുൻപിൽ നിൽക്കുമ്പോഴും ഓർമ്മകൾ ഇരമ്പിയെത്തുന്നു.

ഇവിടെ പണ്ട് ഒരു ഒറ്റയടിപ്പാതയുണ്ടായിരുന്നു. രാത്രി, ആരോ കത്തിച്ചു വെയ്ക്കുന്ന ഒരു വിളക്കുകാലുണ്ടായിരുന്നു. ഏതാനും വാരയകലെ, ആളുകളെ മറുകരയെത്തിക്കുന്ന കടത്തുവഞ്ചിക്കാരുടെ ആരവവും.

ഒറ്റയടിപ്പാതയുടെ ഒരു വശത്ത് മലയാളിയുടെ പ്രസിദ്ധമായ ഹോട്ടൽ. ദിനംപ്രതി നിരവധിയാളുകൾ അവിടെ ജോലിതേടി, അഭയം തേടി എത്തുമായിരുന്നു. അത്തരക്കാർക്കെല്ലാം ഹോട്ടലുടമ സൗജന്യമായി ചായ നൽകും. പിന്നീട് ജോലി ലഭിക്കാൻ സാധ്യതയുള്ള ഇടങ്ങളിലേക്ക്, സ്ഥാപനങ്ങളിലേക്ക്, സമ്പന്നരുടെയടുത്തേക്ക് വിടുന്നു. ചിലർക്ക് വണ്ടിക്കൂലിയും നൽകും.

ഇന്ന് ആ ഹോട്ടലില്ല. പക്ഷേ, ഇന്നും ആ സ്ഥലം അറിയപ്പെടുന്നത് പഴയ ഹോട്ടലിന്റെ പേരിലാണ്. അവിടെ വിശാലമായ വാണിജ്യകേന്ദ്രങ്ങൾ ഉയർന്നുവന്നിരിക്കുന്നു. ഇന്ന് അഭയം തേടി ആരും ആ വഴി പോകില്ല. പകരം മടിശ്ശീല നിറയെ ഡോളറുമായി വിദേശരാജ്യങ്ങളിലെ കറുത്തവരും വെളുത്തവരും.

നഗരത്തെ കീറിമുറിക്കുന്ന നദിയുടെ കൈവഴിയിൽ ഇപ്പോഴും കടത്തുവഞ്ചികളുണ്ട്. പക്ഷേ, ഇവിടെനിന്നു നോക്കിയാൽ അത് കാണില്ല. വലിയ കണ്ണാടിമന്ദിരങ്ങൾ ആ സുന്ദരദൃശ്യങ്ങളെ മറച്ചുപിടിക്കുന്നു. കടവിനു സമീപം നദിയുടെ കൈവഴിക്കു സമാന്തരമായി

ബദാം മരങ്ങളുണ്ട്. തലങ്ങും വിലങ്ങും റോഡുണ്ട്. ഒരു പാതയുടെ അടിയിലുള്ള തുരങ്കത്തിലൂടെ ആളുകൾക്കു നടന്നുപോകാം. ചെറിയ ട്രാൻസിസ്റ്ററുകളും കളിക്കോപ്പുകളും വിൽക്കുന്ന വൃദ്ധകൾ സ്വർണ്ണ പ്പല്ലുകാട്ടി ചിരിച്ചു നിങ്ങളെ പ്രലോഭിപ്പിക്കും.

പഴയ ഹോട്ടൽ നിന്നിരുന്ന സ്ഥലത്ത് 'നരകത്തിലെ കോഴി' (ഗ്രിൽഡ് ചിക്കൻ) വിൽക്കുന്ന കടയാണിപ്പോൾ. നമ്മളൊക്കെ നരകത്തിലെ കോഴികളാണെന്ന് മലയാള സാഹിത്യ സെമിനാറിൽ പണ്ട് പറയു മായിരുന്നു. ആർക്കൊക്കെയോ വേണ്ടി, ഇവിടെ വെയിൽ തിന്ന്, ഒടുവിൽ ഭൂമിയുടെ വയറ്റിലേക്കു നമ്മളും പോകുന്നുണ്ടല്ലോയെന്ന്!

സാഹിത്യ സെമിനാറുകൾ, നാട്ടിലെ സംസ്കാരത്തെ ഇവിടെയും പറിച്ചുനടാനുള്ള ശ്രമത്തിന്റെ ഭാഗമാണ്. പുതിയ ആശയങ്ങൾ ചർച്ച ചെയ്യുക അപൂർവം. പിന്നെ, എന്നെ സംബന്ധിച്ചാണെങ്കിൽ, ഉൾവലി യാനുള്ള ശീലത്തിൽനിന്ന് കുതറിമാറാനുള്ള അവസരം. ഒരു സെമി നാറിന് ഭാര്യയെയും കൂടെ കൂട്ടി. പെട്രോമാക്സിന്റെ വെളിച്ചത്തിൽ ഇരുപത്തഞ്ചോളം സാഹിത്യസേവകർ ഗൗരവത്തിലിരിക്കുന്നു. സ്ത്രീ കളായി ആരുമില്ല. ഭാര്യാസമേതം ആയതുകൊണ്ട് മുൻവശത്ത് ഇരിപ്പിടം കിട്ടി. പലപ്പോഴും ആളുകളുടെ നോട്ടം ഭാര്യയുടെ ദേഹത്ത് ആഞ്ഞു പതിക്കുന്നു. അവൾ ചൂളുന്നുമുണ്ട്. അന്യനാട്ടിൽ, ഒരു മലയാളി പുരുഷ സമൂഹത്തിൽ മലയാളിസ്ത്രീയുടെ സാന്നിധ്യം അടക്കിപ്പിടിച്ച, അതേ സമയം ആഴത്തിലുള്ള വിക്ഷുബ്ധതകളുണ്ടാക്കുമെന്ന് അന്നും അതിൽ പിന്നീടും തോന്നിയിട്ടുണ്ട്. നാട്ടിൽ ഉപേക്ഷിച്ചുപോന്ന ഒട്ടനവധി താരുണ്യചിന്തകൾ ഉണർന്നു നിറയും.

കഥാചർച്ചയാണ് ഇത്തവണത്തേത് എന്ന് ഒരാൾ. ചർച്ചയ്ക്ക് ഔപ ചാരികത വേണ്ടെന്ന് മറ്റൊരാൾ. കഥയുടെ മാർക്കറ്റിടിഞ്ഞുവെന്നും നോവലിനെക്കുറിച്ചാകാം ചർച്ചയെന്നും വേറൊരാൾ കഥയില്ലായ്മ യിലേക്കാണ് കാര്യങ്ങൾ പോകുന്നതെന്നും ഇവിടെനിന്ന് എത്രയും വേഗം രക്ഷപ്പെടണമെന്നും ഭാര്യ അടക്കം പറഞ്ഞു.

കഥയിലെ പുതിയ വഴികൾ അറിയാത്തത് വാചാടോപത്തിലൂടെ പലരും മറച്ചുപിടിക്കുന്നു. സഹികെട്ടാണെന്ന് തോന്നുന്നു സദസ്സിൽ നിന്ന് ഒരാൾ വിളിച്ചു പറഞ്ഞു: കഥയിൽ പുതിയ സങ്കേതങ്ങൾ വരുന്നു, പുതിയ ജീവിത പരിസരങ്ങൾ വരുന്നു. മറുനാടൻ ജീവിതത്തിന്റെ അനുഭവങ്ങൾ അസംസ്കൃതവസ്തുവായി എഴുത്തുകാർ എടുക്കുന്നതു കണ്ടിട്ടില്ലേ? മുകുന്ദൻ, ആനന്ദ്, സക്കറിയ... നാളെ ഗൾഫ് അനുഭവ ങ്ങളും വന്നുകൂടെന്നില്ല. വ്യാവസായികലോകത്തിലെ മനുഷ്യന്റെ സംത്രാസങ്ങളെക്കുറിച്ച്, സ്വത്വപ്രതിസന്ധിയെക്കുറിച്ച്, അത് കഥയിലും നോവലിലും കടന്നുവരുന്നതിനെക്കുറിച്ച് നിങ്ങൾക്കൊന്നും പറയാ നില്ലേ?

അധ്യക്ഷൻ ഇടപെടാൻ ഒരുങ്ങുന്നതിന് മുൻപ് അയാൾ സംസാരം നിർത്തുകയും ഇറങ്ങിപ്പോവുകയും ചെയ്തു. അയാളെ പിന്നാലെ ചെന്ന്

അഭിനന്ദിക്കണമെന്നുണ്ടായിരുന്നു. സദസ്സിന്റെ ചിന്താവലിപ്പമില്ലായ്മയെ മുഖത്തു നോക്കി ആട്ടിയ അയാൾ അഭിനന്ദനം അർഹിക്കുന്നു. പക്ഷേ, എന്റെ ഉള്ളിലെ ഊർജസ്വലനായ നിഷേധി എന്നേ മരിച്ചുകഴിഞ്ഞു. ആൾക്കൂട്ടത്തിന്റെ ഭാഗമാകാനേ എനിക്ക് ഇപ്പോൾ കഴിയുന്നുള്ളൂ.

തുറിച്ചുനോട്ടത്തിന്റെ ആ അന്തരീക്ഷത്തിൽനിന്ന് എത്രയും പെട്ടെന്ന് രക്ഷപ്പെടാൻ ഭാര്യ ആഗ്രഹിക്കുന്നുവെന്ന് അവളുടെ അക്ഷമ കണ്ട പ്പോൾ എനിക്കു തോന്നി. ഞാൻ അവളെയും കൂട്ടി പുറത്തിറങ്ങി. നിര ത്തിൽ ഒന്നോ രണ്ടോ വാഹനങ്ങൾ; നിലാവ്. ദൂരെ ഈന്തപ്പനയോല കൊണ്ട് നിർമിച്ച കുടിലുകളിൽ പെട്രോമാക്സിന്റെ വെളിച്ചം. ഉപ്പുകല്ലു കൊണ്ടും കളിമണ്ണുകൊണ്ടും നിർമിച്ച കെട്ടിടങ്ങളിൽ വൈദ്യുതി. അതിന്റെ പ്രകാശം നിരത്തോളമെത്തുന്നു. ഞങ്ങൾ പരസ്പരം കൈ പിടിച്ചു നടന്നു. കെട്ടിടത്തിന്റെ ഇടവഴി പിന്നിട്ടപ്പോൾ ഇരുട്ടായി. എനിക്ക് അവളെ ചുംബിക്കണമെന്ന് തോന്നി. ഞാൻ അവളെ മാറോട് ചേർത്ത് വഴിയിൽ അല്പനേരം നിന്നു.

ഞാൻ ചോദിച്ചു: നിനക്ക് ഇവിടെ ഒറ്റപ്പെടലും മടുപ്പും തോന്നു ന്നുണ്ടോ? അവൾ മറുപടി പറഞ്ഞില്ല. നാട്ടിൽനിന്നു പോന്നശേഷം സംസാരം നന്നേ കുറച്ചിരിക്കുന്നു.

ചുട്ടകല്ലുകൊണ്ട് നിർമിച്ച വീടായിരുന്നു ഞങ്ങളുടേത്. ദൂരെയുള്ള വലിയ ജനറേറ്ററിൽനിന്നു വൈദ്യുതി ലഭിക്കും. നിരപ്പലകകൾകൊണ്ട് ഭദ്രമായി അടച്ച പീടികകളും ഊദിന്റെ പുകമണക്കുന്ന കൊച്ചു വീടു കളും അങ്ങിങ്ങായുണ്ട്. അതൊക്കെ മറികടന്ന് വേണം ഇവിടെ യെത്താൻ.

വീടെത്താറായപ്പോൾ അവൾ പറഞ്ഞു: നമുക്ക് അല്പനേരം കടപ്പുറത്ത് ചെന്നു കാറ്റുകൊണ്ടാലോ? രാത്രിയല്ലേ, ചുടുകാറ്റ് ഉണ്ടാ വില്ല. എനിക്ക് അത് ഉൾക്കൊള്ളാനായില്ല. രാത്രി. ഇരുട്ട്. വിജനമായ കടൽത്തീരം. ചിലപ്പോൾ അയാൾ മാത്രം ഉണ്ടായേക്കും. സ്വപ്നാട കരുടെ പറുദീസ എന്ന് പുച്ഛത്തോടെ പറഞ്ഞ് ശല്യമാകുന്ന ആ ഇറാനി.

രണ്ടോ മൂന്നോ തവണ അയാൾ പരിചയപ്പെടാൻ വന്നിട്ടുണ്ട്. ബലിഷ്ഠമായ കൈകളാൽ എന്നെ മാറോട് ചേർക്കും. വിശേഷങ്ങൾ ചോദിക്കും. എയർകണ്ടീഷണറുള്ള അയാളുടെ വീട്ടിലേക്ക് ക്ഷണിക്കും. ഞാൻ അവളോട്: വേണ്ട, ഈ രാത്രിയിൽ കടപ്പുറത്ത് പോകുന്നത് ഉചിതമല്ല. അവൾ വാശിപിടിച്ചു: നമ്മുടെ വീട്ടിലെ ദുർഗന്ധം എനിക്ക് ശ്വാസം മുട്ടും. കുറച്ചു നേരത്തേക്ക് മതി. അവൾ എന്തിൽനിന്നോ കുതറിമാറാൻ ശ്രമിക്കുന്നതുപോലെ. നാട്ടിലെ വിശാലമായ ജീവിത ത്തിൽനിന്ന് ഇവിടത്തെ കുടുസ്സുജീവിതത്തിന്റെ യാന്ത്രികതയിലേക്ക് എടുത്തെറിയപ്പെട്ട അവളുടെ സ്വത്വത്തിന്റെ പിടച്ചിലാണോ അത്?

അവളെ പിന്തിരിപ്പിക്കാൻ എനിക്ക് കഴിഞ്ഞില്ല. അവൾ നടന്നു. പിന്നാലെ ഞാനും. ഏതാണ്ട് മുപ്പതുകൊല്ലം മുൻപാണത്...

മൊബൈൽ ഫോൺ ശബ്ദിച്ചപ്പോഴാണ് ഓർമ്മയിൽനിന്ന് ഉണർന്നത്. ഫോണിൽ മകന്റെ കിതപ്പ്: "പപ്പാ വേഗം വാ. വേഗം. എനിക്കു വയ്യ."

മൂന്ന്

ഞാൻ ഓടി. അവന് ബോധം നശിക്കുന്നതിന് മുമ്പ് ഫ്ളാറ്റിലെത്തണം. ഗുളിക എടുത്തു കൊടുക്കണം. ഓർമ്മകൾപോലെ, വാഹനങ്ങളും കുഴമറിഞ്ഞു കിടക്കുകയാണല്ലോ എങ്ങും!

ഫ്ളാറ്റിൽ, അവന്റെ മുറി താറുമാറായി കിടക്കുന്നു. അവന്റെ പ്രിയപ്പെട്ട ലാപ്ടോപ് തലകീഴായി നിലത്ത്. ടെലിവിഷനിലെ ലോക്ക് ചെയ്ത ചാനൽ പ്രവർത്തിക്കുന്നു. അശ്ലീല രംഗങ്ങൾ ഓരോന്നായി മിന്നി മറയുന്നു.

അവനെങ്ങനെ ചാനൽ തുറക്കാൻ കഴിഞ്ഞു? റിമോട്ടിൽ ഓരോ നമ്പർ അമർത്തി കണ്ടുപിടിച്ചതായിരിക്കും.

ഫ്ളാറ്റിലെ നാലു മുറികളിൽ ഒന്നിലും അവനെ കണ്ടില്ല. എനിക്കും കിതപ്പ് കാരണം നടക്കാൻ വയ്യാതായി. തെരുവുകാഴ്ചകളിൽനിന്ന് ഫ്ളാറ്റിലേക്ക് ഓടുകയായിരുന്നല്ലോ?

അവൻ എവിടെ?

ഇടയ്ക്കിടെ അവനുണ്ടാകുന്ന ബോധക്ഷയം കാരണം അവനെ തനിച്ചാക്കി എങ്ങും പോകാറില്ല.

അവൻ എവിടെ?

"എനിക്ക് വയ്യ" എന്നു മാത്രമേ അവൻ ഫോണിൽ പറഞ്ഞുള്ളൂ. എവിടെയാണെന്ന് പറഞ്ഞില്ല.

പെട്ടെന്ന് അവന്റെ കട്ടിലിനടിയിൽ ഒരനക്കം–

കട്ടിലിന്റെ അടിഭാഗം മറച്ചിരുന്ന പുതപ്പുമാറ്റി നോക്കുമ്പോഴുണ്ട് ഒരു മൂലയിൽ അവൻ ചുരുണ്ടുകൂടി കിടക്കുന്നു. ആരെയോ കണ്ട് ഭയന്നതുപോലെ. കണ്ണിൽ ഭയത്തിന്റെ അംശം പാഞ്ഞുകളിക്കുന്നു.

സ്നേഹത്തോടെ, ആശ്വസിപ്പിക്കാനെന്നവണ്ണം, കൈപിടിച്ച് പുറത്തു കൊണ്ടുവന്നു.

"എന്താ, എന്താണുണ്ടായത്?" –ഞാൻ ചോദിച്ചു.

ശ്വാസം വിടാൻ അവൻ വല്ലാതെ ബുദ്ധിമുട്ടി.

അവൻ, ടെലിവിഷനിലേക്ക് കൈചൂണ്ടി. ലോക്കുചെയ്ത ചാനൽ അവൻ കാണാൻ പാടില്ലായിരുന്നു. സെക്സിന്റെ കാഴ്ച അവനെ അസ്വസ്ഥനാക്കുമെന്ന് ഡോക്ടർ പറഞ്ഞിരുന്നു.

അവനെ സോഫയിലിരുത്തി. ഫ്രിഡ്ജിലേക്ക് തിരിഞ്ഞു. അവന്റെ ഗുളിക– 'ഡയാസെപാം'–നാലോ അഞ്ചോ ഉണ്ടായിരുന്നു. അതിൽ നിന്ന്

രണ്ടെണ്ണമെടുത്തു. രണ്ടും കൊടുക്കണോയെന്ന് ശങ്കിച്ചു. ഒരെണ്ണം മതിയെന്ന് തീരുമാനിച്ചു. ഗുളിക വായിൽവെച്ച് കൊടുത്തപ്പോൾ അവൻ എന്നെ നോക്കി മന്ദഹസിച്ചു. അവന്റെ വിളർത്ത കണ്ണുകളിൽ ക്ഷമാ യാചനം ഉണ്ടായിരുന്നു. മുറിയിൽ വാരിവലിച്ചിട്ട സാധനങ്ങൾ യഥാ സ്ഥിതിയിലാക്കാൻ അവനും സഹായിച്ചു. ഓരോന്ന് പെറുക്കി വെയ്ക്കു ന്നതിനിടെ അവൻ: "പപ്പായ്ക്ക് എന്നെക്കൊണ്ട് ഒരുപാട് ബുദ്ധിമുട്ടുകൾ, അല്ലേ?"

ഞാൻ അവനെ മാറോട് ചേർത്തു തലോടി. ഇരുപത്തഞ്ചു വയസ്സിൽ നിന്ന് പൊടുന്നനെ അവൻ അഞ്ചു വയസ്സുകാരനായി എന്നോട് ചേർന്നു നിന്നു. എന്റെ കീശയിൽനിന്ന് ചില്ലറനാണയങ്ങൾ പെറുക്കിയെടു ക്കുകയും കവിളിൽ ചുംബിക്കുകയും ചെയ്തു.

"ഇവിടെയിപ്പോ എനിക്ക് നീ മാത്രമേയുള്ളൂ. നിനക്കു ഞാനും. നിന്റെ മമ്മ ഉണ്ടായിരുന്നെങ്കിൽ എന്ന് ഞാൻ ആശിച്ചുപോകുന്നു."

"പപ്പ പഴയ കാലത്തേക്ക് പോകണ്ട. അത് എന്നെ വിഷമിപ്പി ച്ചേക്കും."

"അത്തരം കാര്യങ്ങൾ കൂടെക്കൂടെ നിന്നോട് സംസാരിക്കണമെന്ന് ഡോക്ടർ പറഞ്ഞിട്ടുണ്ടല്ലോ? വീണ്ടും വീണ്ടും സംസാരിച്ച് നമുക്ക് പരസ്പരം പൊരുത്തപ്പെടാവുന്ന അവസ്ഥയിലെത്തണം."

അവൻ എണീറ്റു. പൊക്കമുള്ള ശരീരം ഒന്നു വിറച്ചു. കണ്ണുകളിൽ വീണ്ടും രക്തയോട്ടം. അവന്റെ നോട്ടം എന്റെ ശരീരത്തിലും മനസ്സിലും തുളച്ചു കയറുന്നു.

"എങ്ങനെയാണ് പൊരുത്തപ്പെടുക? എനിക്ക് മമ്മയെ എങ്ങനെ യാണ് നഷ്ടമായതെന്ന് പപ്പ പറയാൻ തയ്യാറല്ലല്ലോ? നാട്ടിൽവെച്ച് എന്താണ് സംഭവിച്ചതെന്ന് തെളിച്ചുപറ. ഞാനില്ലാത്തപ്പോ... മമ്മയെ..."

ഞാൻ നിശ്ചേഷ്ടനായി. എന്താണ് പറയേണ്ടത്. എങ്ങനെയാണ് അവനെ സമാധാനിപ്പിക്കേണ്ടത്?

"ഞാൻ പറഞ്ഞല്ലോ? മമ്മയ്ക്ക് നാട്ടിൽവെച്ച് അസുഖം വർദ്ധിച്ചത്, മമ്മയെ യഥാസമയം ആശുപത്രിയിലെത്തിക്കാൻ കഴിയാതിരുന്നത്...."

"അല്ല" അവൻ ക്രുദ്ധനായി. "അല്ല... അതിനപ്പുറത്ത് ചില സത്യ ങ്ങളുണ്ട്. മമ്മയും നിങ്ങളും തമ്മിൽ ഒത്തുപോയിരുന്നില്ലല്ലോ, ഒരിക്കലും. എല്ലാം മനഃപൂർവം..."

"മോനെ..." എന്റേത്, അവൻ കേൾക്കാത്ത പതിഞ്ഞ നിലവിളി യായിരുന്നു. ഞാൻ സോഫായിൽ കൈതാങ്ങിയിരുന്നു.

അവൻ ശാന്തത വീണ്ടെടുത്ത് മുറിവിട്ടു പോയി. ലാപ്ടോപ്പുമെടു ത്താണ് പോയത് എന്നതിനാൽ എനിക്ക് വീണ്ടും ആശങ്കയായി. അതിലും അശ്ലീലത നിറച്ചിരിക്കുമോ, ഏതെങ്കിലും തരത്തിൽ?

ചുവരിൽ ചില്ലിട്ടുവെച്ച ഭാര്യയുടെ ചിത്രത്തിൽ നോക്കാൻ എനിക്ക് ഭയമായി. ആ ചിത്രംപോലും എന്നെ പരിഹസിക്കും. അവൾ എന്നും അങ്ങനെയായിരുന്നു. പരിഹാസപൂർവമേ എന്നോട് സംസാരിച്ചിരുന്നുള്ളൂ. ചിലപ്പോൾ ക്രൂരമായിത്തന്നെ.

"മുത്തച്ഛാ"- ചില്ലിനകത്ത് ഒളിച്ചിരിക്കുന്ന അവൾ വിളിക്കുന്നു.

"മരിച്ചിട്ടും ഞാൻ നിങ്ങളെ ഉപദ്രവിക്കുന്നു, അല്ലേ മുത്തച്ഛാ, അത് അങ്ങനെയാണ്. ഈ ജന്മത്തിൽ മാത്രമല്ല, വരും ജന്മങ്ങളിലും എന്റെ കൂടെത്തന്നെ..... എന്റെ പരിഹാസമേറ്റ്."

അവൾ എന്നെ മുത്തച്ഛൻ എന്നാണ് വിളിച്ചിരുന്നത്. ആരും അടുത്തില്ലാത്ത അവസരങ്ങളിൽ അങ്ങനെയേ വിളിക്കൂ. ചിലപ്പോൾ ഭയങ്കര അസഹനീയമായിരുന്നു.

"നിങ്ങളുടെ മുഖത്തെ ഭാവഹാവാദികൾ ഒരു വൃദ്ധന്റേതുപോലെ. എപ്പോഴും ഒരുതരം നിസ്സംഗത. മുത്തച്ഛന്മാർക്കുണ്ടാവും ഇത്തരം ഭാവം. ഇനി മുതൽ നിങ്ങളെ ഞാൻ മുത്തച്ഛൻ എന്നു വിളിക്കും. ഒരു ദിവസം എന്നെ ഇങ്ങനെയൊക്കെ കളിയാക്കി. അതിന് ഏതാനും ദിവസം മുമ്പാണ് ആ ഇറാനിയുടെ വീട്ടിൽ ഞങ്ങൾ അതിഥിയായത്. ഞങ്ങൾ ഞങ്ങളല്ലാതായി മാറിയത്.

ഞാൻ, ഓർമ്മകളിലേക്ക് വീണ്ടും. പാദസരത്തിന്റെ താളം, ഊദിന്റെ ഗന്ധം, ഉച്ചത്തിലുള്ള സംസാരം. ഓർമ്മകൾ വേട്ടയാടുന്നു.

നാല്

"ഷുമാ കൈലി ഖുബെ"[1] ഇറാനി എന്റെ ഭാര്യയോട് ആദ്യം പറഞ്ഞ വാചകം ഇതായിരുന്നു. അതിന്റെ അർത്ഥം എനിക്കു മനസ്സിലായില്ല. ഉറുദുവും ഇംഗ്ലീഷും അയാൾക്ക് അറിയാമെന്നിരിക്കെ ഇടയ്ക്കിടെ അയാൾ ഇറാനി ഉപയോഗിക്കുന്നത്, സ്വാഭാവികമായ ഒന്നായി തോന്നിയില്ല. പക്ഷേ, ഞാൻ അനിഷ്ടം കാണിച്ചില്ല.

ഇറാനിയുടെ അലങ്കരിച്ച സ്വീകരണമുറി രാജസദസ്സുപോലെ. ചുവന്ന പരവതാനിക്കു മുകളിൽ, ചതുരാകൃതിയിൽ ചിത്രത്തുന്നലുള്ള മറ്റൊരു പരവതാനി. അതിന് അരികിൽ ഉരുണ്ട തലയണകൾ. ചുവരുകളിൽ കാലിഗ്രഫി.

ചുവരിനോട് അടുപ്പിച്ചിട്ട സോഫ ചൂണ്ടി അയാൾ ഞങ്ങളോടു പറഞ്ഞു: "ഫളൽ, ഫളൽ, ബൈഠിയേ."

ഞങ്ങളുടെ വരവ് മണത്തറിഞ്ഞപോലെ വെളുത്തു തടിച്ച ഒരു സ്ത്രീ അകത്തുനിന്ന് വന്ന് പടിവാതിൽക്കൽ നിന്നു.

"ഹബീബി, ഇൻജോബിയോ"[2]

---

1. നീ വളരെ സുന്ദരി
2. പ്രിയപ്പെട്ടവളെ വരൂ

ഭാര്യയായിരിക്കണം. വെളുത്ത കൈയിൽ മൈലാഞ്ചിപ്പാടുകൾ. തട്ടത്തിലും നീളൻ ഉടുപ്പിലും കസവുചിത്രങ്ങൾ...

"അലീ, തായൽ"[3]

ഇറാനിയുടെ വിളിപ്പേര് അലി എന്നാണ്.

ഫറൂഖ് അൽ അലി അവാദി എന്നാണ് എന്നോട് പറഞ്ഞത്. ഇത്രയും വലിയ പേര് എങ്ങനെ വിളിക്കും എന്ന സന്ദേഹത്തിലായിരുന്നു ഞാൻ. ഇനി അലി എന്നുതന്നെ വിളിക്കാം.

അലി സാവധാനത്തിൽ അവരുടെ അടുത്തേക്കു പോയി. പിന്നീട് രണ്ടുപേരും കൂടി അകത്തേക്ക് പോയി.

ഒരു ചെമ്പ് ട്രേയിൽ ചെറിയ കപ്പുകളിൽ കാപ്പിപോലുള്ള പാനീയം കൊണ്ട് ആ സ്ത്രീയും അലിയും വന്നു. സ്ത്രീയുടെ മുഖത്ത് മധുരമായ ചിരി പടർന്നിരുന്നു. പക്ഷേ, അവരുടെ മുഖത്ത് ആകർഷകമായ ഒന്നും ഉണ്ടായിരുന്നില്ല. കണ്ണോ മൂക്കോ ചുണ്ടുകളോ ഒന്നും കീഴ്പ്പെടുത്താൻ പോന്നതായിരുന്നില്ല.

"കുടിക്കൂ"– അലിയും ഭാര്യയും ഒരേ സമയം ഉർദുവിൽ പറഞ്ഞു. അവർ രണ്ടു പേരും ബ്ലാങ്കറ്റിലെ തലയണയിൽ കൈകുത്തിയിരുന്നു. ഞങ്ങൾ പക്ഷേ, സോഫയിൽതന്നെയായിരുന്നു.

അലി ഉർദുവിൽ സംസാരിച്ചു. "നിങ്ങളെ കടപ്പുറത്ത് കൂടെക്കൂടെ കാണുന്നതുകൊണ്ടാണ് ഇവിടേക്കു ക്ഷണിച്ചത്. ചൂട് സഹിക്കാൻ കഴിയുന്നില്ല, അല്ലേ? പക്ഷേ, രാത്രികാലം, കടപ്പുറം അത്ര സുരക്ഷിത മല്ല. ചൂട് തീരെ സഹിക്കാൻ കഴിയാതിരിക്കുമ്പോൾ ഈ വില്ലയിലേക്ക് വരിക. എത്ര സമയം വേണമെങ്കിലും ഇവിടെ വിശ്രമിക്കാം. ഞാനും നിങ്ങളെപ്പോലെ പരദേശി. നമുക്കിടയിൽ ഒരുപാട് സാമ്യതകളുണ്ട്..."

അലി, വെള്ളം കുടിക്കാനായി അല്പനേരം നിർത്തി. അലിയുടെ ഭാര്യ ചിരിച്ചുകൊണ്ടിരുന്നു. ഭർത്താവിന്റെ സംസാരത്തിനിടയിൽ, പലതവണ അതൊക്കെ ശരിവെയ്ക്കുന്ന തരത്തിൽ തലയാട്ടി.

അലി തുടർന്നു: "പത്തു വർഷമായി ഞാനും ഇവളും ഇവിടെ വന്നിട്ട്. അറിയാമല്ലോ, ഞങ്ങൾ ഇറാനികളാണ്. നിങ്ങളെപ്പോലെ സവിശേഷമായ സംസ്കാരങ്ങളുള്ള രാജ്യമാണ് ഇറാൻ. പണ്ട്, ഹിന്ദുക്കുഷ് പർവതം കടന്ന്, ഞങ്ങളുടെ ആൾക്കാർ നിങ്ങളുടെ ദേശത്ത് എത്തുകയും നിങ്ങ ളുടെ സംസ്കാരം കുറെയൊക്കെ സ്വീകരിക്കുകയും പെറ്റു പെരുകുകയും ചെയ്തിട്ടുണ്ട്. അവരുടെ സന്താനപരമ്പരകൾക്കാണ് ഇപ്പോൾ നിങ്ങളുടെ രാജ്യത്ത് അധീശത്വം-അല്ലേ?... എവിടെപ്പോയാലും ഞങ്ങൾ മേൽ ക്കോയ്മ നേടുമെന്നത് ഞങ്ങളുടെ യോഗമാണ്... ഞാൻ എന്റെ ഗോത്ര ത്തിന്റെ മേന്മ പറഞ്ഞ് നിങ്ങളെ ബോറടിപ്പിക്കുന്നോ?"

ഞാൻ ചോദിച്ചു: "നിങ്ങൾക്കെങ്ങനെ ഇത്ര നന്നായി ഉർദുവും ഹിന്ദിയും സംസാരിക്കാൻ കഴിയുന്നു?"

3. അലീ, വരൂ

അലി: “ഉർദു ലിപി, അറബിയോട് അടുത്തു നിൽക്കും; ഇറാനി ലിപിയും. ഞാൻ ഉർദു വായിച്ചു പഠിച്ചതാണ്. നാട്ടിൽവെച്ചുതന്നെ. പിന്നെ ഹിന്ദിയും ഉർദുവും വലിയ വ്യത്യാസമില്ലല്ലോ? അങ്ങനെ ഹിന്ദിയും...”

ഞാൻ: “ഞങ്ങൾ ഇനി പൊയ്ക്കോട്ടെ. താങ്കളുടെ ദയയ്ക്കു നന്ദി.”

അലി: “ഈ വീട് കാണണ്ടേ? ഞങ്ങൾ ഇവിടെ വന്നതിനുശേഷം പണിതതാണ്. കുറെ ചെലവായി. വൈദ്യുതി ഉണ്ടെന്നുള്ളത് വലിയ നേട്ടം.”

എന്നെ ഭാര്യ കാലിൽ ചവിട്ടി- പോകാമെന്നർത്ഥം. “ഞങ്ങൾ ഇറങ്ങുകയാണ്. ഇനിയത്തെ തവണ വീട് മൊത്തം കാണാം.”

ഇറങ്ങാൻനേരം ഭാര്യക്ക് ആ സ്ത്രീ ഒരു പൊതി സമ്മാനിച്ചു. ഊദിന്റെ കഷണങ്ങളും ഊദിന്റെ എണ്ണയും. അവരുടെ ജീവിതത്തെ ദീപ്ത മാക്കുന്നതിൽ ഗന്ധവും പുകയും വലിയ പങ്കാണ് വഹിക്കുന്നത്.

എന്റെ ഭാര്യ പിന്നീടുള്ള രാവുകളിലെല്ലാം മുടി അഴിച്ചിട്ടും വസ്ത്രങ്ങൾ അകറ്റിയും ഊദിന്റെ പുക സ്വന്തം ദേഹത്ത് വ്യാപരിപ്പിച്ചു. അന്നേര മൊക്കെ അവൾ എന്തോ ദിവ്യാനുഭൂതിയിൽ ലയിക്കുന്നതുപോലെ...

രാത്രി കിടപ്പറയിലെത്തിയപ്പോഴാണ് ശ്രദ്ധിച്ചത് അവളുടെ ദേഹത്തിനു മറ്റെന്തോ ഗന്ധംകൂടി വന്നുചേർന്നിരിക്കുന്നു. നാട്ടിലായിരുന്നപ്പോൾ അവൾക്ക്, പുതുമഴയിൽ കുതിരുന്നതിന്റെ ഗന്ധമായിരുന്നു. ഇവിടെ യെത്തിയപ്പോൾ തിരിച്ചറിയാൻ കഴിയാത്ത മറ്റെന്തോ. ഇപ്പോൾ ഊദിന്റെ ഗന്ധത്തോടൊപ്പം മനസ്സിലാക്കാൻ കഴിയാത്ത....

അവൾ എന്റെ തലമുടിയിൽ വിരലോടിച്ചുകൊണ്ട് ചോദിച്ചു: “നമുക്ക് ഒരു കുഞ്ഞു വേണ്ടേ?”

അപ്രതീക്ഷിതമായിരുന്നു ആ ചോദ്യം. ഞാൻ എന്താണ് മറുപടി പറയേണ്ടത്? ഒരു കുഞ്ഞിനെ ഉണ്ടാക്കാനുള്ള കഴിവ് എനിക്ക് ഇല്ലെന്നോ? ഒരു കുഞ്ഞിനെ ദത്തെടുക്കേണ്ടിവരുമെന്നോ?

ഞാൻ അന്നുരാത്രി ഉറങ്ങിയതേയില്ല. അവൾ നന്നായി ഉറങ്ങി. പിറ്റേന്ന്, അവൾ അലിയുടെ വീട്ടിൽനിന്ന് വൈകിയാണ് വന്നത്.

അവൾ പറഞ്ഞു: “ഇറാനിയുടെ ഭാര്യ പ്രസവിക്കില്ല. പ്രസവി ക്കില്ലാന്ന് പറഞ്ഞത് അലിയാണ്.”

അഞ്ച്

“**പ**പ്പ ഇനിയും പറഞ്ഞില്ല മമ്മ മരിച്ചത് എങ്ങനെയെന്ന്” - അവൻ ശാന്തനായിരുന്നു.

ഞാനിപ്പോൾ, മാർകേസിന്റെ കപ്പൽച്ചേതം വന്ന നാവികന്റെ കഥ യിലെ നായകനെപ്പോലെ ആയിരിക്കുന്നു. ഭ്രാന്തമായ ഓർമ്മകളുടെ

പെരുംകടലിൽ ഞാൻ ഒറ്റയ്ക്ക്. ഓർമ്മകളുടെ അലകൾക്കിടയിൽ തെന്നിത്തെന്നി.....

അലിയുടെ വീട്ടിലേക്ക് അവളുടെ കൂടെക്കൂടെയുള്ള യാത്ര എന്നെ അസ്വസ്ഥനാക്കിയിരുന്നല്ലോ? അവൾ പറയുന്ന ന്യായങ്ങൾ ഉൾക്കൊള്ളാൻ എനിക്ക് ആവുമായിരുന്നില്ല. സംസാരത്തിലെ പൊരുത്തക്കേടുകൾ... തർക്കം... അങ്ങനെ എത്ര കാലം!

അവളുടെ എല്ലാ വിഹ്വലതകളെയും എന്നോടുള്ള നിരാസക്തിയെയും അംഗീകരിച്ച് അവളെ സ്നേഹിക്കാൻ ഞാൻ ശ്രമിച്ചിരുന്നു. എന്റെ ജീവിതരീതിയും സ്വഭാവവിശേഷങ്ങളും കഴിവുകേടുകളും അവൾക്ക് എന്നോട് വെറുപ്പുതോന്നാൻ ഇടയാക്കുന്നതാണോ എന്ന് ചോദിച്ചാൽ എനിക്ക് ഉത്തരമില്ല. പക്ഷേ, മകന്റെ ജനനശേഷവും ഞാൻ അവളെ ആത്മാർത്ഥമായി സ്നേഹിച്ചിരുന്നു എന്നതാണ് സത്യം. മകൻ എന്റേത് അല്ലെന്ന് അറിഞ്ഞിട്ടുകൂടി... അത് എന്നെത്തന്നെ അദ്ഭുതപ്പെടുത്തുന്നു.

ആഴത്തിൽ വേരോടിപ്പോയ എന്റെ ചില സ്വഭാവവൈചിത്ര്യങ്ങൾ ചിലപ്പോൾ എനിക്കുതന്നെ അരോചകമായിരുന്നു. അതിലൊന്നാണ് എല്ലാറ്റിനോടുമുള്ള ഒത്തുതീർപ്പുകൾ.

അവൻ വീണ്ടും എന്റെയടുത്തുവന്നു: “പപ്പ മമ്മയെ ഒന്നും ചെയ്തിട്ടുണ്ടാവില്ലെന്ന് എനിക്കറിയാം. പക്ഷേ, മമ്മയുടേത് ദുർമരണമായിരുന്നോ എന്നു മാത്രമാണ് എനിക്ക് അറിയേണ്ടത്.”

ദുർമരണം!

ആരാണ് ഇവന് ഇങ്ങനെയുള്ള വാക്കുകളൊക്കെ പറഞ്ഞുകൊടുത്തത്? മമ്മയുടെ മരണത്തിൽ എങ്ങനെയാണ് ഇവന് സംശയമുണ്ടായത്?

ഞാനും ഭാര്യയും തമ്മിൽ ഇടയ്ക്കിടെയുണ്ടാകുന്ന ശണ്ഠയ്ക്ക് അവൻ സാക്ഷിയാണല്ലോ? അതു കാരണമാകാം സംശയം.

മമ്മയുടെ മരണത്തിൽ അസ്വാഭാവികമായി ഒന്നുമുണ്ടായിരുന്നില്ലായെന്ന് അവനെ വിശ്വസിപ്പിക്കാൻ ശ്രമിച്ചു...

അവളുടെ മരണത്തെക്കുറിച്ച്: നാട്ടിൽവെച്ചാണ് അവൾ മരിച്ചത്.

നാട്ടിലേക്ക് അവധിക്കുപോകാൻ നേരത്ത് മകനോട് ഞാൻ ചോദിച്ചു. “നീ എന്തിന് ഒറ്റയ്ക്ക് ഇവിടെ നിൽക്കുന്നു? ഞങ്ങളുടെ കൂടെ പോരൂ”

അവൻ തീർത്തു പറഞ്ഞു: “ഞാൻ വരുന്നില്ല. നാട്ടിൽ ഞാൻ ഒരു കാഴ്ചവസ്തുവിനെപ്പോലെ നിൽക്കണം. ആരും അവിടെ കൂട്ടിനുണ്ടാവില്ല. അവരുടെ രീതിയിൽ എനിക്ക് സംസാരിക്കാനും അറിഞ്ഞുകൂടാ.”

അവന്റെ അന്യഥാബോധം നാട്ടിൽ ഇരട്ടിക്കുന്നതായി തോന്നിയിരുന്നു. എവിടെയെങ്കിലും ഒരിടത്തിരുന്ന് എന്തെങ്കിലും വായിച്ചു

കൊണ്ടിരിക്കും. ബന്ധുക്കൾ വന്നാൽ അവരുടെ ചോദ്യങ്ങൾക്ക് ഒറ്റ വാക്കിൽ മറുപടി. പക്ഷേ, അവന്റെ അസുഖം നാട്ടിൽവെച്ച് ഉണ്ടാകാറില്ല. എന്നാൽ അവിടത്തെ പച്ചപ്പും മഞ്ഞുപെയ്യുന്ന മലനിരകളും അവനെ ചലിപ്പിക്കുന്നേയില്ല. ബന്ധുമിത്രാദികളുടെ സ്നേഹവും അവന് വേണ്ട.

"നീ എങ്ങനെ, ഇവിടെ ഒറ്റയ്ക്ക്?"

"ഞാൻ മാനേജ് ചെയ്തോളാം."

കോളനിയിലെ ഈ ഫ്ളാറ്റിൽ ഒറ്റയ്ക്ക് താമസിക്കാൻ ഒരു പതിനാറു കാരന് ഭയക്കേണ്ടതില്ല. പരിസരത്ത് കൂട്ടുകാരുണ്ട്. താഴെ സൂപ്പർ മാർക്കറ്റും ഹോട്ടലുമുണ്ട്. സ്കൂൾ അവധിയാണെങ്കിലും കമ്പ്യൂട്ടർ പഠനം തുടരാനാകും. പക്ഷേ, അവന്റെ അസുഖം എന്നെ ഉത്കണ്ഠാകുല നാക്കി.

"പപ്പ എന്താ ആലോചിക്കുന്നത് എന്ന് എനിക്കറിയാം. അസുഖമല്ലേ? കുറെയധികം ഗുളിക വാങ്ങിത്തന്നോളൂ. ഇടയ്ക്കിടെ എന്നെ വന്നു നോക്കാൻ ആരെയെങ്കിലും ഏല്പിച്ചോളൂ."

ഭാര്യയെ നാട്ടിൽ, അവളുടെ വീട്ടിൽ അവളുടെ ഉമ്മയുടെ അടുത്ത് കുറച്ചുകാലത്തേക്ക് നിർത്തി ഒറ്റയ്ക്ക് മടങ്ങണം എന്നായിരുന്നു ആഗ്രഹം. പറ്റുമെങ്കിൽ അവളെ ഒരു മനഃശാസ്ത്രജ്ഞനെ കാണിക്കണം.

കഴിഞ്ഞ പതിനാറു വർഷത്തിനിടയ്ക്ക് അപൂർവം സന്ദർഭങ്ങളിൽ മാത്രമേ അവൾ സ്നേഹപൂർവം പെരുമാറിയിട്ടുള്ളൂ. എന്നിൽനിന്ന് ഒഴിഞ്ഞുമാറാൻ അവൾ നിരന്തരം ശ്രമിച്ചു.

ഞാൻ ജോലി കഴിഞ്ഞ് മടങ്ങുന്നതിന് മുമ്പ് അവൾ കിടന്നുറങ്ങുന്നു. ഞാൻ ഉണരുന്നതിനു മുൻപ് ഭക്ഷണം ഒരുക്കിവെച്ച് (എനിക്കും മകനും) കിടന്നുറങ്ങുന്നു. ഞാൻ ജോലിക്കു പോയാൽ എന്തെങ്കിലും വായിച്ചോ ടെലിവിഷൻ കണ്ടോ സമയം പോക്കുന്നു.

ഒരിക്കൽ, മകൻ രണ്ടുപേരോടുമായി പറഞ്ഞു: "നിങ്ങൾ പരസ്പരം സംസാരിക്കുന്നതു കാണാൻ കൊതി ആയിരിക്കുന്നു." ഞാൻ അവളുടെ മുഖത്തു നോക്കി. അവൾ ഒന്നും അറിയാത്ത മട്ടിൽ നടന്നു നീങ്ങി.

ഭാര്യയുടെ മരണത്തിലേക്ക് മടങ്ങിവരട്ടെ.

അവൻ ചോദ്യം വീണ്ടും ആവർത്തിച്ചു: "മമ്മ എന്തിന് ആത്മഹത്യ ചെയ്തു?"

അവൻ ഒന്നു തേങ്ങിയതുപോലെ. കണ്ണുകൾ കുഴിഞ്ഞുവന്നു. നെറ്റി യിൽ വിയർപ്പ്. ശ്വാസഗതി കേറിക്കേറി അവൻ തളർന്നു വീഴുമെന്ന് തോന്നി.

എന്തെങ്കിലും പറഞ്ഞ് അവനെ ആശ്വസിപ്പിച്ചേ പറ്റൂ.

"മോൻ കിടന്നോളൂ"- ഞാൻ അവനെ താങ്ങി, കട്ടിലിലേക്ക് നയിച്ചു. അവൻ എന്റെ കൈ കുടഞ്ഞുമാറ്റി.

"എങ്ങനെയെന്ന്, എന്തിനെന്ന് എനിക്കറിയണം" - അവൻ കിതച്ചു.

എന്തിനായിരുന്നു അവൾ വിഷം കഴിച്ചത്?

എനിക്കും അത് അറിഞ്ഞുകൂടല്ലോ,

ഇന്നും അറിഞ്ഞുകൂടല്ലോ.

ആറ്

ഭാഷണപ്രിയരല്ലാത്ത കഥാപാത്രങ്ങൾ എന്ന തലക്കെട്ടിന് കീഴെ, കഥ തുടങ്ങുന്നതിനു മുമ്പായി ഈ കഥയിലെ സ്ഥലവും കാലവും യാഥാർഥ്യമല്ലെന്നും ഏതെങ്കിലും സ്ഥലത്തോടോ കാലത്തോടോ സാമ്യം തോന്നുന്നുവെങ്കിൽ അത് തികച്ചും യാദൃച്ഛികമാണെന്നും എഴുതാനിരുന്നതാണ്. പക്ഷേ, അങ്ങനെ ചെയ്യുമ്പോൾ വിപരീതാർത്ഥ മാണ് ഉണ്ടാവുകയെന്നും ഞാൻ ജീവിക്കുന്ന ലോകം വായനക്കാർ ഊഹിച്ചെടുക്കുമെന്നും ഞാൻ ഉറപ്പിച്ചു. വായനക്കാരെ തെറ്റിദ്ധരിപ്പി ക്കാൻ ആ വാചകംകൊണ്ട് എനിക്ക് കഴിയില്ല.

അല്ലെങ്കിൽ എന്തിന് വായനക്കാരെ തെറ്റിദ്ധരിപ്പിക്കണം? യാഥാർത്ഥ്യം അറിഞ്ഞാലെന്ത്? വായനക്കാർ എന്നേക്കാൾ ബുദ്ധിയുള്ളവരാകുമ്പോൾ തെറ്റിദ്ധരിപ്പിക്കൽ അപകടകരവുമാണ്. അതുകൊണ്ട് കഥയുടെ ഉദ്ഭവത്തെക്കുറിച്ചും വളർച്ചയെക്കുറിച്ചും മറ്റും പറയാൻ ഞാൻ നിർബ്ബന്ധിതനാകുന്നു.

ഒരു പ്രഭാതത്തിൽ, ഞാൻ ഉറങ്ങിയെണീക്കുന്നതിന് മുമ്പ് വാതിലിൽ മുട്ടുകേട്ടു.

ആരും ഈ സമയത്ത് എന്നെ ശല്യപ്പെടുത്താറില്ല. മുട്ടിന് ശക്തി കൂടിയപ്പോഴാണ് വാതിൽ തുറക്കാൻ തോന്നിയത്.

പുറത്ത്, അയാളെ കണ്ട് ഞാൻ അദ്ഭുതപ്പെട്ടു. അനുമതിക്ക് കാത്തു നിൽക്കാതെ അയാൾ മുറിക്കുള്ളിൽ കയറി കസേരയിലിരുന്നു.

"എന്നെ അറിയാമല്ലോ, അല്ലേ?"

"അറിയാം, ഫസ്റ്റ് ഫ്ളോറിൽ അല്ലേ?" - ഞാൻ ചോദിച്ചു.

"അതേ, പലപ്പോഴും നിങ്ങളെ വന്നു പരിചയപ്പെടണമെന്ന് കരുതി യതാണ്. ഒരേ കെട്ടിടത്തിലായിരുന്നിട്ടും ഇതുവരെ കഴിഞ്ഞില്ല. നമ്മുടെ ഓരോ കാര്യങ്ങൾ..."

"ഇവിടെ എല്ലാവരും അവരവരുടെ തിരക്കുകളിലല്ലേ....."

"താങ്കൾ, കഥകൾ എഴുതും, അല്ലേ? ചില പ്രസിദ്ധീകരണങ്ങളിൽ ഫോട്ടോ കണ്ടിട്ടുണ്ട്."

"ആ കുറേശ്ശെ"

അയാൾ കുറച്ചുനേരം മിണ്ടാതിരുന്നു. പിന്നീട്, മടിച്ചു മടിച്ചു ചോദിച്ചു.

'എന്റെ അനുഭവങ്ങൾ, ഇവിടത്തെ അനുഭവങ്ങൾ... ഞാൻ പറയട്ടെ, എഴുതാമോ?"

ഒരാളുടെ ജീവിതത്തിലേക്ക് എത്തിനോക്കാൻ ഒരു പഴുതുകിട്ടിയ സന്തോഷത്തിൽ ഞാൻ ഉറക്കച്ചടവ് കുടഞ്ഞുകളഞ്ഞു.

അയാൾ, ഭാഷണപ്രിയരല്ലാത്ത കഥാപാത്രങ്ങളുടെ കഥ പറഞ്ഞു തുടങ്ങി; കുമ്പസാരക്കൂട്ടിലിരിക്കുന്ന ഒരു പാതിരിയോട് പറയുന്നതു പോലെ. കാലത്തെ മാറ്റിയും മറിച്ചും ചിലപ്പോൾ സ്നേഹമസൃണത യോടെയും. നിമിഷങ്ങൾ... മണിക്കൂറുകൾ. ദുരന്താനുഭവങ്ങൾ പറഞ്ഞു നിർത്തി അല്പം വെള്ളം തരൂ എന്ന് അയാൾ ആവശ്യപ്പെട്ടു. അയാൾ ആകെ പരവശനായിരുന്നു. ഗതിയറിയാതെ ഒരു തുരുത്തിൽ ഒറ്റപ്പെട്ട് ക്ഷീണിച്ചവശനായ ഒരാളെപ്പോലെ.

ഞാൻ കൊടുത്ത വെള്ളം അയാൾ ഒറ്റവലിക്ക് കുടിച്ചു തീർത്തു.

"ഞാൻ നാളെ എന്നെന്നേക്കുമായി നാട്ടിലേക്ക് മടങ്ങുകയാണ്. കൂടെ മകനുമുണ്ടാകും. അവനെ നാട്ടിൽ കൊണ്ടുപോയി ചികിത്സിക്കണം. ഇവിടം വിടുന്നതിനു മുമ്പ് ആരൊടെങ്കിലും എന്റെ കഥകൾ പറഞ്ഞില്ലെങ്കിൽ... ആ വീർപ്പുമുട്ടലും സഹിക്കണ്ടേ?"

തണുപ്പുകാലമാണ്. എയർകണ്ടീഷണറിന്റെ ആവശ്യമില്ല. എന്നിട്ടും അയാളുടെ നെറ്റിയിൽ വിയർപ്പുപൊടിഞ്ഞു.

"ഞാൻ ഇതുവരെ പറഞ്ഞ കാര്യങ്ങളിൽനിന്ന് നിങ്ങൾക്ക് പലതും ഊഹിക്കാനാകും... അല്ലേ?"

"ഉം... നിങ്ങൾ ഈ നഗരത്തിൽ വന്ന കാലം... അല്പം കഴിഞ്ഞ് ഭാര്യയും എത്തി. അവർക്ക് ഇവിടത്തെ സാഹചര്യവുമായി പൊരുത്ത പ്പെടാനായില്ല. ആ ഇറാനിയുമായുള്ള സൗഹൃദം നിങ്ങളെ ഉലച്ചു. മകൻ... അതേ, മകൻ ആരുടേതാണ്?"-എനിക്ക് ചോദിക്കാതിരിക്കാൻ കഴി ഞ്ഞില്ല.

അയാൾ സോഫയിൽനിന്ന് എണീറ്റ് മുറിയുടെ മൂലയിലേക്ക് നടന്നു. അവിടെ നഗരത്തിന്റെ പ്രധാന തെരുവിലേക്ക് തുറക്കുന്ന ജനാലയുടെ കർട്ടൻ നീക്കി അകലേക്ക് നോക്കി. പുറത്ത് ഇരമ്പുന്ന വാഹനങ്ങളും പൊടിക്കാറ്റും.

ഞാൻ ചോദ്യം ആവർത്തിച്ചു:

"ഇറാനിയുടെ"

അയാൾ അതെയെന്ന് തലയാട്ടി.

"എന്റെ ഭാര്യ അവനെ പ്രസവിച്ചു എന്നതുകൊണ്ട് ഞാൻ അവനെ സ്നേഹിച്ചു. ഇപ്പോഴും സ്നേഹിക്കുന്നു. അഗാധമായി. ഒരുതരം വാശി യോടെ അഗാധമായി..."

അയാൾ ശരിക്കും കരയുന്നുണ്ടായിരുന്നു. അയാൾ എന്റെ സമീപ ത്തേക്ക് വേഗത്തിൽ നടന്നടുത്തു.

"നിങ്ങൾ പറയൂ. ഞാൻ തെറ്റുകാരനോ? എല്ലാം എന്റെ ഭാഗ്യക്കേടെന്ന് കരുതി, തെറ്റുകളെല്ലാം ഞാൻ എന്റെ തലയിൽത്തന്നെ കെട്ടിവെയ്ക്കുകയായിരുന്നില്ലേ? എന്റെ ദുഃഖം ഇതേവരെ ഞാൻ ആരോടും പറഞ്ഞിട്ടില്ല. അവനെ അവൾ ഗർഭം ധരിക്കുമ്പോൾത്തന്നെ എനിക്കറിയാമായിരുന്നു. അവൾതന്നെ എന്നോടു പറഞ്ഞിരുന്നു ഇത് എന്റെ കുഞ്ഞല്ലെന്ന്, സന്തോഷിക്കേണ്ടെന്ന്. അവൾ ആത്മഹത്യയ്ക്കും അന്ന് ശ്രമിച്ചിരുന്നു. ഞാൻ പിന്തിരിപ്പിച്ചു. അവളെ ഞാൻ ഒരുപാട് സ്നേഹിച്ചു. അവൾ അക്രമാസക്തമാകുന്ന സന്ദർഭങ്ങളിൽ മാത്രം ഞാൻ അവളെ ശാസിച്ചു. സ്നേഹം അമിതമായാലും ദോഷമാണ്. അവൾ നാട്ടിൽവെച്ച് വിഷം കഴിച്ചത് എന്തിനാണെന്ന് എനിക്കറിയില്ല; സത്യം. ആത്മപീഡയുടെ ആസക്തി അവളിൽ എന്നും ഉണ്ടായിരുന്നെന്ന് തോന്നുന്നു."

"ഞാൻ മകനോട് എന്താണ് മറുപടി പറയേണ്ടത്? എനിക്ക് എങ്ങനെയാണ് അവനെ സമാധാനിപ്പിക്കാൻ കഴിയുക? പറയുമ്പോൾ, അവന്റെ ജന്മംതൊട്ട് പറയണ്ടേ? അവന്റെ യഥാർത്ഥ പിതാവിനെക്കുറിച്ചും പറയണ്ടേ?... ഇല്ല, ഞാൻ ഒരിക്കലും അത് പറയില്ല. തീർച്ച."

ഏഴ്

'**സ**മൂഹത്തിന്റെ പറിച്ചുനടലും സംസ്കാരത്തിന്റെ നാശവും'- ഇതായിരുന്നു ടെലിവിഷൻ ടോക്ക്ഷോയുടെ വിഷയം. ഞാനടക്കം നാലുപേർ വേദിയിൽ. ജനിച്ചു വളർന്ന മണ്ണിൽനിന്ന് പറിച്ചുനടപ്പെട്ട നിരവധി കുടുംബങ്ങൾ സദസ്സിൽ; കുഞ്ഞുങ്ങളടക്കം.

സംവിധായകൻ ആമുഖമായി ഇത്രയും പറഞ്ഞു: പറുദീസ നഷ്ടപ്പെട്ടവരാണ് നമ്മളെന്ന് ഇപ്പോൾ നമുക്ക് ബോധ്യമാകുന്നു. നാട്ടിലുള്ളവർക്ക് നമ്മുടെ ഈ ദാരുണാവസ്ഥ മനസ്സിലാകുമോ എന്തോ? ഇരുപത്-മുപ്പത് കൊല്ലം മുമ്പ് ഇവിടെയെത്തുമ്പോൾ... കട്ട്... (ക്യാമറാമാൻ ഇടപെട്ടു. ഓഡിയോ ശരിയല്ല. ശബ്ദം വ്യക്തമാകുന്നില്ല... ഒ.കെ. റോളിങ്)... ഇരുപത്-മുപ്പത് കൊല്ലം മുമ്പ് ഇവിടെയെത്തുമ്പോൾ നമ്മൾ എന്തായിരുന്നോ അതല്ല, ഇപ്പോൾ. നമ്മുടെ കഥാകൃത്ത് എന്നോട് ഒരു മനുഷ്യന്റെ കഥ പറഞ്ഞു. വാഗ്ദത്തഭൂമിയിൽ പലതും വെട്ടിപ്പിടിക്കാനായ ആ മനുഷ്യന് സ്വന്തം കാലിനടിയിലെ മണ്ണൊലിച്ചുപോകുന്നത് നിസ്സഹായനായി നോക്കിനിൽക്കാനേ കഴിഞ്ഞുള്ളൂ. അയാൾക്ക് അകാലത്തിൽ ഭാര്യയെ നഷ്ടപ്പെട്ടു. മകന് മാനസികരോഗം ബാധിച്ചു. വാസ്തവത്തിൽ ആ മകൻ നമ്മളിലേക്ക് കയറിവന്ന പുതിയ സംസ്കാരത്തിന്റെ പ്രതീകമാണ്... അതെ, അങ്ങനെയാണ്. ആ മനുഷ്യന്റെ കഥ, നിങ്ങൾക്കുവേണ്ടി, നമ്മുടെ കഥാകൃത്ത് ഒരിക്കൽകൂടി പറയും.

(ക്യാമറ എന്നിലേക്ക് പതുക്കെ)

ഭാഷണപ്രിയരല്ലാത്ത കഥാപാത്രങ്ങളുടെ കഥ, 'അയാളി'ലേക്ക് 'ഞാൻ' പരകായപ്രവേശം ചെയ്ത്, അവരുടെ മുന്നിൽ അവതരിപ്പിച്ചു.

ഞാനും സംവിധായകനും വേദിയിലുള്ളവരും സദസ്യരും ഒന്നായിക്കൊണ്ടിരുന്നു. ക്യാമറ 'പാൻ' ചെയ്തുകൊണ്ടിരിക്കെ, എല്ലാവർക്കും ഒരേ മുഖമാകുന്നത് കണ്ട് ക്യാമറമാൻ സ്തംഭിച്ചു. ഞാൻ കഥ വേഗത്തിൽ അവസാനിപ്പിച്ചു. പലരും അപ്പോൾ ദീർഘശ്വാസം വിട്ടു. കഥയുടെ പിൻകുറിയായി ഞാൻ കുറച്ചുകൂടി പറഞ്ഞു: ലോകത്തിന്റെ ഏത് കോണിൽ പോയി ഒളിച്ചാലും വേട്ടയാടുന്ന ഓർമ്മകൾ അയാളിൽ ഇവിടത്തെ ജീവിതം അവശേഷിപ്പിച്ചു. ഒരുപക്ഷേ, തലമുറകളോളം അത് അയാളെ പിൻതുടർന്നേക്കാം. മറ്റൊരാൾക്ക്, തീർത്തും വേറൊരു സംസ്കാരം പേറുന്ന ഒരാൾക്ക് ജനിച്ച മകനെ അയാൾ ജീവിതകാലം മുഴുവൻ പേറണം.

ദീർഘകാലം ഇവിടെ ചെലവഴിച്ച മിക്കവരും ഇത്തരം സമസ്യകളെ നേരിടുന്നു. ഇരുപത്തെട്ടു കൊല്ലംമുമ്പ് ഞാൻ ഇവിടെ വരുമ്പോൾ, സ്വതന്ത്രനായ മനുഷ്യനായിരുന്നു. സഹജീവിസ്നേഹം, കാരുണ്യം ഒക്കെ ഞങ്ങൾക്കിടയിൽ (നാട്ടിലുള്ളവരെ ലക്ഷ്യമാക്കി) ഉണ്ടായിരുന്നു. ഇപ്പോൾ അതൊന്നുമില്ല. ലാഭചിന്തകൾ മാത്രം...

കാരുണ്യം എന്ന വികാരം ഞങ്ങളുടെ കുഞ്ഞുങ്ങൾക്ക് അറിയുകയേയില്ല. നോക്കൂ, നാട്ടിലാണെങ്കിൽ ആ വികാരം ഉണർത്തുന്ന പല പ്രവൃത്തികളും നമ്മൾ ചെയ്യും. ഉദാഹരണത്തിന് ഒരാൾ ഭിക്ഷ യാചിക്കാൻ വരുമ്പോൾ അയാൾക്ക് നാണയത്തുട്ടു നൽകുന്നത് അത്തരം ഒരു പ്രവൃത്തിയാണ്. അതു കണ്ട് കുഞ്ഞുങ്ങളിലും ആ വികാരം ഉണ്ടാകുന്നു. ഇവിടെ, നമ്മൾ ആരോടും ദയാവായ്പ് കാണിക്കുന്നില്ല. അപ്പോൾ കുഞ്ഞുങ്ങളിൽ അത് ഉണ്ടാകുമോ?

ഞാൻ ഒന്നു നിർത്തി സംവിധായകനെ നോക്കി. 'ഓ, മതി'യെന്ന് അയാൾ ആംഗ്യം കാട്ടി.

ഇനി, സദസ്സിന്റെ ഊഴം. ഒരു സ്ത്രീ മൈക്ക് കൈയിലേന്തി നിൽക്കുന്നു. നാല്പതിനോടടുത്ത് പ്രായം. അവരുടെ മുഖത്തെ റൂഷും ചുണ്ടിലെ ലിപ്സ്റ്റിക്കും പ്രായത്തെ മറയ്ക്കാനുതകുന്നതല്ല.

ആ സ്ത്രീ (തെല്ല് നാടകീയതയോടെ): "കഥ നന്നായിരിക്കുന്നു. പക്ഷേ, ഇടയ്ക്കിടെ അവിശ്വസനീയമായ കാര്യങ്ങൾ കടന്നുവരുന്നു. ഇറാനിയുമായി ആ സ്ത്രീക്ക് സൗഹൃദമുണ്ടായിരുന്നു എന്നു പറയുന്നു. മകനുണ്ടായിയെന്നും. ഭർത്താവിനാൽ സ്നേഹിക്കപ്പെടാത്ത ഒരു സ്ത്രീ മാത്രമേ പരപുരുഷബന്ധത്തിനു ശ്രമിക്കുകയുള്ളൂ. പുരുഷനെ ആദർശവൽക്കരിക്കാനുള്ള ശ്രമത്തിൽ, കഥാകൃത്തിന് സ്ത്രീയെ മനസ്സിലാകുന്നില്ല."

ഞാൻ (നിശ്ശബ്ദം) : കഥയല്ല, സംഭവമാണ് ഞാൻ പറഞ്ഞത്, സത്യമാണ്.

സംവിധായകൻ ഇടപെടുന്നു: "കഥയെ നിങ്ങൾ തെറ്റായി വായിച്ചു. സംസ്കാരത്തെക്കുറിച്ചാണ് ആ കഥ ചർച്ചചെയ്യുന്നത്. കഥാനായകന്റെ മകനെ നോക്കൂ, അവന് സ്വന്തമായി ഒരു കൾച്ചർ ഉണ്ടോ? നമുക്കൊക്കെ ഉണ്ടായിരുന്നല്ലോ? ഇങ്ങോട്ടു വരുന്നതിനു മുമ്പായി... പ്രാർത്ഥിക്കാനായി ഞാൻ പള്ളിയിലും താങ്കൾ അമ്പലത്തിലും വെവ്വേറെ വഴിയിൽ പോകുമെങ്കിലും നമ്മെ പരസ്പരം ബന്ധിപ്പിക്കുന്ന, നമുക്ക് കരുത്തു നൽകുന്ന ചില അംശങ്ങളുണ്ടായിരുന്നല്ലോ? ഞാറ്റുവേല, നാടൻപാട്ടുകൾ, ഉത്സവങ്ങൾ... നമ്മുടെ മക്കൾക്കോ, പറയൂ, എന്തുണ്ടവർക്ക് ഊന്നുവടികളായി. സംസ്കാരം എന്നു പറയാൻ അവരിലുള്ളതോ? എന്തെല്ലാമോ അരച്ചുകലക്കി ഉണ്ടാക്കുന്ന 'ബർഗർ' പോലെ അല്ലേ? നമ്മൾ സ്വാംശീകരിക്കുന്ന ഈ ബർഗർ സംസ്കാരം, കഥാനായകന് മകൻ എന്ന പോലെ എല്ലാവർക്കും ബാധ്യതയാവുകയാണ്... ആ കഥയിൽ..."

ഞാൻ: "കഥയല്ല, സംഭവമാണ് ഞാൻ പറഞ്ഞത്, സത്യമാണ്." (ഇത്തവണ ഞാൻ അല്പം ഉച്ചത്തിൽതന്നെയാണ് ഇത് പറഞ്ഞത്. എന്നിട്ടും ആരും കേൾക്കുകയുണ്ടായില്ല. ഇപ്പോൾ ഒരു കാര്യം മനസ്സിലാകുന്നു. ഇക്കാലത്ത് കഥകളെ സംഭവങ്ങളായും സംഭവങ്ങളെ കഥകളായും ആളുകൾ തെറ്റിദ്ധരിക്കുന്നു.)

■

പാതയുടെ അറ്റം

ഉച്ചയുറക്കത്തിനുശേഷമുള്ള അലസതയിലേക്ക് ഫോൺ ബെല്ലടിക്കുമ്പോൾ അനിൽ തോമസ് കരുതിയില്ല. വിളി ഡാഡിയുടേതായിരിക്കുമെന്ന്. ഡാഡി രാത്രിയിലാണ് വിളിക്കാറ്. ഓഫീസ് ജോലിയുടെ അശുഭതകളെ കുടഞ്ഞെറിയാൻ ഒരു പെഗ്ഗ് വീശുമ്പോൾ ഡാഡിക്ക് ഈ മകനെ വിളിക്കണമെന്ന് തോന്നും നാട്ടിൽനിന്ന്.

മിക്കവാറും സംസാരം ഇങ്ങനെ:

നീ എന്തു ചെയ്യുന്നു?

സുഖമായിരിക്കുന്നു.

നിന്റെ കല്യാണത്തെക്കുറിച്ച്...

സമയമായില്ല, ഡാഡ്

എനിക്ക് വയസ്സാവുകയാണ്.

നിന്റെ കുഞ്ഞിനെ താലോലിച്ചുവേണം...

അതു പൂർത്തിയാക്കാത്ത വാചകമാണ്.

തന്റെ മകനെ താലോലിക്കുമ്പോൾ തന്നെ പണ്ട് താലോലിച്ച നിമിഷങ്ങളിലേക്ക് ഡാഡിക്ക് തിരിച്ചുപോകാൻ കഴിയുമെന്നോ അതോ താവഴിയിലെ മറ്റൊരു കുഞ്ഞിക്കാൽ കണ്ട ശേഷം കണ്ണടയ്ക്കാമെന്നോ?

ഡാഡിയുടെ ശബ്ദം തിരിച്ചറിഞ്ഞശേഷം ചോദിച്ചു. എന്താ ഡാഡ് ഈ സമയത്ത്.

ഓ, ഒന്നുമില്ല, വിളിക്കണമെന്ന് തോന്നി, ചുമ്മാ. എന്തൊക്കെയുണ്ട് വിശേഷങ്ങൾ.

ഓ ആസ് യൂഷ്വൽ.

നിനക്ക് അവിടത്തെ ഡ്രൈവിങ് ലൈസൻസ് കിട്ടിയെന്നല്ലേ പറഞ്ഞത്?

അതെ.

ഞാൻ മിസ്റ്റർ നായരെ വിളിച്ചുപറഞ്ഞിട്ടുണ്ട്. നീ അവിടെനിന്ന് ഒരു ടൊയോട്ട കൊറോള വാങ്ങിക്കോളു. കാശ് ഞാൻ ഇവിടെ അഡ്ജസ്റ്റ് ചെയ്യുന്നുണ്ട്.

താങ്ക്യൂ താങ്ക്യൂ സോ മച്ച്.

തന്റെ സന്തോഷം ടെലിഫോണിൽ തിരിച്ചറിഞ്ഞശേഷം ഡാഡി ഫോൺ കട്ടു ചെയ്തു. ഡ്രൈവിങ് ലൈസൻസ് കിട്ടിയിട്ട് നാലുമാസമേ ആയുള്ളൂ. ഒരു കൊല്ലത്തെ ശ്രമഫലമായിരുന്നു അത്. തിയറി ക്ലാസ്, പാർക്കിങ്, റോഡ് സിഗ്നൽ... ഓരോരോ കടമ്പകൾ.

ലൈസൻസ് കിട്ടാൻ നേരത്ത് പാക്കിസ്ഥാനി ഉസ്താദ് സമൃദ്ധമായ താടി ഉഴിഞ്ഞ് ഉർദുവിൽ മൊഴിഞ്ഞു.

ഭായിജാൻ ഇവിടത്തെ ജീവിതത്തിൽ എനിക്ക് ധൈര്യം പകരുന്നത് എന്റെ ഡ്രൈവിങ് ലൈസൻസാണ്. ഇത് കൈയിലുള്ളപ്പോൾ ജോലി നഷ്ടപ്പെടുന്നതിനെക്കുറിച്ച് വേവലാതിയില്ല. വളയം തിരിച്ച് എവിടെയും ജീവിക്കാം. അതിനപ്പുറം ഈ ലൈസൻസ് നിരക്ഷരനായ എന്റെ അഭിമാനമാണ്, സാന്ത്വനമാണ്. വലിയ പഠിപ്പുള്ള എത്രയോ പേർക്ക് ഇത് നേടാൻ കഴിയാതെ പോകുന്നു. എന്തായാലും താങ്കൾക്ക് ലൈസൻസ് കിട്ടും. ഇൻശാ അല്ലാഹ്.

ഒരു വണ്ടികൂടി താങ്കൾക്ക് സ്വന്തമാക്കാനായാൽ നിങ്ങൾക്കും ഒരു രക്ഷിതാവിനെ കിട്ടുകയായി... ഇൻശാ അല്ലാഹ്.

രക്ഷിതാവ്! ബന്ധങ്ങൾക്ക് വിലയില്ലാത്ത ഇക്കാലത്ത് ഈ നഗരത്തിൽ ഒരു രക്ഷിതാവിനെ കിട്ടുന്നത് ഭാഗ്യംതന്നെ.

പക്ഷേ, ഏത് അർത്ഥത്തിലാണ് ഒരു കാർ രക്ഷിതാവാകുക. ഉസ്താദിനോട് അത് ചോദിക്കണമെന്നുണ്ടായിരുന്നെങ്കിലും ഡ്രൈവിങ്ങിൽ ഏകാഗ്രത നഷ്ടപ്പെടാതിരിക്കാൻ സംസാരം നിർത്തി. ഷോറൂമിൽ ചെന്ന് നായരുടെ കൈയിൽനിന്ന് കൊറോളയുടെ താക്കോൽ വാങ്ങുമ്പോഴാണ് ഉസ്താദ് പറഞ്ഞതിന്റെ പൊരുൾ വ്യക്തമായത്.

കാർ കൈയിലായി എന്ന തിരിച്ചറിവ് തന്റെ ജീവിതത്തിന് ചുറ്റും ഒരു സംരക്ഷണവലയം തീർത്തതുപോലെ. ഇനി ആരെയും ഭയപ്പെടാൻ ഇല്ലാത്തതുപോലെ. ഒരുപാട് സ്നേഹവും ഉദാരതയും ഉള്ളിൽ കരുതിവെച്ച് കാത്തുസൂക്ഷിക്കുന്ന ഒരു രക്ഷിതാവിനെപ്പോലെ വെളുത്ത കാർ ഷോറൂമിൽ.

പതുക്കെ ഡോർ തുറന്ന് ഡ്രൈവിങ് സീറ്റിലിരുന്ന് സീറ്റ് ബെൽറ്റിട്ടു. പിന്നീട് സ്റ്റിയറിങ്ങിൽ കൈവെച്ചപ്പോൾ ഡാഡിയുമൊത്തുള്ള ഒരു പഴയ നിമിഷം ഓർമ്മവന്നു. മമ്മിയോട് പിണങ്ങി ഡാഡി തന്നെയുമെടുത്ത് കാറിൽ കയറി ഡ്രൈവിങ്സീറ്റിലിരുന്ന് സ്റ്റിയറിങ്ങിൽ തിരുപ്പിടിച്ച് ക്ഷോഭം അടക്കാൻ ശ്രമിക്കുമ്പോൾ താൻ ഡാഡിയുടെ പുറത്ത് കയറിയിരുന്നു. ഡാഡി തന്നോട് ദേഷ്യപ്പെട്ടതേയില്ല. മമ്മിയോട് പിണങ്ങുമ്പോഴൊക്കെ ഡാഡി കാറുമെടുത്ത് എങ്ങോട്ടെങ്കിലും പോകും. ശ്രദ്ധിച്ച് പതുക്കെ. നിന്റെ കൂടെ എന്നും ഞാനുണ്ട്. കാറിനകത്തുനിന്ന് ആരോ മന്ത്രണം ചെയ്യുന്നതുപോലെ. കാർ മെല്ലെ നഗരത്തിന്റെ ബഹളത്തിലേക്കിറങ്ങി.

'വിജയലക്ഷ്മിയുടെ അന്വേഷണം' എന്ന കവിത കിടക്കയിൽ കിടന്ന് ആവർത്തിച്ചു വായിക്കുകയായിരുന്നു പന്ത്രണ്ടാം ക്ലാസുകാരി രഞ്ജിനി. അപ്പോൾ അനിൽ തോമസിന്റെ ഫോൺ വന്നു. അവൾ ചാടിയെണീറ്റു.

ഹായ് ഡാർലിങ്ങ്, അനിൽ ഹിയർ.

ഹായ് ഇന്ന് വളരെ സന്തോഷത്തിലാണല്ലോ.

അതൊക്കെ പറയാം. അതിന് മുമ്പ് ഒരു കാര്യം. അരമണിക്കൂർ നീ എനിക്കുവേണ്ടി ഫ്രീയാകണം.

ഞാൻ ഒരു കവിത പഠിച്ചുകൊണ്ടിരിക്കുകയാ. സ്കൂൾ വാർഷികത്തിന് ചൊല്ലാൻ.

നീതന്നെ ഒരു കവിതയാണല്ലോ. കസവുപാവാടയുമുടുത്ത് സ്റ്റേജിൽ നീ വെറുതെ നിന്നുകൊടുത്താൽ ഒരു പ്രണയകവിത കേട്ട അനുഭൂതി ആളുകൾക്കുണ്ടാകും. അനിലിന്റെ പ്രശംസയിൽ രഞ്ജിനി ഇളകിയില്ല.

സ്കൂളിൽവെച്ച് ആൺകുട്ടികളും പെൺകുട്ടികളും തന്റെ നീലക്കണ്ണുകളും വട്ടമുഖവും നീണ്ട തലമുടിയും ചൂണ്ടി ഓരോന്ന് പറയുമ്പോൾ അമ്മയെയാണ് ഓർമ്മവരിക.

രണ്ടുവർഷം മുമ്പ് മരിച്ചുപോയ അമ്മയിൽനിന്നാണ് തനിക്ക് ഇതൊക്കെ കിട്ടിയത്.

നീ എന്താ ഒന്നും മിണ്ടാതെ. അരമണിക്കൂർ എന്റെ കൂടെ വരില്ലേ?

വേണ്ട അനിൽ. ഞാൻ പറഞ്ഞിരുന്നില്ലേ, മറ്റു പെൺകുട്ടികളെപ്പോലെ എന്നെ കാണേണ്ടെന്ന്. ഫ്രണ്ട്ഷിപ്പ് ആകാം. അതിലപ്പുറമൊന്നും വേണ്ട.

ഞാൻ അതല്ല ഉദ്ദേശിച്ചത്. ഞാൻ ഒരു കാർ വാങ്ങി. അതിൽ ആദ്യം കയറേണ്ടത് താനാണെന്ന് ഞാൻ തീരുമാനിച്ചു. അരമണിക്കൂർ മാത്രം.

അറിയാല്ലോ, അച്ഛൻ ഒന്നുരണ്ടു മണിക്കൂറിനുള്ളിൽ വീട്ടിലെത്തും ഇവിടെ അനിയനുമുണ്ട്. ഏതായാലും പത്തുമിനിട്ട് ഞാൻ വരാം. കോളനിയുടെ അറ്റത്തുള്ള കാർ പാർക്കിങ്ങിലേക്ക് വരിക. ഞാൻ അവിടെയുണ്ടാകും. അനിലിന്റെ നിർബന്ധം സഹിക്കാതായപ്പോൾ രഞ്ജിനി സമ്മതിച്ചു.

അന്നാദ്യമായി പരിഭ്രമത്തോടെയാണ് രഞ്ജിനി കണ്ണാടിയുടെ മുന്നിൽ നിന്നത്. തന്റെ ശരീരത്തിലെ ഭംഗിയുള്ള നിമ്നോന്നതങ്ങളെ ഭയപ്പാടോടെ നോക്കി. അപ്പോൾ അച്ഛൻ ഈയിടെ പറഞ്ഞത് ഓർത്തു.

നീ ഒരു പെൺകുട്ടിയാണ്. ഒരു പെൺകുട്ടിയെ പലവിധത്തിലും സംരക്ഷിക്കേണ്ട അമ്മ നിനക്കില്ലാതെപോയി. ഈ നഗരത്തിലെ മായക്കാഴ്ചകളിൽ എന്റെ മോൾ ഭ്രമിക്കരുത്. പേടികൊണ്ടാ ഇപ്പറയുന്നേ.

രഞ്ജിനിയുടെ ഉള്ളിൽ സംശയത്തിന്റെയും ഭയപ്പാടിന്റെയും തിരയിളകി. അടുത്ത നിമിഷം അനിലിന്റെ സൗമ്യമായ മുഖവും അതുവരെ അജ്ഞാതമായിരുന്ന ഒരു അനുഭൂതിയുടെ പൂവിളിയും മനസ്സിൽ നിറഞ്ഞു.

പാതയോരങ്ങളിലെ നിയോൺ വിളക്കിന്റെ പ്രകാശത്തിൽ രഞ്ജിനിയേയുംകൊണ്ട് അനിലിന്റെ കാർ പാഞ്ഞു. നഗരത്തിന്റെ അതിർത്തിയിലേക്കായിരുന്നു യാത്ര. പാതയിലെ മൺതരികൾ കാറ്റിൽ ഉയർന്നു പൊങ്ങി പാമ്പുകളെപ്പോലെ നൃത്തംവെച്ചു. രഞ്ജിനി മുഖം കുനിച്ചിരിക്കയായിരുന്നു. പിന്നിട്ടു പോകുന്ന മരുഭൂമിയിലെ മണൽക്കൂനകളോ ചെറിയ ചെറിയ കെട്ടിടങ്ങളോ അവൾ കാണുകയുണ്ടായില്ല. അവളുടെ ഉള്ളം ഭീതിക്കുശേഷമുള്ള നിശ്ചലതയിലായിരുന്നു. തന്റെ ശാലീനമായ സ്വത്വം ഏതോ അരുതായ്മയിൽ കളഞ്ഞുപോയതായി അവൾക്കു തോന്നി.

അനിൽ പക്ഷേ, സന്തോഷവാനായിരുന്നു. സ്റ്റീരിയോയുടെ ശബ്ദം അവൻ അല്പം കൂടി കൂട്ടി ഇളകിയിരുന്നു. അവന് അഭിമാനം തോന്നി. രഞ്ജിനിയെ അറിയുന്ന ആൺകുട്ടികളെല്ലാം അവളുടെ സാമീപ്യം കൊതിക്കുന്നു. പക്ഷേ, ആർക്കും സാധിച്ചില്ല. തനിക്ക് സാധിച്ചു.

അനിൽ രഞ്ജിനിയുടെ മുഖത്തു നോക്കി. കാറിനകത്തേക്ക് കടന്നു വരുന്ന നിയോൺ വിളക്കിന്റെ പ്രകാശത്തിൽ അവളുടെ മുഖം ജ്വലിക്കുന്നു. സ്റ്റീരിയോയിൽ റിക്കി മാർട്ടിൻ ഉച്ചത്തിൽ പാടിക്കൊണ്ടിരുന്നു. രഞ്ജിനി അബോധത്തിലെന്നപോലെ പറഞ്ഞു: അനിൽ, എനിക്ക് ഉടനെ പോകണം.

കാർ ഒരു ഒഴിഞ്ഞ സ്ഥലത്ത് ബ്രേക്കിട്ടു. ഒരുനിമിഷം അവർ പരസ്പരം നോക്കി. രഞ്ജിനിയുടെ കൈ കവർന്നെടുക്കാൻ ശ്രമിച്ചപ്പോൾ അവൾ കുടഞ്ഞു.

പുറത്ത് കാറ്റ് ശക്തമായി വീശിത്തുടങ്ങി. മണൽത്തരികൾ അന്തരീക്ഷത്തെ മൂടിക്കൊണ്ടിരുന്നു. ഇനി തിരിച്ചുപോകാതെ നിവൃത്തിയില്ല. അനിൽ നിരാശയോടെ കാർ തിരിച്ചുവിട്ടു.

രഞ്ജിനി താമസിക്കുന്നേടത്ത് കാർ എത്താറായപ്പോൾ അനിൽ ചോദിച്ചു.

രഞ്ജിനി നീ എന്താ മൗനിയായിരിക്കുന്നത്.

അത് വേണ്ടിയിരുന്നില്ല. ഇനി എന്നെ വിളിക്കുകയുമരുത്.

അതിന് ഒന്നും സംഭവിച്ചില്ലല്ലോ. ഈ നഗരത്തിലെ ആൺകുട്ടികളും പെൺകുട്ടികളും ഇങ്ങനെയുള്ള സന്ദർഭങ്ങൾക്കായി കാത്തിരിക്കുന്നു. നീ മാത്രം...

അപ്പോഴേക്കും രഞ്ജിനി താമസിക്കുന്ന ഫ്ളാറ്റിന് താഴെ ഇരുട്ട് നിറഞ്ഞ സ്ഥലത്ത് കാർ എത്തിയിരുന്നു. അവൾ ഇറങ്ങാൻ ധൃതികൂട്ടി.

അനിൽ അവളുടെ കൈ പിടിച്ച് തന്നോട് അടുപ്പിക്കാൻ ശ്രമിച്ചു. അവൾ കൈ കുടഞ്ഞുമാറ്റി. അതിനിടെ കാർ ഡോർ തുറന്നിരുന്നു. അനിലിന്റെ പിടിത്തത്തിൽനിന്ന് കുതറുന്നതിനിടയിൽ അവൾ കാറിന് പുറത്തേക്ക് തെറിച്ചുവീണു. കൈമുട്ടിൽനിന്ന് രക്തം വന്നത് തുടച്ച് അവൾ ഓടി ഫ്ളാറ്റിന്റെ പടവുകൾ കയറി.

നഗരത്തിലെ പ്രകാശമാനമായ അംബരചുംബികളിലേക്ക് കാർ പായുമ്പോൾ അനിലിന്റെ കിതപ്പ് മാറിയിരുന്നില്ല. അവന് തന്നോടു തന്നെ വെറുപ്പ് തോന്നി. വെറുപ്പ് വാശിയായി. ട്രാഫിക് ലൈനുകൾ നിരന്തരം മാറ്റിച്ചവിട്ടി മറ്റ് വാഹനങ്ങളെ പിന്നിലാക്കി ഓടിച്ചു കൊണ്ടിരിക്കുമ്പോൾ വണ്ടി പ്രതിഷേധശബ്ദം പുറപ്പെടുവിച്ചുകൊണ്ടിരുന്നു.

നഗരത്തിലെമ്പാടും റഷ്യക്കാരികളും ഫിലിപ്പിനോകളും ചൈന ക്കാരികളും ലാസ്യഭാവങ്ങളോടെ നടന്നുപോകുന്നു. അവൻ മായ ക്കാഴ്ചകളിൽ മുഴുകി രഞ്ജിനിയെ മറക്കാൻ ശ്രമിച്ചു.

പേ പാർക്കിങ്ങിൽ കാർ കയറ്റി. ദാഹശമനത്തിനായി കൂൾ ബാറിൽ കയറിയപ്പോൾ റൂഷിന്റെയും പെർഫ്യൂമിന്റെയും രൂക്ഷഗന്ധം. നാലഞ്ച് മേശയ്ക്കപ്പുറം റഷ്യൻ സ്ത്രീകളുടെ കൂട്ടം. അതിലെ ഇളയവൾ അനിലിനെ നോക്കി ചിരിച്ചു.

മരുഭൂമിയിൽ കാറ്റ് ശമിച്ചിരുന്നില്ല. കാറ്റിന്റെ വിക്ഷോഭത്തിൽ മണൽക്കൂനകൾ തരിശുനിലങ്ങളാകുകയും തരിശുനിലങ്ങൾ മരീചിക കളാകുകയും ചെയ്തു. മരുഭൂമിയെ കീറിമുറിച്ചുപോകുന്ന റോഡിൽ വാഹനങ്ങൾ ഉണ്ടായിരുന്നില്ല. മരുഭൂമിയുടെ വിശാലതയിലേക്ക് കാർ തിരിഞ്ഞപ്പോൾ റഷ്യൻ യുവതി ചിരിച്ചുകൊണ്ടു പറഞ്ഞു:

ഡോണ്ട് സ്റ്റോപ്പ്, ഗോ, ലെറ്റസ് സീ മോർ ഡിസേർട്ട്.

അനിൽ വേഗംകൂട്ടി. അല്പം ദൂരെ ചെന്നപ്പോൾ മണലിന്റെ ധൂമ പടലങ്ങളിൽ ദിശ നഷ്ടപ്പെട്ട് കാർ നിന്നു. പിന്നാലെ കൊടുങ്കാറ്റ് വീശി. അടങ്ങാത്ത കൊടുങ്കാറ്റ്. ■

പർദ്ദ

ഇവൾ എഴുതി: ഇവിടെയിപ്പോൾ നല്ല മഴയാണ്. കനത്ത മഴതന്നെ.

ഘോരമായ ഈ പെയ്ത്ത് കാണുമ്പോൾ ഭയം തോന്നുന്നു. അരികെ പ്രളയം ഉരുണ്ടുകൂടുന്നതായി ഒരു തോന്നൽ. നിങ്ങൾക്ക് ഒരുപക്ഷേ ഇതിൽനിന്ന് രക്ഷപ്പെടാൻ കഴിഞ്ഞേക്കും. ദൂരെയല്ലേ, ഒരുപാട് ദൂരെ...

പേന താഴെ വെച്ച് അവൾ ഘടികാരത്തിലേക്ക് നോക്കി, നാലര യാകാൻ പോകുന്നു. മകൻ സ്കൂൾ വിട്ട് വരാറായി.

മഴ, ഇപ്പോഴൊന്നും നിലയ്ക്കുന്ന ലക്ഷണമില്ല. സന്ധ്യ കഴിഞ്ഞുള്ള ഇരുട്ടിനെ ഓർമ്മിപ്പിക്കുന്ന അന്തരീക്ഷവുമാണ് പുറത്ത്. മറ്റു ഫ്ളാറ്റു കളിലെല്ലാം തങ്ങളുടെ കുട്ടികളെയും കാത്ത്, വഴിയിൽ കണ്ണുനട്ട്, അച്ഛനമ്മമാർ അവിടവിടെ നില്പുണ്ടാകും. കത്തെഴുത്ത് മതിയാക്കി അവളും പുറത്തേക്ക്.

മഴത്തുള്ളികളെയുംകൊണ്ട് കാറ്റ് ഇടയ്ക്കിടെ ചീറിയടിക്കുന്നു. അവൾ തെന്നിമാറി വരാന്തയുടെ കോണിൽ നിന്നു.

അല്പം കഴിഞ്ഞ്, കൂട്ടുകാരുമായി കളിച്ചുചിരിച്ച് നടന്നുവരുന്ന മകനെ കണ്ടപ്പോൾ ആശ്വസിച്ച് അകത്തേക്കു തന്നെ കയറി. പിന്നാലെ കുടയിലെ വെള്ളം തെറിപ്പിച്ച് മകനും. ബാഗ് മേശയിലേക്ക് വലിച്ചെറി യുന്നതിനിടയിൽ അവൻ:

മമ്മാ, ടീച്ചർ പറഞ്ഞു. ന്റെ പപ്പ ജോലി ചെയ്യുന്ന കൺട്രീല്, എന്തോ കുഴപ്പങ്ങളുണ്ടെന്ന്, ടീവീല് ഉണ്ടെന്ന്... ടീവി വെക്ക് മമ്മാ.

അല്ലെങ്കിലും സ്കൂൾ വിട്ടുവന്ന് എന്തെങ്കിലും കഴിച്ചെന്നുവരുത്തി ടിവിയിലെ ഗുസ്തി കാണാൻ ഇരിക്കുകയാണ് പതിവ്. അവന്റെ പപ്പ യുടെ നാട്ടിലെ വിശേഷങ്ങളുണ്ടെങ്കിൽ മാത്രമേ ഗുസ്തിചാനൽ മാറ്റാൻ സമ്മതിക്കുകയുള്ളൂ. പപ്പയെ ചിലപ്പോൾ സ്ക്രീനിൽ കാണാൻ കഴിഞ്ഞേക്കുമെന്നുള്ളതുകൊണ്ടാണ് ആ സൗജന്യം.

എന്തു കുഴപ്പം?

അവൾക്കും ഉത്കണ്ഠയായി.

ആ... ടീച്ചർ പറഞ്ഞതാ.

റിമോട്ടിൽ ചാനൽ മാറ്റിക്കൊണ്ടിരുന്നപ്പോൾ, ഏതോ ഒന്നിൽ, ഇംഗ്ളീഷിൽ എന്തോ എഴുതിക്കാണിക്കുന്നത് കണ്ടു. സംഗതി ശരിയാണ്. ഫ്ളാഷുണ്ട്. അമേരിക്കയിലാണ് സംഭവം. ഭീകരർ പല കെട്ടിടങ്ങളിലും ചാവേർ ആക്രമണം നടത്തിയിരിക്കുന്നു. ഗൾഫിൽ തിരിച്ചടിയുണ്ടാകും.

അമേരിക്കയിലാ സംഭവം. പപ്പ സൗദിയിലല്ലേ. കുഴപ്പമൊന്നുമില്ല.

പകുതി തന്നോടും പകുതി മകനോടുമായി അവൾ.

എഴുതിക്കാണിച്ചതിനു പിന്നാലെ ദൃശ്യങ്ങളും വന്നുതുടങ്ങി. വലിയ രണ്ടു കെട്ടിടത്തിലേക്ക് വിമാനങ്ങൾ ഇടിച്ചുകയറുന്നതും കെട്ടിട ങ്ങളിൽനിന്ന് തീയും പുകയും ഉയരുന്നതും കെട്ടിടങ്ങൾ നിലം പൊത്തുന്നതുമായ ദൃശ്യങ്ങൾ. മനുഷ്യർ ഭയവിഹ്വലരായി ഓടുന്ന രംഗമെത്തിയപ്പോൾ അവളിലും ഭയം അരിച്ചുകയറാൻ തുടങ്ങി. ഇനി കുറെ വെന്തെരിഞ്ഞ, വികൃതമായ ശവങ്ങൾ കാണിക്കും... വയ്യ. കുറച്ചു ദിവസം മുമ്പ് കണ്ടതിന്റെ നടുക്കം ഇനിയും മാറിയിട്ടില്ല. അവൾ ടിവി ഓഫ് ചെയ്തു.

വെക്ക് മമ്മാ. കാണാൻ രസമുണ്ട്. വെക്ക്.

മകൻ വാശിപിടിച്ചു.

നീ കണ്ടോ, ഞാനില്ല.

അവൾ കിടപ്പുമുറിയിലേക്ക് കടന്ന് വാതിലടച്ചു.

നിന്നെപ്പോലെ, ചൂടുള്ളതാ ഇവിടത്തെ സ്ഥലവും കാലവുമെന്നു സൗദിയിൽനിന്ന് ഇന്നലെ ഫോണിൽ കുസൃതി പറഞ്ഞ ഭർത്താവിന്റെ ചില്ലിട്ട ചിത്രം പതിവിനു വിപരീതമായി അസ്വസ്ഥതയാണുണ്ടാക്കിയത്. ഈ ഏകാന്തത എന്നെ മടുപ്പിക്കുന്നുവെന്ന് പലതവണ പറഞ്ഞിട്ടും അവിടെനിന്നു വരാൻ കൂട്ടാക്കുന്നില്ലല്ലോ എന്ന് അവൾ ചിത്രത്തോട് പരിഭവം പറഞ്ഞു. നാട്ടിൽ വന്നിട്ടെങ്ങനാ ജീവിക്കുക? കുറച്ചുകൂടി സമ്പാദിച്ച് നാട്ടിൽത്തന്നെ ഉടൻ സെറ്റിൽ ചെയ്യാൻ ഉദ്ദേശിക്കുന്നു എന്ന സ്ഥിരം മറുപടി.

ഏകാന്തത അസഹ്യമായപ്പോൾ ഉമ്മയെ ഫോണിൽ വിളിക്കണ മെന്ന് തോന്നി. കുറെയായി ഉമ്മയുടെ വീട്ടിൽ പോയിട്ട്. പർദ കീറി പ്പോയതു കാരണം അങ്ങോട്ടു പോകാൻ ഒക്കുന്നില്ല. പർദയിടാതെ നടക്കുന്ന സ്ത്രീകളുടെ ദേഹത്ത് വികൃതിപ്പിള്ളേർ ചീമുട്ട എറിയാറുണ്ട്, ആ ഭാഗത്ത്. ചുരിദാറിട്ട്, തലയിൽ തട്ടവുമായി നടന്നാലും രക്ഷയില്ല...... പുതിയതൊന്ന് വാങ്ങാൻ ഭർത്താവ് അയയ്ക്കുന്ന കാശ് തികയു ന്നില്ല.

ഉമ്മയെ ഫോണിൽ വിളിച്ചു കിട്ടിയില്ല. ആരും ഫോണെടുക്കുന്നില്ല. ഇനി, അടുത്ത ബ്ലോക്കിലെ സ്നേഹിത ചന്ദ്രമതിയെ കാണുകയേ രക്ഷയുള്ളു.

കിടപ്പുമുറിയുടെ വാതിൽ തുറന്ന് പുറത്തേക്ക് കാൽവെയ്ക്കുമ്പോഴുണ്ട് പർദയിട്ട ഒരാൾ ടിവിയുടെ മുന്നിൽ, കസേരയിൽ!

മകനെവിടെപ്പോയി?

ആരാണിയാൾ?

ഇയാളെങ്ങനെ അകത്തുവന്നു?

പടച്ചോനെ, ഇയാളെന്തിന് പർദ അണിഞ്ഞിരിക്കുന്നു? അവളുടെ ഉള്ളിൽ ഒരു നിശ്ശബ്ദ നിലവിളി ഉയർന്നു.

അയാൾ, പതുക്കെ എണീറ്റ് തിരിഞ്ഞുനോക്കി ചിരിച്ചുകൊണ്ട് മുൻവശത്തെ വാതിലടച്ചു.

പേടിക്കേണ്ട, ഞാൻ ഒന്നും ചെയ്യില്ല... ഈ വേഷമോ?... ഈ ഫ്ളാറ്റിനകത്ത് കയറുമ്പോൾ എന്നെ ആരും തിരിച്ചറിയാതിരിക്കാനാ ഇത് അണിഞ്ഞ് വന്നത്. നിങ്ങളെ ഉപദ്രവിക്കില്ല, പേടിക്കണ്ട... നിങ്ങളെ ഞാൻ പലതവണ ടൗണിൽ കണ്ടിട്ടുണ്ട്. ഇഷ്ടമായി... പെരുത്ത് ഇഷ്ടമായി, അതുകൊണ്ടാ, അതുപറയാനാ ഇത്ര ബുദ്ധിമുട്ടി ഈ മഴയത്ത് വന്നത്. നിങ്ങളുടെ മോൻ അപ്പുറത്തെ ഫ്ളാറ്റിൽ കളിക്കാൻ പോയ തക്കം നോക്കിയാ ഞാൻ അകത്തുകയറിയത്...

തന്നേക്കാൾ ചെറുപ്പം തോന്നിക്കുന്ന അയാളുടെ സംസാരത്തിൽ ക്രൗര്യമോ ഭീഷണിയോ ഉണ്ടായിരുന്നില്ല. വെറുപ്പിക്കുന്ന അലിവും ശൃംഗാരവും മാത്രം. അതുകൊണ്ടു തന്നെ അവളുടെ ഭീതി മാറി. പതുക്കെ സംയമനം വീണ്ടെടുക്കാനും അവൾക്ക് കഴിഞ്ഞു.

എനിക്ക് ഭർത്താവുണ്ട്. നിങ്ങൾ കരുതുന്നതുപോലുള്ള ആളല്ല ഞാൻ...

അവൾ ക്രോധത്തോടെ, അയാളിൽനിന്ന് അല്പം കൂടി അകന്നു നിന്നു.

അതെനിക്കറിയാം. നമ്മൾ തമ്മിൽ ഇഷ്ടപ്പെടുന്നത് ആരും അറിയാൻ പോകുന്നില്ല. ദൂരെയുള്ള നിങ്ങളുടെ ഭർത്താവും.

നിങ്ങൾ ഇവിടെനിന്ന് ഇപ്പോ ഇറങ്ങണം. അല്ലെങ്കിൽ...

അവൾ ക്രുദ്ധയായി. അയാൾ അനങ്ങിയതേയില്ല. പക്ഷേ, പോയില്ലെങ്കിൽ, അയാളെ എന്താണ് ചെയ്യാൻ കഴിയുക എന്ന് അവൾക്ക് രൂപമുണ്ടായില്ല.

ഞാൻ പോകാം.

അയാൾ ഭാവം കടുപ്പിച്ച് പറഞ്ഞു.

പക്ഷേ, ഞാൻ വീണ്ടും വരും. ഒരുപക്ഷേ, നാളെത്തന്നെ...

പർദയിൽ മുഖം മറച്ച് അയാൾ ഇറങ്ങിപ്പോയി.

അല്പനേരം, അവൾ, കസേരയിൽ വിറങ്ങലിച്ചിരുന്നു. കസേരയും

താനും ഭൂമിക്കടിയിലേക്ക് വഴുതിപ്പോകുന്നതുപോലെ. വലിയ കെട്ടിടം നിമിഷാർധത്തിൽ നുറുങ്ങിയൊടുങ്ങുന്നതുപോലെ.

എത്രയും പെട്ടെന്ന് ആരോടെങ്കിലും ഇക്കാര്യം പറയണമെന്നും മനസ്സിന്റെ ഭാരം ലഘൂകരിക്കണമെന്നും ഉറച്ചു; ചന്ദ്രമതിയെ ഓർത്തു.

ചന്ദ്രമതിയുടെ ഫ്ളാറ്റ് തുറന്നു കിടന്നിരുന്നു. അകത്ത് അവളെ ക്കൂടാതെ മറ്റാരോ ഉണ്ടെന്ന് ശബ്ദത്തിൽനിന്ന് തിരിച്ചറിയാനായി. അകത്തുകയറാതെ എത്തിനോക്കുമ്പോൾ...

അയാൾ...!

മറ്റൊരു വേഷത്തിലാണെന്നു മാത്രം. പർദയ്ക്ക് പകരം നീളൻ ജുബ്ബ. രുദ്രാക്ഷമാല കഴുത്തിൽ...

ചന്ദ്രമതി കയർക്കുകയും കത്തിയെടുത്ത് അയാളെ ഭീഷണിപ്പെടുത്തുകയും ചെയ്യുന്നു. കത്തി കണ്ടപ്പോൾ അയാൾ ഒന്നു വിറച്ചു. പെട്ടെന്ന് ഇരിപ്പിടത്തിൽ നിന്ന് എഴുന്നേറ്റ് പുറത്തേക്ക് ചാടി. പോകുമ്പോൾ അയാൾ ആരെയും ശ്രദ്ധിക്കുകയോ കൂസുകയോ ചെയ്തില്ല. അവൾ പതുക്കെ ചന്ദ്രമതിയുടെ അടുത്തുചെന്നു. ദേഷ്യംകൊണ്ട് വിറച്ചിരുന്ന ചന്ദ്രമതിയെ കസേരയിലിരുത്തി. അവർ രണ്ടുപേരും കെട്ടിപ്പിടിച്ചു. അല്പം കഴിഞ്ഞ്, ചന്ദ്രമതിയോട് അവൾ തന്റെ അനുഭവം വിവരിച്ചു.

ഹോ, ഹോ നിന്റടുത്തും വന്നിരുന്നോ? ഏതായാലും എന്റടുത്ത് ഇനി അവൻ വരുമെന്ന് തോന്നുന്നില്ല.

ചന്ദ്രമതി ശ്വാസം നിയന്ത്രിച്ചു.

എനിക്ക് നിന്റെ ധൈര്യം ഇല്ലല്ലോ ചന്ദ്രീ... ഞാൻ എന്തു ചെയ്യണം?

ചന്ദ്രമതി അല്പം ആലോചിച്ചു.

നീ ഉമ്മയുടെ അടുത്തു പോ. രണ്ടോ മൂന്നോ ദിവസം കഴിഞ്ഞു വന്നാൽ മതി...

എന്റെ ബുർഖ കീറിപ്പോയി... പുതിയൊരെണ്ണം വാങ്ങണം. നീ കുറച്ച് പണം കടം താ?

ചന്ദ്രമതി ഒരു മടിയും കൂടാതെ അഞ്ഞൂറു രൂപ കൊടുത്തു.

അവൾ കുഞ്ഞിനെയും കൂട്ടി ബസ്സിൽ പട്ടണത്തിലേക്ക്. മഴയുടെ ശക്തി അല്പം കുറഞ്ഞിരുന്നു. എങ്കിലും ഇരുട്ട് ഒരു നരച്ച പർദ പോലെ.

പട്ടണത്തിൽ ചെന്ന് പർദ വിൽക്കുന്ന കടകളുള്ള തെരുവിലേക്ക് അവൾ തിരിഞ്ഞു. നിരവധി കടകളുണ്ട്. പലതും കഴുത്തറുപ്പൻ വിലയാണ് ഈടാക്കാറുള്ളത്. ഓരോ നിറത്തിലുള്ള പർദ സ്ത്രീകളുടെ രൂപത്തിനുള്ളിൽ കാഴ്ചകളായി ചുറ്റിലും...

വിറ്റഴിക്കൽ എന്ന് വലിയ പോസ്റ്ററുള്ള കടയിലാണ് അവൾ കയറിയത്.

അവളെ മന്ദഹാസത്തോടെ എതിരേറ്റത് അയാൾ...!

എന്നിൽനിന്ന് രക്ഷപ്പെടാൻ ശ്രമിക്കുകയാണ് അല്ലേ? പർദ എടുത്തോളു. പക്ഷേ, രക്ഷപ്പെടൽ നടക്കില്ല. നിനക്ക് ഫ്ളാറ്റിലേക്ക്, രണ്ടോ മൂന്നോ ദിവസം കഴിഞ്ഞ് തിരിച്ചുപോയല്ലേ പറ്റു. നീയുള്ള സമയം നോക്കി ഞാൻ വരും.

അയാൾ കൗണ്ടറിൽ താളം പിടിച്ചുകൊണ്ടിരുന്നു.

പടച്ചോനേ, അയാൾ എങ്ങനെ ഇവിടെയെത്തി...?

താൻ ആരാണ്, തനിക്ക് എന്തുവേണം?

അവൾ മകന്റെ കൈ അമർത്തിപ്പിടിച്ച് ധൈര്യത്തോടെ ചോദിച്ചു.

ഞാൻ ആരെങ്കിലുമായിക്കോട്ടെ. ഞാൻ പറഞ്ഞല്ലോ നിങ്ങളെ ഇഷ്ടമാണെന്ന്.

അയാൾ കൂടുതൽ അടുത്തു വന്നപ്പോൾ അവൾ മകന്റെ കൈ പിടിച്ച് ഇറങ്ങി നടന്നു.

ഇരുട്ട് കനത്തിരിക്കുന്നു. എങ്ങും ചീവീടുകളുടെ കരച്ചിൽ. മഴ തോർന്നിട്ടുമില്ല.

മമ്മയോടെന്തിനാ അയാൾ ഇങ്ങനെയൊക്കെ പറഞ്ഞത്. ഞാൻ പോയി കല്ലെറിയട്ടെ, അയാളെ...

മകൻ ചോദിച്ചു. അപ്പോൾ അവൾ നിസ്സഹായയായി മന്ദഹസിച്ചു. മകനെ കുടയ്ക്കു കീഴിൽ ചേർത്തു നിർത്തി നടന്നു.

ഉമ്മയുടെ വീട്ടിലേക്കുള്ള ബസ്സിനു കാത്തുനിൽക്കുമ്പോഴും തിരക്കുള്ള ബസ്സിൽ അള്ളിപ്പിടിച്ച് നിൽക്കുമ്പോഴും പർദ ധരിച്ച ഒരുപാട് സ്ത്രീകൾ തലങ്ങും വിലങ്ങും. അവൾ സൂക്ഷ്മതയോടെ, ഭയത്തോടെ ഓരോ ആളെയും വീക്ഷിച്ചു. അതിൽ, മൂടുപടമിട്ടവരിൽ, ആണുങ്ങളാരെങ്കിലും ഉണ്ടാകുമോ? സ്ത്രീകളെ അപമാനിക്കാനായി... കവർച്ച ചെയ്യാനായി... ഉണ്ടാകും. ലക്ഷ്യം കാണാൻ എന്തു മാർഗവും സ്വീകരിക്കുന്ന കാലമാണിത്.

അവൾ മകന്റെ കൈപിടിച്ച് ബസ്സിറങ്ങി നടന്നു; പർദ ധരിക്കാത്തതിനാൽ തനിക്കെതിരെ കുശുകശുക്കുന്ന ചെറുപ്പക്കാരെ അവഗണിച്ച് ഉമ്മയുടെ സാമീപ്യത്തിലേക്ക്, സ്വസ്ഥതയിലേക്ക്.

രണ്ടു ദിവസം കഴിഞ്ഞ്, ഫ്ളാറ്റിലേക്ക് മടങ്ങാൻ നേരത്ത് അവൾക്ക് ഉമ്മ ഒരു വടിവാൾ സമ്മാനിച്ചു. ■

മടക്കം

വേണുച്ചേട്ടൻ അവസാനമായി ആ കട്ടിലിലേക്ക് നോക്കി. പതിവ് പോലെ വിരിപ്പും ബ്ളാങ്കറ്റും കൂടിക്കുഴഞ്ഞു കിടക്കുകയായിരുന്നു. മൂട്ട പെറ്റു പെരുകിയ, കറുപ്പ് ഘനീഭവിച്ച കട്ടിലിന്റെ ഒരു കോണിൽ പഴയ ഡയറി ഉണ്ടായിരുന്നു. അത് ഉപേക്ഷിക്കാൻ തന്നെ വേണുച്ചേട്ടൻ തീരുമാനിച്ചു. അയാൾ, നരച്ച താടി ഉഴിഞ്ഞ് പറഞ്ഞു : "മക്കളെ, നിങ്ങൾ അതിലെ വരികൾ ശ്രദ്ധയോടെ വായിക്കണം. ഞാൻ ഓർമകളെ മനസ്സിൽ സൂക്ഷിച്ചിട്ടുണ്ട്. എനിക്ക് അത് മതി."

വേണുച്ചേട്ടൻ മക്കൾ എന്നു വിളിച്ചത് സ്വന്തം മക്കളെ അല്ല. സഹമുറിയന്മാരെ ആണ്. തന്നെക്കാൾ ചെറുപ്പമായ അവരെ വേണുച്ചേട്ടൻ അങ്ങനെയാണ് വിളിക്കാറ്. മാത്രമല്ല അവരൊക്കെ എത്രയോ പ്രായം കുറഞ്ഞവരുമാണ്. വേണുച്ചേട്ടനെ ഏറെ ബഹുമാനിക്കുകയും സ്നേഹിക്കുകയും ചെയ്തിരുന്ന അക്ബർ കണ്ണീർ വാർത്തു. അവർ പരസ്പരം പുണർന്നു.

ഫ്ളൈറ്റിന് സമയമായെന്ന് ആരോ ഓർമിപ്പിച്ചു. അയാൾ ബാഗ് തോളിൽ തൂക്കി ഇറങ്ങി. പാസ്പോർട്ട് കീശയിൽ ഉണ്ടെന്ന് ഉറപ്പു വരുത്തി. വിമാനത്താവളത്തിലേക്കുള്ള ടാക്സിയിൽ ഇരിക്കുമ്പോൾ പട്ടാണി ഡ്രൈവർ ചോദിച്ചു: മുലൂക് ജാതാ ഹെ? കഭി വാപാസ് ആയേഗാ? പോകുന്നവർ ഒക്കെ മടങ്ങി വരാനിരിക്കുന്നു എന്നാണ് അയാളുടെ ധാരണ.

ഈന്തപ്പന നിരന്നുനിൽക്കുന്ന റോഡിന് മധ്യത്തിൽ ധാരാളം കിളികൾ. തണുപ്പു കാലം വരാൻ പോകുന്നതിന്റെ ലക്ഷണമാണ്. ഇഷ്ടികകൾ പാകി വേലി കെട്ടിയ പാതയരികിൽ പൂക്കൾ വിരിഞ്ഞിരുന്നു. അപ്പോഴാണ് മിന്നായംപോലെ അലിമുധീനെ കണ്ടത്. അയാൾ ടാക്സി നിർത്താൻ പറഞ്ഞു. പണ്ടു കാലത്ത് ജോലി ഇല്ലാതെ അലഞ്ഞ നാളുകളിൽ അഭയം തന്ന ആളാണ്. ഇവിടം വിട്ടു പോകുമ്പോൾ പറയാതിരിക്കുന്നത് ശരിയല്ല.

'അരേ, ബംഗാളി ഹം മുലൂക് ജാതാ ഹെ. 'ടാക്സി യിൽ നിന്ന് ഇറങ്ങാതെ വിളിച്ചുപറഞ്ഞു. അലിമുധീൻ അത് കേൾക്കുക ഉണ്ടായില്ല. അയാൾ ആൾക്കൂട്ടത്തിൽ മറഞ്ഞു.

വിമാനത്താവളത്തിൽ തിരക്ക് കുറവായിരുന്നു. കൗണ്ടർ തുറക്കാൻ മൂന്നു മണിക്കൂർ വൈകുമെന്ന് അറിയിപ്പ് കണ്ടു. അയാൾ ചിരിച്ചു.

“നമ്മുടെ നാട്ടിലേക്ക് വൈകാതെ വിമാനം പറന്ന ചരിത്രമില്ലല്ലോ.” അയാൾ ആരോടെന്നില്ലാതെ പറഞ്ഞു. മൂന്നോ നാലോ മണിക്കൂർ കഴിഞ്ഞാൽ ഈ മണ്ണിനോടു വിട പറയാൻ പോവുകയാണ്. മുപ്പതു വർഷത്തെ ജീവിതം ഓർമയാകാൻ പോവുകയാണ്. മുപ്പതു വർഷത്തെ ജീവിതം ഓർത്തെടുക്കാൻ ഒരു ശ്രമം നടത്താം ഇപ്പോൾ തന്നെ. ഈ വിമാനത്താവളത്തിൽ നിന്ന് തുടങ്ങാം. അന്നു പക്ഷേ, മുംബൈയിൽ നിന്നാണ് വന്നത്. ഈ വിമാനത്താവളം ഇത്രയ്ക്ക് വലുതായിരുന്നില്ല. ഇത്ര തിരക്കുണ്ടായിരുന്നില്ല. തെരുവുകൾ വിജനമായിരുന്നു. വാഹനങ്ങൾ കുറവായിരുന്നു.

മരുഭൂമിയിൽ ഏറെയും ഒറ്റയടിപ്പാതകളായിരുന്നു. ആർക്കും ആരോടും സഹായം അഭ്യർത്ഥിക്കാമായിരുന്നു.

ചൂടുകാലത്ത് ഉറക്കം വരാതെ കടൽക്കരയിൽ പോയി നേരം വെളുപ്പിക്കുമായിരുന്നു. അവിടെ വെച്ചാണ് അവളെ ആദ്യമായി കാണുന്നത്. ഒരു തണുത്ത കാറ്റു വന്നു തലോടിയ പോലെ. അവൾ ഒറ്റയ്ക്കായിരുന്നു. ഒരു വീട്ടിലെ വേലക്കാരി ആയിരുന്നു.

അവൾക്ക് കൂട്ടിന് ആരെയും കിട്ടിയില്ലേ? അവൾ അടുത്തു വന്നു. “ഒരു ചായ കുടിക്കുന്നോ” അവൾ ചോദിച്ചു. “ഹൊ, നിങ്ങൾ മലയാളി ആണോ?” സന്തോഷം അടക്കാൻ ആയില്ല. “അതെ, വരൂ.” പിന്നീട് മിക്ക ദിവസങ്ങളിലും അവർ ഒരുമിച്ച് ചായ കുടിച്ചു. നാട്ടുവർത്തമാനം പറഞ്ഞു. അയാൾ വീട്ടിലെ കാര്യങ്ങൾ അവളോട് പറഞ്ഞു. ഭാര്യ പ്രസവിക്കാറായി എന്നു പറഞ്ഞു. മകനായിരിക്കട്ടെ എന്ന് അവൾ ആശംസിച്ചു. “എന്താ മകൾ ആയാൽ?” അയാൾ. “സ്ത്രീ ആയാൽ എന്തെല്ലാം സഹിക്കണം?” അവൾ.

ഒരിക്കൽ സംസാരിച്ച് നേരം പുലർന്നത് അവർ അറിഞ്ഞില്ല. അവൾ ഭീതിയോടെ വീട്ടിലേക്ക് ഓടി. അതിനു ശേഷം അവളെ കാണാൻ കഴിഞ്ഞില്ല. തലയിൽ തട്ടമിട്ട, ചിരിക്കുമ്പോൾ കുഞ്ഞരിപ്പല്ലുകൾ മാത്രം തെളിയുന്ന സ്ത്രീകളെ കാണുമ്പോൾ അവളെ ഓർക്കും. പിന്നെയും ധാരാളം മുഖങ്ങൾ മനസ്സിൽ നിറഞ്ഞു വന്നു. സ്ത്രീകളും പുരുഷന്മാരും അറബികളും പാകിസ്ഥാനികളും മലയാളികളും...

ആരോ വന്നു പുറത്തു തട്ടിയപ്പോൾ അയാൾ ഓർമയിൽ നിന്ന് ഉണർന്നു. ഒരു വൃദ്ധൻ. അയാളുടെ തോളിലും ബാഗ് ഉണ്ടായിരുന്നു. അയാൾ വളരെ പരിചിതനെപ്പോലെ ചിരിച്ചു. വിമാനത്താവളത്തിലെ ശബ്ദങ്ങളെയും തിരക്കുകളെയും ഭേദിച്ച് അയാളുടെ ചിരി ഉച്ചത്തിൽ പുറത്തു വന്നു. “നാട്ടിലേക്കാണല്ലേ?” അതൊരു അശരീരി പോലെ തോന്നിച്ചു. “വിമാനം കുറെ വൈകും എന്ന് അവർ പറഞ്ഞു. നമുക്ക് ഒരു ചായ കുടിക്കാം” അയാൾ ക്ഷണിച്ചു. ഒരു കൂട്ട് കിട്ടിയതിന്റെ സന്തോഷത്തിൽ വേണുച്ചേട്ടൻ എണീറ്റു. പല തവണ വിമാനം കയറിയിട്ടുണ്ടെങ്കിലും കൂടെ ഒരാളുണ്ടാവുക ആശ്വാസം ആണ്. നാട്ടിലെത്തുന്നതു വരെ സംസാരിച്ചിരിക്കാം. മൂത്രപ്പുരയിൽ പോകുമ്പോൾ ബാഗ് ഏല്പിക്കാം.

വൃദ്ധൻ എസ്കലേറ്ററിൽ കയറുമ്പോൾ താങ്ങിപ്പിടിക്കേണ്ടി വന്നു. മുകൾ നിലയിൽ ഒരു ഇന്ത്യൻ റെസ്റ്റോറന്റ് ഉണ്ടായിരുന്നു. വൃദ്ധൻ ഒരു മൂലയിൽ സീറ്റിൽ ബാഗ് വെച്ചു. കൗണ്ടറിൽ നിന്ന് രണ്ടു ചായ വാങ്ങിക്കൊണ്ടു വന്നു. ഒരെണ്ണം വേണുച്ചേട്ടൻ വാങ്ങി. അയാൾ മുഖവുര ഇല്ലാതെ ആരംഭിച്ചു "എന്റെ പേര് ഫക്രുദീൻ. മുപ്പതു വർഷമായി ഇവിടെ. ഇനി മതി. വിസ കാൻസൽ ചെയ്തു. അറുപതു വയസ്സിനപ്പുറം ഇവിടെ തുടരാൻ നിയമം അനുവദിക്കുന്നില്ല. മുപ്പതു വർഷം. ആദ്യത്തെ അഞ്ചു വർഷം നാട്ടിൽ കുടുംബത്തിന് എന്നെ വേണമായിരുന്നു. അന്നു മൊബൈൽ ഫോണില്ല. ബൂത്തിൽ ചെന്നു ചില്ലറ നാണയത്തുട്ടുകൾ ഇട്ടാണ് വിളിക്കാറ്. എന്റെ ശബ്ദം അവരെ വല്ലാതെ സന്തോഷിപ്പിക്കുന്നതായി എനിക്ക് തോന്നിയിട്ടുണ്ട്. അവർ എന്നു പറഞ്ഞത് ഭാര്യ, രണ്ടു മക്കൾ. രണ്ടു വർഷത്തിൽ ഒരിക്കൽ നാട്ടിൽ പോകാറുണ്ടായിരുന്നു. രണ്ടോ മൂന്നോ തവണ പോയി കഴിഞ്ഞപ്പോൾ, ഞാൻ അവർക്ക് അപരിചിതൻ ആവുകയാണെന്ന് തോന്നിത്തുടങ്ങി. പിന്നെ അവർ എവിടെക്കോ പോയെന്നറിഞ്ഞു.

ചിലർ പറഞ്ഞു, ആരുടെയോ കൂടെ ഒളിച്ചോടിയത് ആണെന്ന്, അവരെ കുറ്റം പറഞ്ഞിട്ട് കാര്യമില്ല.

ഒരു തണൽ, സാന്ത്വനം അവർ ആഗ്രഹിച്ചിരിക്കും. പണം മാത്രമല്ലല്ലോ ജീവിതം. അയാൾ കണ്ണാടിജാലകത്തിലൂടെ പുറത്തേക്കു നോക്കി. വിമാനങ്ങൾ താഴ്ന്നിറങ്ങുന്നതിനെ അയാൾ അല്പ നേരം നോക്കി. "അപ്പൊ നിങ്ങൾ എങ്ങോട്ട് പോകുന്നു?" വേണുച്ചേട്ടൻ ചോദിച്ചു.

"ഞാൻ ഇപ്പോഴും തീരുമാനിച്ചിട്ടില്ല. ബന്ധുക്കളെ അറിയിച്ചിട്ടില്ല. കുറച്ചു കാലം ജീവിക്കാനുള്ള കാശ് കൈയിലുണ്ട്. മരുഭൂമിയിൽ കൂടാരത്തിനകത്ത് കുറെ കാലം ജീവിച്ചിട്ടുണ്ട്. അതുകൊണ്ട് റോഡരികിലും അന്തിയുറങ്ങാം. അല്ലെങ്കിൽ ഏതെങ്കിലും വൃദ്ധസദനത്തിൽ പോകാം. അതാ നല്ലത് എന്നു തോന്നുന്നു..ഓ, നിങ്ങളുടെ കാര്യം ചോദിക്കാൻ വിട്ടു പോയി? എങ്ങോട്ടാ?" അയാൾ ചോദിച്ചു. അവർക്കിടയിൽ മൗനം കനത്തു. വേണുച്ചേട്ടൻ പതുക്കെ പറഞ്ഞു : "വൃദ്ധസദനത്തിലേക്ക്."

വേണുച്ചേട്ടന്റെ ഡയറിയുടെ അവസാന താളിൽ നിന്നാണ് അക്ബർ വായന തുടങ്ങിയത്. "പോകുന്നു" എന്ന ഒറ്റവരിയിൽ ഡയറി അവസാനിപ്പിച്ചിട്ടുണ്ട്. അതിന് പിന്നോട്ടുള്ള താളുകൾ ശൂന്യമായിരുന്നു.

ആരംഭത്തിൽ ചെറിയൊരു കുറിപ്പ്. ആദ്യം ഈ നഗരത്തിൽ കണ്ട പെൺകുട്ടി, എങ്ങോട്ടോ പോയ്മറഞ്ഞു. ഇപ്പോൾ എന്റെ ഭാര്യയും എന്നെ വിട്ടു പോയല്ലോ, എവിടെ ആയിരുന്നാലും അവരെല്ലാവരും സുഖമായിരിക്കട്ടെ.

അക്ബർ തന്നെത്തന്നെ നോക്കി. നര വീണു തുടങ്ങിയ മുഖം കാണാൻ കണ്ണാടിയുടെ മുന്നിൽ നിന്നു. പകലിലും ഇരുൾ വീണു കിടക്കുന്ന മുറിയിൽ വേണുച്ചേട്ടൻ ഒഴിഞ്ഞ കട്ടിലിൽ ചുരുണ്ടു കൂടി. ■

ഭൂമിയുടെ മണം

അവനു ചെറുപ്പത്തിൽ പോലും ചിത്രകഥകൾ ഇഷ്ടമായിരുന്നില്ല. ഞാൻ, എന്റെ കുഞ്ഞുന്നാളിലേക്ക് ഓർമകളെ ആനയിക്കാൻ മാൻഡ്രേക്കിന്റെയും ഫാന്റത്തിന്റെയും കഥകൾ വായിക്കാനിരിക്കുമ്പോൾ അവൻ കളിയാക്കുമായിരുന്നു; "അച്ഛന് വട്ടാണ്. ഇക്കാലത്ത് ഇതൊക്കെ ആരെങ്കിലും വായിക്കുമോ, ഞാൻ ഇന്നലെ ഖാലിദ് ഹുസ്സൈനിയുടെ 'ദി കൈറ്റ് റണ്ണർ' വായിച്ചു തീർത്തു, കഥ പറഞ്ഞു തരട്ടെ?"

അവൻ എന്റെ കൈയിലെ പുസ്തകം തട്ടിത്തെറിപ്പിക്കാൻ ശ്രമിച്ചു. എന്റെ പുസ്തക ശേഖരത്തിൽ നിന്നാണ് അവൻ വലിയ പുസ്തകങ്ങൾ വായിക്കാൻ എടുക്കുന്നത്. എന്നിട്ട് അവൻ അതിനെക്കുറിച്ച് വിശദീകരിക്കും. ഞാൻ വായിച്ചതാണെങ്കിലും എല്ലാം കേട്ടിരിക്കും. അവന്റെ കാഴ്ചപ്പാടുകൾ വേറെയാണ്. ഞാൻ കാണാത്ത ചിലത് ആ പുസ്തകങ്ങളിൽ അവൻ കണ്ടിരിക്കും. ചിത്രകാരൻ എന്ന നിലയിൽ പപ്പ വൻ പരാജയം ആണെന്ന് അവൻ മുഖത്തടിച്ച പോലെ ഒരു ദിവസം പറഞ്ഞു: "എന്താ എന്റെ ചിത്രങ്ങൾക്ക് കുഴപ്പം" ഞാൻ ചിരിച്ചു. "പ്രകൃതിയെ, മനുഷ്യരെ അതേപടി പകർത്തും." "അതിന് ഫോട്ടോ എടുത്താൽ പോരെ?" അവൻ കളിയാക്കി. എന്നാലും കളിമൺ കൊണ്ടുള്ള 'ഡെമോ' എവിടെയെങ്കിലും ചെയ്യാൻ അവസരം വന്നാൽ അവനാണ് കാണികൾക്ക് ഇംഗ്ലീഷിൽ വിശദീകരിക്കുക. അക്കാര്യത്തിൽ എന്നെക്കാൾ മിടുക്കൻ ആണ്. ഒമ്പതാം ക്ലാസ് തൊട്ട് അവൻ എന്റെ ഡെമോകൾക്ക് കൂടെ നിൽക്കും. വീട്ടിലെത്തിയാൽ അവൻ ജാട കാണിക്കും. എന്നെക്കാൾ, എന്റെ കളിമൺശില്പങ്ങളെക്കാൾ ആളുകൾക്ക് ഇഷ്ടമായത് അവന്റെ വാക്കുകൾ ആണെന്ന് അവന്റെ അമ്മയോട് പറയുന്നത് എന്നെ പ്രകോപിപ്പിക്കാനാണ്.

സ്കൂളിൽ ഒമ്പതാം തരം വരെ അവൻ ഒന്നാം റാങ്കുകാരൻ ആയിരുന്നു. ഓണപ്പരീക്ഷയുടെ ഉത്തരക്കടലാസുമായി ക്ലാസ് ടീച്ചർ വീട്ടിൽ വന്നു. കണക്കിന്റെ ഉത്തരക്കടലാസ്സിൽ അവൻ അനേകം ചിത്രങ്ങൾ വരച്ചിരുന്നു. കൊച്ചു കൊച്ചു നേർരേഖകൾ കൊണ്ടുള്ള ചിത്രങ്ങൾ ആണ് ഏറെ. എല്ലാത്തിന്റെയും അടിയിൽ ഉത്തരം ഉണ്ടായിരുന്നു. ടീച്ചർ പറഞ്ഞു :"ഉത്തരങ്ങൾ മാത്രം പോരല്ലോ? അതിലേക്ക് എത്തിപ്പെടുന്ന വിധവും കാണിക്കണ്ടേ? പ്രശ്ന പരിഹാരത്തിന് അനേകം വഴികളുണ്ട്.

കണക്കു പുസ്തകത്തിൽ ഒരൊറ്റ വഴിയേ ഉണ്ടാകാറുള്ളൂ.” “അത് ശരിയല്ല. ബൗദ്ധികമായി അതെന്നെ വെല്ലുവിളിക്കുന്നില്ല” അവൻ ആരോടെന്നില്ലാതെ പറഞ്ഞു.

ഞാൻ ആശയക്കുഴപ്പത്തിൽ ആയി. ടീച്ചറെ ഞാൻ അനുനയിപ്പിച്ചു വിട്ടു. ടീച്ചർ പോയ ശേഷം ഞാൻ ആ ഉത്തരക്കടലാസ് എടുത്തു നോക്കി. ഒരു രണ്ടാം പരിശോധനയിൽ ചിലതൊക്കെ തെളിഞ്ഞു വന്നു. ഉത്തരത്തിലേക്കുള്ള വഴി ചിത്രങ്ങളിൽ ഉണ്ട്. കെട്ടിടം നിർമിക്കാൻ കല്ല് അടുക്കി വെയ്ക്കുന്ന പോലെ ആണത്. രേഖകളിലൂടെ ആണത്. “ഇത് എവിടുത്തെ മാതൃക” ഞാൻ ചോദിച്ചു. “നമ്മൾ എന്തിന് മാതൃക നോക്കണം? പുതിയത് ഉണ്ടാക്കണം. കണക്കിലും അങ്ങനെ ആകാം.” പിറ്റേ വർഷം മലയാളം ടീച്ചർ വന്നു. ഖസാക്കിന്റെ ഇതിഹാസം അവനു പഠിക്കാൻ ഉണ്ടായിരുന്നു. കെ പി അപ്പന്റെ കുറിപ്പുകൾ ആണ് ഉത്തരങ്ങൾക്ക് ആധാരം ആക്കേണ്ടത്.

അവൻ എഴുതി വെച്ചത് അതല്ല. മലയാളത്തിൽ ആധുനികത വരുന്നതിന് നൂറ്റാണ്ടുകൾക്കു മുൻപ് ലോകത്തിന്റെ പല ഭാഗങ്ങളിലും ഭാഷയുടെ സാമ്പ്രദായികതയെ തകർക്കുന്ന നോവലുകൾ നിർമിക്കപ്പെട്ടുവെന്ന് അവൻ തുടക്കത്തിൽ തന്നെ വലിയ അക്ഷരത്തിൽ കുറിച്ചിരുന്നു. സെർവാന്റിസ് ഡോൺ ക്വിക്സോട്ടിലൂടെ ചെയ്തത് അത്തരമൊരു അട്ടിമറി ആയിരുന്നു. സ്പാനിഷ് ഭാഷ നവീകരിക്കപ്പെട്ടത് ആ കൃതിയിലൂടെ ആണ്. മലയാളത്തിൽ വൈകി വന്ന ചെറിയ ശ്രമം പോലും അതിമഹത്തായി ഉൽഘോഷിക്കപ്പെടുന്നു. എനിക്ക് യോജിപ്പില്ല... അവൻ ചോദ്യത്തിന്റെ ഉത്തരം അല്ല എഴുതിയിരിക്കുന്നത്. ഉത്തരം ആണ് വേണ്ടത്. അഭിപ്രായം അല്ല. ടീച്ചർ രോഷം കൊണ്ടു.

അവൻ എന്റെ മുറിയിൽ ചെന്ന് സുഭാഷ് ചന്ദ്രന്റെ കഥാ സമാഹാരം കൊണ്ടു വന്നു. ഘടികാരം അപ്പോൾ പന്ത്രണ്ട് അടിച്ചിരുന്നു. ടീച്ചർ ഇറങ്ങാൻ നിൽക്കുകയായിരുന്നു. അവൻ ആ പുസ്തകം ടീച്ചർക്ക് കൊടുത്തു. ഇത് എന്റെ സമ്മാനം. അവൻ ചിരിച്ചു. ടീച്ചർ പുസ്തകം വാങ്ങിയില്ല. എന്നാലും “നന്നായി പാഠപുസ്തകങ്ങൾ വായിക്കണം” എന്ന് പറഞ്ഞ് അവന്റെ ശിരസ്സിൽ തലോടി. ടീച്ചർ പോയപ്പോൾ ഞാൻ അവനോട് പറഞ്ഞു. “നീ തെറ്റായ മാർഗമാണ് സ്വീകരിക്കുന്നത്. സ്കൂൾ പഠനം എന്നത് ഒരു പദ്ധതി ആണ്. അത് അംഗീകരിക്കണം. നിന്റേത് വെല്ലുവിളി ആണ്...” കുറെ കാലത്തിനു ശേഷം അവൻ കരഞ്ഞു :“എവിടെയോ എനിക്ക് പിഴയ്ക്കുന്നു. സോറി പപ്പാ.” അന്ന് അവൻ അമ്മയുടെ കാൽക്കീഴിൽ കുറെ നേരം വെറുതെ ഇരുന്നു സമയം പാഴാക്കി. അവൾ, അവന്റെ തലയിൽ വെളിച്ചെണ്ണ ഒഴിച്ച് മുടിയിഴകളെ തഴുകിക്കൊണ്ടിരുന്നു. മുടി സ്പൈക് ആക്കി നിർത്തുന്നത് അവനു പണ്ട് ഇഷ്ടമായിരുന്നു. അവൾ പണ്ടത്തെ സ്റ്റൈലിലേക്കു മുടി കോതിയിട്ടു ഞാൻ അവനെ സമാധാനിപ്പിച്ചു.

നഗരത്തിലെ സ്കൂളിൽ നിന്ന് അവനെ മാറ്റിയാലോ എന്ന് ആലോചിച്ചു. ഇവിടുത്തെ ഏറ്റവും ഫീസ് കുറഞ്ഞ വിദ്യാലയം ആയത് കൊണ്ടാണ് അവിടെ ചേർത്തത്. മികച്ച വിദ്യാലയം ആണു താനും. സമ്പന്നരായ പലരുടെയും മക്കളും അവിടെ പഠിക്കുന്നു. മറ്റു വിദ്യാലയങ്ങളിൽ കനത്ത ഫീസ് ആണ്. താങ്ങില്ല. പകരം മകനെ മാറ്റാൻ നോക്കാം. അല്ലെങ്കിൽ നാട്ടിലേക്ക് മാറ്റാം. നാട്ടിൽ അവധിക്ക് പോകുമ്പോൾ ഏറ്റവും ഉത്സാഹം അവനായിരുന്നു. അവൻ ചക്കയും മാങ്ങയും മറ്റും പഴുക്കാൻ സൂക്ഷിക്കുന്ന അറയിൽ കിടക്കണം എന്ന് ആഗ്രഹം പ്രകടിപ്പിച്ചു. അതിന്റെ ഗന്ധം അവന് അത്രയ്ക്ക് ഇഷ്ടമായിരുന്നു. പഴുക്കാറായ മാങ്ങ വൈക്കോലിൽ ചുറ്റി അവൻ ബെഡ്റൂമിൽ വെക്കും.

ഇവനെന്താ ഇങ്ങനെ എന്ന് തോന്നിപ്പോയി. ഒരു ദിവസം അവനെ കാണാനേ ഇല്ലായിരുന്നു. അല്പം മാറി ഇടതിങ്ങി നിൽക്കുന്ന ആൽമരത്തിന്റെ ചുവട്ടിൽ കിടന്നുറങ്ങിപ്പോയെന്നു പറഞ്ഞു. തിരിച്ച് നഗരത്തിൽ എത്തിയപ്പോൾ അവൻ കൂടുതൽ മൗനത്തിലേക്ക് ഉൾവലിഞ്ഞു. എന്നാലും അവൻ പരീക്ഷ എഴുതാൻ പോയി. മരുഭൂമിയിൽ പൊടിക്കാറ്റ്. പിന്നാലെ മഴ പെയ്തു. വെള്ളത്തുള്ളികൾ പക്ഷേ, എവിടെയും കാണാനുണ്ടായില്ല. ദാഹിച്ചു വലഞ്ഞ ഭൂമി അതിനെ നക്കിയെടുത്തു. അവൻ പക്ഷേ, രാത്രി വൈകിയിട്ടും വീട്ടിൽ മടങ്ങിയെത്തിയില്ല...

ഇത്രയും ഒറ്റയടിക്ക് വിവരിച്ച അയാൾ പൊട്ടിക്കരഞ്ഞു. പിന്നെ വാക്കുകൾ ഉണ്ടായില്ല. കുറെ നേരം പുറത്തേക്കു നോക്കിയിരുന്നു. പത്രത്തിൽ എഴുതാൻ എനിക്ക് ഇത്രയും മതിയായിരുന്നു. ഞാൻ അയാളോട് യാത്ര പറയാതെ ഇറങ്ങി. അവന്റെ ഒരു പൂർണകായ ചിത്രം പുറത്ത് പൂമുഖപ്പടിയിൽ ഒതുക്കി വെച്ചിരുന്നു. അതിന് ചുവട്ടിൽ കുറച്ചു നിറം മങ്ങിയ പൂക്കൾ. അസ്തമയക്കടലിൽ നിന്നു കാറ്റ്. കുറച്ചു കുട്ടികൾ കനത്ത ബാഗുമായി സ്കൂൾ വിട്ട് വരുന്നുണ്ട്. അവർ അദൃശ്യമായി നിയന്ത്രിക്കപ്പെടുന്ന പോലെ വരി ഒപ്പിച്ചാണ് നടക്കുന്നത്. അതിലൊരുത്തൻ, കറുത്ത് മെലിഞ്ഞ ഒരുത്തൻ വഴിവക്കിലെ പൂക്കളോടും കിളികളോടും കളി പറയുന്നത് കണ്ടു. എന്റെ ഉള്ളൊന്നു കാളി. അരുത്, വരി തെറ്റിക്കരുത്... എന്റെ ശബ്ദം പക്ഷേ, പുറത്തു വന്നില്ല. ■

ചിരി പടരുന്ന ലോകം

ഡൗൺ ടൗണിലെ ആഡംബരകെട്ടിടത്തിൽ, 13-ാം നിലയിലെ വിശാലമായ ഫ്ളാറ്റിൽ ഇന്ന് അസാധാരണമായ ഒരു സംഭവം നടന്നു. നടുത്തളത്തിൽ അഷ്റഫിന്റെ വീടാണത്. ഭാര്യ അഫ്രീൻ. മകൾ നീതു. ഇളയ സഹോദരൻ നിഹാസ്. വേലക്കാരൻ അബ്ദു. സംഭവം ഇങ്ങനെ ആണ്. അബ്ദു ചന്തയിൽ നിന്ന് കൊണ്ടുവന്ന കോഴിക്കഷണങ്ങളിൽ അഫ്രീൻ രക്തക്കറ കണ്ടുപിടിച്ചു. സാധാരണ ഫ്രോസൻ ചിക്കൻ ആണ് അബ്ദു വാങ്ങിക്കൊണ്ട് വരാറ്. അത് ചൂട് വെള്ളത്തിൽ ഇട്ട് അല്പം കഴിഞ്ഞാൽ ഐസ് ഉരുകിപ്പോകും. തൊലി കളഞ്ഞ് എളുപ്പം വെട്ടി നുറുക്കാം. ഏതാണ്ട് മനുഷ്യരുടെ കാര്യം പോലെ തന്നെ. മനുഷ്യനെ അവന്റെ ഭൂതകാലം ഓർമിപ്പിച്ചു പതം വരുത്തിയാൽ തൊലി ഉരിക്കാൻ എളുപ്പം. ഫ്രോസൻ ചിക്കൻ ചന്തയിൽ കഷണങ്ങളായും കിട്ടും.

വെള്ളത്തിൽ ഒന്നു തിരുമ്മുകയേ വേണ്ടൂ. മസാല പുരട്ടി വറുത്തെടുക്കുകയോ കറിയിൽ തിളപ്പിക്കുകയോ ചെയ്യാം. അല്ലെങ്കിലും അപൂർവമായാണ് ഈ വീട്ടിൽ പാചകം. അത് അഷ്റഫിന് നാട് ഓർമ വരുമ്പോൾ. "ഇതെന്താ ചിക്കനിൽ ചുകപ്പു നിറം?" അഫ്രീൻ ചോദിച്ചു. "ഇത് ഫ്രഷ് ആണ് മാഡം" അബ്ദു പറഞ്ഞു "വല്ലപ്പോഴും നമ്മൾ ഫ്രഷ് കഴിക്കണ്ടേ..." അബ്ദു മനസ്സിൽ കൂട്ടിച്ചേർത്തു. "അയ്യോ വേണ്ട, വേണ്ട. നീ ഇത് കളയു, ഫ്രോസൻ മതി..." അഫ്രീൻ ക്ഷുഭിതയായി.

നാട്ടിൽ ഫ്രോസൻ ഒരിക്കലും കഴിച്ചിട്ടില്ലാത്ത അഫ്രീൻ പക്ഷേ ഡൗൺ ടൗണിൽ എത്തിയ ശേഷം അതൊരു ശീലമാക്കി. ശീലം പതുക്കെ ദുരഭിമാനമായി... ഇപ്പോൾ നാട്ടിലും പോകാറില്ല. നീതുവിന് എന്തായാലും കുഴപ്പം ഇല്ല. അവൾ കോളേജ് കാന്റീനിൽ നിന്ന് എന്തൊക്കെയോ വയർ നിറച്ചു കഴിക്കുന്നുണ്ട്. അതുകൊണ്ട് വീട്ടിൽ എന്ത് വിളമ്പുന്നു എന്നു നോക്കാറില്ല. "ചോര കഴുകിക്കളഞ്ഞാൽ പോരെ" അഷ്റഫ് ഇതും പറഞ്ഞ് ഓഫീസിലേക്ക്. നീതു കോളേജിൽ സ്റ്റാർ ആണ്. പാട്ടുപാടാൻ അറിയാം.

ഹിന്ദി ഇംഗ്ലീഷ് പാട്ടുകളാണ് പാടുക. പല ദേശങ്ങളിൽനിന്നുള്ള കുട്ടികൾ അവളുടെ പിന്നാലെ ഉണ്ട്. ഒരു ബ്രിട്ടൺകാരനും ഒരു പാകിസ്ഥാനിയും പിന്നാലെ കൂടും. നീതു ആ കോളേജിൽ ചേരാൻ

കാരണം രണ്ടാണ്. അതൊരു മിക്സെഡ് കോളേജാണ്. വ്യത്യസ്ത ഭൂഭാഗങ്ങളിൽ നിന്നുള്ള ഭക്ഷണങ്ങൾ കിട്ടുന്ന കാന്റീൻ ഉണ്ട്. ഗ്രിൽഡ് അമൂർ, സീഫൂഡ് സൂപ്പ് എന്നിവ അവൾക്ക് ഇഷ്ടമാണ്. ഇതൊക്കെ വാങ്ങിക്കൊടുക്കാൻ അവൾക്ക് കുറെ പേരുണ്ട്. പക്ഷേ, ആരുടേയും ആതിഥേയത്വം അവൾ സ്വീകരിക്കാറില്ല. അവൾക്ക് പപ്പ ഡെബിറ്റ് കാർഡ് കൊടുത്തിട്ടുണ്ട്. എത്ര വേണമെങ്കിലും ചെലവു ചെയ്യാം.

പക്ഷേ, പാകിസ്ഥാനി സൽമാൻ വിടാൻ ഒരുക്കമല്ല. പലപ്പോഴും അവന്റെ ഫ്ളാറ്റിലേക്ക് ക്ഷണിച്ചിട്ടുണ്ട്. സൽമാന്റെ പപ്പയ്ക്ക് മൊബൈൽ ഫോൺ ബിസിനസ്സ് ആണ്. ഏറ്റവും നവീന ഫോൺ മാർക്കറ്റിൽ ഇറങ്ങുന്നതിന് മുമ്പ് അവന്റെ കൈയിലെത്തും. അവൻ വരാനിരിക്കുന്ന സ്മാർട്ട് ഫോണിനെക്കുറിച്ച് വാ തോരാതെ സംസാരിക്കാറുണ്ട്. നീതുവിന്റെ കൈയിൽ സാംസങ്ങ് എസ് ഫോർ ആയിരുന്നു. നല്ല വേഗം ആണ്. കാണാനും മോശമല്ല. എന്നാൽ ഐ ഫോൺ സിക്സ് വരുന്നു എന്ന് കേട്ടപ്പോൾ മനസ്സ് ഒന്നിളകി.

ഐ ഫോൺ സിക്സിനെക്കുറിച്ച് നിറം പിടിപ്പിച്ച കഥകൾ പത്രത്തിൽ വായിച്ചിരുന്നു. ആദ്യം ലഭിക്കുന്ന പ്രശസ്തരുടെ പേരും അക്കൂട്ടത്തിൽ ഉണ്ടായിരുന്നു. സ്വർണ നിറത്തിൽ ഉള്ള ലിമിറ്റഡ് എഡിഷൻ ബുക്കിംഗ് നിർത്തി വെച്ചിരിക്കുന്നു. സ്വർണ നിറത്തിലുള്ള മോഡൽ കിട്ടിയാൽ കൊള്ളാമായിരുന്നു... പക്ഷേ, സൽമാനോട് സംസാരിക്കുന്നത് കൂട്ടുകാരി ശിവാനിക്ക് ഇഷ്ടമല്ല. അവൾക്ക് പാകിസ്ഥാനികളെ കാണുന്നതേ കലിയാണ്. ഐ ഫോൺ സിക്സ് കിട്ടാനുള്ള സാധ്യതയെക്കുറിച്ച് സൽമാനോട് ചോദിക്കാൻ കഴിഞ്ഞില്ല. സൽമാൻ പക്ഷേ, നീതുവിന്റെ മനസ്സ് വായിച്ചു. അവൻ പറഞ്ഞു: “ഞാൻ ശ്രമിച്ചു നോക്കട്ടെ.” രാത്രി നീതു പപ്പയോട് ഫോൺ വാങ്ങാൻ ശ്രമം നടത്തുന്ന കാര്യം അവതരിപ്പിച്ചു. അഷ്റഫ് പറഞ്ഞു: “എനിക്കും ഒരെണ്ണം കിട്ടിയാൽ കൊള്ളാം. സുഹൃത്തുക്കളുമായി ഒരു പന്തയത്തിലാണ് ഞാൻ. വെറുതെ വേണ്ട, പണം അഡ്വാൻസ് ആയി തരാം എന്ന് സൽമാനോട് പറയൂ” “അവൻ പണം വാങ്ങുമെന്ന് കരുതുന്നില്ല” “അതെന്താ?” “അതങ്ങനാ” അവൾ ഗൂഢമായി ചിരിച്ചു. ആ ചിരിയിൽ അയാളും പങ്കുകൊണ്ടു.

ഫ്ളാറ്റിൽ ഓരോരുത്തരും അവരവരുടെ മുറിയിലേക്ക് പോയി. എല്ലാവരും ഫെയ്സ്ബുക്കിലും വാട്സ് ആപ്പിലും മുഖം പൂഴ്ത്തി. ഓരോ സ്മാർട്ട് ഫോണിലും ആയിരക്കണക്കിന് മുഖങ്ങൾ തെളിഞ്ഞു വന്നു.

സൽമാൻ നീതുവിനെ പിന്നെയും അവന്റെ ഫ്ളാറ്റിലേക്ക് ക്ഷണിച്ചു. “പപ്പയോട് അനുവാദം ചോദിക്കണം” അവൾ നിസ്സഹായത പ്രകടിപ്പിച്ചു. “അത് ഞാനേറ്റു. നമ്പർ തരൂ.” അങ്ങനെയാണ് നീതു ആദ്യമായി സൽമാന്റെ ഫ്ളാറ്റിൽ എത്തുന്നത്. നിരവധി ആഡംബര കെട്ടിടങ്ങൾക്ക് ഒത്ത നടുക്ക് പിരിയൻ ഗോവണി പോലെ നിൽക്കുന്ന കെട്ടിടത്തിനകത്തെ അദ്ഭുത ലോകമായിരുന്നു അത്. ഫ്ളാറ്റിന് അകത്ത് കണ്ണഞ്ചിപ്പിക്കുന്ന

ജലധാര. ഒരു മുറിയിൽ അനേകം വിഭവങ്ങൾ കറങ്ങുന്ന തീൻ മേശ. കിടപ്പുമുറിയിലെ കട്ടിൽ കറങ്ങുന്നു.

കിടപ്പു മുറിയിൽ നിന്ന് നോക്കിയാൽ നഗരം കാണാം. അനേകം കെട്ടിടങ്ങൾ. യാത്രാ പഥങ്ങൾ, വാഹനങ്ങൾ. സൽമാൻ അവളെ കിടക്കയിലേക്ക് ആനയിച്ചു. അവൾ അജ്ഞേയമായ ഭൂപ്രദേശങ്ങളിൽ എത്തപ്പെട്ടു. സൽമാൻ ദംഷ്ട്രകൾ പുറത്തെടുത്തു. അവളുടെ ശരീരത്തിൽ നിന്ന് രക്തം കിനിഞ്ഞു. അതു കണ്ട് അയാൾ ചിരിച്ചു : ഒന്നു കഴുകി കളഞ്ഞാൽ മതി. അവൾ വീട്ടിലെത്തുമ്പോൾ രാത്രി ആയിരുന്നു. അവളുടെ കൈയിൽ പുത്തൻ സ്മാർട്ട് ഫോൺ ഉണ്ടായിരുന്നു. സ്വർണ നിറത്തിൽ ഉള്ളത്. വില കൂടിയത്. അത് കണ്ട് അഷ്റഫ് ഗൂഢമായി ചിരിച്ചു. അയാൾ അകത്തു പോയി കിടപ്പറയിൽ നിന്ന് അഫ്രീന്റെ കൈയിൽ നിന്ന് അതേപോലുള്ള സ്മാർട്ട് ഫോൺ കൊണ്ടു വന്നു കാണിച്ചു. പപ്പയും മകളും ചിരിച്ചു. ആ ചിരിയിൽ അഫ്രീനും ചേർന്നു. ■

ഗന്ധം

ഗന്ധങ്ങൾക്ക് ഓർമകളെ വഹിക്കാനുള്ള ശേഷിയുണ്ടെന്ന് മൊയ്തുക്ക കൂടെക്കൂടെ തിരിച്ചറിയുന്നു. മുല്ലപ്പൂ ചൂടിയ ഒരു പെൺകുട്ടി കഫ്റ്റേരിയയിൽ നിന്ന് ഒരു സാൻഡ്‌വിച്ച് ആവശ്യപ്പെട്ടപ്പോഴും അങ്ങനെ സംഭവിച്ചു. ഇലക്ട്രിക് ഓവനിൽ വെന്തു കരിയുന്ന ഇറച്ചിയുടെ രൂക്ഷഗന്ധത്തെ, മുല്ലപ്പൂ മണം ഒരു നിമിഷത്തേക്കു നിഷ്പ്രഭമാക്കി. കമ്പിയിൽ പിരമിഡ് ആകൃതിയിൽ കെട്ടിത്തൂക്കിയിരിക്കന്ന ഇറച്ചി മുറിച്ചെടുത്ത്, ചെറിയ കുബ്ബൂസിൽ, ഇലയും തക്കാളിയും ചേർത്ത് പൊതിഞ്ഞ് നൽകുമ്പോൾ അയാൾക്ക് അവളുടെ പേരു ചോദിക്കാതിരിക്കാൻ കഴിഞ്ഞില്ല. 'മൈമൂന' അവൾ പറഞ്ഞു. മുല്ലപ്പൂ പോലുള്ള പല്ലുകൾ കാട്ടി അവൾ ചിരിച്ചു. അവളുടെ മണവും ചിരിയും ഏറെ നേരത്തേക്ക് അയാളുടെ ഹൃദയത്തിൽ കലമ്പൽ കൂട്ടി. ഇരുപത് വർഷത്തിനപ്പുറത്തെ നിലാവുള്ള രാത്രിയിലേക്ക് അയാളെ അത് കൈപിടിച്ചു കൊണ്ടുപോയി. മൊയ്തുക്കയുടെ ആദ്യ രാത്രിയായിരുന്നു. ആയിഷയുടെ ബന്ധുക്കളൊക്കെ പൊയ്ക്കഴിഞ്ഞപ്പോൾ മൊയ്തുക്കയും ആയിഷയും കടപ്പുറത്തെ കുടിലിൽ ഒറ്റയ്ക്കൊറ്റയ്ക്കായി. മൊയ്തുക്ക തിണ്ണയിലും ആയിഷ അറയിലും. അനാഥനായിരുന്നു മൊയ്തുക്ക.

കടപ്പുറത്തു വളർന്ന, മൊയ്തുക്കയുടെ ജീവിതത്തിലേക്ക് ഒരാൾ കടന്നുവരികയാണ്. ജീവിതം തീരുംവരെ നിഴലായും വെളിച്ചമായും അവൾ കൂടെത്തന്നെ ഉണ്ടാകും. പഞ്ചാരമണലിൽ നിലാവ് പെയ്യുന്നുണ്ടായിരുന്നു. തിരമാലകൾ സംഗീതമാണ് പൊഴിക്കുന്നത്. അറയുടെ വാതിലിനു പുറത്ത് മൊയ്തുക്ക അല്പം ശങ്കിച്ചുനിന്നു. അപ്പോഴാണ് മുല്ലപ്പൂവിന്റെ ഗന്ധം അയാളിലേക്കെത്തിയത്. അയാളെ അത്, അയാളറിയാതെ ആയിഷയുടെ അടുത്തേക്ക് ആനയിച്ചു. ഇരുപത് വർഷത്തിനപ്പുറത്തെ ഓർമകളിലേക്ക് മൊയ്തുക്കയെ കൂട്ടിക്കൊണ്ടുപോകാൻ സാൻഡ്‌വിച്ച് വാങ്ങാൻ എത്തിയ പെൺകുട്ടിക്ക് കഴിഞ്ഞു. പെൺകുട്ടി പൊയ്കഴിഞ്ഞപ്പോൾ തീക്കുണ്ഡത്തിൽ വേവുന്ന ഇറച്ചിയുടെ മണം പിന്നെയും രൂക്ഷമായി. ഉച്ചവിശ്രമത്തിന് മുറിയിലേക്ക് പോകുമ്പോൾ, മുല്ലപ്പൂ മണവും പെൺകുട്ടിയുടെ കൊച്ചരിപ്പല്ലുകളും ആദ്യരാത്രിയും കൂടിക്കുഴഞ്ഞ് മനസ്സിൽ കൊളുത്തി നിന്നു. തെരുവ് വൈകുന്നേരത്തെ കലമ്പലിനു മുമ്പുള്ള നിശ്ശബ്ദതയിലായിരുന്നു.

വൈകുന്നേരം തെരുവിന്റെ നിറവും ഗന്ധവും മാറും. തെരുവ് വർണ്ണ വിളക്കുകളുടെ ഉടയാട അണിയും. ഒരു വേശ്യയെപ്പോലെ തോന്നിക്കും. കറുത്ത സ്ത്രീകൾ ദേഹത്തിന് വിലപേശുന്ന തെരുവിൽ ഒരു ചൈനക്കാരൻ പ്രത്യക്ഷപ്പെട്ടു. ആണെന്നോ പെണ്ണെന്നോ തിരിച്ചറിയാൻ കഴിയാത്ത നടപ്പും ഭാവവും. ഒരു 'ബാച്ചിലർ അക്കമഡേഷൻ അവൈലബിൾ' പോസ്റ്ററിൽ നിന്ന് നമ്പർ കുറിച്ചെടുക്കാൻ അവൻ പേനയും കടലാസും കീശയിൽ നിന്നെടുത്തു. തന്റെ മുറിയിൽ ഒരു ഒഴിവുണ്ടെന്ന് ചൈനക്കാരനോട് പറയാൻ മൊയ്തുക്ക ആഗ്രഹിച്ചു.

പക്ഷേ, ഇംഗ്ളീഷോ ചൈനീസ് ഭാഷയോ മൊയ്തുക്കയ്ക്ക് അറിയില്ലായിരുന്നു. എന്നാലും മൊയ്തുക്ക ചൈനക്കാരന്റെ സമീപം ചെന്ന് മൊബൈൽ ഫോൺ നമ്പർ കൈമാറി. തന്റെ മുറിയിൽ ഒരു ഒഴിവുണ്ടെന്ന് ആംഗ്യം കാട്ടി ബോധ്യപ്പെടുത്താൻ കഴിഞ്ഞു. നിശാക്ലബ്ബ് പ്രവർത്തിക്കുന്ന കെട്ടിടത്തിടന്റ ഇടവഴിയിൽ എത്തിയപ്പോൾ മൊയ്തുക്കയുടെ മുന്നിൽ ഒരു ചൈനീസ് പെൺകുട്ടി പ്രത്യക്ഷപ്പെട്ടു. അവളുടെ കൈയിൽ വിസിറ്റിംഗ് കാർഡുകളുണ്ടായിരുന്നു. "യു വാണ്ട് മസാജ്?" അവൾ ചോദിച്ചു. ഉഴിച്ചിൽകാരിയാണെന്ന് അയാൾക്ക് മനസ്സിലായി. ശരീരം ഉഴിഞ്ഞു കിട്ടിയാൽ കൊള്ളാമെന്ന് മൊയ്തുക്ക പലപ്പോഴും ആഗ്രഹിച്ചിരുന്നു.

ശരീരത്തിന്റെ ദുർമേദസ്സുകൾ ഒഴിഞ്ഞുകിട്ടണം. മൂന്നു വർഷമായി രാത്രി കിടക്കുമ്പോൾ മുട്ടുവേദനയുണ്ട്. ഒരു ഡോക്ടറെ കാണാൻ ഇതുവരെ സാധ്യമായിട്ടില്ല. ഒരുപക്ഷേ, ഉഴിച്ചിൽ ഒരു പ്രതിവിധി ആയേക്കാം. അതിനപ്പുറം, അയാളുടെ ഉള്ളിൽ മുല്ലപ്പൂ മണം ഉറഞ്ഞു കൂടിയിരിക്കുന്നു. ഒരു പെൺശരീരത്തിന്റെ സ്പർശം മൂന്ന് വർഷമായി അനുഭവിച്ചിട്ടില്ല. "ഹൌ മച്ച്?" മൊയ്തുക്ക അവളോട് ചോദിച്ചു. അവൾക്ക് പ്രതീക്ഷയായി. "ഹൻഡ്രഡ്" അവൾ പത്ത് വിരലും ഉയർത്തിക്കാട്ടിപ്പറഞ്ഞു. അവൾ മൊയ്തുക്കയുടെ കരം പിടിച്ച് തൊട്ടടുത്ത കെട്ടിടത്തിലെ കുടുസു മുറിയിലേക്ക് കൂട്ടിക്കൊണ്ടുപോയി.

എണ്ണയുടെ രൂക്ഷ മണം മൊയ്തുക്കയെ അസ്വസ്ഥനാക്കി. അവിടെ നിന്ന് ഓടിപ്പോകാൻ ആഗ്രഹിച്ചു. അവൾ അതിനകം മൊയ്തുക്കയുടെ വിയർത്തൊട്ടിയ കുപ്പായം അഴിച്ചു മാറ്റിയിരുന്നു. സ്കൂൾ ബെഞ്ചു പോലുള്ള കട്ടിലിൽ അവൾ മൊയ്തുക്കയെ കിടത്തി. കൈയിൽ എണ്ണ തേച്ച്, അവൾ മുതുകിലും നെഞ്ചിലും തടവി. മൊയ്തുക്ക കണ്ണടച്ചു കിടന്നു. പക്ഷേ, അവളുടെ ദേഹത്തിന്റെ ഗന്ധം ഓക്കാനമുണ്ടാക്കി. അത് ചത്ത പല്ലിയുടെ ഗന്ധമായിരുന്നു. അയാൾ പിടഞ്ഞെണീറ്റ്, കുപ്പായമിട്ട്, മുറിവിട്ടു.

ചൈനക്കാരിയുടെ മുറിയിൽ നിന്ന് ഇറങ്ങുന്നത് ആരും കാണരുതേയെന്ന് പ്രാർത്ഥിച്ചു. മുറിയിലെത്തിയപ്പോൾ ഒന്ന് കുളിക്കണമെന്ന് മൊയ്തുക്ക ആഗ്രഹിച്ചു. അപ്പോഴാണ് മൊബൈൽ ഫോൺ ശബ്ദിച്ചത്.

നേരത്തെ കണ്ട ചൈനക്കാരനായിരുന്നു. അവൻ, മൊയ്തുക്കയുടെ മുറി കാണാൻ ആഗ്രഹിക്കുന്നുവെന്നും സ്ഥലം പറഞ്ഞുതരണമെന്നും മുറി ഇംഗ്ളീഷിൽ പറഞ്ഞൊപ്പിച്ചു. ചൈനക്കാരൻ വാതിലിൽ മുട്ടിയപ്പോൾ മൊയ്തുക്ക മുല്ലപ്പൂ മണമുള്ള ലക്സ് സോപ്പുമായി കുളിമുറിയിൽ കയറാൻ ഒരുങ്ങുകയായിരുന്നു. ചൈനക്കാരൻ സ്ത്രൈണഭാവത്തോടെ ചോദിച്ചു. “വെയർ ഈസ് മൈ ബെഡ് സ്പേസ്” മൊയ്തുക്ക മലയാളത്തിലാണ് മറുപടി പറഞ്ഞത്. “ഇതാ ഇവിടെ.” മൊയ്തുക്ക കിടക്കുന്നതിന്റെ തൊട്ടടുത്ത് ഒഴിഞ്ഞ കട്ടിൽ കാണിച്ച് മൊയ്തുക്ക പറഞ്ഞു. “എല്ലാ ദിവസവും നീ കുളിക്കണം. സോപ്പ് ഞാൻ വാങ്ങിത്തരും. വാടക പ്രശ്നമല്ല.” ചൈനക്കാരന് ഒന്നും മനസ്സിലായില്ലെങ്കിലും എല്ലാത്തിനും തലയാട്ടി. ഭാണ്ഡങ്ങൾ കൊണ്ടുവരാനായി ചൈനക്കാരൻ പുറത്തേക്കു പോയി. അന്ന് രാത്രി, ചൈനക്കാരന്റെ നിശ്വാസം മൊയ്തുക്ക അനുഭവിച്ചറിഞ്ഞു. മുല്ലപ്പൂവിന്റെ ഗന്ധം മുറിയാകെ നിറഞ്ഞിരുന്നു... ■

സങ്കടബെഞ്ചിൽ നിന്നുള്ള കാഴ്ചകൾ

ഇര വിഴുങ്ങി തളർന്നു മയങ്ങുന്ന പെരുമ്പാമ്പിനെ പോലെ നൗഫൽ റോഡ് കൊടുംചൂടിൽ, നീണ്ടുനിവർന്നു കിടന്നു. ഉച്ചവെയിൽ കത്തി നിൽക്കുകയായിരുന്നു. റോഡിലേക്ക് വാഹനങ്ങൾ അധികം എത്തിയില്ല. ഓർമകളെപ്പോലും തുടച്ചു നീക്കുമെന്നതിനാൽ ആളുകളും റോഡിൽ ഇറങ്ങാൻ മടിച്ചു. ഒരറ്റത്ത് നിന്ന് മറ്റേ അറ്റം വരെ നിശ്ശബ്ദത കനത്തു നിന്നു. റോഡരികിലെ ഉദ്യാനത്തിൽ ആരും ഉണ്ടായിരുന്നില്ല. 'സങ്കട ബെഞ്ചുകൾ' ശൂന്യമായിരുന്നു

എത്യോപ്യൻ യുവതികളുടെ രാത്രി താവളമായ കഫറ്റേരിയയിൽ, കണ്ണുകളിൽ കുസൃതി നിറയ്ക്കാൻ ശ്രമിച്ച് പരാജയപ്പെടുന്ന ഒരു കറുത്ത വർഗക്കാരി ശീഷകളിൽ കനൽ നിറച്ചു. തന്റെ തീവ്രമായ നഷ്ട സ്മൃതികൾക്കു മേലെ ഇടപാടുകാർ രാത്രി പുക ഊതുമെന്ന് അവൾക്ക് അറിയാമായിരുന്നു. അല്പനേരം സങ്കട ബെഞ്ചിൽ ഇരിക്കണമെന്ന് ആഗ്രഹമുണ്ടായിരുന്നു. കത്തുന്ന വെയിലാണ്. അതിനാൽ വേണ്ടെന്നു വെച്ചു.

പള്ളിയോടു ചേർന്നുള്ള കൂറ്റൻ കെട്ടിടത്തിലെ ഏറ്റവും ഉയരത്തിലുള്ള ആഡംബര ഫ്ളാറ്റിൽ ഇറാനിയായ ശഹ്റാൻ ഭാര്യയെ ശാസിച്ചു. അരയ്ക്കു കീഴെ തളർന്നുപോയ മകളുടെ ഗുഹ്യഭാഗത്ത് നിന്നു ദുർഗന്ധം വമിക്കുന്നു എന്നു കണ്ടായിരുന്നു ശഹ്റാൻ ക്ഷോഭിച്ചത്. പാവം നസ്രിയ വേഗം ഓടിപ്പോയി കിടപ്പറയിൽ നിന്ന് പുതിയ നാപ്കിൻ കൊണ്ടുവന്ന് മകളെ കുളിമുറിയിലേക്ക് കൊണ്ടുപോയി. പത്തൊമ്പതു തികഞ്ഞ മകളെ ഒരു കൊച്ചു കുഞ്ഞിനെ എന്ന പോലെ ലാളിച്ചു. അപ്പോൾ പുറത്ത് നിൽക്കുകയായിരുന്ന ശഹ്റാൻ തേങ്ങലടക്കി.

ആരൊടെന്നില്ലാതെ പിറുപിറുത്തു കോടോത്ത് രാഘവൻ നൗഫൽ റോഡിലൂടെ വേഗം നടന്നു. അയാളുടെ ഉള്ളിൽ വളരെ പഴയ കുട്ടിക്കാലം അലയടിക്കുന്നുണ്ടായിരുന്നു. സമുദ്രവും പുഴയും വേർതിരിക്കപ്പെടുന്ന പുൽമേട്ടിൽ അയാൾ ആരിക്കാടിക്ക് വേണ്ടി ഇന്നിങ്ങ്സ് ഓപ്പൺ ചെയ്യാൻ

ബാറ്റുമായി ഇറങ്ങിയതായിരുന്നു. തലയ്ക്കു മീതെ സൂര്യൻ ജ്വലിച്ച് നിൽക്കുന്നുണ്ടായിരുന്നു. തെളിഞ്ഞ പകലായിരുന്നു. എതിർ ടീം ഏതാനും കിലോമീറ്റർ അകലെയുള്ള കോപ്പലം ആയിരുന്നു. ഈ കളി ജയിച്ചാൽ ആരിക്കാടി ഫൈനൽ എത്തും. ഒരു നാട് തന്നിൽ പ്രതീക്ഷ അർപ്പിച്ചിരിക്കുന്നു. അതുകൊണ്ട് വേഗം പുറത്താകരുത്. ചുവന്ന പന്ത് ബൗളറുടെ കൈയിൽ വെയിൽ കൊണ്ട് തിളങ്ങുന്നത് രാഘവൻ കണ്ടു. ആദ്യ പന്ത് സ്റ്റമ്പിനു നേരെ ആയിരുന്നു. ഒരു യോർകർ. അതിനെ പ്രതിരോധിച്ചു. രണ്ടാമത്തെ പന്ത് ഷോട്ട് പിച്ച് ആയിരുന്നു. ബൗളറുടെ മുഖഭാവം കണ്ടപ്പോഴേ തോന്നിയിരുന്നു, തന്റെ ശരീരം ആണ് അയാൾ ലക്ഷ്യമിടുന്നത്... തനിക്ക് പൊക്കകുറവുള്ളതിനാൽ ആ പന്ത് തലയ്ക്കു മുകളിലൂടെ പറന്നു പോയി.

പൊക്കം കുറവാണെന്നത് ബാറ്റ്സ്മാന് അനുഗ്രഹമാണ്. വെസ്റ്റ്ഇൻഡീസിന്റെ മാർഷൽ, ഗാർനർ തുടങ്ങി അതിവേഗ ബൗളർക്കു മുന്നിൽ ഗാവസ്കർ മുട്ടു വിറയ്ക്കാത്തത് വെറുതെ അല്ല. കഴിഞ്ഞ ടെസ്റ്റിലും ഗാവസ്കർ സെഞ്ചുറി അടിച്ചു... രാഘവൻ മറ്റൊരു അതിവേഗ പന്തിനു ക്രീസിൽ നില ഉറപ്പിച്ചു. പന്തിന്റെ ഗതിവേഗങ്ങൾ പിടികിട്ടിയിരിക്കുന്നു. ഇനി, അടി തുടങ്ങാം. പിന്നീടുള്ള ഓരോ പന്തും പുഷ്പങ്ങൾ പോലെ തോന്നിച്ചു. എവിടേക്കും അവ അടിച്ചിടാം. ആ ദിവസം തനിക്ക് മറക്കാൻ കഴിയില്ല. അന്നാണ് തന്റെ നാട് താൻ കാരണം അഭിമാനം കൊണ്ടത്. വെയിൽ നാളങ്ങൾ തലയ്ക്കു മുകളിൽ തീ പിടിച്ച് നിൽക്കുന്നത് പോലും ആരും കണക്കിലെടുത്തില്ല. വെന്തുരുകുന്ന പകലുകളെ കൂസലില്ലാതെ നേരിടാൻ പഠിച്ചത് അങ്ങനെയാണ്. മരുഭൂമിയിലെ സൂര്യതാപം ഒരു പ്രശ്നമേ ആയില്ല.

ഉച്ചവെയിലിൽ ദിവസവും ശഹ്റാന്റെ വീട്ടുപടിക്കലേക്കു പോയി വരുന്നത് ഒരു രസമാണ്. അവിടെ എത്തുമ്പോൾ ഇറാനിയൻ ഹൽവ കഴിക്കാം. ഒരിറക്ക് ഗാവ കുടിക്കാം. ഉച്ചവെയിൽ കെട്ടടങ്ങുമ്പോൾ ശഹ്റാന്റെ മകൾ അസ്രീനെ വീൽചെയറിൽ നഗരം ചുറ്റി കാണിക്കണം. അസ്രീനെ ചിരിപ്പിക്കണം. ഒരു ചുവന്ന റോസ കാറ്റിലാടുന്ന പോലെ, അവളുടെ മുഖത്തെ ഭാവവ്യത്യാസങ്ങൾ കാണുന്നത് ആനന്ദകരമാണ്. അരയ്ക്കു താഴെ ചലനശേഷി ഇല്ലാത്ത കുട്ടിയാണെന്ന് ആരും പറയില്ല. അത്രമാത്രം പ്രസാദാത്മകം. അവളുടെ മുഖത്ത് ഒരിക്കലും ശോകം പടരരുതെന്നു ശഹ്റാന് നിർബന്ധമുണ്ട്.

ശഹ്റാൻ ഒരിക്കൽ പറഞ്ഞു: "രാഘവ്, നീ ഇനി ഞങ്ങളെ വിട്ടു പോകരുത്." അസ്രീൻ നിന്റെ സാമീപ്യം എപ്പോഴും കൊതിക്കുന്നുണ്ട്. മാതാപിതാക്കളോട് പറയാൻ പറ്റാത്ത കാര്യങ്ങൾ പറയാൻ അവൾക്ക് ഒരാൾ വേണം. എത്ര സമയം വേണമെങ്കിലും അവൾക്കു വേണ്ടി നിനക്ക് കടയിൽ നിന്നു വിട്ടു നിൽക്കാം. അത് ഞാൻ മാനേജരോടു പറഞ്ഞിട്ടുണ്ട്." നാട്ടിൽ അവധിക്ക് പോയി തിരിച്ചു വന്നപ്പോൾ ആയിരുന്നു ആ

വർത്തമാനം. താൻ നാട്ടിലായിരുന്നപ്പോൾ അവൾ വിഷാദവതി ആയിരുന്നത്രെ. വീൽ ചെയർ ഉരുട്ടാൻ വേറെ ഒരാളെ ഏർപ്പാട് ചെയ്തെങ്കിലും അസ്രീന് തൃപ്തി ആയില്ല. അവളുടെ പരിചരണം ഒരു ജോലിയായി കാണുന്നത് അവൾക്ക് ഇഷ്ടപ്പെടില്ല. അതാണ് താനും മറ്റൊരാളും തമ്മിലുള്ള വ്യത്യാസം.

നസ്രിയ അസ്രീനെ കുളിപ്പിച്ച്, വസ്ത്രം ധരിപ്പിച്ച് വീൽചെയറിൽ ഇരുത്തിയപ്പോൾ രാഘവൻ എത്തി. അസ്രീന്റെ മുഖം അതീവ പ്രസന്നവും സുന്ദരവും ആയിരുന്നു. അവളുടെ അരയ്ക്കു താഴെ തളർച്ച ഇല്ലായിരുന്നെങ്കിൽ ഈ ഭൂമിയിലെ ഏറ്റവും മനോഹരി അവളാകുമായിരുന്നു. പക്ഷേ, വീൽചെയറിൽ ആണെങ്കിലും ആരും നോക്കിപ്പോകും. അവളുടെ പ്രകാശമാനമായ കണ്ണുകൾ കണ്ട് ആരും വിസ്മയഭരിതരാകും "രാഘവ്ജി ജായേഗാ?" വീൽചെയർ അല്പം കൂടി മുന്നോട്ടു തള്ളി അവൾ ചോദിച്ചു. രാഘവൻ പോകാമെന്ന് തലയാട്ടി... "ഇന്ന് ഉദ്യാനത്തിൽ പോകണ്ട, സങ്കട ബെഞ്ചിൽ ഇരിക്കണ്ട" അവൾ പറഞ്ഞു.

ലിഫ്ടിലേക്ക് വീൽചെയർ കയറ്റുമ്പോൾ രാഘവൻ ചോദിച്ചു "ഇനിയെങ്കിലും ഒരു ഇലക്ട്രിക് വീൽചെയർ വാങ്ങിക്കൂടെ?" "അപ്പോൾ രാഘവ്ജിക്ക് പപ്പ എന്തിന് ശമ്പളം തരണം?" ലിഫ്റ്റിൽ നിന്നു ഇറങ്ങുമ്പോൾ അവളുടെ കണ്ണിൽ വിഷാദം നിറഞ്ഞിരുന്നു. അവർക്കിടയിൽ മൗനം കനത്തു. വാസ്തവത്തിൽ ജോലി ആയിട്ടല്ല അസ്രീനെ പരിചരിക്കുന്നത്. അവളോട് സംസാരിച്ചിരിക്കാൻ രസമാണ്. ഇറാനി ആണെങ്കിലും ഉർദു നന്നായി സംസാരിക്കും. അവൾ വായിച്ച പുസ്തകങ്ങളെക്കുറിച്ചാണ് ഏറെയും...

പകൽച്ചൂടിന്റെ ആവി അപ്പോഴും നഗരത്തെ പുണർന്ന് നിന്നിരുന്നു. എല്ലാവരുടെയും നടത്തത്തിനു വേഗത കൂടിയിരുന്നു. വാർപ്പുപണിക്കാരും വിലകൂടിയ സുഗന്ധം പൂശിയവരും അർദ്ധനഗ്നരായ യുവതികളും ഇടതിങ്ങി നടക്കുന്ന വഴിയരികിലൂടെ അസ്രീനെ ഇരുത്തിയ വീൽചെയർ രാഘവൻ ഉന്തി നടന്നു. അപ്പോഴാണ് അവൾ മസ്ജിദിൽ നിന്ന് ബാങ്ക് വിളി കേട്ടത്. അവൾ മസ്ജിദിനു സമീപത്ത് പോകാൻ താത്പര്യം പ്രകടിപ്പിച്ചു. സ്ത്രീകൾക്കുള്ള പ്രവേശന കവാടത്തിലേക്ക് അവളെ രാഘവൻ ആനയിച്ചു. അവൾ കവാടത്തിനു പുറത്തു നിന്നു വീൽചെയറിൽ ഇരുന്നു നിസ്കാരം പൂർത്തിയാക്കി. അല്പം മാറി നിൽക്കുകയായിരുന്ന രാഘവനെ അവൾ കൈകാട്ടി വിളിച്ചു. അസ്രീൻ ചിരിച്ചു... "ഇറാക്കിൽ യസിദികളെ ഓർമ വന്നു കാണും അല്ലേ?" അവൾ ചോദിച്ചു. ഇക്കഴിഞ്ഞ ദിവസം ഇറാഖിലെ കൂട്ടക്കുരുതികൾ സംബന്ധിച്ച് അവർ തമ്മിൽ സംസാരിച്ചിരുന്നു. യസിദികൾ അറബ് വംശജർത്തന്നെ എന്ന് അവൾ വാദിച്ചിരുന്നു. എന്നിട്ടും അവരെ സുന്നികൾ കൊലപ്പെടുത്തുന്നു. അവൾ ഖേദിച്ചു. ബലാത്സംഗം ചെയ്യപ്പെട്ട ഒരു യസിദി പെൺകുട്ടിയെ അവൾ ടെലിവിഷനിൽ കാണിച്ചു തന്നു. വാസ്തവത്തിൽ രാഘവന് ആ വിഷയത്തിൽ

താത്പര്യം ഉണ്ടായിരുന്നില്ല. എന്നാൽ അസ്രീനെ പ്രകോപിപ്പിക്കാൻ അയാൾ പറഞ്ഞു:"യസിദികൾ ഹിന്ദുക്കൾ ആണ്. ഹിന്ദുക്കൾ? എന്ന് പറഞ്ഞാൽ...?

"ഞാൻ ഹിന്ദുവാണ്, ഞങ്ങൾ മയിൽപക്ഷിയെ ആരാധിക്കുന്നു, യസിദികളും ഒരു ചിറകുള്ള മാലാഖയെ ആരാധിക്കുന്നു..."

അവൾ: "എന്തായാലും യസിദികൾ ഏതു വംശത്തിൽ പെട്ടവർ ആണെങ്കിലും സ്ത്രീകൾ ആക്രമിക്കപ്പെടുന്നത് ഞാൻ സഹിക്കില്ല. അത് പലസ്തീനിൽ ആയാലും ഇറാഖിൽ ആയാലും... ലോകത്തിലെ ഏറ്റവും പഴക്കം ചെന്ന ഏകദൈവവിശ്വാസികളാണ്. യസീദി മതം സൂഫികളുമായി ബന്ധപ്പെട്ടിരിക്കുന്നു. അതേസമയം ഷിയസൂഫി വിഭാഗ ങ്ങളുടെ സങ്കലനമാണ് യസീദികൾ എന്ന വാദവുമുണ്ട്."

"സൂര്യന് അഭിമുഖമായി പകൽസമയത്ത് മൂന്നു വട്ടം യസീദികൾ ദൈവത്തോട് പ്രാർത്ഥിക്കും. ഏഴു മാലാഖമാരെയാണ് യസീദികൾ ആരാധിക്കുന്നത്. മലെക് തൗസ് എന്ന മയിൽ മാലാഖയാണ് ഇതിൽ പ്രധാനം. മറ്റ് ഏകദൈവവിശ്വാസികൾ ഇവരെ എതിർക്കുന്നതിനു പ്രധാന കാരണവും മലെക് തൗസ് ആരാധനയാണ്. സമുദായത്തിന് പുറത്തു നിന്നുള്ള വിവാഹം യസീദികൾക്കു നിഷിദ്ധമാണ്. ലെറ്റിയൂസ് (പച്ചടി ച്ചീര) ഭക്ഷണമാക്കുന്നതും നീല വസ്ത്രങ്ങൾ ധരിക്കുന്നതും പല പ്പോഴും സാത്താൻ വിശ്വാസികളായി ഇവരെ മുദ്ര കുത്തപ്പെടുത്താൻ ഇടയാക്കുന്നു. ഇറാഖ്-സിറിയ അതിർത്തി പ്രദേശമായ സിഞ്ജർ മേഖലയിലെ സംഘർഷങ്ങളിൽ വ്യാപകമായി കൊല്ലപ്പെടുന്ന യസീദി സമുദായം വംശനാശഭീഷണി നേരിട്ടുകൊണ്ടിരിക്കുകയാണ്." അവൾ പറഞ്ഞു കൊണ്ടിരുന്നു.

അപ്പോഴാണ് അസ്രീന്റെ കാൽ ചുവട്ടിലേക്ക് ശീഷ കാഫറ്റെരിയ യിലെ എത്യോപ്യൻ യുവതി വന്നു വീണത്. അവൾ നന്നായി കിത യ്ക്കുന്നുണ്ടായിരുന്നു. എണീറ്റ് നടക്കാൻ പ്രയാസമാണെന്ന് ഒറ്റ നോട്ടത്തിൽത്തന്നെ മനസ്സിലായി. രാഘവൻ അവളെ കൈ പിടിച്ച് എണീപ്പിച്ചു. വാട്ട് ഹപ്പെണ്ട്? അസ്രീൻ ആണ് ചോദിച്ചത്. അവൾ കരഞ്ഞു. അവളുടെ പിന്നിൽ അല്പം മാറി കുറെ തടി മാടന്മാർ... എന്റെ മനസ്സ് പഴയ ബാറ്റ്സ്മാനിലെക്കു പോയി. തന്റെ ആത്മാഭിമാനത്തിലേക്ക് കുറെ പേർ അതിവേഗപന്തെറിയുകയാണ്. എല്ലാ പന്തുകളും അതിർത്തി കടത്തണം. എത്യോപ്യക്കാരിയെ ആക്രമിച്ചവർ ആകാം അവർ. മൂന്നു തടിമാടന്മാരെ നേരിടാൻ താൻ പോരെങ്കിലും എന്തും നേരിടാനുള്ള ധൈര്യം തനിക്കുണ്ട്, രാഘവൻ മുന്നോട്ടാഞ്ഞു അസ്രീൻ വേണ്ടെന്നു തടഞ്ഞു...

അസ്രീന്റെ മുഖം ചുവന്നു വരുന്നത് കണ്ടു. അവൾ വീൽ ചെയറിൽ നിന്ന് ഉയർന്ന് എണീക്കുമെന്ന് തോന്നി. . അവൾ പൊലീസിനെ വിളി ക്കാൻ ശ്രമിച്ചപ്പോൾ ആഫ്രിക്കക്കാർ മുങ്ങി. "വാട്ട് ഈസ് യുവർ നെയിം?"

അസ്രീൻ ചോദിച്ചു... "ദാനിയേല..." അവൾ മുഖം തുടച്ചു. അവളോട് കൂടെ വരാൻ അസ്രീൻ പറഞ്ഞു. അവർ മൂന്നു പേരും പരസ്പരം സംസാരിച്ചില്ല. എങ്കിലും രാഘവൻ ഊഹിച്ചു. ദാനിയേലയെ അസ്രീൻ സംരക്ഷിക്കാൻ പോവുകയാണ്. ഒരുപക്ഷേ ആജീവനാന്ത കാലത്തേക്ക്...

നൗഫൽ റോഡ് ഇപ്പോൾ വിജനമാണ്. പലയിടങ്ങളിലും വഴിവിളക്കുകൾ കത്തുന്നുണ്ടായിരുന്നില്ല. എന്നാലും അസ്രീന്റെ വീൽ ചെയർ കടന്നു പോകുന്നിടങ്ങളിലൊക്കെ പ്രകാശം തെളിയുന്നുണ്ടായിരുന്നു. ■

ശ്മശാനം

സദാ നിശ്ശബ്ദം വിലപിക്കുകയും തേങ്ങുകയും കണ്ണീർവാർക്കുകയും ശപിക്കുകയും ചെയ്യുന്ന കോളനിയാണ് ശ്മശാനമെന്ന് അദ്രമാന് തോന്നി. ഏതെല്ലാമോ ഖബറിടങ്ങളിൽനിന്ന് പശ്ചാത്താപവാക്കുകൾ ഉയരുന്നുണ്ട്. 'മലക്കുകൾ' എത്തി അജ്ഞേയമായ ലോകത്തേക്ക് കൈ പിടിച്ച് കൊണ്ടുപോകുമ്പോഴും ആത്മാക്കൾ ആരോടൊക്കെയോ കലഹിക്കുന്നുണ്ട്. വിവശരാകുന്നുണ്ട്. വിദേശികൾക്കുള്ള ശ്മശാനത്തിൽ, കാവൽക്കാരനായി എത്തിയപ്പോൾ കുറച്ചു കാലം അദ്രമാൻ ഏകാന്തത അനുഭവിച്ചിരുന്നു. വ്യത്യസ്ത മത സമൂഹങ്ങളിൽപ്പെട്ട മൃതദേഹങ്ങൾ സംസ്കരിക്കാനുള്ളതിനാൽ, ഖബറിടങ്ങൾ, ഇലക്ട്രിക് തീച്ചൂള എന്നിവ ഒരുക്കിയിരുന്നു.

നഗരത്തിനു ഏറെ അകലെ മരുഭൂമിയിലെ ശ്മശാനത്തിന് ഒരു മസ്ജിദും കാവൽക്കാരനും വേണമെന്ന് ഇന്ത്യൻ അസോസിയേഷൻ പ്രാദേശിക ഭരണകൂടത്തോട് ആവശ്യപ്പെട്ടപ്പോഴാണ് അദ്രമാന് നറുക്ക് വീണത്. മസ്ജിദിൽ ബാങ്ക് വിളിക്കാനും നിസ്കാരത്തിന് നേതൃത്വം നൽകാനും പരേതാത്മാക്കൾക്ക് കാവൽ നിൽക്കാനും എന്തുകൊണ്ടും യോഗ്യൻ അദ്രമാനായിരുന്നു. പാസ്പോർട്ടിൽ കീലോത്ത് അബ്ദുർ റഹ്മാനെന്നാണ് രേഖപ്പെടുത്തിയിരുന്നതെങ്കിലും അറിയുന്നവരെല്ലാം അദ്രമാൻ എന്നു തന്നെ വിളിച്ചു. ആ വിളിയിൽ, തന്റെ ഉമ്മയും ഉപ്പയും അയൽക്കാരും തന്നെ തലോടുന്നതായി അദ്രമാൻ അനുഭവിച്ചിരുന്നു.

നഗരത്തിൽ നിന്ന് അകലെ മരുഭൂമിയോട് ചേർന്നുള്ള ശ്മശാനത്തിലേക്ക് കാവൽക്കാരനെ ആവശ്യമുണ്ടെന്ന് മലയാളി അസോസിയേഷനിലെ ആരോ ആണ് അറിയിച്ചത്. നാട്ടിൽ ഖബർ കുഴിക്കുന്ന പണി ചെയ്തിരുന്നതിനാൽ യാതൊരു മടിയും തോന്നിയിരുന്നില്ല. നാട്ടിലേതിനേക്കാൾ എളുപ്പമാണ് ഇവിടെ ഖബർ കുഴിക്കാൻ. കൈ കൊണ്ടുപോലും മണൽ നീക്കി ഖബറാക്കാൻ കഴിയും. നാട്ടിൽ ചെത്ത്കല്ലിലാണ് മയ്യത്തിനെ കിടത്തുന്നത്. ഇവിടെ മാർബിൾ പലകകൾ കൊണ്ടാണ്. മയ്യത്ത് കൊണ്ടുവരുന്നവർ നിലവിളിക്കില്ലെന്നതാണ് മറ്റൊരു കാര്യം.

ഉറ്റവർ പോലും നിശ്ശബ്ദരായിരിക്കും. മരിച്ചയാൾ രക്ഷപ്പെട്ടു എന്ന ഭാവമാണ് എല്ലാവർക്കും. കഴിഞ്ഞ വർഷം ഒരാൾ ഭാര്യയുടെ

മയ്യത്തുമായി എത്തി. ആശുപത്രി വാനിലായിരുന്നു വരവ്. അയാളിൽ യാതൊരു ഭാവഭേദവുമില്ല. പതിനാറ് വയസ്സു തോന്നിക്കുന്ന ഒരു പെൺകുട്ടി അയാളുടെ പിന്നിൽ ഭയത്തോടെ നടന്നു വരുന്നു. അദ്ര്മാൻ രജിസ്റ്റർ തുറന്നു. മൃതദേഹത്തിന്റെ പേര്? 'നലീന' 'നിങ്ങളുടെ പേര്' 'നാദിർ'രജിസ്റ്ററിൽ ഒപ്പുവെക്കാൻ അയാളോട് പറഞ്ഞു. നാദിറിന്റെ കൈ അല്പം വിറയ്ക്കുന്നതായി തോന്നി. അയാളുടെ മകൾ അല്പം മാറി നിൽക്കുകയായിരുന്നു. അവൾ തേങ്ങൽ അടക്കിപ്പിടിക്കുന്നു. നിസ്കാരത്തിനായി മയ്യത്ത് മുന്നിൽ കൊണ്ടുവന്നു. അദ്ര്മാൻ ഇമാമായി നിന്നു. പെൺകുട്ടി മസ്ജിദിനു പുറത്തു നിന്ന് എല്ലാം വീക്ഷിക്കുന്നുണ്ടായിരുന്നു. 'അല്ലാഹു അക്ബർ'അദ്ര്മാൻ കൈകെട്ടി. അലക്ഷ്യമായി അയാളും.

മയ്യത്ത് ഖബറിലേക്കെടുക്കുമ്പോൾ അയാൾ ആരോടെന്നില്ലാതെ പറഞ്ഞു. ഇന്നും ഓഫീസിൽ പോകണം, മീറ്റിംഗുണ്ട്... മയ്യത്ത് കുഴിയിൽ വെച്ചതിനു ശേഷം മൂടുപടം തുറന്നു. വെളുത്ത് തുടുത്ത മുഖം. ചുണ്ടിന്റെ കോണിൽ ഏതോ ദിവാസ്വപ്നത്തിന്റെ ചെറുമന്ദഹാസമുണ്ട്. മുപ്പത്തിയഞ്ച് വയസ്സുണ്ടെന്ന് ആരും പറയില്ല. മയ്യത്തിലേക്ക് ഒരുപിടി മണ്ണ് കുഴച്ചിടാൻ അയാളോട് പറഞ്ഞു. കൈ വൃത്തികേടാകുമെന്നും അദ്ര്മാൻ തന്നെ ചെയ്താൽ മതിയെന്നും അയാൾ.

മകളുടെ തൊണ്ടയിൽ നിന്ന് ആർത്തനാദത്തിന്റെ ഒരു കീറ് പുറത്തു വന്നു. അവൾ മണ്ണ് കുഴച്ച് അദ്ര്മാനു നൽകി. അയാൾ അവളെ കണ്ണുരുട്ടി കാണിച്ചു. അവൾ തേങ്ങി. ഉച്ചച്ചൂടിൽ ശ്മശാനം തപിച്ചു തുടങ്ങുന്നതിനു മുമ്പ് അവർ രണ്ടു പേരും മടങ്ങി. അദ്ര്മാൻ ഒറ്റയ്ക്കായി. ഏതാനും നിമിഷം മുമ്പ് മണ്ണിലേക്കിറക്കിവെച്ച മയ്യത്തിന്റെ മുഖം അയാളെ വേട്ടയാടാൻ തുടങ്ങി. എന്തൊരു പ്രസന്നതയായിരുന്നു ആ മുഖത്തിന്. അവരുടെ ശരീരത്തിന് ഇപ്പോഴും ചൂടുണ്ടാകുമെന്നും അതിനെ ഒന്നുകൂടി മാറോട് ചേർത്തുവെക്കണമെന്നും അയാൾ മോഹിച്ചു. കുറെ കാലത്തിനു ശേഷമാണ്, ഒരു ജഡമാണെങ്കിൽ കൂടി സ്ത്രീ ശരീരത്തെ സ്പർശിക്കുന്നത്. ഇപ്പോൾ ഖബറിലേക്ക് രണ്ടു മലക്കുകൾ എത്തിയിരിക്കും. അവർ ആ സ്ത്രീയെ വിചാരണ ചെയ്യും. പിന്നീട്, ആത്മാവിനെ സ്വർഗത്തിലേക്കോ നരകത്തിലേക്കോ കൊണ്ടുപോകും. അവരുടെ ഭർത്താവും മകളും എന്തുചെയ്യുകയായിരിക്കും. അദ്ര്മാന്റെ മനസ്സിൽ സാധ്യതയുടെ ഒരു ഇടിമിന്നൽ പതിച്ചു.

ഉമ്മ മരിച്ചതിന്റെ വേദനയിൽ ആ പെൺകുട്ടി ഒരു മുറിയിൽ ഒറ്റയ്ക്ക്, കിടക്കയിൽ കിടന്ന് വിതുമ്പിക്കരയുന്നുണ്ടാകും. പിതാവ്, നാദിർ ഭാവിയെ കുറിച്ച് ആലോചിച്ച് കൂട്ടലും കിഴിക്കലും നടത്തുന്നുണ്ടാകും...

ഒരുപക്ഷേ, അവൾ ഒരു മയ്യത്തായി മാറിയേക്കും.

■

ഉദ്യാനത്തിലേക്കുള്ള ബസ്സ്

ഒരു വെള്ളിയാഴ്ച. അവധി ദിവസത്തിലെ ഇരുപത്തിനാലു മണിക്കൂറിനെ പൂർത്തീകരിക്കാൻ വഴിയറിയാതെ ഉലഞ്ഞുനിന്ന മാരിയണ്ണനു ലഭിച്ച പിടിവള്ളിയായിരുന്നു സ്നേഹലത. മരുഭൂമിയിലെ ഒറ്റപ്പെട്ട നീളൻ കെട്ടിടത്തിനകത്തെ പെട്ടിക്കൂടുപോലുള്ള മുറികളിലൊന്നിലെ ഇരട്ടക്കട്ടിലിന്റെ മുകളിലത്തെ നിലയിൽ നിന്ന് ഊർന്നിറങ്ങി, എവിടെനിന്നോ തപ്പിയെടുത്ത കുപ്പായം ദേഹത്തു കയറ്റി മാരിയണ്ണൻ വാതിലിനടുത്തെത്തി. അപ്പോഴും സഹമുറിയന്മാർ കമ്പിളിപ്പുതപ്പിൽ ചുരുണ്ടു കിടക്കുകയായിരുന്നു.

അവരെ ഉണർത്താതെ വാതിൽ പതുക്കെത്തുറന്ന് പുറത്തിറങ്ങി. കെട്ടിടത്തിന്റെ പുറംഭാഗത്തെ മണൽപ്പാതയിലൂടെ നടന്നു. ശരത്കാലമായിരുന്നതിനാൽ വെയിലിന് ചൂട് അനുഭവപ്പെട്ടില്ല. ബസ്സ് ഷെൽട്ടറിന് അടുത്തെത്തിയപ്പോൾ, പുറത്ത് ആരെയും കണ്ടില്ല. ഷെൽട്ടറിനകത്ത് മോണിട്ടറിൽ, ബസ്സ് എത്തുന്ന സമയം മനസ്സിലാക്കാൻ കണ്ണാടി വാതിൽ നീക്കിത്തുറന്നപ്പോഴാണ് ആദ്യമായി സ്നേഹലതയെ കണ്ടത്. അവൾ ഒറ്റയ്ക്കായിരുന്നു. ഷെൽട്ടറിന്റെ പരിസരം വിജനമായിരുന്നു. മാരിയണ്ണനെ നോക്കി സ്നേഹലത ചിരിച്ചു. അയാൾ അദ്ഭുതപ്പെട്ടു. തന്നെ നോക്കി അടുത്തകാലത്തൊന്നും ഒരു യുവതിയും ചിരിച്ചിട്ടില്ല, നാട്ടിലുള്ള ഭാര്യപോലും.

സ്നേഹലതയുടെ ചിരി മനസ്സിന്റെ കവാടം ഭേദിച്ച് രാജപാത പിന്നിട്ട് ഏതൊക്കെയോ ഭൂഖണ്ഡത്തിലേക്ക് പറന്നു പോകുന്നതായി മാരിയണ്ണന് തോന്നി.

മാരിയണ്ണൻ വേവലാതിപ്പെട്ട്, മന്ദഹസിച്ചു. അവൾ, ഏത് നാട്ടുകാരിയാണെന്നറിയാതെ എങ്ങനെ സംസാരം തുടങ്ങും?

അയാൾ സ്വന്തം ഭാഷയെ തന്നെ ആശ്രയിച്ചു.

'എങ്കെ പോകറേ?'

'ദേരയിലേക്ക്'- അവൾ പറഞ്ഞു. മാരിയണ്ണന് ആശ്വാസമായി. പരസ്പരം മനസ്സിലാകുന്ന ഭാഷയാണ്.

ബസ്സ് വരാൻ വൈകുമെന്ന് തോന്നുന്നു- മാരിയണ്ണൻ ആരോടെന്നില്ലാതെ പറഞ്ഞു. അവൾ അപ്പോൾ നിഷ്കളങ്കമായി മാരിയണ്ണനെ നോക്കി.

കുറെക്കാലമായി ഒരു പുരുഷനോട് നാട്ടുവർത്തമാനം പറഞ്ഞിട്ട്. കമ്പനിയിലും താമസസ്ഥലത്തും സ്ത്രീകൾ മാത്രമാണ്. ആൾക്കൂട്ടത്തിലായിരിക്കുമ്പോഴും ഒറ്റയ്ക്കാണെന്ന തോന്നലാണ്.

മാരിയണ്ണൻ പേരു ചോദിച്ചു. മൊബൈൽ നമ്പർ ചോദിച്ചു. അവൾ വേഗത്തിൽ എല്ലാം നൽകി. ബസ്സ് വന്നു നിന്നപ്പോൾ ഒരുമിച്ച് ഒരേ വാതിലിലൂടെ അകത്തുകയറി. അടുത്തടുത്ത സീറ്റിൽ ഇരുന്നു.

എങ്ങോട്ടുപോകുന്നു?- സ്നേഹലത ചോദിച്ചു.

നീ എങ്കെ പോകുന്നു?

എങ്ങോട്ടുമില്ല- സ്നേഹലത നിസ്സംഗതയോടെ പറഞ്ഞു. വാസ്തവമായിരുന്നു. രണ്ടുപേരും വെറുതെ ഇറങ്ങിയതായിരുന്നു. ഏകാന്തത രണ്ടുപേരെയും മടുപ്പിച്ചിരുന്നു. കുറെ നേരത്തേക്ക് അവർ നിശ്ശബ്ദരായി. നമുക്ക് ഒരു സിനിമയ്ക്ക് പോകാം'- മാരിയണ്ണൻ അല്പം ഭയത്തോടെ ചോദിച്ചു.

അവൾ തലയാട്ടി.

മാരിയണ്ണന്റെ മനസ്സ് തരളിതമായി. മുഖത്തെ ഭാവം അവൾ കാണാതിരിക്കാൻ ബസ്സിന്റെ കണ്ണാടി ജനാലയിലൂടെ പുറത്തേക്കു നോക്കിയപ്പോൾ നീണ്ടുപരന്നുകിടക്കുന്ന മണൽപാരാവാരമെല്ലാം നെൽപ്പാടങ്ങളായത് പോലെ. അവിടെ ധാരാളം ചിത്രശലഭങ്ങൾ പാറിക്കളിക്കുന്നു.

മാരിയണ്ണൻ അവളുടെ കൈപിടിച്ചിറങ്ങി. ഇരുവർക്കുമിടയിൽ നിശ്ശബ്ദതയായിരുന്നെങ്കിലും സ്നേഹ സാന്ത്വന വാക്കുകൾ ആരും കേൾക്കാതെ നദിയായി ഒഴുകി. സിനിമ കണ്ട് പിരിയാൻ നേരം അവൾ പറഞ്ഞു.

ഞാൻ അടുത്ത വെള്ളിയാഴ്ചയ്ക്ക് കാത്തിരിക്കും.

ആഴ്ചയവധി ദിനം എത്താൻ മാരിയണ്ണൻ ഓരോ നിമിഷം എണ്ണിക്കൊണ്ടിരുന്നു. സിനിമ കാണാനിരുന്നപ്പോൾ അവർ പരസ്പരം കൈ ചേർത്ത് പിടിച്ചിരുന്നു. മാരിയണ്ണൻ അപ്പോൾ തന്റെ പ്രായം വിസ്മരിച്ചു. സ്നേഹലത ചുറ്റുമുള്ള ആളുകളെയും.

സ്നേഹലതയുടെ കുടുംബപശ്ചാത്തലം അറിയാൻ മാരിയണ്ണന് ആഗ്രഹമുണ്ടായിരുന്നു. ഇവിടെ എത്തിപ്പെട്ടത് എങ്ങനെയെന്നും ചോദിക്കാൻ കഴിഞ്ഞില്ല. ഫോൺ ചെയ്യരുതെന്നും അടുത്താഴ്ച കാണുംവരെ സംസാരമില്ലെന്നും സ്നേഹലത വിലക്കിയിരുന്നു. അവൾക്ക് പേടിയുണ്ടായിരിക്കും.

പിറ്റേ വെള്ളിയാഴ്ച മാരിയണ്ണൻ നേരത്തെ ഉണർന്നു. പതിവില്ലാത്ത വിധം ചൂട് കനത്തിരുന്നു. അന്തരീക്ഷത്തിലെ ഈർപ്പം ദേഹത്ത് വിയർപ്പുതുള്ളികൾ പൊടിച്ചു. മാരിയണ്ണൻ കുളിമുറിയിൽ ഏറെ സമയമെടുത്തു.

നരവീണ ഭാഗങ്ങളിൽ കറുപ്പു തേക്കാനുണ്ടായിരുന്നു. പതിവിൽ കൂടുതൽ നേരം പല്ലുതേച്ചു. തലേദിവസം ഹൈപ്പർമാർക്കറ്റിൽ നിന്നു വാങ്ങിയ വിലകുറഞ്ഞ പെർഫ്യൂം കുപ്പായത്തിൽ രണ്ടുതവണ അടിച്ചു.

നിരത്തുവക്കിലെ പൂക്കളോടും കിളികളോടും മാരിയണ്ണന് ഏറെ ഇഷ്ടം തോന്നി. പുതിയൊരു സൗഹൃദത്തെ, അതും ഒരു പെൺകുട്ടിയുടെ അടുപ്പത്തെ അവയെല്ലാം ആശീർവദിക്കുന്നതു പോലെ.

ബസ്സ് ഷെൽട്ടറിൽ ആരും ഉണ്ടായിരുന്നില്ല. സ്നേഹലത വരില്ലേ? മാരിയണ്ണൻ അക്ഷമനായി. ഷെൽട്ടറിനകത്തെ തണുത്ത ഇരുമ്പു ബെഞ്ചിൽ മാരിയണ്ണൻ കണ്ണടച്ചിരുന്നു. തോളിൽ കൈവന്നു വീണപ്പോഴാണ് ഉണർന്നത്.

സ്നേഹലത, മുന്നിൽ ചിരിച്ചു നിൽക്കുന്നു. നിറയെ പൂക്കളുള്ള ചുരിദാറിനകത്ത് ദേഹം വീർപ്പുമുട്ടി നിൽക്കുന്നതു പോലെ.

അവൾ മാരിയണ്ണന്റെ തൊട്ടടുത്തിരുന്നു. ബസ്സ് വരാൻ ഇനിയും സമയമുണ്ട്. മാരിയണ്ണൻ അവളോടു ചോദിച്ചു.

'എങ്ങനെ ഈ മരുഭൂമിയിൽ എത്തിപ്പെട്ടു?'.

അവൾ വിഷാദത്തോടെ ചിരിച്ചു. 'അത് ഒരു വലിയ കഥയാണ്.'

'മാരിയണ്ണനോ?'

'മറക്കാൻ ശ്രമിക്കുന്ന ഓർമയാണ്'

അപ്പോൾ പുറത്ത്, മണലിനെ ആകാശത്തേക്കുയർത്തുന്ന കാറ്റുവീശി. അവ പിന്നീട് റോഡിലൂടെ ഒഴുകി നീങ്ങി. മാരിയണ്ണൻ പറഞ്ഞു തുടങ്ങി. "എനിക്കൊരു സഹോദരിയുണ്ടായിരുന്നു, നാട്ടിൽ. ഭർത്താവ് അവളെ ഉപേക്ഷിച്ചു. വീട്ടിൽ വെറുതെയിരിക്കുമ്പോഴാണ്, ഗൾഫിൽ വീട്ടുജോലിക്ക് ആളെ അയയ്ക്കുന്ന ഏജന്റിനെ കണ്ടത്. അക്കാര്യം ഞാൻ അവളോടു പറഞ്ഞു. അവൾ, എന്നെ കുറെ നേരം നോക്കി. അവൾക്ക് എങ്ങോട്ടെങ്കിലും പോയാൽ കൊള്ളാമെന്നുണ്ട്. പക്ഷേ, എന്നോടൊന്നും പറഞ്ഞില്ല. പിറ്റേന്ന്, അവളെ കാണാതായി. ആ ഏജന്റിനെ പിന്നീട് കണ്ടിട്ടില്ല. അവളെക്കുറിച്ച് യാതൊരു വിവരവുമില്ല. ഒരുപക്ഷേ, ഇവിടെയുണ്ടാകുമെന്ന ധാരണയിലാണ് വിമാനം കയറിയത്. വർഷങ്ങൾക്കു മുമ്പ്. അന്വേഷണം എങ്ങുമെത്തിയില്ല. ജോലി കണ്ടെത്തിയതും ഇവിടെ തുടരുന്നതും എപ്പോഴെങ്കിലും അവളെ കണ്ടെത്താമെന്ന പ്രതീക്ഷയിലാണ്– അയാൾ ദീർഘശ്വാസം വിട്ടു.

'നീയോ?'– അയാൾ ചോദിച്ചു. അപ്പോൾ സ്നേഹലതയുടെ ഓർമയിലേക്ക് അനേകം പേരുടെ മുഖങ്ങൾ ഒരുമിച്ചെത്തി. അതിൽ കറുത്തവരും വെളുത്തവരും പാക്കിസ്ഥാനികളും ശ്രീലങ്കക്കാരും ഫിലിപ്പൈനികളും ഒരേ ആർത്തിയോടെ തന്റെ ശരീരത്തെ ചവിട്ടിമെതിക്കുന്നത് കാണാനായി. ഇരുട്ടു നിറഞ്ഞ അനേകം മുറികളിലൂടെ നിർജീവമായ

മനസ്സുമായി ഒഴുകിയൊഴുകിപ്പോയത് തിരശ്ശീലയിലെന്നപോലെ മിന്നി മറഞ്ഞു. ഒടുവിൽ, ആരുടെയും കണ്ണിൽപെടാതെ ഒരു രാത്രി തെരുവിലൂടെ, കെട്ടിടത്തിന്റെ ഇടവഴികളിലൂടെ ഓടിപ്പോയതും ഏതോ ഒരു മനുഷ്യസ്നേഹിയുടെ വീട്ടുപടിക്കൽ വീണുപോയതും ഓർത്തെടുത്തു.

കണ്ണുനീർ വീണ് അവളുടെ കവിൾ തടം എടുത്തു. മാരിയണ്ണൻ അത് തുടച്ചു. സ്നേഹലതയെ അയാൾ ചേർത്തു നിർത്തി.

'പെങ്ങൾ വാ'- അയാൾ പറഞ്ഞു. അപ്പോൾ, നഗരത്തിലെ ഉദ്യാനത്തിലേക്കുള്ള ബസ്സ് വന്ന് ഷെൽട്ടറിന് മുന്നിൽ നിന്നിരുന്നു. അതിൽ, അനേകം സഹോദരീസഹോദരന്മാർ ഉണ്ടായിരുന്നു.

■

മലർ

കുളിരുള്ള പ്രഭാതത്തിലേക്ക് ഒരു പൂച്ചയെപ്പോലെ വെയിൽ പ്രവേശിച്ചു. മഞ്ഞുകണങ്ങൾ ഇറ്റിവീണ പുൽക്കൊടികളിലേക്ക് രണ്ടു കിളികളും. സൂര്യകിരണങ്ങൾ ഏറ്റുവാങ്ങി കണ്ണാടി ജനാലകളുള്ള വലിയ കെട്ടിടങ്ങൾ ജ്വലിച്ചു, നഗരം ഉണർന്നു.

ഫെയ്സ് ബുക്കിൽ ഈ ദൃശ്യങ്ങൾ ഉൾപ്പെടുത്തി രണ്ടു വരി കവിതയും ചേർത്താൽ 'ഇഷ്ട'ക്കാർ ധാരാളം എത്തുമെന്ന് അവനു തോന്നി. ചില പെൺകുട്ടികൾ അതിന് പാരഡി എഴുതിവിടുകയും ചെയ്യും. ഈ നഗരത്തിന്റെ ഒരു ചിത്രവും ചേർത്താൽ പൂർണമാകും.

അപ്പോഴാണ്, ക്ലോഡിയാ ഷിഫാറസിന്റെ വാട്സ് ആപ്പ് സന്ദേശം കണ്ടത്. അവൾ, ഇന്ന് തൊഴിലാളികൾക്കുവേണ്ടി പാടുന്നു. വൈകുന്നേരം, നഗരത്തിന്റെ ഒരറ്റത്തുള്ള വ്യവസായ കേന്ദ്രത്തിൽ എത്തണം. അവൻ 'ഡൺ' എന്ന് മറുകുറി അയച്ച് പുറംകാഴ്ചകളിലേക്ക്.

ഭൂമി ചുട്ടു പഴുക്കുമ്പോഴും കിളികൾ പുൽനാമ്പുതേടി എത്തുന്നു. പ്രഭാതത്തിലെ വെയിലേറ്റ് അവ ഉച്ചത്തിൽ ചിലയ്ക്കുന്നു.

ക്ലോഡിയയുടെ പാട്ടുകളിൽ മിക്കവയിലും കിളികളുണ്ട്. സ്നേഹത്തിൽ ആകാശം തേടി മനുഷ്യമനസ്സ് കിളികളായ് പറക്കുമെന്നും മറ്റും എഴുതിവെയ്ക്കും. അതിന് ഈണമിട്ട് അവനെ കേൾപ്പിക്കും. അവളുടെ ഫിലിപ്പൈൻ ഇംഗ്ലീഷ് ഉച്ചാരണത്തെ അവൻ കളിയാക്കും. അവൾക്കതിൽ പരിഭവമില്ല. ഇന്ന് തൊഴിലാളികൾക്കുവേണ്ടി അവൾ ഇത്തരത്തിലുള്ള പാട്ടുപാടുമ്പോൾ അവരുടെ മനസ്സിൽ എന്ത് വികാരമാണുണ്ടാവുകയെന്ന് വെറുതെ ചിന്തിച്ചു. സ്ത്രീകളെ കുറെ ദിവസമായി നേരിൽ കാണാത്ത നിരവധിപേർ അക്കൂട്ടത്തിലുണ്ടാകും. അവർ ദൂരെയെങ്ങോ ഉള്ള കാമുകിയേയോ ഭാര്യയേയോ ഓർത്ത് വിഷാദമൂകരാകാനാണ് സാധ്യത.

തൊഴിലാളി ക്യാമ്പിന്റെ പ്രവേശന കവാടത്തിൽ ക്ലോഡിയയുടെ മുഴുചിത്രം ഫ്ളക്സിൽ പതിച്ചു വെച്ചിട്ടുണ്ട്. നുണക്കുഴി വിരിയുന്ന അവളുടെ ചിരി തന്റെ നേർക്കാണെന്ന് അവനു തോന്നി.

സംഘാടകരുടെ കൂട്ടത്തിൽ നിൽക്കുകയായിരുന്ന അവൾ അവനെക്കണ്ട് ഓടിയെത്തി. അവൾ അവനെ കെട്ടിപ്പുണർന്ന് ചുണ്ടിൽ ചുംബിച്ചു.

എന്നിട്ട്, സംഘാടകരോടായി പറഞ്ഞു. ഇവൻ എന്റെ സുഹൃത്താണ്. അവർക്ക് പക്ഷേ അമ്പരപ്പ് മാറിയില്ല. ഒരു മലയാളിയും ഒരു ഫിലിപ്പൈനിയും എങ്ങനെ ഒത്തുപോകുമെന്ന് അവർ ആലോചിക്കുകയായിരുന്നു. അപ്പോഴേക്ക് അവതാരകൻ ക്ലോഡിയയെ വേദിയിലേക്കു ക്ഷണിച്ചു.

മുന്നിൽ, നിരന്തരമായ അധ്വാനത്തിന്റെയും പ്രണയനിരാസത്തിന്റെയും വേവലാതികളിൽ മുങ്ങിയ അനേകം തൊഴിലാളികൾ. അവരിൽ ധാരാളം ചെറുപ്പക്കാർ ഉണ്ടായിരുന്നു. ക്ലോഡിയയെ അവർ സാകൂതം നോക്കി. ഒരു മലയാളിയുടെ ഭാവഹാവാദികളായിരുന്നു അവൾക്ക്. അവളുടെ ഓരോ ചലനത്തിലും വേണ്ടുവോളം സ്ത്രൈണതയുണ്ടായിരുന്നു.

ക്ലോഡിയയുടെ കാതരമായ ശബ്ദം അവരെ നിശ്ശബ്ദരാക്കി. ഹിലാരി ഡഫിന്റെ വാട്ട് എബൗട്ട് യു, ആൻഡ് വാട്ട് എബൗട്ട് മിയാണ് ക്ലോഡിയ ആദ്യം പാടിയത്. വേദിയിൽ ക്ലോഡിയ ഒരു പൂമ്പാറ്റയെപ്പോലെ പറന്നു നടന്നു. ഇടയ്ക്കിടെ, വശ്യമനോഹരമായി കണ്ണുകൾ കൊണ്ട് ചിരിച്ചു. പാട്ടിന്റെ അവസാനമായപ്പോൾ, കേൾവിക്കാരുടെ മനസ്സിലെ അനുരാഗത്തിരയിളക്കം മുഖത്ത് വലിഞ്ഞു മുറുകി.

ഒരു മലയാളം പാട്ടുപാടുന്നുവെന്ന് പറഞ്ഞ്, രണ്ടാമത്തേതിന് തൊണ്ട ശരിയാക്കിയപ്പോൾ ഏവരും അദ്ഭുതപ്പെട്ടു- 'മലരേ... നിന്നെക്കാണാതിരുന്നാൽ' എന്ന് കേട്ടതും കുറെ പേർ എഴുന്നേറ്റു നിന്നു. അവർ, നൃത്തം ചവിട്ടി വേദിക്കരികിലെത്തി. സുരക്ഷാഭടന്മാർ എങ്ങുനിന്നോ ഓടിയെത്തി വേദിക്കു വലയം തീർത്തു. പാട്ടിന്റെ അവസാനമായപ്പോൾ ക്ലോഡിയ അവനെ വേദിയിലേക്കു കൈപിടിച്ചുകയറ്റി. അവനെക്കൊണ്ടും പാടിച്ചു സദസ്സ് കാൺകെ അവനെ ചേർത്തു പിടിച്ച് ചുംബിച്ചു. കേൾവിക്കാർ ആർത്തിരമ്പി.

അപ്പോൾ, മധ്യവയസ്കനായ ഒരാൾ സദസ്സിൽ നിന്ന് ഒരു പൂച്ചെണ്ടുമായി വേദിയിലെത്തി. സുരക്ഷാജീവനക്കാർ തടയാൻ ശ്രമിച്ചിരുന്നെങ്കിലും ക്ലോഡിയ വിലക്കി.

ആ പൂവ് ക്ലോഡിയയ്ക്കു നേരെ നീട്ടിയശേഷം, മൈക്ക് കൈയിലെടുത്തു. ഞാൻ മലയാളിയാണ്. മലയാളത്തെ ഇഷ്ടപ്പെടുന്ന ക്ലോഡിയയെ ഞാൻ ആരാധിക്കുന്നു. ക്ലോഡിയയുടെ മലയാളി സുഹൃത്ത് ക്ഷമിക്കുക. സദസ്സിൽ നിന്ന് ഹർഷാരവം ഉയർന്നു. മധ്യവയസ്കൻ സമൃദ്ധമായ മീശ പിരിച്ച് സദസ്സിലേക്ക് മടങ്ങി.

ഗാനമേള കഴിഞ്ഞ് ക്ലോഡിയ ക്ഷീണിതയായി അവന്റെ കാറിൽ കയറി. സംഘാടകരെത്തി ഒരു കവർ ക്ലോഡിയയ്ക്കു നൽകി. അവൾ, അത് അവർക്കു തന്നെ തിരിച്ചുകൊടുത്തു. 'തൊഴിലാളികൾക്ക് വേണ്ടി ചെലവു ചെയ്തോളൂ' - അവൾ പറഞ്ഞു.

ക്യാമ്പിന്റെ കവാടം കടന്ന് കാർ നിരത്തിലെത്തിയപ്പോൾ മധ്യവയസ്കൻ എവിടെ നിന്നോ പ്രത്യക്ഷപ്പെട്ടു. അയാളുടെ കണ്ണുകൾ എന്തിനോ വേണ്ടി ദാഹിക്കുന്നതായി തോന്നി. കുപ്പായം വിയർപ്പിൽ കുതിർന്നിരുന്നു.

കാർ നിർത്തിയപ്പോൾ ക്ലോഡിയ കാറിന്റെ ചില്ലു താഴ്ത്തി. അയാൾ കുനിഞ്ഞുനിന്ന് അവളുടെ കരം ഗ്രഹിച്ചു. എനിക്ക് നിന്നെ വേണം. അയാളുടെ കണ്ണുകൾ ഉന്മാദത്താൽ തിളങ്ങിയിരുന്നു. അവൻ കാർ പൊടുന്നനെ മുന്നോട്ടെടുത്തു. ക്ലോഡിയ അയാളെ തിരിഞ്ഞുനോക്കി. കാറിനു പിന്നാലെ അയാൾ ഓടിവരുന്നതു കണ്ടു. അവൻ കാറിനു വേഗം കൂട്ടി. അവനും ക്ലോഡിയയ്ക്കുമിടയിൽ നിശ്ശബ്ദത കനത്തു. അത് ഭഞ്ജിച്ചുകൊണ്ട് അവൾ പറഞ്ഞു. നീ കൂടെ ഇല്ലായിരുന്നെങ്കിൽ ഞാൻ അയാളെ ഫ്ളാറ്റിലേക്ക് കൂട്ടിക്കൊണ്ടുപോയേനേ. നീ കണ്ടില്ലേ, അയാളുടേത് നിർവ്യാജമായ സ്നേഹമാണ്....

■

പിസ്റ്റൾ

മൂന്നു ദൃശ്യങ്ങളാണ് മൊബൈലിലെ ഫേയ്സ്ബുക്കിൽ പ്രത്യക്ഷപ്പെട്ടത്. അതിലൊന്ന് മനസ്സിൽ തറച്ച് അസ്വാസ്ഥ്യപ്പെടുത്തിക്കൊണ്ടിരുന്നു. ഒരു കൊള്ളക്കാരൻ, ഒരു മലയാളിയുവാവിനെ, നീളൻ കത്തികൊണ്ട് ആഞ്ഞാഞ്ഞ് കുത്തുന്നു. പ്രതിരോധിക്കാൻ ശ്രമിച്ച മലയാളി കുഴഞ്ഞുവീണ് നിലത്തു പിടയുന്നു. അതിനുശേഷം കണ്ടുനിൽക്കാൻ തോന്നിയില്ല. മരണത്തിലേക്കാണ് അയാൾ വഴുതിപ്പോകുന്നത് എന്ന് ഊഹിച്ചു. അവസാനത്തെ പിടച്ചിൽ എങ്ങനെയായിരിക്കുമെന്ന് കാണുവാൻ, വന്യമായ ആഗ്രഹം മനസ്സിലേക്ക് വന്നത്, ഊതിക്കെടുത്തിക്കളഞ്ഞു.

മറ്റു രണ്ടെണ്ണം, സാധാരണപോലെ, കറുത്ത മുഖംമൂടി ധരിച്ചവർ ബന്ദികളെ നിരയായി നിർത്തി വെടിവെച്ചിടുന്നതാണ്. അത്തരം ദൃശ്യങ്ങൾ കുറെ കണ്ടതാണ്. ഇപ്പോൾ മടുപ്പു തോന്നും. മാത്രമല്ല, അങ്ങകലെ എവിടെയോ ആണ്. മലയാളിയുടേത് അങ്ങനെയല്ല. തൊട്ടപ്പുറത്തെ കോളനിയിലെ ഒരു ഓഫീസിൽ നടന്നത്. ഈയിടെയായി ഇത്തരം കൊലപാതകങ്ങൾ വർധിക്കുന്നതായി പത്രറിപ്പോർട്ടുകളുണ്ടായിരുന്നു. അയാളുടെ പിടച്ചിൽ കണ്ടപ്പോൾ, അക്രമി കത്തി ചുഴറ്റുന്നതും ശരീരത്തിൽ ആഴ്ന്നിറങ്ങുന്നതും ക്ലോസപ്പിൽ വന്നപ്പോൾ എന്റെ ശരീരത്തിലെ രക്തം തണുത്തറഞ്ഞതുപോലെ. ഇതിനിടയിൽ ഓഫീസ് പരിസരത്ത് നിർത്തുന്ന ബസ്സ് കടന്നുപോയതറിഞ്ഞില്ല. ഇനി മറ്റൊരു ബസ്സ് വരാൻ അരമണിക്കൂർ കഴിയണം. വെയിലിന്റെ ചൂട് കനത്തു വരുന്നത് കാരണം, ബസ്സ് കാത്തിരുന്നവരിൽ മിക്കവരും ഷെൽട്ടറിനകത്തു കയറി. ബസ്സ് വരുന്ന സമയം അറിയിക്കുന്ന മോട്ടറിൽ അലക്ഷ്യമായി നോക്കിപ്പോയതാണ്. ഒരു മിന്നായം പോലെ, ആ ദൃശ്യം അവിടെയും കണ്ടതുപോലെ തോന്നി. ആ മോണിട്ടറിൽ, അത്തരം ദൃശ്യങ്ങൾ വരാൻ സാധ്യതയില്ല. വെറും തോന്നലാണെന്നത് ഉറപ്പ്. പണ്ട്, കഥ വായിക്കുമ്പോൾ ചില സന്ദർഭങ്ങൾ മനസ്സിൽ വിടാതെ പിന്തുടരും. പിന്നെ കാണുന്നിടത്തൊക്കെ, അതേ സന്ദർഭം ആവർത്തിക്കുന്നതായി അനുഭവപ്പെട്ടിട്ടുണ്ട്. ഇതും അതുപോലെ ആയിരിക്കണം. ഒരു തരം മതിവിഭ്രമം.

ബസ്സ് സ്റ്റോപ്പിലേക്ക്, ഒരു ഫിലിപ്പൈൻ പെൺകുട്ടിയെത്തി. അവളുടെ പിന്നാലെ ഒരു പാക്കിസ്ഥാനി. പെൺകുട്ടി മുടി രണ്ടായി

പിന്നിയിട്ടിരിക്കുന്നു. സാധാരണ ഫിലിപ്പൈൻ പെൺകുട്ടികൾ മുടി പിന്നിയിടാറില്ല. ഒഴുകിയിറങ്ങുന്നതായിരിക്കും. ഇവൾക്ക് വിടർന്ന കണ്ണുകളാണ്. പൊതുവെ, ഇടുങ്ങിയ കണ്ണുകളാണ് ഫിലിപ്പൈനികൾക്ക്. പാക്കിസ്ഥാനി പക്ഷേ, ഏതോ അന്യഗ്രഹത്തിൽ നിന്നു വന്നതാണെന്ന് തോന്നിപ്പിച്ചു. അയാൾ, നീളൻ കുപ്പായക്കീശയിൽ ഇടയ്ക്കിടെ കൈയിട്ടുകൊണ്ടിരുന്നു. പെൺകുട്ടിയുടെ ശ്രദ്ധ നേടാൻ അയാൾ മുന്നിൽ ചെന്നു നിന്നു. അവൾ മറ്റേതോ ലോകത്തായിരുന്നു. ഇടയ്ക്കിടെ മൊബൈൽ ഫോണിലെ ദൃശ്യങ്ങളിലേക്ക് കണ്ണുനട്ടു. നാട്ടിൽ കൊടുങ്കാറ്റ് വീശിയതും അനേകം വീടുകൾ കടപുഴകി പ്രളയത്തിൽ ഒലിച്ചു പോയതും ടെലിവിഷൻ ചാനലിൽ കാണിച്ചതിന്റെ ഭാഗങ്ങളാണ് കണ്ടുകൊണ്ടിരുന്നത്.

കൂലം കുത്തിയൊഴുകുന്ന വെള്ളത്തിൽ ഒരു പെൺകുഞ്ഞ് പിടഞ്ഞു താഴ്ന്നുപോകുന്ന ദൃശ്യം അവളെ അലോസരപ്പെടുത്തിയെന്ന് മുഖഭാവം വിളിച്ചുപറഞ്ഞു. ആ കുഞ്ഞിന്റെ പരിഭ്രമിച്ച കണ്ണുകൾ അവളുടെ മനസ്സിൽ ആഴ്ന്നിറങ്ങിയിരിക്കണം.

പാക്കിസ്ഥാനിയെ അവഗണിച്ച് അവൾ നടക്കാൻ തുടങ്ങി. പാതയോരത്ത് അനേകം പേരുണ്ടെങ്കിലും അവൾ പരിഭ്രമിച്ചിരുന്നു. പാക്കിസ്ഥാനി അവളുടെ പിന്നാലെ. ബസ്സ് വരാൻ വൈകും. പാക്കിസ്ഥാനിയിൽ നിന്നു അവളെ രക്ഷിക്കണമെന്ന് ഉറപ്പിച്ചു.

അവൾ ഇടവഴിയിലേക്കു കയറി, പഴക്കമുള്ള ഒരു കെട്ടിടത്തിലേക്ക്. ആ കെട്ടിടത്തിന് ലിഫ്റ്റ് ഉണ്ടായിരുന്നില്ല. കെട്ടിടത്തിനകത്തെത്തിയപ്പോൾ അവൾ വേഗത കുറച്ചു. പാക്കിസ്ഥാനി അവളുടെയടുത്തെത്തി. അവർ തമ്മിൽ എന്തോ സംസാരിക്കുന്നു.

പാക്കിസ്ഥാനി എന്റെയടുത്തേക്കു വന്നു. അയാൾ ചിരിച്ചു. അയാളുടെ പല്ലുകൾ പച്ചക്കറ പിടിച്ചതായിരുന്നു. പാക്കിസ്ഥാനിൽ നിന്നെത്തുന്ന പുകയില ഉപയോഗിക്കുന്നുണ്ടാകണം. അയാൾ ചോദിച്ചു.

“മൻതാ ഹെ?” ഞാൻ ഫിലിപ്പൈനി പെൺകുട്ടിയെ നോക്കി. അപ്പോൾ...? അവൾ പരിഭ്രമിച്ച് ഓടിയത് അഭിനയമായിരുന്നോ? അവളുടെ ഏജന്റാണോ ഈ പാക്കിസ്ഥാനി? ഞങ്ങൾ മൂന്നു പേർ ഒരു ത്രികോണ പകിടകളിയുടെ ജ്യാമിതീയ രൂപത്തിലായതു പോലെ തോന്നി. ഞാനാണ് ഇനി നീക്കം നടത്തേണ്ടത്. ഞങ്ങൾ മൂന്നു പേരും ഓരോ തവണയായി പരസ്പരം നോക്കി.

എന്റെ മൊബൈൽ ഫോൺ റിംഗാകുമ്പോൾ സ്ക്രീനിൽ ഭൂപടമാണ് തെളിയുക. ഇന്ത്യ നന്നായി കാണും. അയൽക്കാരായി പാക്കിസ്ഥാനെ രേഖപ്പെടുത്തിയിട്ടുണ്ട്. പക്ഷേ, ഫിലിപ്പൈൻ വളരെ ദൂരെയാണ്. അത് തെളിഞ്ഞു കാണില്ല. ഫിലിപ്പൈൻ പെൺകുട്ടി അടുത്തുവന്നു. മൊബൈൽ ഫോണിലെ സ്ക്രീൻ കൗതുകത്തോടെ നോക്കി. അപ്പോഴാണ്, പൊടുന്നനെ മാനം ഇരുണ്ടത്. കരിമേഘങ്ങൾ പടർന്നുകയറിയത്.

കെട്ടിടത്തിന്റെ ഏണിപ്പടിക്കു താഴെ അരണ്ട വെളിച്ചത്തിന്റെ മറവിൽ നിന്ന് ഒരു യുവാവ് പതിയെ പ്രത്യക്ഷപ്പെട്ടു. അവന്റെ കൈയിൽ പിസ്റ്റൾ ഉണ്ടായിരുന്നു. നെറ്റിയിൽ കറുത്ത തുണി കെട്ടിയിരുന്നു. അതിൽ അറബിയിൽ എന്തോ രേഖപ്പെടുത്തിയിരുന്നു.

ഇപ്പോൾ, ഞങ്ങൾ നാലു പേർ ചതുരംഗപ്പലകയുടെ ഓരോ കോണായി മാറിയിരിക്കുന്നു. ആർക്കും വിജയിക്കാം. പക്ഷേ, ഒരാളുടെ കൈയിൽ മാത്രമെ ആയുധമുള്ളൂ. അയാൾ ഫിലിപ്പൈനിക്കു നേരെ പിസ്റ്റൾ ചൂണ്ടി, ഇരുട്ടിന്റെ മറവിലേക്ക്...

■

കറുപ്പ്

മൂന്നു കെട്ടിടങ്ങൾക്കിടയിലെ ഇഷ്ടിക പാകിയ ഇടവഴി, ഒരു ഫുട്ബോൾ മൈതാനമാകുന്ന അദ്ഭുതം ഇവിടെയാണ് ഞാൻ ആദ്യമായി കാണുന്നത്. മൂന്നു കെട്ടിടങ്ങളിലൊന്നിലെ ഒമ്പതാം നിലയിൽ ഒരു ഫ്ളാറ്റ് വാടകയ്ക്കെടുത്ത് താമസം തുടങ്ങിയത് ഇന്നലെ. ബാൽക്കണിയിൽ ചെന്ന് വരി നീക്കി താഴേക്ക് നോക്കി. ശേഷം ഭാര്യയാണ് ചൂണ്ടിക്കാട്ടിയത്.

"എത്ര ഇടുങ്ങിയ സ്ഥലമായാലും ശരി കുട്ടികൾ അത് മൈതാനമാക്കും."

"ലാറ്റിൻഅമേരിക്കൻ രാജ്യങ്ങളിലൊക്കെ ആളുകൾക്കിടയിലും പീടികത്തിണ്ണകളിലും കുട്ടികൾ ഫുട്ബോൾ കളിക്കുമെന്നു കേട്ടിട്ടുണ്ട്" ഞാൻ പറഞ്ഞു. എന്റെ വിജ്ഞാനം പരസ്യപ്പെടുത്താൻ ലഭിക്കുന്ന സന്ദർഭങ്ങൾ പാഴാക്കാറില്ല.

ഞങ്ങൾ രണ്ടാളും എയർ കണ്ടീഷന്റെ കുളിരിലേക്കും പുതപ്പിന്റെ സ്വകാര്യതയിലേക്കും മടങ്ങി. താഴെ നിന്നു കുട്ടികളുടെ ആരവവും പന്ത് മതിലുകളിൽ തട്ടിത്തെറിക്കുന്നതിന്റെയും ശബ്ദവും കേൾക്കാം.

"ഈ ഫ്ളാറ്റ് എനിക്ക് ഇഷ്ടപ്പെട്ടു" അവൾ.

"എത്ര അലച്ചിലിനു ശേഷമാണ് ഇത് ഒത്തുവന്നത്. വലിയ വാടകയും. ശമ്പളമൊക്കെ വാടക കൊടുക്കാനേ തികയൂ." എന്റെ നിസ്സഹായാവസ്ഥ പ്രകടമാക്കി.

"ഒരു കണക്കിനു നമുക്ക് കുട്ടികൾ ഉണ്ടാകാത്തത് ഭാഗ്യം. ചെലവ് അത്രയും കുറഞ്ഞു" അവൾ വലിയ ദുഃഖങ്ങളിലൊന്നിനെ എന്റെ ആശ്വാസത്തിനുവേണ്ടി നിസ്സാരമാക്കി.

അപ്പോഴാണ് താഴെ നിന്ന് കുപ്പി പൊട്ടിച്ചിതറുന്ന ശബ്ദം കേട്ടത്.

ബാൽക്കണിയിൽ ചെന്ന് താഴേക്കു നോക്കി. ഒരു കോളക്കുപ്പിയാണ് പൊട്ടിയിരിക്കുന്നത്. കോളക്കുപ്പി രണ്ടു ഭാഗത്ത് വെച്ച് കൊണ്ടുള്ളതാണ് ഗോൾ പോസ്റ്റ്. ഗോളടിയുടെ ഊക്കിൽ കുപ്പി പൊട്ടിത്തെറിച്ചതാകാം.

പിറ്റേന്ന് രാവിലെ ഓഫീസിലെത്തിയ ഉടൻ ഭാര്യയുടെ ഫോൺ.

"താഴെ ഭയങ്കരമായി കുപ്പി പൊട്ടുന്നു. കശപിശയുമുണ്ട്."

"സാരമില്ല. നീ പുറത്തൊന്നും ഇറങ്ങണ്ട. അവരെ ശ്രദ്ധിക്കുകയും വേണ്ട."

അവൾ ഫ്ളാറ്റിൽ നിന്നും പുറത്തിറങ്ങില്ലെന്നും ഈ നഗരത്തിലെ മറ്റു കാര്യങ്ങളിൽ ഇടപെടില്ലെന്നും അറിഞ്ഞുകൊണ്ടു തന്നെയാണ് ഇങ്ങനെയൊക്കെ പറഞ്ഞത്. ആശ്വസിപ്പിക്കാൻ മറ്റൊരു വിശദീകരണം കിട്ടിയതുമില്ല.

നഗരത്തിൽ മിക്കവരും ഇതേ മാതിരി ജീവിക്കുന്നവരാണ്. ഫ്ളാറ്റ്, ഷോപ്പിംഗ്, ടി വി കാണൽ, യാന്ത്രികമായ രതികർമങ്ങൾ... ആരും മറ്റൊരാളുടെ കാര്യത്തിൽ ഇടപെടാറില്ല. മരിച്ചാൽ പോലും അന്ത്യകർമങ്ങൾ പൊലീസിന്റെ ജോലിയാണ്.

വക്കീലാപ്പീസിലെ ഗുമസ്തപ്പണിയാണ് എന്റേത്. കേസ് ജയിച്ചാൽ കമ്മീഷനിലെ ഒരു പങ്ക് വക്കീലന്മാർ എനിക്കു തരും. മിക്കതും ഭാര്യാഭർത്താക്കന്മാർ പരസ്പരം വഞ്ചിച്ചതിന്റെ പ്രശ്നങ്ങളാണ്. എല്ലായ്പ്പോഴും ഭാര്യമാരാണ് ജയിക്കുക. അതുകൊണ്ട് സ്ത്രീകളാണ് പരാതിക്കാരെങ്കിൽ വക്കീലന്മാർക്ക് ഔത്സുക്യം കൂടും. പർദയും മുഖപടവുമണിഞ്ഞ് എത്തുന്ന സ്ത്രീകളുടെ ഭാവം നിരാശയാണോ പകയാണോ എന്നൊന്നും എനിക്കു മനസ്സിലാക്കാനാകുന്നില്ല. കുറ്റപത്രത്തിൽ ഒപ്പു വെക്കുമ്പോൾ ചിലരുടെ കൈ വിറയ്ക്കുകയും കറുത്ത മുഖപടത്തിനകത്തു നിന്ന് തേങ്ങൽ ഉയരുകയും ചെയ്യാറുണ്ട്.

ഉച്ചയ്ക്ക് ഭാര്യ പിന്നെയും വിളിച്ചു.

"ഉപ്പും മുളകും തീർന്നു. ഗ്രോസറിക്കാരന്റെ നമ്പർ തായോ"

"ടെലിഫോൺ ബുക്കിൽ ഏറ്റവുമൊടുവിൽ എഴുതിയിരിക്കുന്ന നമ്പറാ"

നമ്പർ കണ്ടുപിടിക്കാൻ അവൾക്കു കഴിഞ്ഞില്ലെങ്കിൽ ഇന്നത്തെ ഭക്ഷണം മുടങ്ങും. അവൾ സാധനങ്ങൾ വാങ്ങാനായി പുറത്തുപോകില്ല. വൈകുന്നേരം ഓഫീസിൽ നിന്നു മടങ്ങുമ്പോഴും കുട്ടികൾ താഴെ ഫുട്ബോൾ കളിക്കുന്നുണ്ട്. അല്പനേരം അവരെ ശ്രദ്ധിക്കാതിരിക്കാൻ കഴിഞ്ഞില്ല. കുറെ വെളുത്ത കുട്ടികൾക്കിടയിൽ ഒരു കറുത്തവനെ വിശേഷിച്ചും. പന്തുകിട്ടുമ്പോൾ അവന്റെ ചലനങ്ങൾ ഭൂമിയിൽ അല്ലെന്നു തോന്നുന്നു. പന്തിൽ ആഭിചാരം ചെയ്ത് ഒരൊറ്റ കുതിപ്പാണ്. അത് ഗോളിലേ കലാശിക്കൂ. അവൻ പലപ്പോഴും ലക്ഷ്യം വെക്കുന്നത് പക്ഷേ, കോളക്കുപ്പികളെയാണ് എന്നതാണ് രസകരം. പന്തടിയുടെ ഊക്കിൽ അത് പൊട്ടിച്ചിതറുന്നു. ഗോളടിയുടെ ആരവത്തിലേക്ക് അവൻ ഉയരുന്നു. തുരുതുരെ ഗോളടിച്ചു കയറ്റുന്നു.

ഇന്നത്തെ ദിവസം, ഇതിനിടയിൽ എങ്ങനെയോ കശപിശയുണ്ടായി.

രണ്ട് കെട്ടിടങ്ങളുടെയും ബാൽക്കണികളിൽ ഉത്കണ്ഠാഭരിത മായ മുഖങ്ങൾ പ്രത്യക്ഷപ്പെട്ടു. കറുത്തവൻ വാഗ്വാദങ്ങളിൽ നിന്നു മാറി നിൽക്കുകയായിരുന്നു. കളിക്കപ്പുറത്തെ മത്സരത്തിൽ താത്പര്യമല്ലാത്തു പോലെ.

ഭാര്യ സമീപമെത്തി താഴേക്കു നോക്കി. കൂട്ടത്തല്ലിൽ നിന്ന് ഒരാൾ മാത്രം മാറി നിൽക്കുന്നത് അവളും ശ്രദ്ധിച്ചു. "കറുപ്പന് കളിയിൽ മാത്ര മാണ് താത്പര്യം" അവൾ പറഞ്ഞു.

മുതിർന്നവർ ആരൊക്കെയോ ഇടപെട്ടതിനെ തുടർന്ന് കുട്ടികൾ പിരിഞ്ഞുപോയി. സന്ധ്യയോടൊപ്പം ബഹളവും അസ്തമിച്ചു.

ഏതോ സംഘടനയുടെ വാർഷികാഘോഷം ടെലിവിഷനിൽ പൊടി പൊടിക്കുന്നു. സദസ്സിൽ അധികവും സ്ത്രീകൾ. മുഖം നിറയെ റൂഷും പൗഡറും വാരിത്തേച്ച് ചുണ്ടുകളിൽ ലിപ്സ്റ്റിക്ക് ഒലിച്ചിറക്കി കുറെ കൊച്ച മ്മമാരും, അംഗലാവണ്യം വെളിപ്പെടുത്തുമാറ് ഇറുകിയ വസ്ത്രങ്ങള ണിഞ്ഞ് കുമാരിമാരും. പാട്ട് കൊഴുത്തപ്പോൾ കുമാരിമാർ നൃത്തം തുടങ്ങി. കൊച്ചമ്മാർ പ്രോത്സാഹിപ്പിച്ചു. 'നമുക്കും ഇങ്ങനെ ഏതെങ്കിലും സംഘടനയിൽ ചേരണം. പ്രോഗ്രാമുകളിൽ പങ്കെടുക്കാലോ?'

ഫ്ളാറ്റ് ജീവിതത്തിന്റെ ഏകാന്തത ഒറ്റ ദിവസം കൊണ്ട് അവൾക്ക് മടുത്തിരിക്കുന്നുവെന്ന് ബോധ്യമായി.

"നിനക്ക് ഇവിടത്തെ ജീവിതവും മടുത്തു അല്ലേ?"

"എന്തുപറഞ്ഞാലും എഴുതാപ്പുറം വായിക്കും. കുറച്ചൊക്കെ സാമൂ ഹിക ജീവി ആകണ്ടേ?" അവൾ രോഷാകുലയായി.

ഓഫീസിലും പുറത്തും ആവശ്യത്തിനു മാത്രമേ താൻ സംസാരി ക്കാറുള്ളൂ. ഇടപഴകാറുള്ളൂ. കളിക്കളത്തിലെ ആ കറുപ്പനെപ്പോലെ, ബഹളങ്ങളിൽ നിന്നു മാറി നിൽക്കണമെന്നാണ് എപ്പോഴും ആഗ്രഹിച്ചി ട്ടുള്ളത്. ജീവിതത്തിന്റെ മേച്ചിൽപുറങ്ങളിൽ ഒറ്റപ്പെട്ടതിന്റെ തുടർച്ച യാകാമിത്.

ഭാര്യയുടെ കുത്തുവാക്കുകൾക്ക് ചെവികൊടുക്കാതെ കിടക്കമുറിയി ലേക്കു ചെന്നു. ജന്നൽ തുറന്നിട്ടു. നഗരം വർണ്ണ വിളക്കുകളുടെ ആർഭാ ടത്തിലേക്കു പ്രവേശിക്കുന്നു. എങ്കിലും കെട്ടിടങ്ങളുടെ ഇടവഴികളിലും മറ്റും ഫുട്ബോൾ കളിയുടെ ആരവങ്ങളുണ്ട്.

അക്കൂട്ടത്തിൽ, തല്ലുകൂടുമ്പോൾ എല്ലാവരിൽ നിന്നും അകന്നു നിൽ ക്കുകയും കളിക്കാൻ മാത്രം ഔത്സുക്യം കാട്ടുന്നവരുമുണ്ടാകും. അത്തരക്കാർക്കു പക്ഷേ, കളിക്കാരനെന്ന നിലയിൽ അധികം ആയു സ്സുണ്ടാവില്ല. ആരാധകർ എളുപ്പം കൈയൊഴിയുകയും അവൻ അനാഥ നാവുകയും ചെയ്യും.

പിറ്റേന്ന് കാലത്തും ഭാര്യ മുഖം കറുപ്പിച്ചു തന്നെ. അനുനയിപ്പിക്കാൻ ശ്രമം നടത്തി പരാജയപ്പെട്ടപ്പോൾ, വേഗം പ്രഭാതകർമങ്ങൾ നിർവഹിച്ച്

ഓഫീസിലേക്കു രക്ഷപ്പെട്ടു. വൈകുന്നേരം ശരിയായിക്കൊള്ളുമെന്നു സമാധാനിച്ചു.

ഓഫീസിലെ ക്യാമ്പിനകത്തിരുന്ന് മെയിലുകൾ പരിശോധിക്കുന്നതിനിടയിലാണ് ഡെസ്ക്ടോപ്പിലെ ചിത്രം മാറിയതായി ശ്രദ്ധയിൽപ്പെട്ടത്. കറുപ്പിലും വെളുപ്പിലും ആലേഖനം ചെയ്ത കമ്പനി ലോഗോയിൽ നിന്ന് കറുപ്പ് മായ്ച്ചു കളഞ്ഞിരിക്കുന്നു. കറുപ്പിന്റെ സാന്നിധ്യമുണ്ടെങ്കിലേ വെളുപ്പിന്റെ സവിശേഷത വ്യക്തമാകൂ എന്നതായിരുന്നു കമ്പനി ലോഗോയുടെ സന്ദേശം. വർഷങ്ങൾക്കു മുമ്പ് രൂപം നൽകിയതാണത്. ചെറുപ്പക്കാരനായ പുതിയ അഡ്വക്കേറ്റ്സ് ഹെഡ് ആയിരിക്കണം കറുപ്പ് ഒഴിവാക്കിയത്. ലോകത്തെ വെളുപ്പിക്കാനുള്ള ശ്രമമാണ് എല്ലാവരും നടത്തുന്നത്. കറുപ്പിനു സ്ഥാനമേ ഉണ്ടാകില്ല. വൈദ്യുതി വിളക്കുകൊണ്ട് രാത്രിയുടെ ഇരുട്ടിനെയും അപ്രത്യക്ഷമാക്കാം.

വൈകുന്നേരം ഫ്ളാറ്റിൽ തിരിച്ചെത്തിയപ്പോൾ കണ്ടത്, കറുത്തവൻ കളിക്കളത്തിനു പുറത്തിരിക്കുന്നതാണ്. കഴിഞ്ഞ ദിവസത്തെ കശപിശയിൽ പക്ഷം പിടിക്കാത്തതിനാൽ രണ്ടു ഗ്രൂപ്പും അവനെ കൂടെക്കൂട്ടിയില്ലായെന്ന് ഗ്രോസറിക്കാരൻ പറഞ്ഞു.

ഫ്ളാറ്റിന്റെ ബെല്ലടിച്ചപ്പോൾ ഭാര്യ വാതിൽ തുറന്നു. മുഖത്ത് വെളുക്കാനുള്ള ക്രീം വാരിത്തേച്ചിട്ടുണ്ട്. വാതിൽ തുറന്നുവെച്ച അവൾ അകത്തു കയറി കസേരയിലിരുന്ന് ഫാഷൻ മാഗസിൻ വായിക്കാൻ തുടങ്ങി.

മുഖം കഴുകി ക്ഷീണം തീർക്കാൻ വാഷ്ബേസ്സിൽ ചെന്ന് വെള്ളം കണ്ണുകളിലേക്കും മുഖത്തേക്കും തെറിപ്പിച്ചു. കണ്ണാടി നോക്കിയപ്പോൾ തോന്നി, ഈയിടെയായി മുഖത്തെ കരുവാളിപ്പു കൂടുന്നു. കറുപ്പിനു ഏഴഴകാണെന്നു പറഞ്ഞിട്ടു കാര്യമില്ല. കറുപ്പ് മാറ്റണം.

എല്ലാവരും വെളുപ്പിലേക്കു മാറാനുള്ള ശ്രമമാണ് നടത്തുന്നതെന്ന് തോന്നി. വാഷ്ബേസ്സിന്റെ തട്ടിൽ പാതി തീർന്ന ക്രീം. അതു മുഖത്തു പുരട്ടുമ്പോൾ ഫുട്ബോൾ മൈതാനത്ത് നിന്ന് അസാധാരണ ശബ്ദം കേട്ടു. ജനാലയിലൂടെ നോക്കുമ്പോൾ, ഫുട്ബോൾ കളിക്കുന്നവരുടെ ആരവങ്ങൾക്കപ്പുറത്ത് കറുത്ത ബാലൻ, കണ്ണാടി മന്ദിരത്തിന്റെ ഉച്ചിയിലേക്കു പന്ത് അടിച്ചു കയറ്റിയതാണ്. ഏറെ ഉയരത്തിൽ നിന്നു പന്തിനൊപ്പം കൂറ്റൻ കണ്ണാടി ഇളകി വീണു.

സമയം

പൊടുന്നനെ ഘടികാരം നിലച്ചു. വലിയ മുഴക്കത്തോടെ ഉച്ചയ്ക്ക് പന്ത്രണ്ടടിച്ചതും നിലയ്ക്കുകയുമാണ് ചെയ്തത്. ഞാൻ ഇവിടെ എത്തിയതു മുതൽ ചുമരിൽ ഘടികാരമുണ്ട്. ഒരു സുഹൃത്ത് സമ്മാനമായി തന്നതാണത്. നഗരജീവിതത്തിൽ ഘടികാരം അത്യാവശ്യ ഘടകമാണെന്ന് പറഞ്ഞാണ് കൊണ്ടുവന്നത്. അവൻ തന്നെ ചുമരിൽ തൂക്കുകയും ചെയ്തു.

സമയം വിലപ്പെട്ടതാണെന്നോർമിപ്പിച്ച് ഓരോ മണിക്കൂറിലും അതു മുഴങ്ങും. പന്ത്രണ്ടിന് പന്ത്രണ്ടു മുഴക്കം. മുറിയിൽ ആരുമില്ലാത്ത നേരത്ത് അതിന്റെ ശബ്ദം ഭീകരമായിരുന്നു. ചെവിയിലേക്കു തുളച്ചു കയറും. ശരീരത്തിൽ പടർന്നു പിടിക്കും.

അതിനു നിമിഷസൂചിക ഉണ്ടായിരുന്നില്ല. പകരം പഴയ മാതൃകയിൽ പെൻഡുലം. അതു മാത്രമാണ് എന്നെ ആകർഷിച്ച ഘടകം. പെൻഡുലം ആടുന്നത് കാണുമ്പോൾ പഴയൊരു പാട്ട് ഓർമ വരും. സുഖമൊരു ബിന്ദൂ... ദുഃഖമൊരു ബിന്ദൂ... ആദ്യ ദിവസങ്ങളിൽ രാത്രി ഓരോ മണിക്കൂറിലും അതെന്നെ ഉണർത്തി. രാവിലെ ഓഫീസിൽ പോകുന്നത് വൈകാതിരിക്കാൻ തലയണയ്ക്കടുത്ത് ചെറിയ ക്ലോക്കിൽ ആറു മണിയുടെ അലാറം വെച്ചത് പാഴായി. ഘടികാരത്തിന്റെ മുഴക്കം കേട്ടാണ് ഉണർന്നത്. പിന്നീടാണ് ശ്രദ്ധിച്ചത്, ഘടികാരത്തിൽ തന്നെ അലാറമുണ്ട്! ഉണരേണ്ട സമയത്ത് അത് നിർത്താതെ മണിയടിക്കും. അങ്ങനെ എല്ലാ ദിവസവും ഘടികാരം എന്നെ ഉണർത്താൻ തുടങ്ങി.

ഘടികാരം എന്റെ ദിനചര്യകളെ ചിട്ടപ്പെടുത്തി. ആറു മണിക്ക് ഉണരൽ. ഏഴിനു ഓഫീസ്. രാത്രി എട്ടിനു അത്താഴം. ആദ്യത്തെ ദിവസം മാനേജറെ കാണേണ്ടത് രാവിലെ എട്ടിനായിരുന്നു. ആ സമയത്ത് ഓഫീസിൽ എത്തത്തക്ക വിധം നേരത്തെ ഇറങ്ങി. ഘടികാരത്തെ തൊഴുതാണ് ഇറങ്ങിയത്. എന്തിനാണ് അങ്ങനെ ചെയ്തത് എന്നു ചോദിച്ചാൽ എന്തോ അങ്ങനെ തോന്നി എന്നേ ഉത്തരമുള്ളൂ.

“മിക്കവരും ആദ്യത്തെ ദിവസം വൈകിയെത്താറാണ് പതിവ്. താങ്കൾ സമയനിഷ്ഠ പാലിച്ചു” മാനേജർ എന്നെ സ്വാഗതം ചെയ്തു.

“താങ്ക്സ്” ഘടികാരത്തിനാണ് ഞാൻ നന്ദി പറഞ്ഞത്.

“താങ്കൾ, സമയത്തിന് വില കല്പിക്കുന്നയാളാണെങ്കിൽ ഈ ക്ലയന്റിനെ കാണാനുള്ള സമയം ഡയറിയിൽ കുറിച്ചിടുക. പുറത്തേക്കു പോകുമ്പോൾ അപ്പോയ്മെന്റ് റജിസ്റ്ററിൽ പോകുന്ന സമയവും ക്ലയന്റിന്റെ പേരും പിരിയുന്ന സമയവും കുറിച്ചിടുക. ഡെയ്ലി സെയിൽസ് റിപ്പോർട്ടിൽ, വന്ന സമയം, പോയ സമയം ഒക്കെ പ്രധാനമാണ്.

“ആകാം”

“പിന്നെ, ഒരു ദിവസം കുറഞ്ഞത് ഇരുപത് പൊട്ടൻഷ്യൽ കസ്റ്റമറെ കാണണം. അതിൽ ഒരാളെങ്കിലും പരസ്യം തരും. ഒരു ദിവസം ഒന്നെന്ന കണക്കിന് മാസം മുപ്പത് അതാണ് ടാർഗറ്റ്. സ്പേസ് സെല്ലിംഗ് എളുപ്പ മായ പണിയാണ്.’ പരസ്യസമാഹരണത്തിന്റെ നിഗൂഢ വഴികളും മാനേ ജർ പറഞ്ഞുതന്നു.

ആദ്യത്തെ ദിവസം, അപ്പോയ്മെന്റ് റജിസ്റ്ററിൽ സമയം കുറിക്കാൻ എന്റെ കൈയിൽ വാച്ചുണ്ടായിരുന്നില്ല. ഒരെണ്ണം മാനേജർ തന്നെ തന്നു. അതിന്റെയും നിമിഷ സൂചികയ്ക്ക് ശബ്ദമുണ്ടായിരുന്നു.

“ആദ്യത്തെ അപ്പോയ്മെന്റ് ഞാൻ വിളിച്ച് ശരിയാക്കിവെച്ചിട്ടുണ്ട്. ഹിൽട്ടണിലാണ്. താങ്കൾ അവിടെ പോവുകയേ വേണ്ടൂ. ഇവിടെ നിന്നു ടാക്സിയിൽ ഹിൽട്ടണിലെത്താൻ അര മണിക്കൂർ. കമ്പനി ഉടമയുമാ യുള്ള കൂടിക്കാഴ്ച അര മണിക്കൂർ. തിരിച്ചുവരാൻ അര മണിക്കൂർ. ഇവിടെ തിരിച്ചെത്തിയ ശേഷം നമ്മുടെ പൊട്ടൻഷ്യൽ കസ്റ്റമറെ വിളിച്ച് നാള ത്തേക്കുള്ളത് ഫിക്സ് ചെയ്യണം. നാളെ കുറഞ്ഞത് മൂന്നിടത്തു പോകണം. സമയം പരമാവധി ഉപയോഗപ്പെടുത്തുകയെന്നതാണ് പ്രധാനം”.

ചൂടു കാലമാണ്. കാറ്റിനും ചൂട്.

ടാക്സി കിട്ടാൻ വൈകി. പത്തുമിനുട്ട് ഇപ്പോൾ തന്നെ നഷ്ടം. റോഡിൽ നിരനിരയായി വാഹനം. പെട്ടെന്ന് എത്താൻ കുറുക്കുവഴി കളുണ്ടോ?

“ഈ വിഭാഗങ്ങളിലൊക്കെ അറ്റകുറ്റപ്പണി നടക്കുന്നു. മെയിൻ റോഡിൽ എത്താൻ വളഞ്ഞു പോകണം” ഡ്രൈവർ.

നിമിഷ സൂചികയ്ക്കും എനിക്കുമിടയിൽ അക്ഷമ കരിഞ്ഞു. ദിവാ സ്വപ്നങ്ങളും. ജീവിതത്തിൽ ഇനി സ്വപ്നങ്ങൾക്ക് സ്ഥാനമേയില്ല. വേഗ തയ്ക്കു മാത്രമാണ് പ്രസക്തി. ഒരു ദിവസം എത്ര പേരെ കാണാമെന്ന് കണക്കുകൂട്ടുകയും അതിന്റെ വരുംവരായ്കളെക്കുറിച്ച് ചിന്തിക്കുകയും മാത്രമാണ് ഉചിതം. അല്ല, ശാസന.

പരസ്യം തരാമെന്ന് വാഗ്ദാനം ചെയ്ത കമ്പനിയുടമ എന്നെ പ്രതീക്ഷി ച്ചിരിക്കുകയായിരുന്നു. വൈകിയതിന് ഞാൻ ക്ഷമ ചോദിച്ചു. “സാരമില്ല” അയാൾ. “ജോലിയിൽ ആദ്യത്തെ ദിവസമല്ലേ? നിങ്ങളുടെ മാനേജർ പറഞ്ഞിരുന്നു. ഇവിടെ എപ്പോഴും ട്രാഫിക് തടസ്സങ്ങളുമാണല്ലോ? സമയം പാലിക്കാൻ നിങ്ങൾ മുൻകരുതൽ എടുക്കണം.”

സമയത്തെക്കുറിച്ച് വീണ്ടും!

“അടുത്താഴ്ച പരസ്യം അച്ചടിച്ചു വരണം. ബുക്കിംഗ് ഓർഡർ ഇപ്പോൾ തന്നെ സ്റ്റാമ്പ് ചെയ്തു തന്നേക്കാം. തന്റെ പത്രത്തിൽ പരസ്യം വന്നിട്ട് കാര്യമുണ്ടായിട്ടല്ല. തന്റെ മാനേജർ എന്റെ ഒരു അകന്ന ബന്ധുവായത് കൊണ്ട് പരസ്യം തരുന്നു. തനിക്കും ഗുണമുണ്ടല്ലോ?, അല്ലേ?”

“എന്റെ ആദ്യത്തെ ബിസിനസ്സാണ്”, “ഞാനൊന്ന് പ്രാർത്ഥിച്ചോട്ടെ.”

“അതിനൊന്നും നേരമില്ല” കമ്പനിയുടമ ധൃതിപ്പെട്ടു. “വേഗം.”

ബുക്കിംഗ് ഓർഡർ ഒപ്പിട്ടതും മാനേജറുടെ വിളി വന്നതും ഒരുമിച്ച്. “കൂടിക്കാഴ്ച കഴിഞ്ഞോ?”

“ഇല്ല, മാഡം ഇപ്പോൾ തീരും.”

“വേഗം, താങ്കൾ സമയക്രമം തെറ്റിച്ചു. പതിനഞ്ചു മിനുട്ടിന് മുമ്പു തന്നെ താങ്കൾ കൂടിക്കാഴ്ച തീർക്കേണ്ടതായിരുന്നു. വേഗം.”

ഞാൻ വാച്ചിലേക്ക് നോക്കി. നിമിഷസൂചിക അതിവേഗതയിലാണ്. വാച്ചിന് വല്ല കുഴപ്പവും? അല്ലെങ്കിൽ വെറും തോന്നലോ?

കൂടിക്കാഴ്ചയ്ക്കു ശേഷം മടങ്ങാൻ നേരത്ത് ടാക്സിക്കു കാത്തു നിൽക്കെ നിരത്തിൽ മനുഷ്യരും ജന്തുക്കളും വാഹനങ്ങളും എല്ലാം അതിവേഗത്തിലാണ് എന്ന് അനുഭവപ്പെട്ടു. കണ്ണടച്ചു തുറക്കുംമുമ്പ് സിഗ്നലിൽ ചുകപ്പും പച്ചയും മാറുന്നു. അതിവേഗപാതയായിരിക്കാം.

ജോലി കഴിഞ്ഞു മുറിയിലേക്കു മടങ്ങിയപ്പോൾ നേരം വൈകിയിരുന്നു. എന്നിട്ടും ഇരുട്ട് എവിടെയും കണ്ടില്ല. തെരുവു വിളക്കുകളും അലങ്കാര ദീപങ്ങളും പ്രകാശിച്ച് ഇരുട്ടിനെ തുടച്ചു കളഞ്ഞിരുന്നു. പകലിനേക്കാൾ വേഗതയിലാണ് വാഹനങ്ങൾ രാത്രി ഓടുന്നതെന്നും മനസ്സിലായി.

മുറി തുറന്നപ്പോൾ ഘടികാരം പത്തു തവണ മുഴങ്ങി. ഞാൻ നന്നേ ക്ഷീണിതനായിരുന്നു. മുഖം കഴുകാനോ കുളിക്കാനോ നിന്നില്ല. കിടക്കയിൽ വാടിത്തളർന്നു വീണു. ഞാൻ, അർധമയക്കത്തിൽ സ്വപ്നം കണ്ടു തൊടിയിലെ മുല്ലവള്ളി, വസന്തകാലത്തെ കുയിൽ നാദം, മഞ്ഞ്, പച്ചപ്പ്...

ഘടികാരം നിർത്താതെ മുഴങ്ങിക്കൊണ്ടിരിക്കുന്നതു കേട്ടാണ് ഉണർന്നത്. അദ്ഭുതം. പെൻഡുലം ഭ്രാന്ത് പിടിച്ച് ആടുന്നു. ചെറിയ ക്ലോക്കിലെ നിമിഷസൂചിക, കിണറ്റിലെ മോട്ടോർ സൈക്കിൾ യജ്ഞക്കാരനെപ്പോലെ.

എന്റെ ഉണർവ് ഘടികാരത്തെയും ക്ലോക്കിനെയും പഴയ സ്ഥിതിയിലാക്കി. പ്രഭാതകൃത്യങ്ങൾ വേഗത്തിൽ വേണം. കക്കൂസ്, പല്ലുതേപ്പ്, ക്ഷൗരം കുളി. എല്ലാം പതിനഞ്ചു മിനുട്ടിനകം തീർക്കണമെന്നാണ് മുറിയുടമയുടെ താക്കീത്. മൂന്നു മുറിക്കായി ഒരു ബാത്റൂം മാത്രമേയുള്ളൂ. “മറ്റുള്ളവർക്കും ഓഫീസിൽ പോകേണ്ടതുണ്ട്.”

ഓഫീസിലേക്കു പോകുമ്പോൾ വയറ്റിൽ നിന്ന് പുളിച്ചുതികട്ടി. ഒരിക്കൽ കൂടി കക്കൂസ് അനിവാര്യം. പക്ഷേ, ഓഫീസ്? സമയം?

പിന്നീടുള്ള എല്ലാ ദിവസങ്ങൾക്കും പുളിച്ചു തികട്ടലുണ്ടായി. ചിലപ്പോൾ ഓക്കാനം വരും. ഛർദിക്കില്ല.

ഒക്കെ സഹിക്കാം. ഘടികാരത്തിന്റെ ഉച്ചസ്ഥായി ഒഴികെ. പലപ്പോഴും ഉറക്കം നഷ്ടപ്പെടുകയാണ്.

ഒരു ദിവസം രാത്രി രണ്ടടിച്ചപ്പോൾ ഞാൻ ഞെട്ടിയുണർന്നു. വല്ലാത്ത തലവേദന. വെള്ളം കുടിക്കാൻ തോന്നിയതും ഛർദിച്ചതും ഒരുമിച്ച്. നേരം പുലരാൻ കാത്തിരുന്നു. ഓഫീസിൽ പോകാതെ വയ്യ. ഇന്ന് അഞ്ചു പേരെയാണ് കാണേണ്ടത്. സ്പെഷ്യൽ സപ്ലിമെന്റാണ് വരുന്നത്. രണ്ടു പേരിൽ നിന്ന് ബുക്കിംഗ് ഓർഡർ വാങ്ങണം. മൂന്നു പേരിൽനിന്ന് ആർട്ട് വർക്ക് വാങ്ങണം.

രാവിലെത്തന്നെ പൊള്ളുന്ന ചൂട്. പൊടിക്കാറ്റ്. പരിചയമുള്ള ടാക്സിക്കാരനെ കിട്ടി. അവൻ എവിടെ നിന്നോ ഒരു തമാശയെടുത്തിട്ടു. "ക്ഷീണിച്ചല്ലോ, സർ, കമ്മീഷൻ നന്നായി ഉണ്ടാക്കുന്നുണ്ടെന്നർത്ഥം."

എനിക്ക് മന്ദഹസിക്കാൻ പോലും കഴിഞ്ഞില്ല.

ഓഫീസുകൾ കയറിയിറങ്ങി സമയം പതിനൊന്നരയായി. പന്ത്രണ്ടിനു മടങ്ങണം. അവസാനത്തെ പരസ്യവസ്തുവുമായി ഇറങ്ങിയപ്പോൾ ഭൂമിയിൽ കാലുറയ്ക്കുന്നില്ല. രാത്രിയിലെപ്പോലെ ഛർദിച്ചു. ചുറ്റിലും വാഹനങ്ങൾ അതിവേഗത്തിൽ കടന്നു. അത് അതിവേഗ പാതയിലെ 'റൗണ്ട് എബൗട്ട്' ആണെന്ന് മനസ്സിലായി. രാത്രിയിൽ ആയിരം ബൾബ് കൊണ്ട് പ്രകാശമാനമാകുന്ന വലിയ പരസ്യ ബോർഡിന് കീഴെ ഞാൻ വീണു. വാഹനങ്ങൾ ചീറിപ്പായുന്നത് മാത്രമേ ഞാൻ കാണുന്നുള്ളൂ. മദ്യപിച്ച് ലക്കുകെട്ട് വീണതാണ് എന്നാവും വഴിപോക്കർ കരുതുക. ആരും തിരിഞ്ഞുനോക്കിയില്ല.

കറുത്ത പാന്റ്സും വെളുത്ത കുപ്പായവും കറുത്ത ടൈയും ധരിച്ച ഒരാൾ എന്റെ നേരെ നടന്നടുത്തു. അയാളുടെ കൈയിൽ ഒരു എക്സിക്യൂട്ടീവ് ബാഗുമുണ്ട്. അയാളും നന്നേ ക്ഷീണിതനായിരുന്നു.

അയാൾ എന്റെ കൈപിടിച്ചുയർത്തി.

"എന്തുപറ്റി?" അയാൾ കാരുണ്യത്തോടെ ചോദിച്ചു. എവിടെ നിന്നോ ഒരു ഇളം കാറ്റുവീശി. ദൂരെ എവിടെയോ ഇലപ്പടർപ്പുകൾക്കു മേലെ മഴ പെയ്യുന്നുണ്ടെന്ന് കാറ്റ് പറഞ്ഞു.

"അല്പം വെള്ളം" ഞാൻ ഞരങ്ങി.

അയാൾ വെള്ളമെടുക്കാനായി പോയി. പക്ഷേ, നാലുവരിപ്പാത മുറിച്ചു കടക്കാൻ അയാൾ എത്ര ശ്രമിച്ചിട്ടും കഴിയുന്നില്ലെന്ന് ഞാൻ കണ്ടു. അയാൾ തിരിച്ചുവന്നു.

“നമുക്ക് ആശുപത്രിയിൽ പോകാം” അയാൾ “ടാക്സിയിൽ ആശുപത്രിയിലേക്ക് അര മണിക്കൂർ ദൂരമുണ്ട്.”

“വേണ്ട, എന്നെ ഓഫീസിലെത്തിച്ചാൽ മതി. പിടിപ്പതു പണിയുണ്ട്.”

“താങ്കൾക്ക് തീരെ വയ്യല്ലോ?”

“സാരമില്ല.. സാരമില്ല.”

ഓഫീസ് കവാടത്തിലെത്താൻ നേരം അയാൾ പറഞ്ഞു.

“താങ്കൾക്ക് തീർച്ചയായും വിശ്രമം ആവശ്യമുണ്ട്” അയാൾ എന്റെ ടൈ അഴിച്ച് പുറത്തേക്ക് വലിച്ചെറിഞ്ഞു. “താങ്കൾക്കും” ഞാൻ പറഞ്ഞു.

പിന്നീട്, അയാൾ, അയാളുടെ ടൈയും ബാഗും വലിച്ചെറിഞ്ഞു. എന്നിട്ട് ദീർഘനിശ്വാസം വിട്ടു. പിന്നെ, എന്തോ മറന്നുപോയി എന്ന മട്ടിൽ പെഴ്സ് എടുത്തു. പെഴ്സിന്റെ കള്ളികളിൽ കുറെ ക്രഡിറ്റ് കാർഡുകൾ ഉണ്ടായിരുന്നു. അവയെല്ലാം അയാൾ വലിച്ചെറിഞ്ഞു.

“ഓം സ്വസ്തി”

അയാൾ കണ്ണടച്ചു.

സമയം പന്ത്രണ്ട്.

അന്നേരമാണ് ഘടികാരം നിലച്ചത്.

■

വാണിഭം

കിടക്കയിൽ, വാടി നിറം കെട്ട കുറച്ച് പൂക്കൾ. അതിനരികിൽ, അങ്ങിങ്ങായി ഒരു സ്ത്രീയുടെ അടിയുടുപ്പുകൾ. മുറിയുടെ മൂലയിലുള്ള ടെലിവിഷനിൽ, വന്യസംഗീതത്തിനൊപ്പം നൃത്തം തകർക്കുന്നുമുണ്ട്. പക്ഷേ മുറിയിൽ ആളനക്കമില്ല.

ക്യാമറ, പുറം കാഴ്ചകളിലേക്ക്... അംബരചുംബികളായ കെട്ടിടങ്ങൾ. ചിലത് കണ്ണാടി മന്ദിരങ്ങൾ. അവ വെയിലേറ്റ് തിളങ്ങുന്നു. കീഴെ, അതിവേഗത്തിൽ ഓടിപ്പോകുന്ന കാർ. സിഗ്നലിൽ ചുവപ്പ് തെളിയുമ്പോൾ വാഹനങ്ങളുടെ നീണ്ട നിര. ക്യാമറ പതുക്കെ 'പാൻ' ചെയ്ത് ഒരു പെൺകുട്ടിയുടെ മുഖത്തേക്ക്... കുട്ടിത്തം മിന്നിമറയുന്ന ഭാവങ്ങൾ. എന്നാൽ പതിനെട്ട് വയസ്സ് തോന്നിക്കുന്നുണ്ട്. അവൾ, ഇടയ്ക്കിടെ താഴത്തെ നിരത്തിലേക്കും പിന്നെ ക്യാമറയിലേക്കും നോക്കുന്നു. ഇപ്പോൾ, ക്യാമറയിൽ പതിയുന്നത് അവളുടെ മുഖത്തിന്റെ ക്ലോസപ്പ്. വെട്ടിയൊതുക്കാത്ത, എന്നാൽ അഭംഗിയേതുമില്ലാത്ത പുരികം. നീലിമയാർന്ന കണ്ണ്. ചുവന്നു തുടുത്ത കവിൾ...

ഇത്രയും കണ്ടു കഴിഞ്ഞപ്പോൾ കാസറ്റ്, വീഡിയോ പ്ലെയറിൽ കുടുങ്ങിയതും ജേക്കബ് ചാടിയെണീറ്റതും ഒരുമിച്ച്. "എന്തോന്നാടേയിത്? ഹരം പിടിച്ചു വരുമ്പോഴാ അവന്റെ ഒടുക്കത്തെ കുടുങ്ങൽ. ഇത് രണ്ടാമത്തെ തവണയാ കാസറ്റ് കുടുങ്ങുന്നത്. വേറെ പ്ലെയർ ഇല്ല്യോ?" എന്നിട്ട് തൊട്ടടുത്തിരിക്കുന്ന റഹീമിനോട് "താൻ പോയി തന്റെ പുതിയ പ്ലെയർ എടുത്താണ്ട് വാ... ഏതായാലും കാസറ്റ് കാണാതെ പറ്റില്ല. എന്താ ആ കൊച്ചിന്റെ ഭംഗി."

പ്ലെയറിന്റെയടുത്തു ചെന്ന്, ജേക്കബിന്റെ സുഹൃത്തും സഹജോലിക്കാരനുമായ ഷെരീഫ് കാസറ്റ് പുറത്തെടുക്കുകയും തിരിച്ചും മറിച്ചും നോക്കി കാസറ്റിനല്ല കുഴപ്പമെന്ന് ഉറപ്പു വരുത്തുകയും ചെയ്തു. റഹീം പുതിയ പ്ലെയർ എടുക്കാനായി പുറത്തേക്ക്.

"ചെറിയ പെണ്ണ് നല്ല തക്കാളിപ്പഴം പോലുള്ളത്. എങ്ങനെ പെട്ടു ഇതിനകത്ത്" കാസറ്റിൽ തലോടി ജേക്കബ് ചോദിച്ചു. തൊട്ടുമുമ്പ് കണ്ടതും ഇനി കാണാനിരിക്കുന്നതും ജേക്കബിൽ ആകാംക്ഷ നിറച്ചിരുന്നു.

“കല്യാണം കഴിച്ച്, നാട്ടിൽ നിന്ന് തൽക്കാലത്തേക്ക് കൊണ്ടുവന്നതാ ഒരുത്തൻ... അവന്റെ പേര് എനിക്കറിഞ്ഞുകൂടാ. അവൾ നാട്ടിലേക്ക് മടങ്ങിക്കഴിഞ്ഞാലും അവളെ കണ്ടോണ്ടിരിക്കാനെന്ന് തെറ്റിദ്ധരിപ്പിച്ച് അവൻ സംഗതികളൊക്കെ കാസറ്റിൽ പകർത്തി... മുഴുവൻ കാണണം. ഉഗ്രൻ സാധനമാ. കുറച്ചു കാസറ്റേ ഇറങ്ങീട്ടുള്ളൂ.” മുമ്പ് കാസറ്റ് കണ്ടിരുന്ന ഷെരീഫ് വിശദീകരിച്ചു.

“പാവം കുട്ടി...” രാമകൃഷ്ണൻ സഹതപിച്ചത് ബഹളം കാരണം ആരും കേട്ടില്ല. അല്ലെങ്കിലും വലിയ ആഹ്ലാദാരവങ്ങൾക്കിടയിലെ നിശ്ശബ്ദമായ ഒരു തേങ്ങൽ പോലെ അപ്രസക്തമാകുമായിരുന്നു ആ സഹതാപം.

“നന്നായി ചിത്രീകരിച്ചിട്ടുണ്ട്, ഓരോ രംഗവും... പ്രത്യേകിച്ച് രാത്രി കാല രംഗങ്ങൾ. ഓരോ പോസിനും അവൻ ക്യാമറാ ആംഗിളുകൾ മാറ്റും. ആ പെൺകുട്ടിയുടെ പൂർണ സമ്മതമില്ലാതെ ഇതൊക്കെ നടക്കോ” ഷെരീഫ് ചോദിച്ചു.

“ആ കുട്ടിക്ക് ഇതിന്റെ ഗൗരവവും ഇതിലെ ചതിയും മനസ്സിലായിക്കാണില്ലാന്നേ” ആരോ ഉറപ്പിച്ചു.

പുതിയ പ്ലെയറുമായി റഹീം എത്തുന്നതിന് മുമ്പ് ഷെരീഫ് ഒരിക്കൽക്കൂടി കാസറ്റ്, പഴയ പ്ലെയറിലേക്ക് തള്ളി. അപ്പോൾ ദൃശ്യങ്ങൾ തെളിഞ്ഞില്ലെങ്കിലും പെൺകുട്ടിയും ഭർത്താവും സംസാരിക്കുന്നത് വ്യക്തമായി കേട്ടു.

“എനിക്ക് പേടിയാകുന്നു.” പെൺകുട്ടിയുടെ ശബ്ദത്തിൽ വിറയൽ.

“ഹേയ് പേടിക്കാനെന്തിരിക്കുന്നു? ഞാൻ ഇതാർക്കും കാണിക്കാൻ പോകുന്നില്ല. നീ നാട്ടിലേക്ക് തിരിച്ചാൽ ഞാനിവിടെ ഒറ്റയ്ക്കല്ലേ? അപ്പൊ നിന്നെ കണ്ടോണ്ടിരിക്കാനാ.”

“അയിന് ഫോട്ടോ പോരേ?”

“ഞാൻ നാട്ടിലേക്ക് തിരിച്ചാൽ അവിടെ ഞാനും തനിച്ചല്ലേ? ഞാനെങ്ങനെ സമയം പോക്കും? എനിക്കൊരു കുഞ്ഞിനെ കിട്ടിയിരുന്നെങ്കിൽ...”

“അതും നടക്കുമല്ലോ?”

ജേക്കബ് വീണ്ടും ഇടപെട്ടു. “എടാ ശബ്ദം മാത്രം കേട്ടിട്ടെന്താ. സീൻസ് കാണണ്ടേ? ഓഫ് ചെയ്യ്, റഹീം പുതിയ പ്ലെയറുമായി വരട്ടെ.”

പകലിലും ഇരുട്ടിന്റെ തിരശ്ശീല ഞാന്നു കിടക്കുന്ന മുറിയിൽ ആർക്കോ മറ്റൊരു ജിജ്ഞാസയും ഉയിർകൊണ്ടു. “ഏതാ ഈ പെൺകുട്ടിയുടെ ജാതി?”

ചോദ്യം ഒരു തരംഗമായി ജേക്കബിനെയും ഷെരീഫിനെയും രാമകൃഷ്ണനെയും ഒരേപോലെ പിടികൂടി. അത് കുറച്ചു നേരത്തേക്ക് മാത്രമായിരുന്നു. റഹീം പ്ലെയർ കൊണ്ടുവന്ന് ദൃശ്യങ്ങളുടെ നഗ്നതയിലേക്ക് അവർ പ്രവേശിക്കുന്നത് വരെ.

ആറുമാസത്തിനു ശേഷം

ഉദരത്തിൽ വളരുന്ന കുഞ്ഞിനോട് അവൾ പറഞ്ഞു: കുഞ്ഞേ, നീ വര്ന്നത് ഏത് തരം ദുനിയാവിലേക്കാന്ന് നിനക്കറിയോ? കഴുകന്മാരും മൂർഖൻ പാമ്പുകളുമൊക്കെയുള്ള ദുനിയാവിലേക്ക്. നീയൊരു പെണ്ണാണെങ്കില് നിന്റെ ചുറ്റിലും സുയിപ്പന്മാരെന്നും കരുതിക്കൊള്ളണം. എല്ലാവരും നിന്നെ നോട്ടം കൊണ്ട് കൊത്തിപ്പറിക്കും. നീ ചോരക്കുഞ്ഞാന്നൊന്നും നോക്കീല. തിരിഞ്ഞാ, കുഞ്ഞിന് അതുകേട്ട് അനക്കമില്ലാതായതുപോലെ അവൾക്ക് തോന്നി. കുറച്ചുമുമ്പു വരെ തന്നെ അത് ഇക്കിളിപ്പെടുത്തിക്കൊണ്ടിരുന്നതാണ്.

തൊട്ടടുത്ത പള്ളിയിൽ നിന്ന് "ഇശാ" ബാങ്ക് കേട്ടപ്പോൾ നേരം വൈകിയിരിക്കുന്നുവെന്നും ഉറങ്ങാറായി എന്നും അവൾ ഊഹിച്ചു. ആ വീട്ടിൽ ഘടികാരം ഉണ്ടായിരുന്നില്ല. സ്വന്തം തറവാട് വീട്ടിൽ നിന്ന് അല്പമകലെ, ഒന്നോ രണ്ടോ പേർക്ക് ആരും കാണാതെ താമസിക്കാൻ പറ്റുന്ന ഔട്ട്ഹൗസ് ആയിരുന്നു അത്. അവളെ ആരും കാണാതിരിക്കാൻ അവളുടെ വീട്ടുകാർ കൊണ്ടുവിട്ടതായിരുന്നു അവിടെ.

ഇശാ നിസ്കാരാനന്തരം അവൾ പടച്ചോനോട് ദുആ ചെയ്തു. ഞാനൊരു പൊട്ടിപ്പെണ്ണായത് കൊണ്ടല്ലേ, ഇങ്ങനെയെല്ലാം സംഭവിച്ചത്? നീ എനിക്ക് മാപ്പ് തരില്ലേ...? ന്റെ, കുഞ്ഞിനെ നീ എന്നെ പോലെ ആക്കാതിരിക്കില്ലേ?

പുറത്ത് മഴ ചാറിത്തുടങ്ങി. ജന്നൽ തുറന്നിട്ടപ്പോൾ കാറ്റും മഴയും മുറിയിലേക്ക് ഇരമ്പിവന്നു. മഴയുടെ വിലാപത്തിനുമേൽ ഇടിവെട്ടി. പിന്നെ മിന്നലും.

വാതിലിൽ തുടരെ മുട്ടുകേട്ടു. അവൾ ഭയപ്പാടോടെ, വാതിൽ തുറന്നു. കരഞ്ഞു കലങ്ങിയ കണ്ണുകളുമായി ഉമ്മ!

നീ ഉറങ്ങീല്ലേ, മോളേ?

ഉറക്കം വര്ന്നില്ല ഉമ്മ...

മോളേ തസ്നീ, ആ കാസറ്റ് എല്ലാർത്തും എത്തീന്ന്... ഓന്, വിൽക്കാൻ വേണ്ടീറ്റന്നെ ഉണ്ടാക്കിയതോലും ആ കാസറ്റ്. ഉസ്താദ് ഇന്നും പുരേല് വന്നിനായിന്, ഓനെ ഒഴിവാക്കാണംന്നും കേസ് കൊടുക്കണോന്നും ജമാഅത്ത് നിശ്ചയിച്ചനല്ലോ.

"ഉമ്മാ", അവൾ വയറ് താങ്ങി കസേരയിലേക്ക് വീണു.

ഉസ്താദ് ചോയിച്ച്. നീ ഏടെ ഉണ്ടെന്ന്... ഞാനൊന്നും പറഞ്ഞിറ്റില്ല.

അവൾ, ഉമ്മയുടെ കണ്ണീരുവീഴുന്ന കണ്ണുകളിലേക്ക് നോക്കി നിശ്ശബ്ദയായി ഇരുന്നു.

"നിന്റെ ഉപ്പ ചൊടിച്ചിറ്റ് തുള്ള്ന്ന്." എങ്ങനെ അനിയത്തീനെ കെട്ടിച്ച് ബിടുന്നാ ചോയ്ക്ക്ന്നെ.

"ഉമ്മാ..." അവൾ ഒരു കുഞ്ഞിനെപ്പോലെ ഉമ്മാന്റെ കൈയിലേക്ക് വീണു.

നീ ഏതായാലും നാളെ പുരക്ക് ബാ. ഉസ്താദ് വരുംന്ന് പറഞ്ഞിന്.

"ഉമ്മാ, എനക്ക് ആരെയും കാണണ്ട. നിങ്ങൊ എന്ത് ബേണങ്കിലും തീരുമാനിച്ചോ. ഞാനും ഈ കുഞ്ഞും എങ്ങനെങ്കിലും ഏടെങ്കിലും ജീവിച്ചോളാ.

പടിയിറങ്ങാൻ നേരത്ത് ഉമ്മ മറ്റൊന്നു കൂടി ഓർത്തെടുത്തു.

ഇന്നലെ ടിവിക്കാരും വന്ന്ന്... ഓർക്ക് നിന്റെ കഥ ടീവീല് കൊടുക്കണംന്ന്.

ടി.വി എന്ന ശബ്ദം അവളെ ഒന്നുകൂടി ഹതാശയയാക്കി. മുറിയുടെ ഇരുട്ടിലേക്ക് പിൻവാങ്ങാൻ തിടുക്കമായി, അകത്ത് ചെന്ന് അവൾ കട്ടിലിൽ വീണു.

കണ്ണടച്ചപ്പോൾ ഇരുട്ടിനു പകരം വെളിച്ചമാണ് വന്ന് നിറഞ്ഞത്. കല്യാണ രാത്രിയിൽ രൂക്ഷസുഗന്ധത്തിനൊപ്പം മണിയറയിൽ വെളിച്ചത്തിന്റെ തീവ്രസാന്നിധ്യമുണ്ടായിരുന്നു. പിന്നീട് ഭർത്താവിന് ജോലിയുള്ള നഗരത്തിലെ ഒറ്റമുറിയിലും ക്യാമറയുടെ വെളിച്ചമുണ്ടായിരുന്നു. ഇനി വരുന്നത്... "റബ്ബേ ക്യാമറയുടെ മുന്നിലേക്ക് ഇനിയും..." അവൾ നിലവിളിച്ചു.

പിറ്റേന്ന്, ഉപ്പ വന്ന് തറവാട്ടിലേക്ക് പോകാമെന്ന് പറഞ്ഞു. പുറത്ത് പകലിന്റെ തിളക്കമുണ്ടായിരുന്നു. സൂര്യപ്രകാശത്തെ അവൾ ഭീതിയോടെ നോക്കി.

"നീ കൂടെ വരാതെ പറ്റില്ല." ഉപ്പ തീർത്തു പറഞ്ഞു.

വാഴത്തോട്ടങ്ങൾക്കിടയിലൂടെ തലയിൽ തട്ടം പുതച്ച് അവൾ ഉപ്പയുടെ പിന്നാലെ നടന്നു.

"മോളേ, ആ ടി.വിക്കാർക്ക് ഒരേ നിർബന്ധം നീ ക്യാമറയ്ക്കു മുന്നിൽ ഇരുന്നുകൊടുത്താൽ മാത്രം മതി. ടീവീലൊക്കെ നിന്റെ ബേജാറ് വന്നാൽ, അത് നഷ്ടപരിഹാരക്കേസിന് ഗുണം ചെയ്യൂന്ന് വക്കീലും പറഞ്ഞു." ഉപ്പ മോളെ അനുനയിപ്പിച്ചു. "ചെലപ്പോ, ടീവിക്കാരും കാശ് തരും."

"ഉപ്പാ" അവളുടെ ശബ്ദം ഇടർച്ചയിൽ കുരുങ്ങി.

ലോകമാകെ ഒരു ക്യാമറക്കണ്ണിലേക്ക് ചുരുങ്ങുന്നതറിഞ്ഞ്, ആരുടെയെല്ലാമോ പ്രേരണയ്ക്കനുസരിച്ച് അവൾ അന്നും ഇന്നും അതിനു ശേഷവും നടത്തം തുടർന്നു.

സാധ്യതകളിലേക്ക് ഒരു യാത്ര

ഷെരീഫ്, അവധിക്ക് നാട്ടിലേക്ക് പോകാനൊരുങ്ങുമ്പോൾ, പെട്ടി കെട്ടുന്നതിനിടയിൽ, എവിടെ നിന്നോ ആ കാസറ്റ് കണ്ടെടുത്ത് റഹീം അവനു നൽകി.

“ഒന്നരക്കൊല്ലം മുമ്പാ നമ്മളിത് കണ്ടത്, ഓർക്കുന്നോ... ഇതും എടുത്തോ, നാട്ടില് ചെന്നിട്ട് ഭാര്യയുമൊത്ത് വീണ്ടും കാണാം.” റഹീം പറഞ്ഞു.

“മോശല്ലെടാ? ഇവിടെയുള്ള ആണുങ്ങളൊക്കെ ഇങ്ങനെയാന്നല്ലേ ഭാര്യ ധരിക്കുക...”

“ഒരു മുപ്പത് നാല്പത് ശതമാനം പേർ കാശിന് വേണ്ടി എന്തും ചെയ്യാൻ മടിക്കാത്തോരാന്ന് ധൈര്യമായി പറഞ്ഞോ. അത്രേയുള്ളൂ. നമ്മെപ്പോലെ കുറച്ചു പേരുണ്ടാകും. നേരെവാ, നേരെപോ ലൈനിൽ അധ്വാനിച്ച് ജീവിക്കുന്നവരായിട്ട്. ബാക്കിയൊക്കെ തട്ടിപ്പും തരികിട കളുമാ... കൂട്ടത്തിൽ ഇങ്ങനെയും കുറച്ചുപേരുണ്ടെന്ന് പറയണം...”

“ആ പെൺകുട്ടിക്ക് പിന്നീട് എന്തു സംഭവിച്ചിരിക്കും? പാവം...”

“എന്തു സംഭവിക്കാൻ? ചെലപ്പോ, വേറെ കല്യാണം കഴിച്ച് ആരും കാണാത്ത ഒരിടത്ത്. അല്ലെങ്കിൽ, കുത്തുവാക്കുകളിലൂടെ കുടുംബത്തിൽ നിന്ന് തിരസ്കൃതയായി അലഞ്ഞുതിരിയുന്നുണ്ടാവും. ഏതായാലും അവന്റെ കൂടെയുണ്ടാവില്ല.”

ഷെരീഫിന് പോകേണ്ട ഫ്ളൈറ്റ് രണ്ടുദിവസം കഴിഞ്ഞാണ്. അവധി ഇന്നലെ തന്നെ തുടങ്ങിയിരുന്നു. ജോലിത്തിരക്കിനിടയിൽ കാണാൻ കഴി യാത്ത നാട്ടുകാരെയും ബന്ധുക്കളെയും ചെന്ന് കണ്ട് നാട്ടിലേക്ക് പോകുന്ന കാര്യം അറിയിക്കുകയും നാട്ടിലേക്കുള്ള സാധനങ്ങൾ വാങ്ങി ക്കൂട്ടുകയും ചെയ്ത് ഒരുദിവസം പോയി. ബാക്കിയുള്ള രണ്ടുദിവസം എങ്ങനെ തള്ളിനീക്കുമെന്ന സംശയത്തിലായിരുന്നു ഷെരീഫ്. “നമു ക്കൊന്ന് ചുറ്റിയടിച്ചു വന്നാലോ?” റഹീം ഉപായം പറഞ്ഞു.

ആൾത്തിരക്കും ബഹളവും കാരണം ഉന്മാദം പിടിച്ച തെരുവിലൂടെ അവർ നടന്നു. അവർക്കു മുന്നിലൂടെ നിശാചാരിണികൾ ചിരിച്ചും കളി യാക്കിയും കടന്നുപോയി. വഴിവാണിഭക്കാർ ഉത്പന്നത്തിന്റെ മേന്മ ഉയർത്തിക്കാട്ടി ക്ഷണിച്ചു.

വഴിയാത്രക്കാരിൽ ആരുടെ മുഖത്താണോ നിറഞ്ഞ അസ്വസ്ഥതയും അങ്കലാപ്പും ദയാരാഹിത്യവും കാണുന്നത്. അവരൊക്കെ തീർച്ചയായും നമ്മുടെ നാട്ടുകാരായിരിക്കുമെന്ന് റഹീം തമാശ പറഞ്ഞു.

നഗരഹൃദയത്തിലുള്ള വലിയ ഹോട്ടലിന് പുറത്ത് അവർ എത്തി പ്പെട്ടു. ഹോട്ടലിനോടനുബന്ധിച്ചുള്ള ബാറിനു പുറത്ത് നർത്തകികളുടെ അർധനഗ്ന ചിത്രങ്ങൾ കണ്ണാടിക്കൂട്ടിൽ, കൂട്ടത്തിൽ, ‘ഇന്ത്യൻരാത്രി’ എന്ന് പ്രത്യേകമായി തിരിച്ച കള്ളിയിൽ ഒരു മലയാളി പെൺകുട്ടിയുടെ ചിത്രവും.

അവർ അടിക്കുറിപ്പ് വായിച്ചു

തെസ്നി, ടെലിവിഷൻ ഫെയിം,

വെൽനോൺ ഡാൻസർ... ■

കീഴ്മേൽ മറിയുന്ന ജീവിതം

താഴെ വീട്ടിൽ സലാഹുദ്ദീൻ എന്ന സലാഹു മാസ്റ്റർക്ക് അന്നത്തെ പ്രഭാതം അപരിചിതമായ ഒന്നായിരുന്നു.

വിശാലമായ തെങ്ങിൻതോപ്പിനു നടുവിലുള്ള താഴെ വീടിന്റെ ടെറസ്സിലെമ്പാടും തൂങ്ങിനിൽക്കുന്ന കുരുമുളകു വള്ളികൾക്കിടയിലെ പൂക്കളോടും കിളികളോടും വിശേഷങ്ങൾ ചോദിച്ചും സല്ലപിച്ചും നടന്നു തീർക്കാൻ കഴിയാത്ത, ജീവിതത്തിൽ ഇതേവരെ സംഭവിച്ചിട്ടില്ലാത്ത ഒരു പ്രഭാതം. തലേദിവസം താമസിച്ച ഹോട്ടലിൽ നിന്ന് പുലർച്ചെ, വിമാനത്താവളത്തിലേക്ക് കാറിൽ പോകുമ്പോൾ, കൂടെയുള്ള ഭാര്യ ആമിനാത്തയും ചിന്തിക്കുന്നത്, അടച്ചിട്ട് പോകുന്ന വീടിനെക്കുറിച്ചു തന്നെ ആയിരിക്കുമെന്ന് സലാഹുദ്ദീൻ മാസ്റ്റർ ഊഹിച്ചു.

ആമിനാത്ത ആരോടെന്നില്ലാതെ പറഞ്ഞു. അവൾ ഇന്ന് കഞ്ഞിവെള്ളം കുടിക്കുമോ എന്തോ? ആമിനാത്ത അവൾ എന്നു പറഞ്ഞത്, അവരുടെ അരുമയായ പശുവിനെയായിരുന്നു. പശു ജനിച്ചത് തൊട്ട് ഇന്നലെ വരെ, പിണ്ണാക്ക് കലർത്തിയ കഞ്ഞിവെള്ളം കുടിച്ചത് ആമിനാത്തയിൽ നിന്നായിരുന്നു. ആമിനാത്തയുടെ സാമീപ്യമില്ലാതെ അത് ഒന്നും കഴിക്കില്ല.

“പോട്ടെ സാരമില്ല.” മാസ്റ്റർ ആമിനാത്തയെ ആശ്വസിപ്പിക്കാൻ പറഞ്ഞു. “കുറച്ചു ദിവസത്തേക്കല്ലേ?”

വഴിയരികിൽ പിന്നോക്കം പായുന്ന പച്ചപ്പുകളിലെല്ലാം രാത്രിയിലെ മഞ്ഞിൻ കണങ്ങൾ പറ്റിപ്പിടിച്ചു നിൽക്കുന്നത് തെരുവുവിളക്കിന്റെ പ്രകാശത്തിൽ അവർ ഇരുവരും കണ്ടു. ചിലപ്പോഴൊക്കെ അത് വജ്രം പോലെ തിളങ്ങുന്നു.

വിമാനത്താവളത്തിലെ ആൾത്തിരക്കും എസ്കലേറ്ററുകളും മറ്റും കണ്ടപ്പോൾ മാസ്റ്ററും ഭാര്യയും ഒന്ന് പരിഭ്രമിച്ചു. വിമാനം കയറാൻ എങ്ങോട്ടാണ് പോകേണ്ടത്?

കൂടെ വന്ന ആൾ പറഞ്ഞു. “നേരെ പോയി വലത്തോട്ട് തിരിഞ്ഞാൽ എമിഗ്രേഷൻ കൗണ്ടർ കാണും. അവിടെ പാസ്പോർട്ടും വിസകോപ്പിയും കാണിച്ചാൽ അകത്തേക്ക് കടത്തിവിടും. മാഷ്ക്ക് പ്രായമായത് കാരണം അവർ ബുദ്ധിമുട്ടിക്കൊന്നുംല്യാ.”

പറയത്തക്ക പ്രയാസമൊന്നുമുണ്ടായില്ല, വിമാനത്തിൽ കയറുന്നേരവും മകൾ ഷാഹിനയുടെ ജോലിസ്ഥലത്തെ വിമാനത്താവളത്തിൽ ഇറങ്ങുന്നതിനു തൊട്ടുമുമ്പും മാസ്റ്ററും ഭാര്യയും വീണ്ടും ഒന്നുലഞ്ഞു. ജീവിതത്തിലെന്നപോലെ വിമാനയാത്രയിലും കയറ്റവും ഇറക്കവുമാണ് അല്പം പേടിപ്പെടുത്തുന്ന സന്ദർഭങ്ങളെന്ന് മകൾ ഷാഹിന, മുമ്പ് അവളുടെ ആദ്യയാത്രയിലെ വിശേഷങ്ങൾ പറഞ്ഞ കൂട്ടത്തിൽ മുന്നറിയിപ്പ് നൽകിയിരുന്നു.

വിമാനത്താവളത്തിനു പുറത്ത് മകൾ, ഉപ്പയെയും ഉമ്മയെയും കാത്ത് നിന്നിരുന്നു. ഇരുവരെയും കെട്ടിപ്പിടിച്ച് മുത്തം നൽകിയ ശേഷം കാറിന്റെ പിൻസീറ്റിൽ ഇരുത്തി, അവൾ വേഗത്തിൽ, കാർ, പ്രധാന റോഡിലേക്കെടുത്തു. ഒരു വിദഗ്ധയെപ്പോലെ ഡ്രൈവ് ചെയ്യുന്ന അവളുടെ ചലനങ്ങളിലും സംസാരത്തിലും മുമ്പത്തേക്കാളും ചടുലതയും തീക്ഷ്ണതയും ഉണ്ടായിരുന്നു. അവൾക്ക് അന്നേരം നാല്പത് വയസ്സു തോന്നിച്ചതുമില്ല.

“ഡോക്ടർക്ക് സുഖമായിരിക്കുന്നോ. മോളേ? ഡോക്ടർ എന്താ വരാത്തത്?” മാസ്റ്റർ ചോദിച്ചു.

“തിരക്കാണ് ഉപ്പാ”

“ആട്ടെ, എന്തിനാ ഞങ്ങളെ ഈ വയസ്സുകാലത്ത് നീ ഇങ്ങോട്ടു വിളിപ്പിച്ചത്?” ആമിനാത്ത അല്പം അധികാര ഭാവത്തിൽ ചോദിച്ചു.

“പറയാം ഉമ്മാ... ഫ്ളാറ്റിലെത്തട്ടെ.”

റോഡിന് ഇരുവശവും കൂറ്റൻ കെട്ടിടങ്ങൾ. അവയിലെല്ലാം തിളങ്ങുന്ന പരസ്യപ്പലകകൾ. അവ വലിപ്പത്തിലും വർണ്ണത്തിലും പരസ്പരം മത്സരിക്കുന്നു. കെട്ടിടങ്ങളും വാഹനങ്ങളുമല്ലാതെ വേറൊന്നും ഈ നഗരത്തിൽ ഇല്ലേയെന്ന് മകളോട് മാസ്റ്റർ ചോദിച്ചു.

“ഉണ്ട്, എന്തു വേണമെങ്കിലും ഉണ്ട്. പക്ഷേ, അവ കെട്ടിടങ്ങൾക്കകത്തെന്നു മാത്രം.”

ഗ്ലാസ് കെട്ടിടങ്ങൾ മാത്രമുള്ള തെരുവ് കടന്ന് മണൽക്കൂനകൾ നിമ്നോന്നതങ്ങളായി കിടക്കുന്ന വിജന പ്രദേശത്ത്, ഒരു കോളനിയിലേക്ക് കാർ കയറി. അതിലെ ഒരു ഫ്ളാറ്റിലാണ് ഷാഹിനയും ഭർത്താവ് ഡോക്ടർ ആബിദലിയും താമസിക്കുന്നത്.

ഭംഗിയായി അടുക്കിവെച്ച സോഫകളും കസേരകളും പൂച്ചെടികളും ഫ്ളാറ്റിന് അലങ്കാരം തന്നെയായിരുന്നു. ഇരുന്നും നടന്നും കാൽകഴച്ചിരുന്ന ആമിനാത്തയെ, മാസ്റ്റർ അതീവ ജാഗ്രതയോടെ ഒരു സോഫയിൽ ഇരുത്തി, “മുട്ടുവേദനിക്കുന്നോ” എന്ന് അരുമയോടെ ചോദിച്ചു. സാരമില്ലെന്ന് മാസ്റ്ററുടെ കൈപിടിച്ച് ആമിനാത്ത. ഇതൊന്നും മകൾ ഷാഹിന ശ്രദ്ധിക്കുകയുണ്ടായില്ല. ആരോടോ മൊബൈലിൽ ഇംഗ്ലീഷിൽ സംസാരിക്കുകയായിരുന്നു, ഷാഹിന.

അല്പം കഴിഞ്ഞ് ഡോക്ടർ എത്തി. യാത്രയിലെ വിശേഷങ്ങൾ ആരാഞ്ഞു. പിന്നീട് ഫ്രിഡ്ജിൽ നിന്ന് ഒരു ടിന്നെടുത്ത് കുടിക്കാനിരുന്നു. കൂടെ ഷാഹിനയും ഇരുന്നെങ്കിലും അല്പം അകലം പാലിക്കാൻ ഇരുവരും ശ്രദ്ധിച്ചു.

"നീ സംഗതികളൊക്കെ പറഞ്ഞോ?" ഡോക്ടർ ഷാഹിനയോട്.

"ഇല്ല. ഇവർ ഇപ്പോൾ എത്തിയതല്ലേയുള്ളൂ. കുളിച്ചിട്ടില്ല. ഭക്ഷണവും കഴിച്ചിട്ടില്ല. എങ്കിലും അതിനു മുമ്പ് സംഗതി പറയാം, അല്ലേ? എനിക്കും ഡ്യൂട്ടിക്ക് പോകാൻ ധൃതിയുണ്ട്." ഷാഹിന പറഞ്ഞു. എന്നിട്ട് ഉപ്പയുടെ നേരെ നോക്കി.

"ഡോക്ടറും ഞാനും വേർപിരിയാൻ തീരുമാനിച്ചിട്ടുണ്ട്."

മാസ്റ്ററും ആമിനത്തയും സ്തബ്ധരായി. വേർപിരിയുകയോ? ഡോക്ടർക്കോ ഷാഹനയ്ക്കോ ഭാവഭേദം ഉണ്ടായിരുന്നില്ല.

മാസ്റ്റർ സമനില വീണ്ടെടുത്ത് ആലോചിച്ചു. ഇവരുടെ ഇടയിൽ പ്രശ്നങ്ങൾ ഉണ്ടായതായി കേട്ടിട്ടില്ല. പ്രായം തികഞ്ഞ ഒരു മകളും ഇവർക്കുണ്ട്. എന്നിട്ടും...

ഷാഹിന തുടർന്നു. "ഞങ്ങൾ തമ്മിൽ വഴക്കൊന്നുമില്ല. ഇനിയി ങ്ങനെ ഒരുമിച്ചുള്ള ജീവിതം വേണ്ടെന്ന് പരസ്പരം തീരുമാനിക്കുകയാ യിരുന്നു അത്രമാത്രം."

"അല്ല ഒരു കാരണവുമില്ലാതെ..." മാസ്റ്ററുടെ സ്വരം പതറിയിരുന്നു.

"ഡോക്ടർക്ക് മിക്കവാറും രാത്രിയാണ് ഡ്യൂട്ടി. എനിക്കാണെങ്കിൽ പകലും. പരസ്പരം കാണുന്നത് തന്നെ അപൂർവ്വം, പിന്നെ..."

ഇതിനിടയിൽ ഡോക്ടർ ഇടപെട്ടു. "നിങ്ങൾ വിഷമിക്കേണ്ട. വിവാഹമോചനം ഇക്കാലത്ത് വലിയ സംഭവമല്ലല്ലോ? ഞങ്ങളാ ണെങ്കിൽ ഇക്കാര്യത്തെക്കുറിച്ച് വിശദമായി ചർച്ച ചെയ്ത് സ്വത്തു ക്കളൊക്കെ പങ്കുവെച്ച്, സന്തോഷത്തോടെയാണ് പിരിയുന്നത്."

"അപ്പോൾ മോൾടെ കാര്യമോ?"

"ഓ, അതോ, അവൾക്ക് ഇവിടെ നല്ലൊരു ജോലി കിട്ടീട്ടുണ്ട്. വലിയൊരു ഡെപ്പോസിറ്റ് ഞങ്ങൾ അവൾക്കു വേണ്ടി നീക്കിവെച്ചിട്ടു മുണ്ട്."

ഇത്രയൊക്കെ വിശദീകരിച്ചിട്ടും ഇതൊന്നും ഉൾക്കൊള്ളാൻ മാസ്റ്റർക്കോ ആമിനത്തായ്ക്കോ ആയില്ല. അവർക്കും അവരുടെ മുമ്പി ലിരിക്കുന്നവർക്കും ഇടയിൽ വലിയൊരു ശൂന്യത പ്രത്യക്ഷമായി.

"ഇതു പറയാനായിരുന്നെങ്കിൽ, ഞങ്ങളെ ഇങ്ങോട്ട് വിളിപ്പിക്കേണ്ടി യിരുന്നില്ല." ആമിനാത്ത ക്ഷോഭിച്ചു.

"ഇതു പറയാൻ മാത്രമല്ല, രണ്ടുദിവസം കഴിഞ്ഞാൽ ഷാഹിന യുടെ പുനർവിവാഹമാണ്. ഞാൻ തന്നെയാണ് വരനെ കണ്ടെത്തി

പരിചയപ്പെടുത്തിക്കൊടുത്തത്. ഇവളെക്കാൾ അഞ്ചുവയസ്സ് ഇളപ്പമുള്ള ആൾ. മുംബൈക്കാരനാ. ഇവിടെ തന്നെ ഒരു കമ്പ്യൂട്ടർ കമ്പനീലാ. വിവാഹത്തിന് നിങ്ങൾ വേണമെന്ന് ഞങ്ങൾക്ക് ഒരാഗ്രഹം. ഇതിന് മുമ്പ് നിങ്ങൾ ഈ രാജ്യം കണ്ടിട്ടുമില്ലല്ലോ?" ഡോക്ടർ വിശദീകരിച്ചു. അതിനിടയിൽ ഷാഹിന ഇടപെട്ടു. "അടുത്തയാഴ്ച ഡോക്ടറുടെ കല്യാണവുമുണ്ട്. ഇവിടെ നഴ്സാ. നഴ്സുമാർക്ക് ഇവിടെ നല്ല ശമ്പളമാ."

ഡോക്ടർ വിനയാന്വിതനായി "പറ്റുമെങ്കിൽ അതിലും നിങ്ങൾ പങ്കെടുക്കണം."

മാസ്റ്റർ പുറത്തേക്ക് നോക്കി. കോളനിയുടെ വലതുഭാഗത്ത് നീണ്ടു കിടക്കുന്ന മണൽപ്പരപ്പ്. ഇടയ്ക്കിടെ കാറ്റ്. പൊടിപടലങ്ങൾ.

മാസ്റ്റർ നെടുവീർപ്പിട്ടു.

"എനിക്ക് നിങ്ങളുടെ മകളെയൊന്ന് കാണണമെന്നുണ്ട്. രണ്ടോ മൂന്നോ തവണയേ ഞാൻ കൊച്ചുമോളെ നേരിൽ കണ്ടിട്ടുള്ളൂ. അറിയാല്ലോ? അതും ചെറുപ്പത്തിൽ."

"അവൾ അല്പം അകലെയാണ് താമസം. മരുഭൂമിയിൽ ഒരു കൃത്രിമ ഉദ്യാനം ഗവൺമെന്റ് പണിയുന്നുണ്ട്. അതിന്റെ ചുമതലക്കാരിയാ. അവിടെ വില്ലകളിലൊന്നിലാ താമസം. നിങ്ങൾ കുളിച്ച് വിശ്രമിക്ക്. അതു കഴിഞ്ഞ് അങ്ങോട്ടു പോകാം."

ഡോക്ടർ ഉറപ്പുകൊടുത്തു.

ആമിനാത്തയ്ക്ക് അപ്പോഴും ഒന്നും ഉൾക്കൊള്ളാൻ കഴിഞ്ഞിരുന്നില്ല. അവർ മാസ്റ്ററുടെ കൈപിടിച്ച് വിശ്രമിക്കാൻ ചെന്നപ്പോഴും ഒന്നും ഉരിയാടിയില്ല.

"നീ എന്താ മിണ്ടാതിരിക്കുന്നത്." മാസ്റ്റർ തലോടിക്കൊണ്ട് ചോദിച്ചു.

"എന്ത് മിണ്ടാനാ. എത്രയും പെട്ടെന്ന് നാട്ടിലേക്ക് തിരിച്ചാൽ കൊള്ളാമെന്നുണ്ട്."

"ഏതായാലും കൊച്ചുമോളെ കാണട്ടെ. ഇവർ പിരിയുന്നതിൽ അവൾക്ക് വിഷമമുണ്ടാകില്ലേ?" അവളെ ആശ്വസിപ്പിക്കണ്ടേ? കഴിയുമെങ്കിൽ അവളെയും നാട്ടിലേക്ക് കൂട്ടാം. മാസ്റ്റർ കണക്കുകൂട്ടി. താൻ എങ്ങോട്ടുമില്ലെന്ന് ആമിനാത്ത തീർത്തു പറഞ്ഞു."

മരുഭൂമിയെ കീറിമുറിച്ച് വളഞ്ഞും തിരിഞ്ഞും പോകുന്ന രണ്ടുവരിപ്പാതയിലൂടെ ഡോക്ടറുടെ കാർ കുതിക്കുമ്പോൾ മാസ്റ്റർ കരുതി, യാത്ര ഭൂമിയുടെ അറ്റത്തേക്കാണെന്ന്, റോഡിനിരുവശവും മണലിന്റെ തിരമാലകൾ. അതിൽ പൊങ്ങിയും താണും കള്ളിമുൾച്ചെടികൾ.

നിരവധി പണിക്കാരും ക്രെയിനുകളും ലോറികളുമുള്ള ഒരിടത്തേക്ക് കാർ തിരിഞ്ഞു. പണിക്കാർ വലിയൊരു കുഴിയിൽ ഇരുമ്പ് കമ്പി അടിച്ചു കയറ്റുന്നു. അതിന് ഏതാനും വാരയകലെ മനോഹരമായി ഓടുമേഞ്ഞ വില്ലകൾ. അതിലൊന്നിനരികിൽ കാറു നിറുത്തി ഡോക്ടർ ഇറങ്ങി. പിന്നാലെ മാഷും.

കോളിംഗ് ബെല്ലടിച്ച് അല്പം കഴിഞ്ഞപ്പോൾ...

അർധനഗ്നയായി കൊച്ചുമോൾ! തൊട്ടു പിന്നിൽ അർദ്ധ നഗ്ന രായി ആജാനുബാഹുക്കളായ രണ്ട് ആഫ്രിക്കക്കാർ!!

അവൾ കുഴഞ്ഞ നാവോടെ സ്വാഗതമോതി.

"കം ഡാഡ്, കം ഗ്രാന്റ് പാ.. ഐവാസ് എഞ്ചോയിംഗ് വിത് ദിസ് ഗൈഡ്, കമോൺ..."

അപ്പോൾ, മാസ്റ്റർക്കു മുന്നിൽ മരുഭൂമി കീഴ്മേൽ മറിഞ്ഞു.

■

അച്ഛൻ

അയാളിലെ ഓർമ്മകളുടെ ഓരോ അണുവിലും മകനാണ്. ചിരിയായും കലിയായും കുസൃതിയായും പിണക്കമായും സ്നേഹമായും ഒക്കെ. ഇരുപത്തിയൊന്നാമത്തെ വർഷവും അത് മാറ്റമില്ലാതെ തുടരുന്നു. ഋതുഭേദങ്ങളുടെ നൈരന്തര്യം പോലെ.

രണ്ടു വർഷത്തിലൊരിക്കൽ ഒരു മാസത്തെ അവധിക്ക് നാട്ടിലേക്ക് തിരിക്കാനൊരുങ്ങുമ്പോൾ അയാൾ ഫോൺ വിളിച്ച് ചോദിക്കും "മോനെന്തൊക്കെയാ വേണ്ടത്?"

അവൻ സംസാരിച്ചു തുടങ്ങുന്ന സമയത്ത് അവന്റെ ആവശ്യങ്ങൾ തുച്ഛമായിരുന്നു. "ഒരു സൈക്കിള് വേണം പപ്പാ... പിന്നെ മുട്ടിന്റെട്ത്ത് പോക്കറ്റുള്ള പാന്റ്സ്... പിന്നെ ബദാമിന്റെ ചിത്രമുള്ള ചോക്ക്ലേറ്റ്..."

നാട്ടിലെത്തിയാൽ അവന്റെ നിഴലായി അയാൾ ഭക്ഷണം കഴിക്കുകയും യാത്ര പോവുകയും കളിക്കുകയും ചെയ്തു. അവന്റെ ആവശ്യങ്ങളൊക്കെ നിറവേറ്റിക്കൊടുത്തു.

"മോനെ, ഇങ്ങനെ ലാളിച്ച് വഷളാക്കണ്ട. നിങ്ങള് പോയിക്കഴിഞ്ഞാൽ ഇതൊക്കെ ഞാനും ചെയ്തുകൊടുക്കേണ്ടിവരും. ഭാര്യ കയർത്തു."

"ചെയ്തുകൊടുക്കണം. ആകെ ഒന്നല്ലേയുള്ളൂ."

"ഒന്നെന്ന് വെച്ച്... അവന്റെ ഒന്നിച്ചന്നെ ഉറങ്ങുക.. അവന്റെ ഒന്നിച്ചന്നെ കളിക്കുക... ആളുകൾ വിചാരിക്കും നിങ്ങക്ക് വട്ടാണെന്ന്."

"അവനോട് സ്നേഹം കാട്ടാൻ കിട്ടുന്നത് രണ്ടു കൊല്ലത്തിലൊരിക്കൽ ഏതാനും ദിവസങ്ങൾ മാത്രംല്ലെ?"

"അപ്പൊ ഞാനോ?" ഭാര്യയുടെ ചോദ്യത്തിന് മുന്നിൽ അയാൾക്ക് മറുപടി ഉണ്ടായില്ല.

അവന് ധാരാളം സംശയങ്ങൾ ചോദിക്കാനുണ്ടായിരുന്നു. എപ്പോഴും ഒരു ചോദ്യത്തിനു മുന്നിൽ അയാൾ കുഴങ്ങി. ഉത്തരമില്ലാഞ്ഞിട്ടല്ല. വിശദീകരിക്കാൻ കഴിയാഞ്ഞിട്ട്.

"പപ്പ എന്താ എന്നെ കൂടെ കൊണ്ടുപോകാത്തെ?" ഭാര്യയെയും കുട്ടിയെയും കൂട്ടാൻ കമ്പനി അനുമതി കൊടുത്തിരുന്നില്ല. പക്ഷേ, അത്

മകനെ എങ്ങനെ പറഞ്ഞു ധരിപ്പിക്കും? അപ്പോൾ ഭാര്യ അയാളുടെ സഹായത്തിനെത്തി.

“കുട്ടികളെ വിമാനത്തിൽ കയറ്റില്ലല്ലോ? കുട്ടികളാവുമ്പോ ആകാശത്തീന്ന് താഴെ വീണുപോകില്ലേ?”

അവൻ അത് ശരിവെച്ചു. കുറെ കാലത്തോളം ആ ധാരണയും വെച്ചുകൊണ്ടാണ് അവൻ നടന്നത് എന്നു തോന്നുന്നു. അല്ലെങ്കിൽ അയാളറിയാതെ, അയാളുടെ നിസ്സഹായാവസ്ഥ ഭാര്യ ബോധ്യപ്പെടുത്തിക്കൊടുത്തിരിക്കണം. പപ്പ, നമുക്ക് വേണ്ടി ഒറ്റയ്ക്ക് അവിടെ കഷ്ടപ്പെടുകയാണെന്നും മറ്റും...

നാട്ടിൽ നിന്ന് തിരിച്ചെത്തിയാൽ മകനുമൊത്തുള്ള ചിത്രങ്ങളുടെ വലിയ ശേഖരം തുറന്നുവെച്ച് അയാൾ അതിനോട് സംസാരിക്കുകയും ചിരിക്കുകയും ചെയ്തു. അധികം സുഹൃത്തുക്കളോ വിനോദോപാധികളോ ഉണ്ടായിരുന്നില്ല. ഏകാന്തത രൂക്ഷമാകുന്ന വൈകുന്നേരങ്ങളിൽ അടുത്തുള്ള ഉദ്യാനത്തിലേക്ക് നടക്കും. ധാരാളം മരങ്ങളും കറ്റാർ വാഴക്കൂട്ടങ്ങളും പുൽമൈതാനങ്ങളുമുള്ള വിശാലമായ ഉദ്യാനം. അവിടെ നിരവധി കുട്ടികൾ. തന്റെ മകന്റെ പ്രായത്തിലുള്ള കുട്ടികളുടെ ഉത്സാഹവും ആവേശവും തല്ലുകൂടലും കണ്ട് സിമന്റു ബെഞ്ചിൽ നേരം പോക്കും. ഒരിക്കൽ തന്റെ മകന്റെ ഛായയുള്ള കുട്ടിക്ക് കുറച്ചു മിഠായി കൊടുക്കാൻ അയാൾക്ക് കൊതിയായി. അവൻ കൂട്ടുകാരുമൊത്ത് ഫുട്ബോൾ കളിക്കുകയായിരുന്നു. വിശ്രമിക്കാനായി മൈതാനത്തിന് പുറത്ത് സിമന്റ് ബെഞ്ചിൽ വന്നിരുന്നപ്പോൾ അയാൾ അവനെ നോക്കി ഒന്നു ചിരിച്ചു. പക്ഷേ, അവൻ അത് കണ്ടതായി നടിച്ചില്ല. അവന്റെ, കുസൃതി നിറഞ്ഞ കണ്ണുകളാണ് മകന്റെ ഛായ തോന്നിപ്പിക്കാൻ പ്രധാന കാരണം. അയാൾ അവന്റെ കണ്ണുകളിലേക്ക് ഒന്നുകൂടി നോക്കി.

“മോനെ, കുറച്ചു മിഠായികൾ തരട്ടെ?” അയാൾ വിക്കി വിക്കി ചോദിച്ചു.

അവൻ മൈതാനമധ്യത്തേക്ക് ഓടി. എന്നിട്ട് കൂട്ടുകാരെയൊക്കെ വിളിച്ചു കൊണ്ടുവന്നു. കൂട്ടത്തിൽ ഉയരം കൂടിയ ഒരുത്തൻ അയാളുടെ നേർക്കടുത്തു.

“ആരാ നിങ്ങള്? കുട്ടികളെ തട്ടിക്കൊണ്ടുപോകാൻ നടക്ക്കാ, അല്ലേ?”

അയാൾ പേടിച്ചു. പിന്നെ അവിടെ നിന്നില്ല. ആ ഉദ്യാനത്തിലേക്ക് പിന്നീട് അയാൾ പോയില്ല. ജോലിസ്ഥലത്തുള്ളവരോട് സംഭവം പറഞ്ഞപ്പോൾ പലരും പരിഹസിച്ചു.

“നിങ്ങളെന്തിനാ, ഇങ്ങനെ എപ്പോഴും മകനെയോർത്ത് നടക്കുന്നത്..? ഞങ്ങൾക്കും മക്കളുണ്ടല്ലോ? അവരൊക്കെ നാട്ടിലുമാണ്. എന്നിട്ട്, ഈവക ഭ്രാന്ത് ഞങ്ങൾക്കില്ല.”

“എനിക്കറിഞ്ഞുകൂടാ, ജോലിയിൽ മുഴുകേണ്ട സമയത്തു പോലും അവന്റെ ഓർമ്മയാ.”

അയാൾ, തന്റെ ജീവിതത്തെയും അതിന്റെ അസാധാരണത്വ ത്തെയും വിശകലനം ചെയ്യാൻ ശ്രമിച്ചു. തന്റെ അച്ഛനും ഏതാണ്ടിതേ പോലെ നെഞ്ചേറ്റി നടന്നിരുന്നുവെന്നും അതിന്റെ ഒരംശം മറ്റൊരു രൂപ ത്തിൽ തന്നിലേക്ക് പ്രവഹിച്ചിരിക്കാമെന്നും ഊഹിക്കാനേ അയാൾക്ക് കഴിഞ്ഞുള്ളൂ.

എന്താണ് ബന്ധുത്വം? എന്താണ് സ്നേഹം? അത് നനുത്ത അനു ഭവ പരമ്പരകളിൽ നിന്ന് ഊറിക്കൂടുന്നതാണോ? അതോ ജന്മഹിതമോ? ഒറ്റയ്ക്കിരിക്കുമ്പോൾ സ്നേഹത്തിന്റെ പൊരുൾ അന്വേഷിക്കുക രാജീ വിന്റെ പതിവായിരുന്നു. ചെറുപ്പം മുതലേ ഈ അന്വേഷണം തുടങ്ങി യിരുന്നു. അച്ഛന്റെ അസാന്നിധ്യത്തിലുള്ള വളർച്ചയും വൈധവ്യം പോലുള്ള അമ്മയുടെ ജീവിതവുമാകാം മനസ്സിനെ ഇവ്വിധം പരുവ പ്പെടുത്തിയത്.

കോളജിൽ പഠനം തീരാറായ അവസരത്തിൽ കൂട്ടുകാർ ചോദിച്ചു.

“എന്താ രാജീവന്റെ ലക്ഷ്യം?”

“അച്ഛന്റടുത്ത് പോകണം.”

“ബി.ടെക് ഒന്നാം റാങ്കിൽ പാസാകുന്ന ആരെങ്കിലും മരുഭൂമിയിൽ ചെന്ന് കഷ്ടപ്പെടുമോ? സ്റ്റേറ്റ്സിലോ, വല്ല യൂറോപ്യൻ രാജ്യങ്ങളിലോ പോയിക്കൂടെ?”

“ഇത്രയും കാലം, രണ്ടു വർഷത്തിലൊരിക്കലെ ക്ഷണിക സാന്നിധ്യ മായിരുന്നു എനിക്ക് അച്ഛൻ. ഇനിയുള്ള കാലം എനിക്ക് അദ്ദേഹത്തിന്റെ കൂടെ ജീവിക്കണം.”

“അതിനുള്ള ശ്രമം നടത്തിയോ?”

“ഉവ്വ്, രണ്ടു മൂന്നു കമ്പനികൾക്ക് ബയോഡാറ്റ ഇ-മെയിൽ ചെയ്തി ട്ടുണ്ട്. വിളിക്കും. ഉറപ്പാ. അല്ലെങ്കിൽ..”

“അല്ലെങ്കിൽ...”

“ആരെക്കൊണ്ടെങ്കിലും ഒരു വിസിറ്റ് വിസ എടുപ്പിക്കണം.” അച്ഛന റിയാതെ.

പോകാനുള്ള തീരുമാനം പറഞ്ഞപ്പോൾ അമ്മ കരഞ്ഞു.

“നീയും എന്നെ വിട്ടുപോകുന്നു.”

“അമ്മ കരയാതിരി. അവിടെ എനിക്ക് മികച്ച ഒരു ജോലി കിട്ടിയാൽ അമ്മയെയും അങ്ങോട്ടു കൂട്ടാലോ?”

അവന്റെ വസ്ത്രങ്ങൾ പെട്ടിയിൽ അടുക്കിവെയ്ക്കുമ്പോഴും അവന്റെ അച്ഛന് കൊടുത്തു വിടാറുള്ള കഷായം തയ്യാറാക്കുമ്പോഴും

അമ്മ കണ്ണീർ തൂകിക്കൊണ്ടിരുന്നു. "ഇനിയെങ്കിലും... ദൈവമേ." അവർ പ്രാർത്ഥിച്ചു.

ഫ്ളൈറ്റിറങ്ങുമ്പോൾ നഗരം, പനി പിടിച്ചെന്നപോലെ ഉഷ്ണം വമിപ്പിച്ച് ആലസ്യത്തിൽ കിടക്കുകയായിരുന്നു. വലിയ സൗകര്യങ്ങളുള്ള വിമാനത്താവളത്തിൽ ആളുകൾ കുറവ്. എമിഗ്രേഷൻ ക്ലിയറൻസ് എളുപ്പം കഴിഞ്ഞു. പുറത്ത് അച്ഛൻ കാത്തുനിൽക്കുമെന്ന് അറിയിച്ചിരുന്നതിനാൽ ആളുകൾക്കിടയിലേക്ക് ചെന്നു.

ഒന്നര വർഷത്തിനു ശേഷമാണ് അച്ഛനെ കാണാൻ പോകുന്നത്. തന്നെ കാണുന്നതിലുള്ള സന്തോഷവും അമ്മ ഒറ്റയ്ക്കായതിലുള്ള സന്താപവും കാണും. എങ്ങനെയാണ് അമ്മയുടെ കാര്യത്തിൽ അച്ഛനെ സമാധാനിപ്പിക്കേണ്ടത് എന്നറിയുന്നില്ല.

പുറത്ത്, ആളുകൾക്കിടയിൽ നിരവധി രാജ്യക്കാർ, പെട്ടെന്നൊന്നും ആളെ കണ്ടെത്താനാവില്ലെന്ന് തോന്നി.

പൊടുന്നനെ, പിന്നിൽ നിന്ന് ഒരു വിളി. അപരിചിതനായ ഒരാൾ നടന്നടുക്കുന്നു. അച്ഛന്റെ തന്നെ പ്രായം.

രാജീവല്ലെ? അച്ഛന് വരാൻ പറ്റിയില്ല. ഞാൻ അനസുദ്ദീൻ. അച്ഛനൊന്നിച്ച് ജോലി ചെയ്യുന്നു. വരൂ. നമുക്ക് റൂമിലേക്ക് പോകാം. "എന്താ അച്ഛന് അസൗകര്യം?"

"അതൊക്കെ പറയാം വരൂ"

നാലുവരിപ്പാതകളും പാലങ്ങളും കടന്ന് വാടകക്കാർ, താമസസ്ഥലത്തേക്ക് കുതിച്ചു. അനസുദ്ദീൻ വാതോരാതെ സംസാരിച്ചുകൊണ്ടിരുന്നു. ഞാനും അച്ഛനുമൊക്കെ പത്തിരുപത് കൊല്ലമായി ഒരേ കമ്പനിയിലാ. എങ്ങനെ ഇത്രയും വർഷം ഇവിടെ കഴിച്ചുകൂട്ടിയെന്നു തന്നെ ഞങ്ങൾക്കറിയില്ല. ഓരോ വർഷം കഴിയുമ്പോ ഞങ്ങൾ പറയും നാട്ടിൽ പോയി സ്ഥിരതാമസമാക്കണംന്ന്. നാട്ടിൽ ചെന്ന് എന്ത് ചെയ്യാനാ? കുടുംബത്തിന് ചോറ് കൊടുക്കണ്ടെ? കുറച്ച് ഉയർന്ന ജോലിയാണെങ്കി കുഴപ്പമില്ല. കുടുംബത്തെ ഇങ്ങോട്ടു കൊണ്ടുവരാം. പഠിപ്പും വിവരോമില്ലാത്ത ഞങ്ങൾക്ക് സാധിക്കില്ലാലോ. മോനൊക്കെ ആ വഴിക്ക് ചിന്തിക്കണം. ബി.ടെക് കഴിഞ്ഞുവെന്നല്ലേ പറഞ്ഞത്. ഇപ്പൊ, ഇന്റർവ്യൂ നടക്ക്ണ കമ്പനി നല്ലതാന്നാ അച്ഛൻ പറഞ്ഞത്. നീ വരുന്നതിന് മുമ്പ് അച്ഛൻ അന്വേഷിച്ചിരുന്നു. ഒക്കെ ശരിയാകും, പക്ഷേ എന്തു തന്നെയായാലും നാട് നാട് തന്നല്ലെ മോനെ...

അദ്ദേഹം പറയുന്നത് എല്ലാം കേൾക്കാൻ രാജീവിന് കഴിഞ്ഞില്ല. അച്ഛനെ കാണാനുള്ള തിടുക്കമായിരുന്നു മനസ്സു നിറയെ. തലങ്ങും വിലങ്ങും പണിത കെട്ടിടങ്ങളുള്ള, കോളനി എന്നു തോന്നിക്കുന്ന സ്ഥലത്തേക്ക് കാർ തിരിഞ്ഞു. അങ്ങിങ്ങായി ധാരാളം കുട്ടികൾ ക്രിക്കറ്റും ഫുട്ബോളും കളിക്കുന്നു.

കാറിറങ്ങി, പകലിലും ഇരുട്ട് പൊടിപിടിച്ച മുറിയിലേക്ക് അവർ കയറി. നാല് കട്ടിലുകൾ ചുമരിനോട് ചേർത്തിട്ടിരിക്കുന്നു.

“ദാ, അച്ഛന്റെ കട്ടിൽ. വിശ്രമിച്ചോളൂ. നമുക്ക് അല്പം കഴിഞ്ഞ് അച്ഛന്റട്ത്ത് പോവ്വാം” -അദ്ദേഹം തണുത്ത വെള്ളം കൊണ്ടുവരാനായി പുറത്തേക്ക്.

വൃത്തിയായി വിരിച്ചുവെച്ച കിടക്കയിൽ അവൻ ഇരുന്നു. അച്ഛൻ നാട്ടിലെത്തിയാൽ അവനെ പുണരുമ്പോഴുണ്ടാകാറുള്ള ഗന്ധം അതിനുണ്ട്. തലയണയ്ക്കടുത്ത് ചുമരിൽ അവന്റെ പഴയ ഒരു ചിത്രം. തലയണ കൈയിലെടുത്ത് മടിയിൽ വെച്ച് അവൻ തലോടിക്കൊണ്ടിരുന്നു. പിന്നീട്, പതുക്കെ അതുയർത്തി ആരും കാണാതെ ചുംബിച്ചു.

അച്ഛന്, സന്തോഷമായില്ലേ, ഞാൻ വന്നല്ലോ? -അവൻ മന്ത്രിച്ചു.

അന്നേരം അച്ഛന്റെ കൂട്ടുകാരൻ തണുത്ത വെള്ളവുമായി വന്നു.

“കുടിക്കൂ.”

“അച്ഛനെവിടെ? അങ്ങോട്ടു പോകാം.” മനസ്സിന്റെ തിരത്തള്ളൽ അടക്കിവെയ്ക്കാൻ അവനായില്ല.

“മോൻ വിഷമിക്കരുത്. അച്ഛൻ ആശുപത്രിയിലാ. കുറച്ചുകാലമായി നെഞ്ചുവേദന. ഇന്നലെ അത് കൂടി. നാട്ടിലേക്ക് അയയ്ക്കണം ന്നാ ഡോക്ടർമാർ പറയുന്നത്. അങ്ങോട്ടു പോകാം.”

തലയണ അവന്റെ കൈയിൽ നിന്ന് ഊർന്നു വീണു. മുറിയിൽ ഇരുട്ട് പിന്നെയും കനത്തു.

■

നൂൽപാലവും യാത്രക്കാരും

ഒറ്റ മരക്കുന്നിന്റെ നെറുകയിലായിരുന്നു അയാൾ. കുന്നിലേക്കുള്ള ചെമ്മൺപാതയും താഴ്വരയിലെ ഉദ്യാനവും വിജനമായിരുന്നു.

സൂര്യൻ തലയ്ക്കു മുകളിൽ കത്തിനിന്നു.

പക്ഷേ അവൾ വരാതിരിക്കില്ലെന്ന് അയാളുടെ മനസ്സു പറഞ്ഞു.

പകൽ ഏതെങ്കിലും നേരത്താകും അത് എല്ലാവരുടെയും കണ്ണു വെട്ടിച്ച് ഇവിടെയെത്തിപ്പെടാൻ പാടു തന്നെ.

അവളെയും കൂട്ടി ഭൂമിയുടെ ഏതെങ്കിലും കോണിൽ ചെന്ന് ഒരു കൂരയുണ്ടാക്കി കുറെക്കാലം...

അയാൾ മോഹിച്ചു. ദിവാസ്വപ്നങ്ങളിൽ അങ്ങനെ മുഴുകിയിരിക്കെ...

മരുഭൂമിയിലെവിടെയോ ഉയർന്ന കാറ്റ് അനേകം കെട്ടിടങ്ങൾ കടന്നുവന്ന് അയാളിരിക്കുന്ന ഓഫീസിന്റെ ജനാല കൊട്ടിയടച്ചു. കുറേ മണൽത്തരിയും കടലാസ് കഷണവും അകത്തായി.

മറ്റൊരു കസേരയിലിരിക്കുകയായിരുന്ന സോമാലിയൻ പെൺകുട്ടി ഹലീമാ ഹസൻ അയാളെ വിളിച്ചു.

മോഹൻ, ക്ലോസ് ദി വിൻഡോ

തടിച്ച ചുണ്ടും ചുരുളൻ മുടിയുമുള്ള ഭാവമാറ്റങ്ങളൊന്നും മുഖത്ത് പ്രകടിപ്പിക്കാത്ത ഹലീമ അല്പം അസ്വസ്ഥത പ്രകടിപ്പിച്ചോ എന്ന് അയാൾ സംശയിച്ചു.

ജനാല അയാളുടെ ഇരിപ്പിടത്തിന് അടുത്തായിരുന്നു. അയാൾ അത് അടയ്ക്കാൻ ശ്രമിക്കേ ഹലീമ ആരോടെന്നില്ലാതെ പറഞ്ഞു. ദൈവത്തിന് സ്തുതി, മഴ വരുമെന്ന് തോന്നുന്നു.

ഹലീമയ്ക്ക് മഴയെന്നാൽ സ്വപ്നമായിരുന്നു. സോമാലിയായിലെ ഏതോ വരണ്ട ഗ്രാമത്തിലാണ് അവളുടെ ജനനം. അപൂർവമായി മാത്രമേ അവൾ മഴ കണ്ടിട്ടുള്ളൂ. ഒരിക്കൽ പറയുകയും ചെയ്തിരുന്നു. ഞങ്ങൾ ഏറ്റവും വിലമതിക്കുന്നത് മഴയെയാണ്. വെള്ളത്തെയാണ്. വെള്ളത്തിനു വേണ്ടി ഞങ്ങൾ യുദ്ധം ചെയ്യുന്നു. വീരമൃത്യു പ്രാപിക്കുന്നു. നിങ്ങൾ

ഇന്ത്യക്കാർക്ക് മഴ കുറെ കിട്ടുന്നതു കാരണം ഞാൻ പറയുന്നത് മനസ്സിലാകുമോ എന്തോ.

അവൾ മഴയെ പ്രകീർത്തിച്ചുകൊണ്ടുള്ള ഒരു സൊമാലിയൻ കവിത ചൊല്ലി.

പൂവാടികൾക്ക് നീ വസന്തം

മഞ്ഞുമലകൾക്ക് നീ ശിശിരവും

ഋതുക്കൾക്ക് നീ സംഗീതമെങ്കിൽ

എനിക്ക് നീ ജീവിതം തന്നെ.

അവൾ കവിത നിർത്തി ജോലിയിൽ വീണ്ടും മുഴുകി.

വൈകീട്ട്...

ഓഫീസിൽ നിന്ന് ഇറങ്ങാനിരിക്കെ അവൾ പറഞ്ഞു. മോഹൻ, ഇന്ന് എന്റെ വീട്ടിലാകട്ടെ രാത്രി ഭക്ഷണം.

സോമാലിയയിൽ നിന്ന് ഭർത്താവ് ഇന്നലെ വന്നിട്ടുണ്ട്. അവൾ വലിയ സന്തോഷത്തിലായിരുന്നു.

ഹലീമയുടെ ഭർത്താവിനെ ഒരിക്കൽ കണ്ടിട്ടുണ്ട്. നീളൻ കൈകാലുകളുള്ള മെലിഞ്ഞ ചെറുപ്പക്കാരൻ. ഫോണിൽ സംസാരിക്കുമ്പോൾ പ്രിയപ്പെട്ടവനേ എന്നർത്ഥം വരുന്ന ഒരു സോമാലിയൻ പദമാണ് ആദ്യം പ്രയോഗിക്കുക. എപ്പോഴും ചിരിച്ചുകൊണ്ടേ സംസാരിക്കൂ.

സോമാലിയയിലെ ഗോത്രങ്ങൾ തമ്മിലുള്ള പോരാട്ടത്തെക്കുറിച്ച് ആവേശത്തോടെ ഒരിക്കൽ സംസാരിച്ചിട്ടുണ്ട്.

വരാം ഹലീമാ. രാത്രിയാകട്ടെ.

രേണുകയുടെ നീലക്കണ്ണുകളാണ് അയാളുടെ മനസ്സിൽ അപ്പോൾ തെളിഞ്ഞത്.

രേണു, നീ എന്നാണ് എന്റെ കൂടെ വരുന്നത്. എവിടെയെങ്കിലും പോയി നമുക്ക്...

അവൾ ആശ്വസിപ്പിച്ചു.

ഏതായാലും ഗൾഫിൽ പോയി വാ.

കുറെക്കാശുണ്ടാകുമ്പോൾ അച്ഛൻ നമ്മുടെ വിവാഹത്തിന് സമ്മതിക്കാതിരിക്കില്ല. അതുവരെ ഞാൻ മോഹനന് വേണ്ടി കാത്തിരിക്കാം. ആലോചനകൾ വരുമ്പോൾ എന്തെങ്കിലും ഒഴിവുകഴിവുകൾ പറയാം.

ഒറ്റമരക്കുന്നിന്റെ താഴ്‌വാരത്ത് കുട്ടികൾ കുളിക്കാൻ എത്തുന്നതുവരെ അവർ സംസാരിച്ചിരുന്നു. യാത്രയ്ക്ക് മുമ്പുള്ള അവരുടെ കൂടിക്കാഴ്ചയായിരുന്നു അത്.

ഹലീമയുടെ ഫ്ളാറ്റിലെത്തിയപ്പോൾ രാത്രി ഒമ്പതു കഴിഞ്ഞിരുന്നു. ഭർത്താവിന്റെ കരങ്ങൾ പിടിച്ച് ഹലീമ വാതിൽ തുറക്കാനെത്തുമെന്ന് പ്രതീക്ഷിച്ച അയാൾക്ക് തെറ്റി.

വാതിൽ മലർക്കെ തുറന്നുകിടക്കുകയായിരുന്നു. അകത്ത് വെളിച്ച മുണ്ടായിരുന്നില്ല.

അയാൾ വാതിലിനടുത്തുള്ള ട്യൂബ് ഓൺ ചെയ്തു. മുറിയിൽ പ്രകാശം പരന്നപ്പോൾ...

ഹലീമ സോഫയിൽ ചലനമറ്റിരിക്കുകയായിരുന്നു. ഏറ്റവും പുതിയ വസ്ത്രത്തിലായിരുന്നു അവൾ.

അയാൾ ഹലീമയെ കുലുക്കി വിളിച്ചു. രണ്ടു തുള്ളി കണ്ണുനീർ അവളിൽ നിന്നിറ്റിവീണു.

എന്തുപറ്റി? അയാൾ ചോദിച്ചു. അവൾ അല്പനേരത്തെ നിശ്ശബ്ദ തയ്ക്കു ശേഷം പറഞ്ഞു.

ഭർത്താവ് വീണ്ടും സോമാലിയയിലേക്ക് പോയി. ഇന്ന് അവിടെ നിന്ന് ഫോൺ വന്നപ്പോൾ... പോരാട്ടം വീണ്ടും തുടങ്ങിയത്രെ. ഇനി ഇങ്ങോട്ടി ല്ലെന്നും പറഞ്ഞു.

അയാൾ അവളെ എന്തോ പറഞ്ഞ് ആശ്വസിപ്പിക്കാൻ ശ്രമിച്ചു. പക്ഷേ, അയാളിൽ നിന്ന് വാക്കുകളൊന്നും പുറത്തുവന്നില്ല.

■

ചരിത്രദൗത്യം

ഓഫീസിലെ മറ്റു പെൺകുട്ടികളിൽ നിന്നു സദഫിനെ വ്യത്യസ്ത യാക്കുന്നത് അവളുടെ പ്രകൃതത്തിലെ നിശ്ശബ്ദതയാണ്. ഒറ്റ വാക്കിൽ, ഒരു പുഞ്ചിരിയിൽ അവൾ ഉത്തരങ്ങൾ ഒതുക്കുന്നു. ഒരു പതുങ്ങിയ ചുവടുവെയ്പിൽ ഒരുപാടു ദൂരം അവൾ നടന്നു തീർക്കുന്നുവെന്ന് പദചലനങ്ങൾ കണ്ടാൽ തോന്നും. പത്താൻകാരിയാണ് അവളെന്ന് ആരും പറയുകയില്ല. എനിക്കും സദഫിനുമിടയിൽ മറ്റൊരു പത്താനായ അസിഫ് റാസാമാലിക്കിന്റെ വിടുവായത്തങ്ങൾ, അരോചകമായ തമാശകൾ. എന്നെയും സദഫിനെയും അകറ്റുന്ന തരത്തിലാണ് ഓഫീ സിലെ ഇരിപ്പിടങ്ങളുടെ ക്രമീകരണം. കാരണം റാസാമാലിക്കിന്റെ കസേരയാണ് എന്റെയും സദഫിന്റെയും ഇടയിൽ. പത്താൻകാരന്റെ എല്ലാ ശൗര്യവും റാസാമാലിക്കിനുണ്ട്. അയാളുടെ ശബ്ദം തന്നെ ഭീകരമാണ്. എപ്പോഴും, ഏതു കാര്യമാണെങ്കിലും ഒരു വെല്ലുവിളിയുടെ സ്വരം. എപ്പോഴും കുർത്തയാണ് ധരിക്കാറ്. ഒരേ നാട്ടുകാരിയായിട്ടും റാസാമാലിക്കിനെ ഇഷ്ടപ്പെടാൻ സദഫ് തയ്യാറല്ല എന്നത് എന്നെ അദ്ഭുതപ്പെടുത്തി. അയാളിൽ നിന്നും കഴിയുന്നത്ര ഒഴിഞ്ഞു നിൽക്കാൻ അവൾ ശ്രദ്ധിക്കും.

ഉച്ചഭക്ഷണത്തിന് മക്ഡൊണാൾഡിലേക്ക് ക്ഷണിച്ചപ്പോൾ റാസാമാലിക്കിനോട് പതുക്കെയാണെങ്കിലും ഉറച്ച സ്വരത്തിൽ പറഞ്ഞു.

ഇല്ല ഇത്തരം കാര്യങ്ങൾ ഇനി പറയരുത്.

സ്വതവെ പ്രസന്നമായ അവളുടെ മുഖം ചുവന്നു. മുഖം മാത്രം കാണാനുതകുന്ന ശിരോവസ്ത്രം കുറച്ചുകൂടി നെറ്റിയിലേക്ക് താഴ്ത്തി അവളും ജോലിയിലേക്ക് മടങ്ങി. ഓഫീസിലുള്ളവരെല്ലാം ഉച്ചഭക്ഷണ ത്തിനു പിരിഞ്ഞു. സാധാരണപോലെ സദഫ് ടിഫിൻ തുറന്നു അവ ളുടെ ഭക്ഷണം മേശപ്പുറത്തു വെച്ചു. എനിക്ക് വ്രതമായിരുന്നു. ഞാൻ പുറത്തു പോകുന്നില്ലെന്നു കണ്ട് അവൾ ചോദിച്ചു.

താങ്കൾ ഭക്ഷണത്തിനു പോകുന്നില്ലേ?

ഇല്ല, വ്രതമാണ്.

ഹൊ, നിങ്ങൾ മലബാറികൾ നല്ലവരാണ്. ഞങ്ങൾ പത്താൻകാരെപ്പോലെയല്ല.

ആദ്യമായിട്ടാണ് ഇത്രയും വാചകം അവൾ ഒരുമിച്ചു പറഞ്ഞത്. കൂടുതൽ സംസാരിക്കുവാനായി ഞാൻ ഭാവിച്ചുവെങ്കിലും അവൾ ഭക്ഷണപാത്രവുമായി മറ്റൊരു മൂലയിലേക്ക് പോയി.

ഓഫീസ് ജോലിയുടെ യാന്ത്രികമായ നൈരന്തര്യത്തിനിടയിൽ സദഫിന്റെ സാന്നിദ്ധ്യം ഒരു കൊച്ചു കുരുവിയുടെ ഒഴുക്കിനെ ഓർമ്മിപ്പിച്ചു. വല്ലപ്പോഴുമുള്ള കൊച്ചുകൊച്ചു സംസാരത്തിലൂടെ അവൾ പലതും പറഞ്ഞു. പലതും.

ഞാൻ പോരാട്ടങ്ങളെ വെറുക്കുന്നു. തീവ്രവാദത്തെയും പെഷവാറിനും ജലാലാബാദിനും ഇടയിലുള്ള ഖില എന്ന പ്രദേശത്താണ് എന്റെ ജനനം. അവിടെ താലിബാനുകളാണ് ഭരിക്കുന്നത്. അവർ പിതാവിനെയും മാതാവിനെയും കൊന്നു. എന്തിന്? എന്നെ ലണ്ടനിൽ മിക്സഡ് കോളജിൽ അയച്ചതിന്. ഇന്ന് എനിക്ക് ആരുമില്ല. പക്ഷേ, ഈ തീവ്രവാദികൾ മുസ്ലിംകളാണെന്ന് താങ്കൾ വിശ്വസിക്കുന്നുണ്ടോ? പ്രവാചകൻ പറഞ്ഞതാണ് അവർ അനുസരിക്കുന്നതെങ്കിൽ ഇതൊക്കെ അവർ ചെയ്യുമോ? ഒരു പെൺകുട്ടിയെ അനാഥമാക്കുമോ?

കണ്ണീരും ദേഷ്യവും അടക്കാൻ അവൾ വല്ലാതെ പാടുപെട്ടു. അവളുടെ കണ്ണുകൾ ജ്വലിക്കുകയായിരുന്നു. ശ്വാസവേഗം നിയന്ത്രിക്കാൻ അവൾ വിഷമിച്ചു.

അവളെ തലോടി ആശ്വസിപ്പിക്കണമെന്ന് ഞാൻ കൊതിച്ചു. പക്ഷേ, റാസാമാലിക് കണ്ടാൽ? സദഫ് മുഖം കഴുകാനായി വാഷ്ബേസ്സിനടുത്തേക്ക് പോയി. മനസ്സിന് അല്പം ലാഘവം നേടാനായി അവൾ ഇന്റർനെറ്റിലേക്ക് തിരിഞ്ഞു. വാർത്തകളുടെ തലക്കെട്ടുകളിലെല്ലാം കാശ്മീർ പോരാട്ടങ്ങളിൽ കൊല്ലപ്പെട്ട ഒരു ജവാന്റെ കൊച്ചുമകന്റെ ചിത്രം തെളിയുന്നേയില്ല.

സദഫ് തിരിച്ചു വന്ന് ചോദിച്ചു.

എന്താ പുതിയ വാർത്ത വല്ലതുമുണ്ടോ.

ഇല്ല എല്ലാം കാശ്മീർ. ബാരക്കുകൾ, കുന്ന്, ജവാന്മാരുടെ ബൂട്സ്...

ഓർമ്മയിൽ തെളിയുന്നത് ഇന്നലെ രാത്രി കണ്ട സ്വപ്നം. സദഫ് റാസാമാലിക്കിൽ നിന്നും രക്ഷപ്പെടാനായി മഞ്ഞുമൂടിയ കുന്നിൻ ചരിവിലൂടെ ഓടുന്നു. നിറയെ വർണ്ണചിത്രങ്ങളുള്ള അവളുടെ ചുരിദാർ കീറിയിരിക്കുന്നു. ഞാൻ എൻ.എസ്. മാധവന്റെ ഹിഗ്വിറ്റയിലെ നായകനെപ്പോലെ ളോഹ മടക്കി പിന്നാലെ...

ഓഫീസിൽ കാര്യങ്ങൾ ഇപ്പോൾ സങ്കീർണമായി തുടങ്ങിയിരിക്കുന്നു. സദഫിന് റാസ മാലിക്ക് പ്രേമലേഖനം നൽകുകയും അവളത് നിരസിക്കുകയും ചെയ്തതു മുതൽ അവളെ എങ്ങനെയെങ്കിലും സ്വന്തമാക്കുമെന്ന് അവൻ. അയാളുമായി ബന്ധത്തിനില്ലെന്ന് സദഫ് നിശ്ശബ്ദം എപ്പോഴും പ്രഖ്യാപിക്കുന്നു.

റാസയുടെ സ്വരത്തിൽ ഇപ്പോൾ ഭീഷണിയുണ്ട്. അവളോടു മാത്രമല്ല എന്നോടും. പക്ഷേ, എനിക്കെന്റെ ചരിത്രദൗത്യം നിറവേറ്റാതെ വയ്യല്ലോ...? ■

കറുപ്പും വെളുപ്പും

ഭർത്താവിന്റെ ഷൂസിൽ ചെളിയോ പൊടിയോ ഉണ്ടായിരുന്നില്ല. എങ്കിലും നിർമല അതു തുടച്ചുവച്ചു. സമയം രാവിലെ 8.30. തന്റെ ഇന്നത്തെ ഉച്ച ഭക്ഷണം കടൽക്കരയിലെ ഹോട്ടലിലാണ്. അതുകൊണ്ട്, ഭർത്താവിനും മകൾക്കുമുള്ള ഭക്ഷണം വെവ്വേറെ പാത്രത്തിലാക്കി ഫ്രിഡ്ജിൽ വെച്ചു. പ്രാതലിനുള്ളത് ടേബിളിലും. സമയം 9.00. ഒരു മണിക്കാണ് ഹോട്ടലിൽ എത്തേണ്ടത്. അവിടെ ഹബീബ് കാത്തിരിക്കുന്നുണ്ടാവും. താജിക്കിഷോർ എന്ന ജപ്പാനിയും.

താജിക്കിഷോറിനെ കാണാൻ പോകുമ്പോൾ അണിയേണ്ട വസ്ത്രം ഇന്നലെ ബോസ് വാങ്ങിത്തന്നിരുന്നു. ദേഹത്തിന്റെ വടിവുകൾ വ്യക്തമാക്കുന്നത്, വിലകൂടിയത്, ബോസ് പ്രത്യേകം ഓർമ്മിപ്പിച്ചു. കഴിയുന്നത്ര ഇംപ്രസ് ചെയ്യണം. കഴിയുന്നത്ര വിട്ടുവീഴ്ച ചെയ്യണം. ഈ വർഷത്തെ നമ്മുടെ ബജറ്റിന്റെ പകുതിയും അയാളുടെ കാരുണ്യമായിരിക്കും.

ഭർത്താവും മകളും ഉണർന്നെണീക്കുന്നതിന് മുമ്പ് സ്ഥലം വിടണം. പരസ്യ ഏജൻസിയിലെ ഈ ജോലി കാശിനു വേണ്ടിയല്ല, ഭർത്താവിന്റെ സാന്നിധ്യത്തിൽ നിന്ന് കഴിയുന്നത്ര രക്ഷപ്പെടാനാണെന്ന് എത്ര പേർക്കറിയാം?

നിർമ്മല, കാറെടുത്ത് ട്രാഫിക് തടസ്സങ്ങൾ കടന്ന് ഹോട്ടലിലേക്ക്.

ഹബീബ്, പഴയൊരു പാട്ടുമൂളി പ്രഭാതത്തിലേക്കിറങ്ങി. നീലഗിരിയുടെ സഖികളെ, ജ്വാലാ മുഖികളെ... പഴയ പാട്ടുകളാണ് ഇന്നും ഇഷ്ടം. പരസ്യങ്ങൾക്ക് സുന്ദരമായ വാചകങ്ങൾ ഒരുക്കാൻ തന്നെ സഹായിക്കുന്നത് പഴയ പാട്ടുകൾ, പഴയ കവിതകൾ ഈയിടെ ജി. ശങ്കരക്കുറുപ്പിന്റെ

'നേരു പറയണമെന്ന് വിളിയെൻ പേര്
മധുരമായിത്തീരുന്നതെങ്ങനെ,
നേരുപറയണമങ്ങ് തൊടുമ്പോൾ. ഞാൻ
താരുപോലെ മൃദുവാകുന്നതെങ്ങനെ

എന്ന വരികൾ.

'ടെൽമി വൈ' എന്ന തലക്കെട്ടോടെ ഒരു സോപ്പിന്റെ പരസ്യ പ്രചാരണത്തിന് കൊടുത്തപ്പോൾ ബോസ് അദ്ഭുതപ്പെട്ടു. വാട്ട് എ ബ്യൂട്ടിഫുൾ

കോൺസെഫ്റ്റ്, ഇറ്റ് വിൽ ക്ലിക്ക് - ബ്രിട്ടൻകാരനായ ബോസിനോട് പറഞ്ഞില്ല. ഇത് ഞങ്ങളുടെ ഒരു മഹാകവിയുടെ വരികളാണെന്ന്.

താജിക്കിഷോറിന് ഇവിടത്തെ വിദേശികളിലാണത്രെ കണ്ണ്.

"ഹബീബ്, നിർമ്മലയുടെ കൂടെ പോകണം. ചിലപ്പോൾ മലയാളം കോപ്പിറൈറ്റിങ്ങിനെക്കുറിച്ചൊക്കെ അയാൾ ചോദിച്ചെന്നിരിക്കും. എല്ലാം വേണ്ടതുപോലെ ചെയ്യൂ. പിന്നെ ഒരു രഹസ്യം പോലെ കൂട്ടിച്ചേർത്തു. നിർമ്മലയിലാണ് താജിക്കിഷോറിന്റെ കണ്ണെങ്കിൽ താനവിടെ നിൽക്കേണ്ട. പെട്ടെന്ന് തിരിച്ചുവരൂ."

കടൽക്കരയിലെ ഹോട്ടലിൽ എട്ടാംനിലയിൽ കടലിലേക്ക് തള്ളി നിൽക്കുന്ന ബാർ. ഒരു ആത്മഹത്യാമുനമ്പുപോലെ തോന്നും. കമ്പനി, അതിഥികൾക്കു വേണ്ടി എപ്പോഴും ബുക്ക് ചെയ്യുന്നത് ഈ ഹോട്ടലും ബാറും. നിർമ്മല അവിടെ നേരത്തെ എത്തി. മലയാളി വെയ്റ്ററോട് സംസാരിച്ചുകൊണ്ടിരിക്കുകയായിരുന്നു. താജിക്കിഷോർ എത്തിയിട്ടില്ല. എവരിതിങ്ങ് ഓകെ?

ഹബീബ് ചോദിച്ചു. "വിത്തൗട്ട് ഗസ്റ്റ് ഹൗ ഇറ്റ് ബി."

നിർമ്മല ചിരിച്ചു.

"മലയാളത്തിൽ പേശ് സുഹൃത്തുക്കളെ. ഇംഗ്ലീഷുകാരന്റെ ഭ്രാന്ത് പറച്ചിലെല്ലാം എപ്പോഴും നമ്മള് കൊണ്ടുനടക്കണോ?"

വെയ്റ്റർ ഇടയ്ക്കുകയറി.

"എടോ ഭ്രാന്തില്ലാത്ത പ്രവാസികൾ എത്രയുണ്ടെടോ. യന്ത്രങ്ങളായിപ്പോകുന്നതും ഭ്രാന്തിന്റെ ലക്ഷണങ്ങളാണ്." നിർമ്മല ക്ഷോഭിച്ചു-

നിർമ്മലയുടെ ക്ഷോഭത്തിന് കാരണമുണ്ട്. അവരുടെ കുടുംബജീവിതത്തിലെ താളഭംഗം തന്നെ പ്രധാന കാരണം. ഭർത്താവിന് അവരെ കണ്ടുകൂടാ. എപ്പോഴും ചീത്ത വിളിക്കുന്നുവെന്നും മർദ്ദിക്കുമെന്നും പറയുന്നു. മദ്യത്തിന്റെ അഡിക്ഷൻ അയാളുടെ മാനസികനില തെറ്റിച്ചിട്ടുണ്ടെന്ന് നിർമ്മല. താൻ കണ്ടിട്ടുള്ളതിൽ വെച്ച് സുന്ദരിയായ സ്ത്രീയെ അവരുടെ ഭർത്താവിന് മാത്രം കണ്ണെടുത്ത് കണ്ടുകൂടാ എന്നു പറഞ്ഞു കേട്ടപ്പോൾ അദ്ഭുതം തോന്നി. നിർമ്മലയുടെ ഭർത്താവിനെ നേരിട്ട് കണ്ടിട്ടുണ്ട്. ഒരു പാവത്താൻ. പക്ഷേ, ചില ദിവസങ്ങളിൽ നിർമ്മലയുടെ ദേഹത്ത് മർദ്ദനത്തിന്റെ പാടുകളും കണ്ടിട്ടുണ്ട്. സത്യം രണ്ടിനുമിടയിലായിരിക്കണം.

പൊടുന്നനെ താജിക്കിഷോർ ഒരു ബാഗുമായി പ്രത്യക്ഷപ്പെട്ടു. കുറ്റിത്തലമുടി, ഇടുങ്ങിയ കണ്ണുകൾ, കുറിയ ശരീരം, നാല്പത്തഞ്ച്, അമ്പത് വയസ്സുണ്ടാകും. നിർമ്മല കൈപിടിച്ചു കുലുക്കി.

"വെൽക്കം സാർ."

"താങ്ക്യൂ, ലെറ്റസ് ഹാവ് ബിയർ ഫസ്റ്റ്."

നിർമ്മലയുടെയും ഹബീബിന്റെയും സമ്മതത്തിന് കാത്തു നിൽക്കാതെ താജിക്കിഷോർ ബിയറിന് ഓർഡർ ചെയ്തു. പിന്നെ, മുഖവുരയൊന്നുമില്ലാതെ താജിക്കിഷോർ തുടർന്നു.

ഞങ്ങളുടേത് പുതിയ ഉൽപന്നമാണ്. ഒരുതരം രാസപാനീയം. ഈ രംഗത്ത് അമേരിക്കൻ കുത്തകയുള്ളത് ഞങ്ങൾ പൊളിക്കും. ഇതിന്റെ പ്രത്യേകത. ഇതിൽ ആൾക്കഹോളില്ല. പക്ഷേ, ഒരിക്കൽ കുടിച്ചാൽ പിന്നെ വിടില്ല. അഡിക്ഷൻ ഉണ്ടാകുന്ന ഒരുതരം രാസപദാർത്ഥം അതിനകത്തുണ്ട്. റഷ്യയിൽ ഞങ്ങൾ ലോഞ്ച് ചെയ്തു വിജയിച്ചു. ഇനി ഞങ്ങളുടെ നോട്ടം ഇന്ത്യയാണ്. ഭാഗ്യപരീക്ഷണം ഇവിടെയുള്ള ഇന്ത്യക്കാരിലാകട്ടെ. ഇവിടെ വിദേശ ഇന്ത്യക്കാർ എന്നു പറയുമ്പോൾ നിങ്ങൾ കേരളീയർ അല്ലേ? നിങ്ങൾ നാലഞ്ചുലക്ഷം വരുമെന്ന് നിങ്ങളുടെ ബോസ് പറഞ്ഞു. ഈ നാലഞ്ചുലക്ഷം പേരിലൂടെ പതുക്കെ കേരളത്തിലുമെത്തിക്കാം. ഇനി നിങ്ങൾ പറയൂ. എങ്ങനെയിത് ഫലപ്രദമായി മാർക്കറ്റ് ചെയ്യാമെന്ന്?

ഹബീബ് നിർമ്മലയെ നോക്കി. താജിക്കിഷോർ എന്തോ ഊഹിച്ചെടുത്തു.

“ടി.വി, പത്രങ്ങൾ എന്നിവ ഉപയോഗിക്കാം. അത് സാധാരണം. എനിക്കത് പോര. ഓരോ തീന്മേശയിലും ഒരു തവണയെങ്കിലും ഈ പാനീയം എത്തിയേ തീരൂ. അതിനുള്ള വഴി നോക്കണം. ഇരുപതുകാരാണ് നമ്മുടെ ലക്ഷ്യം. അവരെ തൃപ്തിപ്പെടുത്തുന്ന ഒരു മുഖം. ഒരാശയം നമുക്കു വേണം.”

താജിക്കിഷോർ വിവരിച്ചു.

താജിക്കിഷോർ നിർമ്മലയുടെ മുഖത്തും ശരീരവടിവുകളിലും കണ്ണു പായിച്ചു.

“വാട്ട് എബൗട്ട് ദിസ് ഫേസ്?”

താജിക്കിഷോർ നിർമ്മലയെ ചൂണ്ടി ഹബീബിനോട് ചോദിച്ചു.

ഹബീബിന്റെ ഉള്ളിൽ കുറെ ഫ്രെയിമുകളും വാചകങ്ങളും നിറഞ്ഞു. കസവുനേര്യത് ചുറ്റി മുല്ലപ്പൂവണിഞ്ഞ് അവൾ ലാസ്യവതിയായ ഓരോ ഇരുപതുകാരന്റെയും അഗാധ സ്വപ്നങ്ങളിൽ... അവരുടെ ഉള്ളിൽ രണ്ടു തരം ലഹരി. ഒന്ന് താജിക്കിഷോറിന്റെ പാനീയം. മറ്റൊന്ന് നിർമ്മല. അല്ലെങ്കിൽ സ്വർണ്ണവർണ്ണമുള്ള പാനീയം ഒഴുകിപ്പരന്ന് നിർമ്മലയുടെ ശരീരവടിവുകളുടെ രൂപത്തിലാകുന്നു.

തലക്കെട്ട് ഇങ്ങനെ

ഈ പാനീയവും ഈ ശരീരവും നിങ്ങൾക്കുള്ളത്. ആസ്വദിക്കൂ.

■

സ്വപ്നങ്ങളിൽ നിറയുന്നത്

നടത്തത്തിനും ഓട്ടത്തിനുമിടയിലെ ചലനാത്മകതയിലാണ് കുമാരേട്ടൻ, എപ്പോഴും. അദ്ദേഹം ഇരുപത്തിനാലു വർഷമായി ഓട്ടം തുടങ്ങിയിട്ട്. ഗുജറാത്തിലെ ഏതോ കരയിൽ നിന്നു പുറപ്പെട്ട ഉരു മരുഭൂമിയുടെ ഏതോ അതിർത്തിയിലെത്തിയപ്പോൾ കുമാരേട്ടൻ ഇറങ്ങുകയും ചുറ്റും നോക്കുകയും ഓട്ടം ആരംഭിക്കുകയും ചെയ്തു.

ജീവിതത്തിന്റെ പെരുവഴിയിൽ പാഥേയം നൽകുന്ന പല സത്രങ്ങളിൽ കയറുകയും അവിടെ ചലനാത്മകത കൈവിടാതിരിക്കുകയും ഒടുക്കം ഞങ്ങളുടെ കമ്പനിയിൽ എത്തുകയും കമ്പനിയുടെ വളർച്ചയ്ക്കും നാട്ടിലെ കുടുംബക്കാരുടെ ദുരിതനിവാരണത്തിനും സ്നേഹിതരുടെ ആശ്വാസപൂരണത്തിന് ഓട്ടം തുടരുകയും ചെയ്യുന്നു.

കുമാരേട്ടൻ വെളുപ്പിന് നാലുമണിക്ക് എഴുന്നേൽക്കുന്നു. നേരെ കുളിമുറിയിലേക്ക്. 4.30ന് കമ്പനിയിലെത്തണം. എല്ലാ വാതിലുകളുടെയും താക്കോൽ കുമാരേട്ടന്റെ കൈയിൽ. 4.30ന് കമ്പനിയിലെത്തണമെങ്കിൽ ഓടാതെ വയ്യ. അനേകം കെട്ടിടങ്ങളും ഇടവഴികളും കടന്ന് പെരുംപാതകളിലെ സിഗ്നലുകളും കടന്ന്...

ഓരോ വാതിലുകളും തുറന്നു കൊടുത്ത് കാവൽക്കാരെയും ഓഫീസ് ജീവനക്കാരെയും അകത്ത് കടത്തി ജനറൽ മാനേജരുടെ മുറിയിലെത്തുമ്പോൾ ആറുമണി. ഷെൽഫുകൾ തുടച്ച്, കസേര തുടച്ച്, ഫോൺ തുടച്ച്... എല്ലാം ഓട്ടത്തിൽ തന്നെ.

ഇടയ്ക്ക് ജി.എം. പറയും.

"കുമാരൻ. നാളെ ഓട്ടം വേണ്ട. ലീവെടുത്തോളൂ. താക്കോൽ ഇങ്ങ് താ. പുലർച്ചെ ഞാൻ വന്നോളാം."

താക്കോൽക്കൂട്ടം ഭവ്യതയോടെ ജി.എമ്മിന് കൊടുത്തു പിരിയുമ്പോൾ ആ ദിവസങ്ങളിലാണ് കുമാരേട്ടൻ സ്നേഹിതന്മാരുടെ കാര്യത്തിനായി ഓടുന്നത്.

കമ്പനിയുടെ കാവൽക്കാരിൽ ഒരാളും പാക്കിസ്ഥാനിയുമായ ജംഷദിന്റെ ആവശ്യത്തിനാണ് കുമാരേട്ടൻ ഇന്നലെ ഓടിയത്. മൂന്നുദിവസം

മുമ്പ് രാത്രി കിടക്കാൻ നേരം ആജാനുബാഹുവായ ജംഷദ്, പതിവി ല്ലാതെ കരഞ്ഞു.

"കുമാറൻ ഹം കോ ച്ചാർ ഹസാർ ഉദാർ മംഗ്താഹെ. ബീവി ക ലറ്റർ ആയ. ക്യാ കരേഗാ?"[1]

എപ്പോഴും ഉച്ചത്തിൽ സംസാരിക്കുകയും അതിലേറെ ഉച്ചത്തിൽ ചിരിക്കാറുമുള്ള ജംഷാദ് കണ്ണീരൊഴുക്കുകയും നാലായിരം ചോദിക്കു കയും ചെയ്തപ്പോൾ കുമാരേട്ടൻ കാശെന്തിനാണെന്ന് ചോദിക്കാൻ വിട്ടുപോയി.

"മുഷ്കിൽ നഹി, ഫിക്ർ മത്ത് കരോ, ഏക് ഹഫ്തേക്ക്ാ അന്തർ ഹം സഹി കരേഗാ. ലേക്കിൻ ജൽദി വാപസ് ദേനാ പഠേഗാ."[2]

കുമാരേട്ടൻ പറഞ്ഞു.

ജംഷദ് കരച്ചിലടക്കി കട്ടിലിലേക്ക് ചെരിഞ്ഞപ്പോൾ ഞാൻ ചോദിച്ചു.

"ഇത്നാ പൈസാ ക്യാ കർനെ ക്കാ ഹേ?"[3]

ജംഷദിന്റെ നാട്ടിൽ കറാച്ചിക്കടുത്ത് കലാപമാണത്രെ. ഏതു നിമിഷവും അക്രമികൾ വീട്ടിൽ കയറാം. തോക്കുള്ള വീടുകളിൽ കയറാൻ അക്രമികൾ ഭയക്കും. ഒരു തോക്ക് അത്യാവശ്യമായി വീട്ടിൽ വേണമെന്ന് ഭാര്യ കത്തെഴുതിയിരുന്നു. അത് വാങ്ങാനാണ് കാശ്.

ഒരാഴ്ചയ്ക്കകം എവിടെ നിന്നോ കാശ് സംഘടിപ്പിച്ച് കൊടുത്ത പ്പോൾ കുമാരേട്ടനെ കെട്ടിപ്പിടിച്ച് ജംഷദ് വീണ്ടും കരഞ്ഞു.

കുമാരേട്ടൻ ചോദിച്ചു: "ഏ പൈസാ കബ് ബേജേഗാ?"[4]

"അബീ ബേജേഗാ."[5]

ജംഷദിന്റെ മറുപടി കേട്ട് കുമാരേട്ടൻ ദീർഘനിശ്വാസം വിട്ടു.

പണം അയയ്ക്കാനായി ജംഷദ് ധൃതിയിൽ പുറത്തിറങ്ങി.

ഉച്ചയ്ക്ക് കമ്പനിയിൽ നിന്ന് ബാങ്കിലേക്കും രാത്രി റൂമിലേക്കുമുള്ള ഓട്ടത്തിനിടയിൽ താൻ കാണുന്ന സ്വപ്നഭംഗികൾ കുമാരേട്ടനെ ചില പ്പോൾ ചിരിപ്പിക്കുകയും വിഭ്രമിപ്പിക്കുകയും വിഷാദിയാക്കുകയും ചെയ്യാറുണ്ട്. പല സാധ്യതകൾ സ്വപ്നങ്ങളായി വിടരുന്നതും കൊഴി യുന്നതും കുമാരേട്ടനുതന്നെ അമ്പരപ്പുളവാക്കുന്നു.

---

1. എനിക്ക് 4000 രൂപ വേണം. ഭാര്യയുടെ കത്ത് വന്നിരിക്കുന്നു. എന്തു ചെയ്യും?
2. ബുദ്ധിമുട്ടില്ല, വിഷമിക്കേണ്ട, ഒരാഴ്ചയ്ക്കുള്ളിൽ ശരിയാക്കാം. എന്നാൽ വേഗം തിരിച്ചു തരേണ്ടി വരും.
3. ഇത്രയും പൈസ എന്തിനാണ്.
4. പൈസ എപ്പോഴാണ് അയയ്ക്കുന്നത്.
5. ഇപ്പോൾ തന്നെ.

റോഡിലെ ആൾക്കൂട്ടത്തെ വകഞ്ഞ് കാറുകൾ നിർത്തിയിട്ടിരിക്കുന്ന പൊടിമൺ ഗ്രൗണ്ടും കടന്ന് ഓടുമ്പോഴാണ് കുമാരേട്ടൻ ഓർത്തത്. ജംഷദിന്റെ ഭാര്യയ്ക്ക് ഡ്രാഫ്റ്റ് അയച്ചുവെങ്കിലും അത് കിട്ടിയോ എന്ന് വിളിച്ചു ചോദിച്ചില്ല.

കുമാരാ, നീ നിന്റെ ഭാര്യയെ മറന്നുപോകുന്നു. അരുത് കുമാരാ. ഉള്ളിൽ നിന്നാരോ വിളിച്ചു പറഞ്ഞു. ബൂത്തിലേക്ക് ഓടുന്നതിനിടയിൽ കുമാരേട്ടൻ ഭാര്യയുടെ കത്തിലെ ചില വരികൾ കൂടി ഓർത്തു.

എന്റെ കുമാരേട്ടാ, ഇനി എന്നാണ് നാട്ടിലേക്ക് വരുന്നത്? ഞാൻ കുമാരേട്ടന് വേണ്ടി പ്രാർത്ഥിക്കാത്ത ദിവസങ്ങളില്ല.

ജിയാർഡാനോ ഷോറൂമിന് അരികിൽ വെച്ച ഒരു കാർ ചീറിവന്ന് പിന്നിൽ ഒരലർച്ചയോടെ ബ്രേക്കിട്ടത് കുമാരേട്ടൻ അറിഞ്ഞില്ല. ഭാര്യയുടെ കത്തിന് മറുപടി പറയുകയായിരുന്നു അദ്ദേഹം.

താമസിയാതെ ഞാൻ വരും. ഭാമേ, എന്റെ ഭാമയെ മാറോട് ചേർത്ത് സ്നേഹം പങ്കിടാൻ താമസിയാതെ ഞാൻ വരും.

കാർ ഡ്രൈവർ ചീത്ത വിളിച്ച് വഴിമാറിപ്പോവുകയും കുമാരേട്ടൻ സ്വപ്നങ്ങളിൽ മുങ്ങി പിന്നെയും മുന്നോട്ട് കുതിക്കുകയും ചെയ്തു. ഈ തണുപ്പിൽ സൂചിമുനകൾ ദേഹത്ത് കയറിപ്പറ്റുന്നത് കുമാരേട്ടൻ വൈകിയാണറിഞ്ഞത്. താമസസ്ഥലത്തെത്തുമ്പോൾ തണുപ്പിൽ കോടിപ്പോയിരുന്നു. റൂമിന്റെ പടികയറിയ നേരം മറ്റൊരു ശീതക്കാറ്റ് കീഴ്പ്പെടുത്തി കടന്നുപോയി.

പടികയറാനാവാതെ കുമാരേട്ടൻ വീണു.

നിരത്തിയിട്ട കിടക്കകളൊന്നിൽ മുതുകത്തും നെഞ്ചത്തും ചെറിയ ചെറിയ പ്ലാസ്റ്ററിട്ട കുമാരേട്ടൻ ഞങ്ങൾക്ക് ഒരപരിചിതനെപ്പോലെ തോന്നിച്ചു. ഇന്റൻസീവ് കെയറിലെ രണ്ടുദിവസം കുമാരേട്ടനെ വല്ലാതെ മാറ്റിയിരിക്കുന്നു. കണ്ണുകൾ വിളർത്ത്, ചുണ്ടു കോടി.

എന്നെ കണ്ടപ്പോൾ ചിരിക്കാൻ ശ്രമിച്ചു. എന്നിട്ട് പതുക്കെ മാടി വിളിച്ചു. അരികിൽ ചെന്നപ്പോൾ ഇരിക്കാൻ പറഞ്ഞു. എന്നിട്ട് മന്ത്രിച്ചു.

ഒരു കാരണവശാലും എന്റെ ഭാര്യയെ വിവരമറിയിക്കരുത്. അവൾക്ക് താങ്ങാനാവില്ല. അത്രയ്ക്കിഷ്ടാ അവൾക്കെന്നെ, അറിയാലോ.

അവർ തമ്മിലുള്ള ഇഷ്ടത്തെക്കുറിച്ച് പലതവണ ഞങ്ങളോട് കുമാരേട്ടൻ പറഞ്ഞിരുന്നു.

സ്നേഹമുള്ള ആത്മാർത്ഥതയുള്ള ഒരു ഭാര്യയുള്ളപ്പോൾ ജീവിതത്തിൽ ഒന്നും നമുക്ക് വേണ്ടടോ. ഭാമയ്ക്ക് എന്നെ അത്രയ്ക്കിഷ്ടാ.

ഒടുവിൽ പറഞ്ഞത് കുമാരേട്ടൻ ഒന്നുകൂടി ആവർത്തിക്കും. എന്നിട്ട് ഒരു തുള്ളി കണ്ണീർ പൊഴിക്കും.

ഭാര്യയോടുള്ള കുമാരേട്ടന്റെ സ്നേഹം പോലെ ഒന്ന് ഞാൻ കണ്ടിട്ടില്ല. ഭാര്യയെക്കുറിച്ച് പറയുമ്പോൾ മുഖം വല്ലാതെ കോടുകയും

ക്ഷണനേരം കൊണ്ട് കാരുണ്യവും ലജ്ജയും മുഖത്ത് മിന്നിമറയുന്നതും കാണാം. രണ്ടുദിവസം മുമ്പ് വരെയും അങ്ങനെയൊരു സന്ദർഭം ഉണ്ടായി. കുമാരേട്ടന്റെ പേഴ്സിൽ ഭാര്യയുടെ ഒരു പഴയ ചിത്രമുണ്ട്. ചിലപ്പോൾ അതെടുത്ത് ചുംബിക്കാറുണ്ട്. ആരും കാണുന്നില്ലെന്ന് ഉറപ്പു വരുത്തിയ ശേഷം മാത്രം.

പക്ഷേ, ഭാര്യയുടെ കത്തുകൊളൊന്നും വരാറില്ല. ഫോൺ ചെയ്യാറുള്ളതുകൊണ്ടെന്നായി കുമാരേട്ടൻ. അല്പം കഴിഞ്ഞ് ഡോക്ടർ വാർഡിൽ വന്നു. ഡോക്ടർ ഞങ്ങളോടായി ചോദിച്ചു.

"ആരാ ഇയാളുടെ അടുത്ത ബന്ധു."

"ബന്ധുക്കളായിട്ടാരുമില്ല." ഞാൻ പറഞ്ഞു. ലോകത്തുള്ള എല്ലാവരും കുമാരേട്ടന് ബന്ധുക്കളാണെന്ന് പറയണമെന്നു തോന്നി.

"നിങ്ങൾ വരൂ."

ഡോക്ടർ എന്നെ വിളിച്ചു. അല്പം മാറ്റിനിർത്തി പറഞ്ഞു: "അയാളുടെ ഹൃദയവാൾവുകളെല്ലാം ബ്ലോക്കാണ്. വേഗം നാട്ടിലെത്തിക്കാൻ നോക്കുക. വേണ്ടപ്പെട്ടവരെ വിവരമറിയിക്കുക."

ഞാൻ സ്തബ്ധനായി. ലോകത്തുള്ള സർവ്വചരാചരങ്ങളും എന്റെ കണ്ണിൽ നിശ്ചലമായി. ആരോ വന്ന് മുതുകിൽ തട്ടി ചോദിച്ചു.

"ഡോക്ടർ എന്താ പറഞ്ഞത്."

"വീട്ടിൽ വിവരമറിയിക്കണമെന്ന്. കുമാരേട്ടനെ നാട്ടിലേക്ക് അയയ്ക്കണമെന്ന്." ഞാൻ പറഞ്ഞൊപ്പിച്ചു.

കുമാരേട്ടനറിയാതെ അയാളുടെ ഭാര്യയുടെ ടെലിഫോൺ നമ്പറിന് വേണ്ടി പേഴ്സ് എടുത്തു നോക്കി. സത്യഭാമയുടെ ബ്രാക്കറ്റിൽ പി.പി.പി. എന്നുണ്ട്. കുമാരേട്ടന്റെ വീട്ടിൽ ഫോണുണ്ടാവില്ല. എന്തായാലും ആ നമ്പറിൽ വിളിക്കാം.

ഫോൺ ചെയ്തപ്പോൾ ഒരു പുരുഷ ശബ്ദമാണ് കേട്ടത്.

"കുമാരേട്ടന്റെ ഒരു കൂട്ടുകാരനാ ഞാൻ, അയാളുടെ ഭാര്യ സത്യഭാമയെ ഒന്നു വളിക്കാമോ?"

"കുമാരേട്ടന്റെ ഭാര്യയോ? ഭാമയോ? അവൾ മറ്റൊരുത്തന്റെ കൂടെ ഒളിച്ചോടി പോയിട്ട് വർഷം രണ്ടായല്ലോ. കുമാരേട്ടൻ പറഞ്ഞില്ലേ. എല്ലാം അയാൾക്കറിയാലോ?"

റിസീവർ എന്റെ കൈയിൽ നിന്നും ഊർന്നുവീണു.

തിരിച്ചു കുമാരേട്ടന്റെ അരികിൽ വന്നപ്പോൾ കുമാരേട്ടൻ ആരോടെന്നില്ലാതെ ക്ഷോഭിച്ചു. സ്വപ്നങ്ങൾ കാണാനും സമ്മതിക്കില്ല. നശിച്ച ലോകം.

■

അബ്റ

ഗണപതിയുടെ ചിത്രത്തിൽ കൈവിളക്ക് ഉഴിഞ്ഞ ശേഷം രമേഷ് ജിയന്താനി കുട്ടികളുടെ നേരെ തിരിഞ്ഞ് സൗമ്യമായി ചിരിച്ചു.

"മക്കള് പോവുന്നില്ലേ."

അപ്പോൾ, എന്റെ ഇളയമകൻ അനീസ്, ജയന്താനിയുടെ കൈപിടിച്ചു വലിച്ചു.

"അങ്കിൾ ഷുഡ് കം വിത്ത് അസ്, ലെറ്റസ് ഗോറ്റു പ്ലേ."

ജിയന്താനി പ്രാർത്ഥന മതിയാക്കി. എന്റെ രണ്ടു മക്കളെയും ജിയന്താനിയുടെ മകൾ മമതയെയും അരികിലിരുത്തി ഓരോ ലഡു വായിൽ വെച്ചുകൊടുത്തു.

"ഇന്ന് കളിക്കാൻ ഞാനില്ല. എന്റെ മത്സ്യക്കുഞ്ഞുങ്ങൾ എന്നെ കാത്തിരിക്കുന്നുണ്ടാവും. അവർക്ക് വിശക്കുന്നുണ്ടാവും. നിങ്ങൾക്ക് വേണമെങ്കിൽ എന്റെ കൂടെ വരാമല്ലോ?"

ജിയന്താനി ഇതു പറഞ്ഞപ്പോൾ കളിക്കാൻ പോകുന്നതിനേക്കാൾ സന്തോഷമായി, കുട്ടികൾക്ക്.

നഗരത്തെ രണ്ടായി മുറിക്കുന്ന, കടലിന്റെ കൈവഴിയുടെ തീരത്ത്, അബ്റയ്ക്കരികിൽ കളിച്ചു പുളയ്ക്കുന്ന മത്സ്യക്കുഞ്ഞുങ്ങൾക്ക് ഭക്ഷണം എറിഞ്ഞുകൊടുക്കാൻ ജിയന്താനി പോകാറുണ്ട്. അതൊരു അനുഷ്ഠാനമാണ്. അതിനു ചിലപ്പോൾ കുട്ടികളെയും കൂട്ടും.

തണുപ്പുകാലമായതിനാൽ കുറച്ചു ദിവസമായി എന്റെ കുട്ടികളെ ഞാൻ അയയ്ക്കാറില്ല. തണുപ്പ് കാറ്റ് അലർജി ഉണ്ടാക്കും. ഇന്ന് അത്ര തണുപ്പ് തോന്നുന്നില്ല. എന്റെ കുട്ടികളെയും കൊണ്ടുപോകട്ടെയെന്ന്, ജിയന്താനി, ഒരു നോട്ടത്തിലൂടെ എന്നോട് ചോദിച്ചു. ഞാൻ തലയാട്ടി. ചില സന്ദർഭങ്ങളിൽ എന്റെ അനുവാദമില്ലെങ്കിലും കുട്ടികൾ ജിയന്താനിയുടെ കൂടെ പോകും. എന്നെക്കാൾ ഇഷ്ടം കുട്ടികൾക്ക് ജിയന്താനിയെ.

ഞങ്ങൾ, എന്റെ കുടുംബവും ജിയന്താനിയുടെ കുടുംബവും നഗരത്തിന്റെ ഇടുങ്ങിയ തെരുവുകളിലൊന്നിലെ പഴയ ഒരു വില്ല പങ്കുവെച്ച് താമസിക്കുന്നു. ഞങ്ങളുടെയിടയിൽ രഹസ്യങ്ങളില്ല.

നാല്പത് വർഷമായി ജിയന്താനി ഈ നഗരത്തിലുണ്ട്. ഇന്ത്യാവിഭജന കാലഘട്ടത്തിൽ ജിയന്താനിയുടെ അച്ഛൻ കുടുംബസമേതം ഉരുവിൽ ഇവിടെ വന്നു. അന്ന് കുറച്ചു ഇന്ത്യക്കാർ മാത്രമേ നഗരത്തിൽ ഉണ്ടായിരുന്നുള്ളൂ. ജിയന്താനി പറയും, "എല്ലാം വ്യാപാരികൾ. എന്റെ അച്ഛന് സ്വർണപ്പണി അറിയാമായിരുന്നു. ഒരു കടയിൽ സ്വർണപ്പണിക്കാരനായി ജോലിക്കു ചേരുകയും പിന്നീട് ചെറിയൊരു സ്വർണ്ണക്കട തുടങ്ങുകയും ചെയ്തു. അന്ന് നഗരം ഇത്ര വളർന്നിട്ടില്ല. കേട്ടോ... അച്ഛന്റെ കച്ചവടം കൊഴുത്തു തുടങ്ങിയ കാലത്താണ് എന്റെ ജനനം. അതാ ഞാൻ ഇത്ര കൊഴുത്തുപോയത്." ജിയന്താനി തന്റെ സമൃദ്ധമായ ശരീരം ചൂണ്ടി സൗമ്യമായി ചിരിക്കും.

ജിയന്താനിക്ക് പറയാൻ ഒരുപാട് കഥകളുണ്ട്. ഈന്തപ്പനയോല കൊണ്ടുണ്ടാക്കിയ വീട്ടിൽ തണുപ്പുകാലത്ത് ചൂടും ചൂടുകാലത്ത് തണുപ്പും അനുഭവപ്പെടുന്നത്. ഉദാരമനസ്കനായ ഒരു മലബാരി അബ്റയ്ക്കരികിൽ ഹോട്ടൽ തുടങ്ങി മുടിഞ്ഞത്.

"പുരുഷനാണത്രെ, പുരുഷൻ. ഇയാളെ എന്തിന് കൊള്ളാം. ഗോബിന്ത് അദ്നാനിയെ കണ്ടോ? മാസത്തിൽ ഓരോ കാറാണ് അയാൾ വാങ്ങുന്നത്."

മായ ആരോടെന്നില്ലാതെ പ്രാകിക്കൊണ്ടിരുന്നു. ലിപ്സ്റ്റിക്കിട്ട ചുണ്ടിൽ നിന്ന് തുപ്പൽ പുറത്തേക്ക് തെറിച്ചുകൊണ്ടിരുന്നു.

ജിയന്താനി പുറത്തെ ചാരുകസേരയിലിരുന്ന് മകളെ തലോടിയും ഇടയ്ക്കിടെ പത്രത്തിന്റെ തലക്കെട്ടിൽ കണ്ണുപായിച്ചും മിണ്ടാതിരുന്നു.

മായ: "ഞാൻ എന്റെ ഇരുപത് വർഷം തുലച്ചു. ഇവിടെ വന്നത് എന്തിനാ? നേട്ടങ്ങൾ ഉണ്ടാക്കാനല്ലേ? പുതിയ എത്ര ആഭരണക്കടകൾ വന്നു. എല്ലാം നല്ല നിലയിൽ പ്രവർത്തിക്കുന്നു. ഇയാൾക്കു മാത്രം..."

ജിയന്താനി സൗമ്യത കൈവിടാതെ മറുപടി പറഞ്ഞു.

"എന്നെ സംബന്ധിച്ചിടത്തോളം നേട്ടങ്ങൾ ഉണ്ടാക്കാനായി വന്നതല്ല. ഇവിടെ വിഭജനത്തിന് മുമ്പ് പാക്കിസ്ഥാനിലായിരുന്നു എന്റെ അച്ഛൻ. കലാപത്തിനിടയിൽ ഇന്ത്യയിലേക്ക് കടക്കാനാവാത്തത് കാരണം ഇങ്ങോട്ട് എത്തിപ്പെട്ടതായിരുന്നു. ഒരുപക്ഷേ നിന്റെ അച്ഛനും അങ്ങനെത്തന്നെയാവാം. ഞാനും നീയും ജനിച്ചതും ഇവിടെയാണല്ലോ. ജിയന്താനി എന്തോ ആലോചിച്ച് അവിടെ വെച്ചു നിർത്തി, പുറത്തെ മണൽപ്പരപ്പിലേക്ക് കണ്ണുനട്ടിരുന്നു. മായ പിന്നെയും എന്തൊക്കെയോ പറഞ്ഞുകൊണ്ടും.

മായ, പിന്നെ അണിഞ്ഞൊരുങ്ങി പുറത്തുപോകും. എങ്ങോട്ടാണ് പോകുന്നത് എന്ന് ആർക്കും അറിയില്ല. ജിയന്താനി ചോദിക്കാറുമില്ല.

രാവിലെ അബ്റ കടക്കുമ്പോൾ ജിയന്താനി, ബിസ്ക്കറ്റ് പൊടികളും പഴകിയ ചോറും കരുതും. തണുപ്പ് കാലത്ത് അബ്റയ്ക്കരികിൽ

ഒരുപാട് കടൽക്കാക്കകൾ ദേശാടനത്തിന് എത്താറുണ്ട്. മോട്ടോർ തോണിയുടെ അറ്റത്തിരുന്ന് ബിസ്കറ്റും ചോറും ഉരുളകളാക്കി കടൽക്കാക്കകൾക്ക് എറിഞ്ഞുകൊടുക്കും. ഇപ്പുറത്തെ കടവിൽ നിന്ന് അപ്പുറത്തെ കടവിൽ തോണി എത്തുന്നതുവരെ ഒരുപറ്റം കാക്കകൾ, ജിയന്താനിയും ഞാനുമൊക്കെ യാത്ര ചെയ്യുന്ന തോണിക്കു പിന്നാലെ പറന്നുവരും. മറ്റ് യാത്രക്കാർ മുറുമുറുക്കുമെങ്കിലും ജിയന്താനി കൂട്ടാക്കില്ല.

ഒരിക്കൽ യാത്രയ്ക്കിടയിൽ ജിയന്താനി ചോദിച്ചു: തനിക്ക് ഒരു തമാശ കാണണോ? എന്താ?

കൂട്ടത്തിൽ മനോഹരിയായ ഒരു കാക്കയെ ജിയന്താനി കൈകാട്ടി വിളിച്ചു. അത് പറന്നുവന്ന് അയാളുടെ തോളിലിരുന്ന് എന്തോ മന്ത്രിച്ചു. തോണി കടവ് അടുക്കുമ്പോഴും ആ കാക്ക അയാളെ ചുറ്റിപ്പറ്റി നിന്നു.

“ഞാൻ എപ്പോൾ വിളിച്ചാലും അതെന്റെ അടുത്തുവരും. ഞങ്ങൾ തമ്മിൽ എന്തോ ആത്മബന്ധം ഉള്ളതുപോലെ.”

ജിയന്താനിയുടെ കുടുംബജീവിതത്തിലെ താളപ്പിഴകൾ മൂർച്ഛിച്ചു വരുന്നത് കണ്ട് ഒരുദിവസം ഞാൻ തുറന്നുപറഞ്ഞു.

“താങ്കൾ, മായയെ ആശ്വസിപ്പിക്കണം. ജീവിതം ഇങ്ങനെ പിണങ്ങി തീർക്കാനുള്ളതല്ല.”

ഈ ഭൂമിയിൽ ആരോടും എനിക്ക് പിണക്കമില്ല. സർവചരാചരങ്ങളെയും സ്നേഹിക്കാൻ എനിക്ക് കഴിയും. അങ്ങനെ മനസ്സിനെ ഞാൻ പരുവപ്പെടുത്തി എടുത്തതാണ്. അവൾക്ക് എന്റെ സ്നേഹം വേണ്ടെങ്കിൽ എന്തു ചെയ്യാനാണ്? ഇക്കാലത്ത് സ്നേഹം ആർക്കും വേണ്ടെന്ന് തോന്നുന്നു. ജിയന്താനി നെടുവീർപ്പിട്ടു.

ഞങ്ങൾ അബ്റയുടെ കരയിലായിരുന്നു. കൂറ്റൻ കണ്ണാടി മന്ദിരങ്ങൾ പോക്കുവെയിലിൽ ചുവപ്പണിഞ്ഞു. അതിന്റെ നിഴൽ ജലോപരിതലത്തിൽ ഇളകിക്കൊണ്ടിരുന്നു. എന്റെ കുടുംബജീവിതം നഗരത്തെ കീറിമുറിക്കുന്ന കടലിന്റെ ഈ കൈവഴി പോലെയാണ്. പരസ്പരം ബന്ധിപ്പിക്കാൻ എന്റെ ജീവിതത്തിൽ കടത്തുതോണിയില്ലല്ലോ, എന്റെ ദൈവമേ... അയാൾ അസ്വസ്ഥനായി.

നഗരത്തിൽ, ഇരുകരകളിലും പുതിയ രീതിയിൽ കച്ചവട കേന്ദ്രങ്ങൾ ഉയർന്നുവരുന്നു. ജിയന്താനിയെ പിന്നിലാക്കി പുതിയ സ്വർണ വ്യാപാരികളുടെ തേരോട്ടം. ജിയന്താനി പറഞ്ഞു:

“ഞാൻ ഇന്ത്യയിലേക്ക് മടങ്ങുകയാണ്. ക്ഷമിക്കണം. മടക്കമല്ല, ഞാൻ ഇന്ത്യയിൽ നിന്നല്ലല്ലോ വന്നത്. മുംബൈയിലേക്കാണ് പോകുന്നത്. കട വിൽക്കുമ്പോൾ കുറച്ചു തുക കൈയിൽ വരും അതുമായി എവിടെയെങ്കിലും...”

ജിയന്താനി, മകളുടെ കൈപിടിച്ച് പതുക്കെ തോണിയിൽ കയറി. അവളാണെങ്കിൽ എന്റെ മകനെ കെട്ടിപ്പിടിച്ച് കരയുകയായിരുന്നു.

ജിയന്താനിയുടെ കണ്ണുകൾ നിർജീവം. മായ കൂടെ വരുന്നില്ലെന്ന് അറിഞ്ഞ നാൾ തൊട്ട് ജിയന്താനി അങ്ങനെയായിരുന്നു. ആരോടും അധികം സംസാരിക്കാതെ യന്ത്രസമാനമായി...

ഒരു അവസാന ശ്രമമെന്ന നിലയ്ക്ക് ഇന്നലെ മായയോട് ഞാൻ ചോദിച്ചു. "നിങ്ങൾ ഇവിടെ ഒറ്റയ്ക്ക് എങ്ങിനെ കഴിയാനാണ്."

ഒറ്റയ്ക്കല്ല എന്റെ ആവശ്യങ്ങൾ നിറവേറ്റിത്തരാൻ ഞാൻ ഒരാളെ കണ്ടെത്തിയിട്ടുണ്ട്.

തോണി ആളുകളെ നിറച്ച് അബ്റയിൽ നിന്ന് അപ്പുറത്തെ നഗരത്തെ ലക്ഷ്യമിട്ടു നീങ്ങി. തോണിയിൽ കയറിയതിനു ശേഷം ജിയന്താനി തിരിഞ്ഞുനോക്കിയതേയില്ല. പകുതി വഴി എത്തിയപ്പോൾ ഒരു കടൽക്കാക്ക അയാളുടെ തോളത്തു ചെന്നിരിക്കുന്നത് ഞാൻ കണ്ടു. എന്റെ ദൃഷ്ടിയിൽ നിന്ന് തോണി മറയുവോളം ആ കാക്ക ജിയന്താനിയുടെ തോളത്ത് ഉണ്ടായിരുന്നു.

■

വെളിച്ചത്തിന്റെ സുഷിരങ്ങൾ

ആമുഖം

തുറക്കാവുന്ന ഒരു വാതിലിന്റെ തടസ്സം മാത്രമേ അകത്തെ ഇരുട്ടിൽ നിന്ന് പുറത്തെ വെളിച്ചത്തിലേക്ക് ഉള്ളൂവെന്നും അതിലൂടെ കടക്കാൻ ശ്രമിക്കാത്തതാണ് നമ്മുടെ ദുരന്തമെന്നും ഒരാൾ.

ഇരുട്ടിൽ തന്നെ അദൃശ്യമായ വെളിച്ചത്തിന്റെ സുഷിരങ്ങളുള്ളപ്പോൾ ഒരു വാതിലിന്റെ ആവശ്യമില്ലെന്നും അകക്കണ്ണ് തുറന്നുവെച്ചാൽ വെളിച്ചം കാണാമെന്നും മറ്റൊരാൾ.

ഈ സംവാദങ്ങളൊക്കെ പക്ഷേ, കിടപ്പുമുറിക്ക് പുറത്തുള്ള വലിയ ഹാളിലെ വെളിച്ചത്തിന്റെ നിറവിലായിരുന്നു. നാലു കട്ടിലുള്ള അകത്തെ മുറിയിൽ ഒരാൾ കിടന്നുറങ്ങുകയായിരുന്നു. ബാക്കി മൂന്നുപേർ പുറത്ത് തർക്കിച്ചും ടി.വി കണ്ടും ചീട്ടുകളിച്ചും നാട്ടിലെ വിശേഷങ്ങൾ പറഞ്ഞും...

ഒരാൾ: നമ്മൾ ഇങ്ങനെ, മരുഭൂമിയിൽ വിത്തു വിതറുന്നതു പോലെ ജീവിതം തുലച്ചു കളയണോ?

മറ്റൊരാൾ: മരുഭൂമിയിൽ വിത്തു വിതറുന്നതുപോലെ? വെരിഗുഡ്. ആ പ്രയോഗം എനിക്ക് ഇഷ്ടമായി. നമ്മൾ ജീവിക്കുന്ന മരുഭൂമി അതിലുണ്ട്. തുലച്ചു കളയുന്ന ജീവിതവും. പക്ഷേ, മണലിൽ വളമിട്ട് കൃത്രിമമായി വൃക്ഷങ്ങൾ വികസിപ്പിച്ചെടുക്കുന്നത് നീ കണ്ടിട്ടില്ലേ? ആ നിലയ്ക്ക് ആ പ്രയോഗം സന്ദർഭത്തോട് യോജിക്കുന്നില്ല. പകരം മരീചിക പോലുള്ള ജീവിതമെന്നോ മറ്റോ, കാല്പനികമായി...

മൂന്നാമൻ: എന്തോന്ന് വിത്ത്, എന്തോന്ന് മരീചിക? നിങ്ങൾക്ക് ജോലിയുണ്ട്. വലിയ ശമ്പളമുണ്ട്. ഇഷ്ടാനുസരണം ജീവിക്കുന്നുണ്ട്. സാധാരണ പോലെ ശമ്പളത്തിന്റെ വലിയൊരു ഭാഗം നാട്ടിലേക്കയച്ച് ഇവിടെ പിശുക്കി ജീവിക്കുന്നവരല്ല, നിങ്ങൾ. അങ്ങനെ ജീവിക്കുന്നവർക്ക് നാട്ടിലെ ഒരുപാട് പേരുടെ പ്രാർത്ഥന കിട്ടുന്നില്ലേ? അച്ഛന്റെ, അമ്മയുടെ, ഭാര്യയുടെ, എന്തിന് നിങ്ങളുടെ വീട്ടിനടുത്തുള്ള പലചരക്കു കടക്കാരന്റെ വരെ.

ഒരാളും മറ്റൊരാളും മൂന്നാമന്റെ അഭിപ്രായത്തെ പുച്ഛിച്ചു. അവർ ഒരു കുപ്പിയെടുത്ത്, രണ്ടു ഗ്ലാസിൽ അതിലെ മിനുത്ത ദ്രാവകമൊഴിച്ച്

ചിയേഴ്സ് പറഞ്ഞു. ചിറി തുടച്ച് ഓരോ മാൾബറോ സിഗരറ്റിന് തീ കൊളുത്തി മുറിവിട്ടിറങ്ങി.

കട്ടിൽ

മൂന്നാമൻ അകത്തെ മുറിയിൽ കയറി വെളിച്ചം കുറഞ്ഞ ബൾബിന്റെ സ്വിച്ചിട്ടു. മുറിയുടെ നാലു മൂലയിലായി കിടക്കുന്ന കട്ടിലിലൊന്നിൽ ഉറങ്ങുന്ന നാലാമനെ നോക്കി അയാൾ മന്ത്രിച്ചു. നീ ഭാഗ്യവാൻ, നിനക്ക് നന്നായി ഉറങ്ങാൻ കഴിയുന്നു. എനിക്കാണെങ്കിൽ ഉറക്കമേയില്ല. എന്റെ ഭാര്യ, എന്റെ മകൻ... പത്തു വർഷത്തെ ദാമ്പത്യത്തിനിടയിൽ ഞാൻ അവരോടൊപ്പം കഴിഞ്ഞത് പല തവണകളിലായി അഞ്ചു മാസം. എനിക്ക് ഉറക്കം വരുന്നില്ല, മോനേ...

നാലാമൻ ഉറക്കത്തിൽ ഒന്നു ഞരങ്ങിയതുപോലെ.

എയർകണ്ടീഷനറിന് നല്ല തണുപ്പുണ്ടായിരുന്നു. അവൻ അർധമയക്കത്തിൽ പുതപ്പ് തലയിലേക്കു കൂടി വലിച്ചിട്ടു. അല്പം കഴിഞ്ഞ് കൂർക്കം വലി കേൾക്കാനായി.

മൂന്നാമൻ തന്റെ കട്ടിലിൽ കിടന്ന് ശരീരത്തെ പുതപ്പിനുള്ളിലാഴ്ത്തി. എന്നാൽ മനസ്സ് പുതപ്പിന് വെളിയിൽ തന്നെയായിരുന്നു. അയാൾ ചിന്തിച്ചു: 16 വർഷമായി ഈ കട്ടിൽ എന്റെ ശരീരം താങ്ങുന്നു. ഇവിടെ എത്തിയതു മുതൽ. ചിലപ്പോൾ ഭയങ്കര വിഷമമുള്ള നേരങ്ങളിൽ കട്ടിലിൽ വന്നു വീഴുകയാണ് പതിവ്. കട്ടിൽ ഒന്നു കുലുങ്ങും. അത്രമാത്രം.

അയാൾ, മുറിയിലുള്ള കട്ടിലുകളെയെല്ലാം ആദരവോടെ നോക്കി. ഈ മുറിയിൽ താമസിക്കുന്ന ജീവനുള്ള മനുഷ്യരും ജീവനില്ലാത്ത കട്ടിലുകളും തമ്മിൽ ജൈവപരമായ എന്തോ ബന്ധമുണ്ടെന്നും അത് അദൃശ്യമാണെങ്കിലും വലിയ സാന്നിധ്യമാണെന്നും അയാൾ കണ്ടെത്തി.

നാലാമൻ

അവൻ നേരത്തെ ഉണരുന്നു. വൈകി ഉണരുന്ന മറ്റു മൂന്നുപേരുടെ ഉറക്കത്തിന് ഭംഗം വരുത്താതെ നിശ്ശബ്ദം എണീറ്റ് പ്രഭാതകൃത്യങ്ങൾ നടത്തി ജോലിക്കു പോകുന്നു. ഉച്ചയ്ക്ക് ഓഫീസിനടുത്തുള്ള കഫ്റ്റീരിയയിൽ നിന്ന് ഭക്ഷണം കഴിക്കുന്നു. രാത്രി, മറ്റു മൂന്നുപേർ എത്തുന്നതിന് മുമ്പ് മുറിയിൽ കയറി വിളക്കണച്ച് കിടന്നുറങ്ങുന്നു.

എപ്പോഴും വെളിച്ചം നിറഞ്ഞു നിൽക്കുന്ന പുറത്തെ ഹാളിൽ ഒരു വിളക്കുകൂടി കത്തിച്ചുവെച്ചാണ് ഉറങ്ങാൻ കിടക്കുക. അവൻ അവധി ദിനങ്ങളിലും ജോലിക്കു പോകാറുണ്ട്. ജോലി ചെയ്താൽ ഇരട്ടി ശമ്പളം ലഭിക്കും. എന്തിനിങ്ങനെ അധ്വാനിക്കുന്നു എന്ന് ആർക്കും അറിയില്ല. 'പണത്തോടുള്ള ആർത്തി'. അല്ലാതെന്ത്. മൂന്നുപേരിൽ ഒരാൾ ഒരിക്കൽ തീർപ്പു കല്പിച്ചിരുന്നു.

അതേസമയം അവൻ ഒരിക്കലും മറ്റു മൂന്നുപേർക്ക് ശല്യമായിരുന്നില്ല. കൃത്യം രണ്ടാംതീയതി മുറി വാടക, വാട്ടർ- ഇലക്ട്രിസിറ്റി- ടെലിഫോൺ ബിൽ എന്നിങ്ങനെയുള്ള ബാധ്യതകളിൽ തന്റെ ഓഹരി ഒരു കടലാസിൽ പൊതിഞ്ഞ് മേശവലിപ്പിൽ വെച്ചിരിക്കും. ആരാണോ ബില്ല് അടയ്ക്കാൻ പോകുന്നത് അയാൾക്ക് ആ തുക എടുക്കാം. എല്ലാ ആഴ്ചയിലും മുറിയും കക്കൂസും വൃത്തിയാക്കും. ഹാളിൽ രാത്രി എത്ര ബഹളമുണ്ടാക്കിയാലും അവന് പ്രശ്നമില്ല.

ഡിസംബറിലെ ഒരു തണുത്ത രാത്രിയിൽ നാട്ടിൽ നിന്നു വന്ന ഫോൺകോൾ സംഭവഗതികൾ മാറ്റിമറിച്ചു. അല്ലെങ്കിലും ആരുടെയും ജീവിതത്തെ അപ്പാടെ കീഴ്മേൽ മറിക്കാൻ വിധിയുടെ ഒരു നിമിഷത്തിന് കഴിയുമല്ലോ?

മൂന്നാമനാണ് ഫോണെടുത്തത്.

അങ്ങേ തലയ്ക്കൽ ഒരു സ്ത്രീയുടെ ഇടറിയ സ്വരം.

“മോനെ... അപ്പൻ മരിച്ചു.” അവർ പറഞ്ഞു.

“എനിക്ക് അപ്പനില്ലല്ലോ? നിങ്ങൾക്ക് ആരെയാണ് വേണ്ടത്? ആരുടെ അപ്പനാണ് മരിച്ചത്?”

മൂന്നാമൻ ഉത്കണ്ഠാകുലനായി.

“അവൻ... അവനില്ലേ? എന്റെ മോൻ... അവനോട് പറയണം.”

അയാൾക്ക് ആളെ വ്യക്തമായി.

“ഞാൻ പറയാം. അമ്മച്ചി വിഷമിക്കാതെ.”

അവൻ നല്ല ഉറക്കത്തിലായിരുന്നു. വിളിച്ചുണർത്തി. നിന്റെ അപ്പൻ മരിച്ചു എന്ന് പറയുന്നതിലെ അഭംഗി ഓർത്ത് മൂന്നാമൻ അല്പം ശങ്കിച്ചു നിന്നു. പറയാതിരിക്കുന്നതെങ്ങനെ?

ഒന്നു തൊട്ടപ്പോൾ തന്നെ അവൻ ഉണർന്നു. പേടിസ്വപ്നം കണ്ട് ഞെട്ടിയുണരുന്നത് പോലെ.

“എന്താ എന്താ?”

“നാട്ടിൽ നിന്ന് ഫോണുണ്ടായിരുന്നു. നിന്റെ അപ്പൻ...”

“അപ്പൻ... അപ്പൻ മരിച്ചു. അല്ലേ?”

അവൻ ഒന്നു തേങ്ങി.

“ഇനി എന്റെ അമ്മച്ചി...” പിന്നെ. തേങ്ങൽ, അടക്കിപ്പിടിച്ച ഗദ്ഗദമായി. അവൻ ആരോടും സംസാരിക്കാൻ നിന്നില്ല.. അമ്മയുടെ കൈയിലേക്ക് ഒരു കുഞ്ഞുവീഴുന്നതുപോലെ സ്വന്തം കട്ടിലിലേക്ക് ചെരിഞ്ഞു. പിറ്റേന്ന് അവൻ ജോലിക്ക് പോയിരുന്നു. മറ്റു മൂന്നുപേർ അവരുടെ തിരക്കുകളിലേക്കും.

ഏതാനും ദിവസങ്ങൾക്കു ശേഷം രാവിലെ നാട്ടിൽ നിന്ന് വേറൊരു ഫോൺ. ഇത്തവണയും മൂന്നാമനാണ് എടുത്തത്. ഫോൺ വെച്ച ശേഷം അയാൾ മറ്റു രണ്ടുപേരോടുമായി പറഞ്ഞു.

"അവന്റെ അമ്മച്ചിയും മരിച്ചു."

"അവനെ വിവരം അറിയിക്കണ്ടേ?"

രണ്ടുപേരും മുഖത്തോടു മുഖം നോക്കി.

"അവൻ നേരത്തെ എഴുന്നേറ്റ് പോയല്ലോ? അവന്റെ ജോലി സ്ഥലത്ത് എത്താൻ ടാക്സിയിൽ പോകണം. മൊബൈലും ഇല്ല. കമ്പനിയിലെ നമ്പർ അറിഞ്ഞുകൂട. എന്തൊരു കഷ്ടം."

"നമുക്ക് ടാക്സി പിടിച്ച് അവന്റെടുത്ത് പോയാലോ? അപ്പൻ മരിച്ചു. ഇതാ ഇപ്പോ അമ്മച്ചിയും. വിവരം അറിയുമ്പോ താങ്ങാൻ പറ്റുമോ? നമ്മൾ പോയി കൂട്ടിക്കൊണ്ടുവന്ന് ആശ്വസിപ്പിക്കേണ്ടതല്ലേ?"

മൂന്നാമൻ.

"എനിക്ക് ജോലിക്ക് പോകാൻ നേരായി. അല്ലെങ്കിലും വിവരം അറിയിച്ചാൽ, അവൻ നാട്ടിലേക്ക് പോകുമോ. അപ്പൻ മരിച്ചപ്പോ പോയിരുന്നില്ലല്ലോ. ഇത്തവണയും പോവില്ല. കാശിന്റെ ആർത്തിയാണെന്നേ... നിങ്ങളു കുളിച്ച് പണിക്കു പോകാൻ നോക്ക്. പോകുമ്പോ ഒരു കുറിപ്പ് എഴുതി വെച്ചോ. അമ്മച്ചി മരിച്ചതായിട്ട്. അവൻ വൈകിട്ട് വന്ന് വായിച്ചോളും."

ഒരാൾ പ്രായോഗിക ബുദ്ധി ഉപദേശിച്ചു.

മൂന്നാമന് പക്ഷേ, പോകാതിരിക്കാൻ കഴിഞ്ഞില്ല. അയാൾ, ടാക്സിയിൽ അവന്റെ ജോലിസ്ഥലത്തെത്തി അവനെ കണ്ടെത്തുക തന്നെ ചെയ്തു. അപ്രതീക്ഷിതമായി, കൂടെ താമസിക്കുന്നയാളെ കണ്ടപ്പോൾ അവൻ അദ്ഭുതപ്പെട്ടു. അവർ രണ്ടാളും കമ്പനിയിലെ ബഹളങ്ങളില്ലാത്തിടത്തേക്ക് മാറി.

അയാൾ കൈപിടിച്ചു.

"നിന്റെ അമ്മച്ചി..." അയാൾ പൂർത്തിയാക്കുന്നതിന് മുമ്പ് അവൻ കൂട്ടിച്ചേർത്തു.

"മരിച്ചു അല്ലേ? നിങ്ങളുടെ വരവ് കണ്ടപ്പോൾ ഞാൻ ഊഹിച്ചു."

"നിനക്ക് നാട്ടിലേക്ക് പോകണ്ടേ?"

"കമ്പനി ലീവ് തരില്ലേ?"

അവന് ഭാവഭേദം ഉണ്ടായില്ല.

"നീ മുറിയിലേക്ക് വരുന്നില്ലേ?"

ഇല്ലെന്ന് അവൻ തലയാട്ടി. എന്നിട്ട് ആരോടെന്നില്ലാതെ പറഞ്ഞു.

അപ്പൻ മരിച്ചു. അമ്മച്ചിയും. ഇനി ഞാനും... അവൻ നടന്നു നീങ്ങി.

സമസ്യ

അവന്റെ ജീവിതത്തെ ചുറ്റിപ്പറ്റിയുള്ള ദുരൂഹതയായിരുന്നു അന്നത്തെ രാത്രിയിൽ ഹാളിലെ ചർച്ച. കണ്ടുപിടിക്കണം. അവന്റെ പെട്ടികളൊക്കെ പരിശോധിച്ച് കത്തുകളൊക്കെ ചികയണം. എന്തെങ്കിലും സൂചനകൾ കിട്ടാതിരിക്കില്ല.

“ഇനി ഞാനെന്ന് അവൻ പറഞ്ഞതിൽ എന്തോ കാര്യമുണ്ട്.”

പതിവുപോലെ ഒരാൾ.

അവൻ കിടുന്നുറങ്ങുകയായിരുന്നു. പതുക്കെ അവർ അവന്റെ സമീപം ചെന്ന് കട്ടിലിനടിയിലെ പെട്ടി പൊക്കിയെടുത്ത് ഹാളിലേക്കെത്തിച്ചു. അതിനകത്ത് കുറച്ചു വസ്ത്രങ്ങൾ. അതിനിടയിൽ കുറച്ചു കത്തുകൾ.

കത്തുകളിൽ മിക്കവയും അപ്പന്റേത്. അപ്പൻ ഒടുവിൽ എഴുതിയതെന്ന് തോന്നിയ കത്താണ് അവർ ആദ്യം വായിച്ചത്... മോനെ, നീ അവിടെ കഷ്ടപ്പെട്ട് അയയ്ക്കുന്ന പണമൊക്കെ ഞങ്ങളുടെ ചികിത്സയ്ക്ക് ചെലവാക്കുന്നു. ചികിത്സിച്ച് ഒരു ഫലവുമില്ല എന്നറിഞ്ഞിട്ടും ചികിത്സിക്കുന്നു. ഏതായാലും ഇനി അധികകാലം ജീവിക്കില്ല. നിന്നെയെങ്കിലും ദൈവം രക്ഷിക്കട്ടെ, നീ ചികിത്സ മുടക്കരുത്.

എടാ, അവൻ മരണം കാത്തു കിടക്കുന്നവനാ എന്റെ ദൈവമേ, കുരിശാകും. ഒരാൾ ചാടിയെഴുന്നേറ്റു.

അവൻ ഇവിടെ മരിച്ചാൽ എന്തെല്ലാം പൊല്ലാപ്പുകൾ. ജഡം നമ്മൾ നാട്ടിലെത്തിക്കണം. അല്ലെങ്കിൽ ഇവിടെ ശ്മശാനത്തിൽ കൊണ്ടുപോകണം. എന്തായാലും പൊലീസ് സ്റ്റേഷനിൽ കയറേണ്ടിവരില്ലേ? അവനെ എങ്ങനെയെങ്കിലും നാട്ടിലേക്ക് പോകാൻ പ്രേരിപ്പിക്കണം. മൂന്നുപേരും ഇക്കാര്യത്തിൽ യോജിച്ചു.

ഒടുക്കം

അകത്തെ മുറിയിലുള്ള ഇരുട്ടിലെ വെളിച്ചത്തിന്റെ സുഷിരങ്ങൾ കാണണമെങ്കിൽ ഇരുട്ടിൽ തന്നെ നിൽക്കണം. അവർ മൂന്നുപേരും പക്ഷേ കനത്ത പ്രകാശത്തിലായിരുന്നു.

■

ഭൂപടം

ഈ വരവിൽ, വിശ്വേശ്വരഭട്ടിന്റെ വീടു സന്ദർശിക്കണമെന്ന് ഉമ്മ നിർബന്ധം പിടിച്ചു.

"ഞമ്മള് വിതയ്ക്കുന്നതും കൊയ്യുന്നതും പോലെയാ അല്ലാഹു ആളുകളെ ജനിപ്പിക്കുന്നതും മരിപ്പിക്കുന്നതും. ഭട്ട് കയ്യാണ്ടാട കിടക്കുന്നത്. എപ്പളാ മരിച്ചുപോകുന്നതെന്നു പറയാൻ കയ്യീല. നീ ഇക്കുറി എന്തായാലും പോയി കാണണം."

ഉമ്മ നിർത്താതെ പറഞ്ഞുകൊണ്ടിരുന്നു.

വിശ്വേശ്വരഭട്ടിന്റെ കാര്യം പറയുമ്പോൾ ഉമ്മ, നാല്പതു കൊല്ലം പിന്നിലേക്കു പോയി ദീർഘനിശ്വാസം വിടുന്നു. അവിടെ ചെറിയ പട്ടണത്തിൽ പലചരക്കുകട നടത്തുന്ന ഉപ്പയുടെ കുടുംബജീവിതത്തിലെ പച്ചപ്പുണ്ട്. സന്തോഷകരമായ നാളുകളിലെ ഉല്ലാസങ്ങളുണ്ട്. ഉപ്പയുടെ കടയുടെ തൊട്ടടുത്ത് ഫലവർഗങ്ങൾ വിൽക്കുന്ന ഭട്ടിന്റെ സ്നേഹവായ്പുകളുണ്ട്.

ഭട്ടിന്റെ ദൈനംദിന ജീവിതത്തെക്കുറിച്ചുള്ള ഉപ്പയുടെ വിവരണത്തിലൂടെ ഞങ്ങളുടെയെല്ലാമുള്ളിൽ സ്നേഹത്തിന്റെ ഒരു പർവതം നിറഞ്ഞുനിന്നു. ഇന്നയാൾ കട തുറന്നിട്ടില്ല. ഞാൻ അന്വേഷിച്ചപ്പോ, "ആൾ മംഗലാപുരത്തെത്തീന്. ഞമ്മളെ കടന്റടുത്തെ മൊയ്തൂന് സീരിയസ്സല്ലേ? ഭട്ടാണ് കാറും പിടിച്ച് കൊണ്ടുപോയത്. കൊറെ കാശും ചെലവാക്കീറ്റ്ണ്ടാവും."

ദിവസവും രണ്ടര കിലോമീറ്റർ നടന്ന് പട്ടണത്തിൽ കടയിലെത്തുന്ന ഉപ്പയുടെ ജീവിതവും വിശ്വേശ്വരഭട്ടിന്റെ സാമീപ്യത്തിൽ സുരക്ഷിതമാണെന്ന് ഉമ്മ വിശ്വസിച്ചു. അതു ശരിയുമാണ്.

നോമ്പുകാലത്തെ ഒരുദിവസം ഉപ്പ അല്പം വൈകിയാണ് വീട്ടിൽ തിരിച്ചെത്തിയത്. ഉമ്മ ചോദിച്ചു.

"എന്തേ ഇത്ര നേരായി?"

കാൽ കഴുകി അകത്തേക്ക് കയറുന്നതിനിടയിൽ ഉപ്പ പറഞ്ഞൊപ്പിച്ചു.

"നമ്മുടെ ഭട്ടിന്റെ ഇളയ മോൻ മരിച്ചു."

"എന്റെ റബ്ബേ എങ്ങനെ?"

മറ്റൊന്നും പറഞ്ഞില്ല. പിന്നീട് ഉപ്പയുടെ മരണത്തിനു ശേഷം യാദൃച്ഛികമായി ഏതോ സന്ദർഭത്തിൽ ഉമ്മ ഞങ്ങളോടു പറഞ്ഞു.

"മോഹൻ മരിച്ചത്, ഭട്ട് തല്ലിയപ്പോളാ. എന്തിനാ തല്ലിയതെന്നറിയ്യോ? നോമ്പുണ്ടായിരുന്ന ഒരാളെ കളിയാക്കാൻ അയാള്ടെ മുമ്പില് വെച്ചിറ്റ് മാങ്ങ തിന്നതിനാ തല്ല്യത്. ഒറ്റ അടിക്ക് മോൻ മയ്യത്തായി." – ഉപ്പ പറഞ്ഞത്, ഉമ്മ അതേപോലെ ഞങ്ങളെ കേൾപ്പിക്കുന്നു.

ഉപ്പ അടുത്തു തന്നെയുണ്ടായിരുന്നു. ഉപ്പ ആരോടും മരിക്കോളം ഇതു പറഞ്ഞിട്ടില്ല. എന്നോടല്ലാതെ. നിങ്ങളും ആരോടും ഇതു പറയേണ്ട. ഒരു മുസ്ലിമിനെ കളിയാക്കിയതിനാ മോനെ ഭട്ട് തല്ലീത്. തല്ലിയത് ശരിയാന്നാ ഭട്ട്, ഉപ്പാട് പിന്നീടു പറഞ്ഞതും...

ഒരുപാട് പടവുകളുള്ള മല്ലികാർജ്ജുന ക്ഷേത്രം. അതിന്റെ ഓരത്ത് ഓടിട്ട ഒരു കൊച്ചുവീട്. അവ്യക്തമെങ്കിലും ഇതെന്റെ ഓർമ്മയിലുണ്ട്. ആ വീട്ടിൽ വിശ്വേശ്വരഭട്ട്, പ്രായത്തിന്റെ അവശതകളുമായി... ക്ഷേത്രത്തിന്റെ പടവുകൾക്കിരുവശവും പൂ വിൽക്കുന്ന, മൂക്കുത്തിയിട്ട പെണ്ണുങ്ങൾ ഇപ്പോഴുമുണ്ട്. അവർക്കിടയിലൂടെ പടവുകളിറങ്ങിയപ്പോൾ.

പണ്ടില്ലാതിരുന്ന ഒരു ഭീതി. ഞങ്ങൾ ക്ഷേത്ര പടവുകളിൽ കളിച്ചു നടക്കുമായിരുന്നു പണ്ട്. ശ്രീ കോവിലോളം പോകുമായിരുന്നു. ഭട്ടിന്റെ മൂത്തമകൻ അനൂപ് പറയും. "എല്ലാവർക്കുമുള്ളതാണ് ദൈവത്തിന് എന്തു ജാതീം മതോം." അനൂപാണ് ഞങ്ങളുടെ കൈപിടിച്ച് ക്ഷേത്രത്തിനകത്തേക്ക് കൊണ്ടുപോവുക. ശ്രീകോവിലിനു മുന്നിലെ വലിയ പാത്രത്തിൽ നിന്ന് ചെറിയ തന്ത്രി ഉണ്ണിയപ്പം തരും.

"എന്താ കുട്ട്യോളെ സ്കൂളില്ലേ?"

ഇതാ ഞങ്ങളെ സ്കൂള്– അനൂപ് അതും പറഞ്ഞ് ക്ഷേത്രക്കുളത്തിലേക്ക് ഒറ്റ ചാട്ടമാണ്. ഭട്ടിന്റെ വീട്ടിലേക്കുള്ള വഴിയിൽ ഇന്നും കോളാമ്പിപ്പൂക്കളും മുല്ലയും വീണുകിടപ്പുണ്ട്. പറമ്പു പക്ഷേ, കുറ്റിക്കാട്ടിനുള്ളിലായതു കൊണ്ട് അകം അവ്യക്തം. വീടിന്റെ ഉമ്മറത്ത് ആരെയും കണ്ടില്ല. ഉമ്മറപ്പടിയിൽ നിന്നു മുരടനക്കിയപ്പോൾ ആജാനുബാഹുവായ ഒരാൾ കൈയില് വള, കഴുത്തിൽ ചരട്.

"യാറു നീയു?" (ആരാ നിങ്ങൾ)

"നാനു, അന്തുഞ്ഞി മാപ്പിള മഗ..." (ഞാൻ അന്തുഞ്ഞിയുടെ മകൻ)

"ആ, നീയ... എന്താ വന്നെ?"

ആരാണു നിങ്ങൾ എന്നു തിരിച്ചു ചോദിക്കാൻ തുനിഞ്ഞപ്പോൾ അയാൾ ഗൗരവം വിടാതെ പറഞ്ഞു: "ഞാൻ അനൂപ്."

അനൂപ്..? ഞാൻ ആശ്ചര്യവാനായി.

"അതെ, നിന്നെ എനിക്കു മനസ്സിലായി. അച്ഛൻ അകത്ത്ണ്ട്. പൊക്കോ." അനൂപിന്റെ സന്തോഷമില്ലായ്മ എന്നെ അസ്വസ്ഥനാക്കി.

ഭട്ടിന്റെ കിടപ്പ് കണ്ടപ്പോൾ. ഇന്ത്യയുടെ പഴയൊരു ഭൂപടമാണ് ഓർമ്മ വന്നത്. നേരിയ ഒരു കട്ടിലിൽ ശോഷിച്ച കാൽ രണ്ടും കൂട്ടിപ്പിണച്ച്, കട്ടിലിന്റെ ഇരുവശത്ത് കൈ രണ്ടും തൂക്കിയിട്ട് പറ്റേ വടിച്ച തലയുമായി.

അപരിചിതനായ എന്നെ കണ്ടപ്പോൾ അയാളുടെ കൈ ഒന്നനങ്ങി.

"ഞാൻ... അന്തുഞ്ഞി മാപ്പിളയുടെ മകൻ..." ശബ്ദം താഴ്ത്തി പറഞ്ഞു. കേട്ടില്ലെന്നു തോന്നിയപ്പോൾ ഒന്നുകൂടി ഉച്ചത്തിൽ പറഞ്ഞു.

ഭട്ടിന്റെ കൺപോള അനങ്ങി. തിരിച്ചറിഞ്ഞിരിക്കണം. ആശ്വാസമായി.

ശബ്ദം കേട്ട് ഒരു സ്ത്രീ അകത്തു വന്നു. "അദ്ദേഹത്തിന് സംസാരിക്കാൻ വയ്യ. നിങ്ങൾ...?" ഞാൻ പരിചയപ്പെടുത്തി.

"നിങ്ങൾക്കെന്നെ മനസ്സിലാവില്ല. പക്ഷേ നിങ്ങളെക്കുറിച്ച് അനൂപ് എന്നോട് മുമ്പൊരിക്കൽ പറഞ്ഞതോർക്കുന്നു. ഇരിക്കൂ, ഞാൻ ചായയെടുക്കാം."

അനൂപിന്റെ ഭാര്യയായിരിക്കണം. എന്നാൽ അനൂപ് എന്തുകൊണ്ട് അധികം സംസാരിക്കാൻ കൂട്ടാക്കിയില്ല? കോലായിൽ ആലോചിച്ചിരുന്നപ്പോൾ...

"ഇതാ, ചായ." ആ സ്ത്രീ വളരെ അടുത്ത്.

വേഗത്തിൽ ചായ കുടിച്ച് ഇറങ്ങാൻ ധൃതിപ്പെട്ടപ്പോൾ അനൂപ് മുന്നിൽ. മദ്യത്തിന്റെ ഗന്ധം. വേറെയും രണ്ടുപേർ പിന്നിലുണ്ട്.

"ഹും, കാശെടുക്ക്." അനൂപിന്റെ ഭാവമാറ്റം പേടിപ്പെടുത്തുന്നതായിരുന്നു. "എനിക്ക് ഒന്നും മനസ്സിലാകുന്നില്ലല്ലോ?"

"പഴയ പരിചയക്കാരനെന്നു വെച്ച് ഇക്കാര്യത്തിൽ ഇളവൊന്നുമില്ല." അനൂപ് രോഷാകുലനാകുന്നു.

ചായ തന്ന സ്ത്രീ പുറത്തിറങ്ങി വന്ന് അനൂപിനെ തടഞ്ഞു. പിന്നീട് അനൂപിനെ ദൂരേക്കു മാറ്റി നിർത്തി എന്തോ രഹസ്യം പറഞ്ഞു.

"ഹ, അതുശരി, ഞാൻ കരുതി ഇവളെ കാണാൻ വന്നതാണെന്ന്. ഇനി അച്ഛനെ കാണാനാണെന്നു പറഞ്ഞ് ഇങ്ങോട്ടു വരണ്ട. മനസ്സിലായോ?" അയാൾ ആരോടെന്നില്ലാതെ.

ഞാൻ പകച്ചു നിൽക്കെ, വീടിനകത്തു എന്തോ വീഴുന്ന ശബ്ദം. ഭട്ട് കട്ടിലിൽ നിന്നു വീണതാണ്. ശോഷിച്ച അദ്ദേഹത്തിന്റെ കൈ നിലത്തുനിന്നുയർന്നു വരുന്നു. അത് അനൂപിന്റെ നേർക്കാണ്. അതിൽ മജ്ജയും മാംസവും നിറഞ്ഞു കരുത്തു പടരുന്നതായും ഞാൻ കണ്ടു.

■

നിക്കോളും റസ്സൽക്രോയും എന്തിനു പ്രണയിക്കുന്നു?

വശീകരണ ശക്തിയാർന്ന കണ്ണുകളുള്ള, വെട്ടിയൊതുക്കിയ താടിയുള്ള ഹോളിവുഡ് നടൻ റസ്സൽക്രോയ്ക്ക് നടി നിക്കോൾ കിഡ്മാനെയാണ് ഇപ്പോൾ ഇഷ്ടമെന്ന് ഫറീനാ ഇഖ്ബാൽ.

അല്ല, ബൂഗി നൈറ്റ്സിലെ നായിക ഹീതർ ഗ്രഹാമിനെ ഒരു ചടങ്ങിൽ വെച്ച് കണ്ടപ്പോൾ ആ സൗന്ദര്യത്തിൽ ക്രോം വീണുപോയെന്നും അവർ വിവാഹിതരാകുമെന്നും അനുപമ കൃഷ്ണൻ.

“ഫിജിയിലെ സ്വർഗ്ഗ സമാനമായ അവധിക്കാല കേന്ദ്രത്തിൽ ക്രോയും നിക്കോളും കൈകോർത്തു നടക്കുന്ന ലേറ്റസ്റ്റ് പിക്ചർ ഞാൻ ഇന്നലെ നെറ്റിൽ കണ്ടല്ലോ?”

ഫറീൻ തറപ്പിച്ചു പറഞ്ഞു. എന്നിട്ട് വിശദീകരിക്കുകയും ചെയ്തു.

“യുനൊ, വക്കായ എന്നാണ് ആ റിസോർട്ടിന്റെ പേര്. ഒരാഴ്ചയ്ക്ക് 15000 അമേരിക്കൻ ഡോളറാ അതിന്റെ വാടക. ആസ്ത്രേല്യയിൽ നിന്ന് നിക്കോൾ സ്വകാര്യ ജെറ്റിലാ അവിടെയെത്തിയത്. പിന്നീട് ക്രോയും എത്തി. അവർ ഒരുമിച്ച് ബീച്ചിൽ കുളിക്കുന്ന ചിത്രങ്ങളും നെറ്റിലുണ്ടായിരുന്നു. ശ്ശോ. എന്തൊരു പടങ്ങളായിരുന്നു. അത്... ക്രോ ആരുടെയും പിന്നാലെ പോകാറില്ല. അയാളെത്തേടി നടികൾ എത്താറാണ് പതിവ്. പിന്നെ ഇതെങ്ങനെ സംഭവിച്ചുവെന്നാണ് എനിക്ക് മനസ്സിലാകാത്തത്.”

ഫറീന്റെ വിവരണം വസ്തുനിഷ്ഠമായിരുന്നതിനാൽ പിന്നെയൊന്നും പറയാൻ അനുപമ നിന്നില്ല. എല്ലാം മൂളിക്കേൾക്കുക മാത്രം ചെയ്തു.

നിരവധി ഫ്ളാറ്റ് സമുച്ചയങ്ങൾ തലങ്ങും വിലങ്ങും പണിതിട്ടതു മൂലം കോളനിയായി മാറിയ ഈ നഗരപ്രാന്തത്തിലെ ആൺകുട്ടികളുടെയും പെൺകുട്ടികളുടെയും ഇടയിൽ നിക്കോൾകിഡ്മാൻ, റസ്സൽക്രോ, ടോംക്രൂയിസ് എന്നിവർ ഈയിടെയായി സജീവ ചർച്ചാവിഷയമാണ്. ചുവന്ന തലമുടിയും മരതകക്കണ്ണുകളുമുള്ള നിക്കോൾ, ഭർത്താവ് ടോം ക്രൂയിസിനെ വിട്ട് ആസ്ട്രേലിയയിലേക്ക് മടങ്ങിയത് ക്രൂയിസ് നിക്കോൾ

ആരാധകർക്ക് കടുത്ത നിരാശയാണ് സമ്മാനിച്ചത്. ഏതാനും ദിവസ ത്തിനകം തന്നെ ക്രൂയിസിന്റെ അടുത്ത സുഹൃത്തെന്ന് കരുതിയ ക്രോ, സുഹൃത്തിന്റെ ഭാര്യ- നിക്കോൾയുമായി പ്രണയത്തിലാണെന്ന വാർത്തയും വന്നു. വാർത്ത അനുപമയ്ക്ക് തീരെ വിശ്വസിക്കാൻ കഴി ഞ്ഞില്ല. അങ്ങനെയാണ് ഫറീനും അനുപമയും അതിനെക്കുറിച്ച് ചർച്ച ചെയ്തത്. ഹോളിവുഡ് നടീനടന്മാരുടെ രഹസ്യങ്ങളെല്ലാം വായിക്കു ന്നതിലും വരികൾക്കിടയിലൂടെ വായിക്കുന്നതിലും മിടുക്കിയാണ് ഫറീൻ.

അനുപമയുടെ സംശയങ്ങളൊക്കെ തീർത്തുകൊടുത്തെങ്കിലും ഫറീന്റെ ഉള്ളിലും ചില ചോദ്യങ്ങൾ ബാക്കിയായിരുന്നു. അതീവ സുന്ദ രനായ ക്രോ എന്തിന് സുഹൃത്തിന്റെ ഭാര്യയും മുപ്പത്തിനാലുകാരിയു മായ നിക്കോളിന്റെ മോഹവലയത്തിൽ വീണു? പ്രണയത്തിന് നൈതികത ഇല്ലെന്നു പറയുന്നത് വെറുതെയല്ല.

“ഇന്ന് എന്താ പരിപാടി?”

അനുപമ വിഷയം മാറ്റാൻ ചോദിച്ചു. ഫറീൻ ചിന്തയിൽ നിന്ന് ഉണർന്നു.

“ഇതാ ഞാനിപ്പോൾ വന്നു.” എന്നു പറഞ്ഞ് വേഷം മാറാൻ പോയ ഫറീൻ ഹാഫ് ട്രൗസറും ടോപ്പുമിട്ടാണ് തിരിച്ചുവന്നത്.

“വാ. നമുക്ക് ക്രിക്കറ്റ് കളിക്കുന്നിടത്ത് പോകാം...” അവൾ പറഞ്ഞു.

അനുപമ അപ്പോൾ ഫറീന്റെ കാലുകളിലേക്ക് നോക്കുകയായിരുന്നു. ബ്ലീച്ച് ചെയ്ത് മിനുസപ്പെടുത്തിയതെങ്കിലും പ്രദർശിപ്പിക്കാൻ തക്ക അഴക് അതിനുണ്ടായിരുന്നില്ല. നല്ല വൃത്തിയുള്ള വാഴത്തണ്ടുപോലെ ആകാര സൗഷ്ഠവമുള്ള കാൽ അനുപമയ്ക്കുണ്ടെങ്കിലും ജീൻസിടാൻ പ്രേരിപ്പിച്ച് പ്രദർശനം പപ്പ അസാധ്യമാക്കിയിരുന്നു. അതിൽ അവൾക്ക് നിരാശയുണ്ട്.

“പോകാം...” അനുപമയും തയ്യാറായി. അവർ ഫറീന്റെ ഫ്ളാറ്റിൽ നിന്ന് ലിഫ്റ്റിറങ്ങി.

കോളനിയുടെ പുറംഭാഗമെന്ന് തോന്നിക്കുന്ന വിശാലമായ പൂഴി പ്രദേശമാണ് കോളനിക്കാരുടെ മൈതാനം. ആൺകുട്ടികൾ ക്രിക്കറ്റ് കളിച്ചും പെൺകുട്ടികൾ പൂഴിയിൽ പലതരം രൂപങ്ങളുണ്ടാക്കിയും അവിടെ ഉല്ലസിക്കുന്നു. ക്രിക്കറ്റ് കളിക്ക് ആളെ തികഞ്ഞില്ലെങ്കിൽ പെൺകുട്ടികളിൽ ചിലരെ ഉൾപ്പെടുത്തുന്നതും ആൺകുട്ടികളുടെ പതിവ്. അങ്ങനെ ഫറീൻ അവരുടെ സ്ഥിരം കളിക്കാരിയായി. അവൾക്ക് ഒരു വിധം നന്നായി ബാറ്റ് ചെയ്യാനറിയാം.

ഏതോ ഒരു പാകിസ്ഥാൻ കളിക്കാരന്റെ രൂപസാദൃശ്യമുള്ള ഇർഷാ ദിന്റെ ബൗൺസറുകളിൽ നിന്ന് ഒഴിഞ്ഞുമാറാനും ഷോട്ട്പിച്ച് പന്തുകളിൽ നിന്ന് കവർ ഡ്രൈവിലൂടെ ബൗണ്ടറി നേടാനും അവൾക്കാവും. ഫറീനെ എങ്ങനെയാണ് പുറത്താക്കേണ്ടത് എന്ന് ഇർഷാദിന് അറിയാഞ്ഞിട്ടല്ല.

സ്റ്റമ്പോളം പൊക്കത്തിൽ യോർക്കർ പ്രയോഗിച്ചാൽ അവൾ വീഴും. പക്ഷേ, ഇർഷാദ് അറിഞ്ഞുകൊണ്ട് അതിനു തുനിയാറില്ല. അവൾ കുറെ നേരത്തേക്ക് ക്രീസിൽ ഉണ്ടാകണമെന്നതാണ് അവന്റെ ആഗ്രഹം. അവന് അവളോട് പ്രണയമായിരുന്നു.

ഇന്ത്യയുടെ അതിർത്തിയിലെവിടെയോ കുടുംബവേരുകളുള്ള ഇവിടെ ഒരു വില്ലയിൽ താമസിക്കുന്ന, കിരൺ പട്ടേൽ മൈതാനത്ത് എത്താതെ കളി തുടങ്ങില്ല. അസാധാരണ പൊക്കവും കായികശേഷിയുമുള്ള കിരൺ എത്തി. കൂട്ടുകാരെ രണ്ടു ടീമായി തിരിച്ച്, കളി തുടങ്ങാൻ ആജ്ഞാപിക്കുന്നു. ഫറീനെ തന്റെ ടീമിൽ നിർത്താൻ അയാൾ എപ്പോഴും ശ്രദ്ധിക്കുന്നു. ഫറീൻ തന്റേടിയാണ്. സാഹചര്യങ്ങളെ എങ്ങനെ നേരിടണമെന്ന് അവൾക്കറിയാം.

പതിവുപോലെ അനുപമയ്ക്ക് ടീമിൽ ഇടം കിട്ടിയില്ല. മൈതാനത്തിന്റെ ഒരറ്റത്ത് ഒഴിഞ്ഞു കിടക്കുന്ന ഒരു കാർഷെഡ്ഡിന്റെ തണലിൽ അവൾ സ്കോർ എഴുതാനിരുന്നു. ഏകാന്തമായ ആ ഇരിപ്പിൽ, അവൾ അവളറിയാതെ കമന്ററി പറയാനും തുടങ്ങി.

...രണ്ടുപേർ ഒരേസമയം ഒരു പെൺകുട്ടിയുടെ ജീവിതത്തിലേക്ക് എടുത്തെറിയപ്പെട്ടാലുള്ള അവസ്ഥ ഞാനിപ്പോൾ കാണുകയാണ്, ഫറീനാണ് സ്ട്രൈക്ക് എൻഡിൽ. ബൗളർ ഇർഷാദ്. മറ്റേ അറ്റത്ത് പാഡണിഞ്ഞ് ഫറീന്റെ ചലനങ്ങൾ വീക്ഷിച്ച് കിരൺ.

അടിക്കാൻ പാകത്തിൽ ഒരുതരം ഗൂഢസ്മിതത്തോടെ, ഷോട്ട് പിച്ച് ബോളാണ് അവൾക്കായി ഇർഷാദ് എറിഞ്ഞത്. ഇർഷാദിന്റെ സൗമനസ്യം സ്വീകരിച്ച് പന്ത് തട്ടിയിട്ട് അവൾ ഒരു റണ്ണെടുത്തു. അടുത്ത ഊഴം കിരണിന്റേത്. എല്ലാ ശക്തിയുമെടുത്താകും ഇർഷാദ് ഇനി പന്തെറിയുക. അതാ, പൂഴിയിലൂടെ പാഞ്ഞടുക്കുന്ന അവനിൽ ശൗര്യം തിരയടിക്കുന്നു.

വിശാലമായ മൈതാനത്ത് നിന്ന് ഇർഷാദും കിരണും ഫറീനും ഒഴികെ എല്ലാവരും അപ്രസക്തമായി അപ്രത്യക്ഷമായതുപോലെ, ഇർഷാദ് സർവശക്തിയുമെടുത്ത് പന്തെറിയുന്നു. ഒരു ബൗൺസറാണ്. കിരൺ തെന്നിമാറി. അടുത്ത പന്തോ? അതും ബൗൺസർ. അമ്പയർ ജോർജ് വീൻ എന്തേ നോബോൾ വിളിക്കുന്നില്ല? ഒരു ഓവറിൽ രണ്ടു ബൗൺസർ തുടരെ പ്രയോഗിക്കാൻ പാടില്ലാത്തതാണ്.

കിരൺ പക്ഷേ, അക്ഷോഭ്യൻ. അടുത്ത പന്ത് ബൗൺസറായിട്ടും അവൻ പൊക്കിയടിച്ചിരിക്കുന്നു. പന്ത് അതിർത്തിയിലേക്ക്. എന്നിട്ട് ക്രീസിന്റെ പകുതി വഴിയിൽ ഫറീനെ കടന്നു പിടിച്ച് ചുംബിക്കുന്നു. ദൈവമേ ഫറീന്റെ ചുണ്ടത്താണല്ലോ അവൻ മുത്തമിടുന്നത്. അദൃശ്യമായ ഏതോ പ്രേരണയ്ക്കു വഴങ്ങിയതുപോലെ ഫറീൻ. അവൾ അതാ നിലത്തു കിടക്കുന്നു. അവളുടെ കൈയിൽ നിന്ന് ബാറ്റ് തെറിച്ചു പോയിരിക്കുന്നു. അവളുടെ കൊലുന്ന ദേഹത്തേക്ക് ആവേശത്തോടെ കിരൺ.

ഇർഷാദ്, ദേഷ്യംകൊണ്ട് വിറച്ച് ഒരു സ്റ്റമ്പുമായി പിന്നിൽ നിൽക്കുന്നത് ആരും കാണുന്നില്ലേ? എന്തിനും ഏതിനും ഇടപെടാറുള്ള ജോർജ്ജ് വീൻ എവിടെ? ഓ, ഉണ്ട്, മാറി നിന്ന് ചിരിക്കുകയാണ്.

ഇർഷാദ്, സ്റ്റമ്പ് കൊണ്ട് കിരണിന്റെ തലയ്ക്ക് ഊക്കനൊരടി. കിരൺ തലയിൽ കൈവെച്ച് ഫറീന്റെ ദേഹത്തു നിന്ന് തെറിച്ചു വീണു. ഇപ്പോഴെങ്കിലും ജോർജ് വീൻ ഇടപെട്ടിരുന്നെങ്കിൽ.. അയാൾ മാറി നിന്നു ചിരിക്കുക തന്നെയാണ്.

ഫറീൻ പതുക്കെ എണീറ്റ് ഒന്നും സംഭവിക്കാത്തതു പോലെ മന്ദസ്മിതത്തോടെ ഇർഷാദിന്റെ അടുത്തേക്ക്. കിരണിനു തല്ലു കിട്ടിയതിൽ അവൾക്കു വേദനയില്ലേ? ഇല്ലായിരിക്കും. യുദ്ധത്തിലും ക്രിക്കറ്റിലും പ്രണയത്തിലും ഏതു വിധേനയും ജയിക്കുന്നവനെയാണ് തനിക്ക് ഇഷ്ടമെന്ന് ഫറീൻ മുമ്പ് പറഞ്ഞിട്ടുണ്ട്. അവൾ ഇർഷാദിന്റെ തോളിൽ തട്ടി അഭിനന്ദനം സൂചിപ്പിച്ചു. നൊടിയിടയിൽ കിരൺ ശക്തിയോടെ കുടഞ്ഞെണീറ്റ്, ഓടിച്ചെന്ന് ഇർഷാദിനെ ബാറ്റുകൊണ്ടു വീശി. അവൻ നിലവിളിയോടെ നിലംപൊത്തി.

കിരണിനും ഏറെ നേരം കാൽ നിലത്തുറച്ചില്ല. ചോരയൊലിക്കുന്ന മുഖവുമായി അവനും വീണു. ഇപ്പോൾ മൈതാനത്ത് ചലിക്കുന്നവനായി ജോർജ് വീൻ മാത്രമേയുള്ളു. അവന്റെ ഭാവഹാവാദികൾ കണ്ടാൽ ഇതൊക്കെ മുൻകൂട്ടി കണ്ടിരുന്നെന്ന് തോന്നും. അവൻ മുന്നോട്ടു തന്നെ. ചോരയൊലിച്ചു കിടക്കുന്ന കിരണിനെയും ഇർഷാദിനെയും മറികടന്ന് അവൻ ഫറീനു സമീപം. അവരെ പതുക്കെ അനുനയിപ്പിച്ച് അരക്കെട്ടിൽ കൈയിട്ട് പവലിയനിലേക്ക്. എവിടെ നിന്നൊക്കെയോ കൈയടി ഉയരുന്നുണ്ട്. അനുപമ കമന്ററി നിർത്തി ദീർഘനിശ്വാസം വിട്ടു. എന്നിട്ട് ജോർജ് വീനിന്റെയും ഫറീന്റെയും ലാസ്യഭാവങ്ങളിലേക്കു തിരിഞ്ഞു. ഇനി, അവനും അവളും അവരിൽ ആരുടെയെങ്കിലും വീട്ടിൽ പോകും. ബിയർ മോന്തും. റസ്സൽ ക്രോയുടെയോ ടോംക്രൂയിസിന്റെയോ അടിപ്പടം കാണും. പിന്നെ... അതോർത്തപ്പോൾ അനുപമയ്ക്ക് നാണമായി.

ഇന്ന് ഏതായാലും അവരോടൊപ്പം തനിക്കും ചേരണമെന്ന് അനുപമ ഉറച്ചു. എന്നിട്ട് ജോർജ് വീനിന്റെ ഓർമയിൽ കുതിർന്നു. ആ നിമിഷം തന്നെ ക്രിക്കറ്റ് മൈതാനത്ത് മറ്റൊരു സംഘം വന്നു നിറഞ്ഞു.

■

തൃഷ്ണ

കാഴ്ചയുടെ തെരുവിലെങ്ങും അർധനഗ്നതകളുടെ സൗന്ദര്യമായിരുന്നു. ഗന്ധമെഴുന്ന ഓർമ്മകളുടെ അടരുകളെ അവ ഇളക്കിയെടുക്കുന്നുവെന്ന് നാരായണൻ വിഷാദിച്ചു.

നാട്ടിൽ നിന്ന് തിരിക്കുമ്പോൾ ഭാര്യ പ്രത്യേകം പറഞ്ഞിരുന്നു. "എന്നെ കൂടെ കൂട്ടാത്തത് എന്തുകൊണ്ടെന്ന് അറിയാം. തൽക്കാലം കമ്പനി അനുവദിക്കില്ല. ശരി, സമ്മതിച്ചു. അങ്ങോട്ട് കൊണ്ടുപോകാൻ ഞാൻ വാശി പിടിക്കുന്നില്ല. പക്ഷേ, അടുത്ത ഒരു വർഷത്തേക്ക്, അതായത് അടുത്ത അവധിക്ക് ഇവിടെ വരുന്നത് വരെ ഒരു സ്ത്രീയെയും സ്പർശിക്കില്ലെന്ന് എനിക്ക് ഉറപ്പു തരണം."

കത്തുകളിലും ഇതു മാത്രമാണ് അവൾക്ക് ഓർമിപ്പിക്കാനുള്ളത്.... "തൃഷ്ണയെ അടക്കി നിർത്തണം. വലിയ നഗരമാണ്. എല്ലാറ്റിനും സൗകര്യമുണ്ട്. നമ്മൾ അങ്ങനെയൊന്നും ആകാൻ പാടില്ലല്ലോ? അവിടുത്തെ ഓരോ കഥകൾ കേൾക്കുമ്പോൾ..."

ബസ്സിന് കാത്തുനിൽക്കുകയായിരുന്നു നാരായണൻ. അപ്പോൾ, ചൂടിന്റെ കാഠിന്യം കാരണം ദാഹം, പാമ്പ് പോലെ മനസ്സിലും ശരീരത്തിലും ഇഴഞ്ഞെത്തി. അടുത്തുള്ള 'ഗ്രോസറി'യിൽ നിന്ന് കോള വാങ്ങിയതും ബസ്സ് വന്നു നിന്നതും ഒരുമിച്ച്.

കോളയുമായി ബസ്സിൽ കയറുമ്പോൾ ഡ്രൈവർ താക്കീത് ചെയ്തു. "ബസ്സിൽ വെച്ച് കുടിക്കരുത്. പിഴയടക്കേണ്ടി വരും." ബസ്സിലെയോ നഗരത്തിലെയോ ജീവിതത്തിലെ തന്നെയോ നിയമങ്ങൾ, ഇതേവരെ താൻ തെറ്റിച്ചിട്ടില്ലെന്ന് പറയാൻ തോന്നി.

സ്ത്രീകളുടെ ഇരിപ്പിടങ്ങൾ പകുതിയും ഒഴിഞ്ഞു കിടന്നിരുന്നു. പുരുഷന്മാരുടെ ഇരിപ്പിടങ്ങളിൽ പലതരം വേഷക്കാർ. അമേരിക്കക്കാരൻ എന്നു തോന്നിക്കുന്ന, ഹാഫ്ട്രൗസർ ധരിച്ച ഒരാളുടെ അടുത്താണ് നാരായണൻ ഇരുന്നത്. അടുത്തിരിക്കുന്ന കപ്പടാ മീശയുള്ള ആൾക്ക് സ്റ്റാലിൻ സഖാവിന്റെ ഛായയുണ്ടായിരുന്നു. കൈയിൽ പെപ്സി. യാതൊരു കൂസലുമില്ലാതെ അത് മോന്തിക്കൊണ്ടിരുന്ന അയാളുടെ അടുത്ത് ദാഹം വേട്ടയാടുന്ന അവസ്ഥയിലും കോള കൈയിൽ പിടിച്ച്,

ഡ്രൈവറെ ഭയന്ന് ഇരിക്കേണ്ടി വന്നതിലെ വൈരുദ്ധ്യം നാരായണനെ ആത്മനിന്ദയുള്ളവനാക്കി.

സ്റ്റാലിൻ സഖാവ് ചെറുചിരി വരുത്തി ചോദിച്ചു: നിങ്ങൾ എന്താ കോള കുടിക്കാതിരുന്നത്? ദാഹമില്ലാഞ്ഞിട്ടാണോ?

നാരായണൻ കുറെക്കൂടി ഇരിപ്പിടത്തിലേക്ക് താണു. തല കുനിഞ്ഞു: നല്ല ദാഹമുണ്ട്. പക്ഷേ ഡ്രൈവർ താക്കീത് ചെയ്തിരിക്കയാണ്.

“എന്നോടൊന്നും പറഞ്ഞില്ലല്ലോ, ഡ്രൈവർ. പറഞ്ഞാലും ഞാൻ അനുസരിക്കാൻ പോകുന്നില്ല.” അയാൾ ബസ്സിലേക്ക്, തിരമാലപോലെ ഇരച്ചുവന്ന മൂന്നു റഷ്യൻ പെൺകുട്ടികളിലേക്ക് തിരിഞ്ഞു. ‘എന്തു സുന്ദരികളാണവർ,’ അയാൾ ആത്മഗതം ചെയ്തു.

അവരുടെ ഇറുകിയ പാന്റ്സിനും ടോപ്പുകൾക്കുമിടയിൽ, കല്ലുവെച്ച പൊക്കിൾ ഭാഗം പ്രകാശിച്ചു നിന്നു. കൂട്ടത്തിൽ ഇളയ പെൺകുട്ടിയെ നോക്കി അയാൾ ചിരിച്ചു. അവൾ തിരിച്ചും.

അടുത്ത സ്റ്റോപ്പിലെത്തിയപ്പോൾ മുല്ലപ്പൂ തലയിൽ ചൂടിയ, നന്നായി സാരി ചുറ്റിയ ഒരു സ്ത്രീ പതുക്കെ കടന്നുവന്നു. ഇപ്പോൾ, കാറ്റിന്, എവിടെയോ വെച്ചു മറന്ന സുഗന്ധമുണ്ട്. അവൾ പക്ഷേ, ആരെയും ശ്രദ്ധിച്ചില്ല. പുറം കാഴ്ചകളിൽ രമിക്കുന്നുവെന്ന് ഭാവിച്ച് അവൾ, അവളിലേക്കു തന്നെ ചുരുങ്ങുകയാണെന്ന് നാരായണൻ ഊഹിച്ചു.

“താങ്കൾക്ക് പെൺസുഹൃത്തുക്കൾ ഇല്ലേ?”

“സ്റ്റാലിൻ ചോദിച്ചു.”

ഇല്ല, ഞാൻ വിവാഹിതനാണ്.

“വിവാഹിതനാണെങ്കിലെന്ത്? പെൺസുഹൃത്തുക്കളാകാം. എനിക്കുണ്ട്.”

“ഞാനൊരു ഇന്ത്യാക്കാരനാണ്.”

“അതുകൊണ്ട്? താങ്കൾ പറഞ്ഞു ഭാര്യ നാട്ടിലാണെന്ന്. അപ്പോൾ, ഈ ഏകാന്തതയും മടുപ്പും ഒരു സ്ത്രീയുടെ സാമീപ്യത്തിലേക്ക് നയിക്കില്ലേ? നിങ്ങൾ കപട സദാചാരക്കാരനാണെന്ന് തോന്നുന്നു.” അയാൾ പെപ്സി ഒരിറക്കു കൂടി കുടിച്ചു.

“താങ്കൾ വിഡ്ഢിത്തം പറയുന്നു. ചിലത് നേടാൻ മറ്റു ചിലത് ത്യജിക്കേണ്ടിവരും. മാത്രമല്ല, ഞങ്ങൾ ഇന്ത്യക്കാർക്ക് വേറെയും പരിമിതികളുണ്ട്. ലോകം കല്പിച്ചു തന്നതാണത്. നിങ്ങൾക്ക് കിട്ടുന്ന സൗകര്യങ്ങൾ ഞങ്ങൾക്ക് അനുവദിച്ചു തരില്ല, ആരും...”

അല്പം ആലോചിച്ചപ്പോൾ, ഇങ്ങനെയൊന്നും പറയേണ്ടിയിരുന്നില്ലെന്ന് നാരായണന് തോന്നി. ലോകം എല്ലാവർക്കുമായി തുറന്നു കിടക്കുകയാണ്. പണമുണ്ടെങ്കിൽ എന്തുമാകാം. ചെറിയ അസൗകര്യങ്ങളെ തട്ടിമാറ്റാം. സദാചാരം തൽക്കാലത്തേക്ക് മാറ്റിവെയ്ക്കാം.

വാസ്തവത്തിൽ, കഴിവില്ലായ്മയെയും ഭീതിയെയും മറച്ചുപിടിക്കാൻ തൊടുന്യായങ്ങൾ തേടുകയാണ് താൻ ചെയ്യുന്നത്.

പെൺകുട്ടികൾക്ക് പിന്നാലെ സ്റ്റാലിനും ഇറങ്ങി. മുല്ലപ്പൂ ചൂടിയ പെൺകുട്ടി അപ്പോഴും പുറംകാഴ്ചകളിൽ. നഗരം, പിന്നിലേക്ക് ഒഴുകിപ്പരക്കുന്ന തിളങ്ങുന്ന പരസ്യവാചകങ്ങളും സുന്ദരികളുമായി മാറി.

ദാഹം വർദ്ധിച്ചിട്ടും കോള കുടിക്കാൻ നാരായണന് ധൈര്യം വന്നില്ല. ബസ്സ് ഓടിക്കൊണ്ടിരുന്നു.

മെഹ്ഫൂസ്, നഗരചത്വരത്തിലെ ആൾക്കൂട്ടത്തിലേക്കിറങ്ങിയത് ഗമാൽ അബ്ദുൽ നാസറിനെക്കുറിച്ചും ജവഹർലാൽ നെഹ്റുവിനെക്കുറിച്ചും ആലോചിച്ചു കൊണ്ടാണ്. ഒരു കാലഘട്ടത്തിലെ ആൾക്കൂട്ടത്തെ അവർ എങ്ങനെ നിയന്ത്രിച്ചുവെന്നും അവർ അവരെത്തന്നെ ലോകത്തിലേക്ക് എങ്ങനെ പ്രക്ഷേപണം ചെയ്തുവെന്നും ഇൻസ്റ്റിറ്റ്യൂട്ടിലെ കുട്ടികൾക്ക് നാളെ പഠിപ്പിക്കേണ്ടതുണ്ട്. ഒരു ഈജിപ്തുകാരനായിരുന്നിട്ടുപോലും ഈജിപ്തിനെക്കുറിച്ച് തനിക്ക് ഒന്നുമറിഞ്ഞു കൂടല്ലോയെന്ന് മെഹ്ഫൂസ് ഖേദിച്ചു.

നെഹ്റുവിനെക്കുറിച്ച് നാരായണനോട് ചോദിച്ച് മനസ്സിലാക്കാം. നാസറിനെക്കുറിച്ചോ? നാരായണൻ എത്തട്ടെ. അബ്ദുൾ നാസറിനെക്കുറിച്ചുള്ള ചില പത്രകട്ടിംഗുകളും വിശകലനങ്ങളും അയാളുടെ കൈയിലുണ്ടെന്നാണ് ഫോണിൽ പറഞ്ഞത്.

സമീപകാല ഈജിപ്തിനെക്കുറിച്ച്, പഠിക്കാനായി മുറിച്ചെടുത്ത വാർത്താശകലങ്ങളിലേക്ക് മെഹ്ഫൂസ് ഒന്നുകൂടി നോക്കി. ഹിഷാം അബ്ബാസിന്റെ നാരീ നാരീ എന്ന ആൽബം ഇന്ത്യയിലും ഈജിപ്തിലും വൻവിജയമായത് രണ്ട് സംസ്ക്കാരങ്ങൾക്കും പൊതുവായ ചില അംശങ്ങളുള്ളത് കൊണ്ടാണെന്നും ഈജിപ്തിന്റെ പുരാതന സംസ്കാരങ്ങളുടെ പ്രതീകങ്ങളായ മമ്മികളുടെ പ്രദർശനം ചില വിദേശ പരസ്യകമ്പനികൾ ഏറ്റെടുത്തിരിക്കുന്നുവെന്നും കെയ്റോയിലെ വേശ്യകൾക്ക് ലൈസൻസിംഗ് സമ്പ്രദായം നടപ്പാക്കുന്നുണ്ടെന്നും മറ്റും ഈയിടെ വന്ന വാർത്തകളാണ്.

വാർത്തകളിലും തെരുവുകാഴ്ചകളിലും ലയിച്ചിരിക്കെ മെഹ്ഫൂസിന്റെ തോളത്ത് തണുത്ത ഒരു കൈ വന്നു വീണു. കറുത്ത് തടിച്ച ഒരു പെൺകുട്ടി പിന്നിൽ. സോമാലിയക്കാരിയായിരിക്കും.

"ഒരു സിഗരറ്റ് തരുമോ?" അവൾ ചോദിച്ചു.

ഈ നിരത്തിൽ ഇത്തരം അസ്വാസ്ഥ്യകരമായ ഇടപെടൽ സ്വാഭാവികമാണെങ്കിലും മെഹ്ഫൂസിന് ആദ്യത്തെ അനുഭവമായിരുന്നു.

അയാൾ, സിഗരറ്റും ലൈറ്ററും അവൾക്കു നീട്ടി. അവൾ ഒരു പുകയെടുത്ത ശേഷം കത്തിക്കൊണ്ടിരുന്ന സിഗരറ്റിനെ ഒന്നു നോക്കി.

"താങ്കളുടെ ബ്രാന്റ് ഇതാണോ? അതോ എന്തു കിട്ടിയാലും വലിക്കുമോ?" ചോദ്യത്തിലെ വ്യംഗ്യം അയാൾ തിരിച്ചറിഞ്ഞു.

"ഒരു ബ്രാന്റ് മാത്രമേ ഉപയോഗിക്കൂ."

"ഞാൻ എന്തു കിട്ടിയാലും വലിക്കും."

"അറിയാം"

"എങ്ങനെ അറിയാം."

"തിരക്കുപിടിച്ച ഈ തെരുവിൽ, പരിചയമില്ലാത്ത ഒരു പുരുഷന്റെ തോളിൽ കൈയിട്ട് സിഗരറ്റ് ചോദിക്കുന്ന സ്ത്രീയെ പിന്നെ എങ്ങനെയാണ് വിലയിരുത്തേണ്ടത്?"

"ഒ.കെ. ഞാൻ താങ്കളുടെ കൂടെ അല്പസമയം ഇരിക്കുന്നതിൽ വിരോധമുണ്ടോ?"

ഞാൻ എന്റെ സുഹൃത്തിനെ കാത്തിരിക്കുകയാണ്. അവൻ വരുന്നത് വരെ വേണമെങ്കിൽ...

ബസ്സ്റ്റോപ്പിലെ മരപ്പടിയിൽ മഹ്ഫൂസിനൊപ്പം അവളും ഇരുന്നു. സിഗരറ്റ് ആഞ്ഞു വലിച്ച ശേഷം സിഗരറ്റിന്റെ തീ വിരലുകളിലിറുക്കി കെടുത്തി, അവൾ തുടർന്നു.

"ലൈംഗികതയിലൂടെ നിങ്ങൾ പുരുഷന്മാർക്ക് എന്തുതരം സംതൃപ്തിയാണ് കിട്ടുന്നത്? ചിലപ്പോഴൊക്കെ ഞാൻ അതേപ്പറ്റി ആലോചിക്കാറുണ്ട്. എന്റെ സാമീപ്യം കൊതിക്കുന്നവരാരും അതിന് കൃത്യമായ ഉത്തരം നൽകിയില്ല. അല്ലെങ്കിൽ അതിന് അവർ കെല്പുള്ളവരല്ല... മറ്റൊന്ന്, ചില സ്ത്രീകൾ എന്തിനാണ് ജീവിക്കാനല്ലാതെ, ഈ പണിക്ക് നിൽക്കുന്നത് എന്നാണ്. കാരണം, ശരീരം ചീത്തയാകുന്നതല്ലാതെ സ്ത്രീക്ക് അതുകൊണ്ട് മറ്റൊന്നും കിട്ടുന്നില്ല. ഏതായാലും എനിക്ക് കിട്ടുന്നില്ല. ചെറുപ്പം മുതലേ ഒരു കുലത്തൊഴിലായി ഇതിൽ ഏർപ്പെടുന്നത് കൊണ്ടാകാമിത്. ഇങ്ങനെയൊക്കെ പറയുന്നത്, എന്റെ ഭാഷ നിങ്ങൾക്ക് നല്ല വശമുണ്ടെന്ന് തോന്നിയത് കൊണ്ടാണ്."

"നിങ്ങളുടെ പേരെന്താന്നാ പറഞ്ഞത്?"

"ഞാൻ പേരു പറഞ്ഞില്ല." അവൾ ഉച്ചത്തിൽ ചിരിച്ചു. "ഒ.കെ. എന്റെ പേര് ഐലീൻ."

"ശ്രീമതി ഐലീൻ, ഞാനിപ്പോൾ ഗമാൽ അബ്ദുൽ നാസറിനെക്കുറിച്ചും ജവഹർലാൽ നെഹ്റുവിനെക്കുറിച്ചുമാണ് ചിന്തിക്കുന്നത്. അന്നത്തെ കാലത്തെക്കുറിച്ചും ചിന്തിക്കുന്നു. ഞങ്ങളുടെ തലമുറയ്ക്ക് ലൈംഗികത എന്നു പറയുന്നത് രണ്ട് വിശുദ്ധ ശരീരങ്ങളുടെയും മനസ്സിന്റെയും ലയനമായിരുന്നു. വേശ്യാവൃത്തിക്കു പോലും അങ്ങനെയൊരു സാധ്യതയുണ്ടായിരുന്നു. ഇന്നത്തെപ്പോലെ യാന്ത്രികമാകുന്നില്ലയത്. എന്റെയും എന്റെ ഭാര്യയുടെയും കാര്യമെടുക്കൂ. ജീവിതത്തിലെ പ്രായോഗികതയാണ് സ്വാഭാവിക ജീവിതത്തെക്കാൾ ശരിയെന്ന്

അവൾ കരുതുന്നു. കെയ്റോയിലെ വലിയൊരു ഹോട്ടലിൽ വിനോദ സഞ്ചാരികളെ സന്തോഷിപ്പിക്കുന്ന ഒരു മാനേജരാണ് അവൾ. ഞാനിവിടെയും അവൾ അവിടെയും."

"അപ്പോൾ, നിങ്ങൾക്ക് ഭാര്യ അടുത്തു വേണമെന്ന് ആഗ്രഹമില്ലേ?"

"ഐലീൻ, നിങ്ങളുടെ ആദ്യത്തെ ചോദ്യത്തിനുള്ള ഉത്തരം ഇപ്പോഴത്തെ ചോദ്യത്തിലുണ്ട്. തൃഷ്ണ. അതേ, അതുകൊണ്ടാണ് പുരുഷന്മാർ നിങ്ങളുടെയടുത്ത് വരുന്നത്. സ്ത്രീയും പുരുഷന്റെ സാമീപ്യം ആഗ്രഹിക്കും."

"പക്ഷേ, എനിക്ക് അങ്ങനെയൊന്നും തോന്നുന്നില്ല."

"എനിക്കും"

"താങ്കൾക്കും?"

"അതേ, എന്തിനോ വേണ്ടി ഞാനതിനെ അടിച്ചമർത്തി. ജീവനുള്ള ശരീരത്തെ ഭൂമിയുടെ ആഴത്തിൽ കുഴിച്ചിടുന്നത് പോലെ."

അപ്പോൾ അവിടെ ബസ്സ് വന്നു നിന്നു. മെഹ്ഫൂസിനടുത്ത് ഒരു പെൺകുട്ടി സംസാരിച്ചിരിക്കുന്നത് കണ്ട് അദ്ഭുതത്തോടെയാണ് നാരായണൻ ബസ്സിറങ്ങിയത്.

ഗമാൽ അബ്ദുൽ നാസറിനെക്കുറിച്ചുള്ള ഫീച്ചർ വന്ന പത്രം പാന്റ്സിന്റെ കീശയിൽ തന്നെയുണ്ടെന്ന് ഉറപ്പുവരുത്തി നാരായണൻ അവരുടെ അടുത്തേക്ക്.

"ഇത് നാരായണൻ, എന്റെ സുഹൃത്ത്, ഇന്ത്യാക്കാരനാണ്." മെഹ്ഫൂസ് ഐലീന് പരിചയപ്പെടുത്തി. ഐലീൻ ആരെന്നു പോലും നോക്കാതെ നാരായണൻ വിഷയത്തിലേക്ക് കടന്നു.

"മെഹ്ഫൂസ്, താങ്കളുടെ രാജ്യത്തിന്റെ നേതാവായിരുന്ന അബ്ദുൾ നാസറിനെക്കുറിച്ചുള്ള ഈ ഫീച്ചറിന്റെ ചുരുക്കം ഇതാണ്. 1948ലെ യുദ്ധത്തിൽ അദ്ദേഹം പലസ്തീനിലായിരുന്നു. പട്ടാളത്തിലിരിക്കെ "സ്വതന്ത്ര ഉദ്യോഗസ്ഥർ" എന്ന പേരിൽ ഒരു സംഘടനയുണ്ടാക്കി. 1952 ജൂലായ് 23ന് ഫാറൂഖ് രാജാവിനെതിരെയുള്ള ജനകീയ വിപ്ലവത്തിന് നേതൃത്വം നൽകി. 1954ൽ ഈജിപ്തിന്റെ രണ്ടാം പ്രസിഡന്റായി. ഉടൻ തന്നെ ദേശസാൽക്കരണം കൊണ്ടുവന്നു. അതിലൂടെ 1956ൽ സൂയസ് കനാൽ ഏറ്റെടുക്കുകയും അഷ്വാൻ ഡാം പണിയുകയും ചെയ്തു. വിദേശാശ്രയത്വവും ഒരു പരിധിവരെ ഇല്ലാതാക്കി.." നാരായണൻ തുടരുന്നതിനിടെ മെഹ്ഫൂസ് ഇടപെട്ടു.

"1955ൽ ബന്ദുംഗിൽ ആഫ്രോ ഏഷ്യൻ സമ്മേളനം വിളിച്ചു കൂട്ടുന്നതിൽ യൂഗോസ്ലോവ്യയുടെ മാർഷൽടിറ്റോ, ഇന്ത്യയുടെ നെഹ്റു, ഇന്തോനേഷ്യയുടെ സുകാർണോ എന്നിവരോടൊപ്പം മുൻനിരയിൽ നാസർ ഉണ്ടായിരുന്നു. അത് പിന്നെ ചേരിചേരാ രാജ്യ മുന്നേറ്റമായി. സാമ്രാജ്യത്വത്തിനെതിരെ വെല്ലുവിളിയായി അറബ് ദേശീയതയുടെ അഭിമാന

സ്തംഭമായിരുന്നു അദ്ദേഹം. 1970 സപ്തംബർ 28ന് അദ്ദേഹം മരിച്ചു... ഇതെല്ലാം സ്ഥിതിവിവരണക്കണക്കുകൾ. എനിക്ക് അറിയേണ്ടത് എങ്ങനെ മാറിമറിഞ്ഞുവെന്നാണ്. ഇന്ത്യയിലും എന്റെ നാട്ടിലും എന്താണ് സംഭവിച്ചത് എന്നാണ്. ലോക സാഹോദര്യത്തിന്റെ വിളക്കുകൾ.

ഒരു അശ്ലീല ഫലിതം കേട്ടതുപോലെ ഐലീൻ ചിരിക്കാൻ തുടങ്ങി. അനുനിമിഷം അത് ഉച്ചത്തിലായി. തെരുവിലെ പൊലീസുകാരനും കൂട്ടിക്കൊടുപ്പുകാരനും വാണിഭക്കാരനും വെളുത്തവനും കറുത്തവനും അവരെ മൂന്നുപേരെയും പകച്ചു നോക്കി.

നാരായണനും മെഹ്ഫൂസിനും പേടിയായി. അവിടെ നിന്ന് ഓടി രക്ഷപ്പെടാൻ അവർ കൊതിച്ചു. പക്ഷേ, ഐലീൻ അവരെ പിടിച്ചുവെച്ചിരുന്നു. പേടി അവരുടെ ശരീരത്തെ തളർത്തിയിടുമെന്നു തോന്നിയ ഘട്ടത്തിൽ, അവർ ഐലീനെയും കൊണ്ട് വേഗത്തിൽ നടന്നു. മൂന്നുപേരും സമീപത്തുള്ള മെഹ്ഫൂസിന്റെ മുറിയിലേക്കാണ് പോയത്.

ഐലീനെ ഒരു ചാരുകസേരയിലിരുത്തി മെഹ്ഫൂസ്, നാരായണൻ കിടന്ന കട്ടിലിലേക്ക് ചെന്നു. നാരായണൻ ജ്വരബാധിതനെപ്പോലെയായിരുന്നു. കണ്ണുകളിൽ ജീവൻ വറ്റിയിരുന്നു. എന്നിട്ടും മെഹ്ഫൂസ് സംവാദം തുടരാൻ കൊതിച്ചു.

മെഹ്ഫൂസ്: ക്രിസ്തുവിന് 5000 വർഷം മുമ്പ് ബാബിലോണിയയിലെ സുമേരിയയിലും ഈജിപ്തിലും സംസ്കാരങ്ങൾ രൂപം കൊണ്ടു.

നാരായണൻ പിടഞ്ഞെണീറ്റു. “ക്രിസ്തുവിന് 3000 വർഷം മുമ്പ് മോഹൻജദാരോയിലും ഹാരപ്പയിലും സിന്ധുനദീതട സംസ്കാരം...”

മെഹ്ഫൂസ്: “ബി.സി. 2900ൽ ഈജിപ്തിൽ ആദ്യ പിരമിഡ്.”

നാരായണൻ: “ബി.സി. 2000. ഇന്ത്യയിൽ ആര്യകുടിയേറ്റം. വേദസംസ്കാരം.”

ഐലീൻ പിന്നെയും ചിരിച്ചു. അവൾ അബോധാവസ്ഥയിലെന്നോണം പറഞ്ഞു.

“ഞങ്ങൾക്ക് ചരിത്രമേയില്ല. ഞങ്ങളെന്നു പറഞ്ഞാൽ ഉഗാണ്ട, സോമാലിയ, എത്യോപ്യ...”

മെഹ്ഫൂസും നാരായണനും അത് കേട്ടതായി നടിച്ചില്ല. സംവാദത്തിൽ അനാവശ്യമായി ഇടപെടുന്ന അവളെ എങ്ങനെ ഇറക്കിവിടാമെന്ന ചിന്തയിലായി അവർ.

പൊടുന്നനെ, അവൾ, വസ്ത്രങ്ങൾ അഴിച്ചുമാറ്റാൻ തുടങ്ങി. നഗ്നതയുടെ കറുത്ത തിരയിളക്കത്തോടെ അവൾ കട്ടിലിൽ വീണു. അവളുടെ ദേഹത്ത് അങ്ങിങ്ങായി വെളുത്ത പാടുകൾ. ആ ശരീരം പടയോട്ടത്തിൽ ചതവും കുഴികളും പറ്റിയ ഭൂതലം പോലെ തോന്നിച്ചു.

മെഹ്ഫൂസും നാരായണനും കൂടുതൽ ശ്രദ്ധിക്കാതെ തങ്ങളിലേക്കു തന്നെ ചുരുണ്ടുകൂടി ഉറങ്ങി. ഐലീൻ ചിരിച്ചുകൊണ്ടേയിരുന്നു. ■

ത്രികാലം

പുതിയ തരം ബോംബിനെക്കുറിച്ചായിരുന്നു സംസാരം..!! "വീണിടത്ത് വലിയ ഗർത്തമുണ്ടാക്കുകയും പുൽക്കൊടികളെപ്പോലും നശിപ്പിക്കുകയും ചെയ്യുന്ന ബോംബ് പഴങ്കഥ. ഇപ്പോൾ കാർപ്പറ്റ് ബോംബാണ്. വീണിടത്തു നിന്ന് അസംഖ്യം മിസൈലുകൾ പുറത്തു കടന്ന് ലക്ഷ്യത്തിലേക്ക് കുതിക്കുന്ന തരത്തിലുള്ളത്, പർവതങ്ങളിലെ ഗുഹകളിലേക്കും അത് കടന്നു ചെല്ലും." -കെവിൻ പറഞ്ഞു.

യുദ്ധത്തെക്കുറിച്ച് സംസാരിക്കുമ്പോൾ ഒഴിഞ്ഞു നിൽക്കാറുള്ള അതീക്ക അപ്രതീക്ഷിതമായി ഇടപെട്ടു.

"എവിടെയും തുളഞ്ഞു കയറ്റത്തിന്റെ കാലമാണിത്. ലക്ഷ്യം നിർണ്ണയിച്ചു കഴിഞ്ഞാൽ എത്രമാത്രം വിനാശകരമാക്കാമോ അത്രമാത്രം വിനാശകരമാക്കുക. യുദ്ധത്തിലാവുമ്പോൾ തീവ്രത കൂടും."

അവൾ പറഞ്ഞത് വയസ്സൻ മിത്തലിനല്ലാതെ ആർക്കും മനസ്സിലായില്ല. എന്തോ ജോലിയിൽ മുഴുകിയിരുന്ന മിത്തൽഭായി സഹതാപത്തോടെ അതീക്കയെ നോക്കി. യുദ്ധമാണ് അവളെ പലായനത്തിന് പ്രേരിപ്പിച്ചതെന്ന് മിത്തലിന് അറിയാം.

എന്നാൽ, തുളഞ്ഞു കയറ്റം എന്ന പ്രയോഗത്തിൽ കെവിൻ അശ്ലീലത കണ്ടെത്തി ചിരിക്കുകയാണ് ചെയ്തത്. വാർത്താ നിർമ്മാണത്തിനിടയിലെ ഒഴിവുവേളകളെ ആയാസരഹിതമാക്കുന്നത് ഇത്തരം അശ്ലീലതകളാണെന്നതിനാൽ ആരും അതിനെ അത്ര ഗൗരവമായി എടുത്തില്ല.

ഉച്ചയ്ക്കുള്ള വാർത്താ നിർമ്മാണത്തിന്റെ ചുമതല ഇന്ന് കെവിനാണ്. അദ്ദേഹത്തിന്റെ നിർദ്ദേശങ്ങളെ ഇന്ന് എല്ലാവരും അനുസരിക്കേണ്ടതുണ്ട്. വിശാലമായ മേശയ്ക്കിരുവശവും ഇരിപ്പുറപ്പിച്ച സഹപ്രവർത്തകർ കാണും വിധത്തിൽ കെവിൻ അധ്യക്ഷകസേരയിലിരുന്നു. അവരോടായി കെവിൻ പറഞ്ഞു.

"ഇന്ന് പ്രത്യേക സംഭവങ്ങളൊന്നുമില്ല. മധ്യപൂർവേഷ്യൻ രാജ്യങ്ങളിൽ വല്ല സ്ഫോടനമോ ഭീകരാക്രമണമോ ഉണ്ടെങ്കിൽ അത് ലീഡായി കൊടുക്കാം."

കെവിൻ സംസാരം നിർത്തി വിവിധ രാജ്യങ്ങളിൽ നിന്നുള്ള റിപ്പോർട്ടുകൾ ശ്രദ്ധിച്ചു. പിന്നീട് നാടകീയമായി തുടർന്നു.

"പുതിയതരം ബോംബ് തന്നെയാകട്ടെ ഇന്നത്തെ ലീഡ്. വോയ്സ് ഓവർ ക്രിസ്റ്റീന ചെയ്യണം. ഉദ്വേഗജനകമായ കാര്യങ്ങൾ വിവരിക്കാൻ പറ്റിയ ശബ്ദം അവരുടേതാണ്. ദൃശ്യങ്ങൾ തയ്യാറുമാണ്."

മിത്തൽ മുറുമുറുത്തു: എനിക്ക് ബോംബ് കഥയോട് യോജിപ്പില്ല. മാനവരാശിയെ നശിപ്പിക്കുന്ന യുദ്ധത്തെ മഹത്വവൽക്കരിക്കുന്നതിന് തുല്യമാണിത്. ആയുധങ്ങളെക്കുറിച്ചുള്ള നിറം പിടിപ്പിച്ച കഥകൾ! ഒരു ഫുട്ടേജ് സ്റ്റോറി ആയിപ്പോലും ഇത് കൊടുക്കരുത്. മിത്തലിന്റെ വയസ്സൻ ശബ്ദത്തിൽ രോഷവും കലർന്നിരുന്നു.

കെവിൻ അതൊന്നും കേട്ടതായേ ഭാവിച്ചില്ല.

"കാണികളെ നടുക്കുന്ന കളർഫുള്ളായ ദൃശ്യങ്ങളാണ് നമുക്ക് കിട്ടിയിരിക്കുന്നത്. അത് ഉപയോഗപ്പെടുത്തുമ്പോൾ മറ്റുള്ള ചാനലുകൾ അസൂയപ്പെടും തീർച്ച."

മിത്തലിന്റെ പിറുപിറുപ്പ് പിന്നീട് ആരും ശ്രദ്ധിച്ചില്ല. പഴയൊരു സംസ്കാരത്തിന്റെ ഹീനമായ "അവശിഷ്ടം" എന്ന പതിവ് കളിയാക്കൽ പക്ഷേ കെവിനിൽ നിന്ന് ഇത്തവണ ഉണ്ടായില്ല. പകരം ഭക്തി ഗീതങ്ങൾ ചൊല്ലി രോഗചികിത്സ നടത്തുന്ന ഒരു ആധ്യാത്മിക കേന്ദ്രത്തെക്കുറിച്ചുള്ള തിരക്കഥ പരിശോധിക്കാൻ കൊടുത്തുകൊണ്ട് കെവിൻ മിത്തലിനെ അവഗണിച്ചു.

അതീക്കയെയും കൂട്ടി കെവിൻ സ്റ്റുഡിയോയിലേക്ക് പോകുമ്പോൾ മിത്തൽ പിന്നെയും എന്തോ മുറുമുറുത്തു. അതീക്കയോടുള്ള പ്രണയം കെവിൻ ഒരിക്കലും മറച്ചുവെച്ചിട്ടില്ല, വാക്കുകൾ കൊണ്ടും പെരുമാറ്റം കൊണ്ടും. അവൾ പക്ഷേ, ഹൃദയം തുറന്നതേയില്ല.

ഹൃദയബന്ധങ്ങളിൽ സംസ്കാരത്തിന് വലിയ പങ്കുണ്ട്. ഞങ്ങളുടെ രീതിയനുസരിച്ച് വിവാഹത്തെക്കുറിച്ച് പെൺകുട്ടികൾക്ക് വലിയ സങ്കല്പങ്ങളുണ്ട്- ഒരിക്കൽ കെവിനോട് അവൾ ഇത്രമാത്രം പറഞ്ഞു.

രഹസ്യമായി അതിനെ വിശദീകരിച്ചത് മിത്തലിനോടും.

"അങ്കിൾ, ഞാനൊരു പാശ്ചാത്യ പെൺകുട്ടിയല്ല. അറബ് രാജ്യത്തെ ഒരു ഗ്രാമത്തിൽ നിന്നുവരുന്നു. ഞങ്ങളുടെ വിവാഹ സങ്കല്പങ്ങളിൽ മൈലാഞ്ചിയുണ്ട്. ഊദിന്റെ ഗന്ധമുണ്ട്. മരണം വരെ സ്നേഹ സാന്ത്വനങ്ങളാൽ പൊതിഞ്ഞു നിൽക്കേണ്ട ഒരാൾ കുതിരപ്പുറത്ത് വന്ന് മധുര വാക്കുകൾ ഓതുന്ന ചിത്രമാണ് ആദ്യം മനസ്സിൽ തെളിയുക. അയാൾ ഹബീബി എന്ന് അഭിസംബോധന ചെയ്യും. അതിനുപകരം വെയ്ക്കാൻ വേറൊരു ഭാഷയിൽ വേറൊരു വാക്കില്ല. ഉണ്ടെങ്കിൽ തന്നെ എന്നെ സംബന്ധിച്ച് ആസ്വാദ്യകരമല്ല. കെവിന് ഇതൊന്നും അറിയില്ല. അങ്കിളിന് ഒരുപക്ഷേ, അറിയുമായിരിക്കും."

മിത്തൽ ചിരിച്ചു തന്റെ വയസ്സൻ വിരലുകൾ കൊണ്ട് അവളെ തലോടി.

"എനിക്ക് മനസ്സിലാക്കാൻ കഴിയുന്നു."

മരുഭൂമിയിൽ അപ്പോൾ തണുത്ത കാറ്റ് വീശി. അതിന് പിന്നാലെ മണൽക്കൂനകളിൽ നിന്ന് പൊടി പടലങ്ങൾ ഉയർന്നു. കെവിന്റെ വാഗ്ദാനങ്ങൾ ഓർക്കുകയായിരുന്നു അതീക്ക.

"അതീക്കയുടെ ട്രെയിനിംഗ് കാലയളവ് തീരുന്നു. ഞാൻ വിചാരിച്ചാൽ ഇഷ്ടമുള്ളിടത്ത് പോസ്റ്റിംഗ് തരമാക്കാം. താൻ എപ്പോഴും എന്റെ കൂടെ വേണമെന്നാണ് എന്റെ ആഗ്രഹം. എന്തു പറയുന്നു?" കെവിൻ ചോദിച്ചു.

"എപ്പോഴും എന്നു പറഞ്ഞാൽ, ജീവിതാന്ത്യം വരെ?" അതീക്ക സംശയിച്ചു. ആ ചോദ്യം കെവിൻ തീരെ പ്രതീക്ഷിച്ചില്ല.

"അതേ, എല്ലാ കാലത്തേക്കും" -അയാൾ ജാള്യത ഒളിപ്പിച്ച് പറഞ്ഞു.

അതീക്ക ബുർഖയുടെ ഞൊറി കൂടുതൽ അടുപ്പിച്ചുപിടിച്ചുകൊണ്ട് പറഞ്ഞു.

"നോക്കൂ കെവിൻ, എന്റെ പഴയ വിവാഹസങ്കല്പങ്ങൾ തകർത്തുകൊണ്ടുവേണം താങ്കളെ ഞാൻ ഭർത്താവാക്കാൻ. എന്റെ നാട്ടിൽ അരക്ഷിതാവസ്ഥയുണ്ട് എന്നത് ശരി പക്ഷേ, സ്വപ്നം കാണുന്നതിൽ നിന്ന് അതെന്നെ തടസ്സപ്പെടുത്തുന്നില്ല. പോരാത്തതിന്..." അവൾ പകുതിക്ക് നിർത്തി.

അകലെ ഒരു ഗ്രാമത്തിൽ പോർ വിമാനങ്ങളുടെ ആരവങ്ങളും മിസൈലുകൾ പായുന്നതിന്റെയും വീണുടയുന്നതിന്റെയും ഘോരശബ്ദങ്ങളും അവൾ മനസ്സിൽ കേട്ടു. ഒരു സ്ത്രീ നിലവിളിച്ചുകൊണ്ട് ഓടുന്നു. ഒരു പിഞ്ചുകുഞ്ഞ് അവരുടെ കൈപ്പിടിയിൽ നിന്ന് ഊർന്നുവീഴുന്നു.

അതീക്ക മുഖം പൊത്തി.

"പോരാത്തതിന്?" കെവിൻ ചോദിച്ചു.

"പ്ലീസ്, നമുക്ക് മറ്റെന്തെങ്കിലും സംസാരിക്കാം"- അവൾ ഒഴിഞ്ഞു മാറി.

അവൾക്ക് അറിയാമായിരുന്നു, കെവിനെ ധിക്കരിച്ചാലും ജോലിയിൽ ബുദ്ധിമുട്ട് നേരിടേണ്ടി വരില്ലെന്ന്. കാരണം ജോലിക്കാർക്കിടയിൽ യുദ്ധമേഖലയുടെ ഭൂമിശാസ്ത്രം അറിയുന്നവരായി അവൾ മാത്രമേയുള്ളൂ. ന്യൂസ് സെന്ററിൽ അവളുടെ സേവനം നിലനിർത്തേണ്ടത് കമ്പനി ആവശ്യമാണ്.

സ്റ്റുഡിയോയുടെ നീലവെളിച്ചത്തിലായിരുന്നു കെവിനും അതീക്കയും. കെവിന്റെ മൊബൈൽ മുരണ്ടു.

"കെവിൻ, താഴേ ഡെസ്കിലേക്ക് വരൂ, ഒരു എക്സ്ക്ലൂസീവ് വന്നിട്ടുണ്ട്." കെവിന്റെ പിന്നാലെ അതീക്കയും ഡെസ്കിലേക്ക്.

മിത്തൽ, നരച്ച കണ്ണ് വിടർത്തി സ്ക്രിപ്റ്റ് വായിക്കുകയായിരുന്നു. ഇടയ്ക്കിടെ അയാൾ അസ്വസ്ഥനായി. ശ്വാസം വല്ലാതെ മേലോട്ട് വലിച്ചു.

കെവിൻ സ്ക്രിപ്റ്റിനൊപ്പമുള്ള ചെറിയ കാസറ്റ് കൈയിലെടുത്ത് തിരിച്ചും മറിച്ചും നോക്കി.

"എവിടെ നിന്നാണ്?"

"പോരാട്ട ഭൂമിയിൽ നിന്ന്" -മിത്തൽ സ്ക്രിപ്റ്റ് കെവിന് കൈമാറി.

കാസറ്റ് ക്യാമറയിൽ കടത്തി കെവിൻ ടെലിവിഷനിലേക്ക് ബന്ധിപ്പിച്ചു. സ്ക്രീനിന്റെ ഒത്ത മധ്യത്തിൽ റിപ്പോർട്ടർ ഫാത്തിമ പ്രത്യക്ഷപ്പെട്ടു. അവളുടെ കൈയിൽ മൈക്ക് ഉണ്ടായിരുന്നില്ല. പതിവ് ലിപ്സ്റ്റിക്കും ഉണ്ടായിരുന്നില്ല. അവൾ പറഞ്ഞു.

"ദൃശ്യങ്ങൾ കള്ളം പറയില്ലെങ്കിൽ നിങ്ങൾ ഇനി കാണാൻ പോകുന്നത് എന്റെ ജീവിതത്തിൽ ഇന്നേവരെ അനുഭവിച്ചിട്ടില്ലാത്ത ഒന്നാണ്. ക്രൂരവും നികൃഷ്ടവുമായ യാഥാർത്ഥ്യമാണ്. ഇതൊരു തടങ്കൽ പാളയമാണ്." (ഫാത്തിമയുടെ പിന്നാലെ ക്യാമറ തടങ്കൽ പാളയത്തിന്റെ താക്കോൽ ദ്വാരത്തിലേക്ക് പിന്നീട്, നഗ്നനായ ഒരു പുരുഷനിലേക്കും.

പിന്നിൽ നിന്ന് ഒരു ആജ്ഞാസ്വരം

"ഹാൻഡ്സ് അപ് റാസ്ക്കൽ" (തെമ്മാടി, കൈപൊക്കൂ).

നഗ്നനായ അയാൾ കൈയുയർത്തി നിന്നു. പൊടുന്നനെ ഒരു നായ കുതിച്ചുചെന്ന് അയാളുടെ തൂങ്ങി നിന്ന ലിംഗം കടിച്ചു പറിച്ചു.

"ദൈവമേ" ഒരു നിലവിളിയുടെ അസ്വാസ്ഥ്യം കാസറ്റ് കണ്ടു നിന്നവരെ സ്ഥലകാലത്തേക്ക് തിരിച്ചുകൊണ്ടുവന്നു. ദൈവമേ എന്ന രണ്ടാമത്തെ വിളിയോടെ അതീക്ക തളർന്ന് മുട്ടുകുത്തി നിന്നു. ക്യാമറ രക്തം പരന്നൊഴുകുന്നതിലേക്കും ഫാത്തിമയിലേക്കും തെന്നി മാറി.

"ലോകത്തുള്ള തടവറകളിലെല്ലാം പീഡനങ്ങളുണ്ടാകാം. പക്ഷേ, ഇവിടെ നടക്കുന്നത് ഒട്ടേറെ പ്രതീകങ്ങളുള്ള പീഡനങ്ങളാണ്. പാരമ്പര്യത്തിന്റെ തുടർച്ചയ്ക്ക് നിദാനമാകുന്നതിനെ..."

കെവിൻ കാസറ്റ് പരിശോധന നിർത്തി.

"നല്ല സ്റ്റോറി, ആരും കാണിക്കാത്തത്. പക്ഷേ, ഫാത്തിമയുടെ സൈൻ ഔട്ട് മാറ്റണം. പ്രതീകമാനങ്ങളുള്ള പീഡനം എന്നൊന്നും പറഞ്ഞ് ജനങ്ങളെ തെറ്റിദ്ധരിപ്പിക്കേണ്ടതില്ല. മാത്രമല്ല, ആക്രമിക്കപ്പെട്ടയാൾ ഏത് ഭീകരനാണെന്ന് കൂടി ചേർക്കണം."

മിത്തലിന് ദേഷ്യം വന്നു.

"ഭീകരനെന്നോ കൊലയാളിയെന്നോ ഇവിടെ പ്രസക്തമല്ല. ലോകത്തിന്റെ കണ്ണു തുറപ്പിക്കാൻ പര്യാപ്തമായ ഒരു സ്റ്റോറിയെ വ്യാഖ്യാനിച്ച് നശിപ്പിക്കരുത്."

"കിളവൻ മിണ്ടാതിരി" -കെവിൻ കാസറ്റും സ്ക്രിപ്റ്റുമെടുത്ത് എഡിറ്റ് സ്യൂട്ടിലേക്ക് പോയി.

അതീക്ക മുഖം കഴുകി മിത്തലിനടുത്തേക്ക് വന്നു.

"ലോകം മാറുകയാണ്. കീഴടങ്ങലോ ചെറുത്തുനില്പോ എന്നതാണ്

ചോദ്യം. ഇതിനിടയിൽ അനുരഞ്ജനം ഒരു സാധ്യതയല്ല. വെറുതെ വാശി പിടിച്ചിട്ടെന്താ കാര്യം? അങ്കിൾ പോയി ഭക്ഷണം കഴിക്കൂ."

മിത്തൽ മൗനിയായി.

അതീക്ക അയാളുടെ പഴയ ഒരു സ്ക്രിപ്റ്റിലേക്ക് വെറുതെ നോക്കി.

...നഗരത്തിന്റെ പ്രധാന തെരുവിലെ കൂറ്റൻ കെട്ടിടങ്ങൾ. എട്ടുവരിപ്പാതയിൽ ചീറിപ്പായുന്ന വാഹനങ്ങൾ. അതൊക്കെ കടന്നാൽ നദിയുടെ ഓരം പറ്റി പഴമയുടെ ഗന്ധം പേറി ചില കുടുസ്സുമുറികൾ. നഗരത്തിന്റെ പഴയ തെരുവും പുതിയ തെരുവും വ്യത്യസ്ത അനുഭവങ്ങാണ്. പുതിയ നഗര നിർമിതിയിൽ മൂന്നാം ലോകക്കാർ വഹിച്ച പങ്ക് ചെറുതല്ല. ചുട്ടുപൊള്ളുന്ന വെയിലിൽ വലിയ കോൺക്രീറ്റ് വാർപ്പുകൾ ഉണ്ടാക്കുമ്പോൾ മരിച്ചുവീണവർ ധാരാളം. നഗര ചരിത്രത്തിന്റെ വരും കാലങ്ങളിൽ അവരുടെ സാന്നിധ്യം അപ്രസക്തം. ചരിത്രം മൂലധനത്തിന്റേത് മാത്രമായി മാറും...."

നന്നായിരിക്കുന്നു എന്ന ഭാവത്തിൽ ബഹുമാനത്തോടെ അതീക്ക മിത്തലിനെ നോക്കി.

അതീക്ക ചോദിച്ചു: "ഞാനും ഒരു ഡോക്യുമെന്ററി ചെയ്യട്ടെ, അധിനിവേശത്തെക്കുറിച്ച്?"

"പിന്നെന്താ? അതിന്റെ ഇരയാണല്ലോ നീ. അപ്പോൾ ഇരയുടെ പക്ഷത്തു നിന്ന് കാര്യങ്ങൾ നോക്കിക്കാണാൻ എളുപ്പമാകും."

"കെവിൻ ഇപ്പോഴും പിന്നാലെയുണ്ടോ?" -മിത്തൽ ചോദിച്ചു. അവൾ മറുപടി പറയാതെ വെളിയിലിറങ്ങി. പിറ്റേന്ന് നേരത്തെ തന്നെ അതീക്ക ഓഫീസിലെത്തി. ഡോക്യുമെന്ററിയുടെ തയ്യാറെടുപ്പുമായാണ് അവൾ വന്നിരുന്നത്. അവൾ ആമുഖം എഴുതി.

ഇരയെ നിശ്ചയിച്ചു കഴിഞ്ഞാൽ വേട്ടക്കാരൻ വല നെയ്യുന്നതും ഉന്നംപിടിക്കുന്നതും ഏത് തരത്തിലാണോ അങ്ങനെയൊക്കെത്തന്നെയാണ് അധിനിവേശം നടക്കുക. ക്രൂരമായ ധ്യാനമാണത്. ആദ്യം വേട്ടക്കാരന്റെ ചലനങ്ങളും തന്ത്രങ്ങളും നിങ്ങൾ കാണും. പിന്നീട് ഇരയുടെ വെപ്രാളവും കീഴടങ്ങലും അനുസ്യൂതമായ ദൈന്യത. പോരാട്ടം വല്ലപ്പോഴുമേയുള്ളൂ.

കെവിൻ അപ്പോൾ അതീക്കയുടെ അരികിലെത്തി. അവൾ സന്തോഷത്തോടെ കെവിനെ കെട്ടിപ്പുണർന്നു. എന്നിട്ട് കെവിനോട് പറഞ്ഞു "ഇന്ന്എന്റെ വീട്ടിലാകട്ടെ അത്താഴം."

കെവിന് അദ്ഭുതമായി. അവളുടെ കണ്ണുകൾ തിളങ്ങിക്കൊണ്ടിരുന്നു. പിറ്റേന്ന് കെവിൻ തന്റെ ജനനേന്ദ്രിയത്തിൽ മാരകമായ മുറിവേറ്റ് ആശുപത്രിയിൽ നിന്ന് നാട്ടിലേക്ക് തിരിക്കുന്നതുവരെ അതീക്കയുടെ കണ്ണിലെ തിളക്കം കെടാതെ നിന്നു. ■

പരിദേവനം

അന്തോണീസ് പുണ്യാളന്റെ ആത്മാവ് അവളുടെ മനസ്സിൽ കയറീന്നാ പറയുന്നെ; ഒരു പണിയും ചെയ്യത്തില്ല. അച്ചായന്റെ മുറിയിൽ കയറത്തില്ല. ഡോബർമാനെ കുളിപ്പിക്കത്തില്ല. പിന്നെന്നാത്തിനാ നാട്ടീന്ന് കെട്ടിയെടുത്തത്. ഇവളുമാരെക്കൊണ്ട് തോറ്റു. അല്ലേലും ഇവളുമാരെ പറഞ്ഞിട്ടെന്താ. ആ ഏജൻസിക്കാരല്ലിയോ അയച്ചിരിക്കുന്നെ. ഇനീപ്പോ, അവരോടു തന്നെ പറഞ്ഞൂന്ന് വെക്കുക; ഒന്നും സംഭവിക്കാൻ പോണില്ല. കുറ്റം നമ്മുടെ തലേലാവും.

അമ്മച്ചി നാട്ടീന്ന് വരുമ്പോ, വീട്ടുകാര്യങ്ങൾ നോക്കാൻ ഒരു പണിക്കാരിയെ വേണമെന്ന് അച്ചായനോട് പറഞ്ഞതായിരുന്നു. അങ്ങിനങ്കീ അമ്മച്ചീടെ കൂടെ വേലക്കാരിയും പോന്നോട്ടേന്ന് അച്ചായൻ സമ്മതിച്ചു. ഒരുമിച്ച് വിസയെടുക്കാമെന്നും പറഞ്ഞു. പക്ഷേങ്കില്, അമ്മച്ചീടെ വിസ പെട്ടെന്ന് കിട്ടി. വേലക്കാരിക്ക് 30 വയസ്സായില്ലെന്ന് പറഞ്ഞ് അപേക്ഷയങ്ങ് തള്ളി. അവള്, വേലക്കാരിയല്ല. അച്ചായന്റെ വകേല് ഒരനിയത്തിയാ. പണ്ട്, ഏതാണ്ട് അച്ചായന്റെ പിറകെ കുറെ നടന്നിരുന്നു കേട്ടോ, കല്യാണം കഴിക്കാൻ. അച്ചായന്റെ പദവിക്ക് ചേർന്നതായിരുന്നില്ല. അത് കൊണ്ട്, വയറ്റിലായതിനെ അലസിപ്പിച്ചു.

അതുകൊണ്ടാ ഗ്രേസിക്കുഞ്ഞിന് ഭർത്താവിനെ കിട്ടാതെ പോയത്. അച്ചായൻ പിന്നെ എന്റെ പിന്നാലെയായി. ഞങ്ങളുടേത് വല്യ തറവാടല്ലിയോ. അത് കൊണ്ടാ എന്നെ കെട്ടിയത്. എന്റെ അപ്പച്ചൻ, അച്ചായന് ഇഷ്ടംപോലെ പണം കൊടുത്തു. അത്കൊണ്ടാ ഈ അറബി നാട്ടില് ബിസിനസ്സ് കെട്ടിപ്പൊക്കീത്. എന്നെ ഇങ്ങോട്ട് കൂട്ടീത്.

അമ്മച്ചി വന്നപ്പോ, എനിക്ക് ശ്രദ്ധിക്കാൻ മേലാന്ന് ഞാൻ പറഞ്ഞിരുന്നു. ആമവാതമാ അതിന്. എപ്പോഴും തുണ വേണം. എവിടെങ്കിലും ഇരുന്നാ, എണീക്കാൻ പ്രയാസമാകും. ക്ലബിലൊന്നും കൂട്ടിക്കൊണ്ടു പോകാനേ പറ്റത്തില്ല.

അമ്മച്ചി, മഫ്റഖിലുള്ള അർച്ചനാ നഴ്സിന്റെ കൂടെയാ നാട്ടീന്ന് പോന്നത്. അർച്ചനാ നഴ്സിനെ അബുദാബിയിൽ കൊണ്ടുവന്നതും അച്ചായനാ. അവൾക്ക് സിറ്റീല് ഫ്ളാറ്റ് വാടകയ്ക്ക് വാങ്ങിക്കൊടുത്തതും അച്ചായനാ. അതിന്റെ നന്ദിയൊക്കെയുണ്ട്. നാട്ടീന്ന് വരുമ്പോ, ചക്കയും

ചീനമുളകും ഒക്കെ കൊണ്ടുവന്നു തന്നു. ചീനമുളക് കൊളസ്ട്രോളിന് നല്ലതാത്രെ.

അമ്മച്ചി എത്തി രണ്ടു ദിവസം കൊണ്ടുതന്നെ പണി പാളി. അമ്മച്ചിക്ക് വാതം കാരണം നടക്കാനേ പറ്റാതായി. രാത്രീല് ഫ്രൈഡ് ചിക്കനും പെപ്സിയുമായിരുന്നെ. അമ്മച്ചി ഇത്തിരി കഞ്ഞി മതിയെന്നു പറഞ്ഞിരുന്നു. പാതിരാത്രീല് ഞാൻ അടുക്കളേൽ കേറത്തില്ല. അതെന്റെ ശീലമാ. നാളെ രാവിലെ നോക്കാമെന്ന് ഞാൻ പറഞ്ഞു. അമ്മച്ചി മനസ്സില്ലാമനസ്സോടെയാ ഫ്രൈഡ് ചിക്കൻ കഴിച്ചത്. അതോടെ കിടക്കുകേം ചെയ്തു. പിറ്റേന്നാ എണിക്കാൻ വയ്യാതായത്.

ഉടൻ തന്നെ, വേലക്കാരിയെ ഏർപ്പാടാക്കണന്ന് ഞാൻ വാശി പിടിച്ചു. അച്ചായൻ കൊച്ചിയിലെ ഒരു ഏജൻസിയെ വിളിച്ചു. അവിടുന്നാ ഇതിനെ കെട്ടിയെടുത്തത്. എയർപോർട്ടിൽ കണ്ടപ്പഴേ പിശകാണെന്ന് തോന്നീരുന്നു. വയസ് 30 ആയീന്ന് ആരും പറയുകേല. അധികം സംസാരിക്കത്തില്ല. പക്ഷേങ്കില്, പറഞ്ഞത് അനുസരിക്കത്തൂല്ല.

എന്താടീ കൊച്ചേ, ഒരു വയ്യായ്ക? അന്നേരേ അവള് കരയാൻ തുടങ്ങി. നാടുവിട്ടു വന്നതല്യോ, വെഷമം കാണുമെന്ന് ഞാൻ ഓർത്തു. അന്നേരമാ, നാത്തൂൻ കയറി വന്നത്. അവൾ ആ കൊച്ചിന്റടുത്തു ചെന്ന് ആശ്വസിപ്പിച്ചു.

“എന്താ മോൾടെ, പേര്?

“അന്ന”- അവൾ മുഖമുയർത്താതെ പേരു പറഞ്ഞു.

“നല്ല ഐശ്വര്യമുള്ള കുഞ്ഞ്. വേലക്കാരിയാന്ന് തോന്നുകേല. എവിട്ന്നാടീ നിനക്കിത്ര നെറം കിട്ടീത്?” നാത്തൂൻ അസൂയപ്പെട്ടു.

കമ്പനീന്ന് അച്ചായൻ വരാൻ സമയമായി, ഇന്ന് അടുക്കള പണി അവൾക്ക് കാണിച്ചു കൊടുക്കാം. നാളെ മുതൽ അവൾ തന്നെത്തന്നെ ചെയ്തോണം. ഹൈപ്പർമാർക്കറ്റീന്ന് വാങ്ങിയ ഫ്രോസൻ ചിക്കൻ ചൂടുവെള്ളത്തിലിട്ടു വെച്ചിട്ടുണ്ട്. അതിന്റെ തൊലിയുരിഞ്ഞ് കഷ്ണമാക്കണം. അത് അവളെക്കൊണ്ട് ചെയ്യിക്കാം. ഗ്യാസടുപ്പ് കത്തിക്കാനും ഉള്ളി അരിയാനും മറ്റും അവൾക്ക് അറിയുമായിരിക്കും.

ഫ്രോസൻ ചിക്കന്റെ തൊലിയുരിയാൻ പറഞ്ഞപ്പോ അന്ന അനുസരിച്ചു. പക്ഷേങ്കില്, വലിയ പിടിപാടില്ലാന്ന് കൈക്രിയ കണ്ടപ്പോ തോന്നി. ഐസു പിടിച്ചതാണെങ്കി ചിക്കൻ പിൻഭാഗത്ത് കത്തികൊണ്ട് നീളത്തിൽ ഒരു വര വരഞ്ഞാൽ മതി. തൊലി എളുപ്പം പോന്നോളും രണ്ടും മൂന്നും പ്രാവശ്യം ചിക്കനെ പിടിച്ച് അങ്ങോട്ടുമിങ്ങോട്ടും ആട്ടുന്നത് കണ്ടപ്പോ ദേഷ്യം വന്നു. തലയ്ക്കു ഒരു കിഴുക്കു കൊടുത്തു. അപ്പോഴേക്കും ദേ, വീണ്ടും കണ്ണീർ.

അച്ചായൻ കയറി വന്നപ്പോ ഭക്ഷണം മേശപ്പുറത്ത് ഒരുങ്ങിയിട്ടുണ്ട്. മൊബൈലിൽ ആരോടോ കയർത്തു കൊണ്ടാ വരവ്.

എടീ അന്നേ, അച്ചായന് ഒരു തോർത്ത് കൊടുക്ക് - ഞാൻ വിളിച്ചു പറഞ്ഞു. അവൾ ഒരു പൂച്ചക്കുട്ടിയെപ്പോലെ പതുങ്ങിയാണ് വന്നത്. അടക്കോം ഒതുക്കോം ഒക്കെയുണ്ട്. അടുക്കള വേല കഴിഞ്ഞ് കുളിച്ചു വെന്ന് തോന്നുന്നു. മുടിയിൽ നിന്ന് വെള്ളം ചുമലിലോട്ട് ഒഴുകുന്നു.

"ഇവളാളെങ്ങനെ?"- അച്ചായൻ ചോദിച്ചു.

"പറയാറായില്ലല്ലോ... ഇന്നലെ എത്തിയതേയുള്ളൂ. കണ്ടും കേട്ടും അടങ്ങിയിരുന്നാൽ അവൾക്ക് കൊള്ളാം" - ഞാൻ പറഞ്ഞു.

അച്ചായൻ കമ്പനിയിലേക്ക് പോയി. ഇനി രാത്രിയാകും വരാൻ. അപ്പോഴേക്കും ഒന്നുറങ്ങണം. അന്നയെ വിളിച്ച് ഓരോരോ കാര്യങ്ങൾ പറഞ്ഞു കൊടുത്തു.

ഫ്ളാറ്റൊക്കെ തൂത്തുവാരണം. കച്ചറ സാധനങ്ങൾ കറുത്ത ബേഗി ലാക്കി പുറത്തെ കുപ്പത്തൊട്ടിയിലിടണം. വൈകുന്നേരം അച്ചായൻ വരുമ്പോൾ ചിക്കൻ ഫ്രൈ തയ്യാറാക്കി വെയ്ക്കണം. രാത്രി അച്ചായന് അല്പം സേവ ഉള്ളതാണ്.

ഞാൻ ഉറക്കത്തിലേക്ക് വഴുതി. എന്തോ ശബ്ദം കേട്ടാണ് ഉണർ ന്നത്. മുറിയുടെ വാതിൽ തുറന്നു നോക്കിയപ്പോ, ദാണ്ടെ അന്ന കരഞ്ഞ് കാലിൽ വീഴുന്നു. അവളുടെ ചുരിദാറിന്റെ ടോപ്പ് കീറിപ്പറിഞ്ഞു പോയി ട്ടുണ്ട്.

"എന്തുവാടീ... മോങ്ങുന്നെ." അവൾ ഒന്നും പറയാൻ കൂട്ടാക്കിയില്ല. സിറ്റൗട്ടിൽ ചെന്നപ്പോഴുണ്ട്, അച്ചായൻ മുണ്ടുമാത്രമുടുത്ത് സിഗരറ്റ് വലിച്ചിരിക്കുന്നു. അച്ചായൻ തമാശ കാട്ടിയിട്ടുണ്ടെന്ന് ചുരുക്കം.

"അച്ചായൻ എപ്പോ എത്തി"

"കുറെ നേരായി. നീ അന്തംവിട്ട് ഉറങ്ങുകയായിരുന്നു. അതോണ്ടാ അവളോട് റൂമിലോട്ട് പോന്നാളാൻ പറഞ്ഞത്. അവളെന്താ മനുഷ്യരെ കണ്ടിട്ടില്ലേ? വെളച്ചെലെടുക്കണ്ടാന്ന് പറ അവളോട്. വിസ ക്യാൻസൽ ചെയ്ത് പറഞ്ഞു വിടുംന്ന് പറ" -അച്ചായൻ കണ്ണിറുക്കി ചിരിച്ചു.

"ഓ, അത്രേ ഉള്ളോ കാര്യം" ഞാനും പറഞ്ഞു.

അന്ന, അതിനുശേഷം ബഹളമൊന്നും കാണിച്ചില്ല. ഞാനവളോട് പറഞ്ഞു. ഇതൊക്കെ ഇവിടെ സാധാരണമാണ്. അന്നേരം അവൾ പിന്നെയും കരഞ്ഞു. അതിന്റെ പിറ്റേന്ന്, അച്ചായന്റെ കൂട്ടുകാർ വന്നപ്പോ തൊട്ടാ അവൾ അന്തോണീസ് പുണ്യാളന്റെ തിരുരൂപം മാലയാക്കി കഴുത്തിലിട്ടു തുടങ്ങിയത്. ■

മരുഭൂമിക്കുമപ്പുറം

ഉമ്മയുടെ കൈകൾക്ക് അസാധാരണമായ തണുപ്പുണ്ടായിരുന്നു. ഉമ്മ എന്റെ കവിളിൽ തലോടിയപ്പോഴാണ് അത് ശ്രദ്ധിച്ചത്. ചുളിഞ്ഞ തൊലിപ്പുറത്ത് ഞരമ്പുകൾ വിജൃംഭിച്ചു നിന്നിരുന്നു. എന്നാലും ആ തലോടൽ, എന്റെ ഉള്ളിലെ സംഘർഷങ്ങളുടെ കെട്ടഴിച്ചു വിടുന്നുവെന്ന് തോന്നി.

നടക്കാൻ പ്രയാസപ്പെടുന്ന ഉമ്മ എന്തിനാണ് ഇങ്ങോട്ടു വരാൻ വാശിപിടിച്ചതെന്ന് ഊഹിക്കാനാകും. എനിക്ക് ഏതെങ്കിലും തരത്തിൽ വിഷമം ഉണ്ടാകുന്ന എന്തെങ്കിലും സംഭവിച്ചാൽ വിദൂരതയിലിരുന്ന് ഉമ്മ അറിയുന്നു. ആരും പറഞ്ഞു കൊടുത്തിട്ടില്ല. ഒരുതരം തോന്നൽ പിന്നെ ഉമ്മയ്ക്ക് ഇരിക്കപ്പൊറുതി ഉണ്ടാകില്ല. എത്രയും പെട്ടെന്ന് മകനെ കാണണം എന്ന് ചുറ്റുമുള്ളവരോട് ആവശ്യപ്പെട്ടുകൊണ്ടേയിരിക്കും.

“അവൻ ഏറെ ദൂരെയല്ലേ, വിമാനത്തിലൊക്കെ പോകാൻ ഉമ്മയ്ക്ക് കഴിയോ? -പെങ്ങൾ ചോദിച്ചു.

“എനിക്ക്, അവനെ കാണണം” ഉമ്മ പിന്നെയും വാശി പിടിച്ചു. അത് കൊണ്ടാണ് പെങ്ങൾ വിളിച്ചു പറഞ്ഞത്, പറ്റുമെങ്കിൽ ഒരു വിസ സംഘടിപ്പിച്ച്, കുറച്ചു ദിവസത്തേക്ക് ഉമ്മയെ ഇങ്ങോട്ടു കൊണ്ടുവരാൻ.

റോഡിനിരുവശവും മരുഭൂമിയായിരുന്നു. കാറിന്റെ മുൻസീറ്റിൽ ദൂരക്കാഴ്ചകളിലേക്ക് ഉമ്മയും ഞാനും കണ്ണുനട്ടു. ഒട്ടകങ്ങളെയൊന്നും കാണുന്നില്ലല്ലോ? ഉമ്മ അലസമായി ചോദിച്ചു.

“കുറേ ദൂരെപ്പോയാൽ കാണാൻ കഴിയും...”

ഒട്ടകങ്ങളെ കാണണമെന്നത് ഉമ്മയുടെ ആഗ്രഹമായിരിക്കാം. വഴിയരികിൽ കണ്ടില്ലെങ്കിൽ മൃഗശാലയിലേക്ക് പോകാം. ഏറെ അകലെയല്ലാതെ ഒരു മൃഗശാലയുണ്ട്. അങ്ങോട്ടു പോകാം.

“ഞാൻ ഇവിടെ വന്നത്, നിനക്ക് ബുദ്ധിമുട്ടായോ...” ഉമ്മ ചോദിച്ചു.

“ഹേയ്, കുറെ കാലമായി ആഗ്രഹിച്ചതാണ്. ഇവിടെ ഒരു റേഡിയോ സ്റ്റേഷൻ, കുറച്ച് അമ്മമാരെ കൊണ്ടുവന്ന്, മക്കൾ പണിയെടുക്കുന്ന സ്ഥലം കാണിച്ചു കൊടുക്കാറുണ്ട്, വർഷത്തിലൊരിക്കൽ. അപ്പോഴൊക്കെ തോന്നും. ഇപ്പൊ ഉമ്മ ഇങ്ങനെയൊരു നിമിത്തം...”

“ഇവിടെയിപ്പോ ചൂടൊന്നുമില്ല...” ഉമ്മ പിന്നെയും വഴിയോരക്കാഴ്ച യിലേക്ക് മടങ്ങി. വെളുത്ത മണൽപ്പരപ്പിൽ ഒറ്റപ്പെട്ടുപോയ വൃക്ഷങ്ങളെ യാകും ഉമ്മ ശ്രദ്ധിക്കുക.

“ഇവിടെ മഴ വരില്ല, അല്ലേ” ഉമ്മ ചോദിച്ചു. അതിന് മറുപടി പറയാൻ എനിക്ക് കഴിയുമായിരുന്നില്ല. എന്റെ ഓർമകൾ തുടങ്ങുന്നത്, മഴ ക്കാലത്ത് ചോർന്നൊലിക്കുന്ന കൂരയ്ക്കുള്ളിൽ, ഞാൻ മഴ നനയാതി രിക്കാൻ, ഉമ്മ ചേർത്തു പിടിച്ചു നിർത്തുന്നതിൽ നിന്നാണ്. മഴയുടെ ആരവങ്ങൾ എന്നും ഭയപ്പാട് സൃഷ്ടിച്ചിരുന്നു. കൂലിവേലയ്ക്ക് പോകുന്ന ഉമ്മ മഴ നനഞ്ഞാണ് കൂരയിൽ തിരിച്ചെത്തുക. ഇടിമിന്നൽ ഉണ്ടെങ്കിൽ ഉറക്കം വരുകയുമില്ല.

എന്നെ പ്രസവിച്ചതിന്റെ രണ്ടാം ദിവസം പോലും ഉമ്മ കൂലി വേലയ്ക്ക് പോയിട്ടുണ്ട്. കൂരയിൽ കെട്ടിത്തൂക്കിയ തുണിത്തൊട്ടിലിൽ കിടത്തി, കാലിന് തളർവാതം പിടിച്ച് നടക്കാൻ വയ്യാത്ത ഉപ്പയുടെ പായ യ്ക്കരികിൽ കഞ്ഞി വിളമ്പി വെച്ചാണ് ഉമ്മ എണീറ്റു പോയതെന്ന് പെങ്ങൾ ഓർക്കുന്നു.

മഴ, ഇവിടെ എല്ലാവർക്കും നഷ്ടസ്മൃതിയാണ്. എനിക്ക്, അങ്ങനെ യല്ല, വേദനകളുണർത്തുന്ന ഓർമകളാണ്. ഉയർച്ചയുടെ ഓരോ പടവു കൾ ചവിട്ടുമ്പോഴും ഉമ്മയുടെ അദൃശ്യകരങ്ങൾ പിന്നിൽ താങ്ങായി നിൽക്കുന്നത് അനുഭവിച്ചിരുന്നു. വീണു പോകരുത്, എതിർപ്പുകളുടെ കൊടുങ്കാറ്റിലും പതറി വീഴരുതെന്ന് ഉമ്മ നിശ്ശബ്ദം മന്ത്രിക്കുന്നത് പോലെ.

അനന്തതയിലേക്ക് നീണ്ടു കിടക്കുന്ന റോഡിൽ അധികം വാഹന ങ്ങളുണ്ടായിരുന്നില്ല. വല്ലപ്പോഴും എതിരെ നിന്ന് കാറുകൾ ചീറിപ്പാഞ്ഞു വന്നു. എന്നാലും, ഡ്രൈവിംഗിൽ ശ്രദ്ധിക്കാൻ കഴിയുന്നില്ലെന്ന് തോന്നി.

ഓഫീസിൽ, കഴിഞ്ഞ വർഷം എത്തിയ ബ്രിട്ടീഷുകാരൻ വലിയ തല വേദനയാണ് ഉണ്ടാക്കുന്നത്. ഒന്നും ശരിയായവിധത്തിലല്ല നടക്കുന്ന തെന്ന് മേലധികാരിക്ക് റിപ്പോർട്ട് അയയ്ക്കുന്നതാണ് അയാളുടെ രീതി. ഒമ്പത് വർഷം ഏതാണ്ട് ഒറ്റയ്ക്ക് തന്നെയാണ് ഓഫീസ് നടത്തിയത്. കമ്പനിക്ക് മെച്ചം ഉണ്ടായിട്ടേയുള്ളൂ. പരസ്യങ്ങൾ ധാരാളമായി കിട്ടി ത്തുടങ്ങിയിട്ടുണ്ട്. കോർപറേറ്റുകളെ ആകർഷിക്കാൻ കഴിയുന്നില്ലെ ന്നാണ് പരാതി. മാനേജ്മെന്റും അത് ശരിവെക്കുന്നു. ആയ്ക്കോട്ടെ, എന്റെ ജോലി പോകുന്നതിൽ സങ്കടമില്ല. പക്ഷേ, ഞാൻ കെട്ടിപ്പൊക്കിയ പരസ്യകമ്പനിയാണ്. ഒരാളുടെ കുത്തിത്തിരിപ്പിൽ ഞാൻ ഒന്നുമല്ല എന്ന് മാനേജ്മെന്റ് കരുതുന്നതിലാണ് ദുഃഖം.

കാർ, മൃഗശാലയിലെത്തിയത് അറിഞ്ഞില്ല. കൂറ്റൻ കവാടത്തിനു മുന്നിലെ പാർക്കിംഗിൽ കാർ വിട്ട്, ഉമ്മയുടെ കൈ പിടിച്ച് നടന്നു പോകു മ്പോൾ കുറെ സ്കൂൾ കുട്ടികൾ എതിരെ കലപില ശബ്ദമുണ്ടാക്കി വന്നു. അതിൽ വരി തെറ്റി ഒറ്റ തിരിഞ്ഞുള്ള ഒരു കുട്ടിയുടെ കൈയിൽ വാത്സല്യത്തോടെ ഉമ്മ മിഠായി വെച്ചു കൊടുത്തു.

മരുഭൂമിയിലെ മൃഗങ്ങളുടെ പ്രദർശനമാണ്. കണ്ണാടിക്കൂടിനപ്പുറം പുലിയും കുറുനരിയും കുരങ്ങനും ഒക്കെയുണ്ട്. ഒരു ഭാഗത്ത് കമ്പി വേലികൾക്കപ്പുറം ആട്ടിൻകുട്ടികളും ഒട്ടകങ്ങളും പേടിച്ച് നിൽക്കുന്നു. മൃഗശാലയ്ക്ക് പുറത്തും ഏതാണ്ട് ഇതുപോലൊക്കെത്തന്നെ "മനുഷ്യരുടെയിടയിലുമുണ്ട് ക്രൂരമൃഗങ്ങളും ആട്ടിൻ കുട്ടികളും" മൃഗശാലയ്ക്കു മുകളിലൂടെ ഒരു കൂറ്റൻ പോർവിമാനം ഭീകരമായ അലർച്ചയോടെ പറന്നു പോയി.

നേരം, സന്ധ്യയോടടുത്തിരിക്കുന്നു. ഇനി തിരിച്ചു പോകാമെന്ന് ഉമ്മ പറഞ്ഞു. മൃഗശാലയുടെ നിരവധി പടവുകളിറങ്ങുമ്പോൾ, ഉമ്മ കിതച്ചു. കൈ പിടിച്ചിറക്കി കാറിലെത്തിച്ചപ്പോഴും കിതപ്പ് മാറുന്നില്ല.

നാളെ ഓഫീസുണ്ട്. അതുകൊണ്ട് നേരത്തെ കിടന്നുറങ്ങണം. ഉമ്മയെ ഫ്ളാറ്റിൽ ഒറ്റയ്ക്കാക്കിയാണ് പോകേണ്ടത്. ഭാര്യ നാട്ടിലാണ്. അല്ലെങ്കിലും ഉമ്മയെ ശ്രദ്ധിക്കാൻ അവൾക്ക് നേരം കിട്ടില്ല. അവൾക്കും ജോലിത്തിരക്ക്.

ഓഫീസിലേക്ക് തിരിക്കുമ്പോൾ ഉമ്മ പറഞ്ഞു; "എല്ലാം ശരിയാകും."

ഓഫീസിൽ, മീറ്റിംഗ് ഉള്ള ദിവസമാണ്. മാനേജ്മെന്റ് പ്രതിനിധികൾ എത്തും. ബ്രിട്ടീഷുകാരൻ വലിയ വായിൽ വർത്തമാനം പറഞ്ഞാൽ ഇന്ന് തിരിച്ചു കൊടുക്കണം. എല്ലായ്പ്പോഴും മൗനം പാലിക്കുന്നത് ബുദ്ധിയല്ല. മീറ്റിംഗ് ഹാളിൽ, ആരും ഉണ്ടായിരുന്നില്ല. മാനേജർ അല്പം കഴിഞ്ഞാണ് എത്തിയത്. അയാൾ, ആദ്യം ഹസ്തദാനം ചെയ്തു.

"കൺഗ്രാറ്റ്സ്, താങ്കളുടെ അധ്വാനം വെറുതെയായില്ല. താങ്കൾക്ക് പ്രമോഷനാണ്. ബ്രിട്ടീഷുകാരൻ, നാട്ടിലേക്ക് മടങ്ങുന്നു. ഇനി അയാളുടെ സ്ഥാനത്ത് താങ്കളാണ്."

ഒരുതരം നിസ്സംഗതയാണ് പ്രകടിപ്പിച്ചത്. എന്റെ തലയ്ക്കു മുകളിൽ മറ്റൊരാളെ നിയമിച്ച്, ജോലിയിൽ പ്രയാസങ്ങൾ സൃഷ്ടിച്ചതിന് കമ്പനി മാനേജ്മെന്റ് മാപ്പു പറയുകയാണ് വേണ്ടത്. സ്റ്റുപ്പിഡ്.

ഉമ്മയെ ഫോണിൽ വിളിക്കണമെന്ന് ആഗ്രഹിച്ചു. പക്ഷേ, ഉമ്മയ്ക്ക് മൊബൈൽ ഫോൺ ഉപയോഗിക്കാൻ അറിയാത്തത് കൊണ്ട്, വേണ്ടെന്ന് വെച്ചു. ഇന്ന്, നേരത്തെ ഫ്ളാറ്റിലെത്തിയേക്കാം. ഉച്ചയ്ക്കു തന്നെ ഫ്ളാറ്റിലെത്തി. ഉമ്മ കിടക്കുകയാണ്. ഉമ്മയുടെ മകൻ മറ്റൊരു കടമ്പ കൂടി കടന്നുവെന്ന് വിളിച്ചുണർത്തി പറയണമെന്ന് തോന്നി.

പതുക്കെ, ഉമ്മയുടെ വിരലിൽ പിടിച്ച് കൈയുയർത്തി ഞാൻ തലയിൽ വെച്ചു. തണുപ്പ്, എന്റെ ദേഹത്തേക്ക് പടരുന്നു. അത്, ദുര്യോഗങ്ങളുടെ ഉഷ്ണത്തെ ഇല്ലാതാക്കുന്നു. പക്ഷേ, ഉമ്മ നിത്യനിദ്രയിലേക്ക് വഴുതുന്നുവെന്ന് ഞാൻ നടുക്കത്തോടെ അറിയുന്നു. ■

അമ്ന

അമ്ന ഗാരിബ് ഞങ്ങളുടെ സൂപ്പർവൈസറായി എത്തിയത് മുതൽ, ഓഫീസ് മറ്റൊരു ലോകമായി. ആദ്യത്തെ സ്റ്റാഫ് മീറ്റിംഗിൽ അവർ പറഞ്ഞു: "എന്നെ നിങ്ങൾ സഹോദരിയായി കണക്കാക്കുക എന്നെ നിങ്ങൾ മാഡം എന്നു വിളിക്കുമ്പോൾ നമ്മൾ തമ്മിൽ വലിയ അകലം ഉണ്ടാകും. അമ്ന എന്ന് അഭിസംബോധന ചെയ്താൽ മതി. ആദ്യം വേണ്ടത്, ഈ ഓഫീസിന് അടുക്കും ചിട്ടയും ഉണ്ടാക്കുക എന്നതാണ് അതെ, കരുക്കൾ യഥാസ്ഥാനത്ത് വെച്ചാൽ മാത്രമേ കളിയിൽ മുന്നോട്ടു പോകാൻ സാധിക്കുകയുള്ളൂ."

അവർ, സ്ഫുടതയോടെ ഇംഗ്ലീഷ് സംസാരിക്കുന്നത് കണ്ട് ഞങ്ങൾ അദ്ഭുതപ്പെട്ടു. ഞങ്ങളുടെ സൂപ്പർവൈസറായി ഒരു തദ്ദേശീയ വനിത വരുന്നു എന്ന് കേട്ടപ്പോൾ പുച്ഛവും ആശങ്കയും ഉത്കണ്ഠയും കലർന്ന വികാരമായിരുന്നു. പൊതുവെ, അറബ് സ്ത്രീകൾ വിദേശി കളോട് അല്പം അകലം പാലിക്കും. അവർക്ക് സമർത്ഥമായി ആശയ വിനിമയം നടത്താൻ കഴിയില്ലെന്ന പൊതുധാരണയുണ്ട്.

അമ്ന ഗാരിബിന്റെ ഓരോ ചലനത്തിലും വാക്കിലും കുലീനതയു ണ്ടായിരുന്നു. നിറയെ ഞൊറികളുള്ള പർദ അവരുടെ മെലിഞ്ഞ ദേഹ ത്തിന് നന്നായി ഇണങ്ങുന്നുണ്ടായിരുന്നു. ഓഫീസിലേക്ക് ആദ്യം കയറി വരുമ്പോൾ മുഖപടം അഴിച്ചിരുന്നില്ല. അതിമനോഹരങ്ങളായ രണ്ടു കണ്ണുകൾ മാത്രമേ ദൃശ്യമായിരുന്നുള്ളൂ. മഷിയെഴുതിയ കണ്ണുകളിൽ വശ്യമായ ചിരി എപ്പോഴും പിടഞ്ഞുനിന്നു.

അവർ, സീറ്റിലിരുന്ന ഉടൻ ഓഫീസ് ബോയിയെ വിളിപ്പിച്ചു ജനാല കൾ തുറന്നിടാനും എല്ലാ മേശകളും വെടിപ്പാക്കാനും നിർദേശം നൽകി. തണുപ്പു കാലമായതിനാൽ എയർ കണ്ടീഷണറിന്റെ ആവശ്യമില്ലെന്ന് അറിയിച്ചു. സ്റ്റാഫ് മീറ്റിംഗ് തുടങ്ങുന്നതിന് മുമ്പ് അവർ മുഖപടം അഴിച്ചു. ഞങ്ങൾ അദ്ഭുതപ്പെട്ടു. ഇരുപത്, ഇരുപത്തിയൊന്ന് വയസിനപ്പുറം ഉണ്ടാകില്ല. കണ്ണാടിപോലെ തിളങ്ങുന്ന മുഖം. ലിപ്സ്റ്റിക്കോ റൂഷോ ഉപ യോഗിച്ചിട്ടില്ല.

സ്റ്റാഫ് മീറ്റിംഗ് കഴിഞ്ഞ്, സെയിൽസിലുള്ളവർ ഓരോരുത്തരായി ഇടപാടുകാരെ കാണാൻ പുറത്തേക്കു പോകാൻ ഭാവിക്കുമ്പോൾ

ഞങ്ങൾ സ്ത്രീകളോട് ഇരിക്കാൻ പറഞ്ഞു. പുരുഷന്മാരൊക്കെ പോയ ശേഷം അമ്ന ഞങ്ങളെ അവരിരിക്കുന്നതിന്റെ അടുത്തേക്ക് വിളിച്ചു.

“ഹൗ ആർ യു” അവർ പിന്നെയും മധുരമായി ചിരിച്ചു ചോദിച്ചു. അതേവരെ പകച്ചു നിന്നിരുന്ന വെറോണിക്കയാണ് ആദ്യം പ്രതിവചിച്ചത്.

“യു ആർ സോ ക്യൂട്ട്, മാം” - വെറോണിക്കയ്ക്കെന്നല്ല, ആർക്കും അങ്ങനെ പറയാതിരിക്കാൻ കഴിയുമായിരുന്നില്ല.

“നോ, എന്നെ മാഡം എന്നു വിളിക്കരുതെന്ന് പറഞ്ഞിട്ടില്ലേ? കോൾ മി അമ്ന. എന്റെ പേരും മനോഹരമല്ലേ?” - അവർ ചിരിച്ചു. അവരുടെ സംസാര രീതിയും ചിരിയും ഞങ്ങളുടെ ഹൃദയത്തിൽ ആഹ്ലാദത്തിന്റെ അലകളുണ്ടാക്കി. ഞങ്ങളിൽ സംരക്ഷണ ബോധം വളർന്നു. അവരോട് എന്ത് ആവലാതിയും പറയാമെന്നായി.

“നമുക്ക് പുറത്തുപോയി ഒരു കോഫി കുടിച്ചാലോ? -അമ്ന ചോദിച്ചു. ഞങ്ങൾക്ക് വലിയ സന്തോഷമായി. ഞാനും വെറോണിക്കയും സൂസന്നയും അവരുടെ പിന്നാലെ ഇറങ്ങി. വാതിൽ പടിയിൽ എത്തുന്നതിന് മുമ്പ് അവർ മുഖപടം പിന്നെയും അണിഞ്ഞു.

കോഫി കുടിക്കുന്നതിനിടയിൽ നിങ്ങൾ മലയാളികൾ ആണോയെന്ന് എന്നോടും സൂസന്നയോടും ചോദിച്ചു. ഫിലിപ്പൈനിയാണെന്ന് വെറോണിക്കയെ കണ്ടാൽ തന്നെ അറിയുമായിരുന്നു.

സൂസന്ന പാതി മലയാളിയാണ്. അപ്പനും മമ്മയും മലയാളിയാണെങ്കിലും സൂസന്ന ജനിച്ചതും വളർന്നതും മുംബൈയിൽ. സൂസന്നയ്ക്ക് മലയാളം എഴുതാനും വായിക്കാനും കഷ്ടിച്ച് അറിയാം എന്നാലും താൻ മലയാളിയാണെന്നു തന്നെ സൂസന്ന പറഞ്ഞു.

അമ്നയുടെ കൈത്തണ്ടയിൽ ഒറ്റരോമം പോലും കണ്ടില്ല. ചർമത്തിൽ അഴുക്കോ പാടുകളോയില്ല. ആഭരണം എന്നു പറയാൻ ഒരു മോതിരം വിരലിലുണ്ട്. തലയിൽ തട്ടം മൂടിയിരുന്നതിനാൽ മുടിയഴക് കണ്ടില്ല. ദേഹത്ത് നിന്ന് ഊദിന്റെ സുഗന്ധം പ്രസരിച്ചിരുന്നു.

“ജോലിയുടെയും അറിവിന്റെയും കാര്യത്തിൽ നിങ്ങളൊക്കെ എന്നെക്കാൾ മിടുക്കികളാണെന്ന് എനിക്കറിയാം. പക്ഷേ, ഞാൻ സ്വദേശി വനിത ആയിപ്പോയില്ലേ? അതുകൊണ്ട് നിങ്ങൾ എന്നെ സഹിച്ചേ പറ്റൂ” -അമ്ന പിന്നെയും ചിരിച്ചു.

അവർ, ഓരോരുത്തരുടെയും കുടുംബ കാര്യങ്ങൾ ചോദിച്ചറിഞ്ഞു. വെറോണിക്കയുടെ കുടുംബ ജീവിതം താളപ്പിഴകൾ നിറഞ്ഞതായിരുന്നു. ഒരു മകളുണ്ടായപ്പോൾ ഭർത്താവിന് വെറോണിക്കയെ മതിയായി. മദ്യപിച്ചെത്തി എന്നും തല്ലും. ഇപ്പോൾ വല്ലപ്പോഴുമാണ് വീട്ടിൽ വരാറുള്ളത്. കാമുകിയുടെ കൂടെയാണ് താമസം. അമ്ന എല്ലാം കേട്ടിരുന്നു. “നമുക്ക് ഒരു ദിവസം അയാളെ കാണണം” എന്നു പറഞ്ഞ്, അമ്ന ജോലിക്കാര്യങ്ങളിലേക്ക് കടന്നു.

സ്ത്രീകളെന്ന നിലയിൽ നിങ്ങൾക്കെന്തെങ്കിലും പ്രയാസങ്ങളുണ്ടോ? ഐ മീൻ ഫ്രം ക്ലയന്റ് സ്? അമ്ന ചോദിച്ചു. പറയത്തക്ക പ്രയാസങ്ങൾ ആർക്കും ഇല്ലായിരുന്നു. ഒരു ഇന്റർനാഷനൽ ക്ലയന്റിന്റെ മാനേജർ ഇടയ്ക്കിടെ അയാളുടെ ഫ്ളാറ്റിലേക്ക് ക്ഷണിക്കുന്നതിനെക്കുറിച്ച് അമ്നയോട് പറയണോയെന്ന് ചിന്തിക്കാതിരുന്നില്ല. പിന്നെയത് വേണ്ടെന്ന് വെച്ചു. അമ്നയുടെ സാന്നിധ്യം ഓഫീസിൽ എല്ലാവരിലും വലിയ പ്രസരിപ്പിന് ഇടയാക്കി. ആരുടെയും എന്ത് പ്രയാസങ്ങളെയും അലിയിപ്പിച്ചു കളയുന്ന മാന്ത്രിക വിദ്യ അവർക്കുണ്ടെന്ന് തോന്നി.

വെറോണിക്ക ഓഫീസിൽ പൊടുന്നനെ തേങ്ങിക്കരഞ്ഞ ദിവസം അമ്ന, അവളെയും കൂട്ടി പുറത്തുപോയി. രണ്ടോ മൂന്നോ മണിക്കൂർ കഴിഞ്ഞു തിരിച്ചു വന്നപ്പോൾ വെറോണിക്ക പ്രസന്നവതിയായിരുന്നു. ഇത്രയും സമയത്തിനിടയിൽ സംഭവിച്ചത് ഇതാണ്. വെറോണിക്കയുടെ ഭർത്താവ് എവിടെ എന്ന് അമ്ന ഉറക്കെ ചോദിച്ചു. ആ ഓഫീസിലെ മാനേജരടക്കം എല്ലാവരും ഒന്ന് അന്ധാളിച്ചു.

അകത്തെ ക്യാബിനിൽ നിന്ന് ഉയരംകുറഞ്ഞ ഒരു ഫിലിപ്പൈനി ഇറങ്ങി വന്നു. അമ്ന പർദ അൽപം പൊക്കി, ഒരടി പിന്നോട്ടു നിന്നു.

“ഐ ആം ഫ്രെഡ്ഡി.”

അതു കേട്ടതും ഫ്രെഡ്ഡിയുടെ മുഖത്ത് അടി വീണതും ഒന്നിച്ച്. ഫ്രെഡ്ഡിയുടെ കോളറിൽ കുത്തിപ്പിടിച്ച് അമ്ന ചോദിച്ചു.

“ഇനി വെറോണിക്കയെ നീ തല്ലുമോ? നിന്റെ കുഞ്ഞിനെ നീ ഉപദ്രവിക്കുമോ?”

മുഖപടത്തിനുള്ളിൽ നിന്ന് ക്രോധത്തോടെയുള്ള വാക്കുകൾ കേട്ട് ഫ്രെഡ്ഡി പിന്നെയും വിരണ്ടു.

“ഇന്നു മുതൽ എല്ലാ ദിവസവും നീ വെറോണിക്കയുടെ ഫ്ളാറ്റിലെത്തണം. ഇല്ലെങ്കിൽ, നിന്നെയും നിന്റെ ആ പെണ്ണിനെയും ഞാൻ നാടുകടത്തും.”

അമ്ന തിരിഞ്ഞു നടന്ന് കാറിലെത്തി.

“ഇന്നു മുതൽ ഫ്രെഡ്ഡിയുടെ ഓരോ കാര്യങ്ങളും എന്നോടു മാത്രമേ പറയാവൂ. ഓഫീസിൽ എല്ലാരും കാണെ കരയരുത്” -വെറോണിക്കയെയും അമ്ന ശാസിച്ചു.

ഒരിക്കൽ അമ്ന ഞങ്ങളെ വീട്ടിലേക്ക് ക്ഷണിച്ചു. ആദ്യമായാണ് ഞാൻ ഒരു അറബി വീട്ടിൽ പോകുന്നത് സമ്നാനിലെ ഒരു ഇടത്തരം വില്ല. പക്ഷേ, പ്രവേശന കവാടം മുതൽ അകത്തളം വരെ ശകലം പോലും വൃത്തികേടുണ്ടായിരുന്നില്ല. ഒരു വസ്തുപോലും അസ്ഥാനത്തായിരുന്നില്ല.

പൂമുഖത്ത് വലിയ കാർപറ്റ്, മുകളിൽ അനേകം വർണ വിളക്കുകൾ തൂങ്ങിനിൽക്കുന്നു. ഇതിന്റെ വ്യത്യസ്ത പ്രകാശം കാർപറ്റിലേക്ക്

പതിക്കുന്നുണ്ട്. മുറിയുടെ മൂലയിൽ ചില്ലുകൂടാരത്തിൽ ഒരു ഗ്രാമത്തിന്റെ മിനിയേച്ചർ.

ഞങ്ങളെ സോഫയിലിരുത്തി അമ്ന അകത്തേക്കു പോയി. അമ്നയുടെ കൈ പിടിച്ച് വൃദ്ധയായ ഒരു സ്ത്രീ ഞങ്ങളുടെ സോഫയ്ക്കരികിൽ വന്നു. പുള്ളിക്കുപ്പായവും കാച്ചിത്തുണിയുമായിരുന്നു വേഷം.

"ഇത് എന്റെ ഉമ്മയാണ്" -അമ്ന അവരെ പരിചയപ്പെടുത്തി.

"ആരൊക്കെയാ ഇതിൽ മലയാളികൾ?" അവർ മലയാളത്തിൽ ചോദിച്ചു.

ഞാനും സൂസന്നയും അദ്ഭുതപ്പെട്ട് മുഖത്തോട് മുഖം നോക്കി അമ്നയുടെ ഉമ്മ മലയാളിയാണ്. ഞങ്ങൾ അവരെ കെട്ടിപ്പിടിച്ചു. വർഷങ്ങൾക്ക് മുമ്പ് അമ്നയുടെ പിതാവ്, ഇവരെ കല്യാണം കഴിച്ച് ഇവിടെ കൊണ്ടുവന്നതാണ്. അമ്നയുടെ പിതാവ് ഒരു അറബി വ്യാപാരിയായിരുന്നു. അദ്ദേഹം കോഴിക്കോട്ടെത്തിയപ്പോൾ ഇഷ്ടപ്പെട്ട് കൂട്ടിക്കൊണ്ടുവന്നു.

എനിക്കും സൂസന്നയ്ക്കും എന്തെന്നില്ലാത്ത ആഹ്ലാദമായിരുന്നു. അമ്നയ്ക്ക് മലയാളം കേട്ടാൽ മനസ്സിലാകുമെന്നതും പുതിയ അറിവായിരുന്നു.

അമ്നയുടെ ഉമ്മ വാതോരാതെ സംസാരിച്ചുകൊണ്ടിരുന്നു. കേരളത്തിൽ അവർക്ക് ബന്ധുക്കളുണ്ട്. അമ്നയുടെ പിതാവിനെക്കുറിച്ച് ചോദിക്കണമെന്നുണ്ടായിരുന്നു. മരിച്ചു പോയിട്ടുണ്ടെങ്കിലോ? അവരെ വിഷമിപ്പിക്കരുതല്ലോ?

അമ്ന ഞങ്ങളെ മുകൾ നിലയിലേക്ക് കൊണ്ടുപോയി. പ്രവേശിക്കുന്നത് വലിയ ലൈബ്രറിയിലേക്ക്. അവിടെ അറബ് ഭരണാധികാരികളുടെ ചിത്രങ്ങൾക്കൊപ്പം ചെഗുവേരയും. ദുബൈ ചലച്ചിത്രോത്സവത്തിൽ മോട്ടോർ സൈക്കിൾ ഡയറീസ് എന്ന സിനിമ കണ്ടതിനു ശേഷമാണ് ചെഗുവേരയുടെ ചിത്രം തൂക്കിയതെന്നും അമ്ന പറഞ്ഞു. ചെഗുവേരയുടെ ചിത്രം തൂങ്ങി നിൽക്കുന്നതിനു സമീപം തന്നെ നിസ്കരിക്കുന്ന സ്ഥലവുമുണ്ട്. ചിത്രപ്പണികളുള്ള ഒരു "മുസല്ല" നിലത്ത് വിരിച്ചിരിക്കുന്നു. മടങ്ങുമ്പോൾ അമ്നയുടെ ഉമ്മ ഞങ്ങൾക്ക് ഈന്തപ്പഴപെട്ടികൾ തന്നു.

ഞങ്ങളുടെ സ്ഥാപനത്തിന്റെ തലപ്പത്ത്, ചെറിയ ചില മാറ്റങ്ങൾ വന്നു. എം.ഡി.യായി ഉടമയുടെ മകൻ സഊദ് അഹ്മദ് ചുമതലയേറ്റു. സൂപ്പർവൈസർമാരുടെ യോഗത്തിന് പോയ അമ്ന ക്രുദ്ധയായാണ് തിരിച്ചു വന്നത്. സ്ത്രീകൾ യോഗത്തിനെത്തുമ്പോൾ മൂടുപടം അഴിച്ചു വെക്കണമെന്ന് എം.ഡി ആവശ്യപ്പെട്ടത് അമ്ന മാത്രം അനുസരിച്ചില്ല. സ്ത്രീ സൂപ്പർവൈസർമാരിൽ ബാക്കിയുള്ളവരൊക്കെ അനുസരിച്ചിരുന്നു.

സഊദ് അറബിയിൽ അമ്നയോട് ചോദിച്ചു.

"താനെന്താ മുഖപടം അഴിക്കാത്തത്. അത്രയ്ക്ക് വിരൂപിയാണോ?"

അമ്ന തിരിച്ചടിച്ചു.

"ഈ യോഗത്തിൽ പൂർണനഗ്നയായി നിൽക്കാൻ പോലും ഞാൻ തയ്യാറാണ്; ആവശ്യമാണെങ്കിൽ മാത്രം. പിന്നെ, എന്നെക്കുറിച്ച് അറിയണമെങ്കിൽ എച്ച്.ആർ വകുപ്പിൽ എന്റെ ബയോഡാറ്റയും മുഖപടമില്ലാത്ത എന്റെ ഫോട്ടോയുമുണ്ട്. അത് നോക്കുക. അത് ധാരാളം."

അതോടെ, അമ്ന നോട്ടപ്പുള്ളിയായി. പക്ഷേ, അമ്നയുടെ സമീപനത്തിൽ ഒരു മാറ്റവും ഉണ്ടായില്ല.

കൃത്യസമയത്ത് ഓഫീസിൽ എത്തുന്നു. എല്ലാവരോടും കുശലം പറയുന്നു. ജോലി ഭംഗിയായി ചെയ്യുന്നു. സെയിൽസ് റിപ്പോർട്ട് കൃത്യമായി ജനറൽ മാനേജർക്ക് അയയ്ക്കുന്നു. ഇത്രയും കാര്യക്ഷമമായി ഞങ്ങളുടെ സ്ഥാപനത്തിൽ വേറെ ഒരു വകുപ്പും പ്രവർത്തിക്കുന്നില്ല.

അമ്നയെ സഊദ് പലപ്പോഴും പ്രകോപിപ്പിക്കാൻ ശ്രമിച്ചു. അമ്ന എല്ലായ്പോഴും കരുതലോടെ പ്രവർത്തിച്ചു. ഏറ്റവും ഒടുവിൽ, അമ്നയെ വിവാഹം ചെയ്യാൻ ആഗ്രഹമുണ്ടെന്ന് ജനറൽ മാനേജർ മുഖേന അറിയിച്ചു.

അമ്ന പ്രതികരിച്ചില്ല.

ജനറൽ മാനേജർ പറഞ്ഞു:

"അയാൾ ആത്മാർത്ഥമായാണ് ഇക്കാര്യം പറഞ്ഞത്. എത്ര മെഹർ വേണമെങ്കിലും തരും. എന്ത് സ്ഥാനവും."

അത് കേട്ടപ്പോൾ ഞങ്ങളിലും പലതരം ആഗ്രഹങ്ങൾ നിറഞ്ഞു. അമ്ന വിവാഹത്തിന് സമ്മതിച്ചാൽ ഞങ്ങൾക്കൊക്കെ പ്രമോഷൻ ഉറപ്പ്.

അമ്ന ജനറൽ മാനേജറുടെ മുഖത്ത് നോക്കാതെ ചിരിച്ചു.

"സഊദിന്റെ ബയോഡാറ്റ എനിക്കൊന്ന് തരൂ. ഞാൻ ഒന്ന് പഠിക്കട്ടെ."

സഊദിന്റെ ബയോഡാറ്റ നാളെ എത്തും. കാരണം, അമ്ന സഊദിനു മുന്നിൽ ഒരിക്കലും മൂടുപടം അഴിച്ചിട്ടില്ല.

■

മൂന്നു കുടുംബങ്ങൾക്കിടയിൽ ഒരു നാത്തൂർ*

ഈ ആഡംബര അപ്പാർട്ടുമെന്റ് കെട്ടിടത്തിന്റെ കാവൽക്കാരനായി എത്തിയതു മുതൽ ഞാൻ മറ്റൊരാളായി മാറിയതായി തോന്നുന്നു. എന്റെ ദിനചര്യകൾ മാറി മറിഞ്ഞത് മാത്രമല്ല, അതിന് കാരണം. വല്ലപ്പോഴും, കവിതകൾ കുറിച്ചു വെക്കുന്ന മാനസികാവസ്ഥ ഇല്ലാതായി. എല്ലാ വെള്ളിയാഴ്ചകളിലും നഖവും മുടിയും മുറിക്കാനുള്ള ഔത്സുക്യവും നശിച്ചു.

ഇതിനു മുമ്പും ജോലി, “നാത്തൂർ” എന്ന് വിളിക്കപ്പെടുന്ന കെട്ടിടം കാവൽക്കാരന്റേത് തന്നെയായിരുന്നു. നഗരത്തിലെ സാധാരണക്കാരും തൊഴിലാളികളും താമസിക്കുന്ന പ്രദേശത്തെ ഇടത്തരം കെട്ടിടത്തിലേ തെന്ന വ്യത്യാസം മാത്രം. ആ കെട്ടിടത്തിൽ താമസിക്കുന്നവരെല്ലാം ഒന്നിനൊന്ന് വ്യത്യസ്തരായിരുന്നു. പെട്ടെന്ന് കോപം വരുന്നവരും അങ്ങേയറ്റം ക്ഷമ കാണിക്കുന്നവരും ജീവിതത്തെ സദാ ആഘോഷ മാക്കി മാറ്റിയവരും വിഷാദ രോഗികളും അവിടെ ബഹളമയമാക്കി യിരുന്നു. ഇപ്പോഴും അവിടെയുള്ള ചിലർ ക്ഷേമം അന്വേഷിക്കാൻ ഫോൺ ചെയ്യാറുണ്ട്.

ആഡംബര കെട്ടിടങ്ങൾ തലങ്ങും വിലങ്ങും മത്സരിക്കുന്ന ഇവിടെ അതല്ല സ്ഥിതി. കൂറ്റൻ “വില്ല”കളെ വെല്ലുന്ന ഫ്ളാറ്റുകളാണ് ഓരോ നിലയിലും. പക്ഷേ, മരുഭൂമിയിൽ ചെന്നുപെട്ടപോലെ നിശ്ശബ്ദത അനു ഭവിക്കണം. മനുഷ്യർ പരസ്പരം അഭിവാദ്യം ചെയ്യുകയോ സംസാരി ക്കുകയോ ചെയ്യുന്നത് കാണില്ല. രാവിലെയും വൈകീട്ടും വാഹനങ്ങ ളുടെ ഇരമ്പൽ മാത്രം കേൾക്കാനാകും. എന്നെ, ഏറ്റവും ആശ്ചര്യപ്പെടു ത്തിയത്, കുടുംബങ്ങളിലെ അംഗങ്ങൾ പോലും പരസ്പരം സംസാരി ക്കാത്തതാണ്.

മൂന്നാം നിലയിലെ നിഷാമാത്യൂസിന്റെ കുടുംബത്തിന്റെ കാര്യ മെടുക്കുക. നിഷാ മാത്യൂസ്, നഗരത്തിൽ ഏറ്റവുമധികം വിൽക്കപ്പെടുന്ന പത്രത്തിന്റെ ഏഷ്യൻ വിഭാഗം എഡിറ്ററാണ്. അവർ വൈകുന്നേരം

* ഗൾഫിൽ കെട്ടിടം കാവൽക്കാരനെ നാത്തൂർ എന്നാണ് വിളിക്കാറ്.

ഓഫീസിലേക്ക് പോയതിനു ശേഷമാണ്, പരസ്യ ഏജൻസി നടത്തുന്ന മാത്യൂസ് വീട്ടിലെത്തുന്നത്. കോളജിലെ പഠനവും പിന്നീടുള്ള ട്യൂഷനും കഴിഞ്ഞ് അർധരാത്രിയാണ് ഏക മകൾ നിലീന വീട്ടിലെത്തുന്നത്. എന്തെങ്കിലും ആവശ്യമുണ്ടെങ്കിൽ വേലക്കാരി റോസിക്ക് ആംഗ്യം കാണിക്കും. ഓരോരുത്തരുടെയും ശരീരഭാഷ റോസിക്ക് നന്നായി അറിയാം. നിർദേശം വരുന്നതിനു മുമ്പുതന്നെ റോസി വേണ്ടതു ചെയ്യും.

ആ വീട്ടിലെ മറ്റൊരംഗം ഹിറ്റ് എന്ന ഡോബർമാനാണ്. കരിവീട്ടിയിൽ കടഞ്ഞെടുത്ത പോലുള്ള നായ. അവന് മാത്രം ആ വീട്ടിൽ എവിടെയും സ്വാതന്ത്ര്യമുണ്ട്. മിക്കപ്പോഴും അന്തിയുറങ്ങുന്നത് നിലീനയോടൊപ്പം. അവൻ കുരയ്ക്കാറില്ല. ചിലപ്പോൾ മുരളും. അപ്പോൾ നിലീനയെത്തി അവനെയും കൂട്ടി മുറിയിൽ കയറി വാതിലടയ്ക്കും.

തൊട്ടടുത്ത ഫ്ളാറ്റിലെ പാക്കിസ്ഥാനിയായ ബസ്മാ ഫാറൂഖി, വല്ലപ്പോഴുമാണ് എത്താറുള്ളത്. ലോകത്തെ ഏറ്റവും വലിയ ഹൈപ്പർമാർക്കറ്റ് ശൃംഖലയുടെ സി.ഇ.ഒ ആണവർ. ഭർത്താവ് ഫാറൂഖി. വേറെ ഏതോ രാജ്യത്താണ് അവർ. ഫെയ്സ്ബുക്കിലൂടെ പരസ്പരം ചാറ്റ് ചെയ്യുന്നതൊഴിച്ചാൽ മറ്റൊരു ആശയവിനിമയവുമില്ല.

301-ാം ഫ്ളാറ്റാണ് ഏറ്റവും പ്രഹേളികയായി മാറിയത്. എല്ലാ ദിവസവും രാവിലെ ഫ്ളാറ്റിനു പുറത്ത് അരിപ്പൊടിയിൽ കോലം വരച്ചിരിക്കുന്നത് കാണാം. ആരാണിതിനകത്ത് താമസിക്കുന്നതെന്ന ഒരു ഊഹവും കിട്ടിയില്ല. ഓരോ ഫ്ളാറ്റും ആരുടെ പേരിലാണ് ഉള്ളതെന്ന് റിയൽ എസ്റ്റേറ്റ് ഏജൻസിയുടെ പട്ടികയിൽ നിന്ന് കണ്ടെത്താനാകും. പക്ഷേ, ഫ്ളാറ്റിന്റെ ഉടമ തന്നെ ആയിരിക്കണം അവിടെ താമസിക്കുന്നത് എന്ന് ഉറപ്പിക്കാനാകില്ല.

ഞാൻ, എത്തിയതിന്റെ മൂന്നാംദിവസം 301-നു പുറത്ത് പത്രം കണ്ടു. അന്ന് പത്രക്കാരൻ എത്താൻ വൈകിയിരുന്നു. അതുകൊണ്ടാണ് വാതിൽ പടിയിൽ പത്രം അനാഥമായി കിടന്നത്. അതിനകത്ത് താമസിക്കുന്നവർ, അതിരാവിലെ മാത്രമേ വാതിൽ തുറക്കാറുള്ളൂവെന്ന് മനസ്സിലായി.

നാലാം ദിവസം ഹൈപ്പർ മാർക്കറ്റിലെ ഡെലിവറി ബോയ് എത്തി. അവന്റെ കൈയിൽ തുണി സഞ്ചികൾ നിറയെ പച്ചക്കറികളും പഴവർഗങ്ങളും ആയിരുന്നു. എവിടെ പോകുന്നുവെന്ന് അവനോട് ചോദിച്ചു.

“301-ലേക്ക് ഹൈപ്പർ മാർക്കറ്റിലെ ഹോം ഡെലിവറി കൗണ്ടറിലേക്ക് സന്ദേശം ലഭിച്ച് കൊണ്ടുവന്നതാണ്.

“301-ൽ ആരാ താമസിക്കുന്നത്?”

“അറിയില്ല, വാതിലിനു പുറത്തുവെക്കാറാണ് പതിവ്. കാശ് ഓൺലൈൻ വഴി എത്തും”

"താൻ ഇതുവരെ അതിനകത്തുള്ളവരെ കണ്ടിട്ടേയില്ല."

"ഇല്ല" അതും പറഞ്ഞ് ഡെലിവറി ബോയ് ലിഫ്റ്റ് കയറിപ്പോയി. ഈ നാത്തൂറിന്റെ കണ്ണിൽ നിന്ന് ഒളിച്ചു നിൽക്കാൻ അവർക്ക് അധിക കാലം സാധിക്കില്ലെന്ന് സ്വയം പറഞ്ഞ് ഞാൻ കാർ കഴുകുന്ന പണി യിലേക്ക് തിരിഞ്ഞു.

ബസ്മയുടെ പുതിയ കാറാണ് ജാഗ്വാറിന്റെ ഫോർവീലർ മോഡൽ കാർ. ബസ്മയുടെ ഈ കാർ, പാർക്കിംഗിൽ കണ്ട് കെട്ടിടത്തിലെ പലരും ഓർഡർ നൽകിയെന്നാണ് കേൾക്കുന്നത്. ഈ കാറിനെക്കുറിച്ച് നിഷാ മാത്യൂസ് ഒരു ഫീച്ചർ എഴുതിയിരുന്നു. അതൊന്നും കൊണ്ടല്ല, ഈ കെട്ടിടത്തിൽ ഒരേ തരത്തിലുള്ള ഇത്രയധികം കാറുകൾ. ബസ്മയുടെ പുതുമോടികളോട് മത്സരിക്കാനുള്ള വ്യഗ്രതയാണ് ഓരോരുത്തർക്കും.

ഹിറ്റിനെപ്പോലെ, ശൗര്യതയുള്ള നായ്ക്കളെ വാങ്ങാനും ചിലർ ശ്രമം നടത്തി. പക്ഷേ, അങ്ങനെയുള്ളവ നഗരത്തിൽ അപൂർവമായത് കൊണ്ട് പരാജയപ്പെടുകയായിരുന്നു. ഹിറ്റിന്റേത്, ഒരു നായയിൽ അനിവാര്യമായ വിധേയത്വമല്ല. പകരം രൂക്ഷതയാണ്. എന്തും കീഴ്പ്പെടുത്തുമെന്ന ഭാവത്തിലുള്ളതാണ് അതിന്റെ നോട്ടം. അത്തരത്തിലൊരെണ്ണം ആർക്കും കണ്ടെത്താൻ കഴിഞ്ഞില്ല.

ഫ്ളാറ്റുകളിൽ താമസിക്കുന്നവരുടെ വിവര ശേഖരണത്തിന് രഹസ്യപൊലീസ് എത്തിയപ്പോൾ, ഹിറ്റാണ് വഴികാട്ടിയായത്. ആരോ വരുന്നത് മണത്തറിഞ്ഞ് രഹസ്യപ്പൊലീസുകാരെ എന്റെ മുറിയിലേക്ക് ആനയിക്കുകയായിരുന്നു. എത്ര വേഗത്തിലാണ് രഹസ്യപ്പൊലീസും ഹിറ്റും സമരസത്തിലായത്. രഹസ്യപ്പൊലീസ്, കെട്ടിടത്തിന്റെ നാലു ദിക്കിലും ക്യാമറകൾ സ്ഥാപിച്ചതിനു ശേഷം മടങ്ങി. 301-ന് മുന്നിലെ കോലം കണ്ട് അവർ അല്പനേരം അന്തിച്ചു നിന്നിരുന്നു. അതൊരു ചിത്ര കലാ വിദ്യയാണെന്ന് ഒരു പൊലീസുകാരൻ അഭിപ്രായപ്പെട്ടത് മറ്റു ള്ളവർ ശരിവെച്ചു.

ഹിറ്റിനെക്കുറിച്ച് ചില പരാതികൾ ഇടയ്ക്കിടെ ഉയർന്നു തുടങ്ങി. പല ഫ്ളാറ്റുകളിലും അനുവാദമില്ലാതെ കയറിയിറങ്ങുന്നു എന്നതാണ് അതിൽ പ്രധാനം. നിലീനയില്ലാത്ത സമയത്ത് പല ഫ്ളാറ്റുകളിലും നിശ്ശബ്ദം എത്തുന്നു. പുരുഷന്മാർ ഇല്ലെന്നു കണ്ടാൽ കിടപ്പുമുറിയിൽ കയറിക്കൂടുന്നു. 301 മാത്രമാണ് അവന് പ്രവേശനം ലഭ്യമാകാത്ത ഇടം.

നിലീനയോട് ഹിറ്റിന്റെ നിഗൂഢ വഴികളെക്കുറിച്ച് പറയണമെന്ന് കരുതിയിരുന്നെങ്കിലും അവസരം വന്നില്ല. ഒരു ദിവസം അർധരാത്രി യായിക്കാണും. ഞാൻ ഉറക്കത്തിലേക്ക് വഴുതി വീണിരുന്നു. വാതിലിൽ മുട്ടുകേട്ട് തുറന്നു നോക്കിയപ്പോൾ നിലീന. അവൾ നന്നായി മദ്യപിച്ചി ട്ടുണ്ട്. ഫ്ളാറ്റിന്റെ താക്കോൽ കാണാനില്ലെന്നും പപ്പയെ വിളിച്ചു ണർത്തേണ്ടതില്ലെന്നും പറഞ്ഞ് അവൾ മുറിക്കകത്തെ എന്റെ കട്ടിലിൽ വീണു. എനിക്ക് എതിർക്കാൻ കഴിയുമായിരുന്നില്ല. അവൾ, ബഹളം

വെച്ചാൽ എന്റെ ജോലി പോകും. രണ്ടും കല്പിച്ച് ഞാൻ അവളുടെ അരികു പറ്റിക്കിടന്നു.

താക്കോൽ കാണാനില്ലെന്ന് അവൾ പറഞ്ഞത് കള്ളമാണെന്ന് എനിക്ക് ബോധ്യമായി. അവളുടെ അരക്കെട്ടിൽ താക്കോൽ ഞാണു കിടക്കുന്നു. പുലർച്ചെ എണീറ്റപ്പോൾ ബസ്മയുടെ ഫ്ളാറ്റിൽ നിന്ന് ഹിറ്റ് ഇറങ്ങിപ്പോകുന്നതു കണ്ടു. ഹിറ്റ് ഇല്ലാത്തതു കൊണ്ടാകാം നിലീന ഈ മുറിയിൽ വന്നതെന്ന് ഊഹിച്ചു. രാവിലെ ഒന്നും സംഭവിച്ചിട്ടില്ലെന്ന ഭാവത്തിൽ നിലീന മുറിവിട്ടുപോയി.

ഹിറ്റിന്റെ രാത്രികാല നീക്കങ്ങൾ എന്നിൽ ആകാംക്ഷ ജനിപ്പിച്ചിരുന്നു. അവൻ പോകുന്ന വഴികളിലൊക്കെ ഒരു കണ്ണുവേണമെന്ന് ആഗ്രഹമായി. അവൻ എങ്ങനെയാണ് ലിഫ്റ്റിന്റെ സ്വിച്ച് ഓൺ ചെയ്യുന്നത്? എങ്ങനെയാണ്, ഫ്ളോർ നമ്പർ അമർത്തുന്നത്? ഫ്ളാറ്റിന്റെ ബെൽ അടിക്കുന്നത്? ആ അന്വേഷണത്തിൽ ഒരു കാര്യം ഉറപ്പായി. ഫ്ളാറ്റിന്റെ ബെൽ അടിക്കേണ്ടി വരുന്നില്ല. അവൻ എത്തുന്ന സമയം, അവനെ സ്വീകരിക്കാൻ, കാത്തുനിൽക്കുന്നവർക്ക് മുൻകൂട്ടി അറിയാം. അതുകൊണ്ട്, വാതിൽ പകുതി ചാരിവെക്കുന്നു.

301 ഒരിക്കൽ പോലും അവനു മുന്നിലോ എന്റെ മുന്നിലോ തുറക്കപ്പെട്ടിട്ടില്ല. അതാണ്, ആ വീട്ടിലെ ആളുകളെക്കുറിച്ച് കൂടുതലറിയാൻ എന്നെ പ്രേരിപ്പിച്ചത്. ഒരു ദിവസം രണ്ടും കല്പിച്ച്, ഞാൻ ഡോർ ബെല്ലടിച്ചു. അല്പസമയത്തെ നിശ്ശബ്ദതയ്ക്കു ശേഷം കുലീനയായ ഒരു സ്ത്രീ വാതിൽ തുറന്നു. അസാധാരണ തെളിച്ചം. അവരുടെ മുഖത്തുണ്ട്. നെറ്റിയിൽ ചന്ദനക്കുറി. കഴുത്തിൽ മഞ്ഞച്ചരടിൽ കോർത്ത ഒരു താലി.

എന്റേത്, ഏത് ഭാഷയാണെന്നറിയാത്തതു കൊണ്ടാകണം, അവർ, എന്നെ നോക്കുക മാത്രം ചെയ്തു. ഞാൻ ഹിന്ദിയിലാണ് സ്വയം പരിചയപ്പെടുത്തിയത്. അവർ പക്ഷേ, മലയാളത്തിലാണ് സംസാരിച്ചത്. “ഒരു പുതിയ നാത്തൂർ ഇവിടെ ചുമതലയേറ്റതായി അറിഞ്ഞിരുന്നുവെന്നും ആവശ്യം ഒന്നുമില്ലാത്തതു കൊണ്ടാണ് സഹായം തേടാത്തതെന്നും” അവർ. “വീടെവിടെയാണ്” -അവർ ചോദിച്ചു.

“നെയ്യാറ്റിൻകര.”

“കുടിക്കാൻ എന്തെങ്കിലും എടുക്കട്ടെ.”

“വേണ്ടാ, പിന്നീടെപ്പോഴെങ്കിലും ആകാം.”

“ശരി”

അപ്പോഴാണ് പിന്നിൽ വീൽ ചെയറിൽ ഒരു മധ്യവയസ്കൻ എത്തിയത്. അയാളോട് അവർ. “ഇത് പുതിയ നാത്തൂറാണ്. മലയാളിയാണ്.” -അയാൾ ചിരിച്ചു.

“ശരി” ഞാൻ വിടപറയാനൊരുങ്ങി. തിരിഞ്ഞു നടക്കാനൊരുങ്ങുമ്പോൾ എന്റെ തൊട്ടു പിന്നിൽ ഹിറ്റിനെക്കണ്ടു. ഞാൻ നടുങ്ങി.

ഞാനറിയാതെ പിന്നാലെ വന്നതാവണം. അവൻ വായ തുറന്നു പിടിച്ച്, കൂർത്ത പല്ലുകാട്ടി എന്നെ തറപ്പിച്ചു നോക്കി. പക്ഷേ, അതൊന്നും ശ്രദ്ധിക്കാതെ ആ കുലീനയായ സ്ത്രീ വാതിലടച്ചു.

ഹിറ്റ്, എന്റെ പിന്നാലെയെത്തി ലിഫ്റ്റിൽ കയറി. അവന് ഒരു ഇറച്ചിക്കഷ്ണം കൊടുത്ത് കൂടെ നിർത്തണമെന്ന് തീരുമാനിച്ചു. മുറിയിൽ ചെന്ന് ഫ്രിഡ്ജിലിരുന്ന ആട്ടിറച്ചിയെടുത്ത് അവനു നൽകി. അവന്റെ കണ്ണുകൾ തീക്ഷ്ണമായി ചിരിച്ചു കൊണ്ടിരുന്നു.

301-ലെ സ്ത്രീയുടെ പേര് കമലയെന്നാണെന്ന് അവർക്ക് എത്തിയ ഒരു കൊറിയർ പൊതിയിൽ നിന്ന് വെളിപ്പെട്ടു. പക്ഷേ, അതിനപ്പുറം ആ വീട്ടിൽ എന്താണ് നടക്കുന്നതെന്ന് വ്യക്തമാകാൻ ഒരു വഴിയും കണ്ടില്ല. വീൽചെയറിൽ കിടക്കുന്നയാളെ ചിലപ്പോൾ ഉദ്യാനത്തിൽ കൊണ്ടുപോകുന്നതും സ്നേഹത്തോടെ പരിചരിക്കുന്നതും കാണാനായി.

അപൂർവം ദിവസങ്ങളിൽ കമല ദൂരെയുള്ള ക്ഷേത്രത്തിൽ പോകാറുണ്ട്. നടക്കാൻ വയ്യാത്തത് കൊണ്ടാവും വീൽ ചെയറിൽ സഞ്ചരിക്കുന്നയാൾ ഒപ്പം ഉണ്ടാകാറില്ല. അത്തരം ദിവസങ്ങളിൽ മാത്രമേ കമലയുടെ ചലനങ്ങളിൽ ധൃതി പ്രകടമാകാറുള്ളൂ. കമല വലിയൊരു മോഹമായി മനസ്സിൽ നിറഞ്ഞു വന്നു. തേജസുറ്റ അത്തരമൊരു മുഖം അടുത്ത കാലത്തൊന്നും കണ്ടിട്ടേയില്ല. പക്ഷേ, സദാ അടഞ്ഞു കിടക്കുന്ന വാതിൽ, സംസാരിക്കാൻ തടസ്സമായി നിന്നു. ഇന്നലെ കെട്ടിടത്തിന്റെ പിൻഭാഗത്തു ചെന്ന് നോക്കാൻ കഴിഞ്ഞു.

അവരുടെ ഫ്ളാറ്റിൽ നിന്ന് നഗരക്കാഴ്ചയിലേക്ക് ഒരു കിളിവാതിലുണ്ട്. അത് തുറന്നു കിടക്കുന്നതു കണ്ടു. ജന്നലിന് പുറത്തേക്ക് ഒരു മുല്ലവള്ളി തലനീട്ടി നിൽക്കുന്നു. അതിനു സമീപം കമല എന്തോ വായിച്ചു കൊണ്ടിരിക്കുന്നു. ഇടയ്ക്കിടെ അവൾ ആറുവരിപ്പാതയിൽ അനുസ്യൂതം ഒഴുകുന്ന വാഹനങ്ങളിലേക്കും അതിനപ്പുറത്തെ കെട്ടിട സമുച്ചയങ്ങളിലേക്കും കണ്ണ് പായിക്കുന്നുണ്ട്. ജന്നൽ സദാ തുറന്നിടുകയും അതിലൂടെ ലോകത്തിന്റെ ഗതിവിഗതികൾ അറിയുകയും ചെയ്യുന്നുണ്ടെന്ന് മനസ്സിലായി. ടെറസ്സിൽ നിന്ന് താഴോട്ടുള്ള കൂറ്റൻ പൈപ്പു വഴി ജനാലയ്ക്കു സമീപം എത്താമെന്ന് എന്നിൽ കൊള്ളിയാൻ മിന്നി.

പക്ഷേ, ഒറ്റയ്ക്ക് അപകടമാണ്. ഹിറ്റിന്റെ സഹായം തേടാം. അങ്ങനെയാണ് ഞങ്ങൾ "ഓപ്പറേഷൻ കമല" എന്ന സാഹസികതയ്ക്ക് രൂപം നൽകിയത്.

കമല കിടപ്പുമുറിയിലോ കുളിമുറിയിലോ കയറി വാതിലടയ്ക്കുമ്പോൾ ഞാൻ പുറത്തെ പൈപ്പു വഴി ഊർന്നിറങ്ങി ജനാലയിലൂടെ അകത്തു കടക്കണം. പതുങ്ങിച്ചെന്ന് പ്രവേശന കവാടം തുറക്കണം. അതു വഴി ഹിറ്റ് അകത്തു കടക്കണം. രണ്ടുപേരും ഏതെങ്കിലും

സുരക്ഷിതത്വത്തിൽ ഒളിച്ചിരിക്കണം. കമലയുടെ ഭർത്താവിനെ മെരുക്കി നിർത്തുകയാണ് ഹിറ്റിന്റെ ഉത്തരവാദിത്വം. എന്റേത്, അവളെ കിടപ്പറയിലേക്ക് നയിക്കുകയാണ്.

രാത്രി. കമല ഭർത്താവിനെ കിടപ്പറയിലേക്ക് വീൽ ചെയറിൽ കൊണ്ടുപോകുന്നത് കണ്ടു. അവരുടെ രണ്ടുപേരുടെയും മുഖത്ത് സന്തോഷമുണ്ടായിരുന്നു. ഞാൻ തുറന്നിട്ട ജനാലയിലൂടെ അകത്തു കടന്നു. മുൻവശത്തെ വാതിൽ തുറന്ന് ഒരു പാളിയിൽ മറഞ്ഞു നിന്നു. ഹിറ്റ് അതിവേഗത്തിൽ മുറിക്കകത്തെത്തി. കമല ഹിറ്റിനെ കണ്ടിട്ടും യാതൊരു ഭാവമാറ്റവുമില്ലാതെ ജനാലയുടെ അടുത്തു പോയി നിന്നു.

ഹിറ്റ് കമലയുടെ നേർക്ക് ചാടി. അവൾ നിമിഷവേഗത്തിൽ തെന്നിമാറി. ഹിറ്റ് ജനാല വഴി പുറത്തേക്ക്, വാഹന വ്യൂഹത്തിലേക്ക് തെറിച്ചു വീണു. കമല അക്ഷോഭ്യയായിരുന്നു.

ഇനി രണ്ടിലൊന്ന് സംഭവിക്കും. എന്നെ കണ്ടാൽ ഒരുപക്ഷേ, അവൾ ജന്നൽ വഴി താഴേക്ക് ചാടും അല്ലെങ്കിൽ എന്നെ തള്ളിയിടും.

അതെ, അവൾ കാണുന്നതിന് മുമ്പ് ഞാൻ മുറി വിട്ടോടണം. കമല കീഴടക്കാൻ കഴിയാത്ത പർവതം പോലെ, മുറിയാകെ നിറയുകയാണ്. ■

ശമാൽ*

സ്നേഹത്തിന്റെ നിരവധി അറകളുള്ള രാവണൻ കോട്ടയാണ് അയ്മൂട്ടിക്കയുടെ മനസ്സെന്ന് പറഞ്ഞത് ടെലിവിഷൻ സെറ്റിനോട് ചേർന്ന്, ഇരട്ടക്കട്ടിലിന്റെ മുകളിൽ കിടക്കുന്ന വേണുഗോപാലാണ്. ആ മനസ്സിന്റെ ഓരോ അറയിലും ആരൊക്കെയാണെന്ന് അതിനകത്ത് കുടിൽകെട്ടി താമസിക്കുന്നവർക്കു പോലും അറിയില്ലെന്നും അവൻ തുടർന്നു.

അശോകന്റെ കട്ടിലിനു കീഴെയാണ് അയ്മൂട്ടിക്കയുടെ കട്ടിൽ. ഉറക്കത്തിൽ ഒരു ഞരക്കം പോലും അയ്മൂട്ടിക്കയുടെ ഭാഗത്തു നിന്ന് ഉണ്ടാകാറില്ല. അതുകൊണ്ട്, മേലെ കിടക്കുന്ന അശോകന് സുഖനിദ്രയാണ്. എന്റെ ഇരട്ടക്കട്ടിൽ അങ്ങനെയല്ല. എനിക്ക് മുകളിൽ കിടക്കുന്ന ഇമ്മാനുവേൽ ഉറക്കത്തിൽ തിരിഞ്ഞും മറിഞ്ഞും ശബ്ദായമാനമാക്കും. രാത്രിയിൽ പലപ്പോഴും ഞാൻ ഞെട്ടിയുണരും. പഴയ വില്ലകൾ കൊണ്ട് നിറഞ്ഞ നഗരത്തിന്റെ ഇടുങ്ങിയ ഭാഗത്ത് ഒരു മുറിയിൽ ഞങ്ങൾ ആറു പേരാണ് താമസിക്കുന്നത്. മുറിയിൽ ആറു കട്ടിലുകൾ ഇടാൻ സ്ഥല സൗകര്യം ഇല്ലാത്തതിനാൽ അയ്മൂട്ടിക്കയുടെ നിർദേശപ്രകാരം മൂന്ന് ഇരട്ടക്കട്ടിലുകൾ വാങ്ങുകയായിരുന്നു.

“മ്മക്ക് അഡ്ജസ്റ്റ് ചെയ്യാന്ന്. ഇതിപ്പൊ മ്മ്ടെ നാടൊന്നുല്ലല്ലോ.? നാട്ടില്ള്ള കുടുംബക്കാരല്ലേ വിശാലമായി കിടക്കേണ്ടത്. മ്മക്ക് ഇത്രയൊക്കെ മതീന്ന്” – അയ്മൂട്ടിക്ക പറഞ്ഞു. നഗരത്തിൽ ചെറിയ ജോലികളിൽ ഏർപ്പെട്ട് ദിവസങ്ങൾ തള്ളി നീക്കുന്ന ഞങ്ങൾക്ക് മുറിയിലെ സൗകര്യക്കുറവ് പ്രശ്നമാകാൻ പാടില്ല. വലിയ സ്വപ്നങ്ങൾ കാണാനുള്ള വരുമാനം ഇല്ലല്ലോ? ബെഗ്ഗേർസ് കെനോട്ട് ബി ചൂസേർസ് എന്നൊരു പ്രയോഗം ഇംഗ്ലീഷിലുണ്ട്.

നഗരത്തിന് ഒത്ത നടുവിലാണ് ഞങ്ങളുടെ ആവാസ സ്ഥലം. ഒരു ഭാഗത്ത്, എപ്പോഴും എവിടേക്കും ബസ്സ് യാത്രാ സൗകര്യമുള്ള നൈഫ് റോഡ്. മറുഭാഗത്ത് ഉദ്യാനങ്ങളും മെട്രോ സ്റ്റേഷനുകളുമുള്ള ബനിയാസ് ചത്വരം.

---

* വടക്കൻ കാറ്റ്

രാവിലെ, ഞങ്ങളിൽ പകുതി പേർ നായിഫ് റോഡിലേക്ക് നടക്കുന്നു. ബാക്കിയുള്ളവർ മെട്രോ സ്റ്റേഷനിലേക്കും. നൈഫ് റോഡിലേക്കുള്ള വഴിയിൽ പാക്കിസ്ഥാൻ കൂലിക്കാരും ആഫ്രിക്കൻ വണിക്കുകളും കലപില ശബ്ദത്തോടെ നിൽക്കുന്നുണ്ടാകും. അയ്മൂട്ടിക്കയ്ക്ക് ഇഷ്ടമല്ലാത്ത ഏക സംഗതിയാണത്. പരിസരബോധം പ്രകടിപ്പിക്കാൻ അറിയാത്തവർ ഒന്നിനും കൊള്ളില്ലെന്ന് അയ്മൂട്ടിക്കപ്രാകും.

എന്നാലും അക്കൂട്ടത്തിലുള്ള ഒരാൾ റോഡരികിൽ ബോധം കെട്ടു വീണപ്പോൾ അയ്മൂട്ടിക്ക മാത്രമേ രക്ഷപ്പെടുത്താൻ രംഗത്തിറങ്ങിയുള്ളൂ. പാക്കിസ്ഥാനിയാണ്, തെരുവോരത്ത് കുഴഞ്ഞു വീണത്. ഹൃദയാഘാതം മൂലമുള്ള മരണമാണെന്ന് കരുതി മിക്കവരും മാറി നിന്നു. പൊലീസ് എത്തി മൃതദേഹം നീക്കം ചെയ്യട്ടേയെന്ന ഭാവമായിരുന്നു ഓരോരുത്തർക്കും. ആൾക്ക് ജീവനുണ്ടോയെന്ന് നോക്കാൻ പോലും ആരും കൂട്ടാക്കിയില്ല. അയ്മൂട്ടിക്ക ബസ്സ് സ്റ്റോപ്പിലേക്ക് പോകുമ്പോൾ ആൾക്കൂട്ടം കണ്ട് ചെന്ന് നോക്കിയതാണ്. 34 വയസ്സു തോന്നിക്കും. പാക്കിസ്ഥാനിയാണെന്ന് നീളൻ കുപ്പായത്തിൽ നിന്ന് ബോധ്യമായി. അയ്മൂട്ടിക്ക പതുക്കെ അടുത്തു ചെന്ന് നാഡി പിടിച്ചു. ജീവനുണ്ട്. തൊട്ടടുത്തുള്ള ഗ്രോസറിയിൽ നിന്ന് ഒരു കുപ്പി വെള്ളം കൊണ്ടുവന്ന് മുഖത്ത് തെളിച്ചു. അത്രയേ വേണ്ടി വന്നുള്ളൂ. ആ പാക്കിസ്ഥാനിക്ക് ബോധം തിരിച്ചു കിട്ടി. രക്തസമ്മർദം കുറഞ്ഞ് തല കറങ്ങി വീണതാണ്.

ഇതേ അയ്മൂട്ടിക്കയാണ്, ഏതാനും ദിവസം മുമ്പ് പാക്കിസ്ഥാനികളെ വെല്ലുവിളിച്ച് ആട്ടിയോടിച്ചതും. ഹയാത്ത് റീജൻസി ഹോട്ടലിനു സമീപം ഒരു മരുപ്പറമ്പുണ്ട്. വെള്ളിയാഴ്ചകളിൽ ഞങ്ങൾ ക്രിക്കറ്റ് കളിക്കാൻ പോകും. രാവിലെ ചെന്നപ്പോൾ കുറച്ചു പാക്കിസ്ഥാനികൾ ആ സ്ഥലം കൈയേറിയിരിക്കുന്നു. ഞങ്ങൾ ഉടൻ അയ്മൂട്ടിക്കയ്ക്ക് ഫോൺ ചെയ്തു.

നിമിഷ നേരം കൊണ്ട് അയ്മൂട്ടിക്ക ഓടിയെത്തി. മൈതാനത്തിന്റെ അതിർത്തിയിൽ നിസ്സഹായതയോടെ നിൽക്കുകയായിരുന്ന എന്റെ കൈയിൽ നിന്ന് അയ്മൂട്ടിക്ക ബാറ്റ് വാങ്ങി ക്രീസിലേക്ക് നടന്നു. ആറോളം പാക്കിസ്ഥാനികൾ ബാറ്റും സ്റ്റമ്പ്സും ബോളുമായി ക്രീസിനു ചുറ്റുമുണ്ട്. അയ്മൂട്ടിക്ക നടന്നു പോകുന്നത് ഞങ്ങൾ ശ്വാസമടക്കിപ്പിടിച്ച് കണ്ടുനിന്നു.

ആറുപേരുടെ നടുവിൽ അയ്മൂട്ടിക്ക പോർക്കളത്തിലെ അഭിമന്യുവിനെപ്പോലെ നെഞ്ചു വിരിച്ചു നിന്നു. അയ്മൂട്ടിക്ക എന്താണ് അവരോട് സംസാരിക്കുന്നതെന്ന് കേൾക്കാൻ കഴിഞ്ഞില്ല. പിന്നീട് ഉന്തും തള്ളും നടക്കുന്നത് കണ്ടു. അയ്മൂട്ടിക്ക പിൻവാങ്ങുകയില്ലെന്ന് കണ്ടപ്പോൾ

പാക്കിസ്ഥാനികൾ ഓരോരുത്തരായി സ്ഥലം വിട്ടു. ആ മൈതാനം പിന്നെയും ഞങ്ങളുടേതായി.

ബിരിയാണിക്ക് അടുപ്പത്ത് അരി വെച്ചിട്ടുണ്ടെന്ന് പറഞ്ഞ് അയ്മൂട്ടിക്ക മുറിയിലേക്ക് ധൃതിയിൽ നടന്നു പോയി. ഇനി, കളി കഴിഞ്ഞ് മുറിയിലെത്തുമ്പോൾ അയ്മൂട്ടിക്ക ഉണ്ടാക്കിയ ബിരിയാണി കഴിക്കാം.

എല്ലാ വെള്ളിയാഴ്ചകളിലും അയ്മൂട്ടിക്ക രാവിലെ ഉണരും. അടുക്കളയിൽ ചെന്ന് ആദ്യം പാത്രങ്ങളൊക്കെ അടുക്കി വെക്കും. ആരെങ്കിലും സഹായത്തിനു വേണമെന്ന് നിർബന്ധമില്ല. ബിരിയാണിക്കു വേണ്ട സാധനങ്ങൾ കടയിൽ നിന്ന് വാങ്ങാൻ എല്ലാവരും സഹകരിക്കണമെന്നേയുള്ളൂ. മല്ലിയിലയും പൊതീനയും കറുവപ്പട്ടയും പച്ചമുളകും പൊടിച്ചും ഇടിച്ചുമുള്ള മസാലയൊക്കെ അയ്മൂട്ടിക്ക ഒറ്റയ്ക്ക് ചെയ്യും. ജുമാ നിസ്കാരം കഴിഞ്ഞ് "ദമ്മ്" പൊട്ടിക്കുന്നതുവരെ ക്ഷമയോടെ കാത്തിരിക്കണം എന്നു മാത്രം. എപ്പോഴും ഇമ്മാനുവേലിന് അല്പം കൂടുതൽ വിളമ്പും. അതെന്ത് കൊണ്ടെന്ന് ആരും ചോദിക്കാൻ പാടില്ല.

എല്ലാ ആഴ്ചയും മുറിയാകെ വൃത്തിയാക്കുന്നതും കക്കൂസ് കഴുകുന്നതും അയ്മൂട്ടിക്ക തന്നെ. ഞങ്ങളെല്ലാവരും അക്കാര്യത്തിൽ മടിയന്മാരാണ്. അയ്മൂട്ടിക്ക ഒരിക്കലും ജോലിയിൽ നിന്ന് അവധിയെടുത്തിട്ടില്ലായെന്നതാണ് മറ്റൊരു കൗതുകം. വെള്ളിയാഴ്ചകളിൽ അവധിയുണ്ടല്ലോ എന്നതാണ് ന്യായം. പക്ഷേ, ഒരു ദിവസം അവധിയെടുത്തിരുന്നുവെന്ന് അയ്മൂട്ടിക്ക. ഇ.കെ. നായനാർ നാട്ടിൽ നിന്ന് അബുദാബിയിൽ സന്ദർശനത്തിന് എത്തിയപ്പോഴാണത്. നായനാരെ കണ്ട് സംസാരിക്കണമെന്നത് അയ്മൂട്ടിക്കയുടെ വലിയ ആഗ്രഹമായിരുന്നു. പരാതിയോ നിവേദനമോ ഒന്നുമില്ല. ഒന്നു കാണണം. രണ്ടു വാക്ക് സംസാരിക്കണം. അത്ര തന്നെ.

അബുദാബി കേരള സോഷ്യൽ സെന്ററിലേക്ക് ടാക്സിയിലാണ് പോയത്. അവിടെ ഒരു ഉത്സവത്തിന്റെ പ്രതീതി. നായനാർ, ഓഫീസ് മുറിയിൽ ഭാരവാഹികളോട് കുശലം പറഞ്ഞിരിക്കുന്നു. ചിലപ്പോൾ ഉച്ചത്തിലുള്ള ചിരി കേൾക്കാം. നായനാർ തമാശ പൊട്ടിച്ചതാകാം.

അപരിചിതനായ ഒരാൾ, വാതിലിൽ കാവൽ നിൽക്കുന്നു. ഓരോ ആളെയും വിലയിരുത്തിയല്ലാതെ അകത്തേക്ക് കടത്തിവിടുന്നില്ല. അയ്മൂട്ടിക്കയെ അയാൾ രൂക്ഷമായി ഒന്നു നോക്കി.

"ആരാ, എന്താ വേണ്ടത്?"

"നായനാരെ കാണണം."

"നിവേദനം കൊടുക്കാനാണോ"

"ആ, അതെ" – അയ്മൂട്ടിക്ക കള്ളം പറഞ്ഞു.

അയ്മൂട്ടിക്ക നായനാരുടെ മുന്നിലെത്തി. എത്രയോ വർഷങ്ങൾക്ക് മുമ്പ്, അഞ്ചുരൂപ നോട്ട് കൈയിൽ വെച്ചു തന്ന ആ മഹാമനസ്കതയ്ക്കു മുന്നിൽ അയ്മൂട്ടിക്ക കുനിഞ്ഞു നിന്നു.

തിരൂരിൽ ഒരു പാർട്ടി സമ്മേളനത്തിന് നായനാർ എത്തിയപ്പോഴായിരുന്നു ആദ്യസംഗമം. നായനാരുടെ പ്രസംഗം കേൾക്കാൻ കുറെപേർ ഉണ്ടായിരുന്നു. അയ്മൂട്ടിക്ക സ്കൂൾ വിദ്യാർത്ഥി ആയിരുന്നു. സ്റ്റേജിനു സമീപം വെറുതെ പോയി നിന്നതാണ്. പിഞ്ഞിപ്പോയ കുപ്പായവും കീറിയ മുണ്ടുമായിരുന്നു അയ്മൂട്ടിക്കയുടെ വേഷം. നേരാംവണ്ണം ഭക്ഷണം കഴിക്കാറില്ലെന്ന് ആർക്കും ഒറ്റനോട്ടത്തിൽ മനസ്സിലാകും. ഇതിനിടയിലാണ് കുറച്ചുപേർ നായനാർക്ക് നോട്ടുമാല അണിയിച്ചത്. നായനാർ ആരും കാണാതെ അതിൽ നിന്ന് ഒരു നോട്ട് പറിച്ചെടുത്ത് കൈയിൽ ചുരുട്ടിപ്പിടിച്ചു. അല്പം കഴിഞ്ഞ്, ആരും ശ്രദ്ധിക്കുന്നില്ലെന്നായപ്പോൾ ആ നോട്ട് അയ്മൂട്ടിയുടെ കൈയിൽ തിരുകി. എന്തിനാണ് നായനാർ ഇങ്ങനെ ചെയ്തതെന്ന് ഇന്നും അറിയില്ല. പക്ഷേ, അന്നത്തെ, നായനാരുടെ ആ കള്ളച്ചിരി ഇപ്പോഴുമുണ്ട്. കാരുണ്യം ഒളിപ്പിച്ചതാണ് അതിന്റെ അലകൾ.

“എന്താടോ” -നായനാർ ചോദിച്ചു.

“ഒന്നൂംല്ല, വെറുതെ കാണാൻ വന്നതാണ്.”

“എവിട്യാ നാട്?”

“തിരൂരിൽ.”

“അവിടൊക്കെ പച്ചല്ലടോ?”

നായനാർ കളിയാക്കി.

ചുറ്റും കൂടി നിന്നവർ ചിരിച്ചു.

“എന്താ ഇവിടെ പണി?”

“ബാർവാലയാണ്.”

“ബാർവാലയാ, അതെന്ത് പണിയാ?”

അപ്പോൾ ആരോ നായനാരുടെ സഹായത്തിനെത്തി.

“കഫ്റ്റീരിയയിൽ ചായയും മറ്റും ആളുകൾക്ക് എത്തിച്ചു കൊടുക്കുന്ന പണി.

നായനാർ അല്പനേരം ചിന്തയിലാണ്ടു. “ഓരോരുത്തർക്ക് ഓരോ വഴി” -നായനാർ ആത്മഗതം ചെയ്തു.

നായനാരെ കണ്ടു സംസാരിച്ച ഓർമ അയ്മൂട്ടിക്ക പലപ്പോഴും അയവിറക്കി. നായനാർ മരിച്ചപ്പോൾ, അയ്മൂട്ടിക്ക ഏറെ വിഷാദനായിരുന്നു. കോരിച്ചൊരിയുന്ന മഴയത്തും ആയിരങ്ങൾ മൃതദേഹം കാണാൻ നാട്ടിൽ വഴിയോരത്ത് കാത്തുനിൽക്കുന്നത് ടി.വി ചാനലിൽ കണ്ട് അയ്മൂട്ടിക്ക വിതുമ്പി.

ആരെങ്കിലും നാട്ടിൽ പോകുമ്പോൾ പെട്ടി കെട്ടിക്കൊടുക്കുന്നത് അയ്മൂട്ടിക്കയാണ്. കാർട്ടൺ ബോക്സ് കൊണ്ടുവന്ന് തുണി ത്തരങ്ങളും കളിപ്പാട്ടങ്ങളും പിസ്തയും ബദാമും മറ്റും അടുക്കിവെച്ച് നെയ്ലോൺ കയറുകൊണ്ട്, കെട്ടി ഭദ്രമാക്കാൻ അയ്മൂട്ടിക്ക മിടുക്കൻ. പരിസരത്തുള്ള ഫ്ളാറ്റുകളിൽ നിന്നും ആളുകളെത്തി വിളിച്ചു കൊണ്ടു പോകും. ആരിൽ നിന്നും പ്രതിഫലമായി ഒരു ചായ പോലും കുടി ക്കില്ല.

പക്ഷേ, എല്ലാ ഞായറാഴ്ചയും അയ്മൂട്ടിക്ക അഞ്ചാം നമ്പർ ബസ്സ് കയറിപ്പോകുന്നത് എവിടേക്കാണെന്നത് ആർക്കും അറിയില്ല. ചില പ്പോൾ ഇമ്മാനുവേലിനെയും കൂട്ടിയാണ് പോകുന്നത്. ഒരിക്കൽ ഇമ്മാനുവേൽ, അയ്മൂട്ടിക്കയോട് എന്തോ കുശുകുശുക്കുന്നത് അശോകൻ കണ്ടു. അവൻ വാതിൽ മറവിൽ ചെവി വട്ടം പിടിച്ചു.

“ഇത്തവണ മമ്മിക്ക് പണം കൊടുക്കാനില്ല. ഞാൻ ബേങ്ക് എക്കൗണ്ട് തുടങ്ങീറ്റ്ണ്ട്. അതിൽ കുറച്ച് കാശിടണം.”

“അപ്പൊ, മമ്മീടെ വാടക ആരു കൊടുക്കും?.”

ഇമ്മാനുവേൽ അയ്മൂട്ടിക്കയുടെ മുഖത്തു നോക്കാതെ നിന്നു. അയ്മൂട്ടിക്ക ആരോടെന്നില്ലാതെ പറഞ്ഞു:

“അവർക്ക് കിട്ടുന്ന തുച്ഛമായ ശമ്പളം. അതുകൊണ്ട് അവർക്ക് ഇവിടെ ജീവിക്കാൻ കഴിയില്ല. നീ ഇനി ഇങ്ങനെ ചെയ്യരുത്. ഇത്തവണ ഞാൻ കൊടുക്കാം.”

അതും പറഞ്ഞ് അയ്മൂട്ടിക്ക അഞ്ചാം നമ്പർ ബസ്സ് ലാക്കാക്കി ധൃതി യിൽ നടന്നുപോയി. അശോകൻ പറഞ്ഞത് കേട്ട് ഞങ്ങൾ അന്തം വിട്ടു. ഇമ്മാനുവേലിന്റെ അമ്മ ഈ നഗരത്തിലുണ്ടെന്നത് ഞങ്ങളുടെ പുതിയ അറിവായിരുന്നു. അപ്പോൾ, അയ്മൂട്ടിക്ക? ഇമ്മാനുവേലിനോട് ഇക്കാര്യം ചോദിക്കണമെന്ന് ഞങ്ങൾ ഉറപ്പിച്ചു. അയ്മൂട്ടിക്കയോട് ഒന്നും ചോദിക്ക രുതെന്ന ഉറപ്പിന്മേൽ അവൻ പറഞ്ഞു തുടങ്ങി:

“എന്റെ പപ്പ എന്നെയും മമ്മിയെയും പണ്ടേ ഉപേക്ഷിച്ചതാണ്. മമ്മി യുടെ ഓഫീസിലെ പ്യൂണായിരുന്നു അയ്മൂട്ടിക്ക. പപ്പ, നന്നായി മദ്യപി ക്കുമായിരുന്നു. മമ്മിയെ തല്ലുമായിരുന്നു. ഒരു ദിവസം മമ്മിയുടെ ആഭരണങ്ങളും പണവും കൊണ്ട് പപ്പ നാട്ടിലേക്ക് പോയി പിന്നെ മടങ്ങി വന്നില്ല. മമ്മി നാട്ടിൽ പോയി കാലുപിടിച്ചെങ്കിലും പപ്പ വരാൻ കൂട്ടാക്കി യില്ല. അന്ന് മമ്മി നാട്ടിലേക്ക് പോകുമ്പോൾ എന്നെ അയ്മൂട്ടിക്കയെ ഏല്പിച്ചാണ് പോയത്. മമ്മി തിരിച്ചു വന്നതിനു ശേഷവും ഞാൻ അയ്മൂ ട്ടിക്കയുടെ കൂടെത്തന്നെ നിന്നു. മമ്മി വിളിച്ചിട്ടും പോയില്ല. പപ്പയോടും മമ്മിയോടും വെറുപ്പായിരുന്നു. ഇന്നും അയ്മൂട്ടിക്കയാണ് മമ്മിക്കും എനിക്കും തണലായി നിൽക്കുന്നത്. എല്ലാ ഞായറാഴ്ചയും മമ്മി

സെന്റ് മേരീസ് ചർച്ചിൽ എത്തും. അവിടെ വെച്ചാണ് ഞാനും അയ്മൂട്ടിക്കയും മമ്മിയെ കണ്ടു സംസാരിക്കുന്നത്..” ഇമ്മാനുവേൽ ഒറ്റശ്വാസത്തിനാണ് എല്ലാം പറഞ്ഞൊപ്പിച്ചത്. പപ്പയുടെ സ്ഥാനമാണ് അയ്മൂട്ടിക്കയ്ക്കുള്ളത്. ഇമ്മാനുവേൽ, വിദൂരതയിലേക്ക് നോക്കി തന്നോടുതന്നെ പറഞ്ഞു.

“അപ്പോ, അയ്മൂട്ടിക്കയുടെ കുടുംബം.”

“ഉണ്ട്. നാട്ടിൽ, അവർക്ക് അയ്മൂട്ടിക്ക എല്ലാ മാസവും കാശയച്ചു കൊടുക്കും. ഇപ്പൊ, മൂന്നു വർഷമായി നാട്ടിൽ പോയിട്ട്, അറിയാല്ലോ? അയ്മൂട്ടിക്കയുടെ കൈയിൽ വിമാനടിക്കറ്റിന് കാശൊത്തു വന്നിട്ടുണ്ടാകില്ല” -ഇമ്മാനുവേൽ പറഞ്ഞു.

അശോകൻ ജനാല തുറന്നിട്ടു. ശമാൽകാലത്തെ തണുത്ത കാറ്റ് മുറിയിലേക്ക് കടന്നുവന്നു.

■

സദ്ദാം പാത്തുഞ്ഞ

വർഷങ്ങൾക്ക് മുമ്പുള്ള ജീവിതമാണ് കഥാപരിസരം. മനുഷ്യരുടെ ഇടപെടലുകൾക്ക് പരിഹാസത്തിന്റെ ഏങ്കോണിപ്പ് വന്നിട്ടില്ല. നിഷേധം നിഷേധമായും കാരുണ്യം കാരുണ്യമായും ജ്വലിച്ചു നിൽക്കും. അതു കൊണ്ടുതന്നെ സുന്ദരികളും സുന്ദരന്മാരുമായിരുന്നു എങ്ങും. അംഗ വൈകല്യത്തിനു പോലും സൗന്ദര്യമുണ്ടായിരുന്നു. അല്പം സൗന്ദര്യ ബോധം മനസ്സിൽ വെച്ചു കൊണ്ടേ ഈ കഥ വായിക്കാവൂ എന്നു ചുരുക്കം.

ഗ്രാമത്തിനു മീതെ വെൺമയുടെ തിരശ്ശീല പോലെ നിലാവ് പെയ്തു നിന്ന ഒരു രാത്രി. സദ്ദാംപാത്തുഞ്ഞ, കുടിലിനു പുറത്തെ അലക്കു കല്ലിൽ ഏകാന്തനിമഗ്നയായി ഇരുന്നു. പാത്തുഞ്ഞയ്ക്ക് വയസ്സ് മുപ്പത്തിയെട്ട്. തീർച്ചയായും അവർ ഓർമിച്ചെടുക്കുന്നത് യൗവന തീക്ഷ്ണമായ കാലത്തെ തന്നെ. അതുവഴി തന്നിൽ പതിഞ്ഞ, "സദ്ദാം" എന്ന പൗരുഷ വിളിപ്പേരിനെയും.

ഇതുപോലെ നിലാവിൽ കുളിച്ചു നിന്ന രാത്രിയിലാണ്, പാത്തു, മണവാട്ടിയായത്. സാധാരണ കല്യാണം പോലെയായിരുന്നില്ല അത്. ഇരുപതാംവയസ്സിൽ "മൂത്തു" നിൽക്കുന്ന പാത്തുവിന് പാത്തുവിന്റെ സമ്മതമോ അറിവോ കൂടാതെ നാട്ടുകാർ ഒരുക്കിക്കൊടുത്ത കല്യാണമായിരുന്നു. പള്ളി മുക്രിയുടെ ഏകമകളായ പാത്തുവിനോട് കല്യാണത്തിന്റെ രണ്ടു ദിവസം മുമ്പ് പള്ളിക്കമ്മിറ്റി പ്രസിഡന്റ് മമ്മുഞ്ഞി ഹാജി ചോദിച്ചു.

"നിന്ക്ക് എത്ര ബയസ്സായി?"

വാതിലിന്റെ മറവിൽ നിന്ന് പാത്തു പറഞ്ഞു.

"എന്തേ ഹാജാർച്ച ഇങ്ങനെ ചോയിക്കുന്നെ?"

"നിനക്ക് മംഗലാക്കീന്, മറ്റേന്ന്" ഗ്രാമത്തിലെ കീഴ്വഴക്കമനുസരിച്ച് പതിനാറു വയസ് കഴിയുന്നതിന് മുമ്പ് പെൺകുട്ടികളെ കല്യാണം കഴിച്ചയയ്ക്കണം. പാത്തുവിന്റെ ഉപ്പായ്ക്ക് നിവർത്തിയില്ലാത്തത് കൊണ്ടാണ് പാത്തുവിന്റെ കല്യാണം നീണ്ടുപോയത്.

മംഗലം എന്നു കേട്ടപ്പോൾ പാത്തുവിന് ഉത്കണ്ഠയും പരിഭ്രമവും വേവലാതിയും ഉണ്ടായി. ഉപ്പായ്ക്ക് കണ്ണു കാണാൻ വയ്യ. ഉപ്പയെ

കക്കൂസിൽ കൊണ്ടുപോകുന്നതും കുളിപ്പിക്കുന്നതും ഭക്ഷണം കൊടുക്കുന്നതും ഇനി മുതൽ ആരു ചെയ്യും? കല്യാണം കഴിഞ്ഞാൽ ഭർത്തൃവീട്ടിൽ താമസിക്കുമ്പോൾ ഉപ്പയുടെ കാര്യങ്ങൾ വിഷമത്തിലാകുമല്ലോ? പാത്തുവിന്റെ മനസ്സറിഞ്ഞെന്നവണ്ണം മമ്മുഞ്ഞി ഹാജി പറഞ്ഞു.

"മംഗലം കയിഞ്ഞിറ്റ് നീ ഏടെയും പോണ്ട. നിന്റെ പുതിയാപ്ല ഈടെ ബന്ന് നിന്നോളും"

പാത്തുവിന്റെ ഉപ്പ അന്നേരമാണ് ഉണർന്നത്.

"ആര് മോളെ പുറത്ത്?"

"മമ്മൂഞ്ഞി ഹാജാർച്ച"

"എന്തെ കാര്യം?"

അവൾ, പറയാൻ നാണിച്ചു. മമ്മൂഞ്ഞി ഹാജിയാണ് മറുപടി പറഞ്ഞത്.

"മുക്രിക്ക,.. നിങ്ങളെ മോൾക്ക് ഒരു പുതിയാപ്ലനെ കിട്ടീന്. രണ്ട് നാൾക്കുള്ളില് മംഗലാക്കണം."

മുക്രി, തന്റെ നിസ്സഹായതയുടെ പുതപ്പിലേക്ക് ഉൾവലിഞ്ഞു, എല്ലാം പള്ളിക്കമ്മിറ്റി തീരുമാനിക്കട്ടെ.

രണ്ടു ദിവസം കൊണ്ട് പാത്തുവിന്റെ മനസ്സ് പൂത്തു.

മഗ്രിബ് നിസ്കാരാനന്തരം മമ്മൂഞ്ഞി ഹാജി ഒരാളെ കൂട്ടി വന്നു. ഒരു കഷണ്ടിക്കാരൻ. നാല്പത് വയസ്സുണ്ടാകും. വാതിലിന്റെ താക്കോൽ ദ്വാരത്തിലൂടെയാണ് നോക്കിയത്. മുഖം വ്യക്തമായി കണ്ടില്ല. ഉള്ളിൽ വന്ന് കട്ടിലിലിരിക്കുമ്പോൾ പാലു കൊടുക്കണമെന്നും അന്നേരം മുഖം വ്യക്തമായി കാണാമെന്നും നിനച്ചു.

മമ്മുഞ്ഞി ഹാജി ഒന്നും പറയാതെ തിരിച്ചു പോയി. പുതിയാപ്ല ഒന്ന് ചുമച്ച ശേഷം അകത്ത് കടന്നു. എന്ത് ചെയ്യണമെന്നറിയാതെ, പാത്തു കട്ടിലിൽ തന്നെ ഇരുന്നുപോയി. പുറത്ത്, കടൽക്കാറ്റും നിലാവും തെങ്ങോലകളും കൂടിച്ചേരുന്ന മർമരം മാത്രം.

പുതിയാപ്ല, പാത്തുവിന്റെ കൈയിൽ മൃദുലമായി തൊട്ടു. എന്നിട്ട് സ്വയം പരിചയപ്പെടുത്തി.

"എന്റെ പേര് അബൂബക്കർ. നാട് തെക്കാണ്. ഈ നാട്ടില് കൂലിപ്പണിക്ക് വന്നതാണ്. എന്നെ ഇഷ്ടമായോ? ഇങ്ങോട്ട് നോക്ക്."

ഇഷ്ടം എന്ന വാക്കിന്റെ അർത്ഥം അവൾക്ക് അറിഞ്ഞു കൂടായിരുന്നു. "പിരിശം" എന്ന് പറഞ്ഞിരുന്നെങ്കിൽ ഒരുപക്ഷേ ഊഹിച്ചെടുക്കുമായിരുന്നു.

അയാൾ തുടർന്നു.

"നമ്മളെപ്പോലെ പാവങ്ങൾക്ക് കല്യാണം എന്നു പറഞ്ഞാൽ ഇത്ര മാത്രമേയുള്ളൂ. വലിയ പന്തലില്ല, മൈലാഞ്ചിക്കല്യാണമില്ല. ബിരിയാണിയില്ല..."

അവളുടെ കഴുത്തിൽ ഉണ്ടായിരുന്ന സ്വർണമാല ചൂണ്ടി അയാൾ ചോദിച്ചു.

"എവിടുന്നാണിത്."

"ഉപ്പ ഞാനറിയാതെ എനിക്കു വേണ്ടി കരുതിവെച്ചതായിരുന്നത്. ഇന്നലെ എനക്ക് തന്നു.."

പിറ്റേന്ന് ഉണർന്നപ്പോൾ മാലയുമില്ല, പുതിയാപ്ലയുമില്ല. ഇടിവെട്ടും മിന്നലും ഘോരമഴയുമുള്ള രാത്രിയിൽ കാണുന്ന ദുഃസ്വപ്നം പോലെ, പിന്നീടുള്ള ചില നേരങ്ങളിൽ ആദ്യരാത്രിയുടെ ഓർമകൾ ഉണർന്നു. പിന്നെ എങ്ങോട്ടോ മറഞ്ഞു. ജീവിതം പഴയപടി വലിയ വീടുകളിലെ അടുക്കളപ്പണിയും ഏകാന്ത രാവുകളുമായി. നാലു വർഷത്തിനു ശേഷം നിലാവ് കിനിയുന്ന ഒരു രാത്രിയിൽ വാതിലിൽ മുട്ടുകേട്ടു. ഉപ്പ മരിച്ചതിനു ശേഷം രാത്രി ആരു വന്നാലും വാതിൽ തുറക്കില്ല. മുട്ട് ഏറെ നേരം തുടർന്നു. എന്നിട്ടും തുറന്നില്ല. രാവിലെ വാതിൽ തുറന്നപ്പോൾ കണ്ടത് വാതിൽപ്പടിയിൽ ചുരുണ്ടു കിടക്കുന്ന പഴയ പുതിയാപ്ലയെ.

പാത്തുവിനെ കണ്ടപ്പോൾ അയാൾ ഉറക്കമുണർന്നു. അയാളുടെ കണ്ണിൽ കോപമുണ്ടായി.

"നിനക്ക് വാതിൽ തുറക്കാൻ കഴിയില്ല, അല്ലേടി."

അയാൾ ചോദിച്ചു.

പാത്തു ഒന്നും പറഞ്ഞില്ല.

നാലു വർഷം മുമ്പ് ഒരു രാത്രി കൂട്ടുകിടന്ന മനുഷ്യൻ. അയാൾ, തീർത്തും അന്യനായി പാത്തുവിനു തോന്നി. പാത്തു അകത്തു ചെന്ന് ഉലക്കയുമായി വന്നു. ബഹളം കേട്ട് ആളുകൾ കൂടി. പാത്തു കോപം കൊണ്ട് വിറച്ചു

"നായിന്റെ മോനെ" – പാത്തു ആദ്യമായി ഒരു ആണിനെ അങ്ങനെ വിളിച്ചു. പിന്നെ പൊതിരെ തല്ലി.

അന്നാണ് നാട്ടുകാർ പാത്തുവിന് "സദ്ദാം പാത്തു" എന്ന കിരീടം ചാർത്തിയത്. പുതിയാപ്ല പിന്നീട് നാട്ടിൽ വന്നിട്ടുമില്ല.

അമേരിക്ക ഇറാഖിനെ ഭീഷണിപ്പെടുത്തിയ സദ്ദാം ഭരണകാലത്താണ് സദ്ദാമിനെ പാത്തു ആദ്യമായി കാണുന്നത്. വേലയ്ക്കു നിന്ന വീട്ടിലെ ടെലിവിഷനിൽ സദ്ദാമിനെ കാണുന്നത് വരെ ആ പേരിനോട് പാത്തുവിന് മമതയില്ലായിരുന്നു. എന്തൊക്കെ അർത്ഥതലങ്ങളുണ്ടെങ്കിലും സദ്ദാം എന്നത് ഒരു ആണിന്റെ പേരല്ലേ? എന്നാൽ, സദ്ദാം, അമേരിക്കക്കെതിരെ ചെറുത്തുനിന്നപ്പോൾ പാത്തുവിന് കൂറേശ്ശെ ആ പേരിനോട്

ഇഷ്ടം തോന്നിത്തുടങ്ങി. മാത്രമല്ല, ഗ്രാമം മുഴുവൻ സദ്ദാമിനെ പിന്തുണച്ച് പ്രകടനങ്ങളും ഉണ്ടായി. സദ്ദാം ധീരതയുടെ വാർത്ത കേട്ട് പാത്തു കോരിത്തരിച്ചു. എന്തു കൊണ്ടാണ് സദ്ദാമിനെ എല്ലാവരും ഇഷ്ടപ്പെടുന്നത്? പാത്തു ആലോചിച്ചു. അദ്ദേഹത്തിന്റെ ആകാരവടിവല്ല, കാരണം വലിയ രാജ്യങ്ങൾ ഭീഷണിപ്പെടുത്തിയിട്ടും ആക്രമിച്ചിട്ടും സദ്ദാം കുലുങ്ങിയില്ല. അപ്പോൾ ധീരതയാണ് പ്രധാനമെന്ന് പാത്തു ഒന്നുകൂടി ഉറപ്പിച്ചു. ശരീരത്തിന് അവിടെ യാതൊരു പ്രസക്തിയുമില്ല.

പിറ്റേന്ന് പർദയിൽ ശരീരം മൂടാതെ കവലയിലൂടെ കൈയും വീശി നടന്നു പോകുന്ന സ്ത്രീയെ പലരും അവിശ്വസനീയതയോടെ നോക്കി നിന്നു. ചിലർ കൂകി വിളിച്ചു. ഒരു ചെറുപ്പക്കാരൻ അവളെ തടഞ്ഞു നിർത്തി.

"നീയെന്താ പർദയിടാത്തെ?

"കീറിപ്പോയെടാ... മോനെ?

"നീ എന്താ പറഞ്ഞെ?" അവൻ ചീറി പാത്തുവും ചീറി. "പ്ഫ" എന്ന് പറഞ്ഞ് ഒന്നും സംഭവിക്കാത്ത പോലെ പാത്തു നടന്നു നീങ്ങി. കുട്ടികൾ, സദ്ദാം പാത്തുഞ്ഞ എന്ന് പിന്നെയും കൂകി. പാത്തു അവരെ നോക്കിയതേയില്ല.

ഇറയത്തു വീണു കിടക്കുന്ന നിലാവിൻ തുണ്ടുകൾ ചവിട്ടി ചിലർ വീട്ടിൽ വന്നു. അരയിൽ കത്തി തിരുകിവെച്ചാണ് അവൾ അവരെ നേരിട്ടത്. ബ്ലൗസും മുണ്ടുമാണ് അവൾ ധരിച്ചിരുന്നത്.

"തലയിൽ തട്ടമിട്ടു വാടീ"-ഒരുത്തൻ അലറി. അന്നേരമാണ് പാത്തു ശ്രദ്ധിച്ചത്. തട്ടമിട്ടിട്ടില്ല. ബ്ലൗസിന്റെ കുടുക്ക് എല്ലാം ഇട്ടിട്ടില്ല. വന്നവരിൽ ഒരുത്തൻ ഷർട്ടും അണിഞ്ഞിട്ടില്ല.

"മോനെ, നിന്റെ ശരീരത്തെ ഞാൻ ശ്രദ്ധിക്കുന്നില്ല. എന്റെ ശരീരത്തെ നീയും ശ്രദ്ധിക്കണ്ട."

ചെറുപ്പക്കാരൻ ഒന്നു പരുങ്ങി.

"പോയി നിന്റെ ഉമ്മാടും പെങ്ങന്മാരോടും പറയടാ... പുലയാട്ച്ചി മക്കളെ" പാത്തു പിന്നെയും ആട്ടി.

ചെറുപ്പക്കാർ അവിടെ നിന്ന് വലിഞ്ഞു. സദ്ദാം പാത്തുഞ്ഞ തുടർന്നുള്ള കാലത്ത് ആണുങ്ങളെപ്പോലെയാണ് നടന്നത്. മമ്മൂച്ചാന്റെ ഹോട്ടലിൽ ചായയും സോജിയും കഴിച്ചു. മോട്ടൻ അദ്രമാനിൽ നിന്ന് സിഗരറ്റ് വാങ്ങി വലിച്ചു. ക്രിക്കറ്റ് മൈതാനത്ത് അമ്പയറായി നിന്നു. ചിരിച്ചു കൊണ്ടല്ലാതെ ആരോടും സംസാരിച്ചില്ല. ഗ്രാമത്തിലെ സ്ത്രീ പുരുഷ വൈജാത്യങ്ങൾക്കിടയിൽ പാത്തു സദ്ദാമായി വേറിട്ടുനിന്നു.

പാത്തു കരഞ്ഞു. ഒരിക്കൽ മാത്രം. അത്, സദ്ദാമിനെ അമേരിക്കൻ സൈന്യം തടവിലിട്ട ചിത്രം അയൽവീട്ടിലെ ടെലിവിഷനിൽ കണ്ടപ്പോഴായിരുന്നു.

കുടിലിനു പുറത്തെ അലക്കുകല്ലിൽ ഏകാന്ത നിമഗ്നയായി പാത്തു ഇരുന്നത് ആ ചിത്രം കണ്ടതിന്റെ രാത്രിയാണ്.

ആ ഇരിപ്പ് പുലരുവോളം തുടർന്നു.

സദ്ദാം ഹുസൈനും സദ്ദാം പാത്തുവും ചരിത്രത്തിലെവിടെയെങ്കിലും ഇടം പിടിച്ചേക്കുമെന്ന തിരിച്ചറിവിൽ അവൾ വീട്ടിൽ കയറി. എന്നിട്ടും അവൾക്ക് ഉറക്കം വന്നില്ല. സദ്ദാമിനെ എന്നെങ്കിലും കാണണമെന്നും ആശ്വസിപ്പിക്കണമെന്നും അവൾ അതിയായി ആഗ്രഹിച്ചു. അതിനെന്താണ് വഴി? അവൾ ദൈവത്തോട് പ്രാർഥിച്ചു.

"പടച്ചോനെ, സ്വർഗത്തിൽ എന്നെ നീ സദ്ദാം ഹുസൈന്റെ സമീപത്ത് ഇരുത്തേണമേ"

നിലാവ് അപ്പോഴും പെയ്തുകൊണ്ടിരുന്നു.

■

ഒരു നഴ്സിന്റെ കഥ

മാർഗരീറ്റ വരുന്ന ദിവസമാണിന്ന്. അവളുടെ കൈയിൽ മദ്യക്കുപ്പി ഉണ്ടാകും. സ്റ്റാൻസി അത് വാങ്ങി ഫ്രിഡ്ജിൽ വെക്കും. രാത്രി സ്റ്റാൻസിയുടെ മുറിയിൽ പാട്ടും കൂത്തും. ഒടുവിൽ രണ്ടുപേരും നഗ്നരായി കെട്ടിപ്പിടിച്ച് കിടന്നുറങ്ങും.

ഇത് ഇന്നോ ഇന്നലെയോ തുടങ്ങിയതല്ല. ഒരു വർഷമായി എല്ലാ വ്യാഴാഴ്ച രാത്രികളിലും സംഭവിക്കുന്നതാണ്. വെള്ളിയാഴ്ച അവധിയായതിനാൽ ഉച്ചവരെ കിടന്നുറങ്ങാം. അതാണ് എല്ലാ വ്യാഴാഴ്ച രാത്രികളിലും മദ്യവും ബഹളവും.

തുടക്കത്തിൽ അസഹ്യമായിരുന്നു അവരുടെ വർത്തമാനോം കളിയും ചിരിയുമൊക്കെ. വെളുത്ത് തുടുത്ത സ്റ്റാൻസിക്ക് ഇത്തരം ദിവസങ്ങളിൽ മറ്റൊരു മുഖമാണ്. ആഴ്ചയിൽ ആറു ദിവസം കാണുന്ന സുന്ദരിക്കുട്ടിയല്ല, അന്നേരം. കണ്ണിലും കവിളിലും ചുകന്ന മസ്കാരയിട്ട് ഒരു തേവിടിശ്ശിയെപ്പോലെ മാർഗരീറ്റയാണോ ആ മാറ്റത്തിന് പ്രേരണ? സ്റ്റാൻസിക്ക് മദ്യം മാത്രമല്ല, ചിലപ്പോൾ നല്ല ഉടുപ്പുകളും മാർഗരീറ്റ കൊണ്ടുവരും. അത് വാങ്ങിവെക്കുമ്പോ സ്റ്റാൻസിയുടെ മുഖം കാണണം. നാണിച്ച് ഒരു പാവക്കുട്ടിയെപ്പോലെ.

ഡോർ ബെല്ലടിക്കുമ്പോഴേ അറിയാം പുറത്ത് മാർഗരീറ്റയാണെന്ന്. മൂക്കു തുളച്ചു കയറുന്ന ഗന്ധം മുറിയിലേക്കടിക്കും. സിഗരറ്റിന്റെയും പെർഫ്യൂമിന്റെയും കൂടിക്കലർന്ന ഗന്ധമാണ്. അതോ പേരു മറന്നുപോയ ആ പക്ഷിയുടെ മണമോ?

ചിലപ്പോൾ, സ്റ്റാൻസി കുളിമുറിയിലോ മറ്റോ ആണെങ്കിൽ വാതിൽ തുറന്നാൽ എന്നെ ഇരുത്തിയൊന്ന് നോക്കും. "യൂ ലുക്ക് പ്രെറ്റി വൈ ഡോൺടു യു ജോയിൻ വിത്ത് അസ് ഇൻ ദ ഈവനിംങ്."[1]

"നോ ഐ വോൺട്"[2]

---

1. നീ സുന്ദരിയാണ്, എന്തുകൊണ്ടാണീ വൈകുന്നേരം ഞങ്ങളോടൊത്തു കൂടാത്തത്?

2. എനിക്കിഷ്ടമില്ല.

"യൂ, ഇൻഡ്യൻ പീപ്പിൾ ഡോൺട് നോ ഹൗ റ്റു എൻജോയ്"[1] ഇതാ വാതിൽ ബെല്ലടിച്ചു. മാർഗരീറ്റ തന്നെ. സ്റ്റാൻസി കുളിമുറിയിലാണല്ലോ?

മാർഗരീറ്റ ഇന്ന് പുതിയ വസ്ത്രമാണ് അണിഞ്ഞിരിക്കുന്നത്. മുട്ടോളമുള്ള ജീൻസും തോരണങ്ങളുള്ള ഉടുപ്പും.

"ഹായ്, ഹൗ ആർ യു?"[2]

"ഓ കെ സ്റ്റാൻസി ഇൻ ബാത് റൂം."[3]

"നോ പ്രോബ്ലം. ഗിവ് മി വാട്ടർ, ഡാർലിംങ്..."[4]

തണുത്ത വെള്ളം നിറച്ച കുപ്പിയും വാങ്ങി ഒന്നും മിണ്ടാതെ മാർഗരീറ്റ സ്റ്റാൻസിയുടെ മുറിയിലേക്ക്.

അപ്പോഴാണ് ഓർത്തത്. അച്ചായന്റെ കത്ത് ഇനിയും വായിച്ചിട്ടില്ല. ആസ്പത്രിയിൽ പിടിപ്പത് പണിയുണ്ടായിരുന്നു. കത്ത് വായിക്കാൻ നോക്കുമ്പോഴൊക്കെ ചെല്ലമ്മ സിസ്റ്റർ അടുത്തുകൂടും. "എന്താടീ പെണ്ണേ നാട്ടിലെ വിശേഷങ്ങള്. കത്ത് കാണട്ടെ." അന്യരുടെ കത്ത് വായിക്കലാണ് അവരുടെ സന്തോഷം. അതുകൊണ്ട് കത്ത് കുപ്പായക്കീശയിൽ തന്നെ കിടന്നു. ഇപ്പോ വായിച്ചേക്കാം. പ്രാരബ്ധങ്ങൾ തന്നെയാവും. അങ്ങനെയേ ഉണ്ടാകൂ. എന്നാലും വായിച്ചേക്കാം.

പ്രിയപ്പെട്ട മരിയയ്ക്ക്

നിന്നെക്കൂടാതെയുള്ള ജീവിതം അസഹ്യമായിത്തുടങ്ങിയിരിക്കുന്നു. നീ നാട്ടിൽ നിന്ന് പോയിട്ട് രണ്ടു വർഷമായി. പള്ളിപ്പെരുന്നാൾ മൂന്നാമത്തെ തവണയാണ് നീയില്ലാതെ കടന്നുപോകുന്നത്. നിന്റെ സ്നിഗ്ധവും സ്നേഹമസൃണവുമായ സാന്നിധ്യത്തിന് കൊതിയാവുകയാണ്. നിന്റെ അമ്മച്ചി ഇവിടെ വന്നിരുന്നു. നീ കുറച്ചു കാലമായി ഫോൺ ചെയ്തിട്ടും കത്തയച്ചിട്ടുമെന്ന് പറഞ്ഞു. കറിയാച്ചന്റെ കൈവശമാണ് ഈ കത്ത് കൊടുത്തു വിടുന്നത്. അവൻ അവിടെയെത്തി പോസ്റ്റ് ചെയ്യാമെന്ന്. എന്റെ മൊബൈൽ ഫോൺ കേടായി. ആരെങ്കിലും വരുന്നുണ്ടെങ്കിൽ ഒരു നോക്കിയ കമ്യൂണിക്കേറ്റർ കൊടുത്തയയ്ക്കണം. അതാണിപ്പൊ, അമേരിക്കക്കാര് കൊണ്ടുവരുന്നത്.

ഞങ്ങളെല്ലാരും കൂടി പ്രാർത്ഥിക്കുന്നുണ്ട്.

സ്നേഹപൂർവം

അച്ചായൻ.

---

1. നിങ്ങൾ ഇന്ത്യക്കാർക്ക് എങ്ങനെ ആഹ്ലാദിക്കണമെന്നറിയില്ല.
2. എങ്ങനെയുണ്ട്?
3. സ്റ്റാൻസി ബാത്റൂമിലാണ്.
4. സാരമില്ല, പ്രിയപ്പട്ടവളേ, എനിക്കൊത്തിരി വെള്ളം തരൂ.

കത്തു മടക്കി, തലയണയ്ക്കടിയിൽ വെച്ചു. അച്ചായന്റെ ഫോട്ടോ കൈയിലെടുത്തു. ഇരുട്ട് നിറഞ്ഞ ഒരു രാത്രി ഓർമയിൽ നിറഞ്ഞു. പുറത്ത് മഴയുടെ സങ്കീർത്തനമുണ്ടായിരുന്ന രാത്രി അച്ചായന്റെ ബലിഷ്ഠ കരങ്ങൾ, നനുത്ത നിശ്വാസങ്ങൾ, ഊഷ്മള സൗഖ്യങ്ങൾ.

അപ്പുറത്തെ മുറിയിൽ മാർഗരീറ്റയും സ്റ്റാൻസിയും നൃത്തം തുടങ്ങിയെന്ന് പാട്ടിന്റെ ഉച്ചസ്ഥായിയിലൂടെ അറിഞ്ഞു. ഏതോ ഫിലിപ്പൈൻ പാട്ടാണ്. സീൽക്കാരങ്ങൾ ധാരാളമുണ്ട്, വരികൾക്കിടയിൽ.

വാതിലിൽ ആരോ മുട്ടുന്നു, തുറന്നപ്പോൾ മാർഗരീറ്റ.

“വാട്ട് ആർ യു ഡൂയിംങ് ഹിയർ എലോൺ. കം എൻജോയ് വിത്ത് അസ്.”[1]

“നോ ഐ വാസ് റീഡിംങ് മൈ ഹസ്ബെൻഡ്സ് ലെറ്റർ.”[2]

മാർഗരീറ്റ അകത്ത് കടന്ന് കട്ടിലിൽ ഇരുന്നു.

“വാട്ട് ഹസ്ബന്റ്. യൂ നോ മൈ സ്റ്റോറി. ദാറ്റ് സ്റ്റുപിഡ് മേൻ ഐസ്റ്റർഡേ ഫോൺ റ്റു മി. ആസ്കിങ്ങ് മണി. ഹി നീഡ്സ് മണി, മണി ഓൺലി.”[3]

മാർഗരീറ്റ പിന്നെയും എന്തൊക്കെയോ പറഞ്ഞു. ആണുങ്ങളെ വെറുക്കുന്നുവത്രെ. ജീവിത കാലം മുഴുവൻ സ്റ്റാൻസിയുടെ കൂടെ കഴിയാനാണ് തീരുമാനം. ഞാനവളെ അതിന് സഹായിക്കണം. ഇടയ്ക്കിടെ പുരുഷ പീഡനങ്ങളെക്കുറിച്ച് സ്റ്റാൻസിയോട് സംസാരിക്കണം. പ്രത്യേകിച്ച് ഭർത്താക്കന്മാരുടെ ചൂഷണങ്ങളെക്കുറിച്ച് എങ്കിലേ അവൾ കല്യാണം കഴിക്കാതിരിക്കൂ. അപ്പോൾ കുട്ടികൾ? കുട്ടികളെ ദത്തെടുക്കാമല്ലോ? പത്രത്തിൽ കണ്ടില്ലേ, ആഞ്ജലീന ജോളി, കാതറിൻ സീറ്റോ ജോൺസൺ ഇവരൊക്കെ ദത്തെടുക്കുകയാണ് ചെയ്തത്.

മാർഗരീറ്റയുടെ ആശയമൊക്കെ ഫിലിപ്പൈനികൾക്ക് കൊള്ളാം. നമുക്ക് പറ്റില്ല. ഇതിനിടയിൽ മാർഗരീറ്റ എന്റെ ചുണ്ടിൽ ചുംബിച്ചതു മാത്രം എനിക്ക് പിടിച്ചില്ല. അവൾ, സ്റ്റാൻസിയുടെ മുറിയിലേക്ക് മടങ്ങിയപ്പോൾ അതോർത്ത് എനിക്ക് ഓക്കാനം വന്നു. രാവിലെ എണീറ്റ് നോക്കിയപ്പം മാർഗരീറ്റ പോയിക്കഴിഞ്ഞിരുന്നു. സ്റ്റാൻസി ആശുപത്രിയിലേക്ക് പോകാനൊരുങ്ങുന്നു. സ്റ്റാൻസി സുപ്രഭാതം പറഞ്ഞു. എന്നിട്ട് കൈയിലെ പുതിയ മോതിരം കാണിച്ചു. ഇന്നലെ മാർഗരീറ്റ

1. നീയെന്താണിവിടെ തനിയെ ചെയ്യുന്നത്? ഞങ്ങളോടൊപ്പം വരൂ.
2. ഇല്ല, ഞാൻ ഭർത്താവിന്റെ കത്ത് വായിക്കുകയായിരുന്നു.
3. എന്ത് ഭർത്താവ്? നിനക്കെന്റെ കഥയറിയില്ലേ? ആ വിഡ്ഢി ഇന്നലെ എന്നെ ഫോൺ ചെയ്തിരുന്നു. അയാൾ പണം ആവശ്യപ്പെട്ടു. അയാൾക്ക് പണം വേണം. പണം മാത്രം.

കൊടുത്തതാണത്രെ. കൊള്ളാമല്ലോ, മോതിരവും കൈമാറിയോ? സ്റ്റാൻസിയുടെ കണ്ണിൽ ഒരു നവവധുവിന്റെ നാണമൊക്കെയുണ്ട്.

കുപ്പായക്കീശയിലെ മൊബൈൽ ശബ്ദിച്ചു. ആശുപത്രിയിലെ ഏതെങ്കിലും രോഗിയായിരിക്കും. ചിലർക്ക് ഞാൻ അടുത്തുണ്ടെങ്കിലേ തൃപ്തിയാകൂ. ചില മരണാസന്നരും വിളിക്കും. ഞാൻ അടുത്തുണ്ടെങ്കിൽ മരിക്കില്ലെന്ന് തോന്നലുണ്ടാകുമത്രെ. ആവോ? ഈയിടെ കോട്ടയത്തുന്നുള്ള ഒരുത്തൻ കാലൊടിഞ്ഞ് വന്ന് വാർഡിൽ കിടപ്പുണ്ട്. ചിലപ്പോ അവനായിരിക്കും. കാലൊടിഞ്ഞിട്ടും കിന്നാരത്തിന് കുറവില്ല. ഈ ആണുങ്ങളുടെ ഒരു കാര്യം.

നമ്പർ നോക്കിയപ്പോ നാട്ടീന്നാണ്. അച്ചായനാണ്.

"എന്താ അച്ചായാ"

"കത്ത് കിട്ടീല്ലേ? കുറച്ച് കാശിന്റെ ആവശ്യം വന്നു. അർജന്റാ ഒരു ഇരുപത്തയ്യായിരം. ഇല്ലെന്നൊന്നും പറയണ്ട. എക്സ്പ്രസ് മണിയായിട്ട് അയയ്ക്കണം. അത്രയ്ക്ക് അർജന്റാ."

ഫോൺ നിലച്ചു.

ഇരുപത്തയ്യായിരം ആര്ടെ അടുത്തൂന്ന് വാങ്ങും. ഒത്തിരി കഷ്ടപ്പാടുണ്ടല്ലോ, ഇരുപത്തയ്യായിരം ഉണ്ടാക്കാൻ.

വേദപഠനം ഒരുക്കുന്ന വികാരിയച്ചനോട് പറഞ്ഞാലോ? പക്ഷേ, എന്തോന്നിനാണ് എന്ന് ചോദിച്ചാ, അച്ചായനാണെന്ന് പറഞ്ഞാ തരില്ല. "എപ്പഴുമെപ്പഴും കാശ് നാട്ടിലോട്ട് അയയ്ക്കല്" –അച്ചൻ ഈയിടെയും ഉണർത്തിയിരുന്നു.

ഫെലിക്സിനോട് ചോദിച്ചാലോ? നാട്ടുകാരനാ. രണ്ട് കമ്പനികൾ സ്വന്തമായുണ്ട്. പക്ഷേ, അറപ്പുളവാക്കുന്ന നോട്ടവും കുടവയറും. എന്തെങ്കിലും പണയം വെക്കാതെ തരില്ല.

അച്ചായൻ കാശ് എന്തിനാണെന്നൊന്നും ഫോണിൽ പറഞ്ഞില്ല. ചോദിച്ചാ അതൊന്നും നീയറിയണ്ട എന്നാ പറയുക.

ഓരോന്നാലോചിച്ച് ഓഫീസിലെത്തിയത് അറിഞ്ഞില്ല. ഓമന സിസ്റ്ററിനാണ് വാർഡിന്റെ ചുമതല.

"നീ ഈയിടെയായി മെലിയുന്നുണ്ടല്ലോടീ."

"മെലിയുന്നത് നല്ലതല്ല്യോ?"

പെട്ടെന്നാണ് അത്യാഹിത വിഭാഗത്തിൽ ആൾക്കൂട്ടം വന്നത്. ഏറെയും പെണ്ണുങ്ങൾ മേലാകെ പൊള്ളലായിട്ട് ഒരു പെണ്ണിനെ കൊണ്ടുവന്നിരിക്കയാണ്.

■

ഒറ്റമരം

രാവിലെ തന്നെ ചൂട് കനത്തുതുടങ്ങിയിരുന്നു. ജനാല വഴി പുറത്തേക്ക് നോക്കിയപ്പോൾ, വെയിൽ നാളങ്ങൾ റോഡിൽ നിന്ന് പതഞ്ഞു പൊങ്ങുന്നു. പുറത്തിറങ്ങണോയെന്ന് സന്ദേഹിച്ചു നിൽക്കുമ്പോഴാണ് ലാൻഡ് ഫോൺ ശബ്ദിച്ചത്. ലാൻഡ് ഫോണിനെ കുറെക്കാലമായി മറന്നിരിക്കുകയായിരുന്നു. മൊബൈലിൽ മാത്രമേ ആളുകൾ വിളിക്കാറുള്ളൂ. ലാൻഡ്ഫോൺ ഉപേക്ഷിക്കപ്പെട്ട ഒരു വീട് പോലെ നിശ്ശബ്ദമായിരുന്നു.

"ഹലോ" -വേറെ ഏതോ ഭൂഖണ്ഡത്തിൽ നിന്നെന്നപോലെ ഒരു സ്ത്രീ ശബ്ദം.

ആരാണ് എന്ന് ചോദിക്കാൻ തുടങ്ങുന്നതിന് മുമ്പ് മനസ്സ് ഒന്ന് ആളി. 25 വർഷങ്ങൾക്ക് മുമ്പ് എത്രയോ തവണ കാതിനെയും മനസ്സിനെയും ത്രസിപ്പിച്ച ശബ്ദമല്ലേയത്? ഹലോയ്ക്കു ശേഷമുള്ള മൗനം, അവളാണെന്ന ഊഹത്തെ ജ്വലിപ്പിച്ചു. "അരുണാ" - എന്റെ ശബ്ദം ഓർമകളുടെ മഞ്ഞുതുള്ളിപോലെ സ്നിഗ്ധമായി.

നന്ദിയുണ്ട്, എന്റെ ശബ്ദം തിരിച്ചറിഞ്ഞതിന്. അരുണ പറഞ്ഞു.

"എന്റെ നമ്പർ എങ്ങനെ കിട്ടി?"

"ഫെയ്സ് ബുക്കിൽ നിന്ന്. പ്രൊഫൈലിൽ കണ്ടപ്പോൾ വിളിച്ചു നോക്കിയതാണ്."

"ഓ മൈ ഗോഡ്, എവിടെയാണിപ്പോ?"

"ഇതേ നഗരത്തിൽ, 20 വർഷമായി ഞാനിവിടെയുണ്ട്."

"അതിശയമായിരിക്കുന്നു. ഞാനും ഇവിടെ ഇത്രയുംകാലം ഉണ്ടായിട്ടും പരസ്പരം കണ്ടില്ലല്ലോ?"

"ഞാനും കണ്ടില്ല. കുറെ പേരോട് ചോദിച്ചിരുന്നു. ഇവിടെ എവിടെയോ ഉണ്ടെന്നല്ലാതെ, മറ്റൊരു വിവരവും കിട്ടിയില്ല."

"ഇനി കാണാമോ?."

"തീർച്ചയായും, അതിനാണ് വിളിച്ചത്. നാളെ ശൈഖ് സായിദ് റോഡിലെ ഇറ്റാലിയൻ റസ്റ്റോറന്റിലേക്ക് വരൂ. ലഞ്ച് അവിടെ നിന്നാകാം."

"ഷുവർ."

25 വർഷങ്ങൾക്കപ്പുറത്ത് ക്യാമ്പസിന്റെ അതിരുകളിലൊന്നിലെ മരച്ചില്ലയിലിരുന്ന് ഒരു പെൺകുട്ടി വിളിച്ചതാണ് ഓർമയിൽ പെരുകി നിറഞ്ഞത്.

അന്നും "ഹലോ" എന്നു തന്നെ തുടങ്ങി.

ഞാൻ ഹോസ്റ്റലിലേക്ക് ഒറ്റയ്ക്ക് നടന്നു പോവുകയായിരുന്നു.

"വരൂ ഒരു കാര്യം പറയാനുണ്ട്" അവൾ വീണ്ടും കൈകൊട്ടി വിളിച്ചു.

"നിന്നോട് കുറെക്കാലമായി പറയണമെന്നു വിചാരിക്കുന്നു. നിനക്കൊരു വിചാരമുണ്ട്. ക്യാമ്പസിൽ പ്രസംഗിച്ചു നടന്ന് വിപ്ലവം വരുത്താമെന്നും പറ്റില്ല. പകരം ഒന്ന് പ്രണയിച്ചു നോക്ക്. ചിലപ്പോൾ വിപ്ലവം നടന്നുവെന്നു വരും."

ഒട്ടും പ്രതീക്ഷിക്കാതെയുള്ള ആക്രമണമായിരുന്നതിനാൽ മറുപടി പറയാനാവാതെ നാക്ക് വരണ്ടുപോയി. എന്നാലും ആത്മഗതം പോലെ ചോദിച്ചു.

"ആരെ പ്രേമിക്കാൻ?."

"അത്, നാളെ പറയാം, ഇപ്പോ പോ."

ഹോസ്റ്റലിലേക്ക് നടന്നു പോകുമ്പോൾ പെൺകുട്ടിയുടെ മുഖം മനസ്സിൽ നിറഞ്ഞുവന്നു. പേരു ചോദിക്കാൻ വിട്ടുപോയല്ലോ? മാത്രമല്ല, രണ്ടു വർഷത്തിനിടയിൽ ഈ പെൺകുട്ടി ശ്രദ്ധയിൽപ്പെട്ടിട്ടുമില്ല.

കോളജ് തിരഞ്ഞെടുപ്പിന്റെ ചൂട് തലയിൽ കയറിയതിനാൽ പെൺകുട്ടിയുടെ മുഖം വൈകുന്നേരത്തോടെ മറക്കാൻ കഴിഞ്ഞു. പക്ഷേ, ആ കുസൃതിച്ചിരി കാതിൽ മുഴങ്ങിക്കൊണ്ടിരുന്നു.

പ്രഭാതം.

ഹോസ്റ്റലിൽനിന്ന് കോളജിലേക്കുള്ള വഴിയിലെ ചെടികളെല്ലാം പൂക്കൾ വിടർന്നു കാണപ്പെട്ടു. ദൂരെ മലനിരകളിൽ നിന്ന് തണുത്ത കാറ്റു വീശുന്നു. തിരഞ്ഞെടുപ്പിൽ മത്സരിക്കാനുള്ളതുകൊണ്ട്, അതിന്റെ നോട്ടീസും മറ്റും ഇന്ന് തയ്യാറാക്കാനുണ്ട്. ഇന്നു ക്ലാസിൽ കയറുന്നില്ല. ക്യാമ്പസിൽ നിഴൽ മേഞ്ഞു നടക്കുന്നു. ഓരോ സംഘങ്ങളായി ആൺകുട്ടികളും പെൺകുട്ടികളും.

ക്യാമ്പസിന്റെ അതിരിലെ മരത്തിലേക്ക് നോക്കാതിരിക്കാനായില്ല. അതേ, അവൾ തന്നെ. അതേയിരിപ്പ്. മുഖം നിറയെ ചിരിയും.

"ഹലോ, തിരക്കുണ്ടോ? -അവൾ കൈകാട്ടി വിളിക്കുന്നു.

അടുത്തുചെന്ന് ചോദിച്ചു

"എന്താ പേര്?"

"അരുണ."

"ഒ കെ, ഇന്ന് തിരക്കുണ്ട്. പിന്നെ കാണാം."

"പോകാൻ വരട്ടെ, ഇന്നലെ പറഞ്ഞതിന് മറുപടി വേണം."

"എന്ത് പറഞ്ഞതിന്?"

"പ്രണയത്തെക്കുറിച്ച് പറഞ്ഞതിന്..."

"ഓ, അതോ... ആഗ്രഹമുണ്ട്. പക്ഷേ, നടക്കുമോയെന്നറിയില്ല."

അവൾ ഇരുന്നിരുന്ന മരത്തിൽ നിന്ന് ഒരു ഇല പൊഴിഞ്ഞു വീണു.

ശൈഖ് സായിദ് റോഡിൽ പതിവുപോലെ വാഹനങ്ങൾ ഇരമ്പിയാർത്തു പായുന്നു. ട്രേഡ് സെന്റർ കഴിഞ്ഞ് അബുദാബിയിലേക്കുള്ള രാജപാതയിൽ പൊടുന്നനെ വാഹനം ചലനരഹിതമായി. എവിടെയെങ്കിലും അപകടം സംഭവിച്ചിരിക്കാം.

അരുണ "ലഞ്ചി"ന്റെ കാര്യം മാത്രമേ പറഞ്ഞിരുന്നുള്ളൂവെന്ന് ഓർത്തെടുത്തു. സമയം കൃത്യമായി പറഞ്ഞിട്ടില്ല. എന്നാലും സമയം 12 ആകുന്നതേയുള്ളൂ. അല്ലെങ്കിലും അരുണയുടെ ഫോൺ വിളിക്കു ശേഷം കാലം സ്തംഭിച്ചതുപോലെയുണ്ട്. 25 വർഷം മുമ്പത്തെ ഓരോ ദിവസങ്ങളും ബ്ലാക്ക് ആൻഡ് വൈറ്റ് നിശ്ചല ചിത്രങ്ങളുടെ കൊളാഷ് പോലെ നിരന്നിരിക്കുന്നു.

ആ മരത്തിന് കീഴിൽ വെച്ച് അരുണ പ്രണയത്തെക്കുറിച്ച് സംസാരിച്ചതിനു ശേഷം പല തവണ കാണുകയും സംസാരിക്കുകയും ചെയ്തുവെങ്കിലും അതൊന്നും പ്രണയാതുരമായിരുന്നില്ല. കോളജ് പഠനം കഴിഞ്ഞതോടെ നാടുവിടുകയും ജീവിത പ്രാരബ്ധങ്ങളിലേക്ക് വഴുതുകയും ചെയ്തു.

രാഷ്ട്രീയവും അസ്തമിച്ചു.

പിറകിൽ നിന്ന് ഹോൺ കേട്ടപ്പോഴാണ് സ്ഥലകാല ബോധം ഉണ്ടായത്. കാർ പതുക്കെ ലൈൻമാറ്റി ക്രൗൺ പ്ലാസയുടെ മുന്നിലെ റോഡിലേക്കെടുത്തു.

ഇറ്റാലിയൻ റസ്റ്റോറന്റിൽ തിരക്ക് കുറവായിരുന്നു. അല്പം ഇരുൾ വീണ കോണിൽ സോഫാ കം ചെയറിൽ പോയിരുന്നു. അരുണ എത്തിയിട്ടില്ല. സമയം നിശ്ചയിക്കാത്തത് വിഡ്ഢിത്തമായി. നിമിഷങ്ങൾക്ക് ദൈർഘ്യം ഏറെയാണെന്നും തോന്നി.

അരുണ എന്നെ തിരിച്ചറിയുമോ എന്നതും പ്രശ്നമാണ്. 25 വർഷം എന്നിൽ പല മാറ്റങ്ങളും വരുത്തിയിട്ടുണ്ട്. മുടി കൊഴിയുകയും നരയ്ക്കുകയും ചെയ്തിട്ടുണ്ട്. വയർ കൂടി ശരീരം വികൃതമായിരിക്കുന്നു. കണ്ണിൽ കട്ടിക്കണ്ണടയും. പക്ഷേ, സ്ത്രീകളെ കാലം വെറുതെ വിടാറുണ്ട്. അതു കൊണ്ട് അരുണയെ തിരിച്ചറിയാൻ കഴിയും. റസ്റ്റോറന്റിന്റെ ഏണിപ്പടി കയറി രണ്ടു സ്ത്രീകൾ വരുന്നു. അതേ, ഒരു സ്ത്രീ അരുണ തന്നെ. കൂടെയുള്ളത് കൂട്ടുകാരിയോ സഹോദരിയോ ആയിരിക്കും.

എന്നെ കണ്ടതും അരുണ കൈനീട്ടി അടുത്തേക്കു വന്നതും ഒരുമിച്ച്. അരുണയിൽ കാലം ഒരു മാറ്റവും വരുത്തിയിട്ടില്ല. കണ്ണിലെ തിളക്കം കെട്ടിട്ടില്ല. നീണ്ട വിരലുകളിലെ മാർദവം മാഞ്ഞുപോയിട്ടില്ല.

"ഹായ്, 25 വർഷം മുമ്പത്തെ കാമുകന് വലിയ മാറ്റം വന്നു, അല്ലേടീ?"

അരുണ ചിരിച്ചു കൊണ്ട് കൂടെയുള്ള സ്ത്രീയോട് കണ്ണിറുക്കി.

"അരുണ ഒന്നും മറന്നിട്ടില്ലെന്ന് തോന്നുന്നു."

"ഇല്ല. ഇവൾ ഇടയ്ക്കിടെ ഓർമിച്ചു കൊണ്ടിരുന്നു. അതുകൊണ്ടാ."

ഇവരെ, എനിക്ക് മനസ്സിലായില്ല."

"ഓ നിങ്ങൾ പരസ്പരം പരിചയപ്പെട്ടിട്ടില്ല, അല്ലേ?

"ഇത് അനിത. നമ്മുടെ കോളജിൽ നമ്മുടെകൂടെ പഠിച്ചവളാണ്. സബ്ജക്ട് വേറെ ആയിരുന്നുവെന്നേയുള്ളൂ."

"എനിക്ക് ശ്രദ്ധിക്കാൻ കഴിഞ്ഞിട്ടില്ല."

"അന്ന്, മരച്ചുവട്ടിൽ ഒരു പ്രണയാഭ്യർത്ഥന നടത്തിയിരുന്നില്ലേ, അത് എനിക്ക് വേണ്ടി ആയിരുന്നില്ല. ഇവൾക്ക് വേണ്ടി ആയിരുന്നു. ഇവൾക്ക് പറയാൻ ധൈര്യമില്ലാതിരുന്നത് കൊണ്ട് ഇവൾക്കു വേണ്ടി ഞാൻ അവതരിപ്പിച്ചു എന്നേയുള്ളൂ. അതേക്കുറിച്ച് നിങ്ങൾ കൂടുതൽ സംസാരിക്കാൻ താത്പര്യം കാട്ടാത്തതു കൊണ്ട്, ഇവൾ കുറെക്കാലം നിരാശാകാമുകിയായി കഴിഞ്ഞു" - അരുണ പിന്നെയും ചിരിച്ചു. അനിതയുടെ ചിരി ദുർബലമായിരുന്നു.

"ഞാൻ... ഞാൻ" -എനിക്ക് വാക്കുകൾ നഷ്ടപ്പെട്ടു.

"വിപ്ലവം അന്ന് തലയ്ക്ക് പിടിച്ചിരുന്നതിനാൽ മറ്റൊന്നിനെക്കുറിച്ചും ചിന്തയുമുണ്ടായിരുന്നില്ലല്ലോ" -അരുണ നിർത്താൻ ഭാവമില്ല.

"ഇനി ഇവൾക്ക് പ്രണയമൊന്നും പറ്റില്ല. നാളെ ഇവളും നാട്ടിലേക്ക് മടങ്ങുന്നു. ഇവളുടെ ഭർത്താവിന്റെയും മക്കളുടെയും കൂടെ. പക്ഷേ, എന്നെങ്കിലുമൊരിക്കൽ നിങ്ങളോട് അന്നത്തെ പ്രണയത്തെക്കുറിച്ച് പറയണമെന്ന് ഇവൾക്ക് ആഗ്രഹമുണ്ടായിരുന്നു. അതിനാണ് ഫോൺ നമ്പർ തപ്പിപ്പിടിച്ച്, ഇന്നലെ ഞാൻ വിളിച്ചത്."

അനിതയുടെ അന്നത്തെ മുഖം ഓർത്തെടുക്കാൻ കഴിയാതെ ഞാൻ വിവശനായി. പുറത്ത് വെയിലിന്റെ തിളക്കം കൂടി വരുന്നത് കണ്ണാടി ജനാലയിലൂടെ കണ്ടു. റോഡിൽ തലങ്ങും വിലങ്ങും വാഹനങ്ങൾ ചീറിപ്പായുന്നു. അതിനപ്പുറം മരുഭൂമിയിൽ ഒരു ഒറ്റമരം.... ■

ഒട്ടകം പറഞ്ഞ കഥ

എന്റെ മുതലാളി ഹസ്സൻ സഹാമയുടെ തോട്ടത്തിൽ മുന്നൂറിലധികം ആടുകളുണ്ട്. കൃത്യമായ കണക്കു പറയാൻ കഴിയാത്തത്, ഏത് നിമിഷമാണ് ഒന്നോ രണ്ടോ എണ്ണം കശാപ്പിനിരയാകുന്നത് എന്ന് ഊഹിക്കാനാവാത്തത് കൊണ്ടാണ്. ഇന്ത്യ, സോമാലിയ, പാക്കിസ്ഥാൻ എന്നിവിടങ്ങളിൽ നിന്നുള്ളവയാണ് കൂടുതലും. മൂന്നെണ്ണം ആസ്ത്രേലിയൻ ചെമ്മരിയാടുകളാണ്. അവിടത്തെ സ്ത്രീകളെപ്പോലെ ചുവന്ന് തുടുത്തത്, വരച്ച വരയിൽ നിൽക്കാത്തത്.

ഹസ്സൻ സഹാമ വർഷത്തിൽ ഒന്നോ രണ്ടോ തവണയാണ് തോട്ടത്തിൽ വരിക. രാജപാതകളും മരുഭൂമിയിലെ ഒറ്റവരിപ്പാതയും താണ്ടി ഒരു ഫോർ വീലറിൽ. കൂടെ പെൺകുട്ടികളും. തോട്ടത്തിനകത്തെ വീട് അന്നേരം വൃത്തിയാക്കി വെക്കും. ഫ്രിഡ്ജിൽ പഴവർഗങ്ങൾ അടുക്കി വെക്കും. കിടപ്പുമുറി ഊദ് കത്തിച്ച് സുഗന്ധമയമാക്കും. പതുത്ത വിരിപ്പുകളും തലയണകളും വിരിച്ചു വെക്കുന്നതിനിടയിൽ അതിന്റെ സൗമ്യതയിൽ തലോടി അല്പനേരം ലയിച്ചു നിൽക്കും.

ഹസ്സൻ സഹാമയുടെ തീൻമേശയിലെ വിഭവമാകാൻ ആടിനെ തിരഞ്ഞെടുക്കുന്നതാണ് സങ്കടകരം. ഞാനും അതുങ്ങളും തമ്മിലെ ആത്മബന്ധം മുതലാളിക്കറിയില്ലല്ലോ.

മാൻപേടയുടെ കണ്ണുകളും ചലനം നിറയെ കുസൃതികളുമുള്ള ഒരു കുഞ്ഞാടിനെ ഞാൻ എന്റെ പെങ്ങളെപ്പോലെയാണ് കണക്കാക്കിയിരിക്കുന്നത്. അതിന് സൈനബ എന്നാണ് പേര്. എന്റെ ചെറുപ്പത്തിൽ, ആരോ കൊന്ന് കായലിൽ തള്ളിയ സൈനബയെ ഓർമ വരുന്നത് ഈ കുഞ്ഞാടിനെ കാണുമ്പോഴാണ്. പിന്നെ അയൽവീട്ടിലെ പാവാടക്കാരി രമ, ഒന്നോ രണ്ടോ സിനിമകളിൽ നായികയായി വന്ന് എവിടെയോ മറഞ്ഞ്, എന്റെ കിനാക്കളിൽ ഇടയ്ക്കിടെ വിരുന്നു വരുന്ന ഒരു പെൺകുട്ടി... ഇവയിലൊന്നിനെ കശാപ്പ് ചെയ്യുക എന്നുവെച്ചാൽ എന്റെ ജീവൻ പോകും.

നാളെ ബക്രീദാണ്. അവധി ദിനങ്ങൾ ആസ്വദിക്കാൻ ഹസ്സൻ സഹാമയുടെ കൂട്ടുകാർ വരുമെന്ന് ഫോണിൽ അറിയിപ്പുണ്ടായിരുന്നു. അവർ നേരത്തെ എത്തി. എല്ലാം മലയാളികൾ. ആറുപേരുണ്ടായിരുന്നു. നാല്

ആണുങ്ങളും രണ്ട് പെൺകുട്ടികളും. ഒരു പെൺകുട്ടി വെളുത്ത കുഞ്ഞാടിനെ ഓർമിപ്പിച്ചു.

രാത്രിക്ക് നല്ല തണുപ്പുണ്ടായിരുന്നു. വീടിന്റെ മുറ്റത്ത് അവർ എല്ലാവരും തീയിട്ടു. അഗ്നിനാളങ്ങളിൽ കൈ ചേർത്തുവെച്ച അവരിൽ ഒരാൾക്ക് തൊഴുത്തിലെ ഒരു ആട്ടിൻകുട്ടിയെ കൊന്ന് ചുട്ടു തിന്നാലെന്തെന്ന ആശയം ഉദിച്ചു.

"നാത്തൂർ, ഞങ്ങൾക്ക് ഒരു ആടിനെ കൊന്നുതരണം. ചെറിയ ആടായാൽ നല്ലത്" ഞാൻ പകച്ചു നിന്നു.

ഹസ്സൻ സഹാമ ആടുകളെ പുറത്തേക്ക് കൊടുക്കാറില്ല. അദ്ദേഹത്തോട് ചോദിക്കാതെ?

"മുതലാളിയോട് ചോദിക്കണം" – ഞാൻ ഒഴിഞ്ഞുമാറി.

അവർ ഉടൻ തന്നെ ഹസ്സൻ സഹാമയെ മൊബൈലിൽ വിളിച്ചു. ഹസ്സൻ സഹാമ സമ്മതിച്ചു.

തൊഴുത്തിൽ നിന്ന് അവർ പിടിച്ചു കൊണ്ടുവന്നത്, എന്റെ അരുമയായ 'നായിക'യെ അതിന്റെ നീണ്ട മിഴികളിൽ കണ്ണീരുണ്ടായിരുന്നു. ദുഃസ്വപ്നം കണ്ടതിന്റെ ഇരുട്ടുണ്ടായിരുന്നു. അത് ദയനീയമായി എന്നെ നോക്കി.

"അരുത്. ഞാൻ വേറൊരു ആടിനെ തരാം" – ഞാൻ കേണു.

"വേണ്ട, ഞങ്ങൾക്ക് ഇതുമതി" – അവർ കശാപ്പിനുള്ള വാളിന് മൂർച്ച കൂട്ടാൻപോയി. നായിക ശ്വാസംമുട്ടിക്കരഞ്ഞു. അതിന്റെ തേങ്ങൽ പൂന്തോപ്പും മരുഭൂമിയും കടന്ന് അകലങ്ങളിൽ ലയിച്ചു.

നിലാവുള്ള രാത്രിയിൽ തൊഴുത്തിൽ നിന്ന് എന്റെ ഔട്ട് ഹൗസിലേക്ക് അത് ഇടയ്ക്കിടെ വരാറുണ്ടായിരുന്നു. സമീപത്തെ മണൽക്കാടുകളിലേക്കും അതിനപ്പുറമുള്ള കുന്നുകളിലേക്കും ഞങ്ങൾ രണ്ടുപേർ മാത്രമായി യാത്ര പോകും. നിലാവ് പെയ്യുന്ന മണൽ വെള്ളത്തിൽ ഞങ്ങൾ കുളിച്ചു കയറും.

തീക്കനലിനു സമീപം ഇരുമ്പ് ദണ്ഡിൽ കയർ കൊണ്ട് കെട്ടിയിട്ട നായികയെ കണ്ടപ്പോൾ, നഗരത്തിലെ വലിയ കശാപ്പുശാലയെ ഓർമ വന്നു. നിരവധി വലിയ ഷെഡുകളിൽ ചാപ്പ കുത്തിയ ആടുമാടുകൾ, ഓരോന്നിലും രക്ഷപ്പെടാനുള്ള വഴി തേടി പേടിച്ചരണ്ട്. ഓരോ രാജ്യത്തിനും ഓരോ കള്ളികളാണ്. ഇന്ത്യൻ ആടുകൾക്കാണ് ആവശ്യക്കാർ ഏറെ. വെളുപ്പും കറുപ്പും ഇടകലർന്ന നിറമാണോ അതിന് കാരണം? ഇന്ത്യൻ ഇറച്ചിക്ക് ദുർഗന്ധം കുറയുമെന്നത് കൊണ്ടാണോ? വില്പനക്കാരൻ കൂട്ടത്തിൽ ഓരോ രാജ്യത്തിന്റെയും സാംസ്കാരിക മഹിമയും വിളിച്ചു പറയും. "ഇന്ത്യ ലോകത്തിന്റെ എല്ലാ നന്മയും അറിവും സ്വാംശീകരിക്കും. വൃത്തിയുണ്ടാകും. ചന്തമുണ്ടാകും."

ബലിയറുക്കാൻ ആടുകളെ കൊണ്ടുപോകുന്നത് വണ്ടികളിലാണ്. അനുസരണക്കേട് കാട്ടുന്നവർക്ക് ചാട്ടവാറടി കിട്ടും. അല്ലെങ്കിൽ കൈയും കാലും കെട്ടി വണ്ടിയുടെ പിൻഭാഗത്തേക്ക് എറിയും. എന്നിട്ട് കഴുത്തിൽ കയറിട്ട് കെട്ടിയിടും. വില കുറഞ്ഞ സോമാലിയൻ വംശം അനുസരണയോടെ നീങ്ങും. അവർ ബലിക്കല്ലിലേക്ക് എന്നറിയാതെ സമൃദ്ധമായ ഇല ഭക്ഷണം കഴിച്ച് വണ്ടിയിൽ കയറും. നായികയെ അറുക്കാൻ വാളും തൊലിയുരിഞ്ഞതിനുശേഷം പുരട്ടാൻ മസാല കളുമായി വിരുന്നുകാർ വരുന്നതിന് മുമ്പ് ഞാൻ ഔട്ട്ഹൗസിലേക്ക് നടന്നു.

നിലാവ്. ഔട്ട് ഹൗസിന്റെ വരാന്തയിൽ ഈന്തപ്പനയുടെ നിഴൽ. മണൽക്കൂനകൾക്ക് പഞ്ചസാരയുടെ നിറം. അകലെ ചാര നിറത്തി ലുള്ള കുന്നിൻ ചെരിവിലേക്ക് നടന്നുവരാം. മനസ്സ് ആയാസരഹിത മാകും.

പൊടുന്നനെ, ആ പെൺകുട്ടിയുടെ നിലവിളി കേട്ടു. അതേ, അവ രുടെ കൂടെയുള്ള പെൺകുട്ടിയുടേത് തന്നെ. നഗ്നയായി പെൺകുട്ടി ഓടി വന്ന് ഔട്ട് ഹൗസിൽ കയറി.

ഞാൻ ചോദിച്ചു: "എന്താ, എന്തു പറ്റി?"

ഞാൻ ഭയന്നു, അവൾ വിങ്ങി. ഒടുവിൽ അവൾ കഥ പറയാൻ തുടങ്ങി. ഇരുട്ടും വെളിച്ചവും ഇടകലർന്ന ഭൂതകാലത്തെ അവൾ നഗ്ന മാക്കി. നഗ്നതയിൽ അങ്ങിങ്ങ് പാടുകളുണ്ടായിരുന്നു. അതിൽ നിന്ന് കെട്ടചോര ഒലിച്ചിറങ്ങി.

"എനിക്ക് കുറച്ച് വെള്ളം വേണം" അവൾ തേങ്ങി. വലിയ ബോട്ടി ലിലെ വെള്ളം തീർന്നു പോയിരുന്നു. ഫ്രിഡ്ജിലുണ്ടായിരുന്ന പെപ്സി പൊട്ടിച്ചുകൊടുത്തു.

"അങ്ങനെയാണ് ഞാൻ ഇവിടെ എത്തിയത്" അവൾ പറഞ്ഞു നിർത്തി.

അവളിവിടെ എത്തിപ്പെട്ട കഥ ഞാൻ വിശദീകരിക്കുന്നില്ല. നിങ്ങൾ ധാരാളമായി കേട്ടതുപോലുള്ളത്.

"വീട്ടുകാർക്ക് ഇതൊക്കെ അറിയുമോ?"

"വീടുമായുള്ള ബന്ധം മുറിഞ്ഞിട്ട് ഒമ്പത് മാസമാകുന്നു. അവർ ജീവിച്ചിരിക്കുന്നുണ്ടാവുമോ? എന്റെ കാര്യങ്ങൾ അറിഞ്ഞിരിക്കുമോ? അറിഞ്ഞിട്ടുണ്ടെങ്കിൽ ദൈവമേ, ഞാൻ ജീവിച്ചിരിക്കണോ?"

മുറിയിൽ ഇരുട്ട് മാത്രമായി. ഞാൻ അവളുടെ സമീപംചെന്നു. അവൾ വായ പൊത്തിക്കരഞ്ഞു.

"ഇല്ല, ഞാൻ ഒന്നും ചെയ്യില്ല" - ഞാൻ ആശ്വസിപ്പിച്ചു.

"ചില കാര്യങ്ങൾ അറിയാനുണ്ട്. മറ്റൊന്നിനുമല്ല, അറിയാൻ വേണ്ടി മാത്രം."

ഞങ്ങൾക്കിടയിൽ ഇരുട്ട് സുരക്ഷിതമായ വലയം തീർത്തു. എല്ലാ ശബ്ദങ്ങളും ഞങ്ങളുടെ നിശ്വാസത്തിൽ ലയിച്ചു നിന്നു.

“എന്താണ് അറിയേണ്ടത്?”

“എങ്ങനെയാണ് ഇവരുടെ കൈയിൽ എത്തിപ്പെട്ടത്?”

“ഞാൻ പറഞ്ഞില്ലേ, അജ്ഞാതമായ ഓരോരോ വഴികളിലൂടെ, ഓരോരോ കൈകളിലൂടെ, ഏറെയും മലയാളികളായിരുന്നു. ആദ്യമായി എന്നെ ആക്രമിച്ചതും കീഴ്പ്പെടുത്തിയതും ഒരു മലയാളിയായിരുന്നു. നാട്ടിൽ നിന്ന് എന്നെ കടത്തിക്കൊണ്ടുവന്നതിന്റെ പിറ്റേന്ന്. എനിക്ക് കലശലായ വയറുവേദന ഉണ്ടായിരുന്നു. എനിക്ക്, വഴങ്ങാൻ കഴിയുമായിരുന്നില്ല. അയാൾ തിരിച്ചു പോകാനൊരുങ്ങി. പക്ഷേ, അവർ വിട്ടില്ല. അവരെന്നെ കെട്ടിയിട്ടു. വസ്ത്രങ്ങൾ പറിച്ചെറിഞ്ഞു. അയാളോട് അത് ചെയ്യാൻ പറഞ്ഞു. അയാളും പേടിച്ചാണ് അത് ചെയ്തത്. പിന്നീട് കുറെ ദിവസത്തേക്ക് പകൽ വെളിച്ചം കണ്ടില്ല. എനിക്ക് പുറത്തെ ശബ്ദങ്ങൾ കേൾക്കാമായിരുന്നു. ഓരോരോ ഭാഷകൾ. ചിലപ്പോൾ ഇടകലരുന്ന ഭാഷകൾ. ചിലപ്പോൾ അത് ആർത്തലച്ചു വന്നു. കടലിരമ്പം പോലെ. ഇവർ കുറച്ചു മാന്യന്മാരാണെന്ന് തോന്നുന്നു. പക്ഷേ, ഇനിയെനിക്ക് വയ്യ, വയ്യ” – അവൾ വീണ്ടും തേങ്ങി.

കണ്ണു തുടയ്ക്കാൻ ഞാൻ ഒരു തട്ടം അവൾക്ക് കൊടുത്തു. അത് അവൾ തലയിൽ ഇടുകയാണ് ചെയ്തത്. എനിക്ക് അദ്ഭുതമായി. എന്റെ പെങ്ങൾ സൈനബയുടെ ഛായ അവൾക്ക് കൈ വന്നതുപോലെ. അവൾ മുറിയുടെ മൂലയിലുള്ള പായയിൽ പുതപ്പു ചുറ്റി കൂനിക്കൂടിയിരുന്നു. ഞാൻ പുറത്തിറങ്ങി. നിലാവ് പെയ്യുന്ന മരുഭൂമിയിൽ ദൂരെയുള്ള കുന്നുകളും ഇലപൊഴിഞ്ഞ മരങ്ങളും വിശാലമായ ക്യാൻവാസിലെ ചിത്രങ്ങൾ പോലെ.

എങ്ങനെയാണ് ആ പെൺകുട്ടിയെ പറഞ്ഞയയ്ക്കേണ്ടത്. നാളെ പകൽ നേരത്ത് ഒട്ടകങ്ങളെ മേയ്ക്കാൻ വരുന്ന ആരുടെയെങ്കിലും കൂടെ റോഡരികിൽ എത്തിക്കണം. അവിടെ നിന്ന് ഏതെങ്കിലും വണ്ടിയിൽ രക്ഷപ്പെടട്ടെ. തിരികെ മുറിയിലെത്തിയപ്പോൾ അവൾ ചുരുണ്ടുകൂടി മയക്കത്തിലേക്ക് വീണിരിക്കുന്നു. കൈകാലുകൾ വിടർത്താൻ കഴിയാത്ത ഒരു ചോരക്കുഞ്ഞിനെയാണ് എനിക്ക് ഓർമ വന്നത്. മയക്കത്തിൽ പഴയ ഒരു പാട്ടിന്റെ വരികൾ അവൾ ഞരക്കത്തോടെ ഉരുവിട്ടു കൊണ്ടിരുന്നു.

മേരിക്കുണ്ടൊരു കുഞ്ഞാട്... മേനി വെളുത്തൊരു കുഞ്ഞാട്...

അവളുടെ ഞരക്കം ഭേദിച്ച് വിരുന്നുകാരുടെ വാഹനങ്ങൾ തിരിച്ചു പോകുന്ന ശബ്ദം കേട്ടു. ഞാൻ ഉറങ്ങാൻ കിടന്നു. അവളുടെ ഞരക്കം അപ്പോഴുമുണ്ട്. വന്യമൃഗമായി മാറുന്ന ഭ്രാന്തൻ സ്വപ്നങ്ങളിലൂടെ യാത്ര ചെയ്ത് ഞാൻ പകലിലേക്കെത്തി. മുറി ശൂന്യമായിരുന്നു. ■

പൗലോയും മിഖായേലും കണ്ടുമുട്ടുന്നു

മിഖായേലും പൗലോ കൊയ്‌ലോയും ഒരേസമയത്താണ് നഗരത്തിൽ എത്തിയത്. തണുപ്പ് നഗരത്തെ പൊതിഞ്ഞു നിന്നിരുന്നു. പാരീസ് നഗരത്തിലെന്നപോലെ യുവതീയുവാക്കൾ ഗാഢമായി പുണർന്നും ചുംബിച്ചും കാഴ്ചകളെ പ്രകോപിതമാക്കി. മനസ്സിന്റെ നഗ്നത നീക്കം ചെയ്യുന്നതിലൂടെ സ്വാതന്ത്ര്യം ആഘോഷിക്കപ്പെടുന്നുവെന്ന് ഒരു പരസ്യവാചകം മിന്നിക്കൊണ്ടിരുന്നു. പ്രധാന നിരത്തിൽ രണ്ട് കാർ പരസ്പരം ഉരുമ്മിയത് വലിയ ട്രാഫിക് തടസ്സത്തിനും നീണ്ട വാഹന നിരകൾക്കും കാരണമായി.

അവിടവിടെ ഇരുട്ടിന്റെ മാളങ്ങളുള്ള ആർമേനിയൻ റസ്റ്റോറന്റിൽ ഒരു ഗാവ കുടിക്കുന്നതിനിടയിൽ വരവിന്റെ ഉദ്ദേശ്യം മിഖായേൽ വിവരിച്ചു. ഒരു പ്രസംഗം പോലെ.

കസാക്കിസ്ഥാൻ തരിശു നിലങ്ങളിൽ വീണ്ടും ചോരവീണു തുടങ്ങിയിരിക്കുന്നു. രണ്ടാം ലോകമഹായുദ്ധത്തിൽ റഷ്യൻ പട്ടാളത്തിന്റെ ചോര വീണതുപോലല്ല ഇത്. കേൾക്കുമ്പോൾ വെറും അശ്ലീലമെന്നു തോന്നാവുന്ന, എന്നാൽ ഗൗരവമായ കാര്യങ്ങൾ. ഒരു ഉദാഹരണം പറയാം. അൽമാട്ടിക്കു സമീപമുള്ള ഒരു ഗ്രാമത്തിലെ വെടിമരുന്ന് നിർമാണശാല ഈയിടെ പൂട്ടി. മുമ്പ് അത് സർക്കാർ നിയന്ത്രണത്തിലായിരുന്നു. നൂറോളം പെൺകുട്ടികൾ അതിൽ പണിയെടുത്തിരുന്നു. പൊടുന്നനെ, സർക്കാർ അത് സ്വകാര്യ വ്യക്തിക്ക് കൈമാറി. പിന്നീട് അത് രഹസ്യമായി ആണവ സാമഗ്രികൾ കയറ്റി അയയ്ക്കുന്ന കേന്ദ്രമായി മാറി.

റഷ്യയിൽ നിന്നും മറ്റും രഹസ്യമായാണ് അസംസ്കൃത വസ്തുക്കൾ എത്തിക്കൊണ്ടിരുന്നത്. ആരുടെ കൈകളിലേക്കാണ് കൈമാറ്റം ചെയ്യപ്പെടുന്നതെന്ന് അറിയില്ല. നല്ല ലാഭമുള്ള കച്ചവടമാകണം. പിന്നീടൊരു ദിവസം ജോലിക്കാരികളിൽ സുന്ദരിയായ പെൺകുട്ടിയെ കാണാതായി.

ഒരു വർഷത്തിനിടയിൽ അമ്പത് പെൺകുട്ടികൾ ഓരോ ദിവസങ്ങളിലായി അപ്രത്യക്ഷമായിരിക്കുന്നു. പെൺകുട്ടികളെ കയറ്റിയയക്കുന്നതും ലാഭകരമാണല്ലോ? കാണാതായ പെൺകുട്ടികളിൽ ഒരാൾ എന്റെ നേർപെങ്ങളാണ്. "അവൾ ഈ നഗരത്തിൽ എത്തിപ്പെട്ടിരിക്കുമെന്നാണ് ഞാൻ കരുതുന്നത്..."

മിഖായേലിന്റെ ചുണ്ടുകൾ വിറച്ചു കൊണ്ടിരുന്നതു സംസാരത്തിന്റെ ഇടവേളകളിൽ വിറയൽ ശക്തമായി. പതുക്കെ സാധാരണ ഗതിയിലുമായി. പക്ഷിക്കൂടുകളും ചെറിയ ഗുഹകളും ഉള്ള റസ്റ്റോറന്റിൽ അധികമാരും ഉണ്ടായിരുന്നില്ല. രാത്രി വൈകിയാണ് ഇവിടെ കച്ചവടം ഏറെ നടക്കുക. വ്യത്യസ്ത രാജ്യങ്ങളിൽ നിന്നുള്ള സ്ത്രീ പുരുഷന്മാർ അരണ്ട വെളിച്ചത്തിൽ സൊറ പറഞ്ഞിരിക്കും. നഗരത്തിലെ മറ്റു റസ്റ്റോറന്റുകളിൽ വലിയ പ്രകാശവും റോക്ക് ബാന്റുകളും കൊഴുപ്പിക്കുമ്പോൾ ഈ അർമേനിയൻ റസ്റ്റോറന്റ് ഏകാന്തവും പ്രാകൃതവുമായ ഒരു സവിശേഷ സ്വത്വം പുലർത്തി. റസ്റ്റോറന്റിന്റെ വിജയ രഹസ്യവും അതാണ്.

മിഖായേൽ നീണ്ട കമ്പിളിയുടുപ്പ് ഊരിവെച്ചു. കുപ്പായക്കീശയിൽ നിന്ന് ഒരു പടം പുറത്തെടുത്തു. അത് അയാളുടെ പെങ്ങൾ കാതറിൻ ആണെന്ന് എനിക്ക് ഊഹിക്കാമായിരുന്നു. മുടി അല്പം വിടർത്തി രണ്ടായി പിന്നിയിട്ടിരുന്നു. അവളുടെ പച്ചക്കണ്ണുകൾ ഫോട്ടോയിലും തിളങ്ങിക്കൊണ്ടിരുന്നു.

മിഖായേൽ തുടർന്നു, എന്റെ രാജ്യത്തിന് വന്ന മാറ്റം അദ്ഭുതകരമാണ്. എല്ലാം വില്പന സാമഗ്രികളാണ്. സ്ത്രീകളും കുട്ടികളുമെല്ലാം. തെംഗ്രി സംസ്കാരത്തിൽ, വാസ്തവത്തിൽ കച്ചവടം നിഷിദ്ധമാണ്. പങ്കുവെയ്ക്കലേ പാടുള്ളൂ. കേട്ടിട്ടുണ്ടോ തെംഗ്രി സംസ്കാരത്തെക്കുറിച്ച്?

"കേട്ടിട്ടുണ്ട്, പൗലോ കൊയ്‌ലോയുടെ പുസ്തകത്തിലും വായിച്ചിട്ടുണ്ട്.."

"ആരാണ് പൗലോ കൊയ്‌ലോ?" മിഖായേലിന്റെ മംഗോളിയൻ കണ്ണുകൾ വീണ്ടും ഇടുങ്ങി.

"നോവലിസ്റ്റാണ്. കസാക്കിസ്ഥാന്റെ കാര്യങ്ങളും അതിൽ പറയുന്നുണ്ട്. പൗലോ കൊയ്‌ലോയും ഈ നഗരത്തിൽ ഇന്നലെ എത്തിയിട്ടുണ്ട്. അദ്ദേഹത്തിന്റെ നോവലിലെ ഒരു കഥാപാത്രം കസാക്കിസ്ഥാൻകാരനാണ്. മിഖായേൽ എന്നാണ് പേരും."

മിഖായേൽ ചിരിച്ചു. ആ ചിരിയിൽ പരിഹാസമുണ്ടായിരുന്നു. ഞങ്ങളെക്കുറിച്ച് ആർക്ക് എന്തറിയാം എന്ന പരിഹാസം. കസാക്കിസ്ഥാൻ തരിശു നിലങ്ങളിൽ ഈ ചിരി എമ്പാടും അലയടിക്കുന്നുണ്ടാവും, ഇപ്പോൾ എന്നും മിഖായേൽ പറഞ്ഞു.

"കാതറീനെ എവിടെയാണ് അന്വേഷിക്കേണ്ടത്?" മരുഭൂമിയിലെ വിനോദ സഞ്ചാര കേന്ദ്രങ്ങളിൽ? മിഖായേൽ ചോദിച്ചു.

മരുഭൂമിയിലെ വിനോദ സഞ്ചാര കേന്ദ്രം ഒരു സാധ്യതയാണ്. മഞ്ഞു പെയ്യുന്ന രാത്രികളിൽ നഗരത്തിൽ നിന്ന് ധാരാളം പേർ മരുഭൂമിയുടെ ഏകാന്തതയിലേക്ക് യാത്ര പോകാറുണ്ട്. വലിയ നാൽചക്ര വാഹനങ്ങളിലോ ഒട്ടകപ്പുറത്തോ ആണ് യാത്ര. മണലിന്റെ നിമ്നോന്നതങ്ങളിൽ തെന്നിത്തെന്നി ഒടുവിൽ ഈന്തപ്പനയോല കൊണ്ടുണ്ടാക്കിയ കുടിലുകളിൽ എത്തും.

അവിടെ സുന്ദരികൾ മധുചഷകവും തീൻവിഭവങ്ങളുമായി കാത്തിരിക്കുന്നുണ്ടാകും. അക്കൂട്ടത്തിൽ ഒരുവളായി കാതറിൻ മാറിയിരിക്കുമോ? അതോ ശരീരത്തിന്റെ ലാസ്യഭാവങ്ങൾ പ്രദർശിപ്പിക്കുന്ന ചടുലനൃത്തം ചെയ്യുന്ന സ്ത്രീകളുടെ കൂട്ടത്തിൽപ്പെട്ടോ?

ഡാൻസ് ബാറും ഒരു സാധ്യതയാണ്. ഇന്ത്യക്കാരുടെയും പാക്കിസ്ഥാനികളുടെയും നൃത്തവൈഭവം ആളുകൾക്ക് മടുത്തു എന്നാണ് കേട്ടത്. പുതിയ ശരീരഭംഗികൾ, പുതിയ നൃത്തരൂപങ്ങൾ ഒക്കെയാണ് ഡാൻസ് ബാറുകളെ സജീവമാക്കുന്നത്. ഓരോ പുതിയ പെൺകുട്ടികൾക്കും വേണ്ടി ബാർ നടത്തിപ്പുകാർ തമ്മിൽ മത്സരമാണ്.

പൗലോ കൊയ്‌ലോയുടെ വാർത്താ സമ്മേളനത്തിന് മിഖായേലിനേയും കൂട്ടിയാണ് പോയത്. വഴിനീളെ ട്രാഫിക് തടസ്സമുണ്ടായി. പ്രസ്ക്ലബിൽ അസാധാരണമായ തിരക്കുണ്ടായിരുന്നു. പൗലോയുടെ സാഹിറിന്റെ കോപ്പിയുമായി ഓട്ടോഗ്രാഫിനു വേണ്ടി മാധ്യമ പ്രവർത്തകരും തിരക്കുകൂട്ടി. പൊടുന്നനെ പൗലോയുടെ പിന്നിൽ വലത്തുവശത്തു നിലയുറപ്പിച്ചിരുന്ന പെൺകുട്ടിയെ ചൂണ്ടി മിഖായേൽ ആർത്തു വിളിച്ചു.

"അതാ എന്റെ കാതറിൻ" എല്ലാവരുടെയും നോട്ടം മിഖായേലിൽ വന്നു പതിച്ചു.

"ദാ... മിഖായേൽ" ബുൾഗാൻതാടി തടവി പൗലോ ചിരിച്ചു.

"നിങ്ങൾക്കെങ്ങനെ എന്നെ അറിയാം?-മിഖായേൽ കോപാകുലനായി.

"നിങ്ങൾ എന്റെ കഥാപാത്രമല്ലേ, ഇവിടെയുള്ള എല്ലാവർക്കും വിശേഷിച്ച് എന്റെ പുതിയ പുസ്തകം സാഹിർ വായിച്ചവർക്കൊക്കെ താങ്കളെ അറിയാമല്ലോ?"

"കളിപ്പിക്കല്ലേ, ഞാനും കാതറിനും താങ്കൾക്ക് ആരുമല്ല. എന്റെ സഹോദരിയെ താങ്കൾ തട്ടിയെടുത്ത് കൊണ്ടുവന്നിട്ട്...."

മിഖായേൽ ക്ഷുഭിതനായി. മുന്നോട്ടാഞ്ഞപ്പോൾ പൊലീസ് എത്തി തടഞ്ഞുനിർത്തി.

കാതറിന്റെ പച്ചക്കണ്ണുകളിൽ ഭയം നിറഞ്ഞു. അവൾ പൗലോയുടെ സമീപത്തു നിന്ന് ഓടാൻ ഭാവിച്ചു. മിഖായേൽ ആർത്തു.

“പോകല്ലേ മോളേ. നമുക്ക് നാട്ടിലേക്ക് പോകാം...”

കാതറിൻ അല്പനേരം മിഖായേലിനെ നോക്കി. എന്നിട്ട് ഓടിയെത്തി കെട്ടിപ്പിടിച്ച് കരഞ്ഞു.

പൊടുന്നനെ കാതറിൻ, വായുവിൽ ലയിച്ചപോലെ അപ്രത്യക്ഷയായി.

■

ആറ് ബോഗികളുള്ള ട്രെയിൻ

ഭൂമിയുടെ അറ്റത്തേക്കാണ് ട്രെയിൻ യാത്ര തുടരുന്നതെന്ന് അയാളും അവളും സന്ദേഹിച്ചു. കാരണം, അവർ മരുഭൂമിയിലൂടെ അത്രമാത്രം ദൂരം താണ്ടിയിരുന്നു. ഋതുഭേദങ്ങൾ കണ്ടിരുന്നു. നിരാർദ്രതയുടെ സൂര്യൻ തിളച്ചുമറിയുന്നതും വന്യമായ നിശ്ശബ്ദതയിൽ, നിലാവ് കനത്ത് പരക്കുന്നതും അനുഭവിച്ചിരുന്നു. ഇരുവരും വെവ്വേറെ വഴികളിലൂടെ ആയിരുന്നെങ്കിലും അവരുടെ മനസ്സ് ഒന്നായി പരുവപ്പെട്ടിരുന്നു.

നഗരത്തിലെ തിരക്കേറിയ ഒരു സ്റ്റേഷനിൽ നിന്ന് മെട്രോ ട്രെയിൻ കയറുന്നതിന് മുമ്പ് അയാൾക്ക് തലകറക്കം വന്നു. അതിനു മുമ്പ്, അ ത്തരമൊരു സ്റ്റേഷൻ അയാൾ കണ്ടിരുന്നില്ല. നിരത്തിൽ നിന്ന് എസ്ക ലേറ്ററിൽ ഇറങ്ങി, ചിത്രപ്പണികൾ കൊണ്ട് അലങ്കരിച്ച മതിലുകളുള്ള തുരങ്കം കടന്ന് ടിക്കറ്റ് കൗണ്ടറിലെത്തിയപ്പോൾ പകച്ചുപോയി. അതിനകം ശൂന്യമായിരുന്നു. കണ്ണാടിക്കൂടിന്റെ ദ്വാരത്തിൽ നിന്ന് ഒരു കൈ നീണ്ടു വന്നു. അത് ഒരു റോബോട്ടിന്റെ കൈ പോലെ തോന്നിച്ചു. ടിക്കറ്റു വാങ്ങി പ്ലാറ്റ്ഫോമിലേക്ക് നടന്നു. മറ്റൊരു തുരങ്കത്തിലൂടെ വേണമായിരുന്നു അവിടെ എത്താൻ പ്ലാറ്റ്ഫോം ചെറുതെങ്കിലും ഭംഗിയുള്ളതായിരുന്നു. അവിടെ, നിരവധി പരസ്യ ചിത്രങ്ങൾ മതിലുകളിൽ ഒട്ടിച്ചിരുന്നു. അർധ നഗ്നകളായ യുവതികളുടെ ചിത്രങ്ങളായിരുന്നു ഏറെയും. പ്ലാറ്റ്ഫോമിൽ കുറച്ചു സ്ത്രീകൾ മാത്രമേ ഉണ്ടായിരുന്നുള്ളൂ. അവർ, പ്രായമായവർ പോലും ജീൻസും ടോപ്പുമാണ് അണിഞ്ഞിരിക്കുന്നത്.

പ്ലാറ്റ്ഫോമിലെ ഇരുമ്പ് ബെഞ്ചിൽ അയാൾ ഇരുന്നു. ട്രെയിൻ വരാൻ അര മണിക്കൂർ വൈകുമെന്ന് ടെലിവിഷൻ സ്ക്രീനിൽ എഴുതിക്കാണിച്ചു. മെട്രോയിൽ എന്തോ സാങ്കേതികത്തകരാർ ഉണ്ട്. ഏറെ സഞ്ചരിച്ച് തളർന്നതിനാലും എങ്ങോട്ടേക്കാണ് യാത്ര ചെയ്യേണ്ടതെന്ന് മനസ്സിനെ ഒരുക്കിയിരുന്നില്ല എന്നതിനാലും അയാൾക്ക് അത് സൗകര്യമായി തോന്നി.

താൻ ഏറ്റവും ഒടുവിൽ താമസിച്ച മഹാനഗരത്തിൽ പോലും ഇത്തരമൊരു മെട്രോ ട്രെയിൻ സൗകര്യം ഇല്ലെന്ന് അയാൾ ഓർത്തു. പുറംമോടിക്കകത്ത് നിരവധി വൃത്തികേടുകൾ ആ നഗരത്തിനുണ്ടായി രുന്നു. ഇടുങ്ങിയതും മലിനജലം ഒഴുകുന്നതുമായ ഇടവഴികൾ, നഗരത്തെ

ദുർഗന്ധപൂർണമാക്കിയിരുന്നു. തന്നെപ്പോലുള്ളവർക്ക് അത് ഗുണകരമാണ്. ആഡംബര പൂർണമായിരുന്നൂ ആ പ്രദേശമെങ്കിൽ അവിടെ കുറെക്കാലം ജീവിക്കാൻ കഴിയുമായിരുന്നില്ല.

അവിടെ വെച്ചാണ്, മനുഷ്യരുടെ ഉള്ളിലെ കറുപ്പും വെളുപ്പും അറിഞ്ഞത്. അതിജീവനത്തിന്, മറ്റുള്ളവരെ ഒറ്റുകൊടുക്കാൻ ആർക്കും മടിയുണ്ടാകില്ലെന്ന് മനസ്സിലായത്.

താമസിക്കുന്ന മുറിയുടെ ജന്നലഴികളിലൂടെ താഴേക്ക് നോക്കിയപ്പോൾ അസാധാരണമായി ഒന്നും കാണാനുണ്ടായിരുന്നില്ല. അനധികൃത താമസക്കാരെ പിടികൂടാൻ നിയോഗിക്കപ്പെട്ട പൊലീസുകാർ, പകൽ സമയങ്ങളിൽ നന്നേ കുറവായിരിക്കും. പതിവുപോലെ, വിൽക്കാനുള്ള പെർഫ്യൂമുകളും വില കുറഞ്ഞ വാച്ചുകളും നിറച്ച് പെട്ടിയും തൂക്കി പുറത്തിറങ്ങി ഏതോ കമ്പനിയിലെ എക്സിക്യൂട്ടീവാണെന്ന് ധരിപ്പിക്കാൻ ടൈ കെട്ടാനും മറന്നില്ല.

നാട്ടിലേക്ക് പോകാൻ ആഗ്രഹിക്കുന്ന ആരെയെങ്കിലും വഴിയിൽ കാണുമെന്നും കുറച്ചു സാധനങ്ങൾ വിറ്റ് വാടക നൽകണമെന്നും ആഗ്രഹിച്ചു. അതിനു മുമ്പ്, നാദാപുരം കഫ്റ്റീരിയയിൽ നിന്ന് ഒരു ചായ കുടിക്കണം.

“മോനെ സൂക്ഷിക്കണം. ഹുറൂബുകൾക്കെതിരെ പൊലീസ് തിരച്ചിൽ ശക്തമാക്കിയിട്ടുണ്ട്.” ചായ തരുമ്പോൾ കടക്കാരൻ ചെവിയിൽ മന്ത്രിച്ചു.

അപ്പോൾ, അയാൾക്ക് ഓർമ വന്നത്, നാട്ടിൽ അഞ്ച് ബോഗികളുള്ള തീവണ്ടി കുതിച്ചും കിതച്ചും ജീവിതത്തിന്റെ റെയിൽ പാളത്തിലൂടെ ഓടുന്നതാണ്. ഓരോ ബോഗിയും തന്റെ ഓരോ മക്കളാണ്. അതിന്റെ എൻജിനാണ് താൻ. എൻജിൻ നിർത്താൻ പാടില്ല.

അയാൾ ഒന്നും പ്രതികരിക്കാതെ ചായയുടെ പൈസ മേശപ്പുറത്ത് വെച്ച് കഫ്റ്റീരിയയിൽ നിന്ന് ഇറങ്ങി പൊതുവഴിയിൽ വാഹനങ്ങൾ ഇരമ്പിയാർക്കുന്നുണ്ട്. മേൽപാലം കടന്ന് ഉദ്യാനത്തിലെത്തിയാൽ കച്ചവടം എളുപ്പമാകും. പെട്ടി ഒന്ന് തുറക്കുകയേ വേണ്ടൂ, കുട്ടികൾ വാച്ചെങ്കിലും വാങ്ങാതിരിക്കില്ല.

പൊടുന്നനെയാണ്, പിന്നിൽ നിന്ന് ആരോ പിടിച്ചു വലിച്ചത്. തിരിഞ്ഞു നോക്കിയപ്പോൾ പൊലീസ് “ജിബ് പതാക്ക” -പൊലീസ് ആവശ്യപ്പെട്ടു.

“അന മിസ്കീൻ” അയാൾക്ക് അതു മാത്രമേ അറബിയിൽ അറിയുമായിരുന്നുള്ളൂ. പൊലീസ് അതൊന്നും ചെവിക്കൊണ്ടില്ല. പൊലീസ് വാനിലേക്ക് നടക്കുമ്പോൾ നാല് ബോഗികളുള്ള തീവണ്ടി സ്റ്റേഷനില്ലാത്തിടത്ത് നിർത്തിയിട്ടതായി തോന്നി. കണ്ണീരുവീണ് കവിൾത്തടം നിറയുന്നത് കണ്ട്, പൊലീസുകാരൻ പറഞ്ഞു.

“ജാഓ, ലേകിൻ, ദൂസ്ര സിറ്റിമേ, ഇദർ നഹി”[1] - വേറെ ഏതെങ്കിലും നഗരത്തിലേക്ക് രക്ഷപ്പെടാനാണ് പൊലീസുകാരൻ മുറി ഹിന്ദിയിൽ പറഞ്ഞതെന്ന് ഊഹിക്കാൻ സമയമെടുത്തു.

അസ്മ ഫലാസിയുടെ കൈയിൽ സിം കാർഡില്ലാത്ത ഒരു മൊബൈൽ ഫോണല്ലാതെ മറ്റൊന്നും ഉണ്ടായിരുന്നില്ല. മേൽവസ്ത്രവും അടിവസ്ത്രങ്ങളും ഒരേപോലെ മുഷിഞ്ഞുപോയിരുന്നു. മൂന്നു ദിവസം മുമ്പ്, ഡമാസ്കസിൽ നിന്ന് യാത്ര തിരിച്ചതാണ്. സഹോദരങ്ങളെ രണ്ടു പേരെയും രഹസ്യപ്പൊലീസ് പിടിച്ചു കൊണ്ടുപോയി. സമീപത്തെ വ്യാപാര കേന്ദ്രങ്ങൾ ദിവസങ്ങളായി അടഞ്ഞു കിടക്കുന്നു. കൂടെക്കൂടെ ഷെല്ലുകൾ വന്നു പതിക്കുന്നത് കാരണം ആരും വീടിന് പുറത്തിറങ്ങുന്നില്ല. പോരാട്ടം രൂക്ഷമാകുമെന്നാണ് റേഡിയോ വാർത്തയിൽ നിന്ന് മനസ്സിലായത്.

വീട്ടിൽ, ഉമ്മയ്ക്ക് പനി വർധിച്ചപ്പോൾ ‘പനഡോൾ’ ഗുളികയ്ക്ക് വേണ്ടി തെരുവിലേക്കിറങ്ങിയതായിരുന്നു, അവൾ. സൂപ്പർമാർക്കറ്റിനു സമീപത്തെ ഫാർമസിയും അടഞ്ഞുകിടക്കുന്നു. അല്പം കൂടി നടന്നാൽ, ഒരു പക്ഷേ, ഏതെങ്കിലും വ്യാപാര സ്ഥാപനം കണ്ടു കൂടെന്നില്ല.

ആ നടത്തത്തിലാണ്, പടയോട്ടം ശരീരത്തിന്റെ ശാദ്വല ഭൂമികളെക്കൂടി പിഴുതെറിയുന്നുവെന്ന് ബോധ്യമായത്. ഒരു പട്ടാള ജീപ്പ് അതിവേഗം എത്തി അവളെ പൊക്കിയെടുക്കുകയും മരുഭൂമിയുടെ ഉർവരതയിലേക്ക് വലിച്ചെറിയുകയും ചെയ്തത്. കണ്ണടച്ച് തുറക്കുമ്പോഴായിരുന്നു.

കീറിയ ദേഹവുമായി, എങ്ങോട്ട് പോകണമെന്നറിയാതെ, റോഡരികിൽ നിൽക്കുമ്പോൾ ഒരു കാർ അതുവഴി വന്നു. അതിൽ, രണ്ടു ചെറുപ്പക്കാരും മൂന്നു ചെറുപ്പക്കാരികളും ഉണ്ടായിരുന്നു. ചെറുപ്പക്കാരികളാണ് അസ്മയെയും കാറിൽ കയറ്റാൻ ചെറുപ്പക്കാരോട് പറഞ്ഞത്.

വസ്ത്രത്തിലെ മാലിന്യം ചെറുപ്പക്കാരികളിൽ ഒരുവൾ ചോദിച്ചു.

”നിന്റെ ദേഹത്തും അവരുടെ കാമവെറി മിസൈലുകളായി പതിച്ചു, അല്ലേ?” അസ്മയ്ക്ക് സംസാരിക്കാനേ കഴിഞ്ഞില്ല. നിങ്ങൾ എങ്ങോട്ട് പോകുന്നുവെന്ന് ചോദിക്കാൻ പോലും ആയില്ല.

ഹോംസ് നഗരത്തിൽ നിന്ന് രക്ഷപ്പെടുന്നവരാണ് അവരെന്ന് അവരുടെ സംസാരത്തിനിടയിൽ അവൾക്ക് ബോധ്യപ്പെട്ടു. മരുഭൂമിയിലെ പാതകളിൽ മഞ്ഞുവീഴ്ചയുണ്ടായിരുന്നു. തുർക്കിയുടെ അതിർത്തി നഗരത്തിലേക്കാണ് യാത്രയെന്ന് ദിശാ സൂചിക അറിയിച്ചു. മഞ്ഞു വീഴ്ച കനപ്പെട്ടു. ദൂരെ കൂടാരങ്ങളുടെ നീണ്ടനിര കാണപ്പെട്ടു. അഭയാർത്ഥികളുടെ കൂടാരങ്ങൾ ആയിരിക്കുമെന്ന് അവൾ ഊഹിച്ചു.

---

1. വേറൊരു നഗരത്തിലേക്ക്, ഇവിടെ പറ്റില്ല.

മെട്രോ ട്രെയിനിനകത്ത് അവർ രണ്ടുപേർ മാത്രം ബാക്കിയായി. രണ്ട് ഗ്രഹങ്ങളിൽ നിന്ന് എത്തിപ്പെട്ടത് എന്ന പോലെ അവർക്കിടയിൽ അപരിചിതത്വം കനത്ത്, വീർപ്പുമുട്ടി. അസ്മയാണ് നിശബ്ദത ഭേദിച്ചത്?

"ശൂ ഇസ്മക്?"

"കുഞ്ഞാപ്പു"

.... അവൾ ആ പേര് ഉച്ചരിക്കാൻ ശ്രമിച്ചു. പക്ഷേ, അവളുടെ വായിൽ നിന്നു വന്നത് വേറെ ഏതോ വാക്കായിരുന്നു. അത് കേട്ട് തന്റെ പേരിൽ പോലും അശ്ലീലതയുണ്ടെന്ന് കണ്ട്, അയാൾ തല കുനിച്ചു.

മെട്രോ ട്രെയിൻ, അവസാന സ്റ്റേഷനിൽ നങ്കൂരമിട്ടപ്പോഴും അവൾ സീറ്റിൽ നിന്ന് എഴുന്നേൽക്കാതിരുന്നപ്പോൾ, അയാൾക്ക് സംശയം തോന്നി. അയാൾ പറഞ്ഞു. ഇത് അവസാന സ്റ്റേഷനാണ്.

മെട്രോ ട്രെയിനിന്റെ കണ്ണാടി ജന്നലിലൂടെ അയാൾ പുറത്തേക്ക് നോക്കി. സ്റ്റേഷൻ വിജനമായിരുന്നു. അതിനപ്പുറത്ത്, മരുഭൂമിയിൽ വെയിൽ നാളങ്ങൾ പതഞ്ഞു പൊങ്ങുന്നു. എങ്ങോട്ടു പോകണമെന്നറിയാതെ അയാളും ശങ്കിച്ചു. എന്നാലും ഒരു പെൺകുട്ടിയെ ഒറ്റയ്ക്ക് വിടുന്നത് ശരിയല്ലെന്ന് അയാൾക്ക് തോന്നി. മരുഭൂമിക്കപ്പുറത്ത് പച്ചപ്പ് കാണാതിരിക്കില്ല. തല ചായ്ക്കാൻ ഒരിടം കിട്ടാതിരിക്കില്ല.

"വരൂ" അയാൾ മകളോടെന്നപോലെ, സൗമ്യമായി, ആർദ്രമായി വിളിച്ചു. അവൾ എഴുന്നേറ്റ്, അയാളുടെ കരം പിടിച്ചു. ആറ് ബോഗികളുള്ള ഒരു ട്രെയിൻ സ്റ്റേഷൻ വിടാൻ ഒരുങ്ങുന്നത് അയാൾക്കും അവൾക്കും കാണാനായി.

■

നദീറ

രാവിലെ കണ്ട ഉദ്യാനമല്ല, ഈ വൈകുന്നേരത്തേത് എന്ന് വിനോദ് നാരായണൻ കണ്ടറിഞ്ഞു. രാവിലെ, കുറച്ചുപേർ ധൃതിപിടിച്ചു നടന്നു പോകുന്ന നിരവധി വഴികളായിരുന്നു അത്. വൈകുന്നേരമായപ്പോൾ സ്ത്രീകളും കുട്ടികളും വൃദ്ധരും യുവാക്കളും പർദയണിഞ്ഞവരും അർധനഗ്നരും ഒക്കെ അവിടവിടങ്ങളിലായി കാറ്റുകൊള്ളാനും സൊറ പറയാനും ഇരിക്കുന്നത് കാണാനായി. ഉദ്യാനത്തിന്റെ ഒരു മൂലയിൽ പുതുതായി നിർമിച്ച മെട്രോ ട്രെയിൻ സ്റ്റേഷനിൽ നിന്ന് അപ്പോഴും ആളുകൾ പുറത്തേക്ക് ഒഴുകുന്നുണ്ട്.

പത്ത് വർഷം കൊണ്ട് ഈ പ്രദേശം പറ്റേ മാറിയിരിക്കുന്നു. അന്ന്, നഗര ചത്വരത്തിന് നടുവിൽ ഉദ്യാനത്തിലെ കൂറ്റൻ ജലധാര ദൂരെ നിന്നു പോലും കാണുമായിരുന്നു. ഉദ്യാനത്തിന്റെ ഒരു അരികിൽ മാത്രമായിരുന്നു കെട്ടിടങ്ങൾ. അവിടെയുള്ള റസ്റ്റോറന്റുകളിൽ മാത്രമായിരുന്നു തിരക്ക്.

ഇന്ന് ഉദ്യാനത്തിന് നാലുചുറ്റും കൂറ്റൻ കെട്ടിടങ്ങളാണ്. ഒരേ രൂപ കല്പനയിലുള്ള, ഉയരം കൂടിയ ഇരട്ടക്കെട്ടിടം ഈ പ്രദേശത്തെയാകെ വെല്ലുവിളിക്കുന്നതായി തോന്നി. അതിനപ്പുറത്ത്, നഗരത്തിന്റെ രണ്ടു കരകൾക്കിടയിലുള്ള കടൽവഴിയോ, കടത്തു ബോട്ടുകളോ കാണാൻ കഴിയുന്നില്ല. ഹോട്ടൽ മുറിയുടെ ജാലകം അടച്ച് വിനോദ് നാരായണൻ കിടക്കയിൽ ഇരുന്നു. തുറന്നുവെച്ച പേഴ്സിൽ നദീറയുടെ ചിത്രം നിരവധി ഓർമകളെ പിന്നേയും ആനയിച്ചു.

15 വർഷം മുമ്പ്, ആദ്യമായി അവളെ കണ്ടത്, ഉദ്യാനത്തിലെ ഇരുമ്പ് ബെഞ്ചിലായിരുന്നു. തണുപ്പു കാലത്തെ വെയിൽ കൊള്ളാൻ അവൾ അവിടെ എത്താറുണ്ടായിരുന്നു. നഗരത്തിൽ, തൊഴിൽ അന്വേഷിക്കുന്നതിനിടയിൽ നടന്നു തളർന്ന് പരിക്ഷീണനാകുമ്പോൾ താനും.

രാവിലെ ഒന്നും കഴിക്കാതെ അഭിമുഖത്തിനു പോയി, തിരിച്ചു വന്നപ്പോൾ, തല ചുറ്റുന്നതായി തോന്നി. ഉദ്യാനത്തിൽ തണൽ വീഴുന്നിടത്ത്, ബെഞ്ചിൽ ഇരിക്കുമ്പോൾ ഒരു അവ്യക്ത രൂപം മുന്നിൽ.

"മാഫി സൈന?" അവൾ ചോദിച്ചു. അത് എന്താണെന്ന് വിനോദിന് അറിയില്ലായിരുന്നു. അറിയുമായിരുന്നെങ്കിലും തളർച്ചയിൽ ഒന്നും

പ്രതിവചിക്കാൻ കഴിയുമായിരുന്നില്ല. വെള്ളം വേണമെന്ന് അവളോട് ആംഗ്യം കാണിച്ചു. അവൾ ഓടിപ്പോകുന്നത് കാണാനായി.

മുഖത്ത് വെള്ളം വീണപ്പോഴാണ് ഉണരാൻ കഴിഞ്ഞത്. അവൾ, തന്റെ നെറ്റിയിൽ നിന്ന് വിയർപ്പ് തുള്ളികൾ കൈലേസ് കൊണ്ട് തുടച്ചു.

“മാഫി സുഗീൽ?” അവൾ ചോദിച്ചു.

ജോലിയില്ലെയെന്നാണ് ചോദിക്കുന്നതെന്ന് മനസ്സിലായി. വിനോദ് ബയോഡാറ്റ അടങ്ങിയ ഫയൽ അവൾക്കു നേരെ നീട്ടി. അവൾ അടുത്തിരുന്ന് അതെല്ലാം പരിശോധിച്ചു. അപ്പോഴാണ് അവളെ ശരിക്കു നോക്കാനായത്. അയഞ്ഞ പർദയ്ക്കകത്ത് ജീൻസും കുർത്തയുമാണ് വേഷം. ചിത്രപ്പണി ചെയ്ത മെലിഞ്ഞ കൈകൾ. തലയിൽ നിന്ന് ശിരോവസ്ത്രം അയഞ്ഞുവീണപ്പോൾ മിനുസമുള്ള തലമുടി കാറ്റിൽ പാറിക്കളിക്കുന്നു.

അവൾ പറഞ്ഞു “കം വിത് മി.”[1]

വിനോദിന് എണീറ്റു നിൽക്കാൻ കഴിയുമായിരുന്നില്ല. എന്നാലും ശക്തി സംഭരിച്ചു അവളുടെ പിന്നാലെ നടന്നു.

സുഗന്ധവ്യഞ്ജനത്തിന്റെ രൂക്ഷഗന്ധമുയരുന്ന കമ്പോളത്തിന്റെ ഇടവഴിയിലൂടെ അവൾ മുന്നോട്ടു പോയി. ഇരുവശത്തുമുള്ള ഇറാനി കടകളിലെ മുതിർന്നവരോടും യുവാക്കളോടും അവരുടെ ഭാഷയിൽ ഓരോന്നു പറഞ്ഞുകൊണ്ടാണ് അവളുടെ നടത്തം. അവൾ അവിടെ പരിചിതയാണെന്നു തോന്നി.

ചോക്ക്ലേറ്റുകളും കപ്പലണ്ടിയും ബദാമും മറ്റും കൂട്ടിയിട്ടിരിക്കുന്ന കടയ്ക്ക് മുമ്പിൽ എത്തിയപ്പോൾ അവൾ നിന്നു. ”ബാബാ” അവൾ കടയ്ക്കകത്തേക്കു നോക്കി ആരെയോ വിളിച്ചു. അകത്തു നിന്ന് ഒരു വൃദ്ധൻ പുറത്തു വന്നു. “ആ നദീറാ, കൈഫഹാലികിൻതീ?” നരച്ച താടിയുഴിഞ്ഞ് അയാൾ സ്നേഹപൂർവം അവളുടെ തലയിൽ തലോടി.

നദീറയുടെ പിന്നിൽ, വിനോദിനെ കണ്ട് അയാൾ ചോദിച്ചു.

“ഹാദാ വിനോദ്, മൽ ഹിന്ദി, മിസ്കീൻ. ഗിവ് ഹിം എ ജോബ്.”[2] അവൾ പറഞ്ഞു.

വൃദ്ധൻ വിനോദിനെ അടിമുടി ഉഴിഞ്ഞുനോക്കി. വിനോദിന്റെ ക്ഷീണിച്ച മുഖം കണ്ടിട്ടാകണം, അവരെ രണ്ടുപേരെയും അകത്തേക്കു ക്ഷണിച്ചു.

വാസ്തവത്തിൽ അവിടെ ജോലിയൊന്നും ഉണ്ടായിരുന്നില്ല. നദീറയുടെ ആവശ്യം തള്ളിക്കളയാൻ കഴിയാത്തതുകൊണ്ടാകണം വൃദ്ധൻ വിനോദിനോട് പറഞ്ഞു.

---

1. എന്നോടൊപ്പം വരൂ.
2. ഇവൻ വിനോദ്, ഒരു ജോലി കൊടുക്കൂ

"ഐ തിങ്ക് യു കാൻ ഹാൻഡിൽ എക്കൗണ്ട്സ്. ഫോർ ദിസ് ടൈം ബിയിംഗ്, യു സ്റ്റേ ഹിയർ. ഇഫ് യു ഗെറ്റ് ബെറ്റർ ജോബ് യുഗോ"[1] വൃദ്ധൻ വിനോദിനോടാണ് പറഞ്ഞതെങ്കിലും നദീറയുടെ മുഖത്തു നോക്കിയാണ് സംസാരിച്ചത്.

തുച്ഛമായ ശമ്പളമായിരുന്നു. എന്നാലും, മികച്ച ഒരു ജോലി തരപ്പെടുന്നതു വരെ അത് സ്വീകരിക്കാമെന്ന് തീരുമാനിച്ചു.

വൈകുന്നേരങ്ങളിൽ നദീറ എവിടെ നിന്നെന്നില്ലാതെ കടയിൽ കയറി വരും. വൃദ്ധന് എന്തെങ്കിലും ഭക്ഷണം കൈയിലുണ്ടാകും. അവർ, ഇറാനിലെ ഒരേ ഗ്രാമത്തിൽ നിന്നെന്നല്ലാതെ മറ്റൊരു ബന്ധവും ഉണ്ടായിരുന്നില്ല. നദീറയുടെ മാതാപിതാക്കളെപ്പോലും വൃദ്ധന് പരിചയമില്ല. പക്ഷേ, വൃദ്ധനും നദീറയും കൂട്ടുകാരായിരുന്നു. വൃദ്ധന് കൊണ്ടുവരുന്ന ഭക്ഷണത്തിന്റെ പകുതി വിനോദിന് നൽകും. ഇറാനിയൻ "ഹൽവ" വിനോദിന് ഇഷ്ടമായിരുന്നു.

അവിടെ നിന്ന് വിനോദിന്റെ ജീവിതം പല വഴികളിലൂടെ കടന്നുപോയി. ബാങ്കിൽ തരക്കേടില്ലാത്ത ജോലി ലഭിച്ചപ്പോൾ വൃദ്ധനെ വേർപിരിയേണ്ടി വന്നു. നദീറയുമായുള്ള സൗഹൃദം അവസാനിക്കേണ്ടി വന്നതിലായിരുന്നു സങ്കടം. ഏതു വിഷമഘട്ടത്തെയും ഭസ്മീകരിക്കാൻ കഴിയുന്ന ഒരു പ്രകാശവലയം അവളുടെ ചുറ്റും എപ്പോഴും ഉണ്ടായിരുന്നു. അത് നഷ്ടപ്പെടുകയാണ്.

"ഐ ആം റിലീവിംഗ് ഫ്രം ദിസ് ജോബ് ഐ ഗോട്ട് എക്കൗണ്ടന്റ് ജോബ് ഇൻ എ ബേങ്ക്."[2] മടിച്ചു മടിച്ചു അവളെ അറിയിച്ചു.

അവളുടെ വട്ടമുഖത്ത് ആഹ്ലാദം വിടർന്നു. അവൾ പറഞ്ഞു "ഓൾ ദി ബെസ്റ്റ്." വിനോദ് അവളുടെ കരം ഗ്രഹിച്ചു. അവന് കരച്ചിലടക്കാൻ കഴിഞ്ഞില്ല. ജീവിതം കൈവിട്ടുപോകുമെന്നായപ്പോൾ ഒരു മാലാഖയെപ്പോലെ രക്ഷപ്പെടുത്തിയത് ഈ കൈകളാണ്. വിനോദ് മലയാളത്തിൽ ആത്മഗതം ചെയ്തു.

"ഡോൺട് വറി, നമ്മൾ ഇനിയും കാണും." അവൾ ആശ്വസിപ്പിച്ചു. "ഇറാനിൽ നിന്ന് വരുകയും പോവുകയും ചെയ്യുന്ന നൗകകൾ കണ്ടിട്ടില്ലേ? അതുപോലെ, ജീവിതത്തിന്റെ കടലിൽ നമ്മൾ സഞ്ചാരികളാണ്. ഒരുപക്ഷേ, ഒരു തീരത്ത് ഒരേസമയം, നമ്മൾ നങ്കൂരമിട്ടെന്നു വരാം." അവൾ ഇംഗ്ലീഷിൽ പറഞ്ഞു. ഞങ്ങളും നിങ്ങളും തമ്മിൽ വ്യത്യാസമില്ല. പുരാതന കാലത്ത് ഇറാനിൽ നിന്ന് പോയവരാണ് നിങ്ങളിലെ ബ്രാഹ്മണന്മാർ. അവൾ ചരിത്രം അനുസ്മരിക്കുന്നത് കണ്ട് വിനോദ്

1. ഞാൻ വിചാരിക്കുന്നു, നിങ്ങൾക്ക് കണക്ക് നോക്കാനറിയാമെന്ന്, ഇപ്പോൾ ഇത് ചെയ്യൂ. ഒരു നല്ല ജോലി കിട്ടുമ്പോൾ പോകാം

2. ഞാനീ ജോലിയിൽനിന്ന് വിരമിക്കുകയാണ്, ഒരു ബാങ്കിൽ അക്കൗണ്ടന്റായി ജോലി കിട്ടിയിട്ടുണ്ട്.

അദ്ഭുതപ്പെട്ടു. അവളെ പിന്നീട് കാണാനേ കഴിഞ്ഞില്ല. വൃദ്ധന്റെ കടയിൽ ഒരിക്കലെങ്കിലും പോകാനും. നഗരങ്ങളിൽ നിന്ന് നഗരങ്ങളിലേക്ക് പറിച്ചുനടപ്പെട്ടു.

അവളെയും വൃദ്ധനെയും എങ്ങനെയെങ്കിലും കണ്ടുപിടിക്കണമെന്ന് വിനോദ് ആഗ്രഹിച്ചു.

ഇറാനി മാർക്കറ്റിലെ കടകളിൽ ആൾത്തിരക്കുണ്ടായിരുന്നില്ല. ആദ്യമായി, അവളുടെ പിന്നാലെ വേച്ചു വേച്ചു നടന്ന വൃത്തിയുള്ള വഴികളിൽ മാലിന്യങ്ങൾ കുന്നുകൂടിയിരുന്നു. ആഫ്രിക്കയിൽ നിന്നുള്ള സ്ത്രീകളെ ധാരാളം കാണാനായി. അവരിൽ പലരും ഉച്ചത്തിൽ സംസാരിക്കുന്നുണ്ടായിരുന്നു. നിറയെ അലങ്കാരങ്ങളുള്ള മസ്ജിദിന്റെ ഓരത്തു കൂടെ, വൃദ്ധന്റെ കട സ്ഥിതി ചെയ്യുന്ന തെരുവിലേക്കു നടന്നു.

തെരുവ് വിജനമായിരുന്നു. വൃദ്ധന്റെ കടയുടെ സ്ഥാനത്ത് മലയാളിയുടെ ഒരു റസ്റ്റോറന്റാണ് പ്രവർത്തിക്കുന്നത്. പുറത്ത് ഒരു വൃദ്ധൻ. ഇറാനിയാണെന്നു തോന്നുന്നു.

"അസ്സലാമു അലൈക്കും" എന്ന് അഭിവാദ്യം ചെയ്തപ്പോൾ അയാൾ തലയുയർത്തി. അപ്പോഴാണ് പഴയ കടയുടമയെന്ന് തിരിച്ചറിഞ്ഞത്.

"കൈഫ ഹാൽ."[1]

"തമാം."[2] അയാൾ പ്രായാധിക്യത്തിൽ പ്രയാസപ്പെടുമ്പോഴും സുഖമായിരിക്കുന്നു എന്ന് അറിയിച്ചു.

നദീറ എവിടെയാണ്, ഇപ്പോൾ? അല്പം അകലെയുള്ള ഹോട്ടൽ ചൂണ്ടിക്കാണിച്ചു തന്നു. റോഡ് മുറിച്ചു വേണം ഹോട്ടലിലേക്കു പോകാൻ. പഴയ ഹോട്ടലാണ്. പ്രതാപം നശിച്ച്, പെയിന്റിളകി ഒരു സ്മാരകം പോലെ തോന്നിച്ചു. ആഫ്രിക്കക്കാരാണ് അവിടെ താമസിക്കാനെത്തുന്നത് എന്ന് ഊഹിക്കാൻ കഴിഞ്ഞു. നിശാശാല ഉള്ളതുകൊണ്ട് രാത്രി സജീവമാകും.

റിസപ്ഷനിൽ ആരും ഉണ്ടായിരുന്നില്ല. ചുവരിൽ, രാത്രി നൃത്തം ചെയ്യുന്നവരുടെ ചിത്രങ്ങൾ പതിച്ചിട്ടുണ്ട്. ലിപ്സ്റ്റിക്കും റൂഷും വാരിത്തേച്ച മുഖങ്ങൾ. അതിലെ ഒരു ചിത്രത്തിൽ കണ്ണുടക്കി. അവൾക്ക് നദീറയുടെ ഛായയുണ്ട്. അനേക കാലം കൂട്ടിലടയ്ക്കപ്പെട്ട കിളിയുടേത് പോലെ നിർജീവമായിരുന്നു ആ കണ്ണുകൾ.

വിനോദ് നാരായണൻ തിരിച്ചു നടന്നു. അപ്പോൾ, ക്രീക്കിൽ നിന്ന് അവസാനത്തെ ഇറാനിയൻ പായക്കപ്പലും അകന്നുപോകുന്നത് കണ്ടു.
■

1. എങ്ങനെയുണ്ട്.
2. സുഖം.

മണൽ

രവിശങ്കറും ബുലാറാമും സംഗീതും അവധിയാണെന്ന് ബല്ലു അറിയിച്ചു. ആദിൽ ടൈം മീറ്റ് മറിച്ചു നോക്കി. രവിശങ്കർ കൂടെക്കൂടെ അവധിയെടുക്കുന്നല്ലോയെന്ന് മുറുമുറുത്തു. അസുഖമാണെന്നു ബല്ലു പറഞ്ഞു. രവിശങ്കറിന്റെ ദേഹമാകെ പൊള്ളലുണ്ട്. വാർപ്പുപണിക്ക് യോജിച്ച ശരീരമല്ല, രവിശങ്കറിന്റേത്. മിനുസമുള്ള തൊലിപ്പുറമാണ്. ചൂട് സിമന്റ് വീണാൽ പെട്ടെന്ന് പൊള്ളും. വാർപ്പ് പണിയിൽ നിന്നു ഒഴിവാക്കിത്തരണമെന്ന് രവിശങ്കർ ആദിലിനു നിവേദനം നൽകിയിരുന്നു. പക്ഷേ, വാർപ്പുപണിക്ക് ആളു കുറവാണെന്ന കാരണത്താൽ രവിശങ്കറിന് മാറ്റം കിട്ടിയില്ല.

ആദിൽ, കൈയിലെ കടലാസ് ചുരുൾ നിവർത്തിയതിനുശേഷം ഉയർത്തിപ്പിടിച്ചു. മരുഭൂമിയിൽ ഉയരാൻ പോകുന്ന കെട്ടിടത്തിന്റെ രൂപരേഖയായിരുന്നു അത്. 20,000 ചതുരശ്രയടി വിസ്തീർണത്തിൽ 30 നിലകളുള്ള കെട്ടിടമാണ് നിർമിക്കേണ്ടത്. കെട്ടിടത്തിന് കീഴ്ഭാഗത്ത് വിശാലമായ വാഹനപാർക്കിംഗ് കേന്ദ്രം. അതിനു കീഴെ വലിയ ഹാളുകൾ. അതെന്തിനെന്ന് ആദിൽ പറഞ്ഞില്ല. ആരും ചോദിച്ചില്ല. മൂന്നു വർഷത്തിനകം കെട്ടിട നിർമാണം പൂർത്തിയാക്കണം. ആദ്യം അടിത്തറ ഒരുക്കണം. അതിന് മീതെ രഹസ്യ അറകൾ. അതിനു മീതെ പാർക്കിംഗ് കേന്ദ്രം.

രവിശങ്കറിന്റെ ദേഹത്തെ പാടുകൾ ചുവന്നു തുടുത്തിരുന്നു. അരയ്ക്കു മീതെ മാത്രമെ പാടുകളുള്ളൂ. ചിലപ്പോഴൊക്കെ രക്തം കിനിഞ്ഞു വന്നു. ആശുപത്രിയിൽ പോകണമെന്ന് ബല്ലു പറഞ്ഞു. വേണ്ടെന്നായി രവിശങ്കർ. ചെറിയ എല്ലാ രോഗങ്ങളും തനിയെ മാറാറുണ്ട്. മനസ്സിലെ പാടുകൾ പോലെ. കുറച്ചു ദിവസം കഴിഞ്ഞാൽ ഇതും മാറും. രവിശങ്കർ കുറച്ചു കാലം മുംബൈയിൽ ധാരാവിയിൽ റസ്റ്റോറന്റിൽ തൊഴിലാളി ആയിരുന്നു. അവിടെ ജോലി ചെയ്യുമ്പോൾ കൈവിരലിനിടയിൽ ഫംഗസ് ബാധ വരാറുണ്ടായിരുന്നു. ഒന്നോ രണ്ടോ ദിവസം കഴിഞ്ഞാൽ അതു തനിയെ ഉണങ്ങിപ്പോകും.

ജോലിക്കു പോകാൻ കഴിയാത്ത ദിനങ്ങളിൽ രവിശങ്കർ ജനാല തുറന്ന് മരുഭൂമിയെ നോക്കിയിരിക്കും. ചുവന്ന മണലിൽ ചൂടുകാറ്റ്

ചിത്രങ്ങൾ വരക്കുന്നതും മായ്ക്കുന്നതും കണ്ടുകൊണ്ടിരിക്കെ ഓർമ കൾ തിരതല്ലിയെത്തും. മരുഭൂമിക്കും സമുദ്രത്തിന്റെ സ്വഭാവമാണ്. മണൽ കൊണ്ടാണ് തിര സൃഷ്ടിക്കുന്നതെന്നു മാത്രം. അപാരതയിലേക്കു നീണ്ടു പോകുന്ന ജന്മമാണ് മരുഭൂമിയുടേതും.

കടുത്ത ചൂടിൽ മരുഭൂമിയിൽ പുൽനാമ്പുകൾ എങ്ങനെ കിളിർത്തു വരുന്നുവെന്ന് രവിശങ്കർ അദ്ഭുതപ്പെട്ടു. ജീവിതത്തിൽ നിന്ന് എല്ലാം നശിച്ചുകൊണ്ടിരിക്കുമ്പോൾ പ്രതീക്ഷയുടെ കിരണം എന്റെ മനസ്സി ലേക്ക് കയറിവരാറുണ്ടല്ലോയെന്നും ഓർത്തു. അമ്മുവും കുട്ടികളും ഇപ്പോൾ എന്തുചെയ്യുകയാകും? മനസ്സിന്റെ താളം തെറ്റിയ അമ്മുവിനെ കുട്ടികൾക്ക് ഭയമാണ്. ഒരു കാരണവുമില്ലാതെ കുട്ടികളെ അക്രമിക്കും. മൂത്ത മകൾ ഇടപെട്ട് അമ്മുവിനെ അനുനയിപ്പിക്കാറുണ്ട്. പക്ഷേ, കലി അടങ്ങുന്നവരെ ഇളയ രണ്ടു കുട്ടികളെ തല്ലിക്കൊണ്ടേയിരിക്കും. മൂത്ത മകൾ അനുവിന് അപാര ധൈര്യവും വിവേകവുമാണ്. 12 വയസ്സിനിട യിൽ ഒരുപാട് ജീവിതം കണ്ടവളെപ്പോലെയാണ് അവളുടെ പെരുമാറ്റം. ചെറുപ്പത്തിൽ അമ്മുവിൽ നിന്ന് യാതൊരു പരിലാളനവും അവൾക്ക് ലഭിച്ചിരുന്നില്ല. മനസ്സിന്റെ താളംതെറ്റിയ അവസ്ഥയിൽ അമ്മു, അവൾക്ക് തിളയ്ക്കുന്ന പാൽ വായിലൊഴിച്ച് കൊടുത്തിട്ടുണ്ട്. അവൾ നിലവിളി ച്ചിട്ടില്ല. രണ്ടാമത്തെ വയസ്സിൽ, അമ്മു അവളെ ഉപേക്ഷിച്ചു പോയിട്ടുണ്ട്. രവിശങ്കറിന്റെ അമ്മയാണ് അവളെ കുറച്ചു കാലത്തേക്ക് സംരക്ഷിച്ചത്. മനസ്സിന്റെ താളം വീണ്ടുകിട്ടിയപ്പോൾ അമ്മു അനുവിനെ തേടിയെത്തി. അനു യാതൊരു പരിഭവവുമില്ലാതെ, അമ്മുവിന്റെ കൂടെ പോയി.

ഇതിനിടയിൽ രവിശങ്കർ, ഭാഗം കിട്ടിയ ഭൂമിയിൽ, ഒരു കൂര കെട്ടിയു യർത്തിയിരുന്നു. പാറമണ്ണിന്റെ പരുപരുത്ത ഭൂമിയിൽ നാട്ടിലെ സുഹൃ ത്തുക്കൾ തറ കെട്ടിയുയർത്തുമ്പോൾ രവിശങ്കർ മരുഭൂമിയിൽ ലോക ത്തിലെ പൊക്കം കൂടിയ കെട്ടിടത്തിനു മണൽ നീക്കം ചെയ്യുകയായി രുന്നു. കൂരയുടെ തറയ്ക്ക് ബലംകിട്ടണമെങ്കിൽ അല്പം കൂടി കല്ലും സിമന്റും വേണമെന്നും വേഗം പണം അയയ്ക്കണമെന്നും ആവശ്യപ്പെട്ട് സുഹൃത്ത് മോഹൻ ഫോൺ ചെയ്തു. കൈയിൽ ചില്ലിക്കാശുണ്ടായിരു ന്നില്ല. ബല്ലുവിനോട് ചോദിക്കാമെന്നുവെച്ചാൽ അയാൾ അവധിയിലു മാണ്. അപ്പോഴാണ്, നാട്ടുകാരനും സുഹൃത്തുമായ സച്ചിയുടെ ഫോൺ വന്നത്. അവൻ ചോദിച്ചു. എന്താണ് നിന്റെ ശബ്ദത്തിന് ഒരു വല്ലായ്ക? വീട്ടിൽ പണത്തിന്റെ ആവശ്യം വന്നുവെന്നും കൈയിൽ നക്കാപിച്ച പോലും ഇല്ലെന്നും പറഞ്ഞു. അത്യാവശ്യമാണെങ്കിൽ പലിശയ്ക്ക് കടം വാങ്ങാം. അതിനു, നഗരത്തിൽ ആളുണ്ട്. അങ്ങനെയാണ്, സുഗതനെ പോയി കണ്ടത്.

10,000 ദിർഹത്തിന് പ്രതിമാസം 1100 ദിർഹം. ഒരു മാസം അടച്ചില്ലെ ങ്കിൽ 2200 ദിർഹം. എന്നാലും കടം വാങ്ങുക തന്നെ. മോഹന് പണം

അയച്ചു കൊടുത്തു. അമ്മുവിനും കുറച്ചു പണം നൽകണമെന്ന് മോഹനോട് പറഞ്ഞു. എത്ര കൊടുക്കണമെന്ന് മോഹൻ. രണ്ടായിരം രൂപ കൊടുത്തേക്കൂ. അവൻ സമ്മതിച്ചു.

അല്പം കഴിഞ്ഞ്, മോഹൻ ഫോൺ ചെയ്തു. അവന്റെ കിതപ്പ് ഫോണിലൂടെ നന്നായി അനുഭവപ്പെട്ടു. "അമ്മു, പണം വാങ്ങി. പക്ഷേ എന്റെ മുമ്പിൽ വെച്ചുതന്നെ നോട്ടുകൾ കീറിക്കളഞ്ഞു."

"എന്നിട്ട്..."

"എന്നിട്ട്? അവൾ എന്നെ കടന്നു പിടിച്ചു. അവൾക്ക് പണമല്ല, വേണ്ടത്. ഏതെങ്കിലും ശരീരമാണ്. നീ നാട്ടിലേക്ക് വരൂ."

രവിശങ്കർ അസ്തപ്രജ്ഞനായി. കൈയിൽ നിന്ന് ഫോൺ താഴെ വീണു. മുറിയിൽ ഇരുട്ടു കനത്തു. ഭക്ഷണം തേടി, എലികൾ തലങ്ങും വിലങ്ങും ഓടുന്നതുപോലെ തോന്നി. അയാൾ ഇരട്ടക്കട്ടിലിന്റെ താഴത്തെ കിടക്കയിലേക്കു മറിഞ്ഞുവീണു. ദേഹത്തെ പാടുകളിൽ രക്തം കിനിയുന്നത് അയാൾ തൊട്ടറിഞ്ഞു. അയാൾ പിന്നെയും ദുർബലനായി.

അയാൾക്ക് ആദ്യരാത്രി ഓർമവന്നു. മുറിയിൽ മുല്ലപ്പൂവിന്റെ ഗന്ധം നിറഞ്ഞിരുന്നു. പട്ടുസാരിയിൽ പൊതിഞ്ഞ ഒരു രൂപം കട്ടിലിന്റെ കോണിൽ അനക്കമറ്റ് ഇരിക്കുകയായിരുന്നു. അയാൾ, പതുക്കെ അവളുടെ അടുത്തേക്ക് ചെന്നു. അയാൾക്ക് പക്ഷേ എന്തു സംസാരിക്കണമെന്ന് അറിഞ്ഞുകൂടായിരുന്നു. അയാളുടെ ഉള്ളിൽ സ്നേഹം നിറഞ്ഞു. അയാൾ അവളെ സ്പർശിച്ചു. അവൾ, ദുർഭൂതത്തെ കണ്ട് ഭയന്നിട്ടെന്നപോലെ പിടഞ്ഞെണീറ്റ് മുറിയുടെ മൂലയിൽ പോയി ചുരുണ്ടുകൂടിയിരുന്നു. അവൾ നിലവിളിച്ചേക്കുമോയെന്ന് ഭയന്ന് അയാൾ അനങ്ങാതിരുന്നു. ഇതിനകം അയാൾ ദേഹേച്ഛയെ വരുതിയിലാക്കിയിരുന്നു. അയാൾ ഉറക്കത്തിലേക്കു വീണു. പിറ്റേന്ന്, ആ വീട് ശ്മശാനമൂകമായിരുന്നു. ദാമ്പത്യമെന്ന ഭവനനിർമാണം എപ്പോഴും അപൂർണമായിരിക്കുമെന്നും അയാൾ തിരിച്ചറിഞ്ഞു.

■

സംഘഗാനം

വെള്ളിയാഴ്ച; ലേബർ ക്യാമ്പ് മുഖരിതമാകുന്ന ദിവസം. അവധി ദിവസം ആഘോഷിക്കാൻ രാവിലെ മുതൽ എല്ലാവരും ഒരുക്കം തുടങ്ങും. ചിലർ രാവിലെ മുതൽ വീട്ടിലേക്കു ഫോൺ ചെയ്യാൻ തുടങ്ങും. ചിലർ, തുറസ്സായ സ്ഥലങ്ങളിലെ മുടിവെട്ടുകാരനെ തേടിപ്പോകും. മറ്റു ചിലർ ഒരാഴ്ചത്തെ അഴുക്കു വസ്ത്രങ്ങൾ അലക്കിയിടും.

മൊയ്തീൻ പുലർച്ചെ എണീറ്റു. സുബഹി നിസ്കരിച്ചു. നിസ്കാരത്തിനൊടുവിൽ കൈയുയർത്തി ദുആ ചെയ്തു. ഉമ്മയും ഭാര്യയും മക്കളും മരിച്ചുപോയ ഉപ്പയും ആ പ്രാർഥനയിൽ നിറഞ്ഞു. ഈയിടെയായി ഉപ്പ എന്നും മനസ്സിൽ വരുന്നു. അസാധാരണ സ്നേഹമയിയായിരുന്നു ഉപ്പ. തെക്കൻ കർണാടകയിലെ, സുള്ള്യയിൽ കച്ചവടമായിരുന്നു. ഒരാഴ്ച കൂടുമ്പോഴാണ് വീട്ടിൽ വരുക. കൈനിറയെ മിഠായിയും ഹൽവയും മൈസൂറ് മാങ്ങയും കൊണ്ടുവരുമായിരുന്നു. മൊയ്തീനെ ചെറുപ്പത്തിലേ ഇഷ്ടമായിരുന്നു. വെള്ളിയാഴ്ച രാവിലെ എത്തിയാൽ ശനിയാഴ്ച വൈകുന്നേരമാണ് ഉപ്പ മടങ്ങുക. ഉപ്പ എവിടെ പോകുമ്പോഴും മൊയ്തീൻ വേണം. കൂട്ടുകാരുടെ കൂടെ കളിക്കാൻ കുറച്ചു സമയം മാത്രമേ ലഭിക്കൂ എങ്കിലും ഉപ്പ എന്തും വാങ്ങിത്തരുമെന്നതിനാൽ സന്തോഷകരമായിരുന്നു. വീട്ടിൽ നിന്ന് സമീപപട്ടണത്തിലേക്കുള്ള യാത്രയിൽ മൊയ്തീൻ ഉപ്പയെ അനുഗമിക്കും.

ചന്ദനത്തിരിയും വെന്ത എണ്ണയും മണക്കുന്ന തെരുവിൽ ഉപ്പയ്ക്ക് ഒരു കൂട്ടുകാരനുണ്ട്. നരസിംഹ അഡിഗ. ഉപ്പയും അഡിഗയും മുമ്പ് ഒരുമിച്ച് കച്ചോടം ചെയ്തിട്ടുണ്ട്. ആ സ്നേഹബന്ധം ഇരുവരും നിലനിർത്തി. അഡിഗയ്ക്ക് മൊയ്തീൻ സ്വന്തം മകനെപ്പോലെ. സമീപത്തെ ചായക്കടയിൽ നിന്ന് 'ബിസ്കറ്റമ്പട' വാങ്ങിക്കൊടുക്കും. സ്കൂളിൽ മൊയ്തീന്റെ രക്ഷിതാവ് അഡിഗയായിരുന്നു. മല്ലികാർജുന ക്ഷേത്രത്തിലെ ഉത്സവത്തിന് അഡിഗ ഉപ്പായ്ക്ക് പഞ്ചാരമിഠായിയുടെ പാക്കറ്റ് നൽകും. മല്ലികാർജുന ക്ഷേത്രത്തിന്റെ അകവശം കാണണമെന്ന് മൊയ്തീന് ആഗ്രഹം ജനിച്ചു. അത് പറഞ്ഞപ്പോൾ ഉപ്പ, എന്തോ കണ്ട് ഭയന്നെന്നപോലെ "വേണ്ട" എന്നു പറഞ്ഞു.

അഡിഗ, ഉപ്പയെ സൗമ്യതയോടെ നോക്കി. പിന്നെ മൊയ്തീനെയും. ഉപ്പയെ കടയിലിരുത്തി അഡിഗ മൊയ്തീന്റെ കൈപിടിച്ച് നടന്നു. നിരവധി പടവുകൾ ഇറങ്ങി വേണം ക്ഷേത്രത്തിലെത്താൻ. ഇരുവശവും പൂവിൽക്കുന്ന കടകൾ. പടവുകൾ ഇറങ്ങിയാൽ വിശാലമായ മുറ്റം. തുളസിത്തറ. അവിടെ വെച്ച് ശ്രീകോവിൽ കണ്ടു. ശ്രീകൃഷ്ണ വിഗ്രഹമാണ്. സ്വർണ വർണത്തിലുള്ളത്. പുതിയൊരു കാഴ്ച കണ്ടു മതിമറന്ന് മൊയ്തീൻ തുളസിത്തറയ്ക്കു സമീപം നിന്നു. അഡിഗ അകത്തു പോയി, ലഡുവിന്റെ പൊടിയുമായി വന്നു. അതു മൊയ്തീനു നൽകി. തൊട്ടപ്പുറത്ത്, ചിലർ അഭ്യാസ പ്രകടനങ്ങൾ നടത്തുന്നു. അവരുടെ കൈയിൽ ത്രിശൂലങ്ങളും കുറുവടികളുമുണ്ടായിരുന്നു. അവർ, അഡിഗയുടെ അടുത്തെത്തി.

"യാകെ മാപ്ളനെ കൂട്ടി ബന്തിതെ?" അവർ ചോദിച്ചു.

അഡിഗ ചിരിച്ചൊഴിഞ്ഞു. മൊയ്തീന്റെ കൈപിടിച്ച് തിരിച്ചു നടന്നു. അഡിഗ ആരും കേൾക്കാതെ പറഞ്ഞു. "അറിവ് പൂർണമല്ലാതാകുമ്പോൾ, ക്ഷോഭം വരും. പിന്നെ കലാപവും"

അതിന്റെ അർഥം മൊയ്തീന് ഇന്നും അറിയില്ല. അത്, നിഷ്കളങ്കവും സ്നേഹത്തിന്റെയും വാത്സല്യത്തിന്റെയും കാലമായിരുന്നു. ഉപ്പ സ്നേഹമായിരുന്നു. അഡിഗ വാത്സല്യമായിരുന്നു. അത് മക്കൾക്കു നൽകാൻ ഞാൻ ഇപ്പോൾ ശ്രമിച്ചുകൊണ്ടിരിക്കുന്നുവെന്ന് മൊയ്തീൻ ഓർത്തു.

ഇന്ന് മുടിവെട്ടിക്കണമെന്ന് തീരുമാനിച്ചു. ചെറിയ കണ്ണാടിയും കത്രികയും ചീർപ്പുമായി ബംഗ്ലാദേശികൾ നിരനിരയായി നിൽക്കുന്ന ഒരു സ്ഥലമുണ്ട്. ക്യാമ്പിനു പിൻവശം അങ്ങിങ്ങായി ഒറ്റയ്ക്കൊറ്റയ്ക്ക് നിൽക്കുന്ന മരത്തണലിലേക്ക് അവർ കൂട്ടിക്കൊണ്ടുപോകും. കണ്ണാടി പിടിച്ചുകൊടുക്കേണ്ട ഉത്തരവാദിത്തം മുടിവെട്ടാൻ തലനീട്ടിക്കൊടുക്കുന്നവനാണ്. ചില്ലറ നാണയങ്ങൾ കൊടുത്താൽ മതി.

ഏതോ കെട്ടിട നിർമാണത്തിന് വേണ്ടി ഒരുക്കിയ കുഴികൾ മറികടന്ന് വേണം ബംഗ്ലാദേശികളുടെ അടുത്തേക്കു പോകാൻ. വെള്ളിയാഴ്ച നഗരസഭാ പരിശോധകരോ പൊലീസോ റോന്തു ചുറ്റാനില്ലെന്നതുകൊണ്ടാണ് ബംഗ്ലാദേശികൾ ബാർബർ പണിക്ക് ഇറങ്ങുന്നത്. അവരിൽ പലർക്കും പാസ്പോർട്ടോ തിരിച്ചറിയൽ കാർഡോ ഉണ്ടാകില്ല. ആരോടും വിധേയത്വമില്ല.

"ബാൽ കട്ട് കറേഗാ" ഒരു ബംഗ്ലാദേശി മൊയ്തീനെ വിളിച്ചു. "ഛലോ... ക്യാനാം" "നസ്റുദ്ദീൻ ഇസ്ളാം" അവൻ പറഞ്ഞു.

കള്ളിമുണ്ടും അയഞ്ഞ കുപ്പായവുമാണ് വേഷം. മുടിവെട്ടുന്നതിൽ അവൻ വിദഗ്ധനല്ലെന്ന് ഒറ്റനോട്ടത്തിൽ മനസ്സിലായി. എന്നാലും ഒറ്റമരത്തണലിൽ അവൻ ഒരുക്കിയ സ്റ്റൂളിൽ ഇരുന്നു.

മൊയ്തീൻ നസ്റത്തുൽ ഇസ്ളാം ഒരു നിരക്ഷരനാണ്. ബംഗ്ലാദേശിലെ പഹൽവാഡി ഗ്രാമത്തിലാണ് ജനിച്ചത്. പത്തു വർഷം മുമ്പുള്ള വെള്ളപ്പൊക്കത്തിൽ പഹൽഗാഡി ഒലിച്ചുപോയി. കൂട്ടത്തിൽ മനുഷ്യരും മൃഗങ്ങളും പക്ഷികളും കൂട്ടമായി മരിച്ചു. നസ്റുൽ ഇസ്ളാം അയൽ ഗ്രാമത്തിലേക്ക് ക്രിക്കറ്റ് കളിക്കാൻ പോയപ്പോഴാണ് പഹൽഗാഡിയെ കടൽ നക്കിത്തുടച്ചത്. നസ്റുവിന്റെ ജീവിതം ഒരു മണിക്കൂറുകൊണ്ട് മാറിമറിഞ്ഞു. അയൽഗ്രാമത്തിലെ കുന്നിൻ ചെരിവിൽ പഹൽഗാഡിക്കു വേണ്ടി ധീരമായി ബാറ്റുചെയ്യുകയായിരുന്നു. മഴ കോരിച്ചൊരിഞ്ഞു. കാറ്റ്, അല്പം ദൂരെ തിരമാലകളെ വഹിച്ചു വന്നു.

■

ബോഡിങ് പാസ്

പൊടുന്നനെയാണ് അയാളിലെ ഓർമ കെട്ടുപോയത്. മരുഭൂമിയിൽ പുൽനാമ്പുകളെ മണൽ വന്നുമൂടിയത് പോലെയായിരുന്നു. തൊട്ടു മുമ്പ് സംഭവിച്ച കാര്യങ്ങൾപോലും അറിയാതെയായി. വിമാനത്താവളത്തിലെ എമിഗ്രേഷൻ കൗണ്ടറിനു മുന്നിൽ വരി നിൽക്കുകയായിരുന്നു അയാൾ. കീശയിൽ പാസ്പോർട്ടും കൈയിൽ കുറച്ചു മിഠായിപ്പൊതികളും.

മുന്നിൽ നിൽക്കുന്നവരുടെ ഒഴുക്കിനൊത്തു അയാൾ നീങ്ങി. എന്തിനാണ് താൻ ഇവിടെ നിൽക്കുന്നതെന്ന് അയാൾക്ക് അറിയില്ലായിരുന്നു. വിമാനത്താവളത്തിലെ കടുത്ത തണുപ്പ് പോലും അയാൾക്ക് ബോധ്യമായില്ല... ഭാര്യ ഓർമിപ്പിച്ചു, എമിഗ്രേഷനിൽ പാസ്പോർട്ട് കാണിക്കണം. അയാൾ പോക്കറ്റിൽ പാസ്പോർട്ട് തപ്പി. കാലപ്പഴക്കംകൊണ്ട് പിഞ്ഞിപ്പോയ പാസ്പോർട്ട് അയാൾ ഉദ്യോഗസ്ഥനു നേരെ നീട്ടി. അതിന്റെ കാലാവധി എന്നേ കഴിഞ്ഞിരുന്നു. ഇന്ത്യൻ നയതന്ത്ര കാര്യാലയത്തിൽ നിന്ന് നൽകിയ 'ഔട്ട് പാസ്' അതിന്റെ കൂടെ ഉണ്ടായിരുന്നു.

ഉദ്യോഗസ്ഥൻ ചോദിച്ചു?

"ക്യാ നാം"

അയാൾക്ക് സ്വന്തം പേര് ഓർത്തെടുക്കാൻ കഴിഞ്ഞില്ല. അയാൾ ജന്മത്തിന്റെ ഇരുളിൽ തപ്പി. ഭാര്യ സഹായത്തിനെത്തി.

"അശോകൻ."

ഉദ്യോഗസ്ഥൻ, അശോകന്റെ പരവേശം കണ്ടു സഹതാപാർദ്രനായി.

"ആപ് ക നാം?" ഉദ്യോഗസ്ഥൻ ഭാര്യയോട്.

"രോഹിണി."

"ആപ് ക പാസ്പോർട്ട് ദിയോ."

രോഹിണിയുടേത് ശ്രീലങ്കൻ പാസ്പോർട്ട് ആണ്. അതും എത്രയോ വർഷം മുമ്പ് കാലാവധി കഴിഞ്ഞത്. അതിന്റെ കൂടെ അശോകനും രോഹിണിയും ഭാര്യാഭർത്താക്കന്മാർ എന്നുള്ള സാക്ഷ്യപത്രം ഉണ്ടായിരുന്നു. അവർ ഇരുവരും ഏതെല്ലാമോ വാതിലിൽ മുട്ടിയ ശേഷമാണ്

അശോകന്റെ നാട്ടിലേക്കുള്ള യാത്രയുടെ വെളിച്ചത്തിലേക്കു നയിക്കപ്പെട്ടത്.

മുപ്പതു വർഷം അവർ മരുഭൂ നഗരത്തിൽ ഭാര്യാഭർത്താക്കന്മാരായി കഴിഞ്ഞു. അശോകൻ എത്തി ഡ്രൈവിങ് ലൈസൻസ് തരപ്പെടുത്തി ഡ്രൈവറായി ഒരു കമ്പനിയിൽ കയറിയ പിറ്റേന്നാണ് രോഹിണിയെ കാണുന്നത്. താമസസ്ഥലത്തിനു സമീപം വാഹനം പാർക്ക് ചെയ്തു പുറത്തിറങ്ങുമ്പോൾ ഒരു വീടിന്റെ കവാടത്തിൽ വിയർത്തു കുളിച്ച് ഒരു പെൺകുട്ടി. ആരോ വരാൻ വേണ്ടി കാത്തു നിൽക്കുകയാകും.

കൈയിലുണ്ടായിരുന്ന വെള്ളത്തിന്റെ കുപ്പി അവൾക്കു നേരെ നീട്ടി.

“വേണ്ട.”

അവൾ പറഞ്ഞു

“മലയാളിയാ” - അയാൾ ചോദിച്ചു

“അല്ല തമിൾ താൻ.”

“ഈ ചൂടത്തു നിൽക്കുന്നതെന്തിനാ?”

“അർബാബ് വരുകിരെ, കാത്തു നിൽപെ.”

അയാൾ വില്ലയ്ക്കകത്തേക്കു കയറി പോകുന്നതിനു മുമ്പ് ഒന്നുകൂടി തിരിഞ്ഞു നോക്കി. അവൾ മന്ദഹസിച്ചു. എവിടെയോ കണ്ടു മറന്ന പെൺകുട്ടിയാണല്ലോ എന്ന് അയാൾക്കു തോന്നി. ഉച്ചഭക്ഷണം കഴിക്കാനിരുന്നപ്പോഴും അവളുടെ മുഖം മനസ്സിൽനിന്ന് മാഞ്ഞില്ല. വില്ലയിൽനിന്ന് വീണ്ടും ജോലിസ്ഥലത്തു പോകാൻ ഇറങ്ങിയപ്പോഴും രാത്രി മടങ്ങിയപ്പോഴും വീട്ടിലേക്കു ഫോൺ ചെയ്യാൻ ബൂത്തിലേക്കു പോകുമ്പോഴും ആ കവാടം അടഞ്ഞു കിടന്നു. കുറേ ദിവസത്തേക്ക് ആ വീടിനു പരിസരത്ത് ആരെയും കണ്ടില്ല. അല്പം അകലെയുള്ള ഗ്രോസറിക്കാരനോട് ചോദിച്ചപ്പോൾ, അവൾ കുറേ ദിവസമായി കടയിൽ വന്നിട്ട് എന്നു പറഞ്ഞു. നാട്ടിൽ നിന്നുള്ള കത്തുകൾക്കുവേണ്ടി ഇവിടെ ഇടയ്ക്കിടെ വരാറുണ്ടായിരുന്നു - പുറത്തെ പോസ്റ്റ് ബോക്സ് ചൂണ്ടി കടക്കാരൻ പറഞ്ഞു.

ഒരിക്കൽ അപ്രതീക്ഷിതമായി അശോകനു മുന്നിൽ അവൾ വന്നുപെട്ടു. “എനിക്കവിടെ ജോലി ചെയ്യാൻ വയ്യ. രക്ഷിക്കണം.”

“എന്താ, എന്തു പറ്റി?”

“ഒന്നും പറ്റിയില്ല. ആ വലിയ വീട്ടിൽ ഒറ്റയ്ക്ക് മടുത്തു. അർബാബും കുടുംബവും വല്ലപ്പോഴുമാണ് വരുക. അതുവരെ ഒറ്റയ്ക്കാണ്. രാത്രിയാകുമ്പോ പേടിയാകും.”

“ക്യാൻസൽ ചെയ്തു നാട്ടിലേക്ക് പൊയ്ക്കൂടേ?”

“അയ്യോ അവിടെ തമിൾ ഈലം. ഭയങ്കര കുഴപ്പമാ അവിടെ... ഇപ്പോഴൊന്നും പോകാൻ പറ്റില്ല.” ജാഫ്നയിലും പരിസരങ്ങളിലും ഏറ്റുമുട്ടൽ

രൂക്ഷമാണെന്ന് പത്രത്തിൽ കണ്ടിരുന്നു. ഈ പെൺകുട്ടിയെ എങ്ങനെ സഹായിക്കും?

"ഒരു കാര്യം ചെയ്യൂ... രണ്ടോ മൂന്നോ ദിവസംകൊണ്ട് നമുക്ക് വഴി യുണ്ടാക്കാം."

അവൾ സന്തോഷവതിയായി. അവൾ പെട്ടെന്ന് അയാളുടെ കൈ പിടിച്ചു. അവർക്കിടയിൽ തണുത്ത കാറ്റ് കടന്നു പോയി.

അയാളാണ് പ്ലാൻ തയാറാക്കിയത്. വേറെ ഏതെങ്കിലും എമിറേറ്റി ലേക്കു പോകാം. ഒരുമിച്ചു താമസിക്കാം. ആരോടും പറയണ്ട. അന്ന് രാത്രി എല്ലാം വിട്ടെറിഞ്ഞ് അവർ ദൂരെ ഒരിടത്തേക്ക് പോയി. അയാളുടെ കാറിലായിരുന്നു യാത്ര.

മലനിരകൾക്കു നടുവിൽ ചെറിയ വില്ലകൾ ധാരാളമുള്ള അവിടെ ഒരു പരിചയക്കാരൻ ഒരു മുറി ഏർപ്പാട് ചെയ്തിരുന്നു. പട്ടണത്തിനു സമീപം തുറമുഖമായിരുന്നു. അവിടെ ജോലി ചെയ്യുന്ന അനേകം വിദേശി കൾ വില്ലകളിൽ താമസിക്കാൻ ഉണ്ടായിരുന്നു. ആരും പക്ഷേ പരസ്പരം തിരിച്ചറിയുന്നവരായിരുന്നില്ല.

അശോകൻ വാടകയ്ക്കെടുത്ത മുറിയിൽ ശൗചാലയം ഉള്ളതിൽ രോഹിണിക്ക് ആശ്വാസമായി. ശൗചാലയം മുറിക്കു പുറത്തായിരുന്നെ ങ്കിൽ അവൾ ഭയപ്പെട്ടേനേ.

വിമാനം കയറാൻ സമയമായെന്ന് അറിയിപ്പ് രോഹിണിയെ ആലോ ചനയിൽ നിന്നുണർത്തി. അശോകൻ വാടിയ ഇലത്തണ്ടുപോലെ ആയിരിക്കുന്നു. മുഖത്ത് പ്രായത്തിന്റെ വരകൾ തെളിഞ്ഞു വന്നിട്ടുണ്ട്. അന്യമായ ദേശത്തേക്കാണ് പോകുന്നത്. സ്വന്തം നാട് കാണാൻ ഇനി പറ്റില്ലെന്നു തോന്നുന്നു. വീട്ടിൽ ആരൊക്കെയുണ്ടെന്ന് അശോകന് അറി യില്ല. മുമ്പൊരിക്കൽ പറഞ്ഞത് അമ്മയുണ്ടെന്നാണ്. പക്ഷേ മൊബൈൽ ഫോണിൽ അശോകന്റെ മറ്റു ചില ബന്ധുക്കളോട് സംസാരിച്ചിട്ടുണ്ടെ ങ്കിലും അമ്മയോട് സംസാരിക്കാൻ കഴിഞ്ഞിട്ടില്ല. അവശതയുണ്ടാകും.

വിമാനം അല്പം കൂടി താമസിക്കുമെന്ന് ആരോ പറയുന്നതു കേട്ട്, രോഹിണി സുകുമാരനെയും കൂട്ടി സോഫയിൽ ഇരുന്നു. നല്ല തണുപ്പ് അനുഭവപ്പെട്ടു. മൂത്രമൊഴിക്കണമെന്നു തോന്നി. സുകുമാരനെ സോഫ യിലിരുത്തി ശൗചാലയത്തിൽ പോകാനൊരുങ്ങി. പോകുന്നതിനിടയിൽ ബോഡിങ് പാസ് അടങ്ങിയ വാനിറ്റി ബാഗ് സുകുമാരനെ ഏല്പിച്ചു. "ഒന്ന് നോക്കിക്കൊള്ളണേ" രോഹിണി അടുത്തുള്ള ആളോട് ഒരിക്കൽ കൂടി പറഞ്ഞു. ഡ്യൂട്ടി ഫ്രീ കടകളിൽ നിന്ന് വാങ്ങിക്കൂട്ടിയ സാധന ങ്ങളുമായി ധാരാളം പേർ ഇരിക്കുന്നുണ്ട്. വിമാനം വൈകുന്നതിൽ അവർ അസ്വസ്ഥത പ്രകടിപ്പിക്കുന്നു. അവർക്കു മറ്റുള്ളവരെ ശ്രദ്ധിക്കാൻ കഴി യില്ലെന്നു തോന്നി.

തിരിച്ചു വന്നപ്പോൾ യാത്രക്കാർ ആരുമില്ല. സുകുമാരൻ എങ്ങോട്ടോ നോക്കിയിരിക്കുന്നു. യാത്രക്കാരെ വിമാനത്തിലേക്കു ക്ഷണിച്ചത് സുകുമാരന് മനസ്സിലായിക്കാണില്ല. രോഹിണി പരിഭ്രാന്തയായി. സുകുമാരനെ കൂട്ടി ബോഡിങ് പാസ് പരിശോധകരുടെ മുന്നിലെത്തി. ബോഡിങ് പാസിനായി ബേഗിനകത്തു കൈയിട്ടപ്പോൾ ശൂന്യം. രോഹിണിയുടെ കണ്ണിൽ ഇരുട്ട് കയറി. രോഹിണിക്കു ആരെയും കാണാൻ കഴിഞ്ഞില്ല. സുകുമാരൻ എന്തോ പിറുപിറുത്തു. അത് ഏതോ കാലത്തിനപ്പുറത്തു നിന്നായിരുന്നു.

■

തെരുവ്

നഗരത്തിൽ ചെറുതായി മഴ പെയ്യുന്നുണ്ടായിരുന്നു. ഇവിടെ വർഷത്തിൽ ഒന്നോ രണ്ടോ ദിവസമാണ് മഴ പെയ്യാറുള്ളത്. അതുകൊണ്ടുതന്നെ വലിയ ആനന്ദമാണ്, എല്ലാർക്കും.

തനിക്ക് അത് നാട്ടോർമ്മയെ കൊണ്ടുവരും. രാത്രി മഴത്തുള്ളികൾ തുരുതുരാ വീടിനു മുകളിൽ പതിക്കുമ്പോൾ ചെവി കൂർപ്പിച്ചിരിക്കുമായിരുന്നു. പിറ്റേ ദിവസം നനഞ്ഞ മുറ്റത്ത് വെയിൽ പതിക്കുമ്പോൾ എല്ലാം പുതിയ സ്ഥലമാണെന്നും ചെടികളാണെന്നും തോന്നും.

നഗരത്തിനു മീതെ ആകാശത്ത് മേഘങ്ങൾ പിന്നെയും ഉരുണ്ടു കൂടി, ആരവങ്ങൾ ഒന്നുമില്ലാതെ മഴത്തുള്ളികൾ അവിടവിടെ പതിക്കുന്നു. ചിലർ അത് നനയാൻ നിൽക്കുന്നു. റോഡരികിൽ ഇത്തരത്തിൽ കുറേ ആൾക്കൂട്ടം കാണാനായി.

ജോലി കഴിഞ്ഞ് ഓഫീസിൽ നിന്നിറങ്ങി മെട്രോ സ്റ്റേഷനിൽ എത്തുമ്പോൾ കാലിൽ ചളി പറ്റിയിരിക്കുന്നു. ഇഷ്ടിക പാകിയ വഴിയിലും ചളി ഉണ്ടായിരുന്നിരിക്കണം. ഞാൻ അത് ശ്രദ്ധിച്ചില്ല.

സ്റ്റേഷനിലെ വാഷ്റൂമിൽ കയറി ടിഷ്യുകൊണ്ട് ഷു തുടച്ചു. വേഗം എസ്കലേറ്റർ കയറി ട്രെയിൻ കാത്തു നിന്നു.

ട്രെയിനിൽ കനത്ത തിരക്കായിരുന്നു. ഫിലിപ്പിനോകളും പാക്കിസ്ഥാനികളും തിങ്ങി ഞെരുങ്ങി നിൽക്കുന്നു. അധികവും പുരുഷന്മാർ. അവർ എല്ലാവരും സൗമ്യമുഖം ഉള്ള ഭീരുക്കളും വിരഹികളും ആണെന്ന് ഒറ്റനോട്ടത്തിൽ തന്നെ തിരിച്ചറിഞ്ഞു. യുവാക്കൾ ആണെങ്കിലും അവരിൽ യൗവനം കെട്ടുപോയിരുന്നു. ഏതോ പ്രാകൃത കാലത്തിന്റെ അവശിഷ്ടം അവരിൽ കുടിയിരിക്കുന്നതുപോലെ. മുഖത്ത് വലിയ നിരാശാഭാവം. തൃപ്തിയില്ലായ്മ.

സ്ത്രീകൾ മിക്കവരും ജോലി കഴിഞ്ഞു താമസസ്ഥലത്തേക്ക് മടങ്ങുന്നവരാണ്. എല്ലാവരും അവരവരുടെ ലോകത്തേക്ക് ചുരുങ്ങി നിൽപ്പാണ്. ചിലർ നിന്ന നിൽപ്പിൽ മൊബൈലിൽ ചാറ്റ് ചെയ്യുന്നു. മറ്റു ചിലർ പുറംകാഴ്ചകളിൽ അഭിരമിക്കുന്നു.

പൊടുന്നനെ ഒരു അറിയിപ്പ് കേൾക്കാനായി. എല്ലാവരും ട്രെയിനിൽ നിന്ന് ഇറങ്ങണം. സാങ്കേതിക തകരാർ ഉണ്ട്. ട്രെയിൻ ഒരു സ്റ്റേഷൻ പിന്നിട്ടതേയുള്ളൂ.

എന്തോ കാര്യമായ തകരാറുണ്ട്. മെട്രോയിൽ സാങ്കേതിക തകരാർ അപൂർവം. എഫ് എമ്മിൽ വാർത്ത വായിക്കുന്നതിനിടയിൽ ഒന്നോ രണ്ടോ തവണ മാത്രമേ മെട്രോ തടസ്സപ്പെട്ടത് വായിക്കേണ്ടി വന്നിട്ടുള്ളൂവെന്നു ഓർത്തു. നേരിട്ട് അനുഭവിക്കുന്നത് ആദ്യമായിട്ടാണ്. ആളുകൾ പരിഭ്രാന്ത രായി പുറത്തിറങ്ങി. എസ്കലേറ്റർ കയറാൻ കനത്ത തിരക്ക്. പുറത്തിറ ങ്ങിയപ്പോൾ ഇരുട്ട് പരന്നിരിക്കുന്നു. ഇനി ബസ്സിൽ ഒരു മണിക്കൂർ വേണം കോളനിയിൽ എത്താൻ.

ബസ്സിൽ, നിന്നു തിരിയാൻ ഇടമില്ലാത്ത തിരക്ക്. സ്ത്രീകൾക്ക് ബസ്സിൽ കുറച്ച് ഇടമേയുള്ളൂ. മിക്കവരുടെ കൈയിലും തടിച്ച ബാഗ് ഉണ്ട്. അതും ധാരാളം സ്ഥലം കവരുന്നുണ്ട്. അപ്പോഴാണ് മൊബൈൽ റിംഗ് ചെയ്തത്. നിന്നനിൽപ്പിൽ ബാഗ് തുറന്ന് മൊബൈൽ നോക്കി. മറിയം ബിൻത് ഹാദിയാണ്. അവളുടെ രഹസ്യ മൊബൈൽ ഫോണിന്റെ കാര്യം ചോദിക്കാനെന്ന് ഉറപ്പിച്ചു. അവളുടെ മൊബൈൽ തന്റെ ബേഗിൽ ഉണ്ടെന്ന് ഉറപ്പു വരുത്തി. വില കൂടിയ മൊബൈൽ ആണ്. വീട്ടിലേക്കു കൊണ്ടുപോകാൻ അവൾക്കു കഴിയില്ല. ഭർത്താവ് അത് കൈക്കലാക്കും. മാത്രമല്ല പുരുഷന്മാരുടെ കോൾ ഉണ്ടെങ്കിൽ ചോദ്യങ്ങളായി.

റേഡിയോ ജോക്കി ആകുമ്പോൾ പലരും വിളിക്കുമെന്ന് പറഞ്ഞി ട്ടൊന്നും കാര്യമില്ല. പിന്നെ വഴക്കാകും. മറിയം വിട്ടു കൊടുക്കില്ലെങ്കിലും വിളിക്കുന്ന ആളുകളുടെ നമ്പർ കണ്ടുപിടിച്ചു അവരോട് ഭർത്താവ് വഴ ക്കിനു ചെന്നാൽ കുഴപ്പമാകും. അതുകൊണ്ടാണ് മറിയം, ആരാധകർ വിളിക്കുന്ന മൊബൈൽ ഫോൺ വീട്ടിൽ കൊണ്ടുപോകാത്തത്.

മറിയത്തിന്റെ സൗന്ദര്യത്തിലും ശബ്ദത്തിലും ആകൃഷ്ടരായ ആയിര ങ്ങളാണ് നഗരത്തിലുള്ളത്.

അവളെ ആദ്യം കണ്ടതു മറക്കാൻ കഴിയില്ല. റേഡിയോ സ്റ്റേഷനു താഴെ നിലയിൽ കാന്റീനിൽ ഒറ്റയ്ക്ക് ഒരു സ്ത്രീ ഇരിക്കുന്നു. പർദ്ദയി ലാണെങ്കിലും മുഖാവരണം ധരിച്ചിരുന്നില്ല. ശിരോവസ്ത്രം അലസമായി കഴുത്തിൽ ചുറ്റിയിരുന്നു. നീല കണ്ണുകൾ, വട്ടമുഖം. മാലാഖയാണെന്നു തോന്നിച്ചു.

വേറെ കസേര ഇല്ലാത്തതിനാലാണ് അവരുടെ മുന്നിൽ പോയി ഇരു ന്നത്. അവർ കാപിച്ചിനോ കുടിക്കുകയായിരുന്നു. തന്നെ കണ്ടപ്പോൾ ഒന്നു മന്ദഹസിച്ചു. അപ്പോൾ നുണക്കുഴികൾ വിരിഞ്ഞു.

"യു ഇന്ത്യൻ... ലുക്സ് സൊ..."

"യെസ് മാഡം, യെസ്റ്റർഡേ ജോയ്ൻഡ്."

"ഓഹ് ഗ്രേറ്റ്."

അവൾ അറബി വിഭാഗത്തിലും താൻ മലയാളം വിഭാഗത്തിലും ആണെങ്കിലും പലപ്പോഴായി കണ്ടുമുട്ടി. ഇന്ത്യക്കാരെ മാത്രമേ തനിക്കു വിശ്വാസമുള്ളൂ എന്ന് ഇടയ്ക്കിടെ പറയും. കഴിഞ്ഞ ദിവസമാണ് മൊബൈൽ ഫോൺ സൂക്ഷിക്കാൻ തന്നത്. രാവിലെ വരുമ്പോൾ കൊണ്ടുതരണം. ഓഫീസിൽ വെച്ചാൽ ആരെങ്കിലും ഉപയോഗിച്ചാലോ. തന്റെ ധാരാളം സെൽഫികളുള്ള മൊബൈൽ ആണ്.

രാവിലെ എത്തി മൊബൈൽ സ്വിച്ച് ഓൺ ചെയ്താൽ മറിയത്തിന് തുരു തുരാ കോൾ ആണ്. ചിലത് റേഡിയോ ഷോയിലേക്കുള്ള കോളാകും. അതുകൊണ്ടുതന്നെ സ്വീകരിക്കാതിരിക്കാൻ പറ്റില്ല. പക്ഷേ മിക്കതും പ്രണയാഭ്യർത്ഥനയാണ്.

ഭർതൃമതി ആണെന്നറിഞ്ഞിട്ടും വിളിക്കുന്നവരുണ്ട്. അവയെല്ലാം അവഗണിക്കാറുണ്ട്, അവൾ.

ബസ്സ് പതുക്കെയാണ് സഞ്ചരിക്കുന്നത്. ഇരുട്ട് കാരണം ബസ്സ് എവിടെ എത്തിയെന്നു മനസ്സിലാകുന്നുമില്ല. ഏറെ വൈകിയാൽ അരുൺ കയർക്കും. ഫ്ളാറ്റിൽ എത്തി ഭക്ഷണം ഉണ്ടാക്കിക്കൊടുത്തു കുളിച്ചു കിടക്ക വിരിച്ചു ഉറങ്ങാൻ കിടക്കുമ്പോൾ രാത്രി ഏറെയാകും. അരുൺ ഉറങ്ങിയിട്ടുണ്ടാകും. രാവിലെ ഒന്നും മിണ്ടാതെ ഇറങ്ങിപ്പോകും. മറിയത്തിന്റേതു വേറൊരു കഥയാണ്. ഭർത്താവ് രാത്രി വീട്ടിൽ ഉണ്ടാകില്ല. ഫോർവീലർ എടുത്തു കറക്കമായിരിക്കും. കൂട്ടുകാരോടൊത്തു വലിയ ഹോട്ടലുകളിലെ റെസ്റ്റോറന്റുകളിൽ സൊറ പറഞ്ഞിരിക്കുന്നുണ്ടാകും. പുലർച്ചെയാകും എത്തുക. പരിചാരകർ ആരെങ്കിലും വാതിൽ തുറക്കും.

കുളിച്ചു കട്ടിലിൽ കിടന്നാലും മൊബൈലിൽ ചാറ്റിങ് ആണ്. ഇതിനിടയിൽ മറിയത്തിന്റെ മൊബൈലിലും ബന്ധുക്കളോട് ചാറ്റ് ചെയ്യും. ഉറങ്ങിയാൽ ഉച്ച കഴിഞ്ഞാണ് ഉണരുക. വ്യാപാര സ്ഥാപനത്തിൽ ഒന്ന് തല കാണിച്ചു മാനേജരിൽ നിന്ന് പണം വാങ്ങി പിന്നെയും ഏതെങ്കിലും റെസ്റ്റോറന്റിലേക്ക്.

വാഹനത്തിലെ റേഡിയോയിൽ ഒരിക്കലും മറിയത്തിന്റെ ശബ്ദം കേൾക്കാൻ ഇഷ്ടപ്പെടുന്നില്ല. വേറെ റേഡിയോ ആണ് ഉപയോഗിക്കുക. ജോലി രാജി വെയ്ക്കണമെന്ന് മറിയത്തോട് ഇടയ്ക്കിടെ ആവശ്യപ്പെടാറുണ്ടത്രെ.

പക്ഷേ മറിയം ഒരുക്കമല്ല.

അരുൺ അങ്ങനെയല്ല. പണവും പ്രശസ്തിയും എത്ര കിട്ടിയാലും വേണ്ടെന്നു വെയ്ക്കരുതെന്ന പക്ഷക്കാരനാണ്. ഫ്ളാറ്റ് വാടക, ഗ്രോസറി ബിൽ ഒക്കെ താൻ അടയ്ക്കുന്നതിനാൽ പുള്ളിക്ക് ഒന്നും അറിയേണ്ട. ജോലി ഇല്ലെങ്കിൽ തന്നെ നാട്ടിലേക്ക് തിരിച്ചയയ്ക്കുമെന്നു ഈയിടെയും പറഞ്ഞു.

ബസ്സിൽ ഒരു ഇരിപ്പിടം കിട്ടിയിരുന്നെങ്കിലെന്നു ആഗ്രഹിച്ചു. അത്രയ്ക്ക് കാൽ വേദനിക്കുന്നു. വേദന വയറ്റിലേക്കു കൂടി പടർന്നാലോ എന്ന് ഭയന്നു. ബസ്സിൽനിന്ന് ഇറങ്ങി ടാക്സി പിടിക്കാം എന്ന് ഉറപ്പിച്ചു.

പുറത്തു ബസ് ഷെൽറ്ററിൽ ആരുമില്ല. മഴ തോർന്നിട്ടുണ്ട്. നാലുവരി പാതയിൽ അനേകം വാഹനങ്ങൾ ചീറിപ്പായുന്നുണ്ട്. ടാക്സിക്ക് കൈ കാണിച്ചപ്പോൾ നിർത്താതെ പോയി. എത്ര നേരം ഇനി കാത്തിരിക്കണം? കാലിനടിയിൽനിന്ന് ഒരു വേര് കിളിർക്കുന്നതും അത് ഭൂമിയുടെ ആഴത്തിലേക്കു പോകുന്നതും പോലെ തോന്നി. അപ്പോഴാണ് ഒരു കാർ വന്ന് അരികിൽ നിന്നത്. കള്ള ടാക്സിയായിരിക്കും. അതിൽ കയറുന്നത് അത്ര പന്തിയല്ല.

മരുഭൂമിയിൽ കൊണ്ടു പോയി കവർച്ച ചെയ്യുന്ന കള്ള ടാക്സിക്കാരെക്കുറിച്ച് ഒരിക്കൽ വാർത്ത വായിച്ചതാണ്. അരികിൽ നിന്ന കാറിൽ ഒരു പാകിസ്താനിയാണ്. അയാളെ ശ്രദ്ധിക്കാനേ പോയില്ല. അല്പനേരം കഴിഞ്ഞു കാറുമായി അയാൾ പോയി. പുറത്തു ഇരുട്ട് കനക്കുകയാണ്. മൊബൈൽ എടുത്തു അരുണിനെ വിളിച്ചപ്പോൾ സ്വിച്ച് ഓഫ്. ഉറങ്ങിയിരിക്കും.

പൊടുന്നനെ ഒരു കാർ വന്നു നിന്നു. ആരെന്നു നോക്കാതെ ഞാൻ അതിൽ കയറി ഇരുന്നു. നഗരവീഥികൾ ചുവന്നു തുടുത്തു നിൽക്കുന്നതു മാത്രം കണ്ടു. പിന്നെ എപ്പോഴോ ഫ്ളാറ്റിലെത്തി. അതിനു, മുമ്പുള്ള നിമിഷങ്ങൾ അവ്യക്ത ചിത്രങ്ങളായി മനസ്സിൽ നിന്നകന്നു.

■

പനി

നഗരത്തിൽ ചൂട് കാലം തുടങ്ങുന്നതിനു മുമ്പ്, മൂന്നു മാസത്തേക്ക് നാട്ടിലേക്ക് പോകണമെന്ന് കല്ലു ആഗ്രഹിച്ചു. കാലാവസ്ഥ മാറുമ്പോൾ പലപ്പോഴും വല്ലാതെ പനിക്കും. അതിൽനിന്ന് മുക്തി നേടാൻ എളുപ്പമല്ല. തനിക്കു മാത്രമാണോ ഈ പ്രശ്നം എന്ന് പലപ്പോഴും ചിന്തിച്ചിട്ടുണ്ട്. ജോലിക്കു പോകാനാകാതെ പനിക്കിടക്കയിൽ ബോധാബോധങ്ങളിലൂടെ നിരവധി ദിവസങ്ങൾ തള്ളി നീക്കണം. എല്ലാവരും കാലത്ത് എഴുന്നേറ്റ് പോയാൽ മുറി ഒരു ആകാശപേടകം പോലെ. വായുവിലൂടെ താൻ ഒഴുകി നടക്കുന്നതായും അടുക്കളയിലെ പഴയ ഫ്രിഡ്ജിലെ ഐസ് കട്ടകളിൽ പതിക്കുന്നതായും തോന്നും.

നാട്ടിൽ പോകാൻ ആഗ്രഹിക്കുന്ന കാര്യം സഹമുറിയന്മാരോട് പറഞ്ഞപ്പോൾ വിജയൻ പ്രാകി... "ഇപ്പോൾ തന്നെ വാടക താങ്ങാൻ പറ്റുന്നില്ല. ഇനി, നീ കൂടി പോയാൽ വാടക ഒപ്പിക്കാൻ വേറെ ആളുകളെ നോക്കേണ്ടി വരും."

"എനിക്കു പകരം ഒരാൾ വന്നാൽ പോരെ?" കല്ലു ചോദിച്ചു.

"ഇപ്പോൾ തന്നെ രണ്ട് കട്ടിൽ ഒഴിഞ്ഞു കിടക്കുന്നു. അതിന് ആളുകളായിട്ടില്ല. അവന്മാർ വാടക കുറയ്ക്കുന്നുമില്ല..."

വിജയൻ പിന്നെയും അസ്വസ്ഥത പ്രകടിപ്പിച്ചു.

അവന്മാർ എന്ന് വിജയൻ പറഞ്ഞത്, അപ്പാർട്ട്മെന്റ് വാടകയ്ക്കു നൽകുന്ന ഏജൻസിക്കാരെക്കുറിച്ചാണ്. നഗരം ഏജൻസിക്കാർ കൈയടക്കി വെച്ചിരിക്കുകയാണ്. കെട്ടിടം പണി പൂർത്തിയായാൽ ഉടമസ്ഥനിൽനിന്ന് ഏജൻസിക്കാർ ഏറ്റെടുക്കും. പിന്നെ ആളുകളോട് വിലപേശലാണ്. എന്ത് സാമ്പത്തിക മാന്ദ്യം ഉണ്ടായാലും വിവിധ ദേശങ്ങളിൽ നിന്ന് ആളുകൾ എത്തുമെന്നും കിടക്കാൻ ഇടം തേടുമെന്നും ഏജൻസിക്കാർക്കറിയാം.

കല്ലു, വെള്ള പേപ്പറിൽ 'ബെഡ്സ്പേസ്' പരസ്യം ഉണ്ടാക്കി, മൊബൈൽ നമ്പർ രേഖപ്പെടുത്തി താഴെ വിളക്ക് കാലിൽ ഒട്ടിക്കാൻ പോയി. വഴിപോക്കരൊക്കെ പരസ്യം കാണുമെന്നും അതിൽ ചിലരെങ്കിലും വിളിക്കുമെന്നും ഊഹിച്ചു. പത്തു പേർ വിളിച്ചാൽ ഒരാളെയെങ്കിലും

കിട്ടാതിരിക്കില്ല. മൂട്ട ശല്യം ഇല്ലാത്ത, മികച്ച എയർകണ്ടീഷണറും സദാ ഇന്റർനെറ്റും ബാൽക്കണിയും ഉള്ള മുറിയാണ്. കണ്ടാൽ ആർക്കായാലും ഇഷ്ടപ്പെടും.

കല്ലു മുറിയിലെത്തി കട്ടിലിൽ കിടന്നു. ശരീരത്തിനകത്തു ചൂട് കൂടുന്നതായി അനുഭവപ്പെട്ടു. പതുക്കെ മയക്കത്തിലേക്ക് വഴുതി. ശരീരം മുറിയുടെ കോണുകളിലേക്ക് ഒഴുകി പരക്കുന്നതായി തോന്നി. പനി എപ്പോഴും ഓർമ്മകളെ കൊണ്ടുവരും. നാട്ടിൽ, പണ്ട് ഉമ്മ മന്ത്രിച്ച വെള്ളം തരും. ദേഹമാസകലം മഞ്ഞൾ വെള്ളം തേച്ചു പിടിപ്പിക്കും. ചെന്നിനായകം തലയിൽ ഒട്ടിക്കും. പറമ്പിൽനിന്ന് തകര പറിച്ചു കൊണ്ടുവന്ന് കറിവെച്ചു തരും. എന്തെല്ലാം വിദ്യകൾ.

അപ്പോഴാണ് മൊബൈൽ ശബ്ദിച്ചത്. അപരിചിതമായ നമ്പറാണ്. കിടക്കയിടത്തിനു വേണ്ടിയാണെന്ന് ഊഹിച്ചു.

"ഹലോ ഭായ്... ബെഡ്സ്പേസ് ഹൈന, റൂം ദേഖ്ന പടേഗാ."

പാകിസ്ഥാനിയോ ബംഗാളിയോ ആണ്. മലയാളിക്കേ കിടക്കയിടം ഉള്ളൂ എന്ന് പോസ്റ്ററിൽ രേഖപ്പെടുത്തിയിരുന്നതാണല്ലോ... എന്നിട്ടും മലയാളികൾ അല്ലാത്തവർ വിളിച്ചാൽ എന്ത് ചെയ്യും? പാകിസ്താനിയാണെങ്കിൽ, പച്ചയെ കയറ്റരുതെന്നാവും സഹമുറിയന്മാർ പറയുക. പച്ചകൾ ഒന്നും രണ്ടും പറഞ്ഞു ദേഷ്യപ്പെട്ടാൽ പിന്നെ രക്ഷയില്ല. അടിയുടെ പൂരമായിരിക്കും. എന്നാലും റൂം ഒന്ന് കണ്ടുപൊയ്ക്കോട്ടേ.

"ആഓ ഭായ്, തേർഡ് ഫ്ളോർ മെ ഹൈ."

അല്പനേരത്തിനുശേഷം വാതിലിൽ മുട്ടു കേട്ടു. ഒരു ബംഗാളിയാണ്. ഇടുങ്ങിയ കണ്ണുകൾ. കുറിയ ശരീരം. മുഷിഞ്ഞ കന്തൂറയാണ്. തലയിൽ നിന്ന് വിയർപ്പൊഴുകുന്നു. പക്ഷേ കണ്ണുകളിൽ ദൈന്യത. കുറ്റിത്താടിയുമുണ്ട്.

"റെന്റ് കിത്നാ ഹെ?"

മുറിയിലേക്ക് പ്രവേശിക്കാതെ തന്നെ അയാൾ ചോദിച്ചു.

"ഏക് മഹിനെ കേലിയെ പാഞ്ച് സൗ..."

വിജയനാണ് മറുപടി പറഞ്ഞത്.

"ഇയാൾ ബംഗാളിയാണ്, വേണ്ട വിജയാ..." എന്ന് ജലീൽ.

"ഞാൻ ബംഗാളി തന്നെ, പക്ഷേ കുഴപ്പമുണ്ടാക്കില്ല."

അയാൾ മലയാളത്തിൽ പറഞ്ഞതു കേട്ട് വിജയനും അന്ധാളിച്ചു. സാധാരണ ഇത്തരം ഘട്ടങ്ങളിൽ ഒരു അത്ഭുതവും പ്രകടിപ്പിക്കാത്ത ആളാണ്.

"ചില അറബികൾക്ക് മലയാളം അറിയാം. പക്ഷേ ആദ്യമായാണ് ഒരു ബംഗാളി മലയാളം ഒഴുക്കോടെ പറയുന്നത് കേൾക്കുന്നത്." ബംഗാളി സ്ഥലം വിട്ട ശേഷം വിജയൻ പറഞ്ഞു.

രാത്രിയോടെ തന്നെ കിടക്കയും ബക്കറ്റുമൊക്കെയായി ബംഗാളി എത്തി. അപ്പോഴാണ് വിജയൻ പേരു ചോദിച്ചത്.

"നദീം ഇസ്‌ലാം എന്നാണു പേര്, നദീം എന്നു വിളിച്ചാൽ മതി."

ആദ്യമായിട്ടാണ് ഒരു ബംഗാളി ഈ മുറിയിൽ താമസിക്കാനെത്തുന്നത്. പൊതുവെ, ബംഗാളികൾ ചൂടന്മാരാണെന്നു പറയാറുണ്ട്. പക്ഷേ നദീമിനെ കണ്ടിട്ട് അപകടകാരി ആണെന്ന് തോന്നിയില്ല.

രാത്രി ഏവർക്കും ഭക്ഷണം പാകം ചെയ്യാൻ വിജയൻ അടുക്കളയിൽ കയറിയപ്പോൾ പാലക്കാടൻ മട്ട കൊണ്ടുള്ള ചോറും മീൻ മുളകുകറിയും ആരോ തയ്യാറാക്കി വെച്ചിരിക്കുന്നു. പിന്നിൽ നിന്ന് നദീം ചിരിക്കുന്നു.

"ഞാൻ ഉണ്ടാക്കിയതാ... എനിക്ക് മലബാരി ഭക്ഷണം എല്ലാം അറിയാം."

എല്ലാവരും ഭക്ഷണം കഴിക്കാൻ പേപ്പർ തറയിൽ വിരിച്ചതും വിളമ്പിയതും നദീം.

"നമ്മുടെ പ്രീതി പറ്റാനുള്ള അടവാണെന്നു" വിജയൻ, എന്തിലും സംശയം പ്രകടിപ്പിക്കാറുള്ള ജലീലിനോട് അടക്കം പറഞ്ഞു.

ജലീൽ തലയാട്ടി. പക്ഷേ നല്ല സ്വാദുണ്ടായിരുന്നതിനാൽ ആരും കുറ്റം പറഞ്ഞില്ല. പാത്രങ്ങളെല്ലാം കഴുകി വെച്ചതും നദീം തന്നെ. പിറ്റേന്ന് ഏവരും റൂമിലെത്തിയപ്പോൾ മുറിയെല്ലാം വൃത്തിയാക്കിയിരിക്കുന്നു. കുറേ മാസങ്ങളായി പൊടിപിടിച്ചു കിടന്നിരുന്ന ഫാൻ, കണ്ണാടി എന്നിവയൊക്കെ പുതുമോടിയിൽ. നദീം കൂർക്കം വലിച്ചുറങ്ങുന്നു. അടുക്കളയിൽ വറുത്തരച്ച കോഴിക്കറി. എല്ലാം അവന്റെ പണി തന്നെ.

അവൻ ദിവസവും നേരത്തെ ഉറക്കമുണരുന്നു. നേരത്തെ ജോലിക്കു പോകുന്നു. നേരത്തെ ഉറങ്ങുന്നു. ആർക്കും ശല്യമില്ല.

ഒരു ദിവസം അവൻ രാത്രി വൈകിയും ഉറങ്ങാതിരുന്നതു കണ്ട് വിജയൻ ചോദിച്ചു. "എന്താ ഉറങ്ങുന്നില്ലേ?"

അവൻ കട്ടിലിനടിയിലേക്ക് വിരൽ ചൂണ്ടി. ഒരു പ്രായമായ എല്ലിച്ച ശരീരം കട്ടിലിനടിയിൽ. വിജയൻ ഭീകരമായത് എന്തോ കണ്ടതുപോലെ ഒന്നു പിന്നോക്കം ആഞ്ഞു.

"അയ്യോ" വിജയൻ ആക്രോശിച്ചു. സാധാരണ, ബാച്ചിലർ മുറിയിൽ സ്ത്രീകളെ പ്രവേശിപ്പിക്കാൻ പാടില്ലാത്തതാണ്. അധികൃതർ പരിശോധനയ്ക്കു വന്നാൽ എല്ലാരേയും നാടുകടത്തും. വിജയന്റെ ആക്രോശം കേട്ട് ആ സ്ത്രീ ഞരങ്ങി, പതുക്കെ പുറത്തേക്കു തല നീട്ടി. അറുപതു വയസ്സുണ്ടാകും. ദുർബലമായ ആ ശരീരം പനിയിൽ വിറയ്ക്കുന്നുണ്ട്.

"സാരമില്ല, ഞാൻ മരുന്ന് കൊടുത്തിട്ടുണ്ട്." നദീം പറഞ്ഞു.

"എടാ നീ എന്തു പണിയാ കാണിച്ചത്? ആരെങ്കിലും കണ്ടാൽ ആകെ പ്രശ്നമാകും."

“ഞാൻ എന്തു ചെയ്യാനാ, പണി കഴിഞ്ഞു തിരിച്ചു വന്നപ്പോൾ വാതിൽപ്പടിയിൽ കിടക്കുന്നതു കണ്ടു. ഏതോ വീട്ടു ജോലിക്കാരിയാണെന്നു തോന്നുന്നു. നിങ്ങളുടെ നാട്ടുകാരിയാണ്.” നദീം ഒറ്റ ശ്വാസത്തിൽ പറഞ്ഞു.

“ഈ രാത്രിയിൽ അവർ എവിടെ പോകാൻ, നാളെ നേരം പുലരട്ടെ, ഇറക്കി വിടാം.” വിജയൻ അലിഞ്ഞു. വിജയന് ഈയിടെ കാരുണ്യം കൂടുതലാണ്. കടലിനു സമീപത്തെ ഉപനഗരനിർമാണ സ്ഥലത്തേക്ക് മാറ്റം കിട്ടിയതിനു ശേഷമാണിത്. കടൽ നികത്തിയ തുരങ്കത്തിലൂടെ പോകുമ്പോൾ കണ്ണാടി പ്രതലത്തിലൂടെ മത്സ്യങ്ങൾ ആവാസസ്ഥലം തേടി നിരാശരാകുന്നതും ചിലപ്പോൾ അവയെ സ്രാവുകളും മറ്റും കൂട്ടത്തോടെ വിഴുങ്ങുന്നതും കാണാനാകുമെന്ന് വിജയൻ പറഞ്ഞു.

നാട്ടിൽ, കടൽ ക്ഷോഭിച്ചു തന്റെ ഗ്രാമം വിഴുങ്ങിയ സംഭവമാണ് നദീമിന് പറയാനുണ്ടായിരുന്നത്. നിരവധി വീടുകൾ ഒലിച്ചു പോയി. പലരെയും കാണാതായി. ഉമ്മയും അക്കൂട്ടത്തിൽപ്പെട്ടു. ഉമ്മ കഠിനമായി അദ്ധ്വാനിക്കുമായിരുന്നു. കടൽക്കരയിലാണ് വീടെങ്കിലും കുടിവെള്ളത്തിന് കിലോമീറ്ററുകൾ താണ്ടണം. ഉമ്മ രാവിലെ തന്നെ കുടവുമായി പോകും. ആ ഉമ്മയെയാണ് പ്രളയം കൊണ്ടുപോയത്. ആദ്യമായി കേരളത്തെക്കുറിച്ചു കേട്ടത് ആ പ്രളയത്തിന്റെ പിറ്റേ ദിവസമാണ്.

ഇന്ത്യയിൽ ഒരു നദീതീര സംസ്ഥാനത്തു കണ്ടൽക്കാടുകൾ തീരങ്ങളെ രക്ഷപ്പെടുത്തിയ സംഭവം പ്രായമുള്ള ആരോ വിശദീകരിക്കുകയായിരുന്നു. “എന്തുകൊണ്ട് നമുക്കും കണ്ടൽക്കാടുകൾ വെച്ചുപിടിപ്പിച്ചു കൂടാ?” ജ്ഞാനിയായ അയാൾ ചോദിച്ചു.

ധാക്കയുടെ തീരത്തു ചെറുവേരുകൾ വെച്ചു പിടിപ്പിക്കുന്ന സംഘത്തിലെ പ്രധാനിയായിരുന്നത്രെ നദീം. നൂറുക്കണക്കിന് കണ്ടൽ നട്ടു പിടിപ്പിച്ചു. അതോടെ തീരത്തെ ഉപ്പുവെള്ളത്തിന് പരിഹാരവുമായി.

രാത്രി ആ സ്ത്രീ പിച്ചും പേയും പറയുന്നുണ്ടായിരുന്നു. അവരുടെ ശബ്ദം കാരണം ഉറക്കം വരുന്നില്ലെന്ന് ജലീൽ കുറ്റപ്പെടുത്തി.

നദീം ആ സ്ത്രീയെ താങ്ങിപ്പിടിച്ചു കട്ടിലിൽ കിടത്തി. അവർക്കു ചൂടുവെള്ളം കുടിക്കാൻ കൊടുത്തു. നദീം കട്ടിലിനടിയിലേക്കു ചുരുണ്ടു. കഠിനമായ അദ്ധ്വാന ശേഷമുള്ള പനി ചിലപ്പോൾ ബോധാബോധങ്ങളിലേക്കു വലിച്ചെറിയുമെന്നു കല്ലു അനുഭവസാക്ഷ്യം പറഞ്ഞു. ആ സ്ത്രീ വല്ലാതെ അദ്ധ്വാനിച്ചിരിക്കണം. ഏതെങ്കിലും വലിയ വീട്ടിൽ അടുക്കളപ്പണിയായിരുന്നിരിക്കണം. പ്രായമേറെ ആയതിനാൽ നാട്ടിലേക്ക് മടങ്ങാൻ സ്പോൺസർ പറഞ്ഞിരിക്കണം.

ദിവസങ്ങൾ നീണ്ട കനത്ത ജോലിക്കു ശേഷമാണ് താൻ ജ്വര ബാധിതനായത് എന്നും കല്ലു ഓർത്തു. കമ്പനിയിൽ പലരും അവധിയിലായിരുന്നു. ആ ജോലി കൂടി ചെയ്യണമെന്ന് സൂപ്പർവൈസർ നിർദേശിച്ചിരുന്നു.

പുതിയ കെട്ടിടം നിർമിക്കുന്നതിന്റെ പൈലിംഗ് ആയിരുന്നു. ഭൂമി തുരക്കാൻ കൂറ്റൻ യന്ത്രങ്ങൾ എത്തിയിരുന്നു. മണ്ണു നീക്കം ചെയ്യുമ്പോൾ പരിസരമാകെ വിറക്കും. പരിസരത്തൊക്കെ കൂറ്റൻ കെട്ടിടങ്ങളാണ്. ഇത്രയും കെട്ടിടങ്ങൾ എങ്ങനെ ഭൂമി താങ്ങുമെന്നു കല്ലു ആലോചിച്ചു. കൂറ്റൻ പാലങ്ങൾ വേറെ. പലയിടത്തും മരങ്ങൾ വെച്ചുപിടിപ്പിക്കുന്നുണ്ടെങ്കിലും ഭൂമിയുടെ വേദനയ്ക്ക് പകരമാകില്ല.

രാവിലെ ജോലിക്കു പോകാൻ എല്ലാവരും തയ്യാറെടുക്കുമ്പോഴും ആ സ്ത്രീ എഴുന്നേറ്റിട്ടില്ല. ആശുപത്രിയിൽ കൊണ്ടുപോയാലോ എന്ന് വിജയൻ ചോദിച്ചു.

അപ്പോൾ അവർ കണ്ണു തുറന്നു. വേണ്ട, പനി മാത്രമേയുള്ളൂ. അവരുടെ അവശത കണ്ട് ആരും ഒന്നും ചോദിച്ചറിയാൻ നിന്നില്ല.

നദീം അവർക്കു സുലൈമാനി ഉണ്ടാക്കിക്കൊടുത്തു. ജ്വരബാധയുടെ ഞെരക്കത്തിനിടയിൽ അവർ ഒരിറക്ക് കുടിച്ചു. ജോലി സ്ഥലത്ത് എത്തിയപ്പോഴും കല്ലുവിന് ആ സ്ത്രീയെ മറക്കാൻ കഴിഞ്ഞില്ല... ഇനി അവർക്കു ജോലിക്കു പോകാൻ കഴിയുമായിരിക്കില്ല. അത്രയ്ക്ക് അവശതയുണ്ട് ആ ശരീരത്തിന്. എന്നാലും അവരെ അവരുടെ സ്പോൺസറുടെ അടുത്ത് എത്തിക്കണം. അല്ലെങ്കിൽ നാട്ടിലേക്ക് പറഞ്ഞു വിടണം.

അവർക്കു യാത്രാരേഖകൾ ഉണ്ടാകുമോ?

വൈകുന്നേരം അപ്രതീക്ഷിതമായി കാലാവസ്ഥ മാറി. അന്തരീക്ഷം പൊടിപടലങ്ങൾകൊണ്ട് നിറഞ്ഞു. തൊട്ടടുത്തുള്ള കെട്ടിടങ്ങൾ വരെ കാണാതായി. ഉഷ്ണസാന്ദ്രതയിൽ ശരീരം വിയർത്തു. എന്നാൽ പണി നിർത്തിവെയ്ക്കരുതെന്നു സൂപ്പർവൈസർ നിഷ്കർഷിച്ചു. മതിൽ നിർമാണം സമയബന്ധിതമായി പൂർത്തിയാക്കണം. കെട്ടിടം മൂന്നുമാസത്തിനകം നിക്ഷേപകർക്ക് കൈമാറേണ്ടതാണ്.

കൂറ്റൻ മാളാണ് വരാൻ പോകുന്നത്. പനിയിൽ തീർത്തും മോചിതനല്ലാത്തതുകൊണ്ട് വല്ലാതെ ക്ഷീണം അനുഭവപ്പെട്ടു. വേഗം മുറിയിൽ എത്തിയാൽ മതിയെന്നായി. മുറിയിലെത്താൻ ജോലി സ്ഥലത്തു നിന്നു വാനിൽ കയറിയപ്പോൾ കൂടെയുള്ളവരെല്ലാം ചൂടിനെ പഴിച്ചു. നാട്ടിലും ഇത്ര തന്നെ ചൂടുണ്ടെന്ന് ആരോ പറയുന്നതു കേട്ടു. മരുഭൂമിക്ക് തണൽ നൽകുന്ന ഗാഫ് മരങ്ങൾ ഇല പൊഴിക്കുന്നത് യാത്രയിൽ കണ്ടു. സാധാരണ കൊടുംചൂടിലാണ് അവയ്ക്കു ഇലകൾ നഷ്ടപ്പെടാറുള്ളത്. ചൂടെത്തിയെന്നു അവ തെറ്റിദ്ധരിച്ചതാകാം. പണ്ട് മരുഭൂമിയിൽ പല ഭാഗങ്ങളിൽ ഗാഫ് മരങ്ങൾ ഉണ്ടായിരുന്നു. ബദുക്കൾ അവയെ ഒരിക്കലും അറുത്തുമാറ്റില്ല. നൂറ്റാണ്ടുകൾ പഴക്കമുള്ള മരങ്ങൾ കാണാനാകും. ആദ്യകാലത്തു കപ്പൽ വഴി വന്നിറങ്ങിയവർക്കു മരുഭൂമിയിൽ വിശ്രമമൊരുക്കിയത് ഈ മരങ്ങളാണ്. വേരുകൾ പുറത്തേക്കു കാണില്ല. അതിന്റെ തണലിൽ മണൽ പരവതാനിയിൽ കിടന്നു വിശ്രമിക്കാം. അതിന്റെ വേരുകൾ ജലം

തേടി എത്ര ദൂരം വരെയും ആഴത്തിലേക്ക് പോകും. ഏത് കാലാവസ്ഥ യെയും ആ മരം തരണം ചെയ്യും. മണൽ കാറ്റിനെ പ്രതിരോധിക്കും. ദൂരെ മണൽകൂനയിൽ നക്ഷത്രങ്ങളെ ചുംബിച്ചു ഒരു മരം ഉയർന്നു നിൽ ക്കുന്നതും കല്ലു കണ്ടു.

മുറിയിൽ കയറിയപ്പോൾ ആ സ്ത്രീ ഇറങ്ങാൻ നിൽക്കുകയായി രുന്നു. അവർ പറഞ്ഞു, "നാട്ടിലേക്ക് മടങ്ങാൻ ഇറങ്ങിയതാണ്. വിസ കഴിഞ്ഞാഴ്ച ക്യാൻസൽ ചെയ്തു. അപ്പുറത്തെ കെട്ടിടത്തിലാണ് താമസം. സാധനങ്ങൾ വാങ്ങാൻ പുറത്തിറങ്ങി നടന്നപ്പോൾ തല ചുറ്റ ലുണ്ടായി. വയസ്സായില്ലേ... ആ ബംഗാളി താങ്ങിപ്പിടിച്ചു ഇവിടെ ആക്കി യതാണ്. ബംഗാളി എപ്പോ വരും?" ആ സ്ത്രീ പുറത്തേക്ക് നോക്കി ചോദിച്ചു.

"നദീം ഉടൻ എത്തും." വിജയൻ പറഞ്ഞു. താമസിയാതെ നദീം എത്തി. അവന്റെ കൈയിൽ ആപ്പിൾ, ഓറഞ്ചുപൊതി കണ്ടു.

അവനെ ആ സ്ത്രീ സ്നേഹത്തോടെ പുണർന്നു. അവൻ പറഞ്ഞു, "മുറിയിൽ ഞാൻ കൊണ്ടാക്കാം."

"വേണ്ട, ഞാൻ പൊയ്ക്കൊള്ളാം. സ്പോൺസറെ കാണുമ്പോൾ നിങ്ങളുടെ കൂടെ ആയിരുന്നെന്നു അറിയണ്ട. അയാൾ, കുറച്ചു റിയാൽ തരാമെന്നു പറഞ്ഞിട്ടുണ്ട്. ചോര നീരാക്കിയ പൈസയാണേ... കുറേ കാലമായി അവിടെ ജോലി ചെയ്യുന്നു. വയസ്സായാൽ ആർക്കും വേണ്ടാ താകും..." അവർ ആരോടെന്നില്ലാതെ പറഞ്ഞു.

"നിങ്ങളുടെ പേരു ചോദിക്കാൻ മറന്നു പോയി."

"ഓ പേര്..." അവർ സ്വന്തം പേര് ഓർത്തെടുക്കാൻ ശ്രമിച്ചു പരാ ജയപ്പെട്ടു. "പ്രായമായില്ലേ..." അവർ മന്ത്രിക്കുന്നതുപോലെ പറഞ്ഞു.

അവർ, പതഞ്ഞു പൊന്തുന്ന ചൂടിൽ ആവിയുയരുന്ന ഭൂമിയുടെ പനി യിലേക്കിറങ്ങി.

■

സഫാരി പാർക്ക്

ഡിങ് ചോങ് ഉന്നിന്റെ കൈയിൽ എന്തോ പൊതിക്കെട്ടുണ്ടെന്നു വേണു കണ്ടു. അതെന്താണെന്നു ഡിങ്ങിനോട് ചോദിക്കാൻ തുനിഞ്ഞെങ്കിലും ഡ്രൈവിങ്ങിൽ ശ്രദ്ധ തെറ്റി ബസ് തെന്നിയതിനാൽ പിന്നെയാകാം എന്നു വെച്ചു. റോഡിൽ അതിവേഗത്തിൽ നിരവധി വാഹനങ്ങൾ ചീറിപ്പായുന്നു. അറിയാതെ, സ്റ്റിയറിംഗ് അല്പം ഒന്ന് തിരിഞ്ഞാൽ ബസ് നിയന്ത്രണം വിടും. കഴിഞ്ഞ ദിവസം രാജപാതയിൽ മുപ്പതോളം വാഹനങ്ങളാണ് കൂട്ടിയിടിച്ചത്. ഏതോ ഒരു ഡ്രൈവർക്കു പറ്റിയ കൈയബദ്ധം. റോഡരികിൽ തകർന്നു കിടക്കുന്ന വാഹനങ്ങൾ കൂട്ടിയിട്ടിരിക്കുന്നതു കണ്ട് ഡിങ്, ഓ ഗോഡ് എന്നു പറഞ്ഞു. വേണു ചിരിച്ചു, അപകടം പറ്റിയാൽ ചൈനക്കാരും വിളിക്കുന്നത് ദൈവത്തെ. തന്റെ ഗ്രാമമായ ജിയോബിങ്ങിൽ ബുദ്ധ ക്ഷേത്രം ഉണ്ടെന്നും ഉത്സവം നടക്കാറുണ്ടെന്നും ഡിങ് വിശദീകരിച്ചു. വസന്തകാലത്താണ് ഉത്സവം. ചെടികളിൽ പൂക്കൾ വർധിക്കാനും പാടത്തു നിന്നു കൂടുതൽ വിള കിട്ടാനുമാണ്, ഉത്സവം.

നേർച്ചയായി നായയുടെയും പൂച്ചയുടെയും രൂപമുണ്ടാക്കി ക്ഷേത്രത്തിൽ കൊടുക്കേണ്ടത് പെൺകുട്ടികൾ. ഡിങ് ഓർമ്മയിൽ മുഴുകി. ഇപ്പോൾ ജിയോബിങ്ങിൽ മഞ്ഞുകാലമായിരിക്കും. പർവതം വെള്ളപ്പാട അണിഞ്ഞിരിക്കും. ഐസ് കട്ടകൾ പെറുക്കാൻ കുട്ടികൾ കുന്നു കയറുന്നുണ്ടാകും. കൂട്ടത്തിൽ അനിയത്തിയും.

വേണുവും ചിന്തിച്ചത് ഗ്രാമത്തെക്കുറിച്ചു തന്നെ. വിനായക ക്ഷേത്രത്തിലെ കുളം വേനലിൽ വറ്റിപ്പോയത് നാട്ടുകാരെ ആകെ പരിഭ്രാന്തിയിലാഴ്ത്തിയിട്ടുണ്ടെന്നു കേട്ടു. വേനൽക്കാലത്ത് പടവുകളിൽ പച്ചപ്പായൽ പടർന്നു കയറാറുണ്ട് എന്നല്ലാതെ ഒരിക്കലും വറ്റിയിരുന്നില്ല. പണ്ട് മഴക്കാലത്ത്, വെള്ളം നിറഞ്ഞു റോഡിലെത്തും. നീന്തൽ പഠിക്കുന്നതിനു മുമ്പ് ആ വഴി നടക്കാൻ പോലും പേടിയായിരുന്നു. അല്പം മുതിർന്നപ്പോൾ, സ്കൂൾ വിട്ടു വന്നാൽ നേരെ കുളത്തിലേക്ക്. മലർന്നും ചെരിഞ്ഞും നീന്തി തുടിക്കുമായിരുന്നു. അതിൽ നാട്ടിലെ മുഴുവൻ കുട്ടികളും ഉൾപ്പെടും. കഴിഞ്ഞ മഴക്കാലത്തു മറ്റു മതസ്ഥർ എത്തിയില്ലെന്നു കേട്ടതായി ഭാര്യ സങ്കടം പറഞ്ഞു.

ഡിങ്, കൈയിലെ പൊതി സീറ്റിനരികിൽ വെച്ചു.

മൈക്ക് കൈയിലെടുത്തു.

"ഡിയർ ഗസ്റ്റ്സ്... വി ആർ റീച്ചിങ് ഔർ ഡെസ്റ്റിനേഷൻ, ദി സഫാരി പാർക്ക്, വെൽ ഐ ആം ഡിങ് വിത് യു..."

പിന്നീട് അവൾ ചൈനീസ് ഭാഷയിലേക്കു വിശദീകരണങ്ങൾ മാറ്റി. ഇടയ്ക്ക് അതിഥികൾ ചിരിക്കുകയും കൈ അടിക്കുകയും ചെയ്തു.

സഫാരി പാർക്കിന്റെ കവാടത്തിനു മുന്നിൽ അനേകം വാഹനങ്ങൾ. വേണു ബസ് ഒതുക്കിയിട്ടു. സന്ദർശകരെ സ്വീകരിക്കുന്ന കവാടത്തിൽ ഡിങ് അതിഥികളെ ഒതുക്കി നിർത്തി. മിക്കവരും ചൈനക്കാർ. ഏതോ ടൂർ കമ്പനി അയച്ചിരിക്കുന്നതാണ്. എല്ലാവർക്കും ഒരേ ഭാവം. അപൂർവ മൃഗങ്ങളും പക്ഷികളും കാണാൻ പോകുന്നതിന്റെ ആകാംക്ഷ ആരിലും ഇല്ല. ഒരുപക്ഷേ നീണ്ട യാത്രയുടെ ആലസ്യമായിരിക്കാം. ഡിങ് എവിടെ നിന്നോ കുറച്ചു ശീതള പാനീയങ്ങൾ സഞ്ചിയിലാക്കി കൊണ്ടുവന്ന് കുട്ടികൾക്കു കൊടുത്തു. കുട്ടികളിൽ പോലും ഒരു ഉത്സാഹവും കണ്ടില്ല. യാന്ത്രികമായി നീങ്ങുകയാണ് ഓരോരുത്തരും. എത്രയാണ് ടിക്കറ്റിനു എന്ന് ഒരു ചെറുപ്പക്കാരൻ ചോദിച്ചു. ഡിങ് ചൈനീസ് ഭാഷയിലാണ് അതിനു മറുപടി പറഞ്ഞത്.

"ഓ ഗോഡ്, ഇറ്റ് ഈസ് ടൂ മച്..."

അവൻ ആരോടെന്നില്ലാതെ മുഖം കോട്ടി. പക്ഷേ ടിക്കറ്റ് ടൂർ പാക്കേജിന്റെ ഭാഗമായതിനാൽ, ആരും പോക്കറ്റിൽ നിന്ന് എടുക്കേണ്ടതില്ലാത്തതിനാൽ മടങ്ങിപ്പോകില്ല.

സന്ദർശകർ ഡിങ്ങിനോട് ഉന്നയിക്കുന്ന സംശയങ്ങൾ എന്താണെന്ന് വേണുവിന് മനസ്സിലായില്ല. സഫാരി പാർക്കിലെ മൃഗങ്ങൾ പലതും വെളിയിൽ വരാത്തത് സന്ദർശകരെ നിരാശപ്പെടുത്തുന്നുണ്ടാകണം. മിക്കപ്പോഴും പുൽമേട്ടിൽ കൂട്ടമായി നിൽക്കാറുള്ള മാനുകൾ പോലും എവിടെയോ പോയി ഒളിച്ചിരിക്കുന്നു. ചൂട് കാലമായതാകാം കാരണം. ഡിങ്ങിനോട് കൂടുതലും സംസാരിക്കുന്നത് ഒരു ചെറുപ്പക്കാരനാണ്. ഒരിക്കൽ ഡിങ്ങിന്റെ കൈപിടിക്കാൻ അവൻ ശ്രമിക്കുന്നതും ഡിങ് തട്ടി മാറ്റുന്നതും കണ്ടു. അമേരിക്കൻ പാസ്പോർട്ടാണ് അവന്റെ കീശയിലുള്ളത്. അമേരിക്കയിൽ കുടിയേറിയ ചൈനക്കാരനാകാം. അവന്റെ മുഖത്ത് അഹങ്കാരം എഴുതിവെച്ചിട്ടുണ്ട്.

വിദേശത്തു ജോലിക്കെത്തുന്ന ചൈനീസ് പെൺകുട്ടികളെല്ലാം മോശക്കാരാണെന്ന ധാരണ നാട്ടിലുണ്ടെന്നു ഡിങ് ഒരിക്കൽ വിഷമത്തോടെ പറഞ്ഞിരുന്നു. ചൈനയിൽ വലിയ കമ്പനികൾ ഉത്പാദനം തുടങ്ങിയ ശേഷമുള്ള സാഹചര്യമാണത്. മുമ്പ് കൃഷിയെ ആശ്രയിച്ചിരുന്ന കാലത്തു സ്ത്രീകളെ എല്ലാവർക്കും വലിയ ബഹുമാനം ആയിരുന്നു. അവരാണ് കൃഷിപ്പണി ഏറെയും ചെയ്തിരുന്നത്.

നാട്ടിലേക്ക് എത്രയും വേഗം മടങ്ങണമെന്നാണ് ഡിങ്ങിന്റെ ഇപ്പോഴത്തെ ആഗ്രഹം. ഒരു ഭർത്താവിനെ കണ്ടു പിടിക്കണം. അതാണ് ഈയിടെയുള്ള പ്രാർത്ഥന.

പൊടുന്നനെ, പാർക്കിന്റെ ഒരു മൂലയിലുള്ള പാറക്കെട്ടിൽ നിന്ന് വെളുത്ത സിംഹം പുറത്തു ചാടി.

ചെറുപ്പക്കാരന് ഉത്സാഹമായി. ചിത്രങ്ങൾ ക്യാമറയിൽ പകർത്തി. ഇതിനിടയിൽ പലപ്പോഴും ക്യാമറ ഡിങ്ങിനു നേർക്ക് പിടിക്കുന്നതും കണ്ടു. ഡിങ് അവന്റെ കൺവെട്ടത്തു നിന്ന് ഒഴിഞ്ഞു മാറാൻ പരമാവധി ശ്രമിച്ചു. സഫാരി പാർക്കിൽ പൊടിക്കാറ്റുയർന്നു. തണൽ വിരിച്ചു നിൽക്കുന്ന ഗാഫ് മരങ്ങൾ ആടിയുലഞ്ഞു. മൃഗങ്ങൾ ഓരിയിട്ടു. എല്ലാവരും വിശ്രമകേന്ദ്രത്തിലേക്ക് നീങ്ങി. അവിടെ കോളയും ബർഗറും മറ്റും നിരത്തിവെച്ച റെസ്റ്റോറന്റിൽ നിന്ന് ആ ചെറുപ്പക്കാരൻ പലതും വാങ്ങിക്കഴിച്ചു. ശൗചാലയത്തിൽ കയറാൻ നടന്നു നീങ്ങിയ ഡിങ്ങിന്റെ പിന്നാലെ അവൻ പതുങ്ങി ചെന്നപ്പോൾ വേണു തടസ്സം നിന്നു. അവൻ കയർത്തു.

“ഹു ആർ യു ബ്ലഡി ഇന്ത്യൻസ്?”

അവൻ ആക്രമിക്കാൻ തുനിഞ്ഞു. വേണു, കൊയ്ത്തു കഴിഞ്ഞ പാടത്തിലെ ആരവങ്ങൾക്കിടയിൽ കെട്ടു പൊട്ടിച്ചോടുന്ന തീചാമുണ്ഡിയെ ഓർത്തു.

■

ബറഹയിലേക്കുള്ള ബസ്

ആഘോഷങ്ങളുടെ ഉന്മാദരാത്രിക്കുശേഷം നഗരം ഉണർന്നു തുടങ്ങുന്നതേ ഉണ്ടായിരുന്നുള്ളൂ. പുകമഞ്ഞിന്റെ നേർത്ത തിരശ്ശീലകൾ കാറ്റിൽ അങ്ങിങ്ങായി തൂങ്ങി നിന്നിരുന്നു. തെരുവോരങ്ങൾ ശൂന്യമായിരുന്നു. വെയിലുണർന്നാൽ ആയിരക്കണക്കിന് വാഹനങ്ങൾ ഇരുവശത്തേക്കും ഇരമ്പിയോടുന്ന റോഡുകൾ ആരെയോ ഭയന്നെന്നപോലെ സങ്കോചിച്ചു കിടന്നു. നിലാവിന്റെ വെള്ള ഉടയാടകൾ അവിടവിടെയായി കാണാം. തലേദിവസം, ഉറങ്ങാതെ, നിശാ ശാലകളിലും മറ്റും, വാരാന്ത്യ അവധിയുടെ ഭ്രാന്തമായ കൊടുമുടി കയറിയവർ തളർന്നുറങ്ങി കിടക്കുകയാകണം. അവർ ഉറക്കത്തിൽ നിന്ന് ഉണരാൻ വൈകിയേക്കും. ജോലിസ്ഥലത്തെത്താനും.

അന്നേരമാണ് ‘C 3’ ബസ് കടന്നു പോകുന്ന കാത്തിരിപ്പ് കേന്ദ്രത്തിലേക്ക് കൗമാരത്തിലേക്കു കടക്കുന്ന ഒരു പെൺകുട്ടി പരിഭ്രാന്തയായി എത്തിയത്. അവളുടെ കണ്ണുകളിൽ ഉറക്കച്ചടവ് കൈകാലുകളിൽ ചോരപ്പാടുകൾ. മിനി സ്കർട്ടു താഴ്ത്തി അവൾ കാൽ മുട്ടുകൾ ഒളിപ്പിച്ചു. ബസ് കാത്തിരിപ്പ് കേന്ദ്രത്തിലെ കസേരകളിലൊന്നിൽ ഇരുന്നു.

സ്കൂളിൽ പോകുന്ന കുട്ടികൾ ഓരോരുത്തരായി സമീപത്തെ കെട്ടിടങ്ങളിൽനിന്ന് ഇറങ്ങി വന്നു. അവരുടെ ചലനങ്ങൾ മടിപിടിച്ചെന്ന പോലെയായിരുന്നു. ഇതിനിടയിൽ അല്പം പൊക്കമുള്ള കുട്ടി, പരിസരം വീക്ഷിച്ച ശേഷം കെട്ടിടത്തിന്റെ പിന്നിലേക്കു പോയി. അവൾ, ഒരു ചെറുപ്പക്കാരനോടു സംസാരിച്ചുകൊണ്ടിരുന്നു. സ്കൂൾ ബസ് വന്നപ്പോൾ അവൾ ഓടിയെത്തി, ഒന്നു തിരിഞ്ഞു നോക്കി... ചെറുപ്പക്കാരൻ കൈ വീശി കാണിച്ചു.

കുട്ടികൾ ഓരോരുത്തരായി ബസിൽ കയറി. പാകിസ്ഥാനിയെന്നു തോന്നിക്കുന്ന ബസ് ഡ്രൈവർ മുതിർന്ന കുട്ടിയെ ചുഴിഞ്ഞു നോക്കി. അവൾ ശ്രദ്ധിക്കാൻ പോയില്ല.

C 3 ബസിനായി എത്തിയ പെൺകുട്ടിക്ക് ബസ് ഡ്രൈവറുടെ ആ നോട്ടത്തിന്റെ അർത്ഥം മനസ്സിലായി. തന്റെ കൈകളിലെ ചോരപ്പാടുകൾ കൈലേസുകൊണ്ട് തുടയ്ക്കാൻ അവൾ വൃഥാ ശ്രമിച്ചു.

C 3 വരാൻ ഇനിയും വൈകുമെന്ന് യാത്രക്കാരുടെ ഷെൽറ്ററിനകത്തെ സ്ക്രീൻ ഓർമിപ്പിച്ചു. അവൾ തലേ ദിവസത്തെ ഓർമകളിലേക്ക് മടങ്ങി. ആ വലിയ ഹോട്ടലിലേക്ക് കൂട്ടുകാരനാണ് ക്ഷണിച്ചത്. ജന്മദിനാഘോഷ മാണെന്നും വരാതിരിക്കരുതെന്നും പറഞ്ഞു. ക്ലാസ്സിൽ എപ്പോഴും കല പില വർത്തമാനം പറയുന്ന അവനെ ഇഷ്ടമായിരുന്നു. പക്ഷേ അത് പുറ മേക്ക് പ്രകടിപ്പിച്ചിരുന്നില്ല.

ക്ലാസ്സിൽ ആരും ഇല്ലാതിരുന്ന നേരത്ത് കൈപിടിച്ചപ്പോൾ എതിർപ്പു പ്രകടിപ്പിച്ചിരുന്നില്ല എന്നേയുള്ളൂ. ആഘോഷത്തിന് കൂട്ടുകാരികൾ പലരും ഉണ്ടാകുമെന്നു അച്ഛനെ വിശ്വസിപ്പിക്കാൻ ഏറെ പാടുപെടേണ്ടി വന്നില്ല. കുട്ടികളായാൽ വീട്ടിൽ തന്നെ ഒതുങ്ങണം എന്നില്ലെന്നു അച്ഛൻ പ്രോത്സാഹിപ്പിക്കുകയും ചെയ്തു. അമ്മ പക്ഷേ കുറേ വഴക്കു പറഞ്ഞു.

“വലിയ നഗരമാണ്. എവിടെയൊക്കെ ചതിക്കുഴികൾ ഉണ്ടാകുമെന്നു പറയാനൊക്കത്തില്ല...”

ഹോട്ടലിന്റെ മട്ടുപ്പാവിൽ അവന്റെ കുറച്ചു കൂട്ടുകാർ മാത്രമേ ഉണ്ടാ യിരുന്നുള്ളൂ. ഉച്ചത്തിൽ സംഗീതം അലയടിച്ചിരുന്നു. അവൻ ഓടി വന്നു കെട്ടിപ്പിടിച്ചു. അവൾക്കു ശീതീകരിച്ച പാനീയം നൽകാൻ പരിചാരക യോട് ആംഗ്യം കാണിച്ചു. പരിചാരക കൂർത്ത തൊപ്പി ധരിച്ച ഒരു മംഗോളി യൻ സ്ത്രീ ആയിരുന്നു. അവർ നൃത്തം ചെയ്തുകൊണ്ടാണ് അതിഥി കൾക്ക് പാനീയങ്ങൾ വിതരണം ചെയ്തിരുന്നത്. കൂട്ടുകാരന്റെ ഓരോ നിർദ്ദേശങ്ങൾ അവൾ അനുസരണയോടെ വേഗത്തിൽ പ്രാവർത്തിക മാക്കി. താൻ പരിഭ്രമിച്ചു. പുറത്തു നഗരം അനേകം പരസ്യപ്പലകകളാൽ തിളങ്ങി നിന്നിരുന്നു. ഏറെയും ആഡംബര ഉത്പന്നങ്ങളുടേത്. എല്ലാ ത്തിലും നടിമാരുടെ ലാസ്യചിത്രങ്ങൾ. ത്രിമാന ചിത്ര പരസ്യങ്ങളിൽ ഇഷ്ടനായികമാരെ കുറേക്കൂടി തെളിഞ്ഞു കണ്ടു. അംബരചുംബികളായ കെട്ടിടങ്ങളുടെ ചുവരുകൾക്ക് അവ അലങ്കാരമായി തൂങ്ങി നിന്നു.

കൂട്ടുകാരികളിൽ ആരെയും കാണാനില്ലല്ലോ... വരൂ, അവൻ തന്നെ മട്ടുപ്പാവിനകത്തെ കുടുസ്സുമുറിയിലേക്ക് കൂട്ടിക്കൊണ്ടു പോയി. പിന്നെ ഒന്നും ഓർത്തെടുക്കാൻ കഴിയുന്നില്ല. ഉണർന്നെണീക്കുമ്പോൾ ദേഹ മാസകലം വേദനിക്കുന്നുണ്ടായിരുന്നു. കൈത്തണ്ടയിൽ ഒരു ചിഹ്നം പച്ച കുത്തിയപോലെ.

പരിചാരിക മാത്രമേ മട്ടുപ്പാവിൽ ഉണ്ടായിരുന്നുള്ളൂ. അവർ കൈ പിടിച്ച്, ലിഫ്റ്റിറക്കി കെട്ടിടത്തിന് താഴെയെത്തിച്ചു എങ്ങോട്ടോ മറഞ്ഞു. അവൾ കൈത്തണ്ടയിലെ ആ ചിഹ്നത്തിൽ ഒന്നു കൂടി നോക്കി. അതിന്റെ വക്കിൽ നഖക്ഷതങ്ങൾ. ചോര പൊടിഞ്ഞിരിക്കുന്നു. അവൻ ഓൺ ലൈൻ ചാലഞ്ച് കളിച്ചതാണെന്നു അവൾ ഊഹിച്ചു. അവൻ എത്രാ മത്തെ ചാലഞ്ച് ആയിരിക്കും പൂർത്തിയാക്കിയിട്ടുണ്ടാവുക എന്ന് കൗതുകപ്പെട്ടു.

C 3 ബസ് ഇരമ്പലോടെ വന്നു നിന്നു. കാലുയർത്താൻ ആയാസ മുണ്ടെന്ന് അവൾക്കു തോന്നി. എന്നാലും പിടിച്ചു കയറി. ബസ്സിൽ അധികം തിരക്കുണ്ടായിരുന്നില്ല.

ഡ്രൈവർ പാകിസ്ഥാനിയാണ്. അയാൾ ഇടയ്ക്കിടെ സ്ത്രീകളുടെ സീറ്റുകളിലേക്ക് കണ്ണു പായിക്കുകയും നിഗൂഢമായി ചിരിക്കുകയും ചെയ്തുകൊണ്ടിരുന്നു.

അയാൾക്ക് കാണാവുന്ന തരത്തിൽ പർദ്ദയണിഞ്ഞ ഒരു ബംഗാളി സ്ത്രീ പുറത്തേക്കു നോക്കിയിരുന്നു. അവർ, ഒരു ഓഫിസ് സെക്രട്ടറി യാണ്. എല്ലാ ദിവസവും രാവിലെ ഇതേ സമയത്ത് ഓഫീസിൽ പോവു കയും വൈകുന്നേരം മടങ്ങുകയും ചെയ്യുന്ന സ്ത്രീയാണ്. അവധി ആഘോഷിക്കാൻ വിദേശത്തു പോയ ബോസ് ഇന്ന് തിരിച്ചെത്തുകയാ ണെന്നും അല്പം കൂടുതൽ ബുദ്ധിമുട്ടേണ്ടി വരുമെന്നും ഡ്രൈവറോട് പറഞ്ഞു. ഡ്രൈവർ എന്തോ അർത്ഥം വെച്ചു ചിരിച്ചു. ഇന്ന് ഓഫീസിൽ ചെയ്യേണ്ട ജോലിയെക്കുറിച്ച് ആ സ്ത്രീമനസ്സിൽ ഒരു ധാരണയുണ്ടാക്കി. എത്തിയ ഉടൻ ബോസിന്റെ മേശയിലെ ലാപ്ടോപ് പ്രവർത്തിക്കുന്നുണ്ടോ എന്നു നോക്കണം. അതിലെ സ്വകാര്യ ആപ്ലിക്കേഷനുകളുടെ പാസ്‌വേഡ് കുറിച്ചു വെയ്ക്കണം. പിന്നെ... അതോർത്തപ്പോൾ ആ സ്ത്രീക്ക് ഉൾ ക്കിടിലം ഉണ്ടായി. സുഖമില്ലെന്നു പറഞ്ഞാലും അയാൾ വിടണമെന്നില്ല. ആരോടെങ്കിലും പരാതിപ്പെട്ടാലോ എന്ന് പല തവണ ആലോചിച്ചതാണ്. പിന്നെ, അതിന്റെ പിന്നാലെ കുറേ ഓടണം. എന്തൊരു കഷ്ടമാണ് ജീവിതം എന്ന് കരുതിപ്പോകുന്നു. ആ സ്ത്രീയുടെ അരികിലാണ് പെൺ കുട്ടി ഇരുന്നത്.

അപ്പോഴാണ്, പെൺകുട്ടിയുടെ മൊബൈലിൽ അമ്മയുടെ നമ്പർ തെളിഞ്ഞത്.

“നീ എവിടെ?”

“ഞാൻ വരുന്നു മമ്മാ. സ്മിതയുടെ വീട്ടിലായിരുന്നു.”

“സ്മിതയോ അതാരാ?”

“ക്ലാസ്സിലെ കുട്ടിയാണെന്നറിഞ്ഞൂടേ?”

“വേണെങ്കിൽ അവൾക്കു കൊടുക്കാം, കൊടുക്കണോ...”

സംസാരം അവസാനിപ്പിച്ചു പെൺകുട്ടി ദൂരേക്കു നോക്കി. ഒരു കള്ളം എത്ര എളുപ്പത്തിലാണ് പറഞ്ഞു ഫലിപ്പിച്ചതെന്നു ഓർത്ത് അഭിമാന മായി.

“വാട്ട് എ ലൈ, യു ഡിഡ് നോട്ട് ഗോൺ ഹോം യെസ്റ്റർഡേ.” അരി കിലെ സ്ത്രീ ചെവിയിൽ ചോദിച്ചു.

“എവിടെയായിരുന്നു ഇന്നലെ?” അവർ അധികാര ഭാവത്തിൽ വീണ്ടും.

അപ്പോഴാണ് ആ സ്ത്രീ പെൺകുട്ടിയുടെ കൈയിലെ ചോരപ്പാടുകൾ കണ്ടത്. സ്ത്രീ മന്ദഹസിച്ചു.

"അതൊക്കെ വൃത്തിയാക്കി വീട്ടിൽ പോകുന്നതല്ലേ നല്ലത്?" ആ സ്ത്രീ സ്നേഹത്തോടെ കൈപിടിച്ചു. എവിടെ പോയി വൃത്തിയാക്കും എന്ന് ആലോചിക്കുകയായിരുന്നു അവൾ. "എന്റെ ഓഫീസ് ഇവിടെ അടുത്താണ്. അവിടെ കൈയും കാലും കഴുകാം."

ശരിയെന്നു അവൾ തലയാട്ടി.

ആ സ്ത്രീയുടെ ഓഫീസ് ഭീമാകാരമായ ഒറ്റ മാർബിൾ ചെത്തിയെടുത്തപോലുള്ള കെട്ടിടത്തിൽ. പല ഭാഗത്തും കണ്ണാടി വാതിലുകൾ. പ്രവേശനകവാടത്തിലെ ശൗചാലയം അവൾക്കായി തുറന്നു കൊടുത്തു. കൈകാലുകൾ കഴുകുന്നതിനിടയിൽ അവൾ കൈത്തണ്ടയിലെ ചിഹ്നത്തിലേക്കു ഒന്നു കൂടി നോക്കി. അതൊരു വ്യാളിയുടെ ചിത്രമാണെന്ന് തെളിഞ്ഞു. അവൾ പുറത്തിറങ്ങിയപ്പോൾ, ആ സ്ത്രീ പർദ്ദയഴിച്ചു വെച്ചിരുന്നു. ഇറുകിയ ജീൻസിനും ടോപ്പിനുമിടയിൽ അവരുടെ ശരീരം മുഴച്ചു നിന്നു.

"വാ, ബോസിനെ പരിചയപ്പെടാം." ബോസിന്റെ മുറി ചിത്രപ്പണികൾ ചെയ്ത വാതിലിന് അപ്പുറമായിരുന്നു. അത് ആ സ്ത്രീ പതുക്കെ തുറന്നു. അവിടെ കറുത്ത് തടിച്ച ഒരാൾ. പാതി മയങ്ങിയ കണ്ണുകളിൽ പെൺകുട്ടി അയാളുടെ ലാപ്ടോപ്പിൽ അത് കണ്ടു.

തന്റെ കൈത്തണ്ടയിലെ അതേ ചിഹ്നം.

■

ഒരു പിടി വറ്റ്

നഗരത്തിന്റെ ഒത്ത നടുവിൽ, വാഹനങ്ങൾ സദാ ഇരമ്പുന്ന പാലത്തിനരികെ പുരാതന കൊട്ടാരം പോലെയാണ് സൂപ്പർമാൾ. റോഡിൽനിന്നും മെട്രോ സ്റ്റേഷനിൽനിന്നും കടൽ കൈവഴിയിൽ നിന്നും നേരിട്ട് മാളിലേക്ക് എത്താം, പുറത്തിറങ്ങാം. നൂറുകണക്കിനാളുകൾ അനുനിമിഷം അവിടേക്ക് ഒഴുകിക്കൊണ്ടിരിക്കും. എല്ലാ ദിവസവും ബാഹുലേയൻ ആൾത്തിരക്കിനിടയിലൂടെ അവിടെ എത്താറുണ്ട്. മാളിലെ ഫുഡ്കോർട്ടിലെ ശുചീകരണമാണ് ജോലി. മാൾ ഒരു കൊട്ടാരമാണെങ്കിൽ ഫുഡ് കോർട്ട് അനേകം കള്ളികളായി തിരിച്ച മൈതാനം. നാല് ചുറ്റും, ലോകത്തിന്റെ വിവിധ ഭാഗങ്ങളിൽനിന്ന് ഭക്ഷണശാലകൾ...

ജോലിയിൽ ചേർന്ന് ഒരു വർഷമായിട്ടും അവിടങ്ങളിലെ വിഭവങ്ങളുടെ പേരുകൾ പോലും ബാഹുലേയന് അറിയില്ല. ബർഗറുകൾ തന്നെ പല തരത്തിൽ. എണ്ണയിൽ പൊരിച്ചെടുത്തതും ഗ്രിൽ ചെയ്തതും ചീസ് ഉള്ളതും ഇല്ലാത്തതും എന്നിങ്ങനെ നിരവധി.

ഓരോന്നിനും ഓരോ പേർ. ബ്രോഡ്വേ, കെ എഫ് സി, ചോപ്പാത്തി, എൻ വൈ സി, ചിക്കിങ് ഒരോരോ കൗണ്ടറുകൾ. രാവിലെ താമസസ്ഥലത്തുനിന്ന് ഭക്ഷണപ്പൊതിയുമായി ബാഹുലേയൻ എത്തുമ്പോൾ അനേകം പേർ കൗണ്ടർ തുറക്കാൻ കാത്തിരിക്കുന്നുണ്ടാവും. കുട്ടികളും മുതിർന്നവരും വിവിധ തരത്തിലുള്ള ഭക്ഷണങ്ങൾക്ക് ആർത്തിയോടെ. അപ്പോൾ ബാഹുലേയന്റെ പൊതിയിലെ ചോറും മീൻചാറും ഒരു അപരിഷ്കൃത വിഭവം ആകും... ആ പൊതി ആരും കാണാതെ, യൂണിഫോം മാറുന്ന ഇരുട്ടുമുറിയിൽ ഒരു മൂലയിൽ സൂക്ഷിച്ച് വെയ്ക്കും... ഉച്ചയ്ക്ക് ആരും കാണാതെ കഴിക്കാനാണ്.

ഇന്ന് ബാഹുലേയൻ ഒന്നും കൊണ്ടു വന്നില്ല.

ഒരു ആഗ്രഹം മനസ്സിലുണ്ട്. ഇന്ന് ഒരു ചിക്കൻ ബർഗർ കഴിക്കണം. മയോണൈസും പച്ചിലകളും ചേർത്ത, ഗ്രില്ലിൽ വേവിച്ച ചിക്കൻ കഷ്ണം വെച്ച ബർഗർ. കുറേക്കാലമായുള്ള ആഗ്രഹമാണ്. പക്ഷേ ഒരു ബർഗറിന് വലിയ വില കൊടുക്കേണ്ടി വരും.

നാട്ടിൽ മക്കളുടെ വിശപ്പടക്കാൻ ഒരു മാസത്തെ അരിക്കും പയറിനുമുള്ള വിലയാകും. മാത്രമല്ല, ഇന്ത്യൻ ഭക്ഷ്യവിഭവങ്ങൾ വിൽക്കുന്ന

ചപ്പാത്തി കൗണ്ടറിലെ ഹിന്ദിക്കാരന്റെ മട്ടും ഭാവവും മനസ്സിന് പിടിക്കില്ല.

ഹാളിൽ നിരത്തിയിട്ടിക്കുന്ന തീൻമേശകളിലെ ഉച്ഛിഷ്ടങ്ങൾ ഒരു ട്രേയിലാക്കി കുപ്പത്തൊട്ടിയിൽ നിക്ഷേപിക്കുന്നതിനിടയിൽ ബാഹുലേയന്റെ ഫോൺ കീർത്തനം ചൊല്ലി. അങ്ങേ തലയ്ക്കൽ ഭാര്യയായിരുന്നു. മകൾക്കു സുഖമില്ല, ആശുപത്രിയിൽ പോകാൻ അല്പം പണം അയയ്ക്കണം.

മകൾക്ക് ഇടയ്ക്കിടെ ആസ്തമ വരാറുണ്ട്. കുഞ്ഞുന്നാളിൽ പോഷകഗുണമുള്ള ഭക്ഷണം കൊടുക്കാൻ പാങ്ങുണ്ടായിരുന്നില്ല. ഭാര്യയ്ക്ക് ഗർഭകാലത്ത് ഒരു ആട്ടിൻസൂപ്പുപോലും തരമാക്കിയില്ല. ചേനയും പയറും വാഴക്കൂമ്പും മാത്രമായി അവളുടെ ഭക്ഷണങ്ങൾ.

ബാഹുലേയൻ മണി എക്സ്ചേഞ്ചിലേക്ക് ഓടി. ഉച്ചയ്ക്ക് തനിക്ക് ഒന്നും കഴിക്കാൻ പണം തികയില്ലെങ്കിലും വേണ്ടില്ല, മകളെ ആശുപത്രിയിലെത്തിക്കണം.

തിരിച്ചു വന്നപ്പോൾ മേശകളിലെല്ലാം അവശിഷ്ടങ്ങൾ. കെന്റക്കി ചിക്കനും ഷൂഷിയും മറ്റും ചിലർ പകുതി കഴിച്ചു സ്ഥലം വിടും. തിരക്കാണ് എപ്പോഴും. പിന്നെ എപ്പോഴും ഫാസ്റ്റ്ഫുഡ് കഴിക്കുന്നതിന്റെ ചെടിപ്പും ഉണ്ടാകും. ഓരോ മേശയിൽ നിന്നും അവശിഷ്ടങ്ങൾ തൂത്തുവാരി ട്രേയിലാക്കി കുപ്പത്തൊട്ടിയിൽ ഉപേക്ഷിക്കുമ്പോൾ ബാഹുലേയന്റെ അടിവയറ്റിൽനിന്ന് വായു ഉരുണ്ടു കയറി. എന്തെങ്കിലും കഴിച്ചാൽ ശമനമുണ്ടാകുമെന്നു ഊഹിച്ചു. ചായയ്ക്ക്പോലും കഴുത്തറുപ്പൻ നിരക്കാണ്.

അപ്പോഴാണ്, ഒരു മേശയിൽ ആരോ ഉപേക്ഷിച്ചു പോയ ഒരു ബർഗർ ശ്രദ്ധയിൽപെട്ടത്. അതിന്റെ പുറത്തെ ടിഷ്യു പേപ്പർ പോലും നീക്കം ചെയ്തിട്ടില്ല. ഫ്രഞ്ച് ഫ്രെയ്സും അതുപോലുണ്ട്. കോളയുടെ കാൽ ഭാഗം കുടിച്ചിട്ടുണ്ട്. ആരും കാണുന്നില്ലെന്ന് ഉറപ്പു വരുത്തി ബർഗർപൊതി കുപ്പായത്തിനകത്തിട്ടു. പക്ഷേ ഒരു പന്ത് പോലെ അത് മുഴച്ചു നിന്നു. ഉച്ഛിഷ്ടമെങ്കിലും ആരും കാണാത്ത ഒരിടത്തു പോയി ബർഗർ അകത്താക്കണം. ശൗചാലയത്തിൽ പോയാലോ എന്ന് ആലോചിച്ചു. അവിടെയും കനത്ത തിരക്കായിരിക്കും. മാളിന്റെ ഒരു മൂലയിൽ നിസ്കാര സ്ഥലമുണ്ട്. ഇടയ്ക്ക് അവിടെ ശുചിയാക്കാൻ പോകാറുണ്ട്. പക്ഷേ, അവിടെ ഭക്ഷണം കഴിക്കുന്നത് ആരെങ്കിലും കണ്ടാൽ അവഹേളിച്ചു എന്ന് തോന്നിയാലോ. പിന്നെയുള്ളത് മാളിന്റെ സംഭരണ സ്ഥലമാണ്. അവിടെ നിറയെ ക്യാമറകളായിരിക്കും. ഓരോ ആളെയും നിരീക്ഷിക്കും.

കുപ്പായത്തിനകത്ത് ബർഗർ പൊതി വീർപ്പുമുട്ടി നിന്നു. ഒടുവിൽ ഉപേക്ഷിക്കാൻ തന്നെ ബാഹുലേയൻ തീരുമാനിച്ചു. മനസ്സില്ലാ മനസ്സോടെ കുപ്പത്തൊട്ടിയിൽ നിക്ഷേപിച്ചു.

ഇതൊക്കെ ബ്രോഡ്‌വേയിലെ സെയിൽസ്ഗേൾ നതാലിയ കാണുന്നുണ്ടായിരുന്നു. അവൾ ഫിലിപ്പൈനിയാണ്. ചെറുപ്പക്കാരിയാണ്. ഒരിക്കൽ, ബാഹുലേയനെതിരെ അവളുടെ സൂപ്പർവൈസറോട് പരാതിപ്പെട്ടിരുന്നു. അവളുടെ മാറിടത്തിലേക്കു തുറിച്ചുനോക്കിയെന്നായിരുന്നു പരാതി.

ബാഹുലേയൻ അന്നേരം വേറെ ഏതോ ചിന്തയിലായിരുന്നു. പക്ഷേ അത് പറഞ്ഞു ഫലിപ്പിക്കാൻ അയാൾക്കായില്ല...

ഭക്ഷണം കഴിക്കാൻ വരുന്നവരിൽ ഏഷ്യക്കാരും യൂറോപ്പുകാരും ആഫ്രിക്കക്കാരും ഒക്കെയുണ്ട്. മിക്കവാറും എല്ലാവർക്കും ഒരേ വേഷം. അനാവൃതമാകുന്ന ദേഹത്തെക്കുറിച്ചു ബോധവതികളേ ആയിരിക്കില്ല. ആരും നോക്കിപ്പോകും. ഓരോ കൗണ്ടറിലെയും സേവനക്കാരും മിക്കപ്പോഴും മാറിടം കൂർപ്പിച്ചാണ് നിൽക്കുക. ഒന്നു കണ്ണ് പാഞ്ഞാൽ അത് തെറ്റിദ്ധാരണയ്ക്കിടയാക്കും എന്നറിയാമായിരുന്ന ബാഹുലേയൻ കൗണ്ടറിനു സമീപം പോയി നിൽക്കാറില്ല. പേടിയാണ്. ഇനിയും പരാതി ഉണ്ടായാൽ ജയിലിലാകും. നാട്ടിൽ ഭാര്യയും കുട്ടികളും വിഷമത്തിലാകും. വെറുക്കും.

വിശപ്പ് കൂടി വന്നു.

ഈയിടെയായി, ഇടയ്ക്കിടെ എന്തെങ്കിലും കഴിച്ചില്ലെങ്കിൽ വായുവിന്റെ അസുഖം വരും. ഒരു ചായ കിട്ടിയാലും മതി. അല്പം അകലെ ഇന്ത്യൻ റെസ്റ്റോറന്റ് ഉണ്ട്. പക്ഷേ, പുറത്തുള്ളതിനേക്കാൾ മൂന്നിരട്ടിയാണ് നിരക്ക്. അപ്പോഴാണ് ശ്രീലങ്കൻ റെസ്റ്റോറന്റിലെ മെലിഞ്ഞ പെൺകുട്ടി കൈ കാട്ടി വിളിച്ചത്. ഏതെങ്കിലും മേശയിലെ മാലിന്യം കളയാനായിരിക്കും...

അവൾക്ക് കഷ്ടിച്ച് മലയാളം പറയാൻ അറിയാം. ജാഫ്നയിൽ നിന്നോ മറ്റോ ആണ്. ആഭ്യന്തര കലാപ സമയത്തു നാടു വിട്ടു. ചെന്നൈ വഴി ഈ ഗൾഫ് നഗരത്തിൽ എത്തിയതാണ്. കുറേ കാലമായി അവൾ നാട്ടിൽ പോയിട്ട്. അവധി ദിവസങ്ങളിലും അവൾ ജോലി ചെയ്യുന്നത് കാണാം.

അവളുടെ കൗണ്ടറിൽ അധികം തിരക്കുണ്ടാകാറില്ല. ശ്രീലങ്കൻ ഭക്ഷണം അത്ര പ്രശസ്തമല്ല. മാളിലെത്തുന്ന ശ്രീലങ്കക്കാർ പഴയ രുചി ഓർമ പുതുക്കാൻ എത്തിയാലായി. വാസ്തവത്തിൽ അപ്പോഴും അവരുടെ കണ്ണ് കെന്റക്കിയിലും ബ്രോഡ്‌വേയിലും ഒക്കെയാണ്.

വൈഷ്ണവി, ശ്രീലങ്കക്കാരി മെലിഞ്ഞ പെൺകുട്ടി, ബാഹുലേയനെ അടിമുടി ഒന്നു നോക്കി. “എന്നാ പരവേശം?” അവൾ ചോദിച്ചു.

വിശക്കുന്നു എന്ന് പറയാൻ ബാഹുലേയന്റെ അഭിമാന ബോധം സമ്മതിച്ചില്ല. മാത്രമല്ല, ശ്രീലങ്കൻ ഭക്ഷണം വെറുതെ തന്നാലും വേണ്ട. ഉപ്പും പുളിയും അധികമില്ലാത്ത മീൻകറിയുടെ രുചി പിടിക്കില്ല. ചിലപ്പോൾ ഛർദ്ദിച്ചു പോകും.

“ഹേയ് ഒന്നുമില്ല.”

“നില്ല്... ഞാനിപ്പോ വരാം...” വൈഷ്ണവി അകത്തേക്ക് പോയി.

കൈ കഴുകി ടിഷ്യു പേപ്പറിൽ തുടച്ചു. അവൾ വാനിറ്റി ബേഗിൽ നിന്ന് രണ്ടോ മൂന്നോ ഡോളർ എടുത്തു നീട്ടി.

“പോയി, ഭക്ഷണം കഴിച്ചോ... എപ്പോഴെങ്കിലും തിരിച്ചു തന്നാൽ മതി. പക്ഷേ ഭക്ഷണം കഴിച്ചു കഴിഞ്ഞാൽ നല്ലോണം കൈ കഴുകണം. അവരെപ്പോലെ ടിഷ്യു പേപ്പറിൽ തുടച്ചാൽ പോരാ...”

അവൾ ചിരിച്ചു.

ബാഹുലേയൻ പണം വാങ്ങി. ആദ്യമായി ആ കൂറ്റൻ മാളിലെ, പകുതിലേറെയും അനാവൃതമാക്കപ്പെട്ട അനേകം പെൺശരീരങ്ങൾക്കിടയിലെ ഗന്ധങ്ങൾക്കിടയിലൂടെ ഒരു പിസ്സ വാങ്ങാൻ വരി നിന്നു, വിശന്നു കരിഞ്ഞ വയറായിരുന്നിട്ടും ആ പിസ്സ ദഹിക്കാതെ കിടക്കുമെന്നറിഞ്ഞ് ബാഹുലേയൻ, പിൻമടങ്ങി. ആ ഡോളർ കൊണ്ട്, നാട്ടിലേക്ക് വിളിക്കാൻ ഒരു ടെലിഫോൺ കാർഡ് വാങ്ങി.

■

അരൂപി

അരൂപിയായ കാറ്റിനെപ്പോലും എനിക്ക് കാണാൻ കഴിയുമായിരുന്നു. ചിലപ്പോൾ അത് വെള്ളരിപ്രാവിന്റെ രൂപത്തിൽ വന്നു. മറ്റു ചിലപ്പോൾ കൂറ്റൻ ചിറകുകളുള്ള കഴുകനായിരുന്നു. നദീതീരത്തെ പുൽമേട്ടിൽ കളിച്ചുകൊണ്ടിരിക്കെ അതൊരിക്കൽ ചുഴലിയായി. അപ്പോൾ, രാക്ഷസ രൂപമായിരുന്നു. അത് സർവതിനെയും കടപുഴക്കിയെറിയുമെന്ന് ഞാൻ കൂട്ടുകാരോട് പറഞ്ഞു. അവർ, അത് വിശ്വസിച്ചില്ല. കളിതുടർന്നു. ഞാൻ പറഞ്ഞതുപോലെ, സംഭവിച്ചു. ഞങ്ങളെ ഒന്നാകെ, പുഴയിലേക്കു വലിച്ചെറിഞ്ഞു. ഞങ്ങൾ അല്പനേരം ജലത്തിനടിയിൽ ഒളിച്ചു. കാറ്റ് നിമിഷനേരംകൊണ്ട് എങ്ങോട്ടോ പോയ്മറഞ്ഞു.

ചിത്രശലഭങ്ങൾ എന്റെ കൂട്ടുകാരായിരുന്നു. പള്ളിപ്പറമ്പിൽ നിറയെ, നിരവധിവർണങ്ങളിൽ, വലുപ്പത്തിൽ തുമ്പികളുണ്ടായിരുന്നു. മഞ്ഞ വാരിത്തേച്ച ശലഭങ്ങൾ എനിക്ക് വലിയ ഇഷ്ടമായിരുന്നു. അവ, എപ്പോഴും എന്റെ ചുറ്റും വട്ടമിട്ടു പറന്നു.

മഴക്കാലത്തിന്റെ വരവറിയിച്ച് ഈയാംപാറ്റകൾ വന്നുമൂടും. വിളക്കുകൾക്ക് ചുറ്റും അവ നൃത്തം വെയ്ക്കും. പക്ഷേ, കൂടുതലായാൽ ശല്യമാണ്. അവ, പലയിടത്തായി കൂമ്പാരമായി കിടക്കും. പിന്നെ മഴയുടെ ആരവം. പുതുമണ്ണിന്റെ ഗന്ധം. പുൽനാമ്പുകളുടെ ലാസ്യത...

“ഇതൊന്നും ഞാൻ അനുഭവിച്ചിട്ടില്ല. അനേകം കെട്ടിടങ്ങളും വാഹനങ്ങളും സൂപ്പർമാർക്കറ്റുകളുമാണ് ഞാൻ കുഞ്ഞുന്നാളിലേ പരിചയിച്ചത്. പാഠപുസ്തകത്തിൽ പോലും ഇത്തരം കാര്യങ്ങൾ ഉണ്ടായിരുന്നില്ല” - അവൻ, കൂറ്റൻ കെട്ടിടത്തിന്റെ പതിമൂന്നാം നിലയിലെ അപ്പാർട്ട്മെന്റ് ജനാലയുടെ ഓരത്ത് നിന്ന് നഗരത്തെ നോക്കിപ്പറഞ്ഞു.

മറ്റൊന്നുകൂടി. എനിക്ക് പ്രവചിക്കാൻ അറിയുമായിരുന്നു. പള്ളിപ്പറമ്പിൽ ആർക്കെങ്കിലും ഖബർ കുഴിക്കുമ്പോൾ, ഞാൻ പറയും. അവിടെ വേണ്ട. അടിയിൽ, ജീർണിക്കാത്ത മൃതശരീരമുണ്ട്. കിണർ കുഴിക്കുന്നതിനു മുമ്പ്, വെള്ളം കിട്ടാവുന്ന സ്ഥലമാണോയെന്ന് എനിക്ക് ഊഹിക്കാൻ കഴിയും. ഒരാളെ കാണാതായാൽ, എവിടെ ഉണ്ടാകുമെന്ന് ഞാൻ ഗണിച്ച് പറയുമായിരുന്നു. എന്റെ നിഗമനങ്ങൾ തെറ്റാറില്ലായിരുന്നു.

ഒരിക്കൽ, ഖബർ കുഴിച്ചപ്പോൾ അഴുകാത്ത ഒരു ജഡം കിട്ടി. മസ്ജിദിലെ ഇമാം എന്നെ വിളിപ്പിച്ചു. എത്രനാൾ പഴക്കമുണ്ടെന്ന് ഇമാമിന് അറിയണം. ഞാൻ ജഡത്തിലേക്കു നോക്കി. നിഷ്കളങ്കത തുളുമ്പുന്ന മുഖം. എന്റെയുള്ളിൽ നൂറ്റാണ്ടുകളുടെ ഇരമ്പലുണ്ടായി. മുന്നൂറ് വർഷമെങ്കിലും പഴക്കമുണ്ട്. അല്ലാഹു അക്ബർ, എന്ന് ഏവരും അവരറിയാതെ നിലവിളിച്ചുപോയി. പിന്നീട്, പുരാവസ്തു ഗവേഷകർ വന്ന് സ്ഥിരീകരിച്ചു. അന്നാണ് ആ പഴയ മസ്ജിദിന്റെയും ശ്മശാനത്തിന്റെയും പ്രായം തിട്ടപ്പെടുത്തിയത്. ആ ശ്മശാനത്തിലെ ആദ്യത്തെ ജഡമായിരുന്നു ആ കുഞ്ഞിന്റേത്. ഇത്ര വർഷമായിട്ടും ഒരു പോറലും ഏൽക്കാതെ എങ്ങനെ? അത്തരം അദ്ഭുതങ്ങൾക്ക് ഉത്തരമില്ല, സുഹൃത്തേ.

“എനിക്ക് നിന്റെ നാട് കാണണമെന്നുണ്ട്. നടക്കുമോ”- അവൻ മൊബൈൽ ഫോൺ സോഫയിലേക്ക് എറിഞ്ഞിട്ട് ചോദിച്ചു. ഞാൻ ആലോചിച്ചു. പണ്ടത്തെപ്പോലെ, പ്രവചനസിദ്ധി ഇപ്പോഴില്ല. അതിന്റെ ആവശ്യവുമില്ല. അവന്റെ കൈയിൽ പണവുമുണ്ട്. വേണമെങ്കിൽ ഇപ്പോൾ തന്നെ വിമാനത്താവളത്തിലേക്ക് പോകാമെന്നേയുള്ളൂ.

പോകാമല്ലോ, അതിനെന്താ? അങ്ങനെയാണ് ഞങ്ങൾ എന്റെ നാട്ടിലേക്ക് പുറപ്പെട്ടത്. വിമാനത്താവളത്തിൽ നിറയെ ആളുകളുണ്ടായിരുന്നു. എമിഗ്രേഷൻ കൗണ്ടറിൽ അവന് പ്രത്യേക പരിഗണന ഉണ്ടായിരുന്നതിനാൽ, എളുപ്പം നടപടിക്രമങ്ങൾ തീർന്നു. വിമാനത്തിന്റെ സമയം ആകുന്നതേയുള്ളൂ. അവൻ, റെസ്റ്റോറന്റിൽനിന്ന് രണ്ട് കാപ്പുച്ചിനോ കൊണ്ടുവന്നു. അതിന് വല്ലാത്ത കൈപ്പുണ്ടായിരുന്നു. ഞാൻ ഒരിറക്ക് കുടിച്ചതേയുള്ളൂ. കുപ്പത്തൊട്ടിയിൽ നിക്ഷേപിച്ചു. വിമാനത്തിൽ അവൻ ശാന്തമായി ഉറങ്ങി. നഗരത്തിൽ നിന്ന് അല്പം അകലെയാണ് എന്റെ നാട്. മേഘപാളികൾക്കിടയിൽ വിമാനം താഴ്ന്നപ്പോൾ എനിക്ക് പച്ചപുതച്ച കടൽത്തീരം കാണാനായി. ഞാൻ അവനെ വിളിച്ചുണർത്തി ആ ദൃശ്യം കാണിച്ചു. അവൻ കൗതുകത്തോടെ, ആ കാഴ്ചയിൽ അഭിരമിച്ചു.

വിമാനത്താവളത്തിലെ നടപടിക്രമങ്ങൾ പിന്നിട്ട്, ടാക്സിയിൽ ഞങ്ങൾ കയറി. രാത്രിയിൽ പെയ്ത മഴയുടെ അവശിഷ്ടങ്ങൾ വഴിയിൽ എമ്പാടും ഉണ്ടായിരുന്നു. മിക്ക മതിലുകളിലും കണ്ണാന്തളിപ്പൂക്കൾ ചിരിച്ചു നിന്നു. വയൽ വരമ്പുകളിൽ കൊക്കുകളും കാക്കകളും മൈനകളും പറന്നുല്ലസിച്ചു.

വീട്ടുമുറ്റത്ത് ഉമ്മ പതിവുപോലെ, കാത്തുനിന്നിരുന്നു.

“നീ ക്ഷീണിച്ചു പോയല്ലോ?”

ഞാൻ എത്ര തടിച്ചുകൊഴുത്താലും ഉമ്മ അങ്ങനെയേ പറയൂ. എന്റെ പിറകിൽ അപരിചിതനെക്കണ്ട് ചോദിച്ചു.

“ഇതാര്?”

“എന്റെ കൂട്ടുകാരനാ, കുറച്ചീസം ഇവിടെ ഉണ്ടാകും.”

നാലുകെട്ടിന്റെ വടക്കേയറ്റത്തുള്ള മുറിയാണ് അവന് ഒരുക്കിക്കൊടുത്തത്. വീട്ടിത്തടിയിൽ തീർത്ത വലിയ കട്ടിൽ കണ്ട്, അവൻ അദ്ഭുതപ്പെട്ടു. ഇതിൽ പത്തുപേർക്ക് കിടക്കാമല്ലോയെന്ന അവന്റെ ആത്മഗതം എനിക്കു കേൾക്കാനായി.

അടുത്ത മുറിയിൽ, ഉപ്പ പണ്ട്, കിടന്നിരുന്ന കട്ടിലിൽ ഞാൻ ജനാലയ്ക്കരികിൽ ചെരിഞ്ഞ് കിടന്ന് പുറത്തേക്കു നോക്കി.

ഉമ്മ, കിണറ്റുകരയിൽ എത്തി വെള്ളം കോരുന്നതു കണ്ടു. വീട്ടിൽ അനേകം കുളിമുറികളും ടാപ്പുകളും ഉണ്ടായിട്ടും നിസ്കരിക്കുന്നതിനുള്ള അംഗശുദ്ധി വരുത്താൻ ഉമ്മ ഇപ്പോഴും കിണറ്റിൽ നിന്നു വെള്ളം കോരും. അത് ശീലമാണ്. അംഗശുദ്ധി വരുത്തിയശേഷം ആകാശത്തേക്ക് കൈയുയർത്തി, അല്പനേരം പ്രാർഥിച്ച ശേഷമാണ് നിസ്കാരപ്പായയിലേക്ക് കടക്കുക.

പൊടുന്നനെ, ഉമ്മയുടെ അരികിൽ അവൻ പ്രത്യക്ഷപ്പെട്ടു. അവർ തമ്മിൽ എന്തോ സംസാരിച്ചു. ഉമ്മ നിസ്കരിക്കാൻ പോയി. രാത്രി, ഭക്ഷണം കഴിക്കാനിരിക്കുമ്പോൾ, ഉമ്മ വീടിന്റെ ആധാരം കൊണ്ടുവന്നു.

“നാളെ, രജിസ്റ്റർ ആപ്പീസിൽ ഒന്ന് പോകണം...”

എനിക്കൊന്നും മനസ്സിലായില്ല.

ഉമ്മ തുടർന്നു: “എന്റെ കാലശേഷം നിനക്ക് ഇതൊക്കെ ബുദ്ധിമുട്ടാകും. ഇപ്പോഴേ എഴുതിവെച്ചാൽ ഭാരം ഒഴിഞ്ഞുകിട്ടും.”

കൂട്ടുകാരൻ കണ്ണിറുക്കിച്ചിരിച്ചു. കുറച്ചു നേരമായി അവന്റെ പെരുമാറ്റത്തിൽ അസ്വാഭാവികതയുണ്ട്. അവൻ ചിലപ്പോൾ പൊടുന്നനെ എന്റെ പിന്നിൽ. അല്ലെങ്കിൽ ഉമ്മയുടെ പിന്നിൽ.

രാത്രി, കനത്ത മഴ പെയ്തു. ജനാലകൾ വലിയ ശബ്ദത്തോടെ അടയുകയും തുറക്കുകയും ചെയ്തു. പഴയ വീടായതിനാൽ അനേകം മരജനാലകളുണ്ട്. ഉമ്മയുടെ മുറിയിൽ വെളിച്ചം അണഞ്ഞിട്ടില്ല. കൂട്ടുകാരൻ കിടന്ന മുറിയിൽ ഇരുട്ട് ഘനീഭവിച്ചിരുന്നു. അവനെ കാണാൻ കഴിയുമായിരുന്നില്ല. പറമ്പിൽ, വലിയ മരം കടപുഴകി വീഴുന്ന ശബ്ദം കേട്ടു. വൈദ്യുതിയും പോയി.

പക്ഷേ, ഉമ്മയുടെ മുറിയിൽ അപ്പോഴും പ്രകാശമുണ്ട്. മെഴുകുതിരിയുടെ വെളിച്ചത്തിൽ ഉമ്മ ഖുർആൻ ഓതിക്കൊണ്ടിരിക്കുന്നു. പണ്ട്, വൈദ്യുതി വരുന്നതിനു മുമ്പ് മണ്ണെണ്ണ വിളക്കിന്റെ വെളിച്ചത്തിൽ കണ്ട ഉമ്മയുടെ മുഖം ഓർമ വന്നു. അതേ ചൈതന്യം. പൊടുന്നനെ, ഉമ്മയുടെ പിന്നിൽ അവൻ പ്രത്യക്ഷപ്പെട്ടു. അവന്റെ നിഴൽ ഉമ്മയുടെ ദേഹത്ത് പതിച്ചു. നിഴൽ വളർന്നുകൊണ്ടിരുന്നു; ഉമ്മയുടെ ദേഹം മുഴുവനായും മൂടുന്നതു വരെ.

■

ഇന്ത്യയും ബംഗ്ലാദേശും ഒരു ക്രിക്കറ്റ് മത്സരം

മുസഫർനഗറും സാതിർ ലേബർ ക്യാമ്പും തമ്മിൽ അധികം വൈകാതെ ഒരു രഹസ്യ ഉടമ്പടി ഒപ്പുവെയ്ക്കുമെന്ന് നിതേഷിന് തോന്നി. മുസഫർ നഗറിലെ ഒരു ഇടുങ്ങിയ തെരുവിൽ ആയുധധാരികൾ ആർപ്പുവിളികളുമായി ഓടുന്ന ദൃശ്യം ടെലിവിഷൻ ചാനൽ കാണിച്ചപ്പോഴായിരുന്നു അത്. അപ്പോൾ, സാതിർ ലേബർ ക്യാമ്പിലെ അനേകം മുറികളുള്ള കെട്ടിടത്തിനു പിൻവശത്തെ ഓടയിൽ ഒരു ബംഗ്ലാദേശി നിലംപതിച്ചതിന് ചുറ്റും കുറേപേർ തടിച്ചുകൂടിയിരുന്നു. ബംഗാളിയെ വലിച്ചു കയറ്റുന്നതിന്റെ ആരവം നിതേഷിന് കേൾക്കാനായി. അയാൾ പൊടുന്നനെ ടെലിവിഷൻ ഓഫ് ചെയ്തു. പുറത്തെ ബഹളം കേൾക്കാതിരിക്കാൻ തയലണയിൽ ചെവി അമർത്തി. ആളുകൾക്ക് ഭ്രാന്ത് പിടിച്ചിരിക്കും. ബംഗ്ലാദേശികൾ ഇനി കണ്ണിൽ കണ്ടവരെയൊക്കെ അടിച്ചോടിക്കും. അതിൽ ഇന്ത്യക്കാരും പാക്കിസ്ഥാനികളും ഒക്കെ ഉൾപ്പെടും. ആക്രമണങ്ങൾക്ക് വ്യാപകമായി ക്രിക്കറ്റ് ബാറ്റും സ്റ്റമ്പും ഉപയോഗിക്കുന്നുവെന്നതാണ് ഖേദകരം. ക്രിക്കറ്റ് യുദ്ധത്തിനുള്ളതല്ല... മനസ്സുകളെ ഒരുമിപ്പിക്കാനുള്ളതാണ്. ഇന്ത്യക്കാർക്കും ബംഗ്ലാദേശികൾക്കും പാക്കിസ്ഥാനികൾക്കും പ്രത്യേകം ടീമുകളുണ്ട്. ഇന്ത്യക്കാരുടെ ടീമിൽ നിതേഷ് ഓപ്പണറാണ്.

ഏത് പന്തിനെയും അടിച്ചുതകർക്കുക എന്നതാണ് നിതേഷിന്റെ നയം. മരുഭൂമിയിൽ സിമന്റിട്ട് തയ്യാറാക്കിയ ക്രീസിൽ പന്ത് കുത്തിയുയരും. പക്ഷേ, നിതേഷ് ബൗൺസറുകളെപ്പോലും അതിർത്തി കടത്തും.

കുഞ്ഞുന്നാളിലേയുള്ള ശീലമാണത്. ഏവരും സച്ചിൻ ടെൻഡുൽക്കറെ ആരാധിച്ചപ്പോൾ നിതേഷ് വിരേന്ദർ സേവാഗിനെ ഇഷ്ടപ്പെട്ടു. പയ്യാമ്പലത്തെ കടൽത്തീരത്ത് ടെന്നീസ് പന്തുകൊണ്ട് കളിക്കുമ്പോഴും തലശ്ശേരിമൈതാനത്ത് ബ്രണ്ണൻ കോളേജിനു വേണ്ടി പാഡണിഞ്ഞപ്പോഴും ഒരേ സമീപനം. ഇടയ്ക്ക് നിതേഷിന്റെ ഫോം നഷ്ടപ്പെട്ടു. അക്കാലത്ത് കണ്ണൂരിൽ സി.പി.എം.- ആർ.എസ്.എസ്. സംഘർഷം കനത്തിരുന്നു. പലപ്പോഴും ക്രിക്കറ്റ് മൈതാനങ്ങളിലും അനാവശ്യമായി വാക്കേറ്റങ്ങളുണ്ടായി. സുഹൃത്തുക്കൾ തമ്മിലടിക്കുന്നത്, നിതേഷിന്

അലോസരമായി. അക്കാലത്ത്, നിതേഷ് ബാറ്റുചെയ്യുമ്പോൾ സ്ലിപ്പിൽ ഒരു ഫീൽഡറെ കൂടി എതിർടീം ക്യാപ്റ്റൻ നിർത്തും. മിക്കവാറും നിതേഷ് പുറത്താകുന്നത് ആ ഫീൽഡർക്ക് ക്യാച്ച് നൽകിയാണ്. ഏകാഗ്രത നഷ്ടപ്പെടുന്നതുകൊണ്ടാണത്. അല്ലെങ്കിൽ, നിതേഷ് സംസ്ഥാന ടീമിൽ എത്തുമായിരുന്നു. നിതീഷ് ക്രിക്കറ്റിലും ജീവിതത്തിലും പരാജയപ്പെടുമെന്ന് കണ്ട്, കൂട്ടുകാരനും ബ്രണ്ണൻ ടീം ക്യാപ്റ്റൻമായിരുന്ന ഉസ്മാനാണ് വിസ സംഘടിപ്പിച്ചു കൊടുത്തത്.

ഉസ്മാൻ പറഞ്ഞു: "അവിടെ ചെന്നാലും ക്രിക്കറ്റ് ഒഴിവാക്കണ്ട. നിന്റെ പ്രശ്നം മനസ്സിന്റേതാണ്. മാത്രമല്ല, ബാറ്റിംഗിന്റെ അടിസ്ഥാന പാഠങ്ങൾ മറന്നു. നീ ഫുട്വർക്കിൽ ശ്രദ്ധിക്കുന്നില്ല. ഷോട്ട്പിച്ച് പന്തുവരുമ്പോൾ ബാക്ക് ഫുട്ടിൽ പോകുന്നില്ല. പന്ത് സ്വിംഗ് ചെയ്യുമ്പോൾ ലീവ് ചെയ്യുന്നില്ല."

ആലോചിച്ചപ്പോൾ ശരിയാണെന്ന് തോന്നി. സാതിറിലെ സിമന്റ് പിച്ചിൽ ബാറ്റിംഗ് കുറേക്കൂടി എളുപ്പമാണെന്ന് പരിശീലനം നടത്തുമ്പോൾ മനസ്സിലായി. ഫാക്ടറിയിലെ ജോലി കഴിഞ്ഞ് മുറിയിലെത്തുമ്പോൾ വൈകുമെങ്കിലും വെറുതെ ബാറ്റുമായി പുറത്തിറങ്ങും. വെള്ളിയാഴ്ച അവധിദിവസങ്ങളിൽ രാവിലെ എണീറ്റ് മൈതാനത്തെത്തും. മരുഭൂമിയുടെ പല ഭാഗങ്ങളിലായി വേറെയും ടീമുകൾ പരിശീലനം നടത്തുകയോ ചേരിതിരിഞ്ഞ് കളിക്കുകയോ ചെയ്യുന്നത് കാണാം. ഓരോ രാജ്യക്കാർക്കും ഒന്നിലധികം ടീമുകളുണ്ട്.

മലയാളികൾക്കു മാത്രമായി ഒരു ടീം എന്ന ആശയം കൊണ്ടുവന്നത് നിതേഷാണ്. അതിൽ ഹിന്ദുക്കളും മുസ്ലിംകളും ക്രിസ്ത്യാനികളും കമ്യൂണിസ്റ്റുകാരും ഉൾപ്പെട്ടു. ഉത്തരേന്ത്യക്കാരുടെ ടീമിൽ മുസ്ലിംകൾ ഉണ്ടായിരുന്നില്ല. ബംഗ്ലാദേശി ടീമിലും പാക്കിസ്ഥാൻ ടീമിലും മറ്റു മതസ്ഥരും ഉൾപ്പെട്ടില്ല. ബോധപൂർവം ചെയ്തതല്ല, അങ്ങനെ ഭവിച്ചതാണ്.

മുസഫർപൂരിൽ ഗല്ലിയിൽ ക്രിക്കറ്റ് കളിക്കുമ്പോൾ മസ്ജിദിന്റെ മിനാരത്തിലേക്ക് പന്തു വീണു എന്നതായിരുന്നു കലാപത്തിന്റെ തുടക്കം. സാതിറിൽ, ഉത്തരേന്ത്യക്കാരുടെ മൈതാനത്തിന്റെ അതിർത്തി ബംഗ്ലാദേശികൾ കൈയേറിയെന്നതും. മുമ്പ്, ഇത്തരം കാര്യങ്ങൾക്ക് പാക്കിസ്ഥാനികളും ബംഗ്ലാദേശികളും കലഹിക്കുമായിരുന്നു.

കലഹം മൂത്താണ് അടിപിടിയായത്. നിതേഷിന്റെ ടീം ഇതിനൊന്നും ശ്രദ്ധകൊടുത്തില്ല. എന്നാലും ബംഗ്ലാദേശികൾ പ്രകോപനം നടത്തി. നേരിട്ടത്, നിതേഷിനൊപ്പം ഇന്നിംഗ്സ് ഓപ്പൺ ചെയ്യുന്ന താഹിർ. അപ്പോഴാണ് ആരോ പറഞ്ഞത്, 'നമുക്കൊരു ക്രിക്കറ്റ് മത്സരം ആകാമെന്ന്.'

അങ്ങനെ വെള്ളിയാഴ്ച ബംഗ്ലാദേശി ടീമും കേരള ടീമും ഏറ്റുമുട്ടാൻ കളമൊരുങ്ങി. നിതേഷിലായിരുന്നു കേരള ടീമിന്റെ പ്രതീക്ഷ. നിതേഷ് അടിച്ചുതകർത്താൽ ജയിക്കുമെന്നുറപ്പ്. ജയിക്കാൻവേണ്ടി ബംഗ്ലാദേശികൾ എന്ത് തറവേലയും ചെയ്യുമെന്ന് താഹിർ ഓർമിപ്പിച്ചു. നിതേഷിനെ

പ്രകോപിപ്പിച്ച് തളർത്തിയേക്കാം. അപകടത്തിൽപ്പെടുത്തിയേക്കാം. മത്സരത്തിന്റെ തലേന്നാണ് മുസഫർനഗറിലെ കലാപദൃശ്യങ്ങൾ വാട്സ് ആപ്പിലൂടെയും പ്രചരിച്ചത്. ഒരു കൂട്ടം ആളുകൾ ത്രിശൂലങ്ങളുമായി തെരുവിലൂടെ ഓടുന്നതും ഒരു വൃദ്ധസ്ത്രീയെ ആക്രമിക്കുന്നതുമായ ദൃശ്യങ്ങളാണത്.

അന്നേ ദിവസമാണ് ഒരു ബംഗ്ലാദേശി ഓടയിൽ നിലം പതിച്ച വിവരം പരന്നത്. കുറേനേരത്തേക്ക് സാതിർ ലേബർ ക്യാമ്പ് നിഗൂഢമായ നിശ്ശബ്ദതയിലാണ്ടു.

ആർക്കും പരസ്പരം വിശ്വാസമില്ലാത്തതുപോലെയായി. പിറ്റേ ദിവസത്തെ കളിയുടെ കാര്യങ്ങൾ ചർച്ച ചെയ്യാൻ താഹിർ നിതേഷിന്റെ റൂമിലെത്തി. ബംഗ്ലാദേശികളെ പരാജയപ്പെടുത്തുക എളുപ്പമല്ലെന്ന് നിതേഷിനെ ഓർമിപ്പിച്ചു. “നീ തുടക്കത്തിൽ തന്നെ കൂറ്റനടിക്ക് നിക്കണ്ട. നീ ക്രീസിൽ ഏറെ നേരം നിന്നാലേ രക്ഷയുള്ളൂ.”

നിതേഷിന്റെ മനസ്സ് അപ്പോൾ തലശ്ശേരി മൈതാനത്തിനരികിലെ കൂറ്റൻ മരത്തിന്റെ തണലിലായി. അന്ന്, പരാജയപ്പെട്ട മത്സര ദിവസം കോച്ച് പറഞ്ഞത്, ഇതേ വാക്കുകൾ. തന്റെ സ്വാഭാവിക രീതി തന്നെയല്ലേ, ഉചിതം. ആദ്യ പന്ത് അതിർത്തി കടത്തുക. ആക്രമണത്തെ പ്രതിരോധിക്കേണ്ടത്, വീര്യത്തോടെയുള്ള പ്രത്യാക്രമണം കൊണ്ടാണ്. താഹിർ ശുദ്ധ മനസ്സുകൊണ്ടാണ് ഉപദേശിക്കാൻ വന്നത്. പക്ഷേ, തന്റെ അനുഭവം തനിക്കല്ലേ, അറിയൂ.

കളി ജയിക്കേണ്ടത് പല നിലയ്ക്കും അനിവാര്യമായിരുന്നു. ബംഗാളികളുടെ ഔദ്ധത്യം അവസാനിച്ചാൽ മാത്രമേ, ലേബർ ക്യാമ്പിൽ സമാധാനമുണ്ടാകൂ. ആയുധങ്ങൾകൊണ്ട് അവരെ കീഴ്പ്പെടുത്താനാകില്ല. വകതിരിവില്ലാത്ത കൂട്ടരാണ്. കൂട്ടത്തിൽ കൂടോത്രവും നടത്തും. എതിരാളിയുടെ മുറിക്കു പുറത്ത് മന്ത്രിച്ചൂതിയ മുട്ട കുഴിച്ചിടും. അത് എല്ലാവരോടും പറയും. ദുർബല മനസ്കർ പേടിക്കും.

ലേബർ ക്യാമ്പിൽ മദ്യവിതരണം അവരുടെ കുത്തകയാണ്. നേരത്തെ, പാക്കിസ്ഥാനികളും പഞ്ചാബികളും ഉണ്ടായിരുന്നു. അവരെ ബംഗ്ലാദേശികൾ അടിച്ചോടിച്ചു.

നിതേഷും താഹിറും ബാറ്റിംഗിനിറങ്ങിയപ്പോൾ കാണികളായ ബംഗ്ലാദേശികൾ കൂവി. 20 ഓവറിൽ 180 റൺസെടുക്കേണ്ടിയിരുന്നു. നിതേഷിൽ മാത്രമാണ് പ്രതീക്ഷ. എന്നാൽ, കാര്യങ്ങൾ തകിടം മറിഞ്ഞു. താഹിറാണ് അടിച്ചുതകർത്തത്. ഓരോ പന്തിനെയും വന്യമായ കരുത്തോടെ താഹിർ അതിർത്തി കടത്തിക്കൊണ്ടിരുന്നു. തന്റെ ഊഴം വരുമ്പോൾ നിതേഷ് ഒരു റണ്ണെടുത്ത് സ്ട്രൈക്ക് താഹിറിനു കൈമാറും.

താഹിറിന്റെയുള്ളിൽ ഇപ്പോൾ ആവേശത്തിന്റെ കടലിരമ്പങ്ങൾ മാത്രമാണെന്ന് തോന്നും. അവൻ, തലശ്ശേരി മൈതാനത്തിൽ നിന്ന് ഏറെ

അകലെ, സാതിറിലെ മരുഭൂമിയുടെ ഒത്ത നടുവിലാണെന്ന് മറന്നു പോയിരിക്കണം. അവന്റെ കൈകളിൽ പണ്ട്, ബീഡിതെറുപ്പുകാരനായ ഉപ്പ വെച്ചുനീട്ടിക്കൊടുത്ത ബീഡിതെറുപ്പു തവയിൽ, കൈകൾ ചലിപ്പിച്ച പോലെ മാന്ത്രികവിദ്യ കടന്നുകൂടിയിരിക്കണം. എല്ലാ അനീതികൾക്കു മെതിരെ പോരാടാനുള്ള കരുത്ത് ഓരോ കൈകൾക്കുമുണ്ടെന്ന് ഓർത്തിരിക്കണം.

നിതേഷിന്റെയും താഹിറിന്റെയും ഇന്നിംഗ്സിന്റെ ബലത്തിൽ ഇന്ത്യ ബംഗ്ലാദേശിനെ കീഴടക്കി. സാതിർ ലേബർ ക്യാമ്പ് ശാന്തമായി.

■

നാത്തൂർ*

കെട്ടിടം കാവൽക്കാരന്റേത് നന്ദികെട്ട ജോലിയാണെന്ന് നാത്തൂർ മൊയ്ദുണ്ണിക്കു പലപ്പോഴും തോന്നിയിട്ടുണ്ട്. എല്ലാ ദിവസവും ഓരോ ഫ്ളാറ്റിലെയും മാലിന്യങ്ങൾ നീക്കം ചെയ്തും ഓരോ താമസക്കാരുടെയും ആവശ്യങ്ങൾ നിറവേറ്റിയും മുന്നോട്ടു പോയാലും കുറ്റപ്പെടുത്തലുകൾ ബാക്കിയാകും. എന്നാലും മുപ്പതു വർഷമായി നാത്തൂർ ജോലി തുടരുന്നു.

നഗരത്തിൽ അംബരചുംബികളായ, വിവിധ രൂപത്തിലുള്ള കെട്ടിടങ്ങൾ വരുന്നതിനു മുമ്പ് ഈ താമസകെട്ടിടത്തിലെ കാവൽക്കാരനായി മൊയ്ദുണ്ണി എത്തി. കെട്ടിടം ഉടമ പറഞ്ഞു: “എല്ലാ ദിവസവും കെട്ടിടമാകെ ശുചിയാക്കി വെയ്ക്കണം. മാസ വാടകക്കാരിൽനിന്ന് പണം വാങ്ങണം. കെട്ടിടത്തിന്റെ അന്തസ്സ് ഉയർത്തിപ്പിടിക്കണം.”

കെട്ടിടത്തിനു കീഴെ ഒരു ഒറ്റമുറി മൊയ്ദുണ്ണിക്കു കാണിച്ചു കൊടുത്തു. “ഇത് നിനക്കുള്ളതാണ്. അത്യാവശ്യം സൗകര്യമുണ്ട്.”

ഒറ്റമുറി ആണെങ്കിലും അടുക്കള ഇല്ലായിരുന്നു. കഷ്ടിച്ച് ഒരു കട്ടിൽ ഇടാനുള്ള സ്ഥലം മാത്രമേ മുറിക്കകത്ത് ഉണ്ടായിരുന്നുള്ളൂ. എങ്കിലും ഈ മഹാനഗരത്തിൽ തനിക്കു മാത്രമായി ഒരു മുറി ലഭിച്ചല്ലോ എന്ന് സന്തോഷിച്ചു.

മൂന്നു നിലയുള്ള കെട്ടിടമാണ്. ഓരോ നിലയിലും പത്തു വീതം ഫ്ളാറ്റുകൾ. രാവിലെ ഓരോ നിലയും അടിച്ചു വാരണം. മാലിന്യങ്ങൾ ഗാർബേജ് ബേഗിൽ ആക്കി റോഡരികിലെ കുപ്പത്തൊട്ടിയിൽ നിക്ഷേപിക്കണം. താമസക്കാരുടെ ചില്ലറ ആവശ്യങ്ങൾ നിറവേറ്റിക്കൊടുക്കണം. മുപ്പതു വർഷത്തിനിടയിൽ ഇന്ത്യക്കാരും പാകിസ്ഥാനികളും ആഫ്രിക്കക്കാരും പലസ്തീനികളും താമസിക്കാൻ വന്നു. രണ്ടോ മൂന്നോ വർഷമാണ് താമസിക്കുക. ജീവിതത്തിന്റെ രണ്ടറ്റം കൂട്ടിമുട്ടിക്കാൻ ആകാതെ ചിലർ നഗരം വിട്ടു പോയി, മറ്റു ചിലർ വേറെ കെട്ടിടത്തിലേക്ക് മാറി. ഇപ്പോൾ മിക്കവരും ഇന്ത്യക്കാരാണ്. മിക്കവരും കുടുംബത്തോടെ താമസിക്കുന്നു.

---

* കെട്ടിടം കാവൽക്കാരൻ

യഥാസമയം വാടക നൽകാത്തവരുടെ വൈദ്യുതി ജല വിതരണ ബന്ധം മുറിക്കുന്നതാണ് ഏറ്റവും കടുത്ത ചുമതലയായി മൊയ്തുണ്ണിക്കു തോന്നിയിട്ടുള്ളത്...

ചൂട് കാലത്താണെങ്കിൽ വാടകക്കാർ എരിപൊരി കൊള്ളും. പക്ഷേ വാടക കൊടുക്കാൻ പണം ഉണ്ടാവില്ല. കമ്പനിയിൽ ശമ്പളം വൈകുന്നതോ കിട്ടാതിരിക്കുന്നതോ ആയ കാരണങ്ങളാണ്. പക്ഷേ തനിക്കെന്തു ചെയ്യാൻ പറ്റും. ഉടമസ്ഥന്റെ ഉത്തരവാണ്. വാടക കിട്ടിയില്ലെങ്കിൽ യാതൊരു വിട്ടുവീഴ്ചയും വേണ്ട. വൈദ്യുതി, വെള്ളം ബന്ധം വിച്ഛേദിച്ചില്ലെങ്കിൽ തന്റെ പണി പോകും. കഴിഞ്ഞ ദിവസമാണ് ഒരു കുടുംബം ഇരുട്ടിലായത്. എന്നിട്ടും പണമടച്ചിട്ടില്ല. കുടുംബനാഥൻ മലയാളിയാണ്. ഒരു പാലക്കാട്ടുകാരൻ. ഭാര്യയും രണ്ടു കുട്ടികളുമുണ്ട്. അയാൾ ഒരു ഇടത്തരം കമ്പനിയിൽ അക്കൗണ്ടന്റാണ്. രാവിലെ എട്ടിന് ഒരു വാൻ വന്നു നിരത്തിൽ നിൽക്കും. അയാൾ ധൃതിപിടിച്ചു ഓടി അതിൽ കയറിപ്പോകും. രാത്രി വൈകിയാകും തിരിച്ചെത്തുക.

ഒരിക്കൽ മൊയ്തുണ്ണി ചോദിച്ചു: "എന്താ ഭാസ്കരൻ സാറേ, ഇത്രയധികം ജോലി? കാണാറേ ഇല്ലാലോ?"

"ഒന്നും പറയണ്ട ഭായി, തീർത്താൽ തീരാത്ത പണിയാണ്. അർബാബ് നമ്മളെ പിഴിയുകയാണ്. കമ്പനി വളർന്നിട്ടും സ്റ്റാഫിനെ കൂട്ടുന്നില്ല. എന്നാ അതിനു മാത്രം ശമ്പളം തരോ, അതും ഇല്ല..."

ഭാസ്കരൻ സാറിന്റെ ഭാര്യ മിക്കപ്പോഴും അടച്ചിട്ട ഫ്ളാറ്റിനകത്തായിരിക്കും. മക്കളെ സ്കൂൾ ബസ് കയറ്റാൻ ആദ്യമൊക്കെ താഴെ വരാറുണ്ടായിരുന്നു. ഇപ്പൊ അവരെയും കാണാറില്ല.

ഭാസ്കരൻ വൈദ്യുതി ബില്ലടച്ചിട്ടില്ലെന്ന വിവരം കെട്ടിടമുടമ പറഞ്ഞപ്പോൾ, ആ ഫ്ളാറ്റിൽ പോയി ബെല്ലടിച്ചു. ആ സ്ത്രീയാണ് വാതിൽ തുറന്നത്. അവർ പാതി തുറന്ന വാതിൽ മറവിൽ നിന്നു തലകുനിച്ചു നിന്നു. ബിൽ കുടിശ്ശിക പേപ്പർ കൊടുത്തപ്പോൾ അവർ കരച്ചിലിന്റെ വക്കത്തെത്തി. മൊയ്തുണ്ണി വല്ലാതെയായി. ഒന്നും മിണ്ടാതെ താഴേക്കു പോന്നു.

എന്താകും ഭാസ്കരൻ സാറിന്റെ പ്രശ്നം? ശമ്പളം കിട്ടിയിരിക്കില്ലേ? ആ സ്ത്രീ എന്തിനാകും കരഞ്ഞത്?

പൊടുന്നനെ മൊയ്തുണ്ണിയുടെ മനസ്സിൽ ഒരു സംശയം ഉദിച്ചു. അവർ ഭക്ഷണം കഴിച്ചിരിക്കില്ലേ?

മൊയ്തുണ്ണി തിരിഞ്ഞോടി. ഭാസ്കരന്റെ ഫ്ളാറ്റ് അടഞ്ഞു കിടക്കുകയായിരുന്നു. കോളിംഗ് ബെൽ അമർത്തിയപ്പോൾ ഏറെ കഴിഞ്ഞാണ് വാതിൽ തുറന്നത്. ആ സ്ത്രീയുടെ കണ്ണുകൾ കരഞ്ഞു കലങ്ങിയിരുന്നു.

"മക്കൾ എവിടെ?" മൊയ്ദുണ്ണി ചോദിച്ചു.

ആ സ്ത്രീ വാതിൽ മലർക്കെ തുറന്നു. അകത്തെ മുറിയിൽ കുട്ടികൾ കിടക്കയിൽ തളർന്നുറങ്ങുന്നു. അവരുടെ മുറിയിൽ യേശുദേവന്റെ ചിത്രം കണ്ട് മൊയ്ദുണ്ണി ചോദിച്ചു.

"നിങ്ങൾ ക്രിസ്ത്യാനികൾ ആണോ?"

"അതെ, ഞാൻ മാത്രം."

"അപ്പൊ ഭാസ്കരൻ സാർ?"

"ഞങ്ങളുടേത് പ്രണയവിവാഹമാണ്."

"ആ അതൊക്കെ പോട്ടെ, വല്ലതും കഴിച്ചതാണോ?"

ആ സ്ത്രീയുടെ കരച്ചിൽ ഉച്ചത്തിലായി. മൊയ്ദുണ്ണിക്ക് കാര്യം പിടികിട്ടി. അയാൾ താഴേക്കോടി, തന്റെ അടുക്കളയിലെ ഫ്രിഡ്ജിൽ നിന്ന് കുറച്ചു മത്സ്യവും ഉള്ളിയും തക്കാളിയും മറ്റും ഒരു പോളിത്തീൻ ബേഗിൽ പൊതിഞ്ഞു, ഭാസ്കരന്റെ ഫ്ളാറ്റിൽ വീണ്ടുമെത്തി. ആരെയും ശ്രദ്ധിക്കാതെ അടുക്കളയിൽ കയറി, കറിക്കത്തി തിരഞ്ഞു. ആ സ്ത്രീ അകത്തെ മുറിയിൽ ഏങ്ങലടിച്ചു കരയുന്നത് മൊയ്ദുണ്ണിക്കു കേൾക്കാം.

ശബ്ദം കേട്ട് കുട്ടികൾ അടുക്കളയിൽ എത്തി. ഒമ്പതു, പത്തു വയസ്സ് തോന്നിക്കുന്ന മൂത്തകുട്ടി, "എന്താ നാത്തൂർ" എന്നു ചോദിച്ചു.

"ഒരു പാചകം പരീക്ഷിക്കുകാ മക്കളേ" –മൊയ്ദുണ്ണി ചിരിച്ചു.

കുട്ടികൾ തിരിഞ്ഞു നടന്നു. അവർക്കു നന്നേ ക്ഷീണമുണ്ടെന്നു അവരുടെ ചലനങ്ങളിൽനിന്ന് ഊഹിക്കാനായി. ഫ്ളാറ്റിപ്പോൾ നിശ്ശബ്ദമാണ്. അടുക്കളയിൽ മീൻ കറി വേവുന്നതിന്റെ നേരിയ ശബ്ദമല്ലാതെ മറ്റൊന്നും കേൾക്കാനില്ല. പാചകം പൂർത്തിയാക്കി, ചോറും കറിയും അടച്ചുവെച്ചു, ഫ്ളാറ്റ് വിട്ടിറങ്ങി.

മൊയ്ദുണ്ണിക്ക് കാര്യങ്ങൾ ഓരോന്ന് സങ്കല്പിക്കാനായി...

പ്രണയ വിവാഹം, ഈ മരുഭൂനഗരം, തിരിച്ചു പോയാൽ അവരുടെ കുടുംബം സ്വീകരിക്കില്ല, ഭാസ്കരന്റെ തുച്ഛവരുമാനം ഇപ്പോൾ തികയുന്നില്ല... ഇനി.

മൊയ്ദുണ്ണി നാട്ടിലെ തന്റെ കുടുംബത്തെ ഓർത്തു. മക്കളുടെ സ്കൂൾ ഫീസും വാടകയും മറ്റുമാകുമ്പോൾ അയയ്ക്കുന്ന പണം തികയുന്നില്ലെന്നു ഭാര്യ കുറ്റം പറഞ്ഞത് ഓർത്തു.

ഓർമകളിൽ നിന്ന് രക്ഷപ്പെടാൻ മൊയ്ദുണ്ണി നഗരത്തിന്റെ തിരക്കിലേക്കിറങ്ങി. വാരാന്ത്യം ആഘോഷിക്കുന്നതിനു ഒരുക്കൂട്ടാൻ തെരുവുകളിൽ പതിവിലേറെ ആളുകൾ. വ്യാപാര കേന്ദ്രങ്ങളിൽ വിലപേശൽ ബഹളങ്ങൾ.

വെളിച്ചം പൊഴിയുന്ന തെരുവിൽ നിന്ന് അല്പം ദൂരെ കടൽതീരത്തെ ഇരുട്ടിൽ അല്പനേരം ഇരിക്കണമെന്ന് തോന്നിയെങ്കിലും നടക്കാനുള്ള മടി കാരണം മടങ്ങി. നിരയായി നിൽക്കുന്ന താമസക്കെട്ടിടങ്ങൾ ഓരോന്നും പുതിയ കാഴ്ചയായി. കെട്ടിടങ്ങൾക്കകത്തു നിന്ന് അടക്കി പിടിച്ച തേങ്ങൽ ഉയരുന്നുണ്ടെന്നും തോന്നി.

താമസ സ്ഥലത്തേക്ക് തിരിച്ചെത്തിയപ്പോൾ കെട്ടിടത്തിന് പുറത്തു പതിവില്ലാത്ത ആൾക്കൂട്ടം. പൊലീസുമുണ്ട്. എന്താ പ്രശ്നം, ഒരു പരിചയക്കാരനോട് മൊയ്ദുണ്ണി ചോദിച്ചു.

“നമ്മുടെ ഭാസ്കരണ്ണന്റെ ഭാര്യ വിഷം കഴിച്ചെന്ന്. ചോറിൽ കലർത്തിയാണത്രെ കഴിച്ചത്.” മൊയ്ദുണ്ണിക്കു തല ചുറ്റി. ചുറ്റും ഇരുട്ട് പരക്കുന്നതുപോലെ.

ആൾക്കൂട്ടത്തെ തള്ളിമാറ്റി പൊലീസിന്റെ കണ്ണു വെട്ടിച്ച് മൊയ്ദുണ്ണി ഫ്ളാറ്റിലേക്ക് കയറാൻ നോക്കവേ, ഭാസ്ക്കരനും മക്കളും ആ സ്ത്രീയുടെ ശരീരം താങ്ങിപ്പിടിച്ചു, ഏണിപ്പടികൾ ഇറങ്ങുന്നു. ഭാസ്കരൻ, പൊലീസിനോട് വിളിച്ചു പറയുന്നുണ്ട്,

“ജീവനുണ്ട് സാർ, ജീവനുണ്ട് സാർ.” അവരെ ഭാസ്കരൻ ധൃതിയിൽ ആംബുലൻസിൽ കയറ്റി കൊണ്ടുപോയി.

ആൾക്കൂട്ടം പിരിഞ്ഞു. കരഞ്ഞുലഞ്ഞ ആ പെൺകുട്ടികൾ വരാന്തയിൽ ബാക്കിയായി. മൊയ്ദുണ്ണി അവരെ ചേർത്തു പിടിച്ചു ഫ്ളാറ്റിലേക്കു നടത്തിച്ചു. മൂത്ത കുട്ടി പിന്നെയും തേങ്ങി.

“സോറി, നാത്തൂർ... അമ്മ തിരിച്ചു വരും.”

■

അലെപ്പോ

അലെപ്പോയിൽനിന്ന് ദുബൈയിലേക്ക് വിമാനയാത്രയ്ക്ക് എത്ര സമയം വേണമെന്ന് ഞാൻ ഇസ്താംബൂളിയോട് ചോദിച്ചു, അല്ല ആക്രോശിച്ചു. എനിക്ക് അതിനു അധികാരമുണ്ട്. അവൻ എന്റെ കീഴിൽ ജോലി ചെയ്യുന്നവൻ. എപ്പോൾ വേണമെങ്കിലും പിരിച്ചുവിടാൻ എനിക്ക് അധികാരമുണ്ട്. അവൻ അല്പനേരം നിശ്ശബ്ദനായി നിന്നു. ഒരു ഇന്ത്യക്കാരൻ അറബ് പൗരനെ ഭയപ്പെടുത്തുന്നോ എന്നായിരിക്കും അവൻ ചിന്തിക്കുന്നത് എന്നു തോന്നി. "അത് പണ്ട്", ഞാൻ മനസ്സാലെ പറഞ്ഞു. പുറത്തു ട്രെയിലറുകൾ നിരന്നു നിൽക്കുന്നിടത്ത് അവന്റെ ബേഗ് വെയിലേറ്റു കിടക്കുന്നു.

"സർ, അവിടെനിന്ന് നേരിട്ട് വിമാനമില്ലല്ലോ? മൂന്ന് ദിവസം മുമ്പ് ഇറങ്ങിയതാണ്."

അവൻ എന്റെ കണ്ണിലേക്കു നോക്കാതെ മുറി ഇംഗ്ലീഷിൽ പറഞ്ഞു.

"ഓ കെ... ഗോ... റിപ്പോർട്ട് ടു ഡെലിവറി ഡിപ്പാർട്ട്മെന്റ്."

അവൻ പോയി. ഞാൻ ഗൂഗിളിൽ അലെപ്പോയെ തപ്പി. പ്രേത നഗരം പോലുണ്ട്. തകർന്ന കുറേ കെട്ടിടങ്ങളല്ലാതെ മറ്റൊന്നും ചിത്രങ്ങളായി കണ്ടില്ല. സിറിയയിൽ ഏറ്റവും ജനബാഹുല്യമുള്ള നഗരമായിരുന്നുവത്രെ. വിജനമായ പാതകൾ. ചിലയിടങ്ങളിൽ അറബിയിൽ എന്തൊക്കെയോ ആലേഖനം ചെയ്ത കറുത്ത പതാകകൾ. തോക്കേന്തിയ മുഖംമൂടികൾ. ഏതാനും വർഷം മുമ്പു വരെ ധാരാളം വിനോദസഞ്ചാരികൾ എത്തിയിരുന്ന നഗരമാണ്. ഇപ്പോൾ സിറിയക്കാർ പോലും അവിടെയില്ല. ഗൂഗിൾ തെരച്ചിലിനിടയിൽ അപ്രതീക്ഷിതമായി ചില വീഡിയോ വന്നു കയറി. കറുത്ത തുണി നെറ്റിയിൽ കെട്ടിയ ആൾക്കൂട്ടം ഭ്രാന്തു പിടിച്ച് രണ്ടോ മൂന്നോ പേരെ തല്ലിക്കൊല്ലുന്നതാണ്. കൊല്ലുന്നതും കൊല്ലപ്പെടുന്നതും ഒരേ നാട്ടുകാരാണെന്ന് അവരുടെ സംസാരത്തിൽനിന്ന് മനസ്സിലായി. കുറേ പൊലീസുകാർ നോക്കിനിൽക്കുന്നതല്ലാതെ ഇടപെടുന്നേയില്ല.

അത്തരമൊരു സ്ഥലത്തേക്ക് ഇസ്താംബൂളി പോയതെന്തിന്? സ്വന്തം നാട് തന്നെ. പക്ഷേ കുറേ കാലമായല്ലോ അവൻ നാട്ടിൽ പോയിട്ട്. മാത്രമല്ല അവന്റെ കുടുംബം തുർക്കിയിലാണെന്നാണ് കമ്പനിരേഖകളിൽ.

അതുകൊണ്ടാണ് അവനെ എല്ലാവരും ഇസ്താംബൂളി എന്നു വിളിക്കുന്നത്.

ഒരുപക്ഷേ അവനും ആ ഗൂഢസംഘത്തിൽ ചേർന്നോ? ഇക്കാലത്ത് ആരെയും വിശ്വസിക്കാൻ കഴിയില്ല. നാട്ടിൽ പോലും അടുത്ത വീട്ടുകാർ എപ്പോഴാണ് ആക്രമണസ്വഭാവം കാണിക്കുകയെന്നു പറയാനൊക്കില്ല. അവനെ നിരീക്ഷിക്കണമെന്നു ജി എമ്മിന് റിപ്പോർട്ട് അയച്ചു.

ഇസ്താംബൂളിയെ നിരീക്ഷിക്കാൻ ആരെയാണ് ചുമതലപ്പെടുത്തുക? അവന്റെ ഒന്നിച്ചു താമസിക്കുന്ന പാകിസ്ഥാനി അക്ബർ ഖാൻ ആയാലോ? അയാളാണെങ്കിൽ വള്ളി പുള്ളി വ്യത്യാസമില്ലാതെ വന്നു പറയും. ഇസ്താംബൂളിയുമായി നല്ല കൂട്ടുമാണ്. ഇന്ത്യക്കാരോട് ആദരവുണ്ട്. നമ്മളെല്ലാം ഒരേ രാജ്യക്കാരായിരുന്നല്ലോ എന്ന് ഇടയ്ക്കിടെ പറയും. സൂപ്പർവൈസർമാരായ ഇന്ത്യക്കാരുടെ പ്രീതി തട്ടാനുള്ള ശ്രമമാണെന്നാണ് ആദ്യമൊക്കെ കരുതിയത്. പിന്നീടാണ് മനസ്സിലായത്, ഇന്ത്യക്കാരെ ഭയമാണെന്ന്. അതിൽനിന്നാണ് ആദരവ്.

പിറ്റേന്ന് അക്ബർ ഖാൻ എന്നെ കാണാൻ സമയം ചോദിച്ചു. ഞാൻ പത്രം വായിച്ചുകൊണ്ടിരിക്കുകയാണ്. ചന്ദ്രനിലേക്ക് ഇന്ത്യയുടെ റോക്കറ്റ് കുതിച്ചുപൊങ്ങിയതാണ് പ്രധാന വാർത്ത. ആൾക്കൂട്ടത്തിന്റെ ആക്രമണങ്ങളിൽ പിന്നേയും ആളുകൾ കൊല്ലപ്പെട്ടതും ചെറിയൊരു വാർത്തയായുണ്ട്. ഇതൊക്കെ പതിവാണെന്ന് ആ വാർത്തയിൽ പറയാതെ പറയുന്നു. ഇസ്താംബൂളിയെക്കുറിച്ചു കുറെയേറെ പറയാനുണ്ടെന്നും വൈകിട്ട് വീട്ടിലേക്കു വന്നോട്ടെയെന്നും അക്ബർ ഖാൻ ചോദിച്ചു. കൃത്യസമയത്തുതന്നെ അക്ബർ ഖാൻ എത്തി. മരുഭൂമിയിൽ ട്രെയ്‌ലറുമായി അതിർത്തികൾ താണ്ടുന്നതു കൊണ്ടാകണം മുഖവും കൈകാലുകളും വിണ്ടു കീറിയിട്ടുണ്ട്. ഇസ്താംബൂളിക്കു മരുഭൂമിയിലെ പാതകൾ പരിചയപ്പെടുത്തിക്കൊടുത്തത് അക്ബർ ഖാൻ. അയാൾ മുഖവുരയില്ലാതെ പറഞ്ഞു:

"ഇസ്താംബൂളി പാവമാണ് ജനാബ്. അവന് ആരുമില്ല ജനാബ്. അവൻ അവന്റെ പ്രിയതമയെ അന്വേഷിച്ചു അഭയാർത്ഥി ക്യാമ്പുകൾ കയറി ഇറങ്ങുകയാണ്. അവൻ ഇവിടത്തെ ട്രെയിലറിൽ ഡ്രൈവറായി ജോലി ചെയ്യുന്നതുപോലും ആ സൗകര്യത്തിനാണ്. ഈയിടെ ജോർദ്ദാനിലേക്കു ചരക്കു കൊണ്ടുപോയപ്പോൾ പോലും അവൻ സാതിർ അഭയാർത്ഥി ക്യാമ്പിൽ തിരച്ചിൽ നടത്തി. ഒന്നര ലക്ഷം അഭയാർത്ഥികൾ അവിടെയുണ്ട്. അവളുടെ പേര് അവരുടെ പട്ടികയിൽ ഉണ്ടോയെന്ന് നോക്കി. കണ്ടെത്താൻ കഴിഞ്ഞില്ല. ഓരോ കൂടാരങ്ങളിലും കയറിയിറങ്ങി. കണ്ടെത്താൻ കഴിഞ്ഞില്ല. ഹയ എന്നാണ് അവളുടെ പേര്. അവൾക്കു 21 വയസ്സ്. പഴുത്ത തക്കാളിയുടെ നിറം.

അലെപ്പോയിൽ ആൾക്കൂട്ട ആക്രമണങ്ങൾ വർധിച്ചപ്പോൾ മരുഭൂമികൾ താണ്ടി അതിർത്തി കടന്നതാണ് അവളും അവളുടെ കുടുംബവും.

പിന്നീട് യാതൊരു വിവരവും ഉണ്ടായിട്ടില്ല. അലെപ്പോയിൽ വ്യോമാക്രമണങ്ങൾക്കു മുമ്പ് ആഭ്യന്തര കലാപം ഉണ്ടായിരുന്നല്ലോ. ഇസ്താംബൂളിയുടെ കുടുംബം പണ്ടു കാലത്ത് തുർക്കിയിൽനിന്ന് എത്തിയവരാണ്. അതിനുമുമ്പ് യസീദികൾ ഉണ്ടായിരുന്നു. അവരെ തകർത്തു ശിയാക്കൾ എത്തി. ഹാഫിസ് അൽ അസദിന്റെ ആളുകൾ അധികാരത്തിനു വേണ്ടിയാണെങ്കിലും എല്ലാവരെയും ഒരുമിപ്പിച്ചു. പക്ഷേ ഭൂരിപക്ഷമുള്ള ശിയാക്കൾക്കു മാത്രമായി അധികാരം കിട്ടണമെന്ന ലക്ഷ്യത്തോടെ മുസ്‌ലിം ബ്രദർഹുഡ് രംഗത്തു വന്നു. അവർ പിന്നീട് ഇസ്‌ലാമിക് സ്റ്റേറ്റ് ആയി. അവർ സുന്നികളുടെയും ഇസ്താംബൂളികളുടെയും ആരാധനാലയങ്ങൾ തകർത്തു. എല്ലാ സ്ത്രീകളും മുഖപടം ധരിക്കണമെന്നു വാശിപിടിച്ചു. ഹയയ്ക്കു അത് ഇഷ്ടമായിരുന്നില്ല. മുഖപടം ഉപയോഗിച്ചില്ല. പിന്നെ ഭീഷണി. അധികാരത്തിനുവേണ്ടി ഓരോ ചട്ടങ്ങൾ കൊണ്ടു വന്നു. ഇസ്താംബൂളികളും യസീദികളും സുന്നികളും അവരുടെ ചാട്ടവാറടികൾക്കു വിധേയരായി. ഗത്യന്തരമില്ലാതെ ഇസ്താംബൂളികൾ തുർക്കിയിലേക്ക് പലായനം ചെയ്യാൻ തുടങ്ങി. പലരും പല വഴിക്കായി. മതി, നാട്ടിൽനിന്ന് ഒരു കോളുണ്ട്.”

ഞാൻ പറഞ്ഞു: “മതി, മതി... ഇനി ദൂരയാത്രയ്ക്ക് അവനെ വിടുന്നില്ല. അക്ബർ വിട്ടോ.”

ഡ്രൈവർമാർ പൊതുവെ ദൂരയാത്ര ഇഷ്ടപ്പെടാത്തവരാണ്. ദിവസങ്ങളോളം മരുഭൂമിയിൽ ട്രെയിലർ ഓടിച്ചു ലക്ഷ്യസ്ഥാനത്തെത്തുമ്പോൾ തളർന്നു പോകും. മരുക്കാറ്റിൽ ദിക്ക് തെറ്റി ആശങ്കയുടെ മണിക്കൂറുകൾ പിന്നിടേണ്ടതായും വന്നേക്കാം. കരുതിവെച്ച വെള്ളം തീർന്നുപോയെന്നു വരാം. എന്റെ പുതിയ തീരുമാനത്തോട് ഇസ്താംബൂളി എങ്ങനെ പ്രതികരിക്കുമെന്ന് ഊഹിക്കാൻ കഴിഞ്ഞില്ല. അവൻ ഹയയ്ക്കു വേണ്ടിയുള്ള അന്വേഷണം അവസാനിപ്പിച്ചിട്ടുണ്ടങ്കിൽ നന്നായിരുന്നു. അങ്ങനെ അവൻ വിട്ടുകൊടുക്കുമോ? ദൂരയാത്ര നിഷേധിക്കപ്പെട്ടാലും അവൻ ഹയയെ കണ്ടെത്താൻ ശ്രമിക്കില്ലേ?

പിറ്റേന്ന് പഴം പച്ചക്കറിയുമായി സഊദിയിലേക്ക് പോകാൻ ഏർപ്പാട് ചെയ്തത് അക്ബർ ഖാനെ. ട്രെയ്‌ലറുമായി മാർക്കറ്റിൽ പോയി ചരക്കു കയറ്റിയ ശേഷം ലിവ വഴി ജിദ്ദയിൽ എത്തണം. മൂന്നു ദിവസത്തെ യാത്രയാണ്. അക്ബർ ഖാന് സുപരിചിതമായ വഴികൾ. ഇസ്താംബൂളിക്കു യാത്ര ഉണ്ടായിരുന്നില്ല. അവനെ ട്രെയിലറുകൾ വൃത്തിയാക്കുന്ന ജോലി ഏൽപിച്ചു. അവൻ നിരാശ പ്രകടിപ്പിച്ചു. ഇടയ്ക്ക് ട്രെയ്‌ലറിന്റെ അടിയിൽ ഭക്ഷണവും വെള്ളവും സൂക്ഷിക്കുന്ന അറയിൽ പോയി കൂനിക്കൂടിയിരുന്നു കരഞ്ഞു. അക്ബർ ഖാൻ യാത്ര പുറപ്പെടുന്നതിനു മുമ്പ് ഇസ്താംബൂളിയുടെ അടുത്തു ചെന്നു.

അവൻ തേങ്ങലടക്കി പറഞ്ഞു: “അക്ബർ സാബ് നിങ്ങൾക്ക് ഒറ്റപ്പെടലിന്റെ വേദന അറിയാത്തതുകൊണ്ടാണ്. ആ ചെകുത്താന്മാർ എന്റെ

കൺമുമ്പിലാണ് അബ്ബയെയും അമ്മിയെയും തൂക്കിലേറ്റിയത്. ഹയയുടെ കുടുംബത്തിനെ സംരക്ഷിക്കാൻ ശ്രമിച്ചതിന്. ഹയയുടെ കുടുംബം പലായനം ചെയ്തു. അവരിൽ ആരെയെങ്കിലും കണ്ടുകിട്ടിയാൽ മതി യായിരുന്നു... സാബിനോട് പറഞ്ഞു എന്നെയും കൂടെ കൂട്ടൂ.”

അവൻ തലപ്പാവഴിച്ചു മുഖം പൊത്തിക്കരഞ്ഞു.

“അവളില്ലാതെ എനിക്കൊരു ജീവിതമില്ല.”

പുറത്തു പൊടിക്കാറ്റ് കനത്തു വന്നു. ഓഗസ്റ്റിൽ പൊടിക്കാറ്റ് വന്നാൽ താമസിയാതെ തണുപ്പ് കാലാവസ്ഥ എത്തുമെന്നാണ്. പക്ഷേ പൊടി ക്കാറ്റ് ദൂരക്കാഴ്ച കുറയ്ക്കും. വാഹനമോടിക്കാൻ പ്രയാസമാണ്. അക്ബർ ഖാൻ ഉപായം പറഞ്ഞു: “പൊടിക്കാറ്റ് കാരണം ഒറ്റയ്ക്ക് ട്രെയിലർ ഓടിക്കാൻ വയ്യെന്ന് സാബിനെ ധരിപ്പിക്കാം.”

എന്റെ മനസ്സലിഞ്ഞു. “അക്ബർ, അവനെ ശ്രദ്ധിക്കണം.” അവർ പോയി.

യാത്രയിൽ അവൻ സന്തോഷവാനായിരുന്നു എന്ന് മടങ്ങി വന്നപ്പോൾ അക്ബർ എന്നോട് പറഞ്ഞു. “യാത്രയ്ക്ക് മുമ്പ് റേഡിയേറ്റർ നോക്കി യതും കുടിവെള്ളം ഒരുക്കിവെച്ചതും ഒക്കെ അവൻ തന്നെ. മരുഭൂമിയിൽ എത്ര ദൂരം വാഹനമോടിക്കാനും അവൻ തയ്യാറായിരുന്നു. സാബ് യാത്ര യ്ക്കിടയിൽ അവൻ അതിർത്തിയിലെ ഈന്തപ്പനത്തോട്ടങ്ങളിൽ കയറി യിറങ്ങി. അവനും ഹയയും ആദ്യം കണ്ടുമുട്ടിയത് ഒരു തോട്ടത്തിൽ വെച്ചാണത്രെ. ഹയയുടെ വീട് ആക്രമികൾ തകർക്കുന്നതിനു മുമ്പ് ഹയയുടെ കുടുംബത്തിന് വിശാലമായ തോട്ടങ്ങൾ ഉണ്ടായിരുന്നു. അവിടങ്ങളിൽ അവൾ പറന്നു നടന്നിരുന്നു. കറ്റാർവാഴകൾ നട്ടുപിടിപ്പിക്കു മായിരുന്നു. അതിന്റെ തണ്ടു കീറി മുഖത്തു തേയ്ക്കുമായിരുന്നു.

അവളെക്കുറിച്ചു പറഞ്ഞിട്ടും പറഞ്ഞിട്ടും അവനു മതിയായില്ല. എന്നെങ്കിലും ഒരിക്കൽ അവളെ കണ്ടെത്തുമെന്ന് അവൻ കട്ടായം പറഞ്ഞു. തിരിച്ചു വരുമ്പോൾ ബദുക്കളുടെ കുടിലുകളിൽ വരെ അവൻ തിരച്ചിൽ നടത്തി. ഞാൻ അവനെ മുന്തിയ ഹോട്ടലുകളിൽ കൊണ്ടു പോയി. അഭയാർത്ഥികളാകുന്നവർ, വിശേഷിച്ച് പെൺകുട്ടികൾ എളുപ്പം എത്തിപ്പെടുന്നയിടം അവിടങ്ങളാണല്ലോ? പക്ഷേ അവൾ അവിടങ്ങളിൽ ഉണ്ടാകില്ലെന്ന് അവൻ തറപ്പിച്ചു പറഞ്ഞു.

“അവൾ സൂറിയാണ്. അവൾ തീയിൽ കുരുത്തതാണ്.” അവൻ പറഞ്ഞുകൊണ്ടിരുന്നു. ഞങ്ങൾ നിരാശരായി മടങ്ങി. അക്ബറും ഇസ്താംബൂളിയും മുറിയിലേക്കു പോയി. പൊടിക്കാറ്റിന്റെ നാളുകൾ ക്കുശേഷം തണുപ്പിന്റെ വരവറിയിച്ചു വടക്കൻ കാറ്റ് വീശി.

കുറച്ചു ദിവസങ്ങൾക്കുശേഷം ഓഫീസിനു മുന്നിൽ ഒരു യുവതി പ്രത്യക്ഷപ്പെട്ടു. ഒറ്റ നോട്ടത്തിൽ അത് ഹയയാണെന്നു എനിക്ക് മനസ്സി ലായി.

ഞാൻ അവളോട് ചോദിച്ചു "നീ ഇത്രകാലം എവിടെ ആയിരുന്നു?"

"ഞാൻ, അവനെ പിന്തുടരുകയായിരുന്നു, അവന്റെ മുന്നിൽ പ്രത്യക്ഷപ്പെടാനുള്ള സമയമായി എന്നു തോന്നുന്നു."

ഞാൻ അന്തം വിട്ടു. അവൾ തുടർന്നു "അവൻ ആൾക്കൂട്ടത്തിന്റെ ഭാഗമാകുമോ എന്ന് ഞാൻ ഭയപ്പെട്ടിരുന്നു. ഇല്ലെന്നു ഇപ്പോൾ എനിക്ക് ബോധ്യമായി. ഞാൻ ഇവിടെ ഒരു കുടുംബത്തിൽ പരിചാരികയായി കുറേ കാലമായി." അവൾ വിശദീകരിച്ചു.

ട്രെലിയറുകൾ നിരയായി നിൽക്കുന്ന സ്ഥലത്തുനിന്ന് ഇസ്താംബൂളി പതുക്കെ നടന്നു വരുന്നു. അവളെ പിന്നിൽ നിന്ന് മാത്രമേ അവനു കാണാൻ കഴിയുമായിരുന്നുള്ളൂ. എന്നിട്ടും പാതിവഴിയിൽ അവൻ നിന്നു. പിന്നെ മുട്ടുകുത്തിയിരുന്നു. കുറേനേരം ആകാശത്തേക്ക് കൈയുയർത്തി തേങ്ങി.

■

ഭവനം

അന്ന് കോൺക്രീറ്റ് വീടുകൾ അപൂർവമായിരുന്നു. മിക്കതും ഓടിട്ട വീടുകൾ. അവ, കുമ്മായച്ചുവരുകളാൽ നഗ്നമാക്കപ്പെട്ടിരുന്നു. സൂക്ഷിച്ചു നോക്കിയാൽ ഉറുമ്പുകൾ പലയിടത്തായി ഘോഷയാത്ര നടത്തുന്നത് കാണാം. ജനാലകൾ ചിതലരിച്ചു, ദയനീയമായി ആളുകളെ നോക്കും. വേട്ടാളികളും മണ്ണട്ടകളും കൂടുകെട്ടിയ, മച്ചുകൾ മിക്കതും ചോർന്നൊലിക്കും. അത്, ഓടിനു മുകളിൽ തേങ്ങയോ കല്ലോ പതിച്ചിട്ടാണ്. ചോർച്ച കനത്തതല്ലെങ്കിൽ മഴക്കാലത്തിനു മുമ്പ് അറ്റകുറ്റപ്പണി നടത്തില്ല. എന്റെ വീട് അത്തരത്തിലൊന്നായിരുന്നു. പുസ്തകത്തിൽ, രാത്രിമഴയുടെ സംഗീതം എന്നൊക്കെ വായിക്കുമ്പോൾ ഞാൻ നിർവികാരനായി. മഴത്തുള്ളികൾ വീണ് ഉറങ്ങാൻ കഴിയാതെ എന്നെ തന്നെ പരിഹസിച്ചു.

ഓർമ്മവെച്ച നാൾ മുതൽ മഴ പേടിസ്വപ്നമായിരുന്നു. ഇടിമിന്നലിൽ മേൽക്കൂര അടർന്നു വീഴുമെന്നു ഭയന്നു. ജനാലകളിലൂടെയും മഴ ചീറിയെത്തി. ഇതൊക്കെ കൊണ്ടാകണം, വേനലിലും വീടിനകം താത്പര്യമില്ലാത്ത ഇടമായി. മിക്കപ്പോഴും രാത്രി വൈകുവോളം കളിമൈതാനങ്ങളിലും നാൽക്കവലയിലും കറങ്ങി നടന്നു. ഉറങ്ങാൻ നേരം അടുക്കളയിലെത്തി എന്തെങ്കിലും ബാക്കിയുണ്ടെങ്കിൽ ഭക്ഷണം കഴിച്ചെന്നു വരുത്തി മുൻവശത്തെ ചായ്പിൽ പായ വിരിക്കും.

മഴയുള്ള ദിവസങ്ങളിൽ ഉമ്മ അടുക്കളയിൽ മഴ വെള്ളം വീഴാത്തിടത്തു ചുരുണ്ടു കിടക്കുന്നതു കാണാം. അയൽവീടുകളിൽ പാത്രം കഴുകിയും അടിച്ചുവാരിയും ഉമ്മ ഏറെ ക്ഷീണിതയായിരിക്കും. ഉപ്പ മരിച്ചതിൽ പിന്നെ ഉമ്മ ആരോടും അധികം സംസാരിക്കാറില്ല. രാവിലെ സ്കൂളിലേക്ക് പോകാനിറങ്ങുമ്പോൾ ചില്ലറ നാണയത്തുട്ടുകൾ പായയുടെ കോണിൽ കാണാം. ഉമ്മ എനിക്കുവേണ്ടി വെച്ചിട്ടു പോകുന്നതാണ്. സ്കൂൾ വരെ നടന്നു പോകും. സ്കൂൾ കെട്ടിടം വലിയ പഴക്കമുള്ളതാണ്. ബ്രിട്ടീഷുകാരുടെ കാലത്തു പണി കഴിപ്പിച്ചതായിരിക്കും. മേൽക്കൂര വളരെ ഉയരത്തിൽ. വർഷാവർഷം അറ്റകുറ്റപ്പണി ചെയ്യുന്നതിനാൽ ചോർച്ചയില്ല. മഷിപ്പാടുകളുള്ള മരബെഞ്ചിൽ ഇരിക്കുമ്പോൾ സ്വാസ്ഥ്യമുണ്ട്. കൂട്ടുകാരോട് സംസാരിച്ചിരിക്കുമ്പോൾ സമയം പോകുന്നതറിയില്ല.

ഒരിക്കൽ, കനത്ത മഴയിൽ വീടിനകം വെള്ളം തളം കെട്ടി. രാത്രി ഉറങ്ങാൻ കഴിഞ്ഞില്ല. ഞാൻ സ്കൂൾ വരാന്തയിലേക്കോടി. അവിടെ കൂനിക്കൂടി കിടന്നതേ ഓർമ്മയുണ്ടായുള്ളൂ. ഉമ്മ അടുത്തുള്ള ഏതെങ്കിലും വീട്ടിൽ അടുക്കളയിൽ തല ചായ്ച്ചിരിക്കാം.

ചോർന്നൊലിക്കാത്ത വീട് വലിയ സ്വപ്നമായി. ഷാർജയിൽ എത്തിപ്പെട്ടതിനുശേഷം അത് വല്ലാതെ മോഹിപ്പിച്ചുകൊണ്ടിരുന്നു. 'നാളികേരത്തിന്റെ നാട്ടിലെനിക്കൊരു നാഴീയിടങ്ങഴി മണ്ണുണ്ട്, അതിൽ നാരായണക്കിളി കൂടുപോലുള്ളൊരു നാലുകാലോലപ്പുരയുണ്ട്' എന്ന പാട്ട് എപ്പോഴും മനസ്സിൽ തികട്ടി വരും. ഒരു ജോലി കിട്ടിയിട്ട് വേണം നാല് ദിവസം അവധിയെടുത്തു സുഖിക്കാൻ എന്നത് നീണ്ടു നിവർന്നു കിടന്നുറങ്ങാൻ എന്നാക്കി ഞാൻ മാറ്റി സങ്കൽപിച്ചു.

ഒരു നിർമാണക്കമ്പനിയിലാണ് ജോലി. ആദ്യദിനം വിമാനമിറങ്ങി താമസസ്ഥലത്തേക്കു വാനിൽ. പുറത്തു കടുത്ത ചൂട്. ഹിന്ദിക്കാരൻ ഡ്രൈവർ ഒരു അഫ്ഗാൻ നാടോടിപ്പാട്ടിൽ ലയിച്ചാണ് വാൻ ഓടിക്കുന്നത്. അയാളുടെ കണ്ണിൽ ഉറക്കം തൂങ്ങി നിൽപ്പുണ്ട്. അത് മറികടക്കാനാകണം പാട്ടിന്റെ ശബ്ദം ഉച്ചത്തിലാക്കി. താമസ കേന്ദ്രത്തിലെത്തിയപ്പോൾ ഒരു കുടുസ്സുമുറിയിൽ ഇരുപതോളം പേർ പായ വിരിച്ചു കിടന്നുറങ്ങുന്നു. ഡ്രൈവർ ശബ്ദം താഴ്ത്തി പറഞ്ഞു. “ശാംകോ ഗാഡി ആയേഗാ. സൈറ്റ് തോട ദൂർ ഹൈ. ശാം തക് സോ ജാ...” ഡ്രൈവർ ശബ്ദമുണ്ടാക്കാതെ വാതിൽ അടച്ചു. എന്ത് ചെയ്യണമെന്നറിയാതെ വിയർത്തു കുളിച്ചു നിന്നു. മുറിയിൽ കാലിടാൻ പോലും സ്ഥലമില്ല. ഒരു മൂലയിൽ കുറച്ചു നേരം കൂനിക്കൂടി ഇരുന്നു. പതുക്കെ പ്രജ്ഞ തളർന്നു. പക്ഷേ ഉറങ്ങാൻ കഴിഞ്ഞില്ല. നാലുപാടുനിന്നും മൂട്ടയുടെ ആക്രമണം.

സൈറ്റിൽ പുലരുവോളം പണിയുണ്ടാകുമെന്നും പകലാണ് അല്പമെങ്കിലും വിശ്രമമെന്നും വാനിൽ കൂടെ ഇരുന്ന തമിഴൻ പറഞ്ഞു. കക്കൂസിൽ പോകാൻ കഴിയാത്തതുകൊണ്ട് വയറ്റിൽ നിന്ന് പുളിച്ചുതികട്ടൽ. വാനിൽ ഇരുപത് പേർ ഉണ്ടായിട്ടും ആരും പരസ്പരം സംസാരിക്കുന്നില്ല. മിക്കവരും പാക്കിസ്ഥാനികൾ. അവർ, അവരുടെ നാടിനെക്കുറിച്ച് ഓർക്കുകയാവും. “എല്ലാവരും പരസ്പരം പരിചയപ്പെട്ടു വരുന്നതേയുള്ളൂ.” തമിഴൻ എന്റെ മനസ്സ് വായിച്ചിട്ടെന്നവണ്ണം പറഞ്ഞു. വാനിൽ ദുർഗന്ധം ഘനീഭവിച്ചു നിന്നു.

ദിവസങ്ങൾ കഴിയവേ ഒരു കാര്യം മനസ്സിലായി. നന്നായി ഉറങ്ങണമെങ്കിൽ മരിക്കണം. അസുഖമായാൽപോലും അവധിയെടുക്കാൻ പറ്റില്ല. പനി പിടിച്ചു രണ്ടു ദിവസം കിടപ്പിലായ ആളെ നാട്ടിലേക്ക് വിമാനം കയറ്റി വിട്ടു. ശമ്പളം പോലും കൊടുത്തില്ല.

“ഒരിക്കലും രാത്രി ഉറങ്ങാൻ കഴിയില്ലേ?” ഞാൻ തമിഴൻ ശരവണയോട് ഒരിക്കൽ ചോദിച്ചു.

“തണുപ്പ് കാലത്തു പകൽ പണിയും രാത്രി ഉറക്കവുമാകും.”

തണുപ്പുകാലത്തിനുവേണ്ടി ഞാൻ കാത്തിരുന്നു.

ശമ്പളം കിട്ടിയത് ഉമ്മയ്ക്ക് അയച്ചു കൊടുത്തു. ഉമ്മയുടെ, ആരോ എഴുതിക്കൊടുത്ത കത്തിൽ പ്രധാന ആവശ്യം ഒരു വീട് ആയിരുന്നു.

“പണം അയയ്ക്കേണ്ട. അത് സ്വരൂപിച്ചുവെച്ച് പുതിയ വീടുണ്ടാക്കണം.”

ഞാൻ കണക്കു കൂട്ടി. ചെറുതെങ്കിലും ഒരു വീടിനു പത്തു ലക്ഷം വേണം. മാസം ആകെ ബാക്കിയാകുന്നത് മൂവായിരം രൂപ. വർഷങ്ങൾ എത്ര അദ്ധ്വാനിച്ചാലാണ് വീടുണ്ടാവുക? എന്നാലും സ്വസ്ഥമായി കുറച്ചു കാലം ഭയമില്ലാതെ, അസ്വസ്ഥതയില്ലാതെ ഉറങ്ങാനാകുമോ?

ഇതിനിടെ ഉമ്മയെ മറന്നു... ഒരു ദിവസം സൈറ്റിൽ നിന്ന് ഒരു മലയാള പത്രത്തിന്റെ ഒരു പേജ് കിട്ടി. എങ്ങനെയോ കാറ്റിൽ പറന്നു വന്നതാണ്. അതിലൊരു കവിത കണ്ടു. കരീം മലപ്പട്ടം എഴുതിയത്. ഒരാൾ ഉമ്മയെ സ്വപ്നം കാണുന്നു. മരുഭൂമിയുടെ ഒരു കോണിൽ കൂര വെച്ച് ഉമ്മയും മകനും താമസിക്കുന്നു. ജോലിക്കു പോകാൻ മടിയായി കിടന്നുറങ്ങുന്ന മകനെ ഉമ്മ വിളിച്ചുണർത്തുന്നു.

“മോനെ നോക്കൂ, നാലുമണിയുടെ വിമാനം പോയി. എണീക്കൂ, ജോലിക്കു പോ...” അത് വായിച്ചപ്പോൾ കരിപിടിച്ച അടുക്കളയിൽ ചുരുണ്ടു കിടക്കുന്ന ഉമ്മയെ ഓർത്തു.

ഒരു ഉച്ചമയക്കത്തിനിടയിൽ ശരവണൻ പറഞ്ഞു. “ഓരോരുത്തർക്ക് ഓരോ ആഗ്രഹങ്ങൾ. നിനക്ക് വീട്, എനിക്ക് ഒരു കിണർ, ആ പാകിസ്ഥാനിക്ക് കുടുംബത്തിന് കാവലാകാൻ ഒരു തോക്ക്. ഒന്നും നടക്കില്ല, ഈ ജോലികൊണ്ട്. നമുക്ക് നാടാണ് മെച്ചം.”

ഉമ്മയ്ക്ക് സുഖമില്ലെന്നറിഞ്ഞപ്പോൾ ജോലി ഉപേക്ഷിക്കാൻ തന്നെ തീരുമാനിച്ചു. മാത്രമല്ല, നാട്ടിൽ വാർക്കപ്പണിക്ക് കൂലി കൂടിയതായി സുഹൃത്തുക്കളിൽ നിന്നറിഞ്ഞു. നാടൻ മേസ്തിരിക്ക് ആയിരം രൂപ വരെ കിട്ടും. ഗൾഫിൽ വെറുതെ ജീവിതം തീർക്കുന്നതെന്തിന്?

നാട്ടിൽ മടങ്ങിയെത്തിയ ദിവസം ഉമ്മയുടെ അവസ്ഥ കണ്ട് ഉള്ളൊന്നു കാളി. എല്ലും തോലുമായിരിക്കുന്നു. കണ്ണുകൾ കുഴിയിലാണ്ടിരിക്കുന്നു. രാത്രി ചായ്പിൽ പായ വിരിച്ചപ്പോൾ ഉമ്മ അരികിൽ വന്നു.

“മോനെ, നിന്റെ ഉപ്പ മരിച്ചതിനുശേഷം ഞാൻ നേരാംവണ്ണം ഉറങ്ങിയിട്ടില്ല. ഓരോന്നാലോചിച്ച് ഉറക്കം പോകും. ഇന്നെങ്കിലും ഒന്ന് നന്നായി ഉറങ്ങട്ടെ.”

ഉമ്മ പായയുടെ ഒരറ്റത്ത് ചുരുണ്ടു കിടന്നു. ഗർഭപാത്രത്തിൽ കുഞ്ഞുങ്ങൾ കിടക്കുന്നതു പോലെ കൈ ചുരുട്ടി വെച്ചിരിക്കുന്നു. ദേഹവും.

പിറ്റേന്ന് ഉമ്മ ഉണർന്നില്ല. എത്ര കുലുക്കി വിളിച്ചിട്ടും ഉണർന്നില്ല.

മയ്യത്തു പള്ളി ശ്മശാനത്തിലേക്കെടുക്കുന്നതിനു മുമ്പ്, അവസാന മായി കുളിപ്പിക്കുന്നതിനു മുമ്പ് ഉമ്മയുടെ ദേഹം നിവർത്താൻ പലരും പണിപ്പതും ശ്രമിച്ചു. ഉമ്മ വാശി പിടിച്ചു കിടന്നു. വെള്ളയിൽ പുതപ്പിച്ച ശരീരം ഖബറിടത്തിൽ വെയ്ക്കുമ്പോൾ ഉസ്താദ് ഒരു പിടിമണ്ണ് കൈ യിൽ തന്നു. ഉമ്മയുടെ മുഖം ഒന്നു കൂടി കാണാൻ ഞാനും ഖബറിലി റങ്ങി. എന്തൊരു തണുപ്പാണ് ആ മണ്ണറയ്ക്ക്. പക്ഷേ ഒരു വീടിനക ത്തേക്കാൾ ഭദ്രതയുണ്ട്. മണ്ണിട്ട് മൂടുന്നതിനു വേണ്ടി ആരൊക്കെയോ എന്നെ മുകളിലേക്ക് വലിച്ചു കയറ്റി. ഞാൻ പുറത്തിറങ്ങി പിന്തിരിഞ്ഞു നോക്കാതെ നടന്നു.

രാത്രി. ശൂന്യമായ വീട്. പൊട്ടിപ്പൊളിഞ്ഞ മച്ചിലൂടെ നിലാവെളിച്ചം വീട്ടിലേക്കു അരിച്ചിറങ്ങുന്നു. ഞാൻ വിളക്ക് കൊളുത്തിയില്ല.

ഉമ്മയുടെ പായയെടുത്തു പുറത്തു ചാണകം മെഴുകിയ തറയിലിട്ടു. ഇരുകൈകളും തലയിണയാക്കി നീണ്ടു നിവർന്നു കിടന്നു.

ആകാശത്തു അനേകം നക്ഷത്രങ്ങൾ ഭൂമിയെന്ന വീടിനു വേണ്ടി മിന്നിത്തിളങ്ങുന്നു. അവയിൽ ചിലത് ചാരമായി പൊഴിയുന്നു.

■

ജമാൽ അബ്ദുൽ നാസർ സ്ട്രീറ്റ്

ജമാൽ അബ്ദുൽ നാസർ സ്ട്രീറ്റ് പതിവില്ലാത്തവിധം വിജനമായിരുന്നു. മദീന സൂപ്പർ മാർക്കറ്റ് തൊട്ട് നൂറ സലൂൺ വരെ അനേകം കടകളുണ്ടെങ്കിലും പുറത്ത് ആരെയും കാണാൻ കഴിഞ്ഞില്ല. സദാ ആഡംബര കാറുകൾ ഒഴുകുന്ന നിരത്തിൽ ഒരു സൈക്കിൾ പോലും കണ്ടില്ല. വലിയ അത്യാഹിതം സംഭവിച്ചപോലെ പരിസരമാകെ നിശ്ശബ്ദതയിൽ ആണ്ടിരുന്നു. മറ്റൊരു വശത്ത് അലങ്കാരച്ചെടികൾ നിറഞ്ഞ ഒയാസിസ് കെമിക്കൽസ്. അതിന്റെ വാതിലിൽ ഗണപതിയുടെ ചിത്രം. സ്ഥാപനം മലയാളിയുടേതായിരിക്കും എന്ന് ഒറ്റനോട്ടത്തിൽ വ്യക്തമാകും. അത്രയ്ക്ക് ശുചിത്വം അതിന്റെ പരിസരത്തു കാണാനുണ്ട്. ആ ഭാഗത്തും ആരുമില്ല. അന്തിമയങ്ങുന്നതിനു മുമ്പേ തെരുവ് ഇത്രമാത്രം വിജനമായതെന്തെന്ന് റീത്ത സാമുവേൽ അത്ഭുതപ്പെട്ടു. ചെറുതായി ഭയം ഉരുണ്ടുകൂടി. ഓഫീസിനു മുന്നിൽ കാർ സ്റ്റാർട്ട് ചെയ്യാതെ ഗ്ലാസ് താഴ്ത്തി തെരുവ് നോക്കി വെറുതെയിരുന്നു.

തെരുവ് പല ഘട്ടത്തിൽ നവീകരിച്ചെങ്കിലും പുതിയ സിഗ്നലുകൾ സ്ഥാപിതമായെങ്കിലും പേര് മാത്രം മാറിയില്ല. മറ്റൊരു മാറ്റം തെരുവിന്റെ ഇരുവശത്തുമുള്ള അപ്പാർട്ടുമെന്റുകളിൽ ധാരാളം മലയാളികൾ എത്തി എന്നതാണ്. മിക്ക സ്ഥാപനങ്ങളും മലയാളികൾ നടത്തുന്നവയായി. കെട്ടിടങ്ങളിൽ താമസിക്കുന്നവരിൽ ഏറെയും മലയാളികൾ. സ്ത്രീകളടക്കം തരക്കേടില്ലാത്ത ജോലിക്കു പോകുന്നവർ. ഇടയ്ക്ക് കുറച്ചു ഈജിപ്തുകാരും ആഫ്രിക്കക്കാരും.

വൈകുന്നേരം ആളുകൾ നടക്കാനിറങ്ങുന്ന കോർണീഷിനോട് ചേർന്ന് കുറച്ചു അംബരചുംബികളുണ്ട്. അവിടെയും ശൂന്യമായിരുന്നു. റീത്ത സാമുവേൽ കാർ സ്റ്റാർട്ട് ചെയ്തു, യു ടേൺ ചെയ്തു, കോർണീഷ് പാതയിലേക്ക് കയറി. അതിലൂടെയും വീട്ടിലേക്ക് വഴിയുണ്ട്. അൽപദൂരം പിന്നിട്ടപ്പോൾ കനത്ത സൈറൺ മുഴക്കി പൊലീസ് ആംബുലൻസ് പിന്നാലെ വന്നു. അതിനു കടന്നു പോകാൻ കാർ അരികുചേർത്തു.

പരിസരത്തെവിടെയോ അപകടം നടന്നിട്ടുണ്ട്. എന്താകാം അത്?

പെട്ടെന്ന് മൊബൈലിൽ വാട്ട്സ് ആപ് സന്ദേശം തെളിഞ്ഞു. ജമാൽ

അബ്ദുൽ നാസർ സ്ട്രീറ്റിൽ മലയാളി കുടുംബം ഒന്നടങ്കം ആത്മഹത്യ ചെയ്തു. കടക്കെണിയിലായിരുന്നു കുടുംബം.

അതാണ്, തെരുവ് ശൂന്യമായതെന്നു റീത്ത തിരിച്ചറിഞ്ഞു. ഡ്രൈവ് ചെയ്യുന്നതിനിടയിൽ, പലവിധ ആധികൾ മനസ്സിൽ കയറി വന്നു. ജോലിഭാരം കൂടിക്കൂടി വരുന്നു. അതിന്റെ സമ്മർദ്ദം ശരീരത്തിനും താങ്ങാൻ വയ്യാതായിരിക്കുന്നു. നാളെ ഈ മാസത്തെ സെയിൽസ് റിപ്പോർട്ട് സമർപ്പിക്കേണ്ട ദിവസമാണ്. ആറ് മാസമായി ബിസിനസ് ഇടിഞ്ഞുവരികയാണ്. പത്രത്തിന് പരസ്യം നൽകുന്നതിൽ നിന്ന് ക്ലയന്റുകൾ പിന്മാറിക്കൊണ്ടിരിക്കുന്നു. അവർക്ക് ഓൺലൈൻ മതി. ഓൺലൈൻ വിഭാഗത്തിലേക്ക് മാറാൻ ശ്രമം നടത്തിയെങ്കിലും മാനേജർ അനുവദിച്ചില്ല.

കാലം മാറുകയാണ്. എന്തൊക്കെയോ അടിയൊഴുക്കുകൾ സംഭവിക്കുന്നു. പല സ്ഥാപനങ്ങളും പൂട്ടുന്നു. പലർക്കും തൊഴിൽ നഷ്ടപ്പെടുന്നു. കഴിഞ്ഞ ദിവസം പള്ളിയിൽ കാലുകുത്താൻ സ്ഥലമുണ്ടായിരുന്നില്ല. പാസ്റ്ററോട് ആവലാതി പറയാൻ വരുന്നവരാണ് ഏറെ. പാസ്റ്റർ കുറേ ശുശ്രൂഷകൾ നടത്തി അവരെ സമാധാനിപ്പിക്കുന്നു. ചിലരുടെ മേൽ വിശുദ്ധജലം തളിച്ചു. ഇതിനിടയിൽ, സ്നേഹ കാതിൽ പറഞ്ഞു: "പാസ്റ്ററുടെ ജോലി തന്നെ അപകടത്തിലാണ്. പാസ്റ്ററെ ആര് രക്ഷിക്കും?"

പള്ളിയിൽനിന്ന് കിട്ടുന്ന വരുമാനം തികയാത്തതുകൊണ്ട് അദ്ദേഹം പകൽ ഒരു കമ്പനിയിൽ ജോലിക്കു പോകുന്നുണ്ട്. അവിടെയും സാമ്പത്തിക ഞെരുക്കം കാരണം ശമ്പളം വൈകുന്നുവത്രെ. സ്നേഹയ്ക്ക് ആശങ്കകളൊന്നുമില്ല. അവളുടെ ഭർത്താവ് വലിയ കോർപ്പറേറ്റ് കമ്പനിയിലാണ്. ഭർത്താവിനെ സോപ്പിട്ട് നാട്ടിൽ വലിയ കെട്ടിടം പണിതിട്ടിട്ടുണ്ട്. അത് സ്നേഹയുടെ പേരിൽ. ഭർത്താവ് ഒഴിവാക്കിയാലും ആ കെട്ടിടത്തിൽ നിന്നുള്ള വാടകകൊണ്ട് ജീവിക്കും എന്നാണ് സ്നേഹയുടെ ആത്മവിശ്വാസം.

അത്താഴത്തിന് എന്താണ് ഉണ്ടാക്കേണ്ടതെന്ന് ആലോചിച്ചു. കാർ വഴിയരികിൽ സൂപ്പർമാർക്കറ്റിനു മുന്നിൽ നിർത്തി. എന്തൊക്കെ വാങ്ങണമെന്ന് ചോദിക്കാൻ ഫിന്നിയെ വിളിച്ചപ്പോൾ കിട്ടിയില്ല. ആരോടെങ്കിലും സംസാരിക്കുന്നുണ്ടാകും. ഈയിടെയായി കൂട്ടുകാരോടുള്ള സംസാരം കൂടുന്നു. മകളുടെ കാര്യത്തിൽ പോലും ശ്രദ്ധയില്ല. ജോലി കഴിഞ്ഞു നേരെ കൂട്ടുകാരെ കാണാൻ പോകുന്നു. അവിടെനിന്ന് മദ്യവുമായാണ് വീട്ടിലെത്തുന്നത്. രണ്ടോ മൂന്നോ തവണ വിലക്കാൻ ശ്രമിച്ചു. മകൾ വലുതായി വരികയാണ്. വീട്ടിലുള്ള മദ്യപാനം ഒഴിവാക്കണം. അതൊന്നും ഫിന്നി ചെവിക്കൊള്ളുന്നില്ല. കല്യാണത്തിന് മുമ്പ് റീത്തയുടെ ആകെയുള്ള നിബന്ധന മദ്യപാനം പാടില്ല എന്നായിരുന്നു. റീത്ത നഗരത്തിൽ ജനിച്ചു വളർന്നതാണെങ്കിലും കൂട്ടുകാരുടെ മദ്യപാനത്തിന്

എന്നും എതിരായിരുന്നു. മദ്യം അകത്തു ചെന്നാൽ ചിലർ കാട്ടിക്കൂട്ടുന്ന പേക്കൂത്തുകൾ അത്രയ്ക്ക് അരോചകമായിരുന്നു. ഇഷ്ട നടി ശ്രീദേവി ഹോട്ടലിൽ ബാത്ടബ്ബിൽ വീണു മരിച്ചത് മദ്യലഹരിയിലായതുകൊണ്ടാണെന്ന് ആരോ വിളിച്ചു പറഞ്ഞപ്പോൾ ഫിന്നിയെക്കുറിച്ചോർത്ത് ആധിയായി. രാത്രി കിടക്കാൻ നേരം ഇക്കാര്യം സംസാരിക്കണമെന്ന് കരുതിയിരുന്നു. അന്നും ഫിന്നി അർദ്ധബോധാവസ്ഥയിലാണ് കിടപ്പറയിൽ എത്തിയത്. എന്നിട്ട് റീത്തയുടെ ശരീരം മുഴുവൻ മാന്തിപ്പറിച്ചു.

പിറ്റേന്ന് രാവിലെ ലഹരി വിട്ടു മാറിയിട്ടും യാതൊരു കുറ്റബോധവുമില്ല. റീത്തയുടെ മുഖത്തെ പാടുകൾ കണ്ട് സഹപ്രവർത്തകർ ഇങ്ങനെ ആക്രാന്തം പാടില്ലെന്ന് പരിഹസിക്കുകയാണ് ചെയ്തത്. എന്താണ് സംഭവിച്ചതെന്ന് ഒരാൾ പോലും ചോദിച്ചില്ല. പിന്നെ മുനവെച്ച നോട്ടവും.

സൂപ്പർമാർക്കറ്റിൽ നിന്നിറങ്ങുമ്പോൾ ചില പരിചിതരെ ദൂരേന്നു കണ്ടെങ്കിലും സംസാരിക്കാൻ നിന്നില്ല. വീട്ടിൽ പോയി ഭക്ഷണം ഉണ്ടാക്കണം. അത് കഴിഞ്ഞു പള്ളിയിൽ പോകണം. തിരിച്ചു വീട്ടിലെത്തുമ്പോൾ പിന്നെയും വൈകും. രാവിലെ എണീറ്റാലേ സമയത്തിന് ഓഫീസിൽ എത്താൻ കഴിയൂ.

ഫ്ളാറ്റിന്റെ വാതിൽ തുറന്നപ്പോൾ കനത്ത ദുർഗന്ധം. മകൾ സോഫയിൽ ഉറങ്ങുന്നു. ബാഗ് കസേരയിലിട്ട് അടുക്കളയിൽ കയറി നോക്കി. ഗ്യാസ് പുറത്തേക്കു ചീറ്റി വരുന്നു. എന്തു ചെയ്യണമെന്നറിയാതെ ഒരു നിമിഷം പകച്ചു. പിന്നെ തപ്പി തപ്പി വാൽവ് കണ്ടുപിടിച്ചു തിരിച്ചു. കുറച്ചു നേരം ജനാലകൾ തുറന്നിട്ടു.

വാതകം പൂർണ്ണമായും മുറിയിൽനിന്ന് നീങ്ങിയെന്നു തോന്നി. അപ്പോഴാണ് അത് ശ്രദ്ധയിൽ പെട്ടത്. പാത്രങ്ങൾ ബേസിനിൽ ചിതറിക്കിടക്കുന്നു. രാവിലെ ശുചിയാക്കി പോയതാണല്ലോയെന്നു ഓർത്തു. ഫിന്നി വന്നിരിക്കുമോ? അകത്തു കിടപ്പറയിൽ നോക്കുമ്പോൾ ഫിന്നി ഓഫീസ് വസ്ത്രം മാറാതെ ഉറങ്ങുന്നു. ഷൂ പോലും ഊരിയിട്ടില്ല. ഇന്ന് നേരത്തെ വന്നോ?

പാത്രം കഴുകി, കറി വെയ്ക്കാൻ ഫ്രോസൻ ചിക്കൻ വെള്ളത്തിലിട്ടു. അത് കുതിരണമെങ്കിൽ ഒരു മണിക്കൂർ വേണം. മുഖം കഴുകി, പള്ളിയിലേക്ക് പോകാനിറങ്ങി. കുട്ടികൾക്ക് ബൈബിൾ ചൊല്ലിക്കൊടുക്കാമെന്നു പാസ്റ്ററോട് പറഞ്ഞിരുന്നു. അതൊരു നേർച്ചയാണെന്നു പക്ഷേ പറഞ്ഞില്ല. ഫിന്നിയുടെ മദ്യപാനം അവസാനിച്ചു കിട്ടാനാണിത്. പള്ളിയിലേക്ക് നടക്കാവുന്ന ദൂരമേയുള്ളൂ. ഇന്ന് അരമണിക്കൂർ ചൊല്ലിക്കൊടുത്ത് ഇറങ്ങണം. ദേഹമാസകലം വേദനയുണ്ട്. പനിയുടെ ലക്ഷണമായിരിക്കും.

തിരിച്ചു വന്നപ്പോൾ, ഭർത്താവോ മകളോ എണീറ്റിട്ടില്ല. വേഗം കറിക്കരിഞ്ഞു. മുമ്പൊക്കെ സമയമെടുത്തു പാചകം ചെയ്തു, രുചി നോക്കി

ആസ്വദിച്ചു വിളമ്പാറുണ്ടായിരുന്നു. ഇപ്പൊ ഖുബ്ബൂസിനു ഒരു കറി വേണ മല്ലോ എന്ന ലാഘവത്തിൽ ആണ് പാചകം. അത് മൂന്നു പാത്രത്തിൽ വിളമ്പി മേശയിൽ വെച്ചു.

ഭർത്താവിനെയും മകളെയും വിളിച്ചുണർത്തി. അവർ ഉറക്കച്ചടവോടെ മേശയിലിരുന്നു ഭക്ഷണം കഴിച്ചെന്നു വരുത്തി.

“മോൾക്ക് ഇന്ന് ഹോം വർക്കില്ലേ?”

“ഇല്ല, മമ്മി.” അവൾ കൈകഴുകി പിന്നെയും സോഫയിൽ വീണു.

അവൾക്കുവേണ്ടി കിടക്ക വിരിച്ചു. അവളെ വാരി കൈയിലെടുത്തു. അവൾക്കു ഭാരം കൂടി വരുന്നുണ്ട്. അപ്പോഴൊന്നും ഫിന്നി ശ്രദ്ധിച്ചതേ യില്ല. ലാപ്ടോപ്പിൽ എന്തോ ചാറ്റ് ചെയ്തുകൊണ്ടിരിക്കുന്നു. ഏതോ തമാശ കണ്ടു ചിരിക്കുന്നു. കുറേ ദിവസമായി ഫിന്നി ചിരിച്ചു കണ്ടിട്ട്.

വരുന്ന വഴി ജമാൽ അബ്ദുൽ നാസർ സ്ട്രീറ്റിൽ അത്യാഹിതം നടന്ന തിനെക്കുറിച്ചു ഫിന്നിയോട് പറയണോ എന്ന് സംശയിച്ചു. എന്തെങ്കിലും സംസാരിക്കണമല്ലോ എന്ന് കരുതി സംഭവം വിവരിച്ചു ആളൊഴിഞ്ഞ തെരുവ് കണ്ട് ഞാൻ ആദ്യം പേടിച്ചു.

ഫിന്നി നിർവികാരതയോടെയാണ് എല്ലാം കേട്ടത്. വായനക്കുക പോലും ചെയ്തില്ല. മദ്യലഹരിയിൽ തളർന്നുപോയതുകൊണ്ടാകും. ഫിന്നി പിന്നീട് കൂർക്കം വലിച്ചുറങ്ങി. പകലിലെ തിരക്കു പിടിച്ച ഓട്ടവും രാത്രി വൈകിയുള്ള ഭക്ഷണവും ശരീരത്തെ ക്ഷീണിപ്പിച്ചിരുന്നെങ്കിലും ഫിന്നിയുടെ കൂർക്കം അലോസരമായി. തലയണയുമായി പോയി സോഫ യിൽ കിടന്നു. അലാറം വെയ്ക്കാൻ മറന്നില്ല. പുലർച്ചെ എണീറ്റു. അടു ക്കളയിൽ പോയി ചായയിട്ടു. ഒരിറക്ക് കുടിച്ചു കുളിമുറിയിലേക്കോടി. പ്രഭാതകൃത്യങ്ങൾ വേഗത്തിൽ തീർത്തു. മകളെ വിളിച്ചുണർത്തി. അവൾക്കു രാവിലെ കുളിക്കാൻ മടി. അവളെ കുളിപ്പിച്ചു. ഫിന്നിയെ പ്പോലെ അവളും സംസാരം കുറച്ചിരിക്കുന്നു. അപ്പോഴാണ് ഓർത്തത് മകളുടെ യൂണിഫോം തേച്ചിട്ടില്ല. ഉണക്കാനിട്ട യൂണിഫോം തേയ്ക്കു ന്നതിനിടയിൽ മാനേജരുടെ ഫോൺ. ഇന്ന് ഓഫീസിൽ നേരത്തെ എത്തണം. മീറ്റിങ് ഉണ്ടാകും.

ഓഫീസിൽ എത്തി പത്രം ഒന്ന് കണ്ണോടിച്ചു നോക്കി. പരസ്യങ്ങൾ എല്ലാം യഥാസ്ഥാനത്തു തന്നെയാണെന്ന് ഉറപ്പു വരുത്തേണ്ടതുണ്ട്. ഇതി നിടയിൽ ജമാൽ അബ്ദുൽ നാസർ റോഡിലെ കുടുംബത്തിന്റെ ആത്മ ഹത്യ വലിയ വാർത്തയായത് കണ്ണിൽപ്പെട്ടു. യുവാവും ഭാര്യയും മകളു മാണ്. കെട്ടിടത്തിൽനിന്ന് ഒരേ സമയം ചാടിയതാണ്. എന്താവാം കാരണം? കടക്കെണിയും കുടുംബജീവിതത്തിലെ സമ്മർദ്ദം താങ്ങാനാ കാത്തതുമാണത്രെ കാരണം.

റീത്ത ആരും കാണാതെ കണ്ണീർ പൊഴിച്ചു.

■

ഹിജാബ്

നിലോഫർ കടൽ നീലിമയിലേക്ക് നോക്കിയിരുന്നു. കുട്ടികൾ, അനുമോളും സിംസാറും തിരകളോട് കളിച്ചുകൊണ്ടിരിക്കുയായിരുന്നു. അനുമോൾ, നനഞ്ഞ മണലിൽ എന്തോ എഴുതി ഒരു കുഞ്ഞു തിരയെ മാടിവിളിച്ചു. കുസൃതിയുള്ള കുഞ്ഞാടിനെപ്പോലെ, തിര, മണലിലെ വാക്കുകൾക്കടുത്തെത്തി തിരിച്ചുപോയി. അനുമോൾക്ക് നിരാശയായി; ചിണുങ്ങിനിന്നു. അത്കണ്ട്, തിര, അൽപംകൂടി വേഗത്തിൽവന്ന് അനുമോളുടെ പാദങ്ങളെ തഴുകി; എഴുത്തുമായി മടങ്ങിപ്പോയി. അവൾ കൈകൊട്ടിച്ചിരിച്ചു.

സിംസാർ, തിരമാലകളെത്താത്തയിടത്ത് ചിപ്പികൾ പെറുക്കിക്കൂട്ടുകയായിരുന്നു. അതുകൊണ്ട്, വേവലാതിയില്ലാതെ നിലോഫർ കടലിന്റെ അഗാധതയെക്കുറിച്ച് ചിന്തിച്ചുകൊണ്ടേയിരുന്നു. ജീവിതവും കടലും തമ്മിലെ സാമ്യതയെക്കുറിച്ചും ആലോചിച്ചു.

കടലിലെന്നപോലെ, അനേകം മലരികളും ചുഴികളും ഓരോ മനസ്സിലുമുണ്ട്. അതൊന്നും കണ്ടുപിടിക്കാൻ ആർക്കും കഴിയില്ല. 15 വർഷമായി എല്ലാ രാത്രികളിലും കൂടെക്കിടക്കുന്ന നിസാർ അഹ്മദിന്റെ മനസ്സു പോകുന്ന വഴികളെക്കുറിച്ചുപാലും ശരിയാംവണ്ണം തിരിച്ചറിയാൻ കഴിഞ്ഞില്ല. അവിടെ സൃഷ്ടിക്കപ്പെട്ട ഗർത്തങ്ങളിൽ താൻ ആണ്ടുപോകുന്നതും അറിഞ്ഞില്ല. നിസാർ അഹ്മദിന് തന്നെക്കാളും കുട്ടികളെക്കാളും വലുതായി മറ്റൊരു ലോകമുണ്ടെന്ന് ഈയിടെയാണ് കാണാൻ കഴിഞ്ഞത്. നിസാറിന്റെ വാട്സ് ആപ്പ് സന്ദേശങ്ങൾ വായിച്ചപ്പോഴായിരുന്നു അത്. താൻ കരുതിയത്, നിസാറിന്, ജോലിസ്ഥലവും വീടും എന്ന, രണ്ട് ലോകം മാത്രമേ ഉള്ളൂ എന്നാണ്.

യാദൃച്ഛികമായാണ് വാടസ് ആപ്പിൽ ഒരു സ്ത്രീയുടെ മുഖവും സന്ദേശങ്ങളും കണ്ടത്. ആ സ്ത്രീ കുറേ ദിവസങ്ങളായി സന്ദേശങ്ങൾ അയയ്ക്കുന്നുണ്ടെന്നും അതിന് നിസാർ അഹ്മദ് ആഹ്ലാദപൂർവം പ്രതികരിക്കുന്നുണ്ടെന്നും മനസ്സിലായി. ആരാണ് ആ സ്ത്രീ? ഇവിടെ എവിടെയോ ജോലി ചെയ്യുന്നവളാണെന്ന് സന്ദേശത്തിൽനിന്ന് ഊഹിക്കാൻ കഴിഞ്ഞു. വൈകുന്നേരം കാറിൽ മാളിൽ കൊണ്ടുവിടണമെന്ന് രണ്ടോ മൂന്നോ

സന്ദേശമുണ്ട്. പക്ഷേ, ഏറെ വിഷമിപ്പിച്ചത്, അവളുടെ ആഗ്രഹങ്ങളുടെ പട്ടികയാണ്.

നിസാറിനോട് അവളെക്കുറിച്ച് ചോദിക്കണമെന്നുണ്ടായിരുന്നു. അതിന്റെ വരുംവരായ്കകൾ എന്താവും എന്ന് പറയുക വയ്യ. പൊതുവേ മുൻശുണ്ഠിക്കാരനാണ്. ഈയിടെയായി, മക്കളെയുംകൂട്ടി നാട്ടിലേക്ക് പൊയ്ക്കൊള്ളാൻ ഇടക്കിടെ പറയാറുണ്ട്. കഴിഞ്ഞ വർഷമാണ് അക്കാര്യം ആദ്യം സംസാരിച്ചത്.

“ഇവിടെ ബിസിനസ്സ് കുറഞ്ഞുവരുന്നു. കുടുംബമായി ഇവിടെ തുടരാൻ കഴിയുമെന്ന് തോന്നുന്നില്ല. നീയും മക്കളും നാട്ടിലേക്ക് പോകണം.”

“തിരിച്ചുപോകുന്നുണ്ടെങ്കിൽ ഒരുമിച്ച് എന്ന്, ഇവിടെയെത്തിയതിന്റെ ആദ്യനാളുകളിൽ പറയാറുണ്ടായിരുന്നല്ലോ? ഇപ്പോഴെന്തുപറ്റി?”

“ഒന്നും പറ്റിയിട്ടില്ല, പറഞ്ഞത് അനുസരിച്ചാൽ മതി.” നിസാർ ദേഷ്യപ്പെട്ട് ഇറങ്ങിപ്പോയി.

ചൂട്കാലമായിരുന്നു. വെയിലേറ്റ് നീളൻപാതയിൽനിന്ന് കനൽനാളങ്ങൾ ഉയരുന്നുണ്ടായിരുന്നു. അത് വകവെക്കാതെ, ഇരുമ്പ്ഗേറ്റ് തുറന്ന് വില്ലയുടെ എതിർവശത്തെ ഗ്രോസറിയിൽനിന്ന് സിഗരറ്റ് വാങ്ങി പുകച്ച് ധൃതിയിൽ നടന്നുപോകുന്നത് കണ്ടു. ഗേറ്റിന് പുറത്ത് കാർ ഉണ്ടായിട്ടും നടന്നുപോകുന്നത് എന്തിനാണെന്നും മനസ്സിലായില്ല.

രാത്രിയാണ് തിരിച്ചുവന്നത്. അപ്പോഴേക്കും കുട്ടികൾ ഉറങ്ങിയിരുന്നു. രാവിലത്തെ കോലാഹലത്തിന്റെ ബാക്കി എന്തെങ്കിലും സംഭവിക്കുമെന്ന് കരുതി. വസ്ത്രം മാറിവന്ന് മേശയിലെ ഭക്ഷണം കഴിക്കുമ്പോഴും നിശ്ശബ്ദതയായിരുന്നു. പിന്നീടെപ്പോഴോ സോഫയിൽ കിടന്നുറങ്ങി. രാവിലെ പതിവിലും നേരത്തെ ഓഫീസിലേക്ക് പോയി. കുട്ടികളെ സ്കൂളിലേക്കയയ്ക്കാനുള്ള തത്രപ്പാടിൽ അതൊന്നും ശ്രദ്ധിക്കാൻ കഴിഞ്ഞില്ല. മേശയിൽ കപ്പിൽ വെച്ചിരുന്ന ചായ കുടിച്ചിട്ടുണ്ട്.

നിസാറും കുട്ടികളും വീടുവിട്ടുപോയപ്പോൾ, വില്ലയ്ക്കകം ഗുഹപോലെ തോന്നി. മരുഭൂമിയിലെ കാറ്റിന്റെ മുരളൽ മാത്രം കേൾക്കാനാകുന്നു. അലക്കാനോ കുളിക്കാനോ ഉച്ചഭക്ഷണം തയ്യാറാക്കാനോ തോന്നിയില്ല. ഉറങ്ങിപ്പോയതും അറിഞ്ഞില്ല.

ഉച്ചയ്ക്ക് കോളിംഗ്ബെൽ കേട്ടാണ് ഉണർന്നത്. വാതിൽ തുറന്നപ്പോൾ നിസാർ ആണ് പുറത്ത്.

“ചോറ് തയ്യാറായോ?” അകത്ത് കയറിയ ഉടൻ ചോദിച്ചു.

“ഇപ്പൊ ഉണ്ടാക്കിത്തരാം.”

“അപ്പൊ, ആയിട്ടില്ലേ? എന്നാ ഞാൻ പുറത്തുനിന്ന് കഴിക്കാം.”

ഷൂ പോലും അഴിക്കാതെ, വന്ന വഴിയോ നിസാർ ദേഷ്യം പിടിച്ച് പുറത്തേക്ക് പോയി. ഇന്ന് എല്ലാ പിഴയ്ക്കുകയാണല്ലോയെന്ന് മനസ്സ് ആകുലപ്പെട്ടു.

സ്കൂളിൽ നിന്ന് കുട്ടികൾ മടങ്ങി വന്നപ്പോഴാണ് അവരെയും കൂട്ടി ഈ ബീച്ചിൽ എത്തിയത്. മുമ്പ്, പലതവണ ഇവിടെ വന്നിട്ടുണ്ടെങ്കിലും എല്ലാം ആദ്യം കാണുന്നതുപോലെ. ദൂരെ, കടലിൽ ചെറിയ നൗകകൾ തിരമാലകളിൽ കയറിയും ഇറങ്ങിയും മുന്നോട്ടുവരുന്നു. മുമ്പൊക്കെ, ഇത്തരം കാഴ്ചകൾ മനസ്സിനെ ത്രസിപ്പിച്ചിരുന്നു. ഇപ്പോൾ, നിർവികാരതയാണ്. കാലിനടിയിൽ നിന്ന് മണ്ണൊലിച്ചുപോവുകയാണ്. സങ്കടങ്ങൾ ആരോടെങ്കിലും പറയാമെന്നുവെച്ചാൽ അത്ര അടുപ്പക്കാരായി ആരുമില്ല. താമസിക്കുന്നതിന്റെ ചുറ്റുപാടും അന്യദേശക്കാർ ഏകാന്തതടവറയിൽ അകപ്പെട്ടതുപോലെ ആയിരിക്കുന്നു.

ബീച്ചിൽ, ആൾ തിരക്ക് കൂടിവന്നു. ഒരു പർദ്ദയിട്ട സ്ത്രീ ഒറ്റയ്ക്ക്, പലരെയും വീക്ഷിച്ചുകൊണ്ട് നടന്നുപോയി. അവർ, പൊലീസുകാരി ആയിരിക്കാം. സ്ത്രീകളുടെ സുരക്ഷിതത്വത്തിന് സിവിൽ വേഷത്തിൽ വനിതാപൊലീസിനെ പലയിടത്തും വിന്യസിച്ചതായി റേഡിയോ വാർത്തയിൽ കേട്ടിരുന്നു. ആ സ്ത്രീ ഇടയ്ക്ക്, ഹിജാബ്, അഴിക്കുകയും വീണ്ടും മുറുക്കിക്കെട്ടുകയും ചെയ്തു.

നിലോഫർ, അപ്പോൾ തന്റെ ഹിജാബിനെ ഓർത്തു. അത് തലയിൽ നിന്ന് ഊർന്ന് വീണ് കഴുത്തിലായിരുന്നു. നിലോഫർ നിറയെ പൂക്കളുടെ ചിത്രമുള്ള ഹിജാബ് കൈയിലെടുത്ത് ഒന്ന് കുടഞ്ഞു. അത്, ചുരുണ്ട് കയർ രൂപത്തിലായിരിക്കുന്നു. അത് കണ്ട് നട്ടെല്ലിൽ ഭയം ഇരച്ചുകയറി. വേണമെങ്കിൽ കയറുപോലെ ഒന്നുകൂടി പിരിച്ചൊതുക്കി ബാഗിൽ വെക്കാം. അല്ലെങ്കിൽ സുന്ദരമായി തലയിൽ ചുറ്റിനടക്കാം. നിലോഫർ രണ്ടാമത്തെ വഴി തിരഞ്ഞെടുത്തു. ഉലഞ്ഞുപോയ പർദ കുടഞ്ഞ്, എഴുന്നേറ്റ് കുട്ടികളുടെ കൈപിടിച്ച്, വീട്ടിലേക്ക് മടങ്ങി.

നാളെത്തന്നെ, എന്തെങ്കിലുമൊരു ജോലിക്ക് ശ്രമിക്കണമെന്ന് ഉറപ്പിച്ച് ഭർത്താവിനുള്ള ഭക്ഷണം മേശപ്പുറത്ത് മൂടിവെച്ച്, പതിവിലും നേരത്തെ, വിളക്കണച്ച് കിടന്നുറങ്ങി.

■

അന്ത്രുവും അമ്പാച്ചയും നേർക്കുനേർ

ഞങ്ങളുടെ മുറിയിൽ അന്ത്രു എത്തിയ ദിവസം പോത്തിറച്ചിയുടെ ഗന്ധം നിറഞ്ഞു. അവൻ നാട്ടിൽനിന്ന് വാഴയിലയിൽ പൊതിഞ്ഞു കൊണ്ടുവന്ന ഇറച്ചി ചൂടാക്കിയതായിരുന്നു. നാട്ടിൽ കണ്ടത്തിലെ പണിക്കു പോകാറുള്ളതിനാൽ വാസ്തവത്തിൽ അന്ത്രുവിനും അൽപം പോത്തിന്റെ ദുഷിപ്പുണ്ടായിരുന്നു. അതാകുമെന്നാണ് ആദ്യം കരുതിയത്. അതല്ല, അന്ത്രു അടുക്കളയിൽ കയറിയതായിരുന്നു.

അന്ത്രു സന്ദർശക വിസയിലാണ്. ആകെ അറിയാവുന്ന പണി നെൽകൃഷി. വിദ്യാലയത്തിൽ പോയിട്ടില്ല. ബുദ്ധിയുറയ്ക്കാൻ വൈകിയതിനാൽ അക്ഷരങ്ങൾ വഴങ്ങില്ലായിരുന്നു. നാട്ടിൽ ആധാർ കാർഡെടുക്കാൻ പോലും വിരലടയാളമാണ്. പാസ്പോർട്ട് അപേക്ഷയിൽ വിരലടയാളം മതിയെങ്കിലും അന്ത്രു പരിഷ്കൃതനല്ലെന്നു വിമാനത്താവളത്തിൽ തോന്നരുതെന്നുള്ളതിനാൽ കൂട്ടുകാർ ഒപ്പിടാൻ പഠിപ്പിച്ചു.

അപേക്ഷയിലെ ഒപ്പിൽ കുറേനേരം നോക്കിയിരുന്നിട്ട് അന്ത്രു പറഞ്ഞു:

“മന്ത്രി മണിയാശാന്റെ ദസ്കത്തു പോലുണ്ട്.”

മണിയാശാനെ അന്ത്രുവിനു വലിയ ഇഷ്ടമായിരുന്നു. മീൻപൊതിയാനോ മറ്റോ പത്രക്കടലാസ് കിട്ടിയാൽ, മണിയാശാന്റെ ഫോട്ടോ ഉണ്ടെങ്കിൽ ഉപയോഗിക്കില്ല. അതിനൊരു മുത്തം കൊടുത്ത്, ശ്രദ്ധയോടെ കീറിയെടുത്തു കീശയിൽ വെക്കും. പിന്നെ മൺവീടിനകത്തെ മരപ്പെട്ടിയിലും. അന്ത്രുവിന് ആകെ അറിയാവുന്ന രാഷ്ട്രീയക്കാരൻ മണിയാശാൻ. തിരഞ്ഞെടുപ്പ് കാലമായാൽ മണിയാശാൻ മത്സരിക്കുന്ന മണ്ഡലത്തിലേക്ക് പോകും. അവിടെ ഏതെങ്കിലും കടത്തിണ്ണയിൽ ആശാന്റെ ഫോട്ടോ, ചില്ലിട്ടുവെച്ച് ഇരിക്കും. ഒരിക്കൽ പോലും ആശാനെ കാണുകയോ സംസാരിക്കുകയോ ചെയ്തിട്ടില്ല. ജീവിതത്തിൽ ആരോടെങ്കിലും താദാത്മ്യം പാലിക്കാൻ കഴിയുമെങ്കിൽ അത് ആശാനോട് മാത്രമായിരിക്കുമെന്നറിഞ്ഞിട്ടും അന്ത്രു നേരിൽ കണ്ടില്ല. രണ്ടോ മൂന്നോ ദിവസം കടത്തിണ്ണകളിൽ ചെലവഴിച്ച ശേഷം അന്ത്രു മലയിറങ്ങി നാട്ടിൽ തിരിച്ചെത്തും.

"അന്ത്രൂ, ബരുന്നെന് മുന്നേ ആശാനെ കാണാൻ പോയിറ്റ്ലെ?"

"അയിന്, ഇപ്പൊ ഇലക്ഷൻ ഇണ്ടാ, അമ്പാച്ചാ?"

അന്ത്രു മുറിയിലെ അടുക്കും ചിട്ടയുമില്ലായ്മയിലേക്ക് കണ്ണോടിക്കുന്നതിനിടയിൽ ആരോടെന്നില്ലാതെ പറഞ്ഞു.

"ഞാന് പെട്ടി യേടെ ബെക്കണ്ടേ, അമ്പാച്ചാ?"

അന്ത്രു തറയിലും കിടന്നോളും. പക്ഷേ പെട്ടി ആരുടെയെങ്കിലും കട്ടിലിനടിയിൽ തള്ളണം. ഞാൻ എന്റെ പെട്ടിക്കരികിൽ സ്ഥലം കാണിച്ചു കൊടുത്തു. അന്ത്രു നിമിഷ നേരംകൊണ്ട് ഒരു അത്ഭുതം കാട്ടി. മുറിയുടെ നാല് ചുവരുകളോട് ചേർന്നുള്ള കട്ടിലുകൾക്കടിയിലെ എല്ലാ പെട്ടികളും പുറത്തെടുത്തു തുടച്ച്, പൂർവ്വസ്ഥാനത്തു കൃത്യമായി വെച്ചു. ഉഴുതുമറിച്ചിട്ട വയലിൽ വരിവരിയായി ഞാറ് നട്ടതുപോലെ. എന്റെ കട്ടിലിനടിയിൽ ഒരു മുസല്ല വിരിച്ചു.

"ഞാൻ ഈടെ കിടക്കാ." അന്ത്രു ഉറപ്പിച്ചു.

അന്ത്രുവിന് ഒരു ജോലി ശരിയാക്കിക്കൊടുക്കണമെന്ന് നാട്ടിലുള്ള പലരും ഫോണിൽ പറഞ്ഞിരുന്നു. എഴുത്തും വായനയും അറിയാത്ത അന്ത്രുവിന് എന്ത് ജോലി വാങ്ങിക്കൊടുക്കും? മാത്രമല്ല, ബയോഡാറ്റ എങ്ങനെ ഉണ്ടാക്കും?

അന്ത്രു, എന്റെ മനസ്സ് വായിച്ചിട്ടെന്നവണ്ണം പറഞ്ഞു, "നാട്ടില് കൃഷിയൊന്നുല്ലല്ലോ, ഞാനെങ്ങനെ ജീവിക്കും, ഈടെ എന്ത് പണിയും എടുത്തോളാ." എന്തോ ഓർത്തെടുത്തെന്നപോലെ കൂട്ടിച്ചേർത്തു. "ഞാൻ നല്ല ചോറും കറിയുമുണ്ടാക്കും. ഈ പോത്തുകറി ഞാനന്നെ ആക്കിയത്."

പിറ്റേ ദിവസം മുതൽ ഞങ്ങൾ ഊഴമിട്ട് അടുക്കളയിൽ കയറുന്നത് നിർത്തി. അന്ത്രു രാവിലെ എണീക്കുന്നു. രാവിലെ ചായയും അപ്പവും. ഉച്ചയ്ക്കുള്ള ചോറും മീൻകറിയും അതേസമയംതന്നെ തയ്യാറാക്കും. ഓഫീസിൽ കൊണ്ടുപോകുന്നവർക്ക് അങ്ങനെ ആകാം. മുറിയാകെ എന്നും തുടച്ചു വൃത്തിയാക്കി. ഇടയ്ക്ക് ഓർമിപ്പിക്കും.

"അമ്പാച്ച, എന്റെ പണിന്റെ കാര്യം?"

ഏതെങ്കിലും റെസ്റ്റോറന്റിൽ ചോദിച്ചു നോക്കാമെന്നു ഞങ്ങൾ തീരുമാനിച്ചു.

അപ്പോഴാണ്, താമസക്കെട്ടിടത്തിന് താഴെയുള്ള ഗ്രോസറിക്കാരനെ സമീപിക്കാമെന്നു തീരുമാനിച്ചത്. വാടകമുറി വേണമെങ്കിൽ, പേറ്റിച്ചിയെ ആവശ്യമുണ്ടെങ്കിൽ ഒക്കെ ഗ്രോസറിക്കാരാണ് ഉത്തരം തരിക. അയാളോട് അന്ത്രുവിന്റെ കാര്യം പറഞ്ഞു.

"ഒരു അറബിവീട്ടിലേക്ക് ഒരു ജോലിക്കാരനെ ആവശ്യമുണ്ട്, നോക്കണോ?" അയാൾ ചോദിച്ചു.

"പറ്റും." ഞാൻ സമ്മതിച്ചു. അന്ത്രു എന്ത് പണിയുമെടുക്കും.

അന്ത്രുവിന്റെ യാത്ര

സമ്പന്നർ താമസിക്കുന്ന ഇടത്തിൽ ഒരു വീട്ടിൽ ഒരു വയോധിക ഒറ്റയ്ക്കാണെന്നും അവരെ പരിചരിക്കാൻ ആളെ വേണമെന്നും വിവരം ലഭിച്ചു. എല്ലാ ജോലികളും ചെയ്യണം. വസ്ത്രം അലക്കണം. ഈന്തപ്പനത്തോട്ടം നനയ്ക്കണം. ഭക്ഷണം ഉണ്ടാക്കണം. രാവിലെ മയോണൈസ് തേച്ചുള്ള ഖുബ്ബൂസ്. ഉച്ചയ്ക്ക് മച്ബൂസ്. രാത്രി വ്യത്യസ്ത ഇലകൾകൊണ്ട് സലാഡ്.

വൈകുന്നേരം ഞാൻ അൽപം ഭാഷാപഠനം ഉപദേശിച്ചു.

"അസ്സലാമു അലൈക്കും' എന്ന് ആരെങ്കിലും പറഞ്ഞാൽ?"

"ഇതെന്ത് പഠിത്തം അമ്പാച്ചാ? പടച്ചോന്റെ കാരുണ്യം നിനക്കുണ്ടാകട്ടെ എന്നല്ലേ? ഉസ്താദിന്റെ വയളിൽ പഠിപ്പിക്കുന്നതല്ലേ?"

"അതല്ല, അന്ത്രൂ, മറുപടി എന്ത് പറയുന്നാണ്."

"വ അലൈക്കും സലാം." ഇതൊക്കെ എന്ത് എന്ന മട്ടിൽ ചിരിച്ചു.

"കൈഫ ആലുക്ക ഇന്ത... എന്ത് മറുപടി പറയും?"

അന്ത്രു മല കയറുന്നതുപോലെ ഒന്ന് കിതച്ചു. "അതെല്ലാം ഞാൻ പഠിച്ചോള."

അന്ത്രു ആത്മവിശ്വാസം പ്രകടിപ്പിച്ചു. എല്ലാരും ചേർന്ന് അന്ത്രുവിനെ പുതിയ ജീൻസും ഷർട്ടും അണിയിപ്പിച്ചു. ആ വേഷത്തിൽ അന്ത്രുവിന്റെ നടത്തം ഒരു പൊയ്ക്കാൽ വിദഗ്ധന്റേതു പോലെയായി. പിറ്റേന്നു തന്നെ ആ വലിയ വീടിന്റെ കവാടത്തിൽ അന്ത്രുവിനെ ഞങ്ങൾ ഇറക്കി. കവാടത്തിൽ ആ സ്ത്രീ കാത്തു നിന്നിരുന്നു. അവർ, വാത്സല്യത്തോടെ അന്ത്രുവിനെ സ്വീകരിച്ചു. അന്ത്രു ഉച്ചത്തിൽ പറഞ്ഞു.

"അസ്സലാമു അലൈക്കും."

ഞങ്ങൾ മുഖത്തോട് മുഖം നോക്കി.

അന്ത്രു ശബ്ദം താഴ്ത്തി ഞങ്ങളോടായി പറഞ്ഞു. "പ്രായമുള്ളവരല്ലേ, അവർക്കു ചെവി കുറവാണെങ്കിലോ..."

ഈന്തപ്പനത്തോട്ടം ആദ്യമേതന്നെ അന്ത്രുവിനെ മാടിവിളിച്ചു. നാട്ടിൽ കപ്പൽ ഹാജിക്കയുടെ തെങ്ങിൻതോപ്പിൽ അന്ത്രു കുറേ പണിയെടുത്തിട്ടുണ്ട്. തടമെടുക്കുകയും തേങ്ങ പറിക്കുകയും ചെയ്തിട്ടുണ്ട്. കുറച്ചു കാലമായി അത്തരമൊരു അന്തരീക്ഷത്തിൽ. ആരോടും ചോദിക്കാതെ തന്നെ അന്ത്രു വലിയ ഈന്തപ്പനയിൽ പിടിച്ചു കയറി. പന കുലച്ചിരുന്നില്ല. വെറുതെ ആവേശത്തിൽ കയറിയതാണ്. തെങ്ങിൽ കയറിയാൽ ഊർന്നിറങ്ങാം. മുകളിൽ എത്തിയപ്പോഴാണറിഞ്ഞത്, ഊർന്നിറങ്ങാൻ പറ്റില്ല. ഈന്തപ്പനയുടെ തണ്ടിൽ ഓലക്കുറ്റികൾ. അന്ത്രു കുറേ നേരം കാറ്റുകൊണ്ടിരുന്നു. വീട്ടുടമസ്ഥ വന്നു നോക്കുമ്പോൾ അന്ത്രു മുകളിൽ ഇരുന്നു കരയുന്നു.

"എന്നെ രക്ഷിക്ക്, ഉമ്മാ എന്നെ രക്ഷിക്ക്."

"ശൂ ആദാ... അബ്ദുറഹ്മാൻ, തായൽ..."

അന്ത്രുവിന് ഇറങ്ങാൻ എളുപ്പമല്ലെന്ന് അവർ തിരിച്ചറിഞ്ഞു. ഉടൻ സിവിൽ സ്റ്റേഷനിൽ വിളിച്ചു. അവരുടെ വാഹനം ഇരമ്പിയെത്തി. ഏണിപ്പടിയിൽ കയറുന്നതിനു മുമ്പ് അന്ത്രു ഉണങ്ങിയ മടലും മറ്റും കൈകൊണ്ട് നീക്കി താഴെയിട്ടു. ഈന്തപ്പനയുടെ മണ്ട വൃത്തിയായിയെന്നു ഉറപ്പു വരുത്തിയ ശേഷമേ അന്ത്രു ഏണിയിൽ കാൽ വെച്ചുള്ളൂ.

ഉമ്മ, അന്ത്രുവിന് വസ്ത്രം അലക്കാനുള്ള വാഷിംഗ് മെഷീൻ കാണിച്ചു കൊടുത്തു. അന്ത്രു ആദ്യം ചെയ്തത്, അലക്കുയന്ത്രത്തിന്റെ ഉള്ളും പുറവും നന്നായി കഴുകി വെളുപ്പിച്ചതാണ്. അന്ത്രുവിനു തൃപ്തിയായി. ഉമ്മ അന്തം വിട്ടു നിന്നു. ഉമ്മതന്നെ യന്ത്രം പ്രവർത്തിപ്പിച്ചു.

മൂന്നാംദിനം അന്ത്രു ജോലി ഉപേക്ഷിച്ച് ഞങ്ങളുടെ മുറിയിൽ തിരിച്ചെത്തി.

"എന്തുപറ്റി അന്ത്രു?"

"ആ ഉമ്മ സ്നേഹമുള്ളവർതന്നെ. എങ്കിലും എത്ര പറഞ്ഞിട്ടും അവർ മലയാളം പഠിക്കുന്നില്ല. പിന്നെങ്ങനെ ഞാനാടെ പണിയെടുക്കും?"

അന്ത്രുവിന്റെ പാചകം

ഞങ്ങൾ ഓഫീസിൽ പോകുമ്പോൾ അന്ത്രു മുറിയിൽതന്നെ ഉണ്ടാകും. എല്ലാവർക്കും ഭക്ഷണം ഉണ്ടാക്കി. എല്ലാവരുടെയും വസ്ത്രങ്ങൾ അലക്കി ഇസ്തിരിയിട്ടു വെച്ചു. ശൗചാലയം എല്ലാ ദിവസവും അണുനാശിനികൊണ്ട് കഴുകി. മുറി ഒരു ആഡംബരവസതിപോലെ തോന്നിച്ചു. കെട്ടിടത്തിന് താഴെയുള്ള ഗ്രോസറിക്കാരനുമായി അന്ത്രു ചങ്ങാത്തം സ്ഥാപിച്ചു. ഐസ് കെട്ടിക്കിടന്ന ഫ്രീസർ നന്നാക്കാനും ചുമടിറക്കാനും മറ്റും സഹായിക്കും.

"സന്ദർശക വിസയിൽ പണിയെടുക്കാൻ പാടില്ല, അന്ത്രു. "

കടയിൽ സാധനം വാങ്ങാൻ ഇടയ്ക്കിടെ എത്താറുള്ള ഒരു മലയാളി ദോഷൈകദൃക്ക് നിരുത്സാഹപ്പെടുത്തി.

"ഇത് പണിയല്ല, സഹായല്ലേ?"

ഗ്രോസറിയുടെ പുറത്തു കണ്ണാടിമതിലിനോട് ചേർന്നിരുന്നു, വഴിയിലൂടെ പോകുന്ന ഓരോ മനുഷ്യരെയും നിരീക്ഷിച്ച് അന്ത്രു സമയം പൊക്കി. ആറാം ദിനം ഗ്രോസറിക്കാരൻ പറഞ്ഞു.

"അന്ത്രു, ഒരു ഇംഗ്ലീഷുകാരന്റെ വീട്ടിൽ കുക്കിനെ വേണം, പോകുന്നോ?"

"ഞാൻ റെഡി." അന്ത്രു രണ്ട് ജോടി വസ്ത്രം കൈയിലെടുക്കാൻ മുറിയിലേക്ക് പോകാനൊരുങ്ങി.

“ഇന്ന് വേണ്ട, ഇന്ന് ഞാൻ സംസാരിച്ച് വ്യവസ്ഥയുണ്ടാക്കിയ ശേഷം നാളെ പോയാൽ മതി.”

ഞങ്ങൾ, വൈകുന്നേരം തിരിച്ചെത്തിയപ്പോൾ അന്ത്രു ജീൻസും ഷർട്ടുമിട്ടു കണ്ണാടിയിൽ നോക്കുന്നു.

“എവിടെ പോകുന്നു?”

“അമ്പാച്ച, നല്ല ഒരു പണി കിട്ടീന്. ഇംഗ്ലീഷുകാരന്റെ പൊരേല്, നാളെ കാലത്തു പോണം.”

“എന്ത് പണി?”

“ഫുഡ്ഡാക്കീറ്റ് കൊടുക്കണം. മാസാമ്പോ ഡോളർ കിട്ടും.”

മുറിയിലെ വിവേകിയായ അനീഷിന് അപകടം മണത്തു. അവൻ എന്നെ പുറത്തേക്ക് കൂട്ടിക്കൊണ്ട് പോയി രഹസ്യമായി പറഞ്ഞു. “സായിപ്പിന് ഇംഗ്ലീഷ് ഭക്ഷണം ആകും വേണ്ടത്. കുറഞ്ഞത്, ബ്രെഡ് ടോസ്റ്റ് എങ്കിലും അന്ത്രുവിനു പഠിപ്പിച്ചു കൊടുക്കണ്ടേ?”

“ഭാഷയും പ്രശ്നമാകും.” ഞാനും ആത്മഗതം ചെയ്തു.

പക്ഷേ, അന്ത്രുവിന് ഒരു ജോലി ശരിയാക്കിക്കൊടുക്കണ്ടേ. ഇക്കാലത്ത് ഉന്നത ബിരുദമുള്ളവർക്കുപോലും ജോലി കിട്ടുന്നില്ല. നഗരത്തിൽ ജീവിതച്ചെലവ് വർദ്ധിച്ചുവരികയുമാണ്. അന്ത്രുവിന്റെ ജീവിതം ഇവിടെ എന്തായിത്തീരുമെന്നു ഒരു രൂപവുമില്ല. റെസ്റ്റോറന്റിൽ പാത്രം കഴുകാൻ പോലും ആളുകളെ വേണ്ടതാനും. എല്ലാം യന്ത്രങ്ങൾ ചെയ്യും. സായിപ്പെങ്കിൽ സായിപ്പ്.

അന്ത്രു, സുബഹി നിസ്കരിച്ചു. എല്ലാർക്കും വേണ്ടി ഭക്ഷണമുണ്ടാക്കി മേശയിൽ വെച്ച ശേഷം അന്ത്രു സലാം പറഞ്ഞിറങ്ങി. അനീഷ് സങ്കടംകൊണ്ട് കരഞ്ഞു. കാരണം, ഇനിയുള്ള ദിവസങ്ങളിൽ അടുക്കളയിൽ കയറണം. അനീഷിന് ബാലികേറാമലയാണ് പാചകം. ഉള്ളി തൊലിക്കുമ്പോൾ കണ്ണ് നീറും. ഉറങ്ങാൻ പറ്റില്ല.

അന്ത്രു ലിഫ്റ്റിൽ കയറാതെ പടിയിറങ്ങിപ്പോകുന്നത് ഞങ്ങൾ എല്ലാവരും കണ്ടു നിന്നു.

ഗ്രോസറിക്കാരൻ പറഞ്ഞത്

അന്ത്രു ആത്മവിശ്വാസത്തോടെ സായിപ്പിന്റെ ഫ്ളാറ്റിന് മുന്നിൽ എത്തി. കോളിങ് ബെല്ലടിച്ചു. സായിപ്പിന് അന്ത്രുവിനെ പരിചയപ്പെടുത്തിക്കൊടുത്തു.

“ഹൗ ആർ യു?” സായിപ്പ് കൈ നീട്ടി.

അന്ത്രു ഗ്രോസറിക്കാരനെ നോക്കി.

“അന്ത്രു.” ഗ്രോസറിക്കാരനാണ് പ്രതിവചിച്ചത്.

“ആൻഡ്രു...’’ സായിപ്പ് ആ പേര് തിരുത്തുന്നതായി പ്രഖ്യാപിച്ചു.

അന്ത്രു സായിപ്പിന്റെ അടുക്കളയിൽ കയറി. അവിടെ അരിയോ ഉപ്പോ മുളകോ ഒന്നും കണ്ടില്ല. ഫ്രിഡ്ജിൽ മുട്ട ഇരിപ്പുണ്ട്. ബ്രെഡും. ഉള്ളിയോ പച്ചമുളകോ ഇല്ലാത്തതിനാൽ അന്ത്രു എളുപ്പത്തിൽ മുട്ട പൊട്ടിച്ചു ചൂടാക്കി, ബ്രെഡിനിടയിൽ വെച്ചു.

സായിപ്പ് ഓഫീസിൽ പോകാൻ റെഡിയായി വന്നു. അന്ത്രുവിന്റെ പ്രഭാതഭക്ഷണം ആസ്വദിച്ചു കഴിച്ചു. ഇറങ്ങുന്നതിനു മുമ്പ്, സായിപ്പ് അരുളി.

"ആൻഡ്രൂ, റെഡി ദി ലഞ്ച്, ഐ വിൽ കം."

അന്ത്രുവിന് ഒന്നും മനസിലായില്ല. സായിപ്പ് പുറത്തിറങ്ങിയ ഉടൻ, അന്ത്രു ഗ്രോസറിക്കാരനെ വിളിച്ചു.

"ഇക്ക, സായിപ്പ് എന്തോ പറഞ്ഞിന്, മനസ്സിലായില്ല."

"എന്താ പറഞ്ഞത്?"

"റെഡി ലോഞ്ച്. ആ അത് പോട്ട്. കുറച്ച് അരി, മുളക്, പരിപ്പ് കൊടുത്തയയ്ക്കബെ. എനക്ക് വിശക്കുന്നു."

അന്ത്രു, ഉച്ചഭക്ഷണം തയ്യാറാക്കി സ്വാദോടെ കഴിച്ചു. സായിപ്പ് നട്ടുച്ച നേരത്ത് ത്രീ പീസ് സ്യൂട്ടിൽ വിയർത്ത് എത്തി. തീൻമേശയിൽ, വാഴയിലയിൽ കുന്നോളം ചോറ്, ഒരു ബക്കറ്റ് നിറച്ച് പരിപ്പ് കറി.

സായിപ്പ് അന്തം വിട്ടു. വൈകുന്നേരത്തിനു മുമ്പ് അന്ത്രു സ്ഥാവര ജംഗമവസ്തുക്കളുമായി ഗ്രോസറിയിൽ തിരിച്ചെത്തി.

"സായിപ്പിന് ഞമ്മളെ ചോറും കറിയും പിടിക്കേല."

അന്ത്രു പടവ് കയറി മുറിയിലേക്ക്.

അന്ത്രു ലോകത്തെ കാണുന്നത്

അന്ത്രു അമ്പാച്ചയുടെ ചലനങ്ങൾ സൂക്ഷ്മമായി നിരീക്ഷിക്കുകയായിരുന്നു. അമ്പാച്ച അടിസ്ഥാനപരമായി നല്ലവനാണ്. പക്ഷേ ജീവിതത്തിൽ പരാജയപ്പെട്ടവൻ. നാട്ടിൽ വലിയ വീട്. ആ വീട് വൃത്തിയാക്കാൻ അമ്പാച്ച ഇടയ്ക്കിടെ വിളിച്ചു പറയും. അമ്പാച്ചയുടെ മുറിക്ക് ഒരു വീടിന്റെയത്ര വലിപ്പം. ശൗചാലയത്തിൽപോലും മാർബിൾ. കിഴക്കോട്ട് തുറക്കുന്ന ജനലിലൂടെ തണുത്ത കാറ്റ്. ഭാര്യയും രണ്ട് മക്കളും നഗരത്തിൽ ഫ്ളാറ്റിലാണ്. അവിടെയാണ് കുട്ടികൾ പഠിക്കുന്നത്.

അമ്പാച്ച ഇവിടെ നാല് പേരുള്ള മുറിയിൽ ഒരു ഇരുമ്പ് കട്ടിലിലാണ് രാത്രി കിടക്കാറുള്ളത്. ശൗചാലയം വൃത്തിയാക്കും. ഭക്ഷണം സ്വയം പാചകം ചെയ്യും. ഭക്ഷണത്തിൽ പാലിക്കേണ്ട മര്യാദകൾ ചുമരിൽ ഒട്ടിച്ചിട്ടുണ്ട്.

"ആഴ്ചയിൽ ഒരു ദിവസം നെയ്ച്ചോർ. ഒരു കപ്പ് നെയ്ച്ചോറിന്റെ അരിക്ക് ഇരട്ടി വെള്ളം ഒഴിക്കണം. താൻ കഴിച്ചതും കുടിച്ചതുമായ

പാത്രങ്ങൾ താൻതന്നെ കഴുകിവെക്കണം. ഏത് ഭക്ഷണം കഴിച്ചാലും ഉപ്പില്ല, മുളകില്ല, രുചിയില്ല എന്ന് ആവലാതി പറയരുത്. മീൻ പൊരിച്ചാൽ തന്റെ ഓഹരി മാത്രമേ താൻ എടുക്കാവൂ, അപരന്റേത് അവിടെ തന്നെ വെച്ചേക്കണം. ഫ്രിഡ്ജിൽ വെച്ചത് ദിവസങ്ങൾ കഴിഞ്ഞു ചൂടാക്കി കഴിച്ചാലും ഒന്നും സംഭവിക്കുകയില്ല."

അമ്പാച്ചയ്ക്ക് ഉറൂസുകളും ഉത്സവപ്പറമ്പുകളും നാട്ടിലെ വിവാഹങ്ങളും ദൗർബല്യങ്ങളായിരുന്നു. അതൊക്കെ അമ്പാച്ച അനുഭവിച്ചിട്ട് വർഷങ്ങളായി. ഇവിടെ അമ്പാച്ചയുടെ ഓരോ ചലനങ്ങളും ഭയപ്പാടോടെ. തൊഴിൽ നഷ്ടപ്പെട്ടേക്കാമെന്ന് ആധി. ഇവിടെ എത്തിയ കാലം മുതൽ ഈ അനിശ്ചിതത്വമുണ്ടെന്ന് ഒരിക്കൽ തുറന്നു പറഞ്ഞു. അടുത്തകാലത്തായി ശാരീരിക പ്രയാസങ്ങളുണ്ട്. 30 വർഷത്തെ ദാമ്പത്യജീവിതത്തിനിടയിൽ അയാൾ ഭാര്യയുമൊത്തു കഴിഞ്ഞത് അഞ്ചോ ആറോ വർഷം. കുട്ടികളെ താലോലിച്ചത് ഒന്നോ ഒന്നരയോ വർഷം. നാട്ടിലിപ്പോൾ മഴയാണ്. അയ്യോ, പറയാൻ മറന്നു പോയി. ഞാറ്റുവേല നഷ്ടമായിട്ട് കാലമെത്രയായിക്കാണും.

ഒടുക്കം

ഇരുണ്ട മാനത്ത്, വയൽക്കിളികൾ വട്ടമിട്ടു പറന്ന് പോകുമ്പോൾ എവിടെയെല്ലാമോ അലഞ്ഞുതിരിഞ്ഞ മഴത്തുള്ളികൾ വിരുന്നെത്തി വീട്ടുമുറ്റത്തു ഗന്ധം ചുരത്തുന്നത് അപ്പോൾ അന്ത്രുവിന്റെ മനസ്സിൽ നദിയായി ഒഴുകി. റേഡിയോയിൽ വാർത്തയ്ക്ക് സമയമായി. അന്ത്രു റേഡിയോ തുറന്നു.

പ്രധാന വാർത്ത. "എം.എം. മണി ഉടുമ്പുഞ്ചോലയിൽ വീണ്ടും മത്സരിക്കും."

അന്ത്രു റേഡിയോ ഓഫ് ചെയ്തു.

അന്ത്രു ഫോണിൽ അമ്പാച്ചയെ വിളിച്ചു. "ഞാൻ നാട്ടിലേക്കെന്നെ മടങ്ങുന്ന്, ഒരു ടിക്കറ്റ് ശരിയാക്കിത്തരണം."

പുറത്തെ ആരവങ്ങൾ കൂട്ടാക്കാതെ, അന്ത്രു തറയിൽ നഗരത്തിൽ അവസാന ഉച്ചമയക്കത്തിലാണ്ടു.

■

അക്ബർ

മഞ്ഞുകാലത്ത്, ഇലകൾ പൊഴിഞ്ഞു വീഴുന്ന ഇരുമ്പ് ബെഞ്ചിൽ കൂനിക്കൂടി ഇരിക്കുന്നതാണ് അയാളെക്കുറിച്ചുള്ള ആദ്യ ഓർമ. ഉദ്യാനത്തിൽ അങ്ങിങ്ങായി കുറച്ചു പേർ. ഏറെയും പാകിസ്ഥാനികൾ. അവരിൽ ചിലർ 50 ഫിൽസിനു കിട്ടുന്ന വലിയ റൊട്ടി ദാൽഫ്രെയിൽ മുക്കി തിന്നുന്നു. അയാൾ ഇടയ്ക്കിടെ അവരിലേക്കു കണ്ണ് പായിക്കുന്നു. ആ നോട്ടത്തിൽ ആർത്തിയുണ്ട്. ഒരുപക്ഷേ വിശക്കുന്നുണ്ടാകും. ഞാൻ അയാളുടെ ബെഞ്ചിന്റെ കോണിൽ സ്ഥലം പിടിച്ചു. കണ്ടിട്ട് മലയാളിയാണെന്ന് തോന്നുന്നു. എന്നിട്ടും ഹിന്ദിയിലാണ് ചോദിച്ചത്.

"ആപ് മലബാരി?"

അയാൾ അതീവ സന്തോഷം പ്രകടിപ്പിച്ചു. "അതെ, മലയാളിയാണ്."

ഞാൻ മലയാളി ആണെന്നറിയാതെ എങ്ങനെയാണ് അയാൾ മലയാളത്തിൽ മറുപടി പറഞ്ഞത്? ഞാൻ ചിരിച്ചു.

"എന്താ ഇവിടെയിരിക്കുന്നത്?"

"ഇല്ല, ഒന്നൂല്ല, വെറുതെ."

ഇത് പറയുമ്പോഴും അയാളുടെ ഉള്ളിൽ വിശപ്പ് അലയടിക്കുന്നത് എനിക്ക് കാണാം.

ഞാൻ ചോദിച്ചു, "രാവിലെ ഒന്നും കഴിച്ചില്ലേ? നല്ല ക്ഷീണം തോന്നുന്നല്ലോ?"

അയാൾ തല താഴ്ത്തി.

"വരൂ, ഒരു ചായ കുടിക്കാം." ഞാൻ ക്ഷണിച്ചു. അയാൾ യാതൊരു മടിയുമില്ലാതെ കൂടെ വന്നു. അയാൾ കുറച്ചു ദിവസമായി കുളിച്ചിട്ടില്ലെന്നും മനസ്സിലായി. അയാളുടെ ശരീരത്തിൽനിന്ന് ദുർഗന്ധം പരക്കുന്നുണ്ടായിരുന്നു.

ഈ നഗരത്തിൽ തൊഴിൽ തേടി വന്നപ്പോൾ ഞാനും ഇങ്ങനെയൊക്കെ തന്നെയായിരുന്നു. മിക്ക ദിവസങ്ങളിലും രാവിലെ ഒന്നും കഴിക്കാറില്ല. രാത്രി തല ചായ്ക്കാൻ അഭയം തന്ന നാട്ടുകാരൻ വല്ലപ്പോഴും

കൊണ്ടു വന്നു കട്ടിലിനു ചുവട്ടിൽ വെക്കുന്ന ഖുബ്ബൂസ് പാക്കറ്റിൽനിന്ന് ബാക്കിയാകുന്നവ ചായയിൽ മുക്കി തിന്നും. അന്നേരം ജാലകത്തിലൂടെ എന്നെ കാണുന്ന അംബരചുംബികൾ എന്നെ നോക്കി പരിഹസിക്കും. ഇയാൾക്കും ഒരുപക്ഷേ, ഇങ്ങനെത്തന്നെയായിരിക്കും അനുഭവം.

"ജോലിയൊന്നും കിട്ടിയില്ലേ?" ഞാൻ ചോദിച്ചു.

അയാൾ തലതാഴ്ത്തി. കൈപിടിച്ചുയർത്താൻ ആളില്ലെങ്കിൽ ഈ നഗരത്തിൽ ഒരു ജീവിതോപാധി ലഭിക്കുകയില്ലെന്നു എനിക്കറിയാം. അല്ലെങ്കിൽ, അത്രയ്ക്ക് ഭാഗ്യവാനായിരിക്കണം.

അയാൾ മറുപടി പറഞ്ഞില്ല. അയാൾ റെസ്റ്റോറന്റിന്റെ പലഹാരക്കൂടിലേക്ക് നോക്കുന്നുണ്ടായിരുന്നു. ഞാൻ വെയ്റ്ററെ വിളിച്ചു ബീഫ് പുട്ട് പറഞ്ഞു. പുട്ടിനകത്തു ബീഫ് പൊരിച്ചുവെച്ച വിഭവമാണ്. ഒരെണ്ണം കഴിച്ചാൽ വിശപ്പ് മാറും. ബീഫ് കഴിക്കാത്ത ആളായിരിക്കുമോ?

അയാൾ പക്ഷേ അത് ആർത്തിയോടെ തിന്നു. പുറത്തു ഉദ്യാനത്തെ കീറിമുറിക്കുന്ന വഴിയിൽ അനേകം വാഹനങ്ങൾ നിരയായി സിഗ്നൽ തെളിയുന്നത് കാത്തിരിക്കുന്നുന്നത് കാണാം.

"എനിക്ക് ഓഫീസിൽ പോകേണ്ട സമയമായി."

ഞാൻ എണീക്കെ അയാൾ എന്റെ കൈപിടിച്ചു. "കിടക്കാൻ ഒരു ഇടമില്ല."

അയാൾ കരച്ചിലിന്റെ വക്കിലായി. ഞാൻ കുടുങ്ങി. മുറിയിൽ ഒഴിവില്ല. നാല് ചുവരുകളോട് അടുപ്പിച്ചു കട്ടിലുകളാണ്. എല്ലാറ്റിലും ആളുണ്ട്. മധ്യഭാഗത്തു ഭക്ഷണം കഴിക്കാൻ ചമ്രം പടിഞ്ഞിരിക്കുന്ന സ്ഥലം മാത്രമേ ബാക്കിയുള്ളൂ. തത്കാലം അവിടെ ബെഡ്ഷീറ്റ് വിരിച്ചു കൊടുക്കാം. പക്ഷേ മുറിയിലുള്ള ബാക്കിയുള്ളവർ പ്രാകും.

അയാൾ പിന്നെയും ദയനീയമായി എന്നെ നോക്കി. ഉപേക്ഷിക്കരുതേ എന്ന ഭാവമുണ്ട്. എന്നാലും ഊരും പേരും അറിയാത്ത ഒരാളെ എങ്ങനെ റൂമിൽ കയറ്റും?

"ഞാൻ പേര് ചോദിക്കാൻ മറന്നു."

"അക്ബർ." അയാൾ പറഞ്ഞു.

അത് എന്റെ പേരാണ്. ഞാൻ അത്ഭുതപ്പെട്ടു.

അയാൾ നിസ്സഹായനായി ചിരിച്ചു.

"ഒന്നോ രണ്ടോ ദിവസത്തേക്ക് മുറിയിൽ കൂടാം. പക്ഷേ കട്ടിലൊന്നുമില്ല. തറയിൽ കിടക്കണം."

അയാൾ തലയാട്ടി.

ഉദ്യാനത്തിൽ പൊന്തക്കാട്ടിനിടയിൽ ഒളിപ്പിച്ചുവെച്ച പഴകിയ ബാഗുമായി അയാൾ എന്റെ പിന്നാലെ വന്നു. കൂടെത്താമസിക്കുന്ന

മറ്റുള്ളവരോട് എന്ത് സമാധാനം പറയുമെന്ന ആലോചനയിലായി ഞാൻ. സഹായമനഃസ്ഥിതിയുള്ള ദാമുവേട്ടൻ കൂടെനിൽക്കും. എല്ലാറ്റിലും കുറ്റം കണ്ടെത്താറുള്ള അഹ്മദും മുറിയിൽ സൗകര്യം പോരെന്നു പറയാറുള്ള ആഷിക്കും രഹസ്യമായി പിറുപിറുക്കും.

ബംഗാളികൾ മുറുക്കിത്തുപ്പിയ ഇടവഴിയിലൂടെ കെട്ടിടത്തിൽ കയറുന്നതിനു മുമ്പ് അയാളെ ഒരിക്കൽകൂടി ഓർമിപ്പിച്ചു.

"മുറിയിൽ സൗകര്യമുണ്ടായിട്ടല്ല, ഒന്നോ രണ്ടോ ദിവസം മാത്രം."

അയാൾ തലയാട്ടി.

ഭാഗ്യത്തിന് മുറിയിൽ അന്നേരം ആരും ഉണ്ടായിരുന്നില്ല. അയാളുടെ ബാഗ് വാങ്ങി എന്റെ കട്ടിലിനടിയിൽ വെച്ചു. വൈകുന്നേരം എല്ലാവരും എത്തുന്നതിനു മുമ്പ് തിരിച്ചുവരാമെന്നു പറഞ്ഞു ഞാൻ പുറത്തിറങ്ങി. ഇങ്ങനെ ഒരാൾ മുറിയിൽ വന്നുപെട്ടിട്ടുണ്ടെന്നു ദാമുവേട്ടനെ മൊബൈലിൽ വിളിച്ചറിയിച്ചു.

"രണ്ട് ദിവസത്തേക്കല്ലേ, ഞാൻ നോക്കിക്കൊള്ളാം." ദാമുവേട്ടൻ ആശ്വസിപ്പിച്ചു.

വൈകിട്ട് ഞാൻ മുറിയിലെത്തുമ്പോൾ അയാൾ നിലത്ത് പായയിൽ കിടക്കുന്നു. പനിച്ചു വിറയ്ക്കുന്നു. ദേഹം കമ്പിളികൊണ്ട് മൂടിയിട്ടുണ്ട്. അടുക്കളയിൽ ദാമുവേട്ടൻ അയാൾക്കുവേണ്ടി കഞ്ഞിയുണ്ടാക്കുന്നു.

ദാമുവേട്ടൻ എന്നെക്കണ്ടപ്പോൾ പറഞ്ഞു, "എടാ, ഇയാൾക്ക് പനിയുണ്ടെന്നു നേരത്തെ പറയാമായിരുന്നില്ലേ? ഞാൻ പനഡോൾ കൊണ്ടുവന്നേനേ."

അന്നേരം അക്ബർ ചുമച്ചു. പനി മൂർച്ഛയിൽ അർദ്ധബോധാവസ്ഥയിലാണെന്നു തോന്നി. ദാമുവേട്ടൻ കുനിഞ്ഞിരുന്നു നെറ്റി തുടച്ചു കൊടുത്തു. അയാളെ താങ്ങിയിരുത്തി കഞ്ഞി കുടിപ്പിച്ചു.

"നാളേയ്ക്ക് പനിയൊക്കെ മാറും."ദാമുവേട്ടൻ ആശ്വസിപ്പിച്ചു.

മുറിയിൽ മറ്റുള്ളവർ എത്തുന്നതിനുമുമ്പ് അയാൾ ഉറങ്ങിപ്പോയി. പിറ്റേന്ന് എല്ലാവരും ഉണരുന്നതിനുമുമ്പ്, പ്രഭാതകൃത്യങ്ങൾ നിർവഹിച്ച് അയാൾ നഗരവഴിയിലേക്കിറങ്ങി.

രണ്ട്

അൽ റാസിലെ വളവിൽ മികച്ച മന്തി റെസ്റ്റോറന്റുണ്ടെന്നും പോയി കഴിക്കാമെന്നും ആഷിക്കാണ് പറഞ്ഞത്. അവധി ദിവസമായതിനാൽ മുറിയിൽ ആരും അടുക്കളയിൽ കയറിയില്ല. ക്രീക്കിന് അരികിലൂടെ അഞ്ച് മിനുറ്റ് നടന്നാൽ റെസ്റ്റോറന്റിന് അടുത്തെത്താം. റോഡരികിൽ കടകൾ അടഞ്ഞുകിടന്നിരുന്നു. ക്രീക്കിനെ മുറിച്ചു പോകുന്ന ജലാശയത്തിൽ കൂറ്റൻ കണ്ണാടി മന്ദിരങ്ങളുടെ നിഴൽ ആടിക്കളിച്ചു. ഇടയ്ക്കിടെ,

ഭക്ഷ്യസാധനങ്ങൾ നിറച്ച പായ്കപ്പലുകൾ നങ്കൂരമിട്ടു. ഒന്നിൽ നിന്ന് തൊലിയുരിഞ്ഞു, ശീതീകരിച്ചു, തുണിയിൽ പൊതിഞ്ഞ ആടുകളുടെ കൂമ്പാരം ട്രക്കിൽ കയറ്റുന്നുണ്ടായിരുന്നു. മറ്റൊന്നിൽ നിന്ന് ബസ്മതി അരിയുടെ ചാക്കുകൾ കൂലിക്കാർ തലയിലേറ്റി റോഡ് മുറിച്ചു കടക്കുന്നു. അതിന്റെ സുഗന്ധം പരിസരമാകെ പടർന്നിരുന്നു.

മന്തി റെസ്റ്റോറന്റിനകത്ത് അധികം വെളിച്ചമുണ്ടായിരുന്നില്ല. വൃത്തിയുള്ള വിരിപ്പുകൊണ്ട് അലങ്കരിച്ച തീൻമേശ ഞങ്ങളെ മാടി വിളിച്ചു. തലപ്പാവ് വെച്ച ഒരാൾ ഓർഡറെടുക്കുന്ന ടാബുമായി അടുത്തു വന്നു.

"അക്ബർ, നീയിവിടെയോ? അന്നെന്തേ പറയാതെ പൊക്കളഞ്ഞു?" ഞാൻ ചോദിച്ചു

"അന്ന് ജോലി തേടിയാണ് ഞാൻ ഇറങ്ങിയത്. വിശന്നും പനിച്ചും ഞാൻ വന്നു വീണത് ഈ റെസ്റ്റോറന്റിന്റെ മുറ്റത്ത്. ഇതിന്റെ ഉടമസ്ഥൻ ഭക്ഷണം കഴിച്ചോളാൻ പറഞ്ഞു. പിന്നെ ജോലി ചെയ്യാനും." അയാൾ ഒറ്റ ശ്വാസത്തിൽ പറഞ്ഞുതീർത്തു.

ദാമുവേട്ടനെ കണ്ട് അയാൾ കൈകൂപ്പി തിരിഞ്ഞു നടന്നു. വലിയ പ്ലേറ്റിൽ ആവി പറക്കുന്ന മന്തിയുമായി അയാൾ വീണ്ടും എത്തി. അതീവ ശ്രദ്ധയോടെ അത് എല്ലാവർക്കും വിളമ്പി. പോകാൻ നേരം അയാൾ പറഞ്ഞു: "കാശ് ഞാൻ കൊടുത്തു."

മൂന്ന്

മുത്തീനയിലെ ഇരുമ്പ് ബെഞ്ച് ചുട്ടു പൊള്ളുന്നുണ്ടായിരുന്നു. ഉദ്യാനത്തിൽ സായന്തന നടത്തത്തിനിറങ്ങിയവർ മിക്കവരും താഴെ പുല്ലിലാണ് വിശ്രമിച്ചത്. മെയിലെ ചുടുകാറ്റ് ഈന്തപ്പനകളിൽ കുടിയിരുന്നു. ഈന്തപ്പനകൾ പൂവിടാൻ വേണ്ടിയാണത്. കുറച്ചു ദിവസങ്ങൾ കഴിഞ്ഞാൽ ഈന്തപ്പഴങ്ങൾ ഞാന്നു നിൽക്കും. ഒരു പനയുടെ തണലിൽ ഒരാൾ പക്ഷികൾക്കുള്ള വേലിക്കെട്ടിൽ വലിയ പാത്രത്തിൽ വെള്ളം നിറയ്ക്കുന്നു. കുറേ മൈനകളും പ്രാവുകളും എവിടെ നിന്നോ പറന്നു വന്നു.

"എവിടെയോ പരിചയമുള്ള മുഖമാണല്ലോ?" ഞാൻ ചോദിച്ചു.

അയാൾ ചിരിച്ചു.

"അക്ബറല്ലേ, എനിക്ക് മനസ്സിലായി, ഞാൻ അക്ബർ."

വർഷങ്ങൾ എത്ര കഴിഞ്ഞിരിക്കുന്നു. അയാളുടെ മുഖത്തു ചുളിവുകൾ.

പക്ഷേ അയാളുടെ കണ്ണുകളിലെ പ്രകാശം കെട്ടുപോയിട്ടില്ല. അയാൾ പറഞ്ഞു,

"സുഹൃത്തേ, നമ്മൾ ആദ്യമായി കണ്ടിട്ട് 12 വർഷമായി. അന്ന് എന്നെ നിങ്ങൾ ജീവിതത്തിലേക്ക് തിരിച്ചെത്തിച്ചപ്പോൾ ഞാൻ ഒരു പുതിയ

മനുഷ്യനായി. അന്നേ വരെ മനുഷ്യത്വത്തിൽ ഞാൻ വിശ്വസിച്ചിരുന്നില്ല. ഇവിടെ വിമാനമിറങ്ങിയത് മുതൽ കുറേ ദുരനുഭവങ്ങൾ. തൊഴിൽ വിസ എന്ന് പറഞ്ഞു, സന്ദർശക വിസയാണ് ഏജന്റ് തന്നത്. അന്നത് ശ്രദ്ധിക്കാൻ കഴിഞ്ഞില്ല. തല ചായ്ച്ചു കിടക്കാൻ സ്ഥലമില്ലാതെ ഞാൻ ഉദ്യാനങ്ങളിൽ അന്തിയുറങ്ങി. ആരെങ്കിലും വാങ്ങിത്തന്ന ഭക്ഷണം കഴിച്ചു. അത്തരമൊരു സന്ദർഭത്തിലാണ് എന്നെ നിങ്ങൾ സഹായിച്ചത്. അന്ന് മഞ്ഞു കാലമായിരുന്നു. രാത്രി മഞ്ഞു പെയ്യുമ്പോൾ ഞാൻ നനഞ്ഞു. ഞാൻ ഇരുമ്പു ബെഞ്ചിൽ മരവിച്ചുപോകുമെന്ന് ഭയന്നു. പിന്നീട് ആ റെസ്റ്റോറന്റിൽ ഞാൻ കുറേ അദ്ധ്വാനിച്ചു. എന്റെ ബാധ്യതകൾ തീർത്തു. വേറെയും റെസ്റ്റോറന്റുകളിൽ പണിയെടുത്തു. നഗരത്തിന്റെ കൗതുകങ്ങൾ ഞാൻ കണ്ടിട്ടില്ല. മെട്രോ ട്രെയിൻ വന്നതറിഞ്ഞു. ലോകത്തിലെ വലിയ കെട്ടിടങ്ങളുടെ മിനാരങ്ങൾ ആകാശത്തേക്ക് തലയുയർത്തുന്നത് ഞാൻ ദൂരേന്നു കണ്ടിട്ടുണ്ട്. അടുത്തു പോയി കാണണമെന്ന് ആഗ്രഹിച്ചില്ല. നാട്ടിലെ കുടുംബത്തിന്റെ വിശപ്പടക്കുക എന്നത് മാത്രമായിരുന്നു എന്റെ ചിന്ത. നാളെ ആദ്യമായി ഞാൻ നാട്ടിലേക്ക് മടങ്ങുന്നു. താങ്കളെ, ദാമുവേട്ടനെ ഒന്ന് കാണണമെന്ന് ഇടയ്ക്ക് ആലോചിച്ചിരുന്നു. നിങ്ങൾ താമസിച്ചിരുന്ന കെട്ടിടത്തിനടുത്ത് ഒരു തവണ വന്നു. പക്ഷേ പുതിയൊരു കെട്ടിടമാണ് ആ സ്ഥലത്തു കണ്ടത്. അന്ന് ഫോൺ നമ്പർ വാങ്ങാനും സാധിച്ചില്ല. നിങ്ങൾ ഇവിടെ വരുമെന്ന തോന്നലിൽ രാവിലെ വന്ന് കാത്തിരിക്കുകയായിരുന്നു. തിരിച്ചു വന്നാൽ വീണ്ടും കാണാം."

എനിക്കൊന്നും പറയാനുണ്ടായിരുന്നില്ല. അയാൾ നടന്നു നീങ്ങി. പോകുമ്പോൾ പക്ഷികൾക്കുള്ള പാത്രത്തിലേക്ക് ഒരു കുപ്പി വെള്ളം കൂടി ഒഴിച്ചു.

■

എലി

1960ൽ വാഷിങ്ടൺ ഡി.സിയിൽ കറുത്തവർ താമസിക്കുന്ന ഭാഗത്ത് എലി പരത്തുന്ന രോഗങ്ങൾ വർധിച്ചു. പ്രാദേശിക ഭരണകൂടം നടപടി സ്വീകരിച്ചില്ല. സാമൂഹികപ്രവർത്തകൻ ജൂലിയസ് ഹോബ്സൺ ഒരു ഉപായം കണ്ടുപിടിച്ചു. എലികളെ പിടിച്ചു വെളുത്തവർ താമസിക്കുന്ന ഭാഗത്ത് അഴിച്ചുവിടുക. ഉടൻ, പ്രശ്നപരിഹാരമായി. എലിനിയന്ത്രണം കാര്യക്ഷമമായി.

എലിയെ കൊല്ലാൻ നിരവധി മാർഗങ്ങളുണ്ട്. പഴയ, മരക്കൂട്ടിൽ കൊളുത്ത് വെച്ച് പിടിക്കാം. സഞ്ചാരവഴിയിൽ കനത്ത പശയുള്ള കാർഡ്ബോർഡ് വെക്കാം. വിഷം ചേർത്ത പഴം കൊടുക്കാം. അങ്ങനെ പല മാർഗങ്ങൾ. അംജദിന് ഇഷ്ടം പശയായിരുന്നു. കൈകാലുകൾ ഒട്ടിപ്പിടിച്ച് അവ പിടയുന്നത് കുറച്ചുനേരം കണ്ടുകൊണ്ടിരിക്കാം. രാത്രി അടുക്കള കുട്ടിച്ചോറാക്കിയ വിരുതൻ പശയിൽ കിടന്ന്, ചലിക്കാനാകാതെ വിഷമിക്കുന്നത് കണ്ട് പ്രതികാരം തീർക്കാം. നാട്ടിൽ, രാത്രി തട്ടിൻപുറത്തെത്തുന്ന എത്രയോ എലി പശയിൽ വീണിരിക്കുന്നു. വീടിനു ചുറ്റും അനേകം എലിപ്പൊത്തുകൾ. അവയെത്തേടി ഇഴജന്തുക്കൾ. എലി എപ്പോഴും അംജദിന്റെ ജീവിതത്തിൽ ഒഴിയാബാധയായി.

ഗ്ലാസ്ഗോയിൽ എത്തിപ്പെട്ടതിനുശേഷം അംജദിന് പനി പിടിച്ചു. സ്കോട്ട്ലാൻഡിലെ ഗ്ലാസ്ഗോയല്ല. ഈ നഗരത്തിൽ കടൽ നികത്തിയെടുത്ത ഒരു പ്രദേശമുണ്ട്. ഇവിടെ ഓരോ മേഖലയ്ക്കും ഓരോ ലോകനഗരങ്ങളുടെ പേരാണ്. ടാക്സിയിൽ കയറിയാൽ ഗ്ലാസ്ഗോ എന്ന് പറഞ്ഞാൽ മതി. ഏതാണ്ട് സ്കോട്ട്ലാൻഡിലെപ്പോലെ, കെട്ടിടങ്ങളുടെയത്ര തന്നെ പൊക്കമുള്ള വിളക്കുകാലുകൾ നിരന്നുനിൽക്കുന്ന തെരുവുകളിലെത്തും. അതിലൊരിടത്തെ പഴമ മണക്കുന്ന കെട്ടിടത്തിലാണ് അംജദിന് താമസസൗകര്യം ഒത്തത്. കടൽത്തീരങ്ങളിൽ കാണുന്ന, പച്ചപെയിന്റടിച്ച മരജനാലകളും ചാരനിറത്തിൽ കോൺക്രീറ്റ് പാകിയ തറയുമുള്ള വീടുകളാണ് ആ ഭാഗത്ത്. അനേകം കേബിളുകൾ കെട്ടിടത്തിന് മുമ്പിൽ തൂങ്ങി നിന്നു.

റോഡരികിൽ കുപ്പത്തൊട്ടികളിൽ പൂച്ചകൾക്ക് പകരം എലികളായിരുന്നു. അവയ്ക്ക് ആരെയും ഭയമില്ലെന്ന് തോന്നി. ആരുടെയെങ്കിലും കാലനക്കം കേട്ടാൽ ഓടിയൊളിക്കുന്നില്ല. ഒന്ന് തലയുയർത്തി നോക്കിയ ശേഷം വീണ്ടും മണത്തു നീങ്ങും. അംജദ് ജ്വരം മൂർച്ഛിച്ചപ്പോൾ വെള്ളം ചൂടാക്കിക്കുടിക്കാൻ കെറ്റിൽ തിരയുകയായിരുന്നു. മുറിയുടെ മൂലയിൽ അനേകം എലിക്കുഞ്ഞുങ്ങൾ. നാട്ടിലാണെങ്കിൽ കോരിയെടുത്തു ചാക്കിലാക്കി കാട്ടിൽ കളഞ്ഞേനേ. ഇവിടെ കാടില്ലല്ലോ. എന്നാൽ അവയെ പ്ലാസ്റ്റിക് ബാഗിൽ പൊതിഞ്ഞുകെട്ടി കുപ്പത്തൊട്ടിയിൽ വലിച്ചെറിയാം.

ജോലി കിട്ടിയാൽ ആദ്യം വാങ്ങേണ്ടത് എലിക്കെണിയാണെന്ന് ഉറപ്പിച്ചു. ഇവിടെ പത്തായംപോലുള്ള എലിക്കെണികളേ ലഭിക്കൂ എന്ന് കേട്ടിട്ടുണ്ട്. എലിക്കുഞ്ഞുങ്ങളെ പ്ലാസ്റ്റിക് ബാഗിലാക്കി പുറത്തിറങ്ങി. അവയുടെ കരച്ചിൽ പുറത്തേക്കു വരുന്നുണ്ടോ എന്ന് കാത് കൂർപ്പിച്ചു. ഞരക്കം മാത്രമേയുള്ളൂ.

രണ്ടാം ദിനം

നേരം പുലരുന്നതേയുള്ളൂ. തെരുവുകൾ ഏറെക്കുറെ നിശ്ശബ്ദമായിരുന്നു. ഇടയ്ക്കിടെ വാഹനങ്ങൾ അധികം ഒച്ചയില്ലാതെ കടന്നുപോയി. പനി കുറവുണ്ട്. ഇന്ന് തൊഴിൽ തേടാൻ തുടങ്ങണം. ചില മേൽവിലാസങ്ങളും നമ്പറുകളും മാമൻ തന്നിട്ടുണ്ട്. അതിൽ രണ്ടോ മൂന്നോ പേരെ വിളിക്കണം.

ജനാല തുറന്നപ്പോൾ പൊടിക്കാറ്റ് അകത്തേക്ക് കയറി. ദൂരെ, മണൽപാടത്തിനപ്പുറം നിരവധി കൂറ്റൻ കെട്ടിടങ്ങളുടെ തലപ്പൊക്കം. അന്തരീക്ഷധൂളിയിൽ ഒന്നിനും തെളിച്ചമില്ല. അപ്പോഴാണ് റേഡിയോയിൽ തൊഴിലവസരവാർത്ത കേട്ടത്. ഏതോ ഹോട്ടലിൽ സെയ്ൽസിൽ വാക്ക് ഇൻ ഇന്റർവ്യൂ.

കുളിച്ചുവെന്നു വരുത്തി, യോഗ്യതാ സാക്ഷ്യപത്രങ്ങളുടെ പകർപ്പുകളെ ഫയലിലാക്കി റോഡിലിറങ്ങി. ടാക്സിക്കാരനോട് ഹോട്ടലിന്റെ പേര് പറഞ്ഞു. ഹോട്ടലിനു ചുറ്റും ആയിരക്കണക്കിനാളുകൾ. ചിലർ വെയിൽ കൊള്ളാതിരിക്കാൻ വഴിയരികിലെ ഈന്തപ്പനച്ചുവട്ടിൽ. മാസ്ക് ധരിച്ചു മാത്രമേ അകത്തു കയറാവൂ എന്ന് ഒരാൾ ഹോട്ടലിൽനിന്ന് പുറത്തിറങ്ങി നിർദേശിച്ചു. ഹോട്ടൽ വാതിൽക്കൽ അണുനാശിനിയുടെ വലിയ ജാർ കരുതിവെച്ചിട്ടുണ്ട്. കയറുന്ന ഓരോരുത്തരും നന്നായി കൈ കഴുകണം. ആകെ നൂറ് പേരെ മാത്രമേ ജോലിക്കെടുക്കയുള്ളൂ. ഇവിടെയാണെങ്കിൽ ആയിരത്തിലധികം പേരുണ്ട്.

“പ്രഹസനമാകുമോ?” വിയർപ്പു തുടച്ചുകൊണ്ട് ഒരാൾ ആരോടെന്നില്ലാതെ ചോദിച്ചു. അയാൾ നന്നേ ക്ഷീണിതനായിരുന്നു. കുറേ ദിവസമായി അയാൾ ഭക്ഷണം കഴിച്ചിട്ടെന്ന് തോന്നി.

"എന്താ പേര്?" അംജദ് അനുകമ്പയോടെ ചോദിച്ചു.

"സനൽ." അയാൾ നിർവികാരതയോടെയാണ് മറുപടി പറഞ്ഞത്.

"നിങ്ങൾ എത്ര ദിവസമായി വന്നിട്ട്?" സനൽ വിദൂരതയിൽ കണ്ണു നട്ടു.

"ഇന്നലെ വന്നതേയുള്ളൂ."

"ഞാൻ വന്നിട്ട് മൂന്ന് മാസമായി, ഒന്നും ശരിയായില്ല. ഓരോ ദിവസം ഞാൻ എങ്ങനെ തള്ളിനീക്കിയെന്ന് എനിക്കേ അറിഞ്ഞു കൂടൂ."

വെയിലിനു തീക്ഷ്ണത കൂടി. ഇരുവരും കെട്ടിടത്തിന്റെ നിഴലിലേക്കു മാറി.

"ഇവിടെ കാത്തിരുന്നിട്ട് കാര്യമുണ്ടെന്നു തോന്നുന്നില്ല. നാട്ടിലേക്ക് മടങ്ങും മുമ്പ് ഒരു ഇന്റർവ്യൂ കൂടി. അത്ര തന്നെ." സനൽ വിശദീകരിച്ചു.

അംജദ് ആലോചിച്ചു. മൂന്ന് മാസം പോയിട്ട് 30 ദിവസം കാത്തിരിക്കാൻ വയ്യ. എങ്ങനെ ഞെരുങ്ങി ജീവിച്ചാലും പണം തികയില്ല. വലിയ കെട്ടിടങ്ങളെ ഭയമായതുകൊണ്ടും കുറേ പേരുള്ള മുറിയിൽ കിടന്നാൽ ഉറക്കം വരില്ല എന്നതുകൊണ്ടുമാണ് ചെറുതെങ്കിലും ഒറ്റയ്ക്ക് താമസിക്കാൻ സൗകര്യം തേടിയത്. പ്രഭാതകൃത്യത്തിനു കുറേ സമയം വേണം. പണ്ടുമുതലേയുള്ള ശീലം. മാറ്റാൻ പറ്റുന്നില്ല.

ഹോട്ടലിൽനിന്ന് മറ്റൊരാൾ പുറത്തിറങ്ങി. "ഇന്ന് ഇന്റർവ്യൂ നടക്കില്ല, ഇനി എപ്പോഴാണെന്ന് അറിയിക്കാം, എല്ലാരും പിരിഞ്ഞു പോകണം."

ബസ് സ്റ്റേഷനിലേക്ക് ഹതാശരായവരുടെ ഒരു നീണ്ട നിര രൂപപ്പെട്ടു.

മൂന്നാം ദിനം

മുറിയിൽ എലി പെരുകി വരുന്നതായി അംജദിന് തോന്നി. പകൽ പോലും അവ പലയിടത്തും കാണപ്പെട്ടു. അവയ്ക്കിടയിൽ ഒരെണ്ണം യാതൊരു കൂസലുമില്ലാതെ മേശപ്പുറത്തു വന്നു നിന്നു. അത് ദയനീയമായി അംജദിനെ നോക്കി. 'ഭക്ഷണത്തിനു വേണ്ടിയുള്ള പരക്കം പാച്ചിലാണ്, പൊറുക്കുക.' അതിന്റെ നോട്ടത്തിൽനിന്ന് അംജദിന് അങ്ങനെയാണ് വായിച്ചെടുക്കാൻ കഴിഞ്ഞത്. അത് ചവറ്റുകൊട്ടയുള്ള ഭാഗത്തേക്ക് നടന്നു പോയി.

ഏതോ പെസ്റ്റ് കൺട്രോൾ കമ്പനിയുടെ പരസ്യക്കടലാസ് ഒട്ടിച്ചു വെച്ച ചവറ്റുകൊട്ടയിൽ പാറ്റയും ധാരാളമായിരുന്നു. മുറിയിൽ അടുക്കളയെന്നാൽ മരപ്പലകകൊണ്ട് വേർതിരിച്ച വാഷ്ബേസിൻ മാത്രമാണ്. അവിടെ വേണമെങ്കിൽ ചെറിയ ഗ്യാസടുപ്പ് ആകാം. പക്ഷേ ആരെങ്കിലും അവിടെ പാചകം ചെയ്തിട്ട് മാസങ്ങളായെന്നു തോന്നി. തത്കാലം തലേ ദിവസത്തെ ബ്രഡ്ഡും ജാമും കൊണ്ട് തൃപ്തിപ്പെടാം. ബ്രഡ്ഡ് പാക്കറ്റ് മേശപ്പുറത്താണ് വെച്ചത്. നോക്കിയപ്പോൾ കാണാനില്ല. ചവറ്റുകൊട്ടയ്ക്ക്

പിറകിൽ അവശിഷ്ടങ്ങൾ കണ്ടു. എലിക്കൂട്ടം തിന്നുതീർത്തതാകാം. പക്ഷേ രാത്രി ശബ്ദമൊന്നും കേട്ടിരുന്നില്ലല്ലോ.

പുറത്തിറങ്ങി വാതിൽ പൂട്ടി റെസ്റ്റോറന്റ് തേടിയിറങ്ങി. തെരുവിൽ ധാരാളം റെസ്റ്റോറന്റുകളുണ്ട്. മലയാളിയുടേതിൽ കയറണം. ഇഡ്ഡലിയോ ദോശയോ തിന്നണം. എന്നാലേ ദഹിക്കൂ. നിരത്തിൽ ഏറെയും അഫ്ഗാൻ, ഇറാഖി, ലെബനോൻ കൂടാരങ്ങൾ. അവിടെ നിന്ന് വെന്ത ഇറച്ചിയുടെ ഗന്ധം ഇരച്ചു വന്നു. അവിടെ എവിടെയും കയറാൻ കാശ് തികയില്ല. മാത്രമല്ല, ദഹിക്കാനും പ്രയാസം. ചായയും കിട്ടില്ല.

കേരളീയ ഭക്ഷണം എന്നെഴുതി വെച്ച, ഒരു ഗ്ലാസ്മതിൽ തള്ളിത്തുറന്നപ്പോൾ അൽപം ആശ്വാസമായി. ഇരിപ്പിടങ്ങളിൽ ഏറെയും മലയാളികൾ എന്ന് തോന്നിക്കുന്നവർ. കണ്ണാടിക്കൂട്ടിൽ പലഹാരങ്ങൾ വെച്ചിടത്തു വടയും പഴംപൊരിയും കാണാനുണ്ട്. നിലത്ത് എലിക്കാഷ്ഠങ്ങൾ. ചൂടുള്ളതന്തെങ്കിലും കഴിക്കാം. കുറേപേർ ഒന്നിച്ചിരിക്കുന്ന തീൻമേശയുടെ ഒരറ്റത്തേക്ക്, വെയ്റ്റർ കൈചൂണ്ടി. അവിടെ ഇരിക്കാനാണ്. റെസ്റ്റോറന്റിനകത്ത് ആളുകൾ വർദ്ധിച്ചു വന്നു. ഒരു പറ്റം മലയാളികൾ കയറി വന്നു. അവർ ചായയ്ക്ക് പറഞ്ഞു. അവർ ഉച്ചത്തിൽ സംസാരിക്കുകയും വിശപ്പില്ലെന്നു വരുത്തിത്തീർക്കാൻ ഉറക്കെ ചിരിക്കുകയും ചെയ്തു.

ഒടുക്കം

“അംജദ്, വാടക കൊടുക്കേണ്ട സമയമായി. ഞാൻ കുറച്ചു പണം ഇത്തവണ അക്കൗണ്ടിലിടാം. അടുത്ത മാസം പറ്റില്ല, കേട്ടോ. മാത്രമല്ല, നീ ബാച്ചിലർമാരെ ഒന്നിച്ചു താമസിക്കുന്ന എവിടേക്കെങ്കിലും മാറുന്നതാകും നല്ലത്. ആൾക്കൂട്ടത്തെയും പൊക്കമുള്ള കെട്ടിടങ്ങളെയും ഭയമാണെന്നു പറഞ്ഞിട്ട് കാര്യമില്ല. ബെഗേർസ് കെന്നോട്ട് ബി ചൂസേർസ്.” അവൻ പറഞ്ഞു.

അവൻ മറ്റൊരു പ്രവിശ്യയിലാണ്. തൊഴിൽ തേടി തേടി രാജ്യത്തിന്റെ ഒരു മൂലയിൽ എത്തിയതാണ്. അവനാണ് വിസയും താമസസ്ഥലവും ഒപ്പിച്ചു നൽകിയത്. ഇനി അവനോട് സഹായം ചോദിക്കാൻ ആകില്ല. ഒരു മാസത്തിനകം തൊഴിൽ നേടിയില്ലെങ്കിൽ നാട്ടിലേക്ക് മടങ്ങേണ്ടി വരും. അതിനും പണം വേണം. ഇത്രയും ദിവസം പലപ്പോഴും പട്ടിണിയായിരുന്നു. ഒരു ചായ മാത്രം കുടിച്ചു തള്ളിനീക്കിയ ദിവസങ്ങളുണ്ട്. ആരോടും പറയാൻ കഴിയില്ല.

കഴിഞ്ഞ ദിവസം നഗരസഭയിൽ ഒരു അഭിമുഖം ഉണ്ടായിരുന്നു. അവരുടെ എലി നിയന്ത്രണവിഭാഗത്തിലേക്ക് അനുയോജ്യരായ ആളുകളെ ആവശ്യമുണ്ടെന്ന് അവർ പരസ്യപ്പെടുത്തിയിരുന്നു. ഈന്തപ്പനകളിലെയും മറ്റും കീടങ്ങളെ തുരത്തുന്ന വിഭാഗം ആണ് പരസ്യം ചെയ്തിരിക്കുന്നത്. നഗരത്തിലെ എലികളെ നിയന്ത്രിക്കണമെന്ന് നഗരസഭയ്ക്ക് മേൽ

സമ്മർദ്ദമുണ്ടത്രെ. അതെങ്ങനെ സാധിക്കും എന്ന് ഫലപ്രദമായി വിവരിച്ചാൽ ജോലി ലഭിക്കും. പരസ്യത്തിലെ യോഗ്യതാ നിബന്ധനകൾ കണ്ട് അംജദിന്റെ കൈയിലെ സാക്ഷ്യപത്രങ്ങൾ വിറച്ചു.

മെക്കാനിക്കൽ എൻജിനീയറിങ് പാസായ ആൾക്കു ചേർന്നതല്ല ഈ പണി. എന്നാൽ തത്കാലത്തേക്കെങ്കിലും ഒരു ജോലി തരപ്പെടുത്തിയേ പറ്റൂ.

അഭിമുഖസ്ഥലത്തു കറുത്തവരുടെ തള്ളിക്കയറ്റമായിരുന്നു. അവർ എലിപിടുത്തത്തിൽ വിദഗ്ധരോ?

ശീതീകരിച്ച മുറിക്കകത്തു മൂന്ന് പേർ ഉണ്ടായിരുന്നു. അവരെല്ലാം കനത്ത കോട്ടിട്ടവർ. വിലകൂടിയ സുഗന്ധദ്രവ്യത്തിന്റെ മണം മൂക്കിൽ കയറി. മുറിയുടെ മൂലയിൽ ഊദ് പുകഞ്ഞുകൊണ്ടിരുന്നു. ശാരീരിക അകലം പാലിച്ചാണ് അവർ ഇരുന്നിരുന്നത്. അവരെല്ലാം കറുത്ത മാസ്ക് ധരിച്ചിരുന്നു. ആജാനുബാഹുവായ ഒരാൾ അംജദിനോട് ഇരിക്കാൻ ആംഗ്യം കാട്ടി. അയാൾ പ്രസംഗംപോലെ പറഞ്ഞു.

“മുമ്പൊക്കെ എലികൾ മനുഷ്യസമൂഹത്തിന് ആവശ്യമായിരുന്നു. അവയിലാണ് നമ്മൾ പലപ്പോഴും മരുന്ന് പരീക്ഷണം നടത്തിയത്. അന്ന് ഇത്രകണ്ട് ആക്രമണകാരികൾ ആയിരുന്നില്ല അവ. ഇന്നങ്ങനെയല്ല. അവ വേഗം പെറ്റുപെരുകുന്നു. നഗരത്തെയാകെ കരണ്ടുതിന്നുമോയെന്നാണ് ഭയം. ഇവിടെ കാലാകാലങ്ങളായി താമസിക്കുന്നവർ എന്ത് ചെയ്യും. അവർ ഭയപ്പെടുന്നു. നമുക്ക് അവയെ കൂട്ടത്തോടെ നശിപ്പിക്കണം. എന്താണ് താങ്കളുടെ ഉപായം?”

അംജദ് ആലോചിച്ചു. ഒറ്റയടിക്ക് കൂട്ടത്തോടെ കൊല്ലണമെങ്കിൽ എല്ലാറ്റിനെയും ഒരു സ്ഥലത്തെത്തിക്കണം. പണ്ടൊരാൾ ബാഗ്പൈപ്പർ വായിച്ച് എല്ലാറ്റിനെയും പിന്നാലെ വരുത്തിച്ചു നദിയിലേക്കു നയിച്ച കഥ വായിച്ചിട്ടുണ്ട്. അങ്ങനെയെന്തെങ്കിലും അവതരിപ്പിച്ചാലോ?

“മൾട്ടിമീഡിയ വിവരണത്തിന് ഇവിടെ സൗകര്യമുണ്ട്.” മറ്റൊരാൾ ഇടപെട്ടു.

“ഒരു കഥ ആലോചിക്കുകയായിരുന്നു.”

മറ്റൊരാൾ ഇടപെട്ടു. “ഹാംലിൻ കഥയാണോ, എലികളെ കൂട്ടത്തോടെ നദിയിൽ മുക്കിക്കൊന്ന വർണവസ്ത്രധാരിയുടെ കഥ?”

“അല്ല, ഞാൻ പതിവായി ചായ കുടിക്കുന്ന റെസ്റ്റോറന്റിൽനിന്ന് ഒരാൾ പറഞ്ഞുകേട്ടത്. ജോലി തേടി അനേകം പേർ പായ്ക്കപ്പലിൽ വരുന്ന കാലത്തേത്. ഒരു കപ്പലിൽ ആളുകൾ കണക്കിലധികം ഉണ്ടായിരുന്നു. കുറച്ചുപേരെ ഒഴിവാക്കിയേ മതിയാകൂ. അതിന് കപ്പിത്താൻ വഴി തേടി. കപ്പിത്താൻ എല്ലാവരെയും ഡെക്കിലേക്കു ക്ഷണിച്ചു. ഓരോരുത്തരുടെ പേര് ചോദിച്ചു, വ്യക്തത വരുത്താൻ മതം ചോദിച്ചു. കപ്പിത്താൻ താഴെ

പോയി കപ്പലിനെ ഒന്ന് ഉലച്ചു. ആരുടെയോ തലപ്പാവ് തെറിച്ചു പോയി. ഇത് വേറൊരു മതക്കാരൻ കരുതിക്കൂട്ടി ചെയ്തതാണെന്ന് അയാൾ കരുതി. അവർ തമ്മിൽ ഉന്തും തള്ളുമായി. പിന്നീട് കപ്പലിലുള്ളവരെല്ലാം ചേരിതിരിഞ്ഞു സംഘർഷമായി. കുറേ പേർ കടലിൽ വീണു."

"അതും എലിയെ പിടിക്കുന്നതും തമ്മിൽ?"

"എലികൾ പരസ്പരം കടിച്ചു കീറുന്ന അവസ്ഥ സൃഷ്ടിക്കൂ. ഓരോ എലിക്കും എലിമാംസം ശീലിപ്പിക്കൂ. അല്ലെങ്കിൽ അവയുടെ ഭക്ഷണ ങ്ങളിലെല്ലാം വിഷം കലർത്തൂ."

അംജദ് മറുപടിക്കു കാത്തുനിൽക്കാതെ ഇറങ്ങി. തെരുവിൽ വെയിൽ തിളച്ചു തുടങ്ങിയിരുന്നു. അപ്പോഴും അനേകം പേർ ഊഴം കാത്തു നഗര സഭയുടെ വാതിൽക്കൽ നിന്നിരുന്നു.

■

www.ingramcontent.com/pod-product-compliance
Lightning Source LLC
LaVergne TN
LVHW090303051026
849518LV00005B/1633
* 9 7 8 8 1 1 9 4 8 6 0 2 1 *